ENGL..
D..

compiled by
M. L. MANICH JUMSAI C.B.E., Dr. Ed.
B.A. (Honours) & M.A., Linguistics,
Cambridge University, England

revised by
DR. PARICHART JUMSAI
B.A. (Honours) Modern Languages,
Newcastle University, England
M.A. and Ph.D, Paris University, France

published by
CHALERMNIT
108 Sukhumvit Soi 53, Bangkok 10110, Thailand
Tel: (66-2) 662 6264, Fax: (66-2) 662 6265
Email : chalermnit@hotmail.com
Website : www.chalermnit.com

All Rights Reserved

พจนานุกรม
อังกฤษ - ไทย

เรียบเรียงโดย
ม.ล. มานิจ ชุมสาย C.B.E., Dr. Ed.
อักษรศาสตร์มหาบัณฑิต (เกียรตินิยม) มหาวิทยาลัยเคมบริดจ์
ประเทศอังกฤษ

ปรับปรุงแก้ไขโดย
ดร. ปาริชาติ ชุมสาย ณ อยุธยา
อักษรศาสตร์บัณฑิต (เกียรตินิยม) มหาวิทยาลัยนิวคาสเซิล
ประเทศอังกฤษ
อักษรศาสตร์มหาบัณฑิต และดุษฎีบัณฑิต มหาวิทยาลัยปารีส
ประเทศฝรั่งเศส

พิมพ์จำหน่ายโดย
ร้านเฉลิมนิจ
108 ถนนสุขุมวิท ซอย 53 กรุงเทพฯ 10110
โทร 662 6264, โทรสาร 662 6265
Email : chalermnit@hotmail.com
Website : www.chalermnit.com

สงวนลิขสิทธิ์

M.L. Manich Jumsai

M.L. Manich Jumsai was born on October 5, 1908 at Chachoengsao Province, Thailand.

After matriculation from Suan Kularb College, he received H.M. The King's Scholarship to further his studies in England, France and Germany. He obtained his bachelor's degree in linguistics with honours and a master's degree in education from Trinity College, Cambridge University, England.

Back in Thailand, he became Acting Head of the Faculty of Education at Chulalongkorn University. He was also Principal of Horwang Secondary School, General-Inspector of Education for the northeast region of Thailand as well as Principal of Udonpithayanukul secondary school for boys.

M.L. Manich set up the first kindergarten in Thailand: Laor-Utit followed by many others in the provinces. He also started the first Teachers' Training College: Chandrakasem.

Then, as civil servant at the Ministry of Education, he attended many conferences worldwide representing Thailand. He served UNESCO in Paris as first Secretary-General for the Thai National Commission before being transferred to the Ministry of Education in Laos in the capacity of Technical Advisor and Textbooks-Expert, and finally returned to be based as Deputy Director at the UNESCO regional office in Bangkok.

At his retirement, M.L. Manich spent his time making research on Thai and S.E. Asian history, in London and Paris. Thenceforth, many books of historical and cultural values came out, such as "King Mongkut & The British" and "History of Thailand and Cambodia", for instance. However, his best-known works are the English, French and German dictionaries and English-studying books.

M.L. Manich received honorary doctorate degrees from Chulalongkorn University and Srinakarindra Viroj University. He was also awarded the Order of the Knight Grand Cross of the White Elephant during H.E. Mr. Chuan Leekpai's time; Grosses Verdienstorden from the German Government and Commander of British Empire from the British Government.

M.L. Manich set up "**Chalermnit**" publishing house in 1937, presently managed by his daughter, Dr. Parichart Jumsai.

คำแนะนำในการอ่านคำภาษาอังกฤษ

เนื่องจากสระในภาษาอังกฤษมีเสียงไม่ตายตัวเสมอไป จึงต้องใช้ตัวหนังสือไทยที่ใกล้เคียงที่สุด เป็นเครื่องเทียบเสียง เพราะภาษาไทยเราแน่กว่า (ไม่เขียนอย่างหนึ่งแล้วออกเสียงอีกอย่างหนึ่ง) แต่จะให้ตรงกันทีเดียวนักไม่ได้ จำต้องเรียนจากท่านผู้รู้ และฝึกหัดให้ชำนาญ คำในภาษาอังกฤษมีลักษณะแตกต่างจากภาษาไทยไปดังนี้

1. คำอังกฤษทุกคำที่มีหลายพยางค์ จะต้องมีพยางค์หนึ่งที่ลงเสียงหนักกว่าพยางค์อื่น

2. คำอังกฤษ ตัวพยัญชนะที่ลงท้ายมักทำหน้าที่ออกเสียงยาวมาตามรายฟัน ไม่ได้ทำหน้าที่สะกดเฉยๆ เช่นในภาษาไทย. คำท้ายที่ต้องออกเสียง (หรือทุกคำที่ต้องออกเสียง) ได้จุด . ไว้ข้างใต้ตัวนั้นไว้ให้ดูด้วยแล้ว เช่น ช, ด, ว, ฟ, ท, พ, ล, ค, เป็นต้น ตัวเหล่านี้ออกเสียงต่างหาก ไม่ใช่ตัวสะกดและเมื่อมีจุดใต้ตัวอักษรหลายตัวเรียงซ้อนกันแต่ละตัวก็จะต้องออกเสียงต่างหาก ไม่ใช่นำมาสะกดหรือกล้ำกันหรืออย่าเอาไปสะกดกับตัวอื่น ต้องแยกออกเสียงในตัวมันเองต่างหาก

3. โดยเหตุที่มีตัวอำกล้ำ 'ทร' จึงเป็นคำกล้ำ ไม่ใช่ออกเสียง 'ซ' เช่น tree = ทรี; ' ฮว' เป็นเสียงควบ แต่ออกเสียง 'ว' หนักและชัดกว่า ฮ เป็นแต่เสียงขึ้นจมูกเช่น when, why, เฮวิ็น, ฮวายนอกนั้นเป็นเสียงกล้ำกันตามปรกติ เช่น คว (Q), คร, คล

4. เสียง เอิน (rotten), เอิล (possible) ข้างท้ายคำเป็นเสียงแผ่วสั้นออกทางเพดานปาก หรือทางจมูก

เสียง 'เออ' ข้างท้ายคำมักเป็นเสียงแผ่วสั้น

5. เสียงในภาษาอังกฤษมีทั้งเสียงสั้นและเสียงยาว จะต้องสังเกตให้ดีเช่น

สั้น	ยาว
ั หรือ ะ	า
ิ	ี
ุ	ู
อ็อ	ออ
เอิ-,เออะ	เออ
เอา	อาว
เอ็	เอ
แอ็, แอะ	แอ
อล	โอล

ฉะนั้นจะต้องสังเกตวิธีเขียนของสำเนียงให้ดีว่า เป็นเสียงสั้นหรือยาว

6. เสียง ‘จ’ ในภาษาอังกฤษ โดยเฉพาะเวลาสะกดท้ายคำเป็นเสียงที่ลิ้นกับเพดานดุนติดกันแล้ว ขับเสียง ‘ จ ‘ ออกมาเช่น George, gin (จอจ, จิน)

7. เสียง sh และ ch เป็น ‘ ช ‘ ทั้งคู่ แต่เสียง sh ใช้ลิ้นห่อยันกับเพดาน ปลายลิ้นเปิด โคนลิ้นกดเพดาน อ้าปากกลมแล้วปล่อยเสียง ‘ช’ ออกมา

8. เสียง th ใช้ ‘ ธ’ เพื่อให้ต่างกับเสียง t = ท. เสียง th หรือ ธ นี้ใช้ปลายลิ้นยันกับฟันข้างบน แล้วอัดลมให้ออกมา โดยไม่ให้ลิ้นหลุดจากฟัน

9. เสียง f กับ v และ w

f มีเสียง ฟ

w มีเสียง ว

v มีเสียง ว แต่เวลาสะกดข้างท้ายมีเสียง แบบ ฟ+ว เสียง ‘ว’ ของ v นี้ผิดกับ ว ของ w กล่าวคือ ต้องเอาฟันข้างบนกดกับริมฝีปากข้างล่างให้ติดกันแน่น แล้วอัดลมดันเป็นตัว ว ออกมา โดยอย่าให้ฟัน

กับปากหลุดห่างออกจากกัน

10. คำสะกดตัวสุดท้าย นอกจากทำหน้าที่สะกดคำ นั้นแล้ว ยังต้องออกเสียงในตัวของมันต่างหากด้วย เช่น

god-ก๊อด (ต้องอ่าน ก๊อด เดอะ)

legal-ลีกัล (ต้องอ่าน กัล-เลอะ)

mass-แมซ (ต้องอ่าน แมซ-เซอะ)

นอกจากนี้มีเสียง m - เมอะ p - เพอะ f - เฟอะ

n - เนอะ t - เทอะ g - เกอะ

b - เบอะ k,ck - เคอะ

11. เสียง ซ มีสองเสียง คือ s กับ z; เสียง ซ ของ z นั้นแปลกจาก ซ ธรรมดา คือมีเสียง ซ แบบหึ่ง ๆ ออกมาจากฟันทั้งข้างล่างข้างบนติดกันสนิท แล้วใช้ลิ้นดุนห่าง ๆ อัดลมให้พ่นออกมาโดยไม่ให้ฟันห่างจากกัน

12. การสะกดตัวในหนังสือเล่มนี้ ใช้ตามแบบฉบับของคนอังกฤษ เพราะถือว่าคนอังกฤษเป็นเจ้าของภาษา ไม่ใช่คนอเมริกันซึ่งได้นำเอาภาษาอังกฤษบางคำไปดัดแปลงทั้งวิธีสะกดและวิธีออกเสียงก็แปร่งเพี้ยนไป และถือตามวิธีของออกซ์ฟอร์ดดิกชันนารีเป็นสำคัญ เพราะแม้คนอังกฤษในถิ่นต่าง ๆ ก็มีวิธีออกเสียงเพี้ยนไปบ้าง ต้องถือภาษาอักษรศาสตร์และผู้เล่าเรียนเป็นหลักไม่ใช่ชาวบ้าน

สำเนียงคำอ่านที่ใช้ในหนังสือเล่มนี้

- เหนือสระ หมายความว่า เสียงยาว ˜ หรือ ˘ เหนือสระ หมายความว่า เสียงสั้นมาก ใต้สระ เออ หมายความว่า เสียงสั้น, เบา และแผ่ว

เอิล = 'le' เป็นเสียงท้ายที่สั้นแผ่วกลืนเข้าไปในลำคอ

ˊ ที่พยางค์ใด หมายความว่า พยางค์นั้นออกเสียงหนัก

ว เสียง ว ธรรมดา = w

ว	เสียง	ว	ของตัว		v
ซ	เสียง	ซ	ธรรมดา	=	s
ซ	เสียง	ซ	ของตัว		z
ช	เสียง	ช	ของตัว		ch
ช	เสียง	ช	ของตัว		sh
ช	เสียง	ช	ในคำว่า		vision

ตัวอักษรสองตัวนั้นออกเสียงกล้ำกัน

. ใต้ตัวอักษร ไม่ใช่ตัวสะกด ให้ออกเสียงตัวนั้น

จ เสียงคล้าย จย ควบกันหรือเสียง ge ในตัว age (เอดจ)

ธ คือเสียง th เบา ในคำว่า thin

ธ คือเสียง th หนักในคำว่า that, then.

คำย่อ และความหมายที่ใช้ในหนังสือเล่มนี้

a.	=	adjective (คุณศัพท์)
adv.	=	adverb (กริยาวิเศษณ์)
c.	=	conjunction (สันธาน)
i.	=	interjection (อุทาน)
n.	=	noun (คำนาม)
pl.	=	plural (พหูพจน์)
pp.	=	past participle
pr.	=	preposition (บุรพบท)
prn.	=	pronoun (สรรพนาม)
v.	=	verb (กริยา)
ว.	=	ศัพท์ของพระองค์เจ้าวรรณไวทยากร

A

a, (อ) หนึ่ง (เป็น *article* สำหรับประกอบนาม)

aback, *adv.* (อะแบค) ข้างหลัง; [แปลกใจ]

abacus, *n.* (แอบ บะคัส) ลูกคิด

abalone, *n.* (แอบบะโลนิ) เป๋าฮื้อ

abandon, *v.* (อะแบนดัน) ทอดทิ้ง; เลิกล้ม

abase, *v.* (อะเบส) ทำให้เลวลง

abash, *v.* (อะแบช) ละอายแก่ใจ; ขวยเขินในใจ

abate, *v.* (อะเบท) ลดน้อยลง

abattoir, *n.* (อะบะทัว) โรงฆ่าสัตว์

abbess, *n.* (แอบเบส) อธิการิณี

abbey, *n.* (แอบ บิ) อาราม

abbot, *n.* (แอบบัท) อธิการ

abbreviate, *v.* (อะบรี วิเอท) ย่อลง

abbreviation, *n.* (อะบรีวิเอชัน) การย่อให้สั้นลง; อักษรย่อ,

abdicate, *v.* (แอบดิเคท) สละราชสมบัติ

abdication, *n.* (แอบดิเคชั่น) การ สละราชสมบัติ abdomen, *n.* (แอบโดเมน) เยื่อบุช่องท้อง

abduct, *v.* (แอบดัคทฺ) ลักหนี

abed, *adv.* (อะเบด) ในเตียง

abhor, *v.* (แอบฮอ) จงเกลียดจงชัง

abhorrence, *n.* (แอบฮอ เรนซ) ความจงเกลียดจงชัง

abhorrent, *a.* (แอบฮอเรนทฺ) ซึ่งเป็นที่น่าเกลียด

abhorrer, *n.* (แอบฮอเรอ) ผู้จังเกลียดจงชัง

abide, *v.* (อะไบดฺ) อาศัยอยู่; หยุดอยู่; เฝ้าคอย

ability, *n.* (อะบิลลิทิ) ความสามารถ

abject, *a.* (แอบเจ็คทฺ) เลวทราม; ด้อย; *v.* ตัดสละ

abjure, *v.* (แอบเจียว) เลิกกัน, สละ, เพิกถอน

ablative, *a. n.* (แอบบลิทิฟวฺ) อุปาทานการก

ablaze, *a. adv.* (อะเบลซ) เป็นไฟลูกฮือ

able, *a.* (เอ เบิล) สามารถ

able-bodied, *a.* (เอเบิล บอดีด) ฉกรรจ์ (ชาย)

ably, *adv.* (เอ บลิ) อย่างสามารถ

abnormal, *a.* (แอบนอมัล) ผิดธรรมดา; พิกล

aboard, *adv. pr.* (อะบอด) บนเรือ, บนเครื่องบิน

abode, *n.* (อะโบด) ที่อาศัย; เครื่องหมาย (ลาง); *v.* เป็นลาง

abolish, *v.* (อะบอลลิช) ละทิ้ง; ยกเลิก

abolition, *n.* (อะบอลลิช ชัน) การยกเลิก

abdominable, *a.* (อะบอม มินนะเบิล) อย่างเป็นที่น่าเกลียด, น่ารังเกียจ

abominate, *v.* (อะบอมมิเนท) รังเกียจ, จงเกลียดจงชัง

aborigines, *n. pl.* (แอบบอริดจินีซ) พวกพื้นเมืองในออสเตรเลีย

abortion, *n.* (อะบอชั่น) แท้งลูก, การทำแท้ง

abortive, *a.* (อะบอทิฟวฺ) แท้ง

abound, *v.* (อะบาวนดฺ) อุดมสมบูรณ์

about, *adv.* (อะบาวทฺ) ประมาณ; รอบ ๆ; เกี่ยวกับ

about to, (อะบาวทฺ ทู) กำลังจะ

above, *adv.* (อะบัฟวฺ) เหนือ; ข้างบน

abridge, *v.* (อะบริดจฺ) ย่นย่อเข้า, ตัดทอน

abridgement, *n.* (อะบริดจเม็นท) การตัดให้สั้น; เรื่องที่ตัดสั้นเข้า

abroad, *adv.* (อะบรอด) นอก (ต่างประเทศ)

abrupt, *a.* (อะบรัพทฺ) ปัจจุบันทันด่วน

abruptly, *adv.* (อะบรัพทฺ ลิ) โดยปัจจุบันทันด่วน

abruptness, *n.* (อะบรัพทฺ เนส) ความเร็วอย่างปัจจุบันทันด่วน

abscess, *n.* (แอบเซ็ส) ฝี, หนอง

absence, *n.* (แอบเซนสฺ) การที่ไม่อยู่

absent, *a.* (แอบเซนทฺ) ไม่อยู่

absentee, *n.* (แอบเซนที) ผู้ไม่อยู่

absent-minded, *a.* (แอบเซนทไมนดิด) ใจลอย

absolute, *a.* (แอบซอลิวทฺ) แท้; เด็ดขาด

absolute monarchy, สมบูรณาญาสิทธิราชย์

absolutely, *adv.* (แอบ ซอลิวทฺลิ) อย่างแน่แท้; อย่างเด็ดขาด

absolutism, *n.* (แอบ ซอลิวทิสซึ่ม) อำนาจเด็ดขาด

absolve, *v.* (แอบซ็อลวฺ) ปล่อยให้พ้นโทษ; ล้างบาปให้

absorb, *v.* (แอบซอบ) ดูด; ซึม; กลืน

absorption, *n.* (แอบซอพชั่น) การดูดซึม

absorptive, *a.* (แอบซอฟ ทิฟวฺ) ซึ่งดูดแห้ง

abstain, *v.* (แอบสเทน) คอยถอนตัวห่างจาก; งด

abstinence, abstinency, *n.* (แอบสทิเนนซฺ;-ซิ) ความอดกลั้น

abstinent, *a.* (แอบ สทิเนนท) ซึ่งอดกลั้น

abstract, *a.* (แอบ สแทร็คทฺ) ซึ่งเป็นของนามธรรม; ซึ่งมีหวังนึกซึ้ง, ศิลปะแบบนามธรรม

absurd, *a.* (แอบเซอด) พิลึกจริง; ซึ่งไม่น่าเชื่อ; เหลือเชื่อ; น่าหัวเราะ

absurdity, *n.* (แอบเซิด ดิทิ) ความพิลึกน่าหัวเราะ; ความเหลือเชื่อ

abundance, *n.* (อะบัน ดันซฺ) ความมั่งคั่งสมบูรณ์; จำนวนมาก

abundant, *a.* (อะบัน ดันทฺ) มีมากมาย; สมบูรณ์

abuse, *v.* (อะบิวซฺ) พร่ำใช้; ด่าว่า; *n.* ทางใช้ผิด; คำด่าว่า; การกระทำทารุณ

abusive, *a.* (อะบิว ซิฟวฺ) ซึ่งใช้ผิดทาง

abyss, *n.* (อะบิส) ที่ลึกลงไป; ห้วงเหวลึก

academic, academical, *a.* (แอคะเดมิค;- คัล) เกี่ยวกับการเรียนชั้นสูง

academy, *n.* (อะแคดเดมิ) บัณฑิตสถาน; สำนักศึกษา

accede, *v.* (แอคซีด) ยอมให้; อำนวยตาม

accelerate, *v.* (แอคเซล เลอเรท) เร่ง
acceleration, *n.* (แอคเซลเลอเรชั่น) ความเร่ง; อัตราเร่ง
accent, *n.* (แอคเซนทฺ) สำเนียง; พยางค์หนัก
accentuate, *v.* (แอ็คเซ็น จิวเอท) ลงเสียงหนัก
accept, *v.* (แอ็คเซ็พท) รับ, ยอมรับ
acceptance, *n.* (แอ็คเซ็พ ทันซ) การรับ
access, *n.* (แอ็คเซ็ส); การเข้าถึง
accession, *n.* (แอ็คเซ็ชชั่น) การมาถึง; การขึ้นครองราชย์
accident, *n.* (แอ็ค ซิเด็นทฺ) อุบัติเหตุ โชคบังเอิญ
accidental, *a.* (แอ็คซิเด็น ทัล) ซึ่งเป็นไปโดยบังเอิญ
acclaim, *n.v.* (อะเคลม) การให้ร้องต้อนรับ
accommodate, *v.* (อะค็อมโมเดท) หาที่ไว้ให้อยู่
accommodation; *n.* (อะค็อมโมเดชั่น) การหาที่ไว้ให้พัก
accompaniment, *n.* (อะคัม พะนิเม็นทฺ) การไปด้วย; การประสานเสียง
accompany, *v.* (อะคัม พะนิ) ไปด้วยเป็นเพื่อน; ประสานเสียง
accomplice, *n.* (อะค็อมพลิส) ผู้สมรู้ร่วมคิด
accomplish, *v.* (อะค็อม พลิช) กระทำสำเร็จลงไป
accord, *v.* (อะคอด) ยอมให้, ประธาน
accordance, *n.* (อะคอดั้นซ) ความสอดคล้อง
in accordance with, ตาม...; ตรงกันกับ
according to, (อะคอด ดิง ทู) ตาม; แล้วแต่
accordingly, *adv.* (อะคอด ดิงลิ) ดังนั้น; เป็นไปตามนั้น
accordion, *n.* (อะคอเดียน) หีบเพลง
accost, *v.* (อะคอสทฺ) เข้าเลียบเคียง
on account of, โดยเหตุ
account, *v.* (อะคาวนฺทฺ) เป็นเหตุให้; *n.* เรื่องราว; บัญชี
accountant, *n.* (อะคาวทันทฺ) สมุห์บัญชี
accumulate, *v.* (อะคิวมิวเลท) สะสมพอกพูน
accuracy, *n.* (แอคคิวเร็สซิ) ความแน่นอน
accurate, *a.* (แอคคิวเรท) แน่นอน; แม่น
accursed, *a.* (อะเคอส เซ็ด) เคราะห์ร้าย, ที่ถูกสาปแช่ง
accusation, *n.* (แอคคิวเซชั่น) การกล่าวหา
accusative, *n.a.* (อะคิว ซิทิฟว) กรรมการก
accuse, *v.* (อะคิวซ) กล่าวหา; ใส่ร้าย
accuser, *n.* (อะคิวเซอ) ผู้กล่าวหา
ace, *n.* (เอซ) รูปเอี่ยว, การเสิร์ฟลูก
acetic, *a.* (อะซีททิค) เปรี้ยว
ache, *n.* (เอค) ความเจ็บปวด; *v.* เจ็บปวด
achieve, *v.* (อะชิฟวฺ) กระทำลงไปให้สำเร็จ
achievement, *n.* (อะชิฟเม้นท์) การกระทำ
acid, *n.* (แอสซิค) กรด
acidity, *n.* (อะซิดิทิ) รสเปรี้ยว

acknowledge, *v.* (แอ็คน็อลเล็คจฺ) ยอมรับ

acquaint, *v.* (อัคเควนทฺ) บอกให้ทราบ; รู้จักมักคุ้น

acquaintance, *n.* (อัคเควน ทันซฺ) คนรู้จักกัน; การที่ทราบ

acquire, *v.* (อัคไควเออ) หามา

acquirement, *n.* (อัคไควเม้นท์) ของที่หามาได้; การที่หามาได้

acquit, *v.* (อะควิท) ปล่อยตัว

acquittal, *n.* (อะควิททัล) การปล่อยตัวพ้นข้อหา

acre, *n.* (เอเคอ) มาตราวัดพื้นที่ (4940 ตารางหลา)

acrobat, *n.* (แอคโครแบท) นักกายกรรมแสดงโลดโผน

across, *adv. pr.* (อะคร็อส) ข้ามพ้นไป

acte, *n.* (แอคทฺ) องค์; การกระทำ; พระราชบัญญัติ; *v.* กระทำ; เล่นละคร

acting, *a.* (แอค ทิง) รักษาการในตำแหน่ง

action, *n.* (แอคชัน) การกระทำ; คดี

active, *a.* (แอคทิฟวฺ) วิ่งเต้นอยู่เสมอ; ว่องไว

activity, *n.* (แอ็คทิฟวิทิ) อิริยาบถ; กิจการ

actor, *n.* (แอ็คเทอ) ตัวละคร

actress, *n.* (แอคเทร็ส) นางละคร

actual *a.* (แอค ชวล) แท้; จริง

acute, *a.* (อะคิวทฺ) แหลม] อาการเพียบหนักอย่างร้ายแรง

Adam's-apple, *n.* (อาดัมสฺ แอ็พเพิล) ลูกกระเดือก

adapt, *v.* (อะแดพทฺ) ดัดแปลงแก้ไข

A.D.C. องครักษ์; นายทหารคนสนิท

add, *v.* (แอด) บวก; เพิ่ม

adder, *n.* (แอดเดอ) งูพิษ; ผู้บวก

addict, *v.* (อะดิคทฺ) ติดเสพย์ (ฝิ่น; ยา); ติดจนเป็นนิสัย

addition, *n.* (อะดิชัน) การบวก; การเพิ่ม

address, *n.* (อะเดร็ส) ที่อยู่, จ่าหน้าซอง; การกล่าวคำปราศรัย

adequate, *a.* (แอด ดีเคว็ท) เพียงพอแล้ว

adhere, *v.* (แอดเฮีย) ติดกับ

adherent, *n.* (แอ็ดเฮียเร็นทฺ) ผู้ติดต้อยห้อยตาม

adjacent, *a.* (อัดเจเซ็นทฺ) ประชิด; ใกล้เคียง

adjectival, *a.* (แอดเจ็คไท วัล) ซึ่งเป็นคุณศัพท์

adjective, *n.* (แอด เจ็คทิฟวฺ) คำคุณศัพท์

adjoin, *v.* (อัดจอยนฺ) ติดกัน; ใกล้ๆกัน

adjoining, *a.* (อัดจอยนิง) ถัดไป; ติดกัน

adjourn, *v.* (อัดเจอนฺ) ผัดไป; เลื่อนไป

adjust, *v.* (อัดจัสทฺ) จัด; ปรับให้เข้ารูป

adjutant, *n.* (แอด จิวทันท์) ผู้ช่วยปลัด; องครักษ์

administration, *n.* (แอดมินนิสเทรชัน) การปกครอง; การบริหารงาน

admirable, *a.* (แอดมิระเบิล) น่าชม

admiral, *n.* (แอดมิรัล) แม่ทัพเรือ, นายพลเรือเอก

Admiral of the Fleet, จอมพลเรือ

admiration, *n.* (แอดมิเรชัน) การชมเชย

admire; *v.* (แอ็ดไมเออ) ชม

admission, *n.* (แอ็ดมิชชัน) การยอมรับ;

การปล่อยให้เข้ามา

admit, *v.* (แอ็ดมิท) ยอมรับ; ปล่อยให้เข้ามา; ให้เข้า; ยอมให้

admittance, *n.* (แอ็ดมิท ทันซฺ) การปล่อยให้เข้า

ado, *n.* (อะดู) ความยุ่งยาก

adolescence, *n.* (แอดโดเล็ส เซ็นซฺ) วัยหนุ่ม; วัยสาว

adopt, *v.* (อะด๊อพทฺ) นำมาใช้; เอามาเลี้ยง

adorable, *a.* (อะดอระเบิล) ซึ่งเป็นที่น่ารักยิ่ง

adore, *v.* (อะดอ) บูชา; หลงรัก

adorn, *v.* (อะดอน) ประดับ, ตกแต่ง

adrift, *adv.* (อะดริฟทฺ) ลอยลิ่วไป

adroit, *a.* (อะดรอยทฺ) เฉลี่ยวฉลาด; คล่องแคล่ว

adult, *a.* (อะดัลทฺ) ผู้ใหญ่ *n.* ชายฉกรรจ์; ผู้ใหญ่

advance, *v.* (แอ็ดวานซ) ก้าวหน้า; ออกเงินทดลอง; *n.* การก้าวหน้า in advance, ล่วงหน้า

advantage, *a.* (แอ็ดวาน เท็ดจ) ข้อได้เปรียบ; อาณาประโยชน์

advantageous, *a.* (แอ็ดวานเท็ดจัส) ซึ่งได้เปรียบ

adventure, *n.* (แอ็ดเว็นเชอ) การผจญภัย

adventurer, *n.* (แอ็ดเว็นเชอเรอ) นักผจญภัย

adverb, *n.* (แอดเวอบฺ) คำกริยาวิเศษณ์

adverbial, *a.* (แอ็ดเวอเบียล) แห่งกริยาวิเศษณ์

adversary, *n.* (แอดเวอซะริ) คู่ปรปักษ์

advertise, *v.* (แอดเวอไทซฺ) ประกาศแจ้งความ

advertisement, *n.* (แอดเวอ ทิซเม็นทฺ) การประกาศแจ้งความ

advertiser, *n.* (แอดเวอไทเซอ) ผู้ประกาศแจ้งความ

advice, *n.* (แอดไวซฺ) คำแนะนำ

advise, *v.* (แอ็ดไวซฺ) แนะนำ

adviser, *n* (แอ็ดไวเซอ) ที่ปรึกษา

advocate, *n.* (แอดโวเคท) ทนายความ; *v.* ว่าความให้

aerated waters, (แอเรติด วอเทอสฺ) น้ำอัดลม; น้ำหวาน

aerial, *a.* (แอเรียล) แห่งอากาศ; *n.* สายฟ้า

aerodrome, *n.* (แอโรโดรม) สนามบิน

aeroplane, *n.* (แอโรเพลน) เครื่องบิน

afar, *adv.* (อะฟา) แต่ไกล

affable, *a.* (แอฟฟะเบิล) น่ารักใคร่

affair, *n.* (อัฟแฟ) กิจ; ธุระ

affect, *v.* (อะเฟ็คทฺ) เป็นผลกระทบกระเทือน

affected, *a.* (อะเฟ็ค เท็ด) ดัดจริต

affection, *n.* (อะเฟ็คชัน) ความรักใคร่

affectionate, *a.* (อะเฟ็ค ชันเนท) น่ารักใคร่

affirm, *v.* (อะเฟอมฺ) กล่าวยืนยัน

affirmative, *a.* (อะเฟอมมะทิฟวฺ) ซึ่งเป็นการบอกเล่า; การบอกรับ

affliction, *n.* (อะฟลิคชัน) ความเดือดร้อนใจ

afford, *v.* (อะฟอด) พอที่จะจับจ่ายได้;

พอมีกำลังทรัพย์ที่จะจ่ายได้

afire, *adv.* (อะไฟเออ) ลุกเป็นไฟ

afloat, *v. adv.* (อะโฟลทฺ) ลอย

afraid, *a.* (อะเฟรด) กลัว; เกรงว่า

afresh, *adv.* (อะเฟรช) ใหม่อีก

after, *adv.* (อาฟเทอ) ภายหลัง; หลังจาก

afternoon, *n.* (อาฟเทอนูน) เวลาบ่าย

afterward, afterwards, *adv.* (อาฟเทอเวิด;-ซ) ภายหลัง

again, *adv.* (อะเกน) อีก

against, *pr.* (อะเกนสฺทฺ) ต่อ; กับ; ตรงข้ามกับ

age, *n.* (เอจฺ) อายุ; สมัย; คราว

come of age, บรรลุนิติภาวะ

ages ago, นมนานกาเล

aged, *a.* (เอดเจ็ด) แก่

agency, *n.* (เอเจนซิ) สำนักตัวแทน

agent, *n.* (เอเจ็นทฺ) ผู้แทนจำหน่าย; ตัวกระทำ; ตัวแทน

aggravate, *v.* (แอกกระเวท) ทำให้หนักลง

aggression, *n.* (อะเกร็สชัน) การรุกราน

aggressive, *a.* (อะเกร็สซิฟวฺ) ซึ่งรุกราน

aggessor, *n.* (อะเกร็สเซอ) ผู้รุกราน

agitate, *v.* (แอดจิเทท) ก่อความยุ่งยาก

agitation, *n.* (แอดจิเทชัน) ความยุ่งยาก; ความไม่สงบใจ

agitator, *n.* (แอดจิเทเทอ) ผู้ก่อการจลาจล

ago, *adv.* (อะโก) นานมาแล้ว

long ago, นานมาแล้ว

agony, *n.* (แอกโกนิ) ความปวดร้าว

agree, *v.* (อะกรี) ตกลง; เหมาะกันกับ; ยอมตรงกัน

agreement, *n.* (อะกรี เม็นทฺ) ความตกลง

agricultural, *a.* (แอกกริคัลเจียวรัล) แห่งการเกษตรกรรม

agriculture, *n.* (แอกกริคัลเจอร์) เกษตรกรรม

agriculturist, *n.* (แอกกริคัลเจียวริสทฺ) เกษตรกร

aground, *adv.* (อะกราวนฺดฺ) เกยฝั่ง

ahead, *adv.* (อะเฮ็ด) ข้างหน้า

aid, *v.* (เอด) ช่วยเหลือ; *n.* ความช่วยเหลือ

aide-de-camp, *n.* (เอดเดอกอง) องครักษ์

ail, *v.* (เอล) เจ็บไข้; ได้เจ็บ

aim, *v.* (เอม) หมาย; เล็ง; *n.* ความมุ่งหมาย; จุดประสงค์; ที่หมาย

aimless, *a.* (เอม เล็ส) ซึ่งไม่มีจุดประสงค์

aimlessly, *adv.* (เอมเล็สลิ) อย่างไม่มีจุดประสงค์

air, *n.* (แอ) อากาศ; ลม; ทำนอง; ท่าทาง

in the open air กลางแจ้ง

air force (แอฟอซ) กองทัพอากาศ

aircraft, *n.* (แอคราฟทฺ) เครื่องบิน

airplane, *n.* (แอเพลน) เครื่องบิน

airport, *n.* (แอพอท) สนามบิน

airship, *n.* (แอชิพ) เรือเหาะ

air-tight, *a.* (แอไททฺ) อากาศเข้าไม่ได้

airy, *a.* (แอริ) โปร่ง

ajar, *adv.* (อะจา) แง้มอยู่

akin, *a.* (อะคิน) เกี่ยวเนื่องกัน; ชนิดเดียวกัน

alarm, *v.* (อะลาม) ให้อาณัติสัญญาณ

ฉุกเฉิน; ทำให้ตื่นตกใจ; *n.* ความตระหนกตกใจ; อาณัติสัญญาณฉุกเฉิน

alarm clock, *n.* (อะลามคล็อค) นาฬิกาปลุก

alas, *i.* (อะลาส) คำอุทานที่แสดงความเสียใจเสียดาย

albino, *n.* (แอลบิโน) เผือก (คนเผือก; ช้างเผือก ฯลฯ)

album, *n.* (แอลบั้ม) สมุดภาพ

alchemist, *n.* (แอลคีมิสทฺ) นักเล่นแร่แปรธาตุ

alcohol, *n.* (แอลโคฮอล) แอลกอฮอล์

ale, *n.* (เอล) เหล้าเอล

alert, *a. adv. n.* (อะเลอทฺ) ตื่นอยู่; ตื่นตัว

algebra, *n.* (แอลจิบระ) พีชคณิต

alien, *a. n.* (เอเลียน) ต่างด้าว (คน)

alight, *v.* (อะไลทฺ) ลง; ลงจากม้า

alike, *a.* (อะไลคฺ) เหมือนกัน

alive, *a.* (อะไลฟวฺ) มีชีวิตอยู่

all, *a.* (ออล) ทั้งหมด; ทุกๆ; บรรดา; ทั้งหมด; ทุกคน

allay, *v.* (อะเล) ระงับ; บรรเทาไว้

allege, *v.* (อะเล็คจํ) กล่าวยืนยัน

alley, *n.* (แอลลิ) ตรอก

alliance, *n.* (อะไลอันซฺ) การร่วมมือกัน

allied, *a.* (อะไลดฺ) ร่วมมือกัน; เกี่ยวข้องด้วย

Allies, *n.* (อะไลซฺ) ฝ่ายสัมพันธมิตร

alligator, *n.* (แอลลิเกเทอ) จระเข้

allot, *v.* (อะล็อท) แบ่งให้

allow, *v.* (อะลาว) ยอมให้

allowance, *n.* (อะลาวอันซฺ) การอนุญาตให้; ส่วนที่อนุญาตให้

alloy, *v.* (อะลอย) ผสมแร่; *n.* โลหะผสม

all-round, *adv.* (ออล ราวนฺดฺ) รอบๆ

allude, *v.* (อะลิวดฺ) อ้างอิงถึง

allure, *v.* (อะเลียวเออ) ล่อมา

ally, *v.* (อะไล) รวมกัน; *n.* สัมพันธมิตร; เพื่อนร่วมคิด

almanac, *n.* (ออล มะแน็ค) ปฏิทิน

almighty, *a.* (ออลไมทิ) มีอำนาจอันใหญ่ยิ่ง

almond, *n.* (อามันดฺ) ถั่วมันๆ

almost, *adv.* (ออลโมสทฺ) แทบจะ; เกือบจะ

alms, *n.* (อามซฺ) ของให้ทาน

aloe, *n.* (แอลโล) ต้นหางจระเข้

alone, *a.* (อะโลน) เปล่าเปลี่ยว; คนเดียว

along, *adv.* (อะลอง) ตาม; ตามยาว

alongside, *adv.* (อะลองไซดฺ) ข้างๆ

aloof, *adv.* (อะลูฟ) ต่างหาก

aloud, *adv.* (อะลาวดฺ) ดังๆ

alphabet, *n.* (แอลฟะเบ็ท) ตัวอักษร

alphabetically, *adv.* (แอลฟะเบ็ท ทิคัลลิ) ตามลำดับตัวอักษร

already, *adv.* (ออลเร็ดดิ) แล้ว

alright, *adv.* (ออลไรทฺ) เรียบร้อย; ดีแล้ว

also, *adv.* (ออลโซ) ด้วย; เหมือนกัน

altar, *n.* (ออลเทอ) แท่นที่บูชา

alter, *v.* (ออลเทอ) เปลี่ยนแปลง; ดัดแปลง

although, *adv.* (ออลโธ) ถึงแม้ว่า

altitude, *n.* (แอลทิจิวดฺ) ความสูง

altogether, *adv.* (ออลทูเก็ท เธอ) ด้วยกันทั้งหมด

A

altruism, *n.* (แอลลัมนัส, แอลทรูอิสซึ่ม) ความไม่เห็นแก่ตัว

alum, *n.* (แอลลัม) สารส้ม

alumnus, *n.* alumni, *pl.* (แอลลัมนัส, แอลลัมไน) นักเรียนเก่า (ของมหาวิทยาลัย)

aluminium, *n.* (แอลลิวมิเนียม) อะลูมิเนียม

always, *adv.* (ออลเวซฺ) เสมอไป

a.m. (เอ เอ็ม) ก่อนเที่ยง

am, *v.* (แอม) (มาจาก 'to be') เป็น; อยู่ (ใช้กับ I; - I am)

amable, *a.* (แอมมะเบิล) น่ารัก

amaranth, *n.* (แอมมะแรนธฺ) ดอกไม้เช่นบานไม่รู้โรย

amass, *v.* (อะแมส) รวบรวมเข้าเป็นกอง

amateur, *n.* (แอมมะเทอ; แอม มะเจียว) ผู้ประกอบกิจการโดยมีใจรัก ไม่ใช่เพื่ออาชีพ; ผู้สมัครเล่น

amaze, *v.* (อะเมซ) ทำให้แปลกใจ

amazing, *a.* (อะเมซซิ่ง) เป็นที่ฉงนสนเท่ห์

Amazon, *n.* (แอมมะซัน) หญิงผู้กล้าหาญในนิยายกรีก

ambassador, *n.* (แอมแบส ซะเดอ) เอกอัครราชทูต

ambassadress, *n.* (แอมแบส ซะเดร็ส) ภรรยาท่านเอกอัครราชทูต

amber, *n.* (แอมเบอ) อำพัน

ambiguity, *n.* (แอมบิกกิว อิทิ) ความหมายกำกวม

ambiguous, *a.* (แอมบิก กิวอัส) มีความหมายเป็นสองง่าม; กำกวม

ambition, *n.* (แอมบิชัน) ความใฝ่สูง; ความทะเยอทะยาน

ambitious, *a.* (แอมบิชัส) มีความปรารถนาอันแรงกล้า; ใฝ่สูง

ambrosia, *n.* (แอมโบรเซีย) อาหารทิพย์

ambulance, *n.* (แอมบิวลันซฺ) รถพยาบาล

ambush, *v.* (แอม บุช) ซุ่มดักทำร้าย; *n.* การซุ่มดักโจมตี (แบบอันตพาล)

ameliorate, *v.* (อะมีลิเออเรท) แก้ไขให้ดีขึ้น

amen, *i.* (เอเม็น) สาธุ

amend, *v.* (อะเม็นด) แก้ตัว; เพิ่มเติม

amendment, *n.* (อะเม็นดฺ เม็นทฺ) การแก้ไขเพิ่มเติม

American, *a. n.* (อะเมริคัน) อเมริกัน; Ugly American, อ้ายมะริกัน

amethyst, *n.* (แอมมีธิสทฺ) พลอยสีดอกตะแบก

amiable, *a.* (เอมิอะเบิล) น่ารัก

amicable, *a.* (แอมมิคะเบิล) อย่างฐานมิตรภาพ

amid, amidst, *pr.* (อะมิด; -สฺทฺ) ในท่ามกลางระหว่าง

amiss, *a.* (อะมิส) ให้มีอันจะเป็นไป; ผิดท่าผิดทางหมด

amity, *n.* (แอมมิทิ) ไมตรีจิต

ammonia, *n.* (อะโมเนีย) แอมโมเนีย

ammunition, *n.* (แอมมิวนิชัน) เครื่องอาวุธยุทธภัณฑ์; เครื่องกระสุน

amnesty, *n.* (แอมเนิสทิ) นิรโทษกรรม

amoeba, *n.* (อะมีบะ) อะมีบา (สัตว์ตัวเล็กๆ แบบเชื้อโรค

among, amongst, *pr.* (อะมัง; อะมังสฺทฺ)

ในระหว่างท่ามกลาง

amorous, *a.* (แอมมอรัส) เชิงชู้สาว

amount, *n.* (อะมาวนฺทฺ) จำนวน; *v.* เป็นจำนวนถึง; บังเกิดผล

amphibia, *n. pl.* (แอ็มฟิเบีย) สัตว์ที่อยู่ในน้ำและบนบกได้ทั้งสองอย่าง

amphibious, *a.* (แอ็มฟิเบียส) สะเทินน้ำสะเทินบก

ample, *a.* (แอมเพิล) มากมายอย่างเพียงพอทีเดียว; ถมเถไป

amplify, *v.* (แอมพลิไฟ) ขยาย (เสียง)

amulet, *n.* (แอมมิเล็ท) ตะกรุด

amuse, *v.* (อะมิวซฺ) ทำให้เพลิดเพลิน; ขบขัน

an, *article.* (แอน) หนึ่ง (เช่น an ass)

analysis, *n.* (อะแนลลิซิส) การแยกธาตุ; สัมพันธ์; วิเคราะห์

analyze, *v.* (แอน นะไลซฺ) แยกธาตุ; วิเคราะห์

anarchy, *n.* (แอน นะคิ) จลาจล; อนาธิปไตย

anatomist, *n.* (อะแนท ทอมิสทฺ) นักกายวิภาค

anatomy, *n.* (อะแนท ทอมิ) กายวิภาควิทยา

ancestor, *n.* (แอนเซ็สเทอ) บรรพบุรุษ

ancestress, *n.* (แอน เซ็สเทร็ส) บรรพบุรุษหญิง

anchor, *n.* (แองเคอ) สมอเรือ

anchorage, *n.* (แองเคอเร็ดจฺ) การทอดสมอ

anchovy, *n.* (แอนโชวิ) ปลาแมว

ancient, *a.* (เอน ชันทฺ) เก่าแก่; โบราณ

and, *c.* (แอนดฺ) และ; กับ

anecdote, *n.* (แอนเน็คโดท) เรื่องราว

anew, *adv.* (อะนิว) อีกครั้งหนึ่ง; ใหม่อีก

angel, *n.* (เอน เจ็ล) เทวทูต, เทวดา, เทพธิดา

anger, *v.* (แองเกิล) ทำให้โกรธ; *n.* ความโกรธ

angle, *n.* (แองเกิล) มุม; *v.* ตกเบ็ด

  acute angle, มุมแหลม

  obtuse angle, มุมป้าน

Anglo-, แห่งอังกฤษ

Anglophile, *a.* (แองโกลฟิล) โปรอังกฤษ

Anglo-Thai, อังกฤษ-ไทย (ร่วมกัน)

angry, *a.* (แองกริ) โกรธ

anguish, *n.* (แองกวิช) ความกลัดกลุ้ม; ความปวดมาก

angular, *a.* (แองกิวละ) เป็นมุม

animal, *n.* (แอนนิมัล) สัตว์

animate, *v.* (แอนนิเมท) ทำให้มีชีวิตจิตใจขึ้น

animism, *n.* (แอน นิมิสซึม) ลัทธิถือผี

animosity, *n.* (แอนนิมอส ซิทิ) ความเป็นศัตรูกัน

ankle, *n.* (แองเคิล) ข้อเท้า

anklet, *n.* (แองเคล็ท) กำไลเท้า

annals, *n. pl.* (แอนนัลซฺ) พงศาวดาร

annex, *v.* (อะเน็คซ์) เอาต่อกัน; รวมกันเสีย; ผนวก

annihilate, *v.* (แอนไนฮิเลท) ทำลายล้าง

anniversary, *a.* (แอนนิเวอ ซะริ) ซึ่งมีรอบปี; *n.* วันที่ระลึก (รอบปี)

annotate, *v.* (แอนโนเทท) หมายเหตุไว้ข้างๆ
announce, *v.* (อะนาวนซ์) ป่าวประกาศ, บอกให้ทราบ
annoy, *v.* (อะนอย) กวนใจ, ทำให้รำคาญ
annoyance, *n.* (อะนอย อันซ) การกวนใจ
annual, *a.* (แอนยวล) ประจำปี
annually, *adv.* (แอน ยวลลิ) ทุกปี; เป็นรายปี
annul, *v.* (แอนนัล) บอกเลิก
anoint, *v.* (อะนอยนฺท) เจิม; พรมน้ำมนต์
anonymous, *a.* (อะน็อนนิมัส) ซึ่งไม่ประสงค์บอกนาม
anopheles, *n.* (แอนนอฟเฟลีซ) ยุงก้นปล่อง
another, *a.* (อะนาเธอ) อีกอันหนึ่ง; อีกคนหนึ่ง
answer, *v.* (อานเซอ) ตอบ; *n.* คำตอบ
answer for, รับผิดชอบ
answerable, *a.* (อานเซอระเบิล) ซึ่งรับผิดชอบ
ant, *n.* (แอนทฺ) มด; white ant, ปลวก
ant-hill, *n.* (-ฮิล) จอมปลวก
antagonist, *n.* (แอ็นแทกกอนิสทฺ) ผู้ต่อต้านไว้; ปรปักษ์
ant-eater, *n.* (แอ็นทฺอีทเทอ) ตัวกินมด
antechamber, *n.* (แอนทีเชมเบอ) ห้องมุข; ห้องนอก
antelope, *n.* (แอนทีโลพ) ละมั่ง
anterior, *a.* (แอนทีเรีย) ซึ่งมีมาก่อน
ante-room, *n.* (แอนทิรูม) ห้องเฉลียง
anthem, *n.* (แอนเธ็ม) เพลงอวยชัย
national anthem, เพลงสรรเสริญพระบารมี
ant-hill, *n.* (แอนทฺฮิล) จอมปลวก
anthology, *n.* (แอนธอลลอจิ) รวมวรรณกรรม
anthropology, *n.* (แอนโธรพอ็ลลอจิ) มนุษยวิทยา
anti-, (แอนทิ) เป็นปฏิปักษ์ต่อ; ต่อสู้; ขัดแย้ง
antibiotic, *a.* (แอนทิไบอ็อททิค) ปฏิชีวนะ
antimony, *n.* (แอนทิมันนิ) พลวง
antiquated, *a.* (แอนทิเควทเท็ด) พ้นสมัย
antique, *a.* (แอนทีค) เก่าแก่; ของโบราณ
antiquity, *n.* (แอ็นทิคควิทิ) สมัยโบราณ
antiseptic, *a.* (แอนทิเซ็พทิค) ซึ่งฆ่าเชื้อโรค
antonym, *n.* (แอนโทนิม) คำตรงกันข้าม
anvil, *n.* (แอนวิล) ทั่ง (ตีเหล็ก)
anxiety, *n.* (แอ็งไซเอ็ททิ) ความร้อนใจ; กังวล
anxious, *a.* (แองชัส) อยากรู้; กังวล
any, *a. prn.* (แอนนิ) ใคร; บ้าง
any other, อื่น; อะไรก็ตาม
anybody, any one, *n. prn.* ใครๆก็ได้
anything, *prn. n. adv.* (แอนนิธิง) อะไรๆ
anywhere, *adv.* (แอนนิแว) ที่ไหนก็ได้
apace, *adv.* (อะเพส) โดยรีบเร่ง
apart, *adv.* (อะพาท) อยู่ต่างหาก
apartheid, *n.* (อะพาเธด) ลัทธิเกลียดคนผิวดำ (ของชาวอัฟริกาใต้)
apartment, *n.* (อะพาทเม็นทฺ) ห้องใน

ตึกแถว

ape, *n.* (เอพ) ลิงพันธุ์ใหญ่ไม่มีหาง

aperture, *n.* (แอพเพอเจียว) รู; ช่องโหว่

apex, *n.* (เอเพ็คซฺ) ยอด

apiece, *adv.* (อะพีซ) เป็นชิ้นๆ

Apollo, *n.* (อะพอลโล) ชื่อเทวดา กรีก; ใช้เป็นชื่อยานอวกาศไปสู่ดวงจันทร์

apologize, *v.* (อะพ็อลลอไจซฺ) ขอขมา; แก้ตัว

apology, *n.* (อะพ็อลลอจิ) การแก้ตัว; ขมา

apostle, *n.* (อะพ็อสเซิล) สาวกของพระเยซู

apostrophe, *n.* (อะพ็อสโทรฟี) เครื่องหมาย

apothecary, *n.* (อะพ็อธธีคะริ) ผู้ผสมยา

appall, appal, *v.* (อะพอล) เป็นที่หวาดหวั่นแก่

appalling, *a.* (อะพอลลิง) ซึ่งเป็นที่น่าหวาดหวั่น

apparatus, *n.* (แอพพะเรทัส) เครื่องมือ; เครื่องอุปกรณ์

apparel, *v.* (อะแพเร็ล) แต่งตัว; *n.* เครื่องแต่งกาย

apparent, *a.* (อะแพเร็นทฺ) ที่เห็นได้ชัด

apparition, *n.* (แอพพะริชัน) สิ่งซึ่งปรากฏขึ้น; ภูตผี

appeal, *v.* (อะพีล) ร้องเรียนต่อ; เสนอคำร้อง; อุทธรณ์

appear, *v.* (อะเพีย) ปรากฏ

appearance, *n.* (อะเพียเรนซฺ) รูปร่าง; ท่าทาง; สิ่งที่ปรากฏ; การที่มาปรากฏ

appease, *v.* (อะพีซ) เงียบสงบ

append, *v.* (แอ็พเพ็นดฺ) เพิ่มเข้า; ต่อท้าย

appendicitis, *n.* (อะเพ็นดิไซ ทิส) โรคไส้ตันอักเสบ

appetite, *n.* (แอพพีไททฺ) ความหิว; รสชาดอาหาร; ความเจริญอาหาร

appetizing, *a.* (แอพพีไทซิง) ออกรส

applaud, *v.* (อะพลอด) ตบมือ

applause, *n.* (อะพลอซ) การตบมือ

apple, *n.* (แอพเพิล) แอปเปิ้ล

appliance, *n.* (อะไพลอันซฺ) การนำเอามาใช้กับ; เครื่องอุปกรณ์

applicant, *n.* (แอพ พลิคันทฺ) ผู้แสดงความจำนง, ผู้สมัคร

application, *n.* (แอพพลิเคชัน) การยื่นใบสมัครของงาน; ใบแสดงความจำนง

applied, *a.* (อะไพลดฺ) ประยุค

apply, *v.* (อะไพล) ยื่นใบสมัคร; ใช้กับ; ใช้บังคับ; เอาวางทาบ

apply for, ขอร้อง; สมัคร (ทำงาน)

appoint, *v.* (อะพอยนฺทฺ) แต่งตั้ง; ตั้งขึ้น

appointment, *n.* (-เม็นทฺ) การแต่งตั้ง; การนัดพบ

appraise, *v.* (อะเพรซฺ) ตีราคา

appreciate, *v.* (อะพรีชิเอท) เห็นด้วย; เห็นคุณค่า

appreciation, *n.* (อะพรีชิเอชัน) การเห็นคุณค่าของ; การยกย่อง

apprentice, *v.* (อะเพร็นทิส) ฝึกหัดงาน; *n.* ผู้ฝึกหัดงาน

approach, *v.* (อะโพรช) เข้าไปใกล้; *n.* การเข้าไปใกล้; ทางเข้า

appropriate, *a.* (อะโพรพริเยท) เหมาะ

กันแล้ว

approval, *n.* (อะพรูฟ วัล) ความพอใจ; ความยินยอม; เห็นพร้อมด้วย

approve, *v.* (อะพรูฟวฺ) ยินยอมเห็นพร้อมด้วย; อนุมัติ; เห็นชอบด้วย

approximate, *v.* (อะพร็อคซิเมท) กะอย่างใกล้; ราว ๆ

approximately, *adv.* ประมาณ; ราว ๆ

apricot, *n.* (เอพริค็อท) ผลเอปริค็อท

April, *n.* (เอพริล) เมษายน

apron, *n.* (เอพรอน) ผ้ากันเปื้อน

apt, *a.* (แอพทฺ) เหมาะสม; พอที่จะ

aptitude, *n.* (แอพทิจิวดฺ) ความเหมาะสม; ความเอียงไปทาง

aquarium, *n.* (อะแควเรียม) สวนสัตว์น้ำ

aquatic, *a.* (อะแควทิค) แห่งน้ำ; ซึ่งเกิดหรืออยู่ในน้ำ

Arab, *n.* (แอรับ) ชาวอาหรับ

Arabian, *a.* (อะเร เบียน) แห่งอาเรเบีย

Arabic, *a.* (แอระบิค) แห่งภาษาอาระบิค; ตัวอักษรอาระบิค

arbiter, *n.* (อารบิเทอ) ผู้ชี้ขาด

arbitrary, *a.* (อารฺ บิทระริ) แล้วแต่ใจ; ตามอำเภอใจ

arbitrate, *v.* (อารฺ บิเทรท) เข้าชี้ขาด

arbitrator, *n.* (อารฺ บิเทรเทอ) ผู้ชี้ขาด; อนุญาโตตุลาการ

arbor, arbour, *n.* (อารฺ บอ;-เบอ) ซุ้มไม้

arc, *n.* (อาค) ส่วนโค้ง

arch, *n.* (อาช) ประตูโค้ง; ทำเป็นรูปโค้ง; *a.* ตัวจอม

archaeology, *n.* (อาคิออลลอด จิ) วิชาโบราณคดี

archaic, *a.* (อาเคค) โบราณ; พ้นสมัย, ดึกดำบรรพ์

archangel, *n.* (อาค เอนเจิล) มหาเทวทูต

archbishop, *n.* (อาช บิชัพ) มหาสังฆนายก, หัวหน้าบาทหลวง

archduke, *n.* (อาช ดิวคฺ) ท่านอาชดยุ้ค

archer, *n.* (อาชเชอ) นายธนู

archery, *n.* (อาชเชอริ) ธนูศิลป; วิชายิงธนู

archipelago, *n.* (อาคิเพ็ล ละโก) หมู่เกาะ

architect, *n.* (อาคิเทคทฺ) สถาปนิก

architecture, *n.* (อาคิเท็คเชอร์) สถาปัตยกรรม

archive, *n.* (อารฺ ไคฟวฺ) เอกสารสำคัญ

archives, *n. pl.* กองจดหมายเหตุ

archway, *n.* (อาชเว) ทางเดินลอดใต้ประตูโค้ง

Arctic, *a.* (อาคทิค) แห่งเขตขั้วโลกเหนือ

ardent, *a.* (อารฺเด็นทฺ) เร่าร้อน

ardour, *n.* (อารฺ เดอ) ความกระตือรือร้น

arduous, *a.* (อารฺ ดิวอัส) ขยันขันแข็ง; ยากที่จะเอาชนะได้

are, *v.* (มาจาก; to be; they are) เป็น; อยู่

are, *n.* (อา) มาตราวัดพื้นที่ (1 อาร์ = 100 ตารางเมตร)

area, *n.* (แอเรีย) พื้นที่

areca, *n.* (แอริคะ) หมาก

argue, *v.* (อากิว) โต้เถียง; แย้งความเห็นกัน

A

argument, *n.* (อา กิวเม็นทฺ) การโต้เถียง

arid, *a.* (แอ ริด) แห้งแล้ง

aridity, aridness, *n.* (อะริด ดิทิ) ความแห้งแล้ง

aright, *adv.* (อะไรทฺ) อย่างถูกต้อง

arise, *v.* (อะไรซฺ) ลุกขึ้น

aristocracy, *n.* (แอริสท็อค คระซิ) พวกขุนนาง; อภิชนาธิปไตย

aristocrat, *n.* (แอริสโทแครท) ขุนนาง, คนชั้นสูง

aristocratic, *a.* (แอริสโทแครท ทิค) อย่างขุนนาง

arithmetic, *n.* (อะริธ เมทิค) เลขคณิต mental arithmetic, เลขคณิตในใจ

arithmetical, *a.* (แอริธเม็ท ทิคัล) แห่งเลขคณิต

arm, *n.* (อาม) แขน; อาวุธ; ตรา; เตรียมสร้างอาวุธ

armament, *n.* (อามะเม็นทฺ) อาวุธยุทธภัณฑ์

armistice, *n.* (อามิสทิซ) การสงบศึก (วันที่ 11 พฤศจิกายน เป็นวันที่ระลึกการสงบศึกสงครามโลกครั้งที่ 1)

armlet, *n.* (อามเล็ท) กำไลแขน

armour, *n.* (อาเมอ) เกราะ

armpit, *n.* (อามพิท) รักแร้

army, *n.* (อามิ) กองทัพบก

aroma, *n.* (อะโรมะ) กลิ่นหอม

aromatic, *a.* (แอโรเมท ทิค) มีกลิ่นหอม

arose, (อะโรซ) อดีตของ 'arise': ลุกขึ้น; ขึ้น

around, *pr. adv.* (อะราวนฺดฺ) รอบ ๆ

arouse, *v.* (อะราวซฺ) ปลุก

arrack, *n.* (อะแร็ค) เหล้าโรง

arrange, *v.* (อะเรนจฺ) จัดแจง

arrangement, *n.* (อะเรนจ เม็นทฺ) การจัดแจง; ข้อตกลง; ความตกลงในข้อปฏิบัติ; ความตกลงเป็นการชั่วคราว

arrear, *n.* (อะเรีย) ส่วนที่ค้างอยู่

arrest, *v.* (อะเร็สทฺ) จับกุม

arrival, *n.* (อะไรวัล) การมาถึง

arrive, *v.* (อะไรว) มาถึง

arrogance, *n.* (แอโรกันซฺ) ความหยิ่ง, ความยโส

arrogant, *a.* (แอโรกันทฺ) หยิ่ง, ยโส

arrow, *n.* (แอโร) ลูกศร

arsenal, *n.* (อาซีนัล) คลังแสงสรรพาวุธ

arsenic, *n.* (อาสนิค) สารหนู

art, *n.* (อาท) ศิลป; วิธี

artesian well, (อาทิ เซียนเว็ล) บ่อน้ำบาดาล

artful, *a.* (อาท ฟุล) แปดเหลี่ยมแปดคม; แยบคายดี; อย่างชาญฉลาด

article, *n.* (อารฺ ทิเคิล) คำนำหน้านาม; เรื่องราว; บท; สิ่งของ

artificial, *a.* (อารฺทิฟิชัล) เทียม (ไม่แท้); ปรุงแต่ง; ของวิทยาศาสตร์

artillery, *n.* (อารฺทิลเลอริ) ทหารปืนใหญ่

artisan, *n.* (อารฺทิแซน) นายช่างฝีมือ

artist, *n.* (อารฺ ทิสทฺ) ช่างเขียน; ศิลปิน

artistic, *a.* (อารฺทิสทิค) งดงามอย่างภาพ; แห่งศิลป

arts, *n. pl.* (อาทสฺ) อักษรศาสตร์

arum, *n.* (แอ รัม) ดอกอุตพิษ

as, *adv. c.* (แอซ) เหมือน; เช่น.; โดยเหตุว่า
as from, นับแต่
as follows, ดังต่อไปนี้
as usual, เช่นเคย
the same as, เช่นเดียวกันกับ
asbestos, *n.* (แอสเบสทอส) แร่ใยหิน, ใยหิน
ascend, *v.* (อัสเซ็นดฺ) ขึ้น
ascent, *n.* (อัสเซ็นทฺ) การขึ้น
ascertain, *v.* (แอสเซอเทน) หาให้ได้ความแน่ชัด; หยั่งทราบ
ascetic, *a.* (อะเซ็ท ทิค) ซึ่งทรมานกาย; *n.* ฤๅษี, นักพรต, โยคี
ash, *n* (แอช) ต้นแอช (ต้นมะกอก) ขี้เถ้า
ashamed, *a.* (อะเชมด) ละอายแก่ใจ
ashes, *n. pl.* (แอชเซ็ส) เถ้าถ่าน
ashore, *adv.* (อะชอ) บนฝั่ง; go ashore, ขึ้นไปบนฝั่ง
Asia, *n.* (เอเชีย) ทวีปเอเชีย
aside, *adv.* (อะไซด) ข้าง ๆ; ต่างหาก; ป้อง (พูด)
ask, *v.* (อาสค) ถาม; ถามหา
asleep, *a. adv.* (แอสลีพ) หลับอยู่
ASPAC, *n.* (แอสแพ็ค) คณะมนตรีของกลุ่มประเทศอาเซียและแปซิฟิก
asparagus, *n.* (อัสแพ ระกัส) หน่อไม้ฝรั่ง
aspect, *n* (แอส เพ็คทฺ) ลักษณะท่าทาง
aspen, *n.* (อาสเพ็น) ต้นอาซเพ็น
asphalt, *n.* (แอสฟัลทฺ) ยางมะตอย; *n.* ลาดยางมะตอย
aspirate, *v.* (แอส พิเรท) ออกเสียง; *a.* ซึ่งออกเสียง
aspirin, *n.* (อัส พิริน) ยาแอสไพริน แก้ปวดศีรษะ
ass, *n.* (แอส) ลา (สัตว์); คนโง่เยี่ยงลา
assail, *v.* (อะเซล) เข้าทำร้าย
assailant, *n.* (อะเซลลันทฺ) ผู้เข้าทำร้าย
assassin, *n.* (อะแซสซิน) ผู้ร้ายฆ่าคน
assassinate, *v.* (อะแซสซิเนท) ลอบสังหาร
assassination, *n.* (อะแซสซิเนชัน) การลอบสังหาร
assault, *v.* (อะซอลทฺ) เข้าทำร้าย
assemble, *v.* (อะเซ็ม เบิล) ร้องเรียกมารวมกัน
assembly, *n.* (อะเซ็ม บลิ) ที่ประชุมกัน; สมัชชา; สภา
assent, *v.* (อะเซ็นทฺ) ยอมให้; *n.* ความตกลง
assert, *v.* (อะเซอทฺ) บอกว่า
assertion, *n.* (อะเซอชัน) การบอกยืนยัน
assess, *v.* (อะเซส) ประเมิน
assign, *v.* (อะไซนฺ) แบ่งให้; ตราไว้
assist, *v.* (อะซิสทฺ) ช่วยเหลือ
assistance, *n.* (อะซิส ทันซฺ) ความช่วยเหลือ
assistant, *n.* (อะซิส ทันทฺ) ผู้ช่วย
associate, *v.* (อโซ ซิเอท) คบหา; สมคบกันกับ
association, *n.* (อะโซ ซิเอชัน) สมาคม
assume, *v.* (อะซวม) สมมุติว่า; สันนิษฐาน
assurance, *n.* (อะชัว รันซฺ) ความแน่ใจ;

A

คำมั่น
assure, *v.* (อะชัว) ทำให้แน่ใจ
assuredly, *adv.* (อะชัว เร็ดลิ) อย่างแน่นอนใจ
asterisk, *n.* (แอส เทอริสค์) เครื่องหมายดอกจันทน์*
asthma, *n.* (แอส มะ) โรคหืด
astonish, *v.* (อัสทอน นิช) ทำให้ประหลาดใจ
astonishing, *a.* (อัสทอนนิช ชิง) เป็นที่น่าประหลาดใจ
astonishment, *n.* (แอสโทนิชเม้นทฺ) ความประหลาดใจ
astray, *adv.* (อะสเทร) นอกลู่นอกทางไป
astride, *adv. pr.* (อะสไทรดฺ) คร่อม
astrologer, *n.* (อะสทร็อล ล็อดเจอ) โหร
astrology, *n.* (อะสทร็อลล็อดจิ) โหราศาสตร์
astronaut, *n.* (แอสโทรนอท) นักบินอวกาศ
astronomer, *n.* (อะสทร็อน นอเมอ) นักดาราศาสตร์
astronomical, *a.* (แอสโทรน็อม์มิคัล) แห่งดาราศาสตร์
astronomy, *n.* (อัสทร็อน นอมิ) ดาราศาสตร์
asunder, *adv.* (อะซัน เดอ) แยกออกจากกัน
asylum, *n.* (อะไซลัม) ที่คุมขังที่พักแยก; ที่พักหนีภัย
at, *pr.* (แอท) ที่
at first, ทีแรก
at night, ตอนกลางคืน
at home, อยู่บ้าน
at once, ทันที
at one o'clock, เวลาหนึ่งนาฬิกา
atabrine, *n.*(แอททะไบรนฺ) ยาแก้ไข้มาลาเรีย
ate, (เอท) อดีตของ 'eat : รับประทาน; กิน)
atelier, *n.* (อัทเท็ลเลีย) โรงงานของศิลปิน
atheism, *n.* (เอธีอิสซึม) ลัทธิไม่เชื่อว่าพระเจ้ามีจริง
athlete, *n.* (แอธ ลีท) นักกรีฑา
athletics, *n.* (แอ็ธเล็ท ทิคส) การกรีฑา
atlas, *n.* (แอท ลัส) แผนที่ (เป็นเล่ม)
atmosphere, *n.* (แอท โมสเฟีย) อากาศ; ภูมิฐาน; บรรยากาศ
atmospheric, atmospherical, *a.* (แอท-โมสเฟริค;-คัล) แห่งบรรยากาศ
atoll, *n.* (อะทอล) เกาะที่มีรูปเป็นวงแหวน
atom, *n.* (แอททัม) ปรมาณู
atomic energy, (อะทอม์มิค เอ็นเนอจิ) พลังงานปรมาณู
attach, *v.* (อัทแทช) ติดเข้ากับ; ขึ้นกับ; ผูกติด; มัด
attache, *n.* (อะทาช เช) เลขานุการสถานฑูต
attachment, *n.* (อะแทช เม็นท) การติดเข้ากับ; การขึ้นอยู่กับ; ความรักใคร่ติดตาม
attack, *v.* (อะแทค) เข้าโจมตี; กระทบกระทั่ง; *n.* การโจมตี; การกระทบกระทั่ง
attain, *v.* (อะเทน) ถึง; ได้รับ; ได้สมหมาย; บรรลุ

attempt, *v.* (อะเท็มพฺทฺ) พยายาม; *n.* ความพยายาม

attend, *v.* (อะเท็นดฺ) ไปในงาน; คอยรับใช้ ยุ่งอยู่กับ
attend courses, ไปเรียน;ฟัง

attendance, *n.* (อะเท็น ดันซฺ) การมา; เวลามา

attendant, *n.* (อะเท็น ดันทฺ) ผู้คอยรับใช้; ผู้ที่มา

attention, *n.* (อะเท็น ชัน) ความตั้งใจ; ระวัง!

attentive, *a.* (อะเท็น ทิฟว) ตั้งใจ

attentively, *adv.* (อะเท็น ทิฟวลิ) โดยความตั้งใจ

attest, *v.* (แอทเท็สท) ให้การเป็นพยาน

attic, *n.* (แอท ทิค) ห้องใต้หลังคา

attire, *v.* (อะไทเออฺ) แต่งตัว; เครื่องแต่งตัว

attitude, *n.* (แอท ทิจิวดฺ) อาการที่แสดงต่อ; ท่าที

attorney, *n.* (อะเทอ นิ) ทนาย

attract, *v.* (อัทแทรคท) ดึงดูด, ทำให้สนใจ

attractive, *a.* (อัทแทรค ทิฟว) มีเสน่ห์ เก๋ดี

aubergine, *n.* (โอ เบอจิน) มะเขือยาว

auction, *v.* (ออค ชัน) ขายเลหลัง; ทอดตลาด; *n.* การเลหลัง

audacity, *n.* (ออแดส ซิทิ) ความกล้า, ความบ้าบิ่น

audacious, *a.* (ออเด ชัส) กล้าหาญ

audible, *a.* (ออด ดิเบิล) พอได้ยินเสียง

audibly, *adv.* (ออด ดิบลิ) อย่างพอได้ยินเสียง

audience, *n.* (ออ เดียนซฺ) ผู้มาฟัง; การฟัง; การเข้าเฝ้า

audit, *v.* (ออ ดิท) ตรวจบัญชี

auger, *n.* (ออ เจอ) สว่าน

augment, *v.* (ออก เม็นทฺ) ขยายตัว; ทวี

augur, *v.* (ออ เกอ) ทำนาย (โชคชาตาราศี)

August, *n.* (ออ กัสทฺ) สิงหาคม

august, *a.* สง่า; ใหญ่ยิ่ง

aunt, *n.* (อานทฺ) น้าผู้หญิง; ป้า

aural, *a.* (ออ รัล) แห่งหู, แห่งโสตประสาท

auric, *a.* (ออ ริค) แห่งทองคำ

aurora, *n.* (ออรอ รา) แสงอรุณ

auscultation, *n.* (ออสคัลเท ชัน) การเอาเครื่องฟังดูอวัยวะภายใน (แพทย์)

auspice, *n.* (ออส พิส) ลาง; ความอุปการะ
under the auspices of, อยู่ในความอำนวยการของ

auspicious, *a.* (ออสปิ ชัส) อันเป็นเอกลาภ; อุดมฤกษ์

austere, *a.* (ออสเทีย) เข้มงวด

austral, *a.* (ออส ทรัล) แห่งทางใต้

Australia, *n.* (ออส เทรเลีย) ทวีปออสเตรเลีย

authenic, *a.* (ออเธ็นทิค) ซึ่งเป็นของแท้

author, *n.* (ออ เธอ) ผู้แต่ง; ผู้ประพันธ์เรื่อง

authoress, *n.* (ออ ธอเร็ส) ผู้ประพันธ์เรื่อง (หญิง)

authority, *n.* (ออธอ ริธิ) อำนาจ; เจ้า

ตำรับ

authorities, *n. pl.* เจ้าหน้าที่

authorize, *v.* (ออ ธอไรซฺ) อนุญาตให้มีสิทธิกระทำได้; อำนาจ

autobiography, *n.* (ออโทไบออ กระฟี) ชีวประวัติของตนเอง

autocracy, *n.* (ออท็ค คระซิ) เอกาธิปไตย

autocrat, *n.* (ออ โทแครท) กษัตริย์ ผู้มีอำนาจเด็ดขาด

autograph, *n.* (ออ โทกราฟ) ลายเซ็น: *v.* ลงลายเซ็น

automatic, *a.* (ออโทแมท ทิค) ซึ่งเป็นไปโดยอัตโนมัติ

automobile, *n.* (ออโทโมบิล) รถยนต์

autonomy, *n.* (ออทอ นอมิ) การปกครองตนเอง; อิสรภาพ

autopsy, *n.* (ออท็อพ ซิ) การชันสูตรพลิกศพ

autumn, *n.* (ออทัม) ฤดูใบไม้ร่วง

auxillary, *a.* (ออซิลเลียรี) ซึ่งเป็นเครื่องช่วย; ผู้ช่วย; เครื่องช่วย; กริยาช่วย

avail, *v.* (อะเวล) ฉวยโอกาส; เป็นประโยชน์ได้; *n.* ประโยชน์

avail myself of this opportunity; ขอถือโอกาสนี้

available, *a.* (อะเวล ละเบิล) พอหามาได้; พอใช้ให้เป็นประโยชน์ได้

avalanche, *n.* (แอฟ วะลานชฺ) หิมะถล่มลงมาข้างภูเขา

avarice, *n.* (แอฟ วะริส) ความตระหนี่เหนียวแน่น; ความงกเงิน

avenge, *v.* (อะเว็นจฺ) แก้เผ็ด, แก้แค้น

avenger, *n.* (อะเว็น เจอ) ผู้แก้เผ็ด

avenue, *n.* (แอฟ วีนิว) ถนนหลวง

average, *n.* (แอบเวอเร็ดจ) รายเฉลี่ย; ความเฉลี่ย

avert, *v.* (อะเวอท) หันไปเสีย; กันเอาไปเสีย; ปัดป้อง, หลบ, บ่ายเบี่ยง

avian, *a.* (เอ เวียน) แห่งนก

aviation, *n.* (เอวิเอชัน) การบิน

aviator, *n.* (เอวิเอเทอ) นักบิน

avid, *a.* (แอบวิด) ละโมบ

avidity, *n.* (อะวิ ดิทิ) ความอยาก, ความละโมบ

avoid, *v.* (อะวอยด) หลีกเลี่ยง

avoidable, *a.* (อะวอย ดะเบิล) พอหลีกเลี่ยงได้

avow, *v.* (อะวาว) รับ (บอก)

avowal, *n.* (อะวาว อัล) การบอกอย่างโต้งๆ

await, *v.* (อะเวท) รอ; คอย

awake, *v.* (อะเวค) ตื่นขึ้น; ปลุก; *a.* ตื่นอยู่

awaken, *v.* (อะเวคเคิน) ปลุกขึ้น

award, *v.* (อะวอด)ให้ (รางวัล); *n.* รางวัล

aware, *a.* (อะแว) รู้ตัวอยู่

away, *adv.* (อะเว) ไม่อยู่; ไปเสียแล้ว go **away,** ไปเสียให้พ้น

awe, *v.* (ออ) ทำให้เกรง; *n.* ความเกรง

awful, *a.* (ออ ฟุล) เหลือเกินแล้ว; น่ากลัว

awfully, *adv.* (ออ ฟุลลิ) อย่างเหลือเกิน; อย่างน่ากลัว

awhile, *adv.* (อะไวล) สักครู่หนึ่ง

awkward, *a.* (ออค เวอด) งุ่มง่าม; ไม่รู้

จะทำอย่างไรดี; ลำบากใจ

awl, *n.* (ออล) เหล็กหมาด

awoke, (อะโวค) อดีตของ '**awake**'; ตื่นขึ้น

awary, *a. adv.* (อะไร) ผิดลู่ผิดทางหมด

ax, axe, *n.* (แอกซฺ) ขวาน

axiom, *n.* (แอค เซียม) ความจริง

axis, *n.* (แอค ซิส) แกน

Axis Powers, มหาอำนาจฝ่ายเพลา สัมพันธ์ (ได้แก่ เยอรมัน, อิตาลี และ ญี่ปุ่น)

axle, *n.* (แอคเซิล) แกน; เพลา

azure, *a. n.* (เอ ซัว) สีฟ้า (แบบท้องฟ้า)

B

B.A. อักษรศาสตร์บัณฑิต

babe, baby, *n.* (เบบ; เบ บิ) เด็กทารก

baboon, *n.* (บะบูน) ลิงบาบูน

bachelor, *n.* (แบชเลอ) ชายโสด, ปริญญาตรี

bacillus, *n.* (บะซิลลัส) เชื้อจุลินทรีย์

back, *n.* (แบค) หลัง; ข้างหลัง; *v.* แทง (ม้า)

behind one's back, ลับหลัง

to be back, กลับมาแล้ว

go back, กลับไป

back up, สนับสนุน

backbite, *v.* (แบค ไบทฺ) ใส่ร้าย, นินทา ลับหลัง

backbone, *n.* (แบค โบน) กระดูกสันหลัง

background, *n.* (แบค กราวนฺดฺ) พื้น ด้านหลัง, พื้นฐาน

backward, *adv.* (แบคเวิด) ไปทางข้าง หลัง; ล้าหลัง; ล่าช้าไม่ทันสมัย

bacon, *n.* (เบ คอน) ขาหมูเค็ม, เบคอน

bacteria, *pl.* bacterium, *n.* (แบคทีเรีย; เรียม) เชื้อโรค

bad, *a.* (แบด) เลว; ไม่ดี; ชั่วร้าย; ซุกซน

to go bad, บูด (อาหาร)

bade, (เบด) อดีตของ; 'bid': สั่ง

badge, *n.* (แบดจฺ) ตรา; โบว์ (เครื่อง หมายกรรมการ)

badminton, *n.* แบดมินตัน

bag, *n.* (แบก) ถุง; ใส่ถุง

baggage, *n.* (แบกเก็ดจ) หีบบิดในการ เดินทาง

bagpipe, *n.* (แบกไพพฺ) ปี่สก็อต

bail, *v.* (เบล) ประกันตัว; การประกันตัว; หูหิ้ว

bailiff, *n.* (เบลิฟ) ผู้ช่วยนายอำเภอ

bait, *v.* (เบท) เอาเหยื่อล่อ

bake, *v.* (เบค) ปิ้ง

baker, *n.* (เบคเคอ) คนทำขนมปัง, ร้าน ทำขนมปัง

bakery, *n.* (แบค เคอริ) โรงทำขนมปัง

backing, *n.* (เบค คิง) การปิ้ง
balance, *v.* (แบลลันซ์) ชั่ง; ชั่งดู; ถ่วงให้เท่ากัน; *n.* ตาชั่ง; สมดุล; ส่วนที่ยังค้างอยู่
balcony, *n.* (แบลคอนิ) เฉลียงหน้าต่าง
bald, *a.* (บอลดฺ) หัวล้าน
ball, *n.* (บอล) ลูกกลม; ลูกหนัง; งานเต้นรำ; *v.* ทำเป็นลูกกลม
ballad, *n.* (แบลลัด) โคลง
ballet, *n.* (บาเล) การรำ; ระบำ (แบบฝรั่งเวที่ชอบเขย่งเท้าเต้น)
balloon, *n.* (บะลูน) เรือเหาะ; ลูกบอลลูน
ballot, *n.* (แบลล็อท) การออกเสียงคะแนนลับ
balm, *n.* (บาม) น้ำมันขี้ผึ้ง
balustrade, *n.* (แบลลัสเทรด) ลูกกรง
bamboo, *n.* (แบมบู) ไม้ไผ่
bamboo shoot, หน่อไม้
ban, *v.* (แบน) สั่งห้าม
banana, *n.* (บะนานะ) กล้วยหอม
band, *v.* (แบนดฺ) มัด; *n.* แถบ; เชือก; พวก; แตรวง
bandage, *n.* (แบนเด็ดจฺ) ผ้าพันแผล; *v.* เอาผ้าพันแผล
bandit, *n.* (แบน ดิท) โจร
bang, *v.* (แบง) ทุบดังปัง; ปิดประตูดังปัง; เสียงดังลั่น; *n.* เสียงดังปัง
banish, *v.* (แบนนิช) ไล่ไป; เนรเทศ
banishment, *n.* การเนรเทศ
banjo, *n.* แบนโจ (เครื่องดนตรี)
bank, *n.* (แบงคฺ) ฝั่ง; ตลิ่ง; ธนาคาร
banker, *n.* (แบงเคอ) คนทำงานแบงค์; นายธนาคาร; เจ้ามือ (ไพ่)
banking, *n.* (แบงคิง) การธนาคาร
bank-note, *n.* (แบงโนท) ธนบัตร
bankrupt, *n.* (แบง ครัพท) ผู้ล้มละลาย; *v.* ล้มละลาย
bankruptcy, *n.* (แบง ครัพซิ) การล้มละลาย; คดีล้มละลาย
banner, *n.* (แบนเนอ) ธง
banquet, *n.* (แบง เคว็ท) งานเลี้ยงใหญ่
banter, *n.* (แบนเทอ) การยั่วเล่น; *v.* ยั่วเล่น
banyan, *n.* (แบน ยัน) ต้นไทรย้อย
baptism, *n.* (แบพ ทิสซึม) พิธีเจิมน้ำมนต์; ศีลล้างบาป
baptize, baptise, *v.* (แบ็พไทซฺ) ประกอบการพิธีเจิมน้ำมนต์ (เพื่อแสดงว่าเป็นคนในคริสตศาสนาแล้ว)
bar, *v.* (บารฺ) กั้น; กีดกัน; *n.* ท่อนเหล็กสี่เหลี่ยม; ดาพ; สันดอน; โรงเครื่องดื่ม; โรงบาร์; คอกจำเลย
Bar, *n.* สภานิติศาสตร์บัณฑิต
barbed wire, *n.* (บาร์บไวร์) ลวดหนาม
barbarian, *a.* (บาแบเรียน) ป่าเถื่อน; *n.* คนป่า
barber, *n.* (บาเบอ) ช่างตัดผม
bare, *a.* (แบ) เปล่า; ไม่มีอะไรปกปิด; โล่งเตียน; เพียงแต่; *v.* ปลดออก; แก้ออก
bare-footed, *a.* (แบร์ฟุตติด) ตีนเปล่า
bargain, *n.* (บาเก็น) การตกลงซื้อขายกัน; กำไร
into the bargain, แถมเปล่า
bargain, *v.* ตกลงซื้อขายกัน; ต่อราคา

B

barge, *n.* (บาดจุ) เรือ
bark, *v.* (บาค) เห่า; เอาเปลือกออก; *n.* การเห่า; เปลือกไม้; เรือ
barley, *n.* (บาลิ) ข้าวบาร์เล
barmaid, *n.* (บาเมด) ผู้หญิงตามโรงบาร์
barn, *n.* (บาน) ฉางข้าว
barometer, *n.* (บะร็อม มีเทอ) ปรอทวัดความกดของอากาศ
baron, *n.* (แบรัน) ยศ ขุนนาง
baroness, *n.* (แบ รอเน็ส) ภรรยาท่านแบรอน
barrack, *n.* (แบรัค) โรงทหาร
barrel, *n.* (แบเร็ล) ถังไม้; *v.* ใส่ถัง
barren, *a.* (แบเร็น) แห้งแล้งไม่มี พืชผล; หมัน
barricade, *n.* (แบริเคด) เครื่องกั้นถนน; *v.* สร้างเครื่องกั้นถนน
barrier, *n.* (แบริเออ) เขตกั้น
barrister, *n.* (แบริสเทอ) ทนายความ
barrister-at-law, *n.* เนติบัณฑิต
barter, *v. n.* (บา เทอ) กระทำการแลกเปลี่ยนสิ้นค้ากัน
base, *a.* (เบส) ต่ำ; ต่ำต้อย; เลว; *n.* ฐานะ ฐาน ที่ตั้ง; ที่มั่น; มูลฐาน
baseball, *n.* เบสบอล
basement, *n.* (เบส เม็นทฺ) ห้องใต้ถุน
bashful, *a.* (แบช ฟุล) ขวยใจ; อายเหนียม; ขี้อาย
basic, *a.* (เบ ซิค) แห่งที่มั่น; ฐาน; แห่งมาตรฐาน
basic English, ภาษาอังกฤษมาตรฐาน คือใช้คำเท่าที่จำเป็น
basil, *n.* (เบซิล) ต้นโหระพา
basin, *n.* (เบ ซีน) ขัน; ลุ่มแม่น้ำ; ท้องท่า
basis, *n.* (เบซิส) ราก; หลักหมั่น
bask, *v.* (บาสคฺ) นอนผิงแดด
basket, *n.* (บาส เค็ท) ตะกร้า; กระเช้า
basket-work, *n.* (-เวอคฺ) การสาน
bastard, *n.* (บัสทาด) ลูกเกิดโดยไม่มีพ่อตามกฎหมาย
bat, *v.* (แบท) ตีด้วยไม้; *n.* ไม้ตี; ค้างคาว
bate, *v.* (เบท) ลดน้อยลง
bath, *n.* (บาธ) การอาบน้ำ; น้ำอาบ Turkish bath, อบ อาบ นวด take a bath, อาบน้ำ
bathe, *v.* (เบธ) อาบน้ำ
bather, *n.* (เบด เธอ) ผู้อาบน้ำ
bathing suit, (บาธ ธิง ซูท) ชุดอาบน้ำ
bathroom, *n.* (บาธ รูม) ห้องอาบน้ำ
batik, *n.* (บาทีค) ปาเต๊ะ (ผ้า)
baton, *n.* (บาทอง) คทาจอมพล
battalion, *n.* (บะแทลเลียน) กองพัน
battery, *n.* (แบทเทอริ) กองปืนใหญ่; กลุ่มหม้อไฟฟ้า; กองร้อยทหารปืนใหญ่
battle, *n.* (แบทเทิล) สงคราม; การรบ; *v.* ต่อสู้
battle-field, (-ฟีลด) สมรภูมิ; สนามรบ
battlement, *n.* (แบท เทิล เม็นท) เชิงเทิน
battleship, *n.* (แบท เทิลชิพ) เรือประจัญบาน
bay, *v.* (เบ) เห่า; หอน; *n.* อ่าว at bay, จนตรอก
bayonet, *n.* (เบ โยเน็ท) หอกปลายปืน
bazaar, bazar, *n.* (บะซารฺ) ตลาด

bazooka, *n.* (บะซู คะ) ปืนบาซูกา
be, *v.* (บี) (ผันเป็น is, am, are, was, were) เป็น; อยู่
beach, *n.* (บีช) หาดทราย
bead, *n.* (บีด) ลูกปัด
beak, *n.* (บีค) จะงอยปาก
beam, *n.* (บีม) ขื่อ; แสงอาทิตย์
beaming, *a.n.* (บีมมิง) ยิ้มแฉ่ง
bean, *n.* (บีน) ถั่ว
bear, *v.* (แบ) ถือ; ทน; หาม; ออกลูก; มีผล
bear fruit, มีผล
bear ill-will, ถือโกรธ
bear in mind, จำใส่ใจ
bear witness, เป็นพยาน
bear, *n.* (แบ) หมี
beard, *n.* (เบียด) เครา
bearer, *n.* (แบเรอ) ผู้ถือ; ผู้ออกลูก
beast, *n.* (บีสทฺ) สัตว์ป่า
beastly, *a.* (บีสทฺ ลิ) อย่างสัตว์; อย่างเลวจริง
beat, *v.* (บีท) *p.p.* **beaten**; ตี; เฆี่ยน; ชนะ; *n.* การตี; ทุบ; จังหวะ
beat about the bush, พูดอ้อมค้อม
beater, *n.* (บีทเทอ) ผู้ตี; ผู้เฆี่ยน
beautiful, *a.* (บิวทิฟุล) สวยงาม
beautify, *v.* (บิวทิไฟ) แต่งให้สวย
beauty, *n.* (บิวทิ) ความสวยงาม
beauty parlour, (-พาเลอ) ร้านเสริมสวย
beauty queen, ผู้ชนะการประกวดนางงาม
became, (บีเคม) อดีตของ 'become'; กลายเป็น
because, *adv. c.* (บีคอซ) เพราะว่า
beckon, *v.* (เบ็ค คอน) พยักหน้ามา
become, *v.* (บีคัม) เหมาะสม, กลายเป็น; เป็น (อะไรกัน)
becoming, *a.* (บีคัมมิง) เหมาะสม
bed, *n.* (เบ็ด) เตียง; ที่นอน; ท้องแม่น้ำ; แปลงผัก
go to bed, ไปนอน
bed and breakfast, ค่านอนรวมอาหารเช้า
bedeck, *v.* (บีเด็ค) ตบแต่ง; ประดับ; ปกคลุม
bedim, *v.* (บีดิม) ทำให้มัว
bedridden, *a.* (เบดริด ดึน) ล้มหมอนนอนเสื่อ
bedroom, *n.* (เบ็ต รูม) ห้องนอน
bee, *n.* (บี) ผึ้ง
beech, *n.* (บีช) ต้นบีช
beef, *n.* (บีฟ) เนื้อวัว
beefsteak, *n.* (บีฟสฺเทค) เนื้อสเต๊ก
beehive, *n.* (บีไฮฟวฺ) รวงผึ้ง
bee-keeper, *n.* (บีคี่พเพอ) คนเลี้ยงผึ้ง
been, (บีน) *p.p.* ของ 'be': เป็น; อยู่
beer, *n.* (เบีย) เบียร์
beeswax, *n.* (บีซ แว็กซฺ) ขี้ผึ้ง
beet, *n.* (บีท) หัวผักกาดหวาน
beetle, *n.* (บี เทิล) ตัวแมลงปีกแข็ง
beetroot, *n.* หัวบีทรูท, ฝรั่งใช้ทำน้ำตาล
befall, *v.* (บีฟอล) บังเกิดขึ้น; (อดีต befell; *p.p.* befallen)
befit, *v.* (บีฟิท) เหมาะสม
befool, *v.* (บีฟูล) หลอกลวง

before, *pr. adv. c.* (บีฟอ) ก่อน; แต่ก่อน; ข้างหน้า
beforehand, *a. adv.* (บีฟอ แฮนดฺ) ก่อนอื่น; ล่วงหน้า
befoul, *v.* (บีฟาวลฺ) ทำให้สกปรกไป
befriend, *v.* (บีเฟร็นดฺ) เป็นเพื่อน; คอยช่วยเหลือ
beg, *v.* (เบ็ก) ร้องขอ; ขอทาน
began, (บีแกน) อดีตของ begin ตั้งต้น
beggar, *n.* (เบ็ก กา) อย่างจนเหลือ; แบบขอทาน
begging, *n.* (เบกกิง) การขอทาน
begin, *v.* (บีกิน) ตั้งต้น; เกิดขึ้น (อดีต **began**; *p.p.* begun)
beginner, *n.* (บีกินเนอ) ผู้เริ่มต้น; ผู้ตั้งต้นใหม่
beginning, *n.* (บีกินนิง) ที่แรก; เริ่มต้น
begone, *i.* (บีกอน) ไปเสียให้พ้น
behalf, *n.* (บีฮาฟ) ตามปรกติใช้ว่า on **behalf of,** ในนามของ
behave, *v.* (บีเฮฟวฺ) ประพฤติ
behaviour, *n.* (บีเฮฟ เวีย) ความประพฤติ; พฤติการ
behead, *v.* (บีเฮ็ด) ตัดหัว
beheld, (บีเฮ็ลดฺ) อดีตของ 'behold': มองเห็น
behind, *pr. adv.* (บีไฮนดฺ) ข้างหลัง; ล้าหลัง
behind the scene, หลังฉาก
behindhand, *adv.* ล้าหลัง; ทีหลังเขาเสมอ
behold, *v.* (บีโฮลดฺ) มองดู; เห็น; ดูดู๋!
being, (บีอิง) *pr. p.* ของ 'be': เป็น; อยู่ *n.* สิ่งที่มีชีวิต; ชีวิตสัตว์; สัตว์
belated, *a.* (บีเลท เท็ด) ดึกมาก; ช้าไป
belch, *v.* (เบ็ลชฺ) เรอ
belfry, *n.* (เบ็ล ฟริ) หอระฆัง
Belgian, *a.* (เบ็ลเจียน) แห่งเบ็ลเยียม
belief, *n.* (บีลีฟ) ความเชื่อถือ; ลัทธิ
believe, *v.* (บีลีฟวฺ) เชื่อ; เชื่อถือ; คิดว่า; เชื่อมั่น
believer, *n.* (บีลีฟเวอ) ผู้เชื่อถือ; ผู้นับถือ
belike, *adv.* (บีไลคฺ) บางทีจะ
belittle, *v.* (บีลิทเทิล) ทำให้ลดน้อยลง; เล็กลง; เหยียบหยาม
bell, *n.* (เบ็ล) ระฆัง; ลำโพง *(music)*
bellow, *v.* (เบ็ลโล) ร้อง (วัว)
bellows, *n. pl.* (เบ็ลโลซ) เครื่องสูบลม
belly, *n.* (เบ็ลลิ) พุง; *v.* บวม
belong, *v.* (บีลอง) เป็นของ
belongings, *n. pl.* (บีล็อง งิงสฺ) ข้าวของพัสดุ
beloved, *a.n.* (บิลัฟเว็ด) ที่รัก
below, *pr. adv.* (บีโล) ข้างใต้; ข้างล่าง; ต่ำกว่า; ด้อยกว่า
belt, *n.* (เบ็ลทฺ) เข็มขัด; เขต; โซน; สายพาน; v. คาดเข็มขัด
bemoan, *v.* (บีโมน) ครวญคร่ำรำพัน
Benares, เมืองพาราณสี
bench, *n.* (เบ็นชฺ) ม้านั่ง
bend, *v.* (เบ็นดฺ) (อดีตและ *pp.* bent) ดัดโค้ง; งอ; โค้งคำนับ; เลี้ยว; ทางงอ; คุ้ง; โค้ง; หัวเลี้ยว
beneath, *pr. adv.* (บีนีธ) ข้างใต้; ใต้
benediction, *n.* (เบเนดิคชัน) การให้พร

benefaction, *n.* (เบเนแฟคชัน) การกระทำคุณความดีให้; เกื้อกูล
benefactor, *n.* (เบเนแฟคเทอ) ผู้ทำคุณประโยชน์ให้; อุปการี
benefactress, *n.* (เบเนแฟค เทรส) หญิงผู้ทำประโยชน์ให้; เกื้อกูล
beneficial, *a.* (เบเนิ ฟิชัล) ซึ่งมีคุณประโยชน์
benefit, *n.* (เบเน นีฟิท) คุณประโยชน์; กำไร; v. ให้ประโยชน์; ได้รับประโยชน์
bent, (เบ็นทฺ) อดีตของ 'bend': งอ; โค้ง; เอียง; *n.* ความใคร่จะ bent on, ชักจะ
benzine, *n.* (เบ็นซีน) น้ำมันเบ็นซีน
bequeath, *v.* (บีควีธ) ทำพินัยกรรมให้; ยกมรดกให้
bequest, *n.* (บีเคว็สทฺ) พินัยกรรม
beret, *n.* หมวกเบเร่ (ของฝรั่งเศส)
berry, *n.* (เบริ) ผลไม้เล็ก ๆ
berth, *n.* (เบอธ) ที่นอนในเรือ
beseech, *v.* (บีซีช) ร้องขอ; อ้อนวอน
beside, *pr.* (บีไซดฺ) ข้าง ๆ
beside oneself, กุมสติไว้ไม่อยู่
besides, *pr. adv.* (บีไซดซฺ) นอกจากนี้; อนึ่ง
besiege, *v.* (บีซีดจฺ) ล้อมไว้; ล้อมเมือง
besmear, *v.* (บีสเมีย) ป้าย; ทา
besought, (บีซอท) อดีตของ 'beseech': ร้องขอ; อ้อนวอน
bespeak, *v.* (บีสพีค) พูดกับ; แสดง
best, *a.* (เบ็สทฺ) ดีที่สุด
best man, เพื่อนเจ้าบ่าว
best-seller, หนังสือที่ขายดีที่สุด

bestial, *a.* (เบ็ส ทิอัล) อย่างสัตว์ป่า; โหดร้าย
bestiality, *n.* (เบ็สซิแอลลิทิ) ลักษณะเยี่ยงสัตว์ป่า
bestow, *v.* (เบ็สโต) มอบให้
bestower, *n.* (เบ็สโตเออ) ผู้ให้
bestrew, *v.* (บีสทรู) โปรย (กระจายอยู่เต็มสถานที่)
bet, *v.* (เบ็ท) พะนันกัน; การพะนัน
betake, *v.* (บีเทค) ตรงไป
betel, *n.* (บีเท็ล) หมาก
bethink, *v.* (บีธิงคฺ) คิดดูว่า
betook, (บีทุคฺ) อดีตของ 'betake': ตรงไป
betray, *v.* (บีเทร) หักหลัง; ซ้อนกล; เอาใจออกห่าง
betray my trust, ไม่ทำให้เป็นที่ไว้วางใจ
betrayer, *n.* (บีเทร เออ) ผู้เอาใจออกห่าง; ผู้หักหลัง
betroth, *v.* (บีโทรธ) หมั้นแต่งงาน
better, *a.* (เบ็ท เทอ) ดีกว่า; ดีขึ้น; *v.* ทำให้ดีขึ้น; ดัดแปลงแก้ไขให้ดีขึ้น; *n.* สิ่งที่ดีกว่า; ผู้ท้าพนัน
better half, หมายถึงภรรยา (ฝ่ายที่ดีกว่าสามี)
better off, มีฐานะดีขึ้น
betterment, *n.* (เบ็ทเทอเม็นทฺ) การแก้ไขให้ดีขึ้น
betting, *n.* (เบ็ท ทิง) การขัดต่อ
between, *pr.* (เบ็ทวีน) ในระหว่าง; *adv.* ในระหว่างนั้น
betwixt, *pr.* (บีทวิคซฺทฺ) ระหว่าง
beverage, *n.* (เบ็บเวอเร็คจฺ) การดื่ม;

เครื่องดื่ม

bewail, *v.* (บีเวล) ร้องห่มร้องไห้เป็นทุกข์

beware, *v.* (บีแว) ระวัง

bewilder, *v.* (บีวิลเดอ) งงงัน

bewitch, *v.* (บีวิช) เสกเป่าด้วยคาถาอาคม

beyond, *pr. adv.* (บีย็อนดฺ) ไปทางโน้น; ข้างหลัง

beyond measure, ล้นเหลือ; พ้นกำลัง

bias, *n.* (ไบอัส) ความเอนเอียง; ความลำเอียง

biassed, *a.* (ไบ อัสดฺ) มีใจลำเอียง

Bible, *n.* (ไบ เบิล) คัมภีร์ (ของชาว คริสตัง)

bibliography, *n.* (บิบบลิอ็อก กราฟิ) รายชื่อหนังสือที่ใช้ในการแต่งตำรา; บรรณาสาร

biceps, *n.* (ไบ เซ็พซฺ) กล้ามเนื้อ

bicycle, *n.* (ไบซีเคิล) จักรยาน (มักใช้คำย่อว่า bike)

bicyclist, *n.* (ไบ ซิ คลิสทฺ) นักจักรยาน

bid, *v.* (บิด) สั่ง; ว่า; *n.* คำสู้ราคา

bid goodbye, ลาก่อน

bid welcome, ร้องเชื้อเชิญ

bidder, *n.* (บิดเดอ) ผู้สู้ราคา

the highest bidder, ผู้สู้ราคาสูงสุด

bidding, *n.* (บิด ดิง) การสั่ง; การเรียกให้ราคา

biennial, *a.* (ไบเอ็น เนียล) ทุกๆ ระยะสองปี

bier, *n.* (เบียรฺ) รถศพ

big, *a.* (บิก) ใหญ่; โต; สำคัญ

bigamous, *a.* (บิก กะมัส) ซึ่งมีเมียหรือผัวสอง

bigamy, *n.* (บิก กะมิ) การมีเมียหรือผัวสอง, การมีคู่ครองทีเดียวสองคน

big-noise, *n.* (บิกนอยซฺ) ผู้มีเสียงมากในคณะ (มีอำนาจมาก)

bigot, *n.* (บิก ก็อท) ผู้คลั่งศาสนา

bikini, *n.* (บิคี นิ) ชุดอาบน้ำชนิดปิดน้อย

bile, *n.* (ไบลฺ) น้ำดี; อารมณ์ร้าย

bilious, *a.* (บิล เลียส) แห่งดี; อารมณ์ไม่ดี

bill, *n.* (บิล) จะงอยปากนก; ประกาศ; ใบแจ้งความ; ใบเก็บเงิน; ธนสาร. ตั๋วเงิน; พระราชกำหนด stick no bills, ห้ามปิดประกาศ

billiards, *n. pl.* (บิล เลียดซฺ) บิลเลียด (เกมเล่นชนิดหนึ่ง)

billow, *n.* (บิล โล) ลูกคลื่น

bimonthly, *a.* (ไบมันธฺ ลิ) สองเดือนครั้ง

bin, *n.* (บิน) ถัง

bind, *v.* (ไบนฺดฺ) ผูก; มัด; เย็บ (ปก); ผูกมัด; ติด

binder, *n.* (ไบนฺ เดอ) ช่างเย็บปก

binding, *n.* (ไบนฺ ดิง) การเย็บปก; การผูกมัด

binoculars, *n. pl.* (ไบน็อค คิวลาซ) กล้องส่องทางไกล

bio -, (ไบโอ) ชีว-

biochemistry, *n.* (ไบโอเค็มมิส ทริ) ชีวเคมี

biographer, *n.* (ไบอ็อก กระเฟอ) ผู้เขียนชีวประวัติของบุคคล

biography, *n.* (ไบอ็อก กระฟิ) ชีว-

ประวัติของบุคคล

biological, *a.* (ไบโอล็อด จิคัล) แห่งชีววิทยา

biologist, *n.* (ไบอ็อล ลอดจิสทฺ) นักชีววิทยา

biology, *n.* (ไบอ็อล ลอดจิ) ชีววิทยา

biped, *n.* (ไบ เพ็ด) ทวิบาท; สัตว์สองเท้า; *a.* ซึ่งมีสองขา

biplane, *n.* (ไบ เพลน) เครื่องบิน (ชนิดปีกสองชั้น)

birch, *n.* (เบอช) ต้นเบิช

bird, *n.* (เบอด) นก

birth, *n.* (เบอธ) การเกิด; เกิด

birth-control, *n.* (เบอธ คอนโทรล) การคุมกำเนิด

birthday, *n.* (เบอธ เด) วันเกิด

birthplace, *n.* (เบอธ เพลซ) ที่เกิด

biscuit, *n.* (บิส คิท) ขนมปัง

bisect, *v.* (บเซคทฺ) ตัดออกเป็นสองส่วนเท่าๆ กัน

bisection, *n.* (ไบเซ็คชัน) การตัดออกเป็นสองส่วนเท่าๆ กัน

bisector, *n.* (ไบเซ็ค เทอ) เส้นตัดมุมออกเป็นสองส่วน

bishop, *n.* (บิช ชอพ) ท่านสังฆนายก

bison, *n.* (ไบ ซัน) วัวกระทิง

bit, (บิท) อดีตของ 'bite'; กัด; ขบ; *n.* ชิ้น

a little bit, เล็กน้อย

bitch, *n.* (บิช) หมาตัวเมีย

son of a bitch, อ้ายชาติหมา

bite, *v.* (ไบทฺ) กัด; ขบ; ฉีก (ด้วยฟัน)

bitten, (บิท เทอน) *pp.* ของ 'bite': กัด; ขบ

bitter, *a.* (บิทเทอ) ขม; ขมขื่น

biweekly, *a.* (ไบวีค ลิ) สองสัปดาห์ต่อครั้ง; สัปดาห์ละสองครั้ง (มีความหมายได้ทั้งสองอย่าง)

bizarre, *a.* (บิซารฺ) แปลกประหลาด; พิกล

blab, *v.* (แบลบ) พูดเรื่อยเปื่อย

black, *a.* (แบลค) ดำ; มืด; เศร้า; ชาตาร้าย; *v.* ทาสีดำ

black art, เวทมนต์คาถา

blackberry, *n.* (แบลค เบอริ) ชื่อผลไม้

blackbird, *n.* (แบลค เบิด) นกดุเหว่า

blackboard, *n.* (แบลค บอด) กระดานดำ

blacken, *v.* (แบลคเคิน) ทำให้ดำ; มืดเข้า

black eye, *n.* (แบลค อาย) ขอบตาเขียว (แบบถูกต่อย)

black-list, *n.* (แบลค ลิสทฺ) บัญชีมืด (คนอันธพาล)

black-mail, *n.* (แบลคเมล) การล่อ ไปขู่เอาเงิน; กรรโชก; *v.* ล่อไปขู่เอาเงิน; ต้มคนทั้งเป็น

black market, (-มาเค็ท) ตลาดมืด

black-sheep, *n.* (แบลคฺชีพ) แกะดำ (หมายถึงคนแหกคอก)

blacksmith, *n.* (แบลค สมิธ) ช่างเหล็ก

blader, *n.* (แบลด เดอ) กระเพาะปัสสาวะ

blade, *n.* (เบลด) เส้นหญ้า; ใบมีด; ใบดาบ

blame, *v.* (เบลม) ติเตียน; *n.* ตำหนิ; ความติเตียน

blameless, *a.* (เบลม เล็ส) ซึ่งไม่มีที่ติ

blanch, *v.* (บลานชฺ) ฟอกให้ขาว
blank, *a.* (แบลงคฺ) เปล่า (กระดาษ); ไม่มี อะไร
blank sheet, (แบลงคฺ ชีท) กระดาษเปล่า
blanket, *n.* (แบลง เค็ท) ผ้าแบล็งเก็ท
blaspheme, *v.* (แบลส ฟีม) ใช้คำหยาบ; ด่าว่า
blaze, *n.* (เบลซ) ไฟลุก
blazer, *n.* (เบลซเซอ) เสื้อนอกนักกีฬา
bleach, *v.* (บลีช) ฟอกให้ขาว
bleaching-powder, *n.* (บลีชชิ่ง พาวเดอร์) ผงซักฟอก
bleat, *v.* (บลีท) ร้องแบะ ๆ (แกะ)
bleed, *v.* (บลีด) เลือดออก
blend, *v.* (เบลนดฺ) ผสมเคล้ากัน
bless, *v.* (เบล็ส) ให้พร; มีความสุข
blessed, *a.* (เบล็ส เซ็ด) มีความสุข
blessing, *n.* (เบล็ส ซิง) การให้พร; พร; บุญ
ask for a blessing, ขอพร
blew, (บลู) อดีตของ 'blow'; เป่า
blighter, *n.* (ไบลเทอ) ตัวเหี้ย (คนถ่อย)
blind, *n.* (ไบลนฺดฺ) มู่ลี่; ม่าน; *v.* ทำให้ตาบอด; ทำให้มองไม่เห็น; *a.* ตาบอด; ไม่มีทางออก
blind alley, ตรอกตัน
blindfold, *v.* (ไบลนฺดฺ โฟลดฺ) ปิดตา
blindness, *n.* (ไบลนฺดฺ เน็ส) ตาบอด; ความมืดแปดด้าน
colour-blindness, *n.* บอดสี
blink, *v.* (บลิงคฺ) กระพริบตา; หลิวตา; ชำเลือง
bliss, *n.* (บลิส) ความบรมสุข
blissful, *a.* (บลิส ฟูล) มีความสุข
blister, *n.* (บลิส เทอ) รอยขึ้นพองตามผิวหนัง
blitz, *n.* (บลิทซฺ) สายฟ้าแลบ (การโจมตี)
block, *v.* (บล็อค) ปิดหนทาง; *n.* ก้อนใหญ่; ตึกทั้งแถว
block-letters, ตัวพิมพ์
blockade, *v.* (บล็อค เคด) ล้อมปิดอ่าว; ล้อมกั้นไว้รอบ
blockhead, *n.* (บล็อค เฮ็ด) คนหัวทึ่ม
blond, *a.* (บล็อนดฺ) ซึ่งมีผมทอง; *n.* หญิงผมทอง
blood, *n.* (บลัด) เลือด; ชาติตระกูล
in cold blood, อย่างเลือดเย็น
his blood is up, เลือดขึ้นหน้า
flesh and blood, มีตัวมีตนอยู่
bloodhound, *n.* (บลัด ฮาวนฺดฺ) สุนัขไล่เนื้อ
bloodless, *a.* (บลัด เล็ส) โดยปราศจากการนองเลือด
blood-pressure, *n.* (บลัด เพรช-เชอ) ความกดของโลหิต
blood-red, *a.* (บลัด เรด) แดงเป็นเลือด
bloodshed, *n.* (บลัด เช็ด) การนองเลือด
bloodshot, *a.* (บลัดชอท) แดงก่ำไปด้วยเลือด (นัยน์ตา)
blood-stain, *n.* (-สะเทน) ครบโลหิต; รอยเปื้อนเลือด
blood-transfusion, *n.* (ทรานซฺฟิวชัน) การให้เลือด
blood-vessel, *n.* (บลัดเว็สเซ็ล) เส้นเลือด

bloody, *a.* (บลัด ดิ) เลือดแดง; ทารุณ; ซึ่งเป็นการฆ่าฟัน

bloom, *v.* (บลูม) แตกดอก; ชื่นบานงดงาม; *n.* ดอกตูม; ความชื่นบานสดใส

in full bloom, กำลังออกดอกไสว

blossom, *n.* (บล็อส ซัม) ดอก; *v.* ออกดอก

blot, *n.* (บล็อท) รอยเปื้อน; *v.* เปื้อน; ลบออก; ซับหมึก

blotter, blotting-paper, *n.* (บลอทเทอ, บลอททิ่ง เพเพอ) กระดาษซับ

blouse, *n.* (เบลาซฺ) เสื้อ

blow, *v.* (โบล; อดีต blew; *p.p.* blown) เป่า; พัด; *n.* ทุบ; ตี

blow one's nose, สั่งขี้มูก

blow out, ดับ (ไฟ)

blow his own trumpet, ยกหางตัวเอง

blow-pipe, *n.* (โบล-ไพพฺ) เตาสูบลม

blue, *n. b.* (บลู) สีสำเงิน; ขาบ; ผู้ได้เสื้อสามารถ

once in a blue moon, นานทีปีหน

blue-print, *n.* (-พรินทฺ) กระดาษเขียว (สำหรับอัดแผนที่)

bluff, *n.* (บลัฟ) ตลิ่งชัน; พูดลวง; *v.* หลอกให้สำคัญผิด

blunder, *n.* (บลันเดอ) ความผิดพลาด; *v.* พลาดผิดไป

blunt, *a.* (บลันทฺ) ทื่อ; ไม่คม

blur, *v.* (เบลอ) พร่าไป; รอยมัวไป

blush, *n.* (บลัช) เลือดขึ้นหน้า; สีแดงเรื่อ ๆ; *v.* หน้าแดง

boa, *n.* (โบ อะ) งูเหลือม

boar, *n.* (บอ) หมูป่า

board, *n.* (บอด) แผ่นกระดาน; คณะกรรมการ; ค่ากิน; กระดาน (หมากรุก); *v.* ปูพื้น; เลี้ยงอาหาร on board, บนเรือ

board and lodging, ค่ากินอยู่

boarder, *n.* (บอด เดอ) ผู้มาเช่นกินอยู่ด้วย; นักเรียนกินนอน

boarding-house, *n.* (บอดดิงเฮาสฺ) บ้านที่พักกินอยู่หลับนอน

boarding-school, *n.* (บอดดิง สกูล) โรงเรียนกินนอน

boast, *v.* (โบสทฺ) คุยโม้; *n.* การคุยโม้

boaster, *n.* (โบสเทอ) คนคุยโม้

boastful, *a.* ขี้โม้

boasting, *n.* (โบสทิง) การคุยโต

boat, *n.* (โบท) เรือ

boat-house, *n.* (โบทเฮาสฺ) โรงเก็บเรือ

boatman, *n.* (โบทแมน) คนเรือ

bobbin, *n.* (บอบบิน) หลอดด้าย

bobby, *n.* (บอบบิ) ตำรวจ (สะแลง)

Boche, *n.* (บอช) คนเยอรมัน

bodiless, *a.* (บอ ดิเล็ส) ไม่มีกาย

bodily, *a.* (บอ ดิลิ) แห่งกาย; ทางกาย

body, *n.* (บอ ดิ) ร่างกาย; เทห์

bodyguard, *n.* (บอ ดิกาด) คนติดตามเพื่อคอยพิทักษ์

bog, *n.* (บอก) ที่เฉอะแฉะเป็นโคลนตม

bogus, *a.* (โบ กัส) ลวงตา; เก๊

boil, *v.* (บอยลฺ) หุง; ต้ม; เดือด; *n.* ฝี

boiler, *n.* (บอย เลอ) หม้อต้มน้ำ

boiling point, (-พอยนฺทฺ) จุดเดือด

boisterous, *a.* (บอยสฺ เทอรัส) อึกทึก

โครมคราม

bold, *a.* (โบลดฺ) กล้า; ทะลึ่ง; โป้ง (ตัวพิมพ์); โต (เส้น)

bold-faced, *a.* (-เฟซดฺ) หน้าด้าน

boldly, *adv.* (โบลด ลิ) อย่างกล้า

boldness, *n.* (โบลดฺ เน็ส) ความกล้า

Bolshevik, *n.* (บอล เชวิค) บอลเชวิค (รัสเซียแดง)

bolt, *n.* (โบลทฺ) สลักกลอน; *v.* เปิดหนี

bomb, *n.* (บอม) ลูกบอมบ์; ลูกระเบิด

atomic bomb, (แอททอมมิค บอม) ระเบิดปรมาณู

bombard, *v.* (บอมบาด-) ทิ้งลูกระเบิด; ระดมยิง

bombardment, *n.* (บอมบาดเมนทฺ) การเข้าเร่งระดมยิง; ทิ้งระเบิด

Bombay-duck, *n.* (บอมเบ ดัค) ปลาแห้ง (ของอินเดีย)

bomber, *n.* (บอม เบอ) เครื่องบินทิ้งระเบิด

bond, *n.* (บอนดฺ) พันธบัตร; เครื่องผูกมัด; การกักไว้ชั่วคราวในโรงภาษี

bondage, *n.* (บ็อนเด็ดจ) การเป็นข้าทาส

bondman, bondsman, *n.* (บอนดฺ-บ็อนดฺซ แมน) ขี้ข้า

bone, *n.* (โบน) กระดูก; ก้าง

boneless, *a.* (โบน เล็ส) ไม่มีกระดูก; ไม่มีก้าง

bonfire, *n.* (บอน ไฟเออ) กองเพลิง

bonnet, *n.* (บอนเน็ท) หมวกผู้หญิง

bonus, *n.* (โบนัส) เงินปันผล

bony, *a.* (โบนิ) มีแต่กระดูกหรือก้าง

bonze, *n.* (บอนซ) พระสงฆ์

book, *n.* (บุค) หนังสือ; เล่มหนังสือ; *v.* ตีตั๋วล่วงหน้า

reference book, (เร็ฟเฟอเร็นซฺ-) หนังสืออุเทศ

bookcase, *n.* (บุค เคส) ตู้หนังสือ

booking-office, *n.* (-ออฟฟิศ) ที่ขายตั๋ว

book-jacket, *n.* (-แจ็ค เค็ท) กระดาษห่อปก

book-keeper, *n.* (-คีพเพอ) ผู้ทำบัญชี

book-keeping, *n.* (บุคคิพพิง) การบัญชี

book-knowledge, *n.* (-น็อล เล็ดจ) ความรู้ตามตำรา

book-maker, *n.* (บุคเบคเคอ) ผู้รับแทงม้า

bookseller, *n.* (บุคเซ็ลเลอ) คนขายหนังสือ

book shelf, *n.* (บุค เชัลฟ) หิ้งใส่หนังสือ

book-shop, bookstall, *n.* (บุคช็อพ, บุค สะทอล) ร้านขายหนังสือ

bookworm, *n.* (-เวอม) หนอนหนังสือ

boon, *n.* (บูน) พร

boot, *n.* (บูท) รองเท้าหุ้มข้อ; กำไร

boot-black, *n.* (บูทแบล็ค) คนขัดรองเท้า

booth, *n.* (บูธ) ร้านแผงลอย

bootlegger, *n.* (บูทเลกเกอ) ผู้ค้าเหล้าเถื่อน

boot-licker, *n.* (-ลิค เคอ) คนเลียตีน

booty, *n.* (บูทิ) ของได้มาจากการปล้มสะดม; ของยึดมาได้

bordel, *n.* (บอร เด็ล) โรงโสเภณี

border, *n.* (บอ เดอ) ขอบ; เขต; *v.* จดเขต; จด

border-land, *n.* (บอเดอแลนดฺ) คาบลูกคาบดอก
bore, (บอ) อดีตของ 'bear': ถือ; หาม; แบก; *v.* เจาะรู; ทำให้เบื่อ; รู; *n.* คนขี้กวนจนเบื่อ
bored, *a.* (บอด) เบื่อ; กลุ้มใจ
borer, *n.* (บอเรอ) เครื่องเจาะ; เครื่องขุด; ตัวไช
born, *p.p.* (บอน) ของ 'bear' เกิด, ชาตะ
borne, *p.p.* (บอน) ของ 'bear' ถือ; หาม; แบก; ทน
  to be borne in mind, จะต้องจำใส่ใจ
borough, *n.* (เบอโร) เมือง
borrow, *v.* (บอ โร) ขอยืม
borrower, *n.* (บอ โรเออ) ผู้ยืม
bosh, *n.* (บอช) เหลวไหลเลื่อนเปื้อน (คำพูด)
bosom, *n.* (บูซัม) หน้าอก
  bosom friend, (บูซัม เฟรนดฺ) เพื่อนร่วมใจ
boss, *n.* (บอส) นาย (หัวหน้า)
bossy, *a.* (บอส ซิ) ขู่เข็ญบังคับแบบนาย
botanic, botanical, *a.* (โบแทนนิค;-คัล) แห่งพฤกษศาสตร์
botanical garden, (โบแทนนิคัล การฺ-เด็น) สวนพฤกษ์
botanist, *n.* (บ็อท ทะนิสทฺ) นักพฤกษ-ศาสตร์
botany, *n.* (บ็อท ทะนิ) พฤกษศาสตร์
both, *a. prn.* (โบธ) ทั้งคู่; ทั้งสอง
  both.....and....., ทั้ง.....และ....
bother, *v.* (บ็อดเธอ) รบกวน; กวนใจ; ยั่ว; เดือดร้อนวิ่งเต้น; *n.* ความเดือดร้อน; ความรำคาญใจ
bottle, *n.* (บอทเทิล) ขวด; *v.* เอาใส่ขวด
bottle-neck, *n.* (บอ เทิลเน็ค) ทางที่คอดกิ่วจนทำให้รถล้นหลาม
bottom, *n.* (บ็อท เทิม) ก้น
bottomless, *a.* (บ็อท ทัมเล็ส) ลึกจนมองไม่เห็นข้างล่าง
bougainvillea, *n.* (บู กันวิลเลีย) ดอกตรุษจีน
bough, *n.* (บาว) แขนงไม้
bought, อดีตและ *p.p.* ของ 'buy' (บอท): ซื้อ
boulder, *n.* (โบลเดอ) ก้อนหิน
boulevard, *n.* (บูลวา) ถนนหลวง
bounce, *v.* (บาวนฺซฺ) กระโดด; สะท้อน; โดด; เด้ง (เช็ค); *n.* กระโดด; กระดอน
bound, (บาวนฺดฺ) *p.p.* ของ 'bind' ผูก; เย็บเล่ม; *n.* เขต; ขอบเขต; *v.* กั้นเขต; กระโดด; *a.* จำต้อง; มุ่งไป; ตั้งใจ
  out of bounds, นอกเขต
boundary, *n.* (บาวนฺ ตะริ) พรมแดน; เขต
boundless, *a.* (บาวนฺดฺ เล็ซ) ซึ่งไม่มีขีดขั้น
bounty, *n.* (บาวทิ) ความใจดีเอื้อเฟื้อ; เงินช่วย
bouquet, *n.* (บูเค) ช่อดอกไม้
bovine, *a.* (โบ วิน) แห่งวัวควาย
bow, *v.* (บาว) ก้มลง; กราบ; โค้งคำนับ
bow, *n.* (บาว) การโค้งคำนับ; (โบ) หัวเรือ; ธนู; คันศร; ของโค้ง
  rain-bow, *n.* (เรน-โบ) รุ้งกินน้ำ

bowel, *n.* (บาว เวิล) ไส้พุง
bowl, *n.* (โบล) ชาม
bowling, *n.* (โบลลิง) โบลิง (การเล่น)
box, *n.* (บ็อคซฺ) หีบ; กลัก; ที่นั่ง บ็อกซ์; ต้นแก้ว; *v.* ใส่หีบ; ชกมวย; ต่อยหน้า
boxer, *n.* (บ็อค เซอ) นักมวย
boxing, *n.* (บ็อค ซิง) การชกมวย
boxing-glove, (-กลัฟ) นวมชกมวย
boxing ring เวทีมวย (บอคซิ่งริง)
boy, *n.* (บอย) เด็กผู้ชาย
boycott, *v.* (บอย ค็อท) รวมหัวกันไม่ซื้อขายด้วย; *n.* การรวมหัวกันเลิกการซื้อขายติดต่อด้วย
boyhood, *n.* (บอย ฮูด) วัยเด็ก
boyish, *a.* (บอย อิช) เหมือนเด็ก
boyscout, *n.* (-สเคาทฺ) ลูกเสือ
bracelet, *n.* (เบรซ เล็ท) กำไล
braces, *n.* (เบรส เซ็ส) สายโยงกางเกง
bracket, *n. pl.* (แบรค เค็ท) วงเล็บ; นขลิขิต
brackish, *a.* (แบรค คิช) กร่อย
braggart, *n.* (แบรก กัท) คนขี้คุยโว
Brahma, (บราม่า) พระพรหม
Brahman, Brahmin, *n.* (บรา มัน; มิน) พราหมณ์
Brahminism, *n.* (บรามินนิสซึม) ลัทธิพราหมณ์
brain, *n.* (เบรน) หัวสมอง; มันสมอง
brainless, *a.* (เบรน เล็ส) ไม่มีหัวสมอง (โง่)
brainy, *a.* (เบรน นิ) ปัญญาหลักแหลม
brake, *n.* (เบรค) ที่ห้ามล้อ; *v.* ห้ามล้อ
bran, *n.* (แบรน) เปลือกข้าว
branch, *n.* (บรานชฺ) กิ่ง; กิ่งก้าน; สาขา
brand, *n.* (แบรนดฺ) ตรา; รอยประทับตราเหล็กไฟ; *v.* เอาเหล็กไฟตีตรา
brandish, *v.* (แบรนดิช) กวัดแกว่ง
brand-new, *a.* (แบรนดฺ นิว) ใหม่ถอดด้าม
brandy, *n.* (แบรน ดิ) เหล้าบรั่นดี
brass, *n.* (บราส) ทองเหลือง
brassard, *n.* (แบรซ ซัด) ผ้าพันแขน
brassiere, *n.* (บระเซีย) ยกทรง
brassy, *a.* (บราส ซิ) เป็นทองเหลือง
brat, *n.* (แบรท) เด็กทารก
brave, *a.* (เบรฟว) กล้าหาญ; *v.* กล้าลองดี; เผชิญ
bravely, *adv.* (เบรฟลี่) อย่างกล้าหาญ
bravery, *n.* (เบรฟ เวอริ) ความกล้าหาญ
bravo, *n.* (บรา โว) เสียงโห่ร้องด้วยความยินดี
brawl, *n.* (บรอล) การทะเลาะเสียงลั่น
brawn, *n.* (บรอน) เนื้อแช่วุ้น
bray, *n.* (เบร) เสียงลาร้อง; *v.* ร้อง (ลา)
brazen, *a.* (เบร เซิน) อันเป็นทองเหลือง; *v.* ดันทุลัง
brazier, *n.* (บรา เซีย) เตาถ่าน
breach, *n.* (บรีช) ความแตกหักจากกัน; การทะเลาะแตกกันไป; รอยโหว่; *v.* ละเมิด; ทะลุเป็นรู; ทำแตก; หัก; กระทำผิด
bread, *n.* (เบรด) ขนมปัง
one's bread and butter, หม้อข้าวของตัวเอง
to earn one's bread, หาเลี้ยงชีพ

B

bread-fruit, *n.* (เบรด ฟรูท) สาเก
breadless, *a.* (เบรด เล็ส) อด
breadth, *n.* (เบรดธฺ) ความกว้าง
break, *v.* (เบรค) (อดีต broke; *p.p.* broken) แตก; หัก; สอดเข้ามา (พูด); หยุด; *n.* การแตกหัก; การแตกร้าวแยกกันไป; การหยุดพัก (เบรค ดาวนฺ)
break down, ล้มป่วยลง; *n.* break-down.
breakfast, *n.* (เบรค ฟัสทฺ) อาหารเช้า; *v.* รับประทานอาหารเช้า
breakneck, *a.* (เบรค เน็ค) อย่างคอขาดบาดตาย
break-water, *n.* (เบรค วอเทอ) ทำนบ
breast, *n.* (เบรสทฺ) อก; นม
make a clean breast, เปิดอก; สารภาพจนหมดสิ้น
breastdeep, *a.* ลึกแค่อก
breath, *n.* (เบร็ธ) ลมหายใจ; ชั่วลมหายใจ
catch the breath, พักเอาลมหายใจ
breathe, *v.* (บรีธ) หายใจ
breathing, *n.* (บรีด ธิง) การหายใจ
breathing-space, *n.* (บริท ธิ่ง สเปซ) ชั่วลมหายใจ
breathless, *a.* (เบรธ เล็ส) หายใจกระหืดกระหอบ
breed, *v.* (บรีด) เลี้ยง; เพาะ; *n.* ตระกูล; ชาติ
breeder, *n.* (บรีด เดอ) ผู้เลี้ยงผสมพันธุ์สัตว์
breeding, *n.* (บรีด ดิง) การเลี้ยง; การเพาะ; กิริยามารยาท
breeze, *n.* (บรีซ) ลมเฉื่อยๆ
breezy, *a.* (บรีซ ซิ) มีลมพัดอู้ดี
brethren, *n. pl.* (เบร้ด เธร็น) พวกพี่น้องกัน
brevity, *n.* (เบร็ฟ วิทิ) ความสั้นย่นย่อ
brew, *v.* (บรู) ต้มกลั่น
brewery, *n.* (บรูเวอริ) โรงต้มเหล้า หรือเบียร์
bribe, *n.* (ไบรบฺ) การให้สินบน; *v.* ให้สินบน
bribery, *n.* (ไบร เบอริ) สินบน
brick, *n.* (บริค) อิฐ; ปูอิฐ
brick-kiln, *n.* (-คิลนฺ) เตาเผาอิฐ
bricklayer, *n.* (-เล เออ) ช่างก่ออิฐ
brickwork, *n.* (เวอคฺ) การก่ออิฐหรือปูน
bridal, *a.* (ไบร ดัล) แห่งเจ้าสาว
bride, *n.* (ไบรดฺ) เจ้าสาว
bridegroom, *n.* (ไบรดฺ กรูม) เจ้าบ่าว
bridesmaid, *n.* (ไบรดฺซ เมด) เพื่อนเจ้าสาว
bridesman, *n.* (-แมน) เพื่อนเจ้าบ่าว
bridge, *n.* (บริดจฺ) สะพาน; *v.* ก่อสะพานข้าม
bridle, *n.* (ไบร เดิล) บังเหียนม้า
brief, *a.* (บรีฟ) สั้นๆ
briefly, *adv.* (บริฟลิ) อย่างสั้นๆว อย่างย่อๆ
brig, *n.* (บริก) เรือสำเภาสองเสาใบ
brigade, *n.* (บริเกด) กอง; กองพลน้อย
fire-brigade, (ไฟรฺ บริเกด) กองดับเพลิง

brigadier, *n.* (บริกกะเดีย) นายพล จัตวา
brigand, *n.* (บริ กันดฺ) โจร
brigandage, *n.* (บริกันเด็ดจ) การสะดม
bright, *a.* (ไบรทฺ) สว่าง; กระจ่างแจ้ง; ชัด; เฉลียวฉลาด
brightly, *adv.* (ไบรทฺ ลิ) อย่างสว่าง
brightness, *n.* (ไบรทฺเน็ส) ความสว่าง; ช่วงโชติ
brighten, *v.* (ไบรเทิน) ทำให้สว่าง; ทำให้มีใจชื่นบานขึ้น; สว่างขึ้น
brilliancy, *n.* (บริล เลียนซิ) ความสุกใส
brilliant, *a.* (บริล เลียนทฺ) พราวนัยน์ตา; สุกใส (เพชร); หลักแหลม
brilliantine, *n.* (บริล เลียนทีน) น้ำมันใส่ผม
brim, *n.* (บริม) ปาก (หม้อ); ขอบ; ริม; ปีก (หมวก); *v.* ใส่เต็มถึงขอบ
brimming, *a.* (บริมมิง) ล้นถึงขอบ
brine, *n.* (ไบรนฺ) น้ำเค็ม
bring, *v.* (บริง) เอามา; นำมา
  bring about, ทำให้เกิดมีขึ้น
  bring up, เลี้ยงมา
brink, *n.* (บริงคฺ) ขอบ
bristle, *n.* (บริส เซิล) ขนแข็ง; *v.* ตั้งแข็ง
Britannia, *n.* (บริทแทนเนีย) เทพเจ้าแห่งอังกฤษ
British, *a.* (บริท ทิช) แห่งชนชาติมหารัฐอังกฤษ
Britisher, *n.* (บริท ทิเชอ) ชาวบริติช
brittle, *a.* (บริท เทิล) เปราะ
broad, *a.* (บรอด) กว้าง; กว้างขวาง
broadcast, *a.* (บรอด คาสทฺ) กระจายทั่วไป
broadcasting, *n.* (บรอดคาสทิง) การกระจายเสียงวิทยุ
broadcasting station, (บรอดคาสทิงสเตชัน) สถานีวิทยากระจายเสียง
broaden, *v.* (บรอด เดิน) ทำให้กว้างออก
broadly, *adv.* (บรอด ลิ) โดยกว้างๆ
broadness, *n.* (บรอดเน็ส) ความกว้าง
broccoli, *n.* (บร็อค โคลิ) คะน้า
broke, (โบรค) อดีตของ 'break': แตก; หัก; *a.* ถังแตก
broken, (เบรค เคิน) *p.p.* ของ 'break': แตก; หักเสียแล้ว
broken-hearted, *a.* (โบรค เคิน ฮาทเท็ด) หัวอกหัก
bronchitis, *n.* (บร็อนไค ทิส) หลอดลมอักเสบ
bronchus, *n.* (บร็อน คัส) สาขาของหลอดลม
bronze, *n.a.* (บร็อนซฺ) ทองสัมฤทธิ์
brooch, *n.* (โบรช) เข็มกลัดอก
brood, *v.* (บรูด) กกไข่; *n.* เทือกเถาเหล่าพันธุ์
brook, *n.* (บรุค) ลำธาร; ระหาน
brooklet, *n.* (บรุค เล็ท) ลำธานน้อยๆ
broom, *n.* (บรูม) ไม้กวาด; *v.* กวาด
broth, *n.* (บร็อธ) น้ำซุบ
brothel, *n.* (บร็อธ เธ็ล) โรงผู้หญิงคนชั่ว
brother, *n.* (บระ เธอ); *pl.* brethren พี่ชาย; น้องชาย; ภราดา (นักบวชในคริสตศาสนา)
brotherhood, *n.* (บระ เธอะฮูด) คณะ

(เช่นคณะสงฆ์)

brother-in-law, *n.* (บระเธอ อินลอ) พี่เขย; น้องเขย

brotherly, *a.* (บระ เธอลิ) อย่างฐาน พี่น้อง

brought, (บรอท) อดีตและ *p.p.* ของ 'bring': นำมา

brow, *n.* (บราว) คิ้ว

brown, *a.* (บราวนฺ) สีน้ำตาล

brown sugar, น้ำตาลทรายแดง

brownish, *a.* (บราว นิช) สีค่อนข้างน้ำตาล

browse, *v.* (บราวซฺ) ดูอย่างผ่านๆ; พลิกๆ ดูไป (หนังสือ)

bruise, *v. n.* (บรูซ) ฟกช้ำ

brunette, *n.* (บรูเน็ท) หญิงผมดำ

brush, *v.n.* (บรัช) แปรง

brush up your English, ขัดเกลาภาษาอังกฤษให้ดีขึ้น

brutal, *a.* (บรูทัล) โหดร้ายทารุณ

brutality, *n.* (บรูแทล ลิทิ) ความโหดร้ายทารุณ

brutally, *adv.* (บรูทัล ลิ) อย่างโหดร้ายทารุณ

brute, *n.* (บรูท) สัตว์เดียรัจฉาน

brutish, *a.* (บรูทิช) อย่างสัตว์เดียรัจฉาน

bubble, *n.* (บับ เบิล) ฟอง; *v.* เป็นฟอง

buccaneer, *n.* (บัคคะเนียรฺ) โจรสลัด

buck, *n.* (บัค) ตัวผู้ (กวาง; แพะ; กระต่าย

bucket, *n.* (บัค เค็ท) ถังน้ำ

buckle, *n.* (บัค เคิล) ขอ (เช่น เข็มขัด)

bud, *n.* (บัด) ช่อ *v.* แตกช่อ; ผลิ

Buddhism, *n.* (บุด ดิสซึม) พุทธศาสนา

Buddhist, *n.* (บูด ดิสทฺ) พุทธมามกะ

budge, *v.* (บัดจฺ) ขยับเขยื้อน

budget, *n.* (บัด เจ็ท) งบประมาณ

buffalo, *n.* (บัฟ ฟะโล) ควาย

buffer, *n.* (บัฟเฟอ) หัวเห็ด (รถไฟ)

buffer state, ประเทศที่คั่นกลางระหว่างสองมหาประเทศ; ประเทศกันชน

buffet, *n.* (บัฟ เฟ็ท; บุฟเฟ่) ห้องเครื่องดื่ม; การเลี้ยงแบบหยิบกันเอง

buffoon, *n.* (บัฟฟูน) ตัวตลก

bug, *n.* (บัก) เรือด; แมลงปีกแข็ง

bugle, *n.* (บูเกิล) แตร (เช่นแตรรถยนต์หรือแตรทหาร)

build, *v.* (บิลดฺ); อดีต *p.p.* built สร้าง; ก่อสร้าง

builder, *n.* (บิลเดอ) ผู้ก่อสร้าง; ช่องก่อสร้าง

building, *n.* (บิลดิง) การก่อสร้าง; ตึก; อาคาร; สถานปลูกสร้าง; โรงเรียน

bulb, *n.* (บัลบฺ) กระเปาะ; หัว; หน่อ

bulge, *v.* (บัลจ) โป่งออก

bulk, *n.* (บัลคฺ) ทั้งดุ้น; ก้อน; กลุ่ม

bulky, *a.* (บัล คิ) ใหญ่โตเร่อร่า

bull, *n.* (บูส) วัว (ตัวผู้)

bull-dog, *n.* (บูล ด็อก) สุนัขบุลดอก

bullet, *n.* (บูลเล็ท) ลูกปืน

bulletin, *n.* (บูล เล็ททิน) รายงานทางราชการ

bull-frog, *n.* (บุล ฟร็อก) อึ่งอ่าง

bullion, *n.* (บุล เลียน) เงินหรือทองเป็นลิ่มๆ

B

bullock, *n.* (บูลลอค) วัว
bull's-eye, *n.* (บูลซฺ ไอ) ใจกลางเป้า
bully, *n.* (บูล ลิ) คนขี้แกล้วคน; *v.* แกล้วเล่นสนุกๆ
bun, *n.* (บัน) ขนมชนิดหนึ่ง
bunch, *n.* (บันชฺ) ช่อ; พวง; เอารวมกันเข้า; มารวมกลุ่ม
bundle, *n.* (บัน เดิล) ห่อ; *v.* ผูกเป็นห่อ
bungalow, *n.* (บัง กะโล) เรือนพัก
bunny, *n.* (บันนิ) กระต่าย
buoy, *n.* (บอย) ทุ่นเรือ; *v.* ชะลอตัวอยู่เหนือน้ำ
buoyancy, *n.* (บอย ยันซิ) ความลอยตัว
burden, *n.* (เบอ เดิน) ภาระ, ต่าง (ลา; ม้า) เครื่องบรรทุก; *v.* เป็นน้ำหนัก; ล่วงไว้; บรรทุก
burdensome, *a.* (เบอเดินซัม) เป็นภาระอันยุ่งยาก
bureau, *n.* (บิวโร) ที่ทำการ; โต๊ะเขียนหนังสือ
bureaucracy, *n.* (บิวโร คระซิ) การปกครองแบบคุมอำนาจไว้หมด
burg, *n.* (เบอก) เมือง
burgher, *n.* (เบอก เกอ) ชาวเมือง
burglar, *n.* (เบอเกลอ) ขโมยเจาะเข้าบ้าน
burglary, *n.* (เบอกละริ) การลักเจาะบ้านเพื่อการโจรกรรม
burgomaster, *n.* (เบอโกมาสเทอ) เจ้าเมือง
burial, *n.* (เบเรียล) การฝัง
Burma, *n.* (เบอ มะ) ประเทศพม่า
Burmese, *n.* (เบอมีซ) พม่า (คน)
burn, *v.* (เบอน); อดีต, *p.p.* burnt: เผา; ไหม้
burn itself away, เผาพลาญหมดไป
burnt by the sun, ถูกแดดเผาจนตัวดำ
burnt to the ground, ไหม้เตียน
burning question, ปัญหาที่กำลังดูกรุ่นอยู่
burnish, *v.* (เบอ นิช) ขัดถูให้เกลี้ยงเกลา
burrow, *v.* (เบอ โร) ขุดโพรงอยู่; *n.* โพรงอาศัย
bursa, *n.* (เบอ ซะ) เหรัญญิก ประจำโรงเรียน
burst, *v.* (เบอสทฺ) ระเบิด; ปล่อยก๊ากออกมา; พุงแตก
burst into flames, ลุกเป็นไฟ
burst open, พังเข้าไป
bury, *v.* (เบอริ) ฝัง
bus, *n.* (บัส) รถยนต์ประจำทาง
bush, *n.* (บุช) พุ่มไม้
to beat about the bush, อ้อมค้อนไปมา
bushy, *a.* (บุช ชิ) เป็นพวง; เป็นพุ่ม
busily, *adv.* (บิส ซิลิ) อย่างมีธุระมาก
business, *n.* (บิซ เน็ส) ธุระ, การงาน; การเลี้ยงชีพ; ธุระกิจ
buss, *v.n.* (บัส) จูบ
bust, *n.* (บัสทฺ) รูปปั้นครึ่งตัวท่อนบน
bustle, *v.* (บัสเซิล) วิ่งเต้น
busy, a. (บิซ ซิ) มีธุระมาก
busybody, *n.* (บิส ซิบอดิ) ตัวเจ้ากี้เจ้าการ

but, *pr. c.* (บัท) แต่; นอกจาก

butcher, *n.* (บุท เชอ) คนฆ่าหมู; *v.* ฆ่าฟันกันอย่างซากศพ

butchery, *n.* (บุท เชอริ) การฆ่าฟันกันอย่างทารุณ

butler, *n.* (บัทเลอ) หัวหน้าคนใช้

butter, *n.* (บัทเทอ) เนยเหลว; *v.* ทาเนย

buttercup, *n.* (บัท เทอคัพ) ชื่อดอกไม้

butterfly, *n.* (บัทเทอไฟล) ผีเสื้อ

buttock, *n.* (บัท ท็อค) ก้น

button, *n.* (บัทเทิน) ลูกดุม; *v.* กลัดลูกดุม

button-hole, *n.* (-โฮล) รูลูกดุม

buy, *v.* (บาย); อดีต; *p.p.* bought (บอท): ซื้อ

buyer, *n.* (บาย เยอ) ผู้ซื้อ

buzz, *v.* (บัซ) เสียงดังหึ่งๆ; *n.* เสียงหึ่งๆ

by, *pr. adv.* (บาย) ข้างๆ; ใกล้ๆ; ตรงเข้ามา; โดย

by and by, ในไม่ช้า

by name, แต่ในนาม

by the by, เออนี่แน่ะ!

stand by, คอยช่วย

hurry by, รีบมา

bygone, *a.* (บาย กอน) ล่วงแล้วมาแล้ว

in bygone days, ในครั้งกระโน้น

bypath, *n.* (บายพาธ) ทางเล็กหลีกเข้าอีกทางหนึ่ง

by-product, *n.* (บายโพร ดัคทฺ) ผลพลอยได้

by-street, *n.* (บาย สตรีท) ถนนซอย

bystander, *n.* (บาย สแตนเดอ) ผู้มุงดู

C

cab, *n.* (แคบ) รถม้า

cabaret, *n.* (แคบ บะเร) ร้านอาหาร มีการแสดง และเต้นรำ

cabbage, *n.* (แคบ เบจ) กะหล่ำปลี

cabin, *n.* (แคบ บิน) ห้องในเรือ

cabinet, *n.* (แคบบิเน็ท) ห้องน้อย; องคมนตรี; คณะรัฐมนตรี

cable, *n.* (เค เบิล) สายลวดใหญ่ *v.* ส่งโทรเลขข้ามทะเลไป

cablegram, *n.* (เคเบิลแกรม) วิทยุโทรเลข

cabman, *n.* (แคบแมน) คนขับรถ (แท็กซี่)

cabriolet, *n.* (แคบบริโอเล) รถม้า

cacao, *n.* (คะเคโอ) โกโก้

cackle, *n.* (แคค เคิล) เสียงกะต๊าก; *v.* ร้องกะต๊าก; คุยโว

cactus, *n.* (แคค ทัส) ต้นตะบองเพ็ชร

cadaver, *n.* (คะเดเวอ) ซากศพ

cadaverous, *a.* (คะแดฟ เวอรัส) เหมือนซากศพ

caddy, *n.* (แคด ดิ) ถ้ำชา

cadence, *n.* (เค เด็นซฺ) จังหวะ

cadet, *n.* (คะเด็ท) นักเรียนนายร้อย
Caesar, *n.* (ซี ซา) พระมหากษัตริย์สมัยโรมัน
cafe, *n.* (คา เฟ) กาแฟ (ร้านเครื่องดื่ม)
cafeteria, *n.* (แคฟฟีแท เรีย) ร้านอาหารที่ต้องไปหยิบเอาเอง
cage, *n.* (เคจ) กรง; *v.* เอาขังกรงไว้
cajole, *v.* (คะโจล) เย้าเล่น; แกล้งทำให้ตายใจ
cake, *n.* (เคค) ขนม; ก้อน
calamitous, *a.* (คะแลม มิทัส) อย่างทุกข์เข็ญ
calamity, *n.* (คะแลม มิทิ) ความทุกข์เข็ญ
calcium, *n.* (แคล เซียม) ธาตุปูนขาว
calculable, *a.* (แคล คิวละเบิล) พอจะคำนวณดูได้
calculate, *v.* (แคล คิวเลท) คำนวณดู
calculation, *n.* (แคลคิวเล ชัน) การคำนวณดู; คำนวณดู
calculator, n. (แคล คิวเลเทอ) ผู้คำนวณ; เครื่องจักรคำนวณ
caldron, *n.* (คอล ดร็อน) กะทะใหญ่
calendar, *n.* (แคล เล็นเดอ) ปฏิทินฉีก
calf, *n.* (คาฟ). ลูกวัว; น่อง
calico, *n.* (แคล ลิโค) ผ้าฝ้ายเนื้อหยาบ
Caliph, *n.* (แคล ลิฟ; เค ลิฟ) พระเจ้ากาหลิบ
call, *v.* (คอล) ร้องเรียก; *n.* การร้องเรียน; การมาเยี่ยม

call on a person, ไปเยี่ยม

call out, ร้องออกมา

call attention to......, ร้องขอให้พิจารณา.....

answer one's call, ขานชื่อ; เยี่ยมตอบ

called, ร้องเรียกว่า

caller, *n.* (คอลเลอ) ผู้ร้องเรียก
calligraphy, *n.* (แคลลิก กระฟี) การคัดลายมือ
calling, *n.* (คอล ลิง) อาชีวะ
callous, *a.* (แคลลัส) ด้าน (มือ)
calm, *a.* (คาม) เงียบ; สงบ
calmly, *adv.* (คาม ลิ) อย่างสงบ
calmness, *n.* (คาม เน็ส) ความสงบ
calorie, *n.* (แคลลอริ) หน่วยวัดความร้อน
calumniate, *v.* (แคลลัม นิเอท) ป้ายความผิด; แกล้งหาความใส่
calumny, *n.* (แคลลัมนิ) การใส่ร้าย
calypso, *n.* (แคลลิพโซ) การร้องเพลงแบบใหม่ ตามทำนองชาวอินเดียตะวันตก
calyx, *n.* (แคล-; เค ลิคซฺ) กลีบนอกดอกไม้
cambric, *n.* (แคม บริค) ลินินขาว
came, (เคม) อดีตของ 'come'; มา
camel, *n.* (แคมเม็ล) อูฐ
camellia, *n.* (คะมีเลีย) ดอกพุดซ้อน
camera, *n.* (แคมเมอระ) กล้องถ่ายรูป
camera-man, *n.* (-แมน) ตากล้อง
camp, *n.* (แคมพฺ) ค่าย; *v.* ตั้งค่าย; อยู่ค่าย
campaign, *n.* (แค็มเพน) การขับเคี่ยวสงคราม; การณรงค์เลือกตั้ง
camphor, *n.* (แคมเฟอ; -ฟอ) การบูร
can, *v.* (แคน) สามารถ; ได้; เอาใส่กระป๋อง; *n.* กระป๋อง

Canadian, *a.* (คะเนเดียน) แห่งคานาดา
canal, *n.* (คะแนล) คลอง
canary, *n.* (คะแน ริ) นกคีริบูน
can-can, *n.* (แคน แคน) ระบำ "กอง-กอง" ของฝรั่งเศส
cancel, *v.* (แคน เซิล) ยกเลือกกัน; เพิกถอน; บอกงด
cancellation, *n.* (แคนเซ็ลเลชั่น) การยกเลิก
cancer, *n.* (แคนเซอ) โรคเนื้อร้าย; มะเร็ง
candid, *a.* (แคน ดิด) อย่างจริงใจ
candidate, n. (แคน ดิเดท) ผู้สอบไล่; ผู้เข้าแข่งขัน; ผู้สมัคร
candidly, *adv.* (แคน ดิดลิ) โดยจริงใจ
candle, *n.* (แคน เดิล) เทียนไข
candle power, (-พาว เออ) แรงเทียน
candlestick, *n.* (แคน เดิลสทิคฺ) เชิงเทียน
candy, *n.* (แคนดิ) ลูกกวาด
cane, *n.* (เคน) ไม้; ไม้เท้า; ไม้เรียว; ปล้อง; *v.* เฆี่ยน
sugar cane, (ชูเกอ เคน) ต้นอ้อย
canine, *a.* (คะไนนฺ; แคน ไนนฺ) แห่งสุนัข
canister, *n.* (แคน นิสเทอ) กระป๋อง
cannibal, *n.* (แคนนิบัล) มนุษย์กินคน
cannon, *n.* (แคน นัน) ปืนใหญ่
cannonade, *n.* (แคนนอนเนด) การระดมยิงปืนใหญ่
cannon-ball, *n.* (-บอล) ลูกปืนใหญ่
cannot, (แคน น็อท) ไม่ได้; ไม่สามารถ
canoe, *n.* (คะนู) เรือน้อย; เรือชะล่า
canon, *n.* (แคน ยัน) แม่น้ำเซาะลึกมาก
canon, *n.* (แคน นัน) วินัย
canopy, *n.* (แคน โนพิ) เบ็ญจา; กลดกั้น
can't, (คานทฺ) ไม่ได้; ไม่สามารถ
Cantab, *n.* (แคนแทบ) เคมบริดจ์ (มหาวิทยาลัย)
canteen, n. (แคน ทีน) กระติกน้ำ; โรงอาหาร
canvas, canvass, *n.* (แคน วัส) ผ้าใบ; ผ้าใบขึงสำหรับเขียนภาพสีน้ำมัน
canyon, n. (แคน ย็อน) น้ำที่เซาะลึกไปในระหว่างภูเขา
caoutchouc, *n.* (คาว ชุค) ยาง
cap, *n.* (แคพ) หมวกแก๊บ; ยอด; *v.* ใส่หมวกเก๊บ
capability, *n.* (เคพพะบิล ลิทิ) ความสามารถ
capable, *a.* (เคพ พะเบิล) สามารถ
capacitate, *v.* (คะแพส ซิเทท) ทำให้สามารถ
capacity, *n.* (คะแพส ซิทิ) ความจุ; ตำแหน่ง; ความสามารถ
cape, *n.* (เคพ) แหลม; ผ้าคลุมไหล่
caper, *v.* (เคพ เพอ) กะโดดหย็องแหย็ง
capillary, *n.* (คะพิล ละริ) เส้นโลหิตฝอย
capital, *a.* (แคพพิทัล) สำคัญยิ่ง; *n.* เมืองหลวง; ต้นทุน; อักษรตัวใหญ่
capital tax, ภาษีรัชชูปการ
capitalist, *n.* (แคพ พิทัลลิสทฺ) เจ้าของทุนก้อนใหญ่; นายทุน
capitalize, *v.* (แคพ พิทัลไลซ) เอาเป็นทุน
capitation, *n.* (แคพพิเทชั่น) รัชชูปการ
capitulate, *v.* (คะพิท จิวเลท) เจรจาเลิก

สงคราม
capitulation, *n.* (คะพิทจิวเลชัน) การเจรจาเลิกสงคราม
capon, *n.* (เค พัน) ไก่ตอน
capote, n. (คะโพท) เสื้อคลุม
caprice, *n.* (คะพริส) ใจไม่คงที่
capricious, *a.* (คะพริชัส) เปลี่ยนใจเรื่อย
capsicum, *n.* (แคพ ซิคัม) ต้นพริก
capsize, *v.* (แคพไซซ) คว่ำลง
capstan, *n.* (แคพ สทัน) กว้าน
captain, *n.* (แคพ เท็น) นายร้อยเอก; นายนาวาเอก; นายทัพ; กัปตันเรือ; กัปตันทีม
caption, *n.* (แคพ ชัน) คำอธิบายใต้ภาพ
captivate, *v.* (แคพทิเวท) ล่อให้หลงด้วยเสน่ห์
captive, *n.* (แคพ ทิฟว) เชลยศึก; นักโทษ; ผู้ที่ถูกจับมา; ผู้ถูกผูกมัด โดยความรัก
captor, *n.* (แคพ เทอ; -ทอ) ผู้จับกุมไว้
capture, *n. v.* (แคพเจอ) จับกุมไว้
car, *n.* (คา) รถ
carafe, *n.* (คะราฟ) เหยือกน้ำ
carambola, *n.* (แครัมโบละ) มะเฟือง
carapace, *n.* (แคระเพซ) กระดองเต่า
carat, *n.* (แครัท) กะรัต
caravan, *n.* (แค ระแว็น; แคระแวน) กรองเดินเกวียน; กองเดินทางไปไกลครั้งโบราณ; ชนารณพ
carbine, *n.* (คารฺ ไบนฺ) ปืน
carbon, *n.* (แค บอน) ธาตุคารบอน; ถ่าน
carcass, carcase, *n.* (คา คัส) ซากศพ
card, *n.* (คาด) ไพ่; กระดาษแข็ง; การด์
cardamom, *n.* (คา ดะมอม) กะวาน
cardboard, *n.* (คาด บอด) กระดาษแข็ง
cardinal, *n.* (คา ดินัมล) ยศรองจากสันตปาปา
cardinalpoints, ทิศทั้งสี่
care, *n.* (แค) ความระมัดระวัง; ความดูแลรักษา; *v.* ระวัง; ดูแล; รักมาก
career, *n.* (คะเรีย) อาชีพ
careful, *a.* (แคฟุล) อย่างระมัดระวัง; อย่างรอบคอบ; ละเอียดละออ
carefully, *adv.* โดยความระมัดระวัง
carefulness, *n.* ความละเอียดละออ; ความระมัดระวัง
careless, *a.* (แคเลส) เลินเล่อ
carelessly, *adv.* อย่างไม่พินิจพิเคราะห์
carelessness, *n.* ความสะเพร่า
caress, *v.* (คะเร็ส) กอดจูบ; *n.* การกดรัด
caressingly, *adv.* ด้วยความรัก
caretaker, *n.* (แค เทคเคอ) ภารโรง
cargo, *n.* (คารฺ โก) สินค้า
caricature, *n.* (แค ริคคะเจอ) ภาพล้อ; *v.* วาดภาพล้อ
carillon, *n.* (คาริยอง) รัวระฆัง
carmine, *n.* (คารฺ มิน) สีแดง
carnage, *n.* (คาร เนจ) การฆ่าฟัน
carnal, *a.* (คารฺ นัล) แห่งกามวิสัย; - knowledge, รสแห่งการสังวาส
carnation, *n.* (คารเนชั่น) ดอกผีเสื้อ
carnival, *n.* (คารฺ นิวัล) งานแห่กันสนุกสนาน
carnivorous, *a.* (คารฺนิฟ วอรัส) ซึ่งกินเนื้อเป็นอาหาร

carol, *n.* (แค รอล) เพลงร้อง (ช่วงคริสต-มาส)
carousal, *n.* (คะราว ซัล) งานกินเลี้ยงกันเอิกเกริก
carouse, *n. v.* (คะราวซ) กินเลี้ยงกันอย่างเอิกเกริก
carp, *v.* (คาพ) จับผิดเล็ก ผิดน้อย; *n.* ปลาซิว
carpenter, *n.* (คารฺ เพ็นเทอ) ช่างไม้
carpentry, *n.* (คารฺ เพ็นทริ) การช่างไม้
carpet, *n.* (คารฺ เพ็ท) พรม; *v.* ปูพรม
carriage, *n.* (แค ริจ) รถ; การบรรทุกขนไป; ค่าขน
carrier, *n.* (แคริเออ) ผู้แบก, หาม, ขน; คนหาม
carrion, *n.* (แค เรียน) ซากศพเน่า
carrot, *n.* (แค รัท) หัวผักกาดแดง
carry, *v.* (แค ริ) พา; นำ; แบก; หาม; ถือ
carried from one person to another, ติดต่อจากคนนี้ไปหาคนนั้น
carry off, เอาไป
carry on, ดำเนินการต่อไป
cart, *n.* (คาท) รถ; เกวียน
cartilage, *n.* (คา ทิเล็ดจ) กระดูกอ่อน
cartilaginous, *a.* (คาทิเลด จินัซ) ซึ่งเป็นกระดูกอ่อน
carton, *n.* (คารฺ ท็อน) หีบกระดาษแข็ง
cartoon, *n.* (คารฺทูน) ภาพล้อ
cartridge, *n.* (คารฺ ทริจ) ซองลูกปืน
carve, *v.* (คาฟว) ตัด; สลัก; แกะ
carver, *n.* (คาฟ เวอ) ช่างแกะสลัก
cascade, *n.* (แคสเคด) น้ำตก
case, *n.* (เคส) หีบ; ซอง; ฝัก; เรื่องราว; คดี; สภาพ; เหตุการณ์; กรณี
bookcase, (บุค เคซ) ตู้หนังสือ
cash, *n.* (แคช) เงินสด; *v.* ไปขึ้นเอาเงิน
cashew, *n.* (คะชู) มะม่วงหิมพานต์
cashier, *n.* (แคชเชีย) พนักงานเก็บเงิน; สมุห์บัญชี
cashmere, *n.* (แคชเมีย) ผ้าขนสัตว์แคชเมีย
casino, *n.* (คะซี โน) สถานหย่อนใจ มีเต้นรำ, ดนตรี, การเล่นการพนัน; กาซิโน
cask, *n.* (คาสคฺ) ถัง
casket, n. (คาส เค็ท) หีบเล็ก ๆ
casque, cask, *n.* (คาสคฺ) หมวกเหล็ก
cassia, *n.* (แคสเซีย) ขี้เหล็ก (ต้น)
cast, *v.* (คาสทฺ) ขว้าง; ทิ้ง; หล่อ; *n.* การขว้าง; การหล่อ; รูปหล่อ; คณะผู้แสดง
cast a spell, วางเสน่ห์ สาป
cast away, โยนทิ้ง
castanet, n. (คาส ทะเน็ท) ฉิ่ง; กรับ
castaway, *n.* (คาสทฺ อะเว) ผู้ไม่มีใครอยากคบ
caste, *n.* (คาสทฺ) วรรณ
casting, *n.* (คาสทิง) การหล่อ
castle, *n.* (คาสเซิล) ตึกโบราณ; วัง; ปราสาท
castor oil, *n.* (คาส เทอ ออยลฺ) น้ำมันละหุ่ง
castrate, *v.* (แคส เทรท) ตอน (เอาอัณฑะออก)
casual, *a.* (แคช ชวล) โดยบังเอิญ
casualty, *n.* (แคช ชวลทิ) เหตุบังเอิญ;

อุปัทวเหตุ; คนตาย

cat, *n.* (แคท) แมว

tabby cat, แมวตัวเมีย

tom cat, แมวตัวผู้

catalogue, *n.* (แคท ทะลอก) บัญชีหนังสือหรือสิ่งของที่ขาย (แคตตาลอก)

cataract, *n.* (แคท ทะแรคทฺ) น้ำตก; ตาต้อ

catarrh, *n.* (คะทารฺ) หวัด

catastrophe, *n.* (คะแทส โทรฟี) เหตุวิบัติ

catch, *v.* (แค็ช) จับ; ได้รับ; เป็น (ไข้); ติด (เชื้อโรค); *n.* การจับ catch sight of, มองเห็น

catcher, *n.* (แค็ช เชอ) ผู้จับ

catching, *n.* (แค็ช ชิง) การจับ

catechism, *n.* (แคท ทีคิสซึ่ม) คัมภีร์ศาสนามีปุจฉาและวิสัชนา

catechize, *v.* (แค ทีไคซฺ) สอนศาสนาโดยปุจฉาและวิสัชนา

category, *n.* (แคท ทีกอริ) พวก; ชั้น; ประเภท

cater, *v.* (เค เทอ) หาให้; จัดให้

caterpillar, *n.* (แคท เทอพิลเล่อ) ตัวแก้ว; หนอนผีเสื้อ

catfish, *n.* (แคท ฟิช) ปลากัด

cathedral, *n.* (คะธี ดรัส) โบสถ์

catholic, *a.* (แคธ โธลิค) แห่งศาสนาคา-ธอลิค

cattle, *n. pl.* (แคท เทิล) วัวควาย

caught, (คอท) อดีต และ *pp.* ของ 'catch': จับ

cauldron, *n.* (คอล ดรัน) หม้อใบใหญ่

cauliflower, *n.* (คอล ลิฟลาวเออ) ดอกกะหล่ำปลี

caulk, *v.* (คอค) ชันยาเรือ

causal, *a.* (คอซัล) แห่งเหตุ

cause, *n.* (คอซ) เหตุ; สาเหตุ; ต้นเหตุ; นำมายัง; เป็นเหตุให้

cause trouble, (คอส ทรับเบิล) ก่อความยุ่งยาก

causeless, *a.* (คอซ เล็ซ) ไม่มีเหตุ

causeway, *n.* (คอซ เว) ทางเดิน

caustic, *a.* (คอส ติค) ซึ่งเป็นกรดกัดไม้; เข้มงวด

cauterize, *v.* (คอ เทอไรซ) เอากรดกัด

caution, n. (คอ ชั่น) ความระมัดระวัง; *v.* เตือนไว้

caution money, เงินประกัน

cautionary, *a.* (คอชั่นนะริ) ซึ่งมีความระมัดระวัง

cautious, *a.* (คอ ชัส) อย่างระมัดระวัง

cautiously, *adv.* (คอชัสลิ) โดยความระมัดระวัง

cautiousness, *n.* (คอ ชัสเน็ส) ความระมัดระวัง

cavalcade, n. (แคบวัลเคด) กองทหารม้า

cavalier, *n.* (แคฟวะเลีย) ขุนนาง

cavalry, *n.* (แคบ วัลริ) เหล่าทหารม้า

cave, *n.* (เคฟว) ถ้ำ

cavern, *n.* (แคฟเวิ่น) ถ้ำ; คูหา

cavil, *v.* (แคบวิล) ติหยุมหยิม

cavity, *n.* (แคบ วิทิ) โพรง; รูโหว่

caw, *v.* (คอ) ร้องกาๆ

cayenne, *n.* (เคเย็น) พริกป่น

cayman, *n.* (เคมัน) จระเข้
cease, *v.* (ซีส) หยุด; หมดลง
ceaseless, *a.* (ซีส เล็ซ) อย่างไม่หยุดหย่อน
cedar, *n.* (ซี ดา) ไม้ซีดาร์
cede, *v.* (ซีด) ยกให้
ceiling, *n.* (ซีลลิง) เพดาน
celebrate, *v.* (เซ็ล ลิเบรท) ฉลอง
celebration, *n.* (เซ้ลลิเบร ชั่น) การฉลอง
celebrity, *n.* (ซีเล็บ บริทิ) ชื่อเสียงโด่งดัง
celestial, *a.* (ซีเล็สเซียล) แห่งสวรรค์ ชั้นฟ้า; บรมสุข
celibacy, *n.* (เซ็ล ลิบะซิ) ความเป็นโสดอยู่
cell, *n.* (เซ็ล) ตัวเซ็ล; ห้องเล็กมืด; หม้อไฟฟ้า
cellar, *n.* (เซ็ลเล่อ) ห้องใต้ถุน
cellular, *a.* (เซ็ลลิวละ) ซึ่งกอบด้วยตัวเซ็ล
celluloid, *n.* (เซ็ล ลิวลอยดฺ) เซ็ลลูลอยด์
Celt, *n.* (เซ็ลทฺ) ชาวเซลท์ (คนพื้นเดิมแห่งเกาะไอรแลนด์)
Celtic, *a.* (เซ็ล ติค) แห่งชาวเซลท์
cement, *n.* (ซีเม็นทฺ) ปูนซีเมนต์; *v.* เอาซีเมนต์อุด; ต่อติดกัน; เชื่อม
cemetery, *n.* (เซ็ม มิเทอริ) ป่าช้า
cenotaph, *n.* (เซ็น โนทาฟ) อนุสาวรีย์ศพ; หลุมศพ
censor, *n.* (เซ็น เซอ) ผู้ติชม; ผู้ตรวจหนังสือพิมพ์ ฯลฯ
censorship, *n.* (เซ็น เซอชิพ) การตรวจตราควบคุม
censure, *n.* (เซ้น เชียวรฺ) ตำหนิ; *v.* ติเตียน; ตรวจ เพื่อสั่งห้าม
census, *n.* (เซ็น ซัส) การสำรวจสำมะโนครัว
cent, *n.* (เซ็นทฺ) ร้อย; ส่วนหนึ่งในร้อยของเหรียญ (เช่นซซองตีม); เซ็นท์
centaur, *n.* (เซ็น ตอ) พระยาม้ารีศ
centenarian, *n. a.* (เซ็นทีแน เรียน) ผู้มีอายุครบรอบร้อยปี
centenary, *n.* (เซ็น ทีนนะรี) ที่ระลึกรอบร้อยปี; *a.* ซึ่งบรรจบครบรอบร้อยปี
centennial, *a.* (เซ็นเท็น เนียล) แห่งรอบร้อยปี
centigrade, *n.* (เซ็น ติเกรด) ดีกรีเซ็นติเกรด
centimetre, *n.* (เซ็น ทิมีเทอ) เซ็นติเมตร
centipede, *n.* (เซ็น ทิพีด) ตะขาบ
central, *a.* (เซ็น ทรัล) ตรงกลาง; แห่งศูนย์กลาง
centralization, *n.* (เซ้นทรัลไลเซชั่น) การเข้ามารวมอยู่จุดเดียวกันหมด
centralize, *v.* (เซ็น ทรัลไลซฺ) เอามารวมอยู่จุดเดียวกันหมด; รวบอำนาจ
centre, *n.* (เซ็น เทอ) จุดศูนย์กลาง
centre of gravity, ศูนย์ถ่วง
centrifugal, *a.* (เซ็นทริ ฟิวกัล) แห่งศูนย์เหวี่ยง
centuple, *a.* (เซ็น ทิวเพิล) ร้อยเท่า
century, *n.* (เซ็น จิวริ) ศตวรรษ (ร้อยปี)
ceramic, *a.* (เซแรม มิค) แห่งเครื่องเคลือบดินเผา
cereal, *a.* (ซีเรียล) แห่งข้าว; *n.* ข้าว (จำพวก); ธัญญาหาร
cerebral, *a.* (เซรี บรัล) แห่งมันสมอง

C

cerebrum, *n.* (เซ รี บรัม) มันสมองส่วนบน
ceremonial, *n. a.* (เซรีโม เนียล) เป็นพิธี; แห่งการพิธี
ceremonious, *a.* (เซรีโมเนียส) มีพิธี; พิถีพิถัน
ceremoniously, *adv.* อย่างมีพิธีกัน
ceremony, *n.* (เซรีโมนี) พิธี; พิธีการ
certain, *a.* (เซอ เท่น) บาง (เวลา); แน่นอน
certainly, *adv.* (เซอ เท็นลิ) อย่างแน่นอน
certainty, *n.* (เซอ เท็นทิ) ความแน่นอน
certificate, *n.* (เซอทิฟ ฟิเคท) ประกาศนียบัตร; ใบสุทธิ; ใบแสดง
certify, *v.* (เซอ ทิไฟ) แสดง; รับรองให้; เพื่อแสดงความว่า
certitude, *n.* (เซอ ทิจิวดฺ) ความแน่นอน; ความแน่ใจ
cervical, *a.* (เซอ วิคัล) แห่งต้นคอ
cessation, *n.* (เซ็สเซ ชั่น) การหยุด; หมด
cession, *n.* (เซ็ส ชั่น) การยกให้
cesspool, *n.* (เซ็ส พูล) บ่อน้ำทิ้ง
chain, *n.* (เชน) โซ่; สร้อย; *v.* ล่ามโซ่ไว้
chair, *n.* (แช) เก้าอี้
take the chair, นั่งเป็นประธาน
chairman, *n.* (แช แมน) ผู้เป็นประธาน
chalk, *n.* (ชอค) ชอล์ค
chalky, *a.* (ชอค คิ) เป็นชอล์ค
challenge, *v.* (แชล เล่นจ) ท้าทาย; *n.* การท้าทาย
challenger, *n.* ผู้ท้าทาย
Cham, *n.* แขกจามหรือจำปา
chamber, *n.* (เชม เบ้อ) ห้อง; หอ
chamber-maid, *n.* สาวใช้ในห้อง
chamber-pot, *n.* กระโถนปัสสาวะ
chamberlain, *n.* (เชม เบอลิน) ขุนนางผู้ใหญ่ในวัง
chameleon, *n.* (คะมีเลียน) กิ่งก่า
chamois, *n.* (ชา มัว) เลียงผา
champagne, *n.* (แชมเพน) เหล้าแชมเปญ
champion, *n.* (แชม เพียน) ผู้ต่อสู้; ผู้ชนะเลิศ; *v.* ต่อสู้
championship, *n.* ตำแหน่งชนะเลิศ
chance, *n.* (ชานซฺ) โอกาส; *v.* กล้าเผชิญดู; บังเกิดขึ้น
by any chance, ถ้าบังเอิญ
chancellor, *n.* (แชน เซ็ลเล่อ) อธิการบดี; อัครมหาเสนาบดี; เสมียนสถานทูต (ลิปิกร)
Chancellor of the Exchequer, (-เอ็กซฺเช็ค เคอ) รัฐมนตรีคลังของอังกฤษ
chandelier, *n.* (ชานเดอ เลีย) โคมระย้าห้อยเพดาน
change, *v.* (เชนจ) เปลี่ยน; เปลี่ยนแปลง; *n.* การเปลี่ยนแปลง; เศษสตางค์; สตางค์ทอน; การแลกเปลี่ยนเงิน
changeable, *a.* (เชน ชาเบิ้ล) ซึ่งเปลี่ยนแปลงได้
changeful, *a.* (เชนจ ฟุล) ซึ่งเปลี่ยน-แปลงเสมอ
changeless, *a.* (เชนจ เล็ส) ไม่เปลี่ยนแปลง
channel, *n.* (แชน เนิล) ช่องแคบ; ร่องน้ำ; ช่อง (โทรทัศน์)
chant, *v.* (ชานทฺ) ร้องเพลง; สวดมนต์

chanticleer, *n.* (ชานทิเคลีย) ไก่
chaos, *n.* (เค อ็อส) ความยุ่งเหยิง; กลียุค
chaotic, *a.* (เคอ็อท ทิค) อย่างยุ่งเหยิง
chap, *n.* (แช็พ) คนนั้น คนนี้; หมอนั่น หมอนี่
chapel, *n.* (แชพ เพิล) โบสถ์น้อย; วิหาร
chaperon, *n.* (แชพ เพอรอน) ผู้ควบคุมหญิงสาว
chaplain, *n.* (แชพ เพลิน) อนุสาสนาจารย์ (พระ)
chapter, *n.* (แชพ เทอ) บท
char, *v.* (ชา) ไหม้เป็นถ่านไป
character, *n.* (แค แร็คเทอ) อุปนิสัย; ตัวบุคคล
charge, *n.* (ชาจ) ภาระหน้าที่; มูลค่าราคา; การเข้าไล่โจมตี; การฟ้องร้อง; *v.* มอบให้ทำ; คิดเงิน; ฟ้องว่า; บรรจุ; at your charge, โดยท่านเป็นผู้ออกเงิน
charge against each other, กระโจนเข้าใส่กัน
chargé d'affaires, *n.* (ชารฺเช่ ดาแฟรฺ) อุปทูต
charger, *n.* (ชาตเจอ) ม้าสงคราม
chariot, *n.* (แช เรียท) รถสองล้อ
charioteer, *n.* (แชริออทเทีย) คนขับรถ; สารถี
charitable, *a.* (แช ริททะเบิล) ซึ่งมีใจบุญ; ใจกรุณา
charity, *n.* (แช ริทิ) ความกรุณา; การทำทาน
charlatan, *n.* (ชา ละทัน) ตัวตลก
charm, *n.* (ชาม) เสน่ห์; เครื่องลาง; *v.* ทำให้หลงในความสวยงาม; สาป ด้วยเวทมนต์
snake charmer, หมองู
charming, *a.* (ชาม มิ่ง) สวยงาม; มีเสน่ห์พริ้งเพรา
chart, *n.* (ชาท) แผนที่; แผนผัง
charter, *n.* (ชา เทอ) ใบอนุญาตกรรมสิทธิ์; กฎบัตร
chase, *v.* (เชส) ขับไล่; ไล่ตาม; *n.* การไล่ติดตาม; การไล่เนื้อ
chaser, *n.* ผู้ขับไล่
a wild-goose chase, งมเข็มในท้องมหาสมุทร
chasm, *n.* (แคสซึม) เหวลึก
chaste, *a.* (เชสทฺ) บริสุทธิ์ใจ
chastise, *v.* (แชส ทิซ) ทำโทษ
chat, *v.* (แชท) คุยกันเล่น; *n.* การคุยกันเล่น
chateau, *n.* (ชาโต) ตึก; ปราสาท
chatter, *v.* (แชท เทอ) คุยพลอด
chatterbox, *n.* (แชท เทอบ็อกซฺ) คนช่างพูด
chatterer, *n.* (แชท เทอเรอ) สังหาและอสังหาริมทรัพย์
chauffeur, *n.* (โช เฟอรฺ) คนขับรถ
cheap, *a.* (ชีพ) ถูก; ย่อมเยา
cheapen, *v.* (ชีพ เพิ่น) ทำให้ราคาถูกเข้า
cheaply, *adv.* (ชีพ ลิ) อย่างย่อมเยา
cheat, *v.* (ชีท) โกง; หลอกเอา; *n.* คนขี้โกง
check, *n.* (เช็ค) การกันไว้ให้ชะงักลง; ใบตรวจสอบกัน; *v.* สอบทาน

cheek, *n.* (ชีค) แก้ม
cheeky, *a.* (ชีค คิ) ทะเล้น
cheer, *n.* (เชีย) ความยิ้มแย้ม; ดีใจ; โห่ไชโย; *v.* เล้าโลมให้ร่าเริง
cheerful, *a.* (เชีย ฟุล) ร่าเริง
cheese, *n.* (ชีส) เนยแข็ง
cheetah, *n.* (ชี ตะ) เสือแผ้ว
chef, *n.* (เช็ฟ) หัวหน้าคนครัว
chef-d'oeuvre, *n.* (เช เดิฟเวรอ) ชิ้นเอก (วรรณกรรม, ศิลปกรรม)
chemical, *a.* (เค็ม มิคัล) แห่งเคมี
chemist, *n.* (เค็ม มิสทฺ) คนขายยา; นักเคมี
chemistry, *n.* (เค็ม มิสทริ) วิชาเคมี
cheque, check, *n.* (เช็ค) เช็คธนาคาร
cherish, *v.* (เช ริช) ถนอมรัก
cherishingly, *adv.* อย่างถนอมรัก
cheroot, *n.* (ชีรูท) บุหรี่พม่า (มวนใหญ่เกือบครึ่งแขน)
cherry, *n.* (เช. ริ) ผลเชอรี่
cherry-cheeked, *a.* (เช ริชีคทฺ) แก้มสีลิ้นจี่
cherub, *n.* (เชอรับ) เทวทูต
chess, *n.* (เช็ส) หมากรุก
chessman, *n.* (เช็ส มัน) ตัวหมากรุก
chest, *n.* (เช็สทฺ) หีบ; อก
chest of drawers, โต๊ะมีลิ้นชัก
chestnut, *n.* (เช็สทฺ นัท) ต้นเก๋าลัก
chevalier, *n.* (เช็ฟวะเลีย) อัศวิน; ผู้ขี่ม้า
chew, *v.* (ชีว) เคี้ยว
chew betel nut, (บีเท็ลนัท) เคี้ยวหมาก
chewing-gum, *n.* (ชีว อิงกัม) หมากฝรั่ง
chic, *a.* (ชิค) โก้; หรูแฟ่; ทันสมัย
chick, chicken, *n.* (ชิค, ชิคเคิน) ลูกไก่
chicken-pox, *n.* (ชิค เคินพ็อกซฺ) อีสุกอีใส
chicory, *n.* (ชิค คอรี) ผักชิกอรี่
chide, *v.* (ไชดฺ) ดูเอา
chief, *n.* (ชีฟ) หัวหน้า; *a.* สำคัญ
chiefly, *adv.* (ชีฟ ลิ) โดยมาก
chieftain, *n.* (ชีฟ เท็น) หัวหน้าชาวพื้นเมือง
chilblain, *n.* (ชิล เบลน) นิ้วอูมพอง (เวลาถูกหนาวจัดแล้วผิงไฟ)
child, *n.* (ชายลฺดฺ) เด็กทารก; บุตร
child-bearing, *n.* (ชายลฺดฺ แบ ริง) การอุ้มครรภ์
childbirth, *n.* (ไชลฺดฺ เบอธ) การคลอดลูก
childhood, *n.* (ชายลฺดฺ ฮูด) วัยเด็กทารก
childish, *a.* (ชายลฺดิช) เหมือนทารก
childishly, *adv.* (ชายลฺดิชฺลิ) อย่างทารก
childless, *a.* (ชายลฺดฺ เล็ส) ไม่มีบุตร
childlike, *a.* (ชายลฺดฺ ไลคฺ) อย่างเด็ก
chill, *n.* (ชิล) ความรู้สึกหนาวสะท้าน
chimney, *n.* (ชิม นิ) ปล่องไฟ
chimpanzee, *n.* (ชิม แพ็นซิ) เสนลิงชิมแพนซี
chin, *n.* (ชิน) คาง
China, *n.* (ไช นา) ประเทศจีน; เครื่องลายคราม
Chinaman, Chinese, *n.* (ไช นา แมน, ไชนีซ) จีน; เจ๊ก
china-ware, *n.* (ไชนา-แว) เครื่องลาย

คราม
chink, *n.* (ชิงคฺ) ช่อง; รอยแตก
chipmunk, *n.* (ชิพมังคฺ) กระรอก
chiromancy, *n.* (คีโรแมนซิ) การดูลายมือ
chirp, *n. v.* (เชิพ) ร้องเจี๊ยบจ๊าบ (แบบลูกนก)
chisel, *n.* (ชิซ เซ็ล) สิ่ว
chlorine, *n.* คลอรีน
chocolate, *n.* ช็อกโกแล็ต
choice, *n.* (ชอยซฺ) การเลือก
choir, *n.* (คัวร์) ลูกคู่
choke, *v.* (โชค) จุกคอ
cholera, *n.* (คอลเลอร่า) อหิวาตกโรค
choose, *v.* (ชูซ) อดีต chose; *p.p.* chosen: เลือก
chop, *v.* (ช็อพ) ตัด; สับ; chopper *n.* มีดสับ
chop-stick, *n.* (ช็อพ สติค) ตะเกียบ
chord, *n.* (คอด) เส้นตัดวงกลม; สาย (พิณ)
chorus, *n.* (คอรัส) คณะลูกคู่ (ประสานเสียง)
Chris, *n.* (ไครสฺทฺ) พระเยซูเจ้า
Christian, *n.* (คริส เตียน) ชาวคริสตัง
christianity, *n.* ศาสนาคริสต์
christmas, *n.* (คริสมัส) เทศกาลคริสต์มาส
chubby, *a.* (ชับ บิ) อ้วนสั้น
chuck, *v.* (ชัค) ทิ้งเสีย
chum, *n.* (ชัม) เพื่อน
church, *n.* (เชิช) โบสถ์; โรงสวด
churn, *v.* (เชิน) คนเข้าด้วยกัน; กวน
chutney, *n.* (ชัท นิ) ซอสมะม่วงของแขก
cicada, *n.* (ซิคเคดะ) จักจั่น
cicatrice, *n.* (ซิค คะทริส) แผลเป็น
cider, *n.* (ไซ เดอ) เหล้าน้ำลูกไม้
cigar, *n.* (ซิการฺ) บุหรี่ซิการ์
cinchona, *n.* (ซินโค นะ) ต้นควินิน
cinder, *n.* (ซินเดอ) ขี้เถ้า
cinema, *n.* (ซิน นิม่า) โรงหนัง (ภาพยนตร์)
cinemascope, *n.* ภาพยนตร์จอกว้าง
cine-camera, *n.* กล้องถ่ายภาพยนตร์
cinematograph, *n.* (ซินีแม โทกราฟ) ภาพยนตร์
cine-projector, *n.* (ซิน นิโพรเจ็คเทอ) กล้องฉายภาพยนตร์
Cingalese, *n.* (ซิง กะลีซ) ชาวสิงหพ
cinnamon, *n.* (ซิน นะมั่น) อบเชย
cipher, *n.* (ไซ เฟอ) ตัวเลข
circa, *pr.* (เซอ ค่า) ศักราชโดยประมาณ
circle, *n.* (เซอ เคิล) วงกลม; มณฑล
circle around the moon, บินไปรอบ ๆ พระจันทร์
circular, *a.* (เซอ คิวล่า) เป็นวงกลม; *n.* คำสั่งเวียน
circulate, *v.* (เซอ คิวเลท) ส่งต่อ ๆ ไป (เช่นจดหมายเวียน)
circulation, *n.* (เซอคิวเลชั่น) การหมุนเวียน; การพิมพ์แต่ละครั้ง
circulatory, *a.* (เซอคิว ละเทอริ) ซึ่งไปรอบ ๆ
circumference, *n.* (เซอคัม เฟอเร็นซฺ) เส้นรอบวง

circumnavigate, *v.* (เซอคัมแนวิเกท) เดินเรือไปจนรอบ

circumnavigator, *n.* ผู้เดินเรือไปจนรอบ

circumscribe, *v.* (เซอคัมสฺไครบฺ) เขียนวงกลมรอบ

circumstance, *n.* (เซอ คัมสฺทันซฺ) พฤติการณ์; สภาพ; โอกาสเหมาะ

circus, *n.* (เซอ คัส) ละครสัตว์

cistern, *n.* (ซิสเทิน) ถังเก็บน้ำ

citadel, *n.* (ซิท ทะเดิล) เมืองสร้างขึ้นเป็นที่ต่อสู้

cite, *v.* (ไซทฺ) อ้างอิง; กล่าวถึง

citizen, *n.* (ซิท ทิเซ็น) ทวยนาคร; ชายเมือง

citizenship, *n.* (ซิท ทิเซ้นชิพ) สิทธิของพลเมือง

city, *n.* (ซิททิ) เมืองใหญ่; นคร

civet-cat, *n.* (ซิบ เว็นทแค็ท) อีเห็น

civic, *a.* (ซิฟ วิค) แห่งพลเมือง civic instruction, วิชาหน้าที่พลเมือง

civil, *a.* (ซิฟ วิล) แห่งบ้านเมือง; พลเรือน

civil law, (-ลอ) กฎหมายแพ่ง

civil service, (-เซอ วิซ) ราชการพลเรือน

civil war, (-วอ) สงครามกลางเมือง

civility, *n.* (ซิวิลลิทิ) ความเคารพนบนอบ; ความสุภาพ

civilization, *n.* (ซิวิไลเซชั่น) อารยธรรม

civilize, *v.* (ซิฟ วิไลซ) ส่งเสริมให้เจริญ

clad, (แคลด) อดีตของ 'clother': ใส่; นุ่ง

claim, *v.n.* (เคลม) เรียกร้องสิทธิ

claimant, *n.* (เคลม มันทฺ) ผู้อ้างสิทธิ; โจทก์

clamber, *v.* (แคลม เบอ) ปีนป่าย

clammy, *a.* (แคลมมิ) อ่อนเพลีย

clamorous, *a.* (แคลม มอรัส) เสียง อื้ออึงคนึงร้อง

clamour, *n.* (แคลม เม่อ) เสียงร้องตะโกน; *v.* ร้องตะโกน

clandestine, *a.* (แคลน เด็สไทนฺ) ลับ ๆ

clap, *v.* (แคลพ) ตบ (มือ)

clap the wings, ตีปีก

clarification, *n.* (แคลริฟิเคชั่น) การอธิบายให้แจ่มแจ้ง

clarify, *v.* (แคลริไฟ) ขยายให้แจ่มแจ้ง

clarity, *n.* (แคล ริทิ) ความแจ่มแจ้ง

clash, *v.* (แคลชฺ) ปะทะกัน

clasp, *v.* (แคลสพฺ) กำแน่น; รวบเข้าไว้แน่น

class, *n.* (คลาส) ชั้น; ชนิด; จัดเป็นชั้น ๆ เป็นพวก ๆ

classic, *a.* (แคลส ซิค) ของแต่ก่อน; เป็นเรื่องเก่าทางวรรณคดี

classification, *n.* (แคลสซิฟิเคชั่น) การจำแนกชนิด

classify, *v.* (แคลส ซิไฟ) จัดออกเป็นพวก ๆ

clatter, *n.* (แคลทเทอ) เสียงเดินดังต๊อก ๆ

clause, *n.* (คลอส) อนุประโยค; อนุมาตรา; ข้อ

clavicle, *n.* (แคลฟ วิเคิล) กระดูกไหปลาร้า

claw, *n.* (คลอ) เล็บตีนสัตว์

clay, *n.* (เคล) ดินเหนียว

clean, *a.* (คลีน) สะอาด; บริสุทธิ์; *v.*

ล้างให้สะอาด
cleanliness, *n.* (เคล็น ลิเน็ส) ความสะอาด
cleanse, *v.* (เคลนสฺ) ชะล้าง; เช็ดถู
clear, *a.* (เคลียรฺ) สะอาด; แจ่มใส; แจ่มแจ้ง; ใสแจ๋ว; ทำให้ใสสะอาด; ทำให้แจ่มแจ้ง; เอาไปให้พ้น; เก็บจดหมาย (จากตู้ไปรษณีย์)
clearance, *n.* (เคลีย รันซฺ) การล้างให้เกลี้ยง; การสะสาง
clearance sale, (-เซล) การขายรูสะต๊อก
clearly, *adv.* (เคลีย ลิ) อย่างชัดเจน
clearness, *n.* (เคลีย เน็ส) ความชัดเจน
cleave, *v.* (คลีฟวฺ) ตัด; ผ่าออก; แยกออก
cleft, *n.* (เคลฟทฺ) รอยปริ
clemency, *n.* (เคล็ม เม็นซิ) ความไม่ถือโทษ
clement, *a.* (เคลม์ เม็นทฺ) ซึ่งอดใจ
clergy, *n.* (เคลอด จิ) พวกพระ
clergyman, *n.* (เคลอด จิแมน) พระ
clerical, *a.* (เคล ริคัล) ซึ่งเกี่ยวกับพระ
clerk, *n.* (คลาค) เสมียน
clever, *a.* (เคลเวอ) ฉลาด
cleverness, *n.* (เคล เวอเน็ส) ความเฉลียวฉลาด
clew, clue, *n.* (คลู) ร่องรอย
cliff, *n.* (คลิฟ) หน้าผา
climate, *n.* (ไคล เมท) อากาศ; ฝนฟ้าอากาศ
climatic, *a.* (ไคลแมท ทิค) แห่งฝนฟ้าอากาศ
climax, *n.* (ไคล แมกซฺ) ยอดสูงสุด; ขีดสูงสุด
climb, *v.* (ไคลม) ปีน; *n.* การปีน
cling, *v.* (คลิง) ติดห้อย; เอาเป็นที่พึ่ง
cloak, *n.* (โคลค) เสื้อคลุม
clock, *n.* (คล็อค) นาฬิกา
clock-work, *n.* (คล็อค เวิค) ลานนาฬิกา
clod, *n.* (คล็อด) ก้อนดิน
clog, *v.* (คล็อก) ติดเหนียว
cloister, *n.* (คลอส เท่อ) ระเบียงโบสถ์
close, *v.* (โคลซ) ปิด; จบลง; *a.* ใกล้ชิด; ปิดอยู่
closely, *adv.* (โคลซ ลิ) อย่างใกล้ชิด
closeness, *n.* (ไคลซ เน็ส) ความใกล้ชิด
closet, *n.* (คลอส เซ็ท) ห้องเล็ก (หมายถึงห้องน้ำ)
clot, *n.* (คล็อท) ก้อนเป็นกระจุก
cloth, *n.* (คลอธ) ผ้า
clothe, *v.* (โคลธ) ใส่เสื้อผ้า; คลุม
clothes, *n. pl.* (โคลธ ซฺ) เสื้อผ้า
clothier, *n.* (โคลธ ธิเออ) ช่างตัดเครื่องแต่งตัว
clothing, *n.* (โคลธ ธิง) เครื่องแต่งตัว
cloud, *n.* (คลาวดฺ) เมฆ; กลุ่ม; *v.* เป็นเมฆเต็ม; มืดพะยับ; ทำให้เศร้าหมอง
cloudless, *a.* (คลาวดฺ เล็ส) ไม่มีเมฆ; ท้องฟ้าโปร่ง
cloudy, *a.* (คลาว ดิ) พะยับเมฆ; มืดมัว; เศร้าหมอง
clove, *n.* (โคลฟวฺ) กานพลู
clover, *n.* (โคล เวอ) ต้นกานพลู
clown, *n.* (คลาวนฺ) ตัวตลก
club, *v.* (คลับ) ตีด้วยด้ามไม้; บ้อม; *n.* ไม้ตะบอง; ดอกจิก; ไพ่ป๊อก; สโมสร

cluck, *v.* (คลัค) เรียกลูก (แม่ไก่)
clue, clew, *n.* (คลู) ร่องรอย
clumsy, *a.* (คลัมซิ) งุ่มง่าม
coach, *n.* (โคช) รถ; ผู้ฝึก; *v.* สอนให้
coachman, *n.* (โคช แมน) คนขับรถ
coagulate, *v.* (โคแอกกิวเลท) จับเป็นก้อนแข็ง
coal, *n.* (โคล) ถ่านหิน
coal-mine, *n.* (-ไมนฺ) บ่อแร่ถ่านหิน
coarse, *a.* (คอส) หยาบ
coarsely, *adv.* (คอส ลิ) อย่างหยาบ
coast, *n.* (โคสทฺ) ฝั่งทะเล
coast-guard, *n.* (-กาด) ยามฝั่ง
coasting-trade, *n.* (โคส ทิง-เทรด) การค้าขายฝั่ง
coastline, *n.* (โคสทฺ ลายนฺ) แนวฝั่งทะเล
coat, *n.* (โคท) เสื้อ; *v.* ทา โปะ
  coat of arms, (-อามซฺ) ตราประจำครอบครัวขุนนาง
  coat of mail, (-เมล) เสื้อเกราะ
coax, *v.* (โคกซฺ) ป้อยอ
cob, *n.* (คอบ) ซังข้าวโพด
cobble, *v.* (คอบ เบิล) ซ่อมรองเท้า
cobbler, *n.* (คอบ เบลอ) คนซ่อมรองเท้า
cobra, *n.* (โค บร่า) งูเห่า
cobweb, *n.* (คอบเวบ) ใยแมลงมุม
cochineal, *n.* (ค็อช ชินีล) สีแดง; ตัวครั่ง
cock, *n.* (คอค) ไก่; ก๊อกน้ำ
cock-a-doodle-doo; (คอค อะ ดูเดิล ดู) เอ้ก-อี้ เอ้ก-เอ้ก
cock-and-bull story, เรื่องไม่น่าเชื่อ
cockatoo, *n.* (คอคคะทู) นกกระตั้ว
cockerel, *n.* (คอค เคอเร็ล) ไก่อายุยังไม่ถึงขวบ
cockle, *n.* (คอค เคิล) หอยแคลง
cockroach, *n.* (คอค โรช) แมลงสาป
cockscomb, *n.* (ค็อกซฺ โคม) เจ้าชู้
cockpit, *n.* (ค็อค พิท) บ่อนชนไก่
cockswain, *n.* (ค็อค ซัน) ผู้คัดท้ายเรือ
cocoa, *n.* (โค โคอ้า) โกโก้
coconut, *n.* (-นัท) มะพร้าว
cocoon, *n.* (โค คูน) รังไหม
cod, *n.* (คอด) ปลาคอด
code, *n.* (โคด) ประมวลกฎหมาย; อักษรลับ ซึ่งใช้ในราชการ; ระหัส
coeducation, *n.* (โคเอ็ดยูเคชัน) สหศึกษา
codify, *v.* (โคด ดิไฟ) รวบรวมบทกฎหมาย
coefficient, *n.* (โคเอ็ฟฟิ เชียนทฺ) สัมประสิทธิ์
co-exist, *v.* (โค เอ็ก ซิสทฺ) อยู่ร่วมกัน
co-existence, *n.* (โค เอ็กซิส เท็นซฺ) การอยู่ร่วมกัน
coffee, *n.* (ค็อฟฟี) กาแฟ
coffee-house, *n.* (-เฮาซฺ) ร้านกาแฟ
coffer, *n.* (ค็อฟ เฟอ) หีบ
coffin, *n.* (ค็อฟ ฟิน) หีบศพ
cog, *n.* (คอก) กงซี่รถ
cogitate, *v.* (ค็อด จิเทท) ตรึกตรองดู
cogitation, *n.* (ค็อดจิเท ชั่น) การคิดดู
cognac, *n.* (คอน ยัค) บรั่นดีฝรั่งเศส
cognition, *n.* (ค็อก นิชั่น) ความรู้แจ้ง; ฌาณ
cognizance, *n.* (ค็อก นิซันซฺ) ความรู้
cohere, *v.* (โคเฮียรฺ) ติดอยู่ด้วย

coherence, *n.* (โคเฮีย เร็นซฺ) ใจความติดต่อกันดี

coherent, *a.* (โคเฮีย เริ่นทฺ) ซึ่งได้ใจความติดต่อกันดี

cohesion, *n.* (โคฮีชั่น) ความยึดติดกันแน่น

cohesive, *a.* (โคฮีซิฟว) ซึ่งติดกัน

coil, *v. n.* (คอยลฺ) ขด

coin, *n.* (คอยนฺ) เหรียญ; สตางค์

coinage, *n.* (คอยเน็จ) เงินตรา

coincide, *v.* (โคอินไซดฺ) ทับกันสนิท; บังเกิดขึ้นพร้อมกัน

coincidence, *n.* (โคอิน ซิเด็นซฺ) เหตุบังเอิญ

coincident, *a.* (โคอิน ซิเด็นทฺ) ซะรอยว่า; บังเอิญ

coir, *n.* (คอยรฺ) กาบมะพร้าว

coke, *n.* (โคค) ก้อนถ่านหิน

cold, *a.* (โคลดฺ) หนาว; เย็น; *n.* หวัด

cold drops (of fear), ความกลัวจนเหงื่อแตกซิก

cold war, สงครามเย็น

coldly, *adv.* (โคลดฺลิ) อย่างหนาว; อย่างเสียงโกรธ; มึนตึง

coldness, *n.* (โคลดฺ เน็ส) ความหนาว; ความเย็น

collaborate, *v.* (คอลแลบ บอเรท) ร่วมมือกัน

collaboration, *n.* (คอลแลบ บอเรชั่น) การร่วมมือกัน

collaborator, *n.* (คอลแลบ บอเรเทอ) ผู้ร่วมมือด้วย

collapse, *v. n.* (คอลแลพซฺ) ม้วนพับลง; ล้มครืนลง

collar, *n.* (คอลล่า) ปลอกคอ; ใส่ปลอกคอ

collar-bone, *n.* (-โบน) กระดูกไหปลาร้า

colleague, *n.* (คอลลีก) ผู้ร่วมคิดด้วย

collect, *v.* (คอลเล็คทฺ) เก็บรวมรวม

collection, *n.* (คอลเล็คชั่น) การรวบรวม; การเก็บเงินเรี่ยไร; ที่รวบรวม

collective, *a.* (คอลเล็ค ทิฟ) ซึ่งรวมเข้าด้วยกัน

collectively, *adv.* (คอลเล็ค ทิฟลิ) โดยรวบ ๆ กันไป

collector, *n.* (คอลเล็ค เทอ) ผู้รวบรวม; ผู้เก็บ; ผู้เล่น (แสตมป์)

college, *n.* (คอลเล็จ) สำนักศึกษา; วิทยาลัย

collegiate, *a.* (คอลลิ เจียท) แห่งสำนักศึกษา

collide, *v.* (คอลไลดฺ) ชนกัน

collie, *n.* (ค็อล ลิ) หมาเลี้ยงแกะพันธุ์สก็อตแลนด์

collision, *n.* (คอลลี ชั่น) การกระทบชนกัน

colloquial, *a.* (คอลโล เควียล) แห่งภาษาตลาด

colloquy, *n.* (ค็อล โลควิ) การสนทนา

colon, *n.* (โค ลอน) เครื่องหมาย:

colonel, *n.* (เคอเน็ล) นายพันเอก

colonial, *a.* (โคโลเนียล) แห่งเมืองขึ้น; อาณานิคม

colonist, *n.* (ค็อล ลอนิสทฺ) ผู้ไปตั้งทำเลในเมืองขึ้น

colonization, *n.* (คือลลอไนเซ ชั่น) การตั้งบ้านเรือนในถิ่นใหม่
colony, *n.* (คือลลอนิ) เมืองขึ้น; อาณานิคม
colossal, *a.* (โคลือส ซัล) ใหญ่โตมหึมา
colossus, *n.* (โคลือส ซัส) รูปปั้นใหญ่โตมหึมา
colour, *n.* (คัล เล่อ) สี; *v.* ทาสี; ย้อมสี
fast colour, (ฟาสทฺ-) สีไม่ตก
coloured man, คนผิวดำ
colt, *n.* (โคลทฺ) ลูกม้า
column, *n.* (คอลลั้ม) เสากลม; แนวทหาร; ตอนในหน้าหนังสือพิมพ์
comb, *n. v.* (โคม) หวี
combat, *n.* (คอมแบ็ท) การต่อสู้; *v.* ต่อสู้
combatant, *n.* (คอม บะทันทฺ) ผู้ต่อสู้; รบพุ่ง
combative, *a.* (คอมแบ็ททิฟ) ซึ่งต่อสู้, รบพุ่ง
combination, *n.* (คอมบิเนชั่น) การรวมเข้าด้วยกัน
combine, *v.* (คอมไบนฺ) เอารวมกัน
combustible, *a.* (คอมบัส ทิบิ้ล) ไวไฟ
combustion, *n.* (คอมบัส ชั่น) การลุกไหม้ขึ้น
come, *v.* (คัม) มา
come about, บังเกิดขึ้น
come into one's head, นึกขึ้นได้ว่า
come across, บังเอิญไปพบเข้า
come of age, บรรลุนิติภาวะ
come of it, บังเกิดขึ้น
come off, บังเกิดเป็นผลขึ้น; หลุด
come on, เชิญเข้ามาซิ
come out, ออกมา
come out of it? ไหนลองว่ามาซิ
come short, หมดลง
come to an end, สุดสิ้นลง
come to oneself, ฟื้นขึ้น; ได้สติ
come out of that, ออกมาให้พ้น
come to pass, บังเกิดขึ้น
come up, มาถึง; โผล่ขึ้น
come to one's eyes, มองเห็น
comedian, *n.* (คอมมีเดียน) ตัวละครตลก
comedy, *n.* (คอมมิดิ) บทละคร สำรวจ; เรื่องลงท้ายดี
comely, *a.* (คัมลิ) เก๋; สวยน่าดู
comer, *n.* (คัมเมอ) ผู้มา
comestible, *a.* (โคเม็ส ทิเบิล) กินได้
comet, *n.* (คอมเม็ท) ดาวหาง
comfort, *n.* (คัมเฟิท) ความผาสุข; *v.* ปลอบโยน
comfortable, *a.* (คัม เฟิททะเบิล) เป็นที่สุขสบาย
comfortably, *adv.* (คัม เฟิททะบลิ) อย่างน่าสุขสบาย
comforter, *n.* (คัมเฟิทเทอ) ผู้ปลอบโยน
comfortless, *a.* (คัม เฟิทเล็ส) ซึ่งไร้ความสุข
comic, comical, *a.* (คอมมิค) ตลกขบขัน
comic, หนังสือการ์ตูน
comma, *n.* (คอมมา) จุลภาค

command, *n.* (คอมมานดฺ) คำสั่ง; การบังคับบัญชา; *v.* สั่ง; บังคับบัญชา

commander, *n.* (คอมมานเดอ) ผู้สั่ง; ผู้บังคับบัญชา นายนาวาโท

commander-in-chief, *n.* ผู้บัญชาการทหารสูงสุด

commanding, *a.* (คอมมาน ดิง) เชิงบังคับ; ท่าทีมีสง่า

commanding officer, (-ออฟ ฟิสเซอ) นายทหารผู้บังคับบัญชา

commandment, *n.* (คอมมานดฺ เม็นทฺ) ศีลสิบ; บทบัญญัติของพระเจ้า

commando, *n.* (คอมมาน โด) หน่วยกล้าตาย

commemorate, *v.* (คอมเมม มอเรท) ฉลองวันที่ระลึก

commemoration, *n.* (คอมเมมมอเรชัน) การฉลองที่ระลึก

commence, *v.* (คอมเมนซฺ) ตั้งต้น

commencement, *n.* (คอมเมนซฺ-เม็นทฺ) ตอนต้น; การตั้งต้น

commend, *v.* (คอมเมนดฺ) ยกย่อง; แนะนำ

commend itself to reason, สมเหตุผล

comment, *n.* (คอมเม็นทฺ) คำกล่าว; *v.* นำขึ้นมากล่าว

commentary, *n.* (คอม เม็นทะริ) บทอธิบาย

commentate, *v.* (คอมเม็นเทท) ไขข้อความ

commentator, *n.* (คอม เม็มเทเทอ) ผู้ไขข้อความ

commerce, *n.* (คอม เมิส) การค้าขาย

commercial, *a.* (คอมเมอชัล) แห่งการค้าขาย

commission, *n.* (คอมมิช ชั่น) การกระทำ; คณะกรรมการ; ค่านายหน้า

commissioner, *n.* (คอมมิช ชั่นเนอ) ผู้รับหน้าที่ไปทำแทนหูแทนตา; ข้าหลวง

Commissioner for Education, ข้าหลวงตรวจการศึกษาธิการ

High Commissioner, ข้าหลวงใหญ่; เทศาภิบาล

commit, *v.* (คอมมิท) กระทำลงไป

commit a fault, (-ฟอลทฺ) กระทำผิด

committee, *n.* (คอมมิท ที) คณะกรรมการ

commodious, *a.* (คอมโมเดียส) ซึ่งมีที่กว้างขวาง; สะดวก

commodity, *n.* (คอมโม ดิทิ) เครื่องสินค้า; สิ่งอันเป็นประโยชน์

commodore, *n.* (คอม โมดอรฺ) นายพลเรือจัตวา

common, *a.* (คอมมัน) สามัญ; ไพร่; ร่วมกัน; เจตนา; *n.* ทุ่งว่าง

House of Commons, สภาผู้แทน

common sense, สามัญสำนึก

commoner, *n.* (คอมมันเนอ) คนสามัญ

commonly, *adv.* (คอมมันลี) โดยทั่วๆ ไป; ตามธรรมดา

common-room, *n.* (คอมมันรูม) ห้องพัก

commonwealth, *n.* (คอมมันเว็ลธฺ) จักรภพ (เช่นจักรภพแห่งออสเตรเลีย)

common sense, ความเข้าใจแห่งวิญญูชนทั้งหลาย

commotion, *n.* (คอมโม ชัน) ความตื่นเต้นโกลาหล

commune, *n.* (คอม มิวนฺ) ตำบล; *v.* ร่วมด้วย; พูดกัน

communicable, *a.* (คอมมิว นิคคะเบิล) ติดต่อได้

communicate, *v.* (คอมมิว นิเคท) ติดต่อด้วย; บอกให้ทราบ

communication, *n.* (คอมมิวนิเคชั่น) การคมนาคม; การบอกให้ทราบ; การสื่อสาร

communique, *n.* (คอมมิวนิเค) แถลงการณ์

communism, *n.* (ค็อมมิว นิซึ่ม) ลัทธิคอมมิวนิสท์

communist, *n.* (คอมมิวนิสทฺ) ผู้นับถือลัทธิคอมมิวนิสท์

Communist China, จีนคอมมิวนิสท์

community, *n.* (คอมมิวนิทิ) สังคม; ชมรม; ชนรวมอยู่ในย่างเดียวกัน

compact, *a.* (คอมแพคทฺ) หนาแน่น; *n.* ข้อตกลงกัน

companion, *n.* (คอมแพน เนี่ยน) เพื่อน

company, *n.* (คัม พานี่) กองร้อย; พวก; บริษัท; หมู่; การอยู่ด้วยเป็นเพื่อน

comparable, *a.* (คอม แพราเบิล)

comparative, *a.* (คอมแพ ระทิฟ) ซึ่งเป็นการเปรียบเทียบ

comparative degree, อุตตรุประมาณ

compare, *v.* (คอมแพ) เปรียบเทียบ

compare with, เปรียบด้วย

comparison, *n.* (คอมแพ ริเซิน) การเปรียบเทียบกัน

compartment, *n.* (คอมพาท เม็นทฺ) ห้องในรถไฟ

compass, *n.* (คัม พัส) เข็มทิศ; วงทิศ

compasses, *n. pl.* (คัม พัสเซ็ส) วงเวียน

compassion, *n.* (คอมแพช ชั่น) ความสมเพช

compassionate, *a.* (คอมแพชชั่นเนท) เต็มไปด้วยความสมเพช

compatible, *a.* (คอมแพท ทิเบิล) ไปด้วยกัน

compatriot, *n.* (คอมแพทริอัท) เพื่อนร่วมชาติ

compel, *v.* (คอมเพ็ล) บังคับ

compendious, *a.* (คอมเพ็น เดียส) ซึ่งเป็นโดยสังเขป

compendium, *n.* (คอมเพ็น เดียม) เรื่องโดยสังเขป

compensate, *v.* (คอมเพ็นเซท) ทำขวัญ; ชดเชยค่าเสียหาย

compensation, *n.* (คอมเพ็นเซชั่น) การทำขวัญ; ค่าทดแทน

compensatory, *a.* (คอมเพ็น เซท เทอริ) ซึ่งเป็นการทำขวัญ, ชดเชยค่าเสียหาย

compete, *v.* (คอมพีท) เข้าแข่งขัน

competency, *n.* (คอมเพเท็นซิ) ความสามารถ

competent, *a.* (คอม พีเท็นทฺ) สามารถ; รอบรู้

competently, *adv.* (ค็อม พีเท็นทฺลิ) อย่างมีความสามารถ

competition, *n.* (ค็อมเพทิชั่น) การแข่งขัน; การชิงดี

competitive 53 concede

competitive, *a.* (คอมเพ็ท ทิทิฟว) ซึ่งเป็นการแข่งขัน; ชิงดี

competitor, *n.* (คอมเพ็ท ทิเทอ) ผู้แข่งขัน

compile, *v.* (คอมไพล) รวบรวม

complain, *v.* (คอมเพลน) ร้องทุกข์: บ่นเรื่อย

complaint, *n.* (คอมเพลนทฺ) เรื่องร้องทุกข์; ข้อเดือดร้อน

complement, *n.* (คอม พลีเน็นทฺ) ส่วนประกอบให้บริบูรณ์; ส่วนเติม

complementary, *a.* (คอมพลีเม็น ทะริ) ซึ่งเป็นส่วนประกอบให้บริบูรณ์; ซึ่งต้องอาศัยซึ่งกันและกัน

complete, *a.* (คอมพลีท) เสร็จเรียบร้อย; เต็มบริบูรณ์; *v.* ทำเสร็จ

completely, *adv.* (คอมพลีทลิ) โดยสิ้นเชิง; โดยแท้ทีเดียว

completeness, *n.* (คอมพลีท เน็ส) ความเสร็จเรียบร้อย; บริบูรณ์

completion, *n.* (คอมพลีชั่น) ความสำเร็จบริบูรณ์

complexion, *n.* (คอมเพล็ก ชั่น) ผิวเนื้อ; สีหน้า

compliance, *n.* (คอมไพล อันซฺ) อนุโลมตาม

complicated, *a.* (คอม พลิเคทเท็ด) ยุ่งเหยิง

complicity, *n.* (คอมพลิส ซิทิ) การสมรู้ร่วมคิด

compliment, *n.* (คอม พลิเม็นทฺ) ความนับถือ; ความยกย่อง; *v.* ยกย่อง; นับถือ

comply, *v.* (คอมไพล) ยอมตาม

compose, *v.* (คอมโพซ) กอบด้วย; ประพันธ์ขึ้น; ดีหน้าเฉย

composer, *n.* (คอมโพซ เซอ) ผู้ประพันธ์บทเพลง

composition, *n.* (คอมโพซิช ชัน) การเรียงความ

compote, *n.* (คอม โพทฺ) ผลไม้เชื่อม

compound, *n.* (คอม พาวนฺดฺ) บริเวณ; เชิงประกอบ; สารประกอบ; ของประกอบกันหลายสิ่ง; *v.* รวมกันเข้า

comprehend, *n.* (คอมพรีเฮ็นดฺ) เข้าใจ

compress, *v.* (คอม เพร็ส) กดแน่น; อัดแน่น; ผูก; พันแผล

compression, *n.* (คอมเพร็ส ชั่น) ความอัดกันแน่น

comprise, *v.* (คอมไพรซ) มี; กอบด้วย

compromise, *n. v.* (คอม โพรไมซ) สมยอม

comptroller, *n.* (คอนโทรล เลอ) ผู้ตรวจบัญชี

compulsion, *n.* (คอมพัล ชั่น) การบังคับ

compulsory, *a.* (คอมพัล เซอริ) ซึ่งเป็นการบังคับ

computer, *v.* (คอมพิวทฺ) คิดเลข

comrade, *n.* (คอม เรด) เพื่อน; สหาย

comradeship, *n.* (คอมเรดชิพ) มิตรภาพ

con, *v.* (คอน) ท่องจำ

concave, *a.* (คอนเคฟว) โค้งเข้า; เว้า

conceal, *v.* (คอนซีล) ซ่อน; ปิดบัง; อำพราง

concede, *v.* (คอนซีด) ยกให้; ให้เช่าที่อยู่

C

conceit, *n.* (คอนซีท) ความยกตัวหยิ่ง
conceited, *a.* (คอนซีท เท็ด) เย่อหยิ่ง; ยกย่อง; จองหอง
conceivable, *a.* (คอนซีเวอเบิล) พอจะนึกดูได้
conceive, *v.* (คอนซีฟว) คิด; มีความเห็น; ตั้งครรภ์
concentrate, *v.* (คอน เซ็นทฺเทรท) เพ่งเล็ง; มาอัดแอกัน
concentration, *n.* (คอนเซ็นทฺ เทรชั่น) ความเพ่งเล็ง
concentration camp, *n.* (ค่ายกักกันเชลย
concept, *n.* (คอน เซ็พทฺ) แนวความเห็น; ความคิดรวบยอด
conception, *n.* (คอนเซ็พ ชั่น) ความคิด
concern, *n.* (คอนเซอน) ความผูกพันด้วย; ห้างร้าน; *v.* เกี่ยวกับ
concerned, *a.* (คอนเซอนทฺ) เป็นห่วง
concerning, *pr.* (คอนเซอน นิง) เกี่ยวกับ
concert, *n.* (คอน เซอท) ดนตรี; ความเห็นพร้อมกันหมด
concession, *n.* (คอนเซช ชั่น) การยอมให้; การให้เช่าที่; เขตสัมปทาน
conch, *n.* (คองคฺ) หอยสังข์
conciliate, *v.* (คอนซิล ลิเอท) คืนดี
conciliation, *n.* (คอนซิลลิเอ ชั่น) การคืนดี
concise, *a.* (คอนไซซ) อย่างย่นย่อ
conclude, *v.* (คอนคลูด) รวบยอด; ตกลงใจ; จบลง; สรุป
conclusion, *n.* (คอนคลู ชั่น) บทท้าย; ตอนสรุปความ; การลงความเห็น
in conclusion, ในที่สุด
concoct a story, กุเรื่อง
concord, *n.* (คอนคอด) ความยินดีเห็นพ้องด้วย; ความสามัคคี
concrete, *a.* (คอนครีท) ซึ่งเป็นรูปธรรม; ซึ่งเป็นชิ้นเป็นก้อน; *n.* คอนกรีต
concubine, *n.* (คอง คิวไบนฺ) เมียน้อย
concur, *v.* (คอนเคอ) เห็นด้วย
concurrence, *n.* (คอนเคอ เร็นซฺ) การมาเจอกัน; การตกลงกัน
condemn, *v.* (คอนเด็ม) ลงโทษ; กล่าวโทษ; ตัดสินความ; ปรับปรำ
condemnable, *a.* (คอนเด็ม นาเบิล) ซึ่งควรจะลงโทษ
condemnation, *n.* (คอนเด็มเนชั่น) กล่าวโทษ; ลงโทษ
condense, *v.* (คอนเด็นซฺ) ทำให้แข็ง, หนา, แน่นเข้า; กลั่น
condensed, *a.* เข้มข้น
condenser, *n.* (คอนเด็นเซอ) เครื่องกลั่น; หลอดตกลั่นไอเป็นน้ำ
condensing, *a.* (คอนเด็น ซิ่ง) อัดให้เล็กลง
condescend, *v.* (คอนดีเซ็นดฺ) ถ่อมตัวลงมา; ยอม
condition, *n.* (คอนดิ ชั่น) สภาวะ; ข้อตกลง; เงื่อนไข; พฤติการณ์; *v.* เป็นเหตุให้
conditional, *a.* (คอน ดิชันนัล) โดยมีเหตุ; โดยมีเงื่อนไข
condole, *v.* (คอนโดล) รู้สึกเสียใจ

condolence, *n.* (คอนโดเล็นซฺ) ความเสียใจด้วย
conduct, *n.* (ค็อน คัคทฺ) การนำไป; พฤติการ; ความประพฤติ; *v.* (คอนดัคทฺ) นำ
conduction, *n.* (คอนดัค ชั่น) การนำ; การนำ
conductivity, *n.* (คอนดัคทิวิทิ) ความนำ
conductor, *n.* (คอนดัคเทอ) สื่อ; ผู้นำ; นายวงดนตรี; ตัวนำ
conduit, *n.* (คอน ดิท) ท่อน้ำ
cone, *n.* (โคน) รูปกรวย
confederacy, *n.* (คอนเฟ็ด เดอระซิ) การร่วมกัน; สัมพันธภาพ
confederate, *a.* (คอนเฟ็ด เดอเรท) ซึ่งร่วมมือช่วยกัน; ผู้ร่วมคิด; สัมพันธมิตร
confederation, *n.* (คอนเฟ็ดเดอเรชั่น) การร่วมมือกัน; สัมพันธไมตรี; สมาพันธ์
confer, *v.* (คอนเฟอ) ให้; ปรึกษา; หารือกัน
conference, *n.* (คอน เฟอเร็นซฺ) การประชุม; การปรึกษากัน
confess, *v.* (คอนเฟ็ซ) สารภาพ; ยอมรับว่า
confession, *n.* (คอนเฟ็ชชั่น) การสารภาพผิด
confessor, *n.* (คอนเฟ็ซ เซอ) พระผู้ล้างบาปให้
confetti, *n. pl.* (คอนเฟ็ท ทิ) ลูกปา
confidant, *n.* (คอนฟิเดินทฺ) ผู้ไว้ใจ
confide, *v.* (คอนไฟดฺ) ไว้เนื้อเชื่อใจ
confidence, *n.* (คอนฟิเด็นซฺ) ความไว้ใจ
confident, *a.* (คอนฟิเด็นทฺ) ซึ่งไว้ใจ; แน่ใจ
confidential, *a.* (คอนฟิเด็นชัล) เฉพาะตัว; ซึ่งเป็นความลับ
confine, *n.* (คอนไฟนฺ) ขอบเขต; *v.* ขังไว้; จำกัดที่
confinement, *n.* (คอนไฟนฺ เม็นทฺ) การกักขัง; การต้องอยู่ห้อง
confirm, *v.* (คอนเฟิม) ยืนยัน
confirmation, *n.* (ค็อนเฟอเมชั่น) การยืนยัน; พิธีรดน้ำมันต์
confirmative, *a.* (ค็อนเฟอเม ทิฟว) ซึ่งเป็นการยืนยัน; เป็นที่แน่นอนแล้ว
confiscate, *v.* (คอน ฟิสเคท) ริบ; ยึดทรัพย์
confiscation, *n.* (คอนฟิสเค ชั่น) การยึดทรัพย์
confiscator, *n.* (ค็อนฟิสเคเท่อ) ผู้ยึดทรัพย์
conflagration, *n.* (คอนฟละเกร ชั่น) ไฟไหม้ลุกลาม
conflict, *v.* (คอนฟลิคทฺ) ต่อสู้กัน; เป็นปรปักษ์; *n.* การต่อสู้กัน
confluence, *n.* (คอน ฟลูเอ็นซฺ) การไหลมารวมกัน
conform, *v.* (คอนฟอม) สมกันกับ
confound, *v.* (คอนฟาวนฺดฺ) ปนกันยุ่ง
confront, *v.* (คอนฟรันทฺ) ประสบหน้า; เข้าเผชิญหน้า
confucianism, *n.* (คอนฟิว เซียนนิส ซึม) ลัทธิขงจู๊
confucius, (คอนฟิว เซียส) ขงจู๊
confuse, *v.* (คอนฟูซ) ชักเลอะ (ในใจ);

C

ปนกันยุ่ง

confusedly, *adv.* (คอนฟูซิด ลิ) อย่างปนกันยุ่ง

confusion, *n.* (คอนฟิว ชั่น) ความชุลมุนวุ่นวาย; ความปนกันยุ่ง

congratulate, *v.* (คอนแกรท จิวเลท) แสดงความยินดี

congratulation, *n.* (คอนแกรดท จิวเลชั่น) การแสดงความยินดี

congratulatory, *a.* (คอนแกรท จิว แลท-เทอริ) ซึ่งเป็นการแสดงความยินดี

congress, *n.* (คองเกร็ส) การประชุม; ที่ประชุม

conic, conical, *a.* (คอน นิค) ซึ่งเป็นรูปกรวย

conjectural, *a.* (คอนเจ็ค เชียวรัล) ซึ่งเป็นการคาดคะเน

conjecture, *n. v.* (คอนเจ็ค เชียวรฺ) การเดา; คาดคะเน

conjugate, *v.* (คอน จูเกท) กระจายคำกริยา

conjugation, *n.* (คอนจูเกชั่น) การกระจายคำกริยา

conjunction, *n.* (คอนจังคฺ ชั่น)

conjunctive, *a.* (คอนจังคฺ ทิฟ) ซึ่งติดต่อกัน

conjure, *v.* (คัน เจอ) ร้องเรียนมา; ปลุกเสกมา

conjurer, *n.* (คัน เจอเรอ) ผู้ใช้คาถา; นักเล่นกล

connect, *n.* (คอนเน็คทฺ) ติดต่อ; เชื่อม

connection, *n.* (คอนเน็ค ชั่น) การติดต่อ

connective, *a.* (คอนเน็ค ทิฟว) ซึ่งติดต่อ

conquer, *v.* (คอน เคอ) ปราบ; ชนะ

conquerable, *a.* (คอน เคอระเบิล) พอจะเอาชนะได้

conqueror, *n.* (คอน เคอเรอ) ผู้ชนะ

conquest, *n.* (คองเคว๊สทฺ) การปราบปราม

conscience, *n.* (คอน ชั่นซฺ) สติ

conscientious, *a.* (คอนชิเอ็น ชัส) มีสติรอบคอบ; บึกบึน

conscientiousness, *n.* (คอนชิเอ็น ชัสเน็ส) ความมีสติรอบคอบ

conscious, *a.* (คอน ชัส) มีสติอยู่; มีความรู้สึกอยู่; ตระหนักในใจ

consciousness, *n.* (คอน ชัสเน็ส) ความมีสติอยู่

conscript, *n.* (คอนสฺ คริพทฺ) ผู้ถูกเกณฑ์ทหาร

conscription, *n.* (คอนสฺคริฟ ชั่น) การเกณฑ์ทหาร

consecutive, *a.* (คอนเซ็ค คิวทิฟ) ซึ่งเรียงกันตามลำดับ

consecutively, *adv.* (คอนเซ็ค คิวทิฟวลิ) ตามลำดับกันไป

consent, *n.* (คอนเซ็นทฺ) ความตกลงด้วย; ความยินยอม; *v.* ตกลง

consequence, *n.* (คอน ซิเคว็นซฺ) สิ่งซึ่งตามมา; ผล; ความสำคัญ

consequent, *a.* (คอน ซิเคว็นทฺ) ซึ่งตามมา

consequently, *adv.* (คอน ซิเคว็นทฺลิ) ดังนั้น

conservative, *a.* (คอนเซอฟ วะทิฟ) ซึ่ง

ชอบของเดิม ไม่ชอบเปลี่ยนแปลง; หัวโบราณ

conserve, *v.* (คอนเซฟอวฺ) เก็บรักษาไว้; เชื่อม; อัดใส่กระป๋องไว้

consider, *v.* (คอนซิเดอ) พิจารณา; รับพิจารณา

considerable, *a.* (คอนซิด เดอระเบิล) มากมายกายกอง

considerably, *adv.* (คอนซิด เดอระบลิ) อย่างมากมาย

considerate, *a.* (คอน ซิดเดอเรท) มีความยั้งคิดรู้จักใจเขาใจเรา

consideration, *n.* (คอนซิดเดอเรชั่น) ความพิจารณา; การยกย่อง; ข้อดำริ

considering, *pr.* (คอนซิด เดอริง) ถ้าพิจารณาถึงข้อ

consist, *v.* (คอนซิสทฺ) กอบด้วย

console, *v.* (คอนโซล) ปลอบโยน

consolidate, *v.* (คอนโซ ลิเดท) ทำให้เป็นปึกแผ่น

consonant, *n.* (คอน โซนันทฺ) พยัญชนะ; *a.* คล้องจองกัน

consort, *n.* (คอน ซอท) คู่ครอง (สามีหรือภรรยา)

conspicuous, *a.* (คอนซฺพิค คิวอัส) ซึ่งเห็นได้ชัดเจน

conspiracy, *n.* (คอนซฺพิ ระซิ) การสมรู้ร่วมคิด

conspirator, *n.* (คอนซฺ ระเทอ) ผู้สมรู้ร่วมคิด

conspire, *v.* (คอนซฺไพเออ) สมรู้ร่วมคิด

constable, *n.* (คอนซเทเบิล) พลตำรวจ

constancy, *n.* (คอนซฺ ทันซิ) ความมั่นคง, คงที่; ความแน่วแน่

constant, *a.* (คอนซฺ ทันทฺ) คงที่; นิจ; *n.* ส่วนที่คงที่

constantly, *adv.* (คอนซฺ ทันทฺลิ) อย่างมั่นคง, คงที่; เสมอ ๆ

constellation, *n.* (คอนซฺเทลเล ชั่น) กลุ่มดาว; ดาวฤกษ์

constipation, *n.* (คอนซฺทิเพ ชั่น) ท้องผูก

constitute, *v.* (คอนซฺ ทิจิวทฺ) เป็น; ทำให้; ยังให้มีขึ้น; เป็นรูปขึ้น

constitution, *n.* (คอนซฺทิจิว ชั่น) การสร้างขึ้น; ร่างกาย; รัฐธรรมนูญ

constitutional, *a.* (คอนซฺทิจิว ชันนัล) แห่งรัฐธรรมนูญ

construct, *v.* (คอนซฺทรัคทฺ) สร้าง

construction, *n.* (คอนซฺทรัค ชั่น) การสร้าง; การก่อสร้าง

constructive, *a.* (คอนซฺ ทรัค ทิฟวฺ) ซึ่งเป็นการสร้างขึ้น, ก่อน

consul, *n.* (คอนซัล) กงสุล

consular, *a.* (คอนซิวล่า) แห่งกงสุล

consulate, *n.* (คอนซิวเลท) สถานกงสุล

consult, *v.* (คอนซัลทฺ) ปรึกษา

consultation, *n.* (คอนซัลเทชั่น) การปรึกษาหารือ; การประชุม ปรึกษาหารือ

consumption, *n.* (คอนซัมพฺ ชั่น) การบริโภค; วัณโรคในปอด

contact, *n.* (คอน แท็คทฺ) ข้อติดต่อ; การติดต่อ

contagion, *n.* (คอนเทเจียน) การติดต่อ

C

ของโรค

contagious, *a.* (คอนเทด จัส) ซึ่งติดต่อได้

contain, *v.* (คอนเทน) มี; ใส่ไว้

contaminate, *v.* (คอนแทม มิเนท) ทำเปื้อน; ทำให้เป็นมลทิน

contemplate, *v.* (คอน เทมเพลท) นั่งนึกตรึกตรองดู

contemporary, *a.* (คอนเท็ม พอแรรี่) ซึ่งอยู่ในเวลาเดียวกัน

contempt, *n.* (คอนเท็มพฺทฺ) ความเย้ยหยัน; ความเหยียดหยาม

contend, *v.* (คอนเทนดฺ) ขับเคี่ยว; ต่อสู้

content, *a. v.* (คอนเท็นทฺ) พอใจ; *n.* ความ พอใจ; สิ่งที่มีในนั้น

contents, *n. pl.* (คอนเท็นทฺสฺ) สารบาญ; เนื้อเรื่อง

contest, *v.* (คอน เทซทฺ) ต่อสู้; โต้เถียง; *n.* การต่อสู้; การโต้เถียง

context, *n.* (คอน เท็กซฺทฺ) วิธีพูด; เนื้อความ

continent, *n.* (คอน ทิเน็นทฺ) ทวีป; ภาคพื้นยุโรป (ไม่ใช่เกาะอังกฤษ)

continental, *a.* (คอนทิเน็นทัล) แห่งทวีป; ภาคพื้น

continually, *adv.* (คอนทิ นิวอัลลิ) อย่างไม่หยุดหย่อน

continuation, *n.* (คอนทินิวเอชั่น) การมีต่อไป; ส่วนมีต่อไป

continuative, *a.* (คอนทิ นิวเอทิฟว) ซึ่งเป็นการต่อไป

continue, *v.* (คอนทินิว) มีต่อไป

continuous, *a.* (คอนทิ นิวอัส) ซึ่งติดต่อกันไปเรื่อยๆ

contour, *n.* (คอนทัว) รูปร่างภายนอก

contraband, *a. n.* (คอน ทราแบนดฺ) ซึ่งต้องห้ามไม่ให้นำเข้ามา

contraception, *n.* (คอนทราเซ็พ ชัน) การป้องกันการกำเนิด

contract, *v.* (คอน แทรคทฺ) หดสั้นลง; ทำสัญญา; *n.* การตกลงสัญญา; ไปสัญญา

contradict, *v.* (คอนทรดิคทฺ) ขัดคอ

contradiction, *n.* (คอนทรดิกชั่น) การขัดแย้งกัน

contradictory, *a.* (คอนทรดิกเทอริ) ซึ่งเป็นการขัดแย้งกัน

contrary, *a.* (คอนแทรรี่) ซึ่งตรงกันข้าม on the contrary, แต่ตรงกันข้ามทีเดียว

contrast, *v.* (คอนทราสทฺ) เปรียบทียบ (ความแตกต่าง); *n.* (คอนทรัสทฺ) การเปรียบเทียบ (ให้เห็นความแตกต่าง)

contribute, *v.* (คอนทริบิวทฺ) เป็นส่วนช่วย

contribution, *n.* (คอนทริบิวชั่น) การช่วยเหลือตามส่วนของตน; ภาระอุดหนุน; ลงหุ้น

contrivance, *n.* (คอนไทรวันซฺ) เครื่องกลไก

contrive, *v.* (คอนไทรว) กะแผนการ

control, *n.* (คอนโทรล) การปกครอง; การจัดการ; *v.* ปกครองไว้; จัดการ; ควบคุม

controversy, *n.* (คอน โทรเวอซิ) การคัดง้างกัน; การเห็นแย้งกัน

conundrum, *n.* (คอนัน ดรัม) ปริศนา

convalesce, *v.* (คอนวะเล็ซ) พักฟื้น; รื้อไข้

convalescence, *n.* (คือนวะเล็ซ เซ็นซฺ) การพักฟื้น; สำเรา

convection, *n.* (คอนเว็ค ชั่น) การพา

convene, *v.* (คอนวีน) มาประชุมกัน; เรียกประชุม

convenience, *n.* (คอนวี เนียนซฺ) ความสะดวก

convenient, *a.* (คอนวีเนียนทฺ) สะดวก

convent, *n.* (คอน เว็นทฺ) คอนแวนต์; วัดนางชี

convention, *n.* (คอนเวนชั่น) การประชุม; สัญญาชั่วคราว; อนุสัญญา

converge, *v.* (คอนเวอจฺ) เข้าสู้กัน

conversation, *n.* (คอนเวอเซ ชั่น) การสนทนา

converse, *v.* (คอนเวอซ) สนทนาด้วย

conversely, *adv.* (คอนเวอซ ลิ) โดยกลับกัน

conversion, *n.* (คอนเวอชั่น) การเปลี่ยนแปลง; การเปลี่ยนหัวหรือความคิด; การเปลี่ยนศาสนา

convert, *v.* (คอนเวอท) เปลี่ยน; ดัดแปลง; พาให้กลับไป

convex, *a.* (คอนเว็คซฺ) โค้งออกนอก; นูน

convey, *v.* (คอนเว) นำไป; พาไป

conveyance, *n.* (คอนเวยันซฺ) การบรรทุกข้ามไป; รถลา

convict, *v.* (คอนวิคทฺ) ตัดสินลงโทษ; *n.* (คอนวิคทฺ) นักโทษ; ผู้ถูกตัดสินลงโทษ

conviction, *n.* (คอนวิค ชั่น) ความแน่ใจเหลือเกิน

convince, *v.* (คอนวินซฺ) ทำให้เป็นที่ตระหนักใจ

convincingly, *adv.* (คอนวิน ซิงลี่) โดยเป็นการที่ทำให้เชื่อแน่

convoke, *v.* (คอนโวค) เรียกประชุม

convoy, *v.* (คอนวอย) ลำเลียง

coo, *v.* (คู) ร้องกู้ๆ (เช่นนกพิลาบ)

cook, *v.* (คุค) หุงต้ม; ทำกับข้าว; *n.* พ่อครัว

cookery, *n.* (คุคเคอริ) การครัว

cookie, cooky, *n.* (คุคกี้) ขนมคุ๊กกี้

cooking-pot, *n.* (คุค คิงพ็อท) หม้อต้ม

cool, *a.* (คูล) เยือกเย็น; เย็นสบายดี; ใจเย็น; *n.* ความเย็น; สดชื่น; *v.* เย็นลง

cooler, *n.* (คูลเลอ) ตู้เย็น

coolie, *n.* (คูลิ) กุลี

coop, *n.* (คูพ) ถังไม้

cooper, *n.* (คูพ เพอ) คนทำถังไม้

co-operate, *v.* (โคอ๊อพ เพอเรท) ร่วมมือด้วย

co-operation, *n.* (โคอ๊อพเพอเรชั่น) การร่วมมือด้วย; สหกรณ์

co-operative, *a.* (โคอ๊อพ เพอเรทิฟว) ซึ่งเป็นการร่วมมือกัน

co-operator, *n.* ผู้ร่วมมือด้วย

co-ordinate, *v.* (โคออรฺ ดิเนท) ทำให้เกี่ยวถึงกัน; หรือไปด้วยกันได้

cop, *n.* (สะแลง) ตำรวจ

cope with, ต่อสู้กับปัญหา

copier, *n.* (คอพ พิเออ) ผู้ลอกแบบ

C

copious, *a.* (โค เพียส) เต็มพร้อม; บริบูรณ์
copper, *n.* (คอพเพอ) ทองแดง
coppersmith, *n.* (-สมิธ) ช่างทองแดง
coppice, *n.* (คอพ พิส) ละเมาะ
copra, *n.* (คอพ พรา) เนื้อมะพร้าวแห้ง
copulate, *v.* (คอพ พิวเลท) สังวาส
copulation, *n.* (คอพพิวเลชัน) การสังวาส
copy, *n.* (คอพพี่) สำเนา; ชิ้น; แผ่น; เล่ม; *v.* ลอกแบบ
copy-book, *n.* (คอพ พี่บุค) สมุดคัดลายมือ
copyright, *n.* (คอพพี่ไรทฺ) ลิขสิทธิ์
coqet, coquette, *n.* (โคเค็ท) เจ้าชู้; ดัดจริต (ผู้หญิง)
coquettish, *a.* (โคเค็ท ทิช) เจ้าชู้ (ผู้หญิง)
coral, *n.* (คอ รัล) หินปะการัง; กะละปังหา
cord, *n.* (คอด) เชือก
cordial, *a.* (คอรฺ ดิอัล) อย่างฐานเพื่อน
cordiality, *n.* (คอรฺดิแอลลิทิ) มิตรภาพ
cordially, *adv.* (คอรฺดิแอลลิ) โดยฐานมิตร
core, *n.* (คอรฺ) แก่นกลาง
cork, *n.* (คอค) จุกขวด; ไม้ก๊อก; *v.* ใส่จุกขวด
corkscrew, *n.* (คอค สครู) เคื่องเปิดจุกขวด
cormorant, *n.* (คอ โมแรนทฺ) นกกาน้ำ
corn, *n.* (คอน) ข้าว; เมล็ดข้าว; รอยช้ำที่เท้า
corner, *n.* (คอนเนอ) มุม; *v.* ไล่เข้าจนมุม
corner-stone, *n.* (-สโทน) เสาเอก
cornet, *n.* (คอรฺ เน็ท) แตรคอร์เน็ท
corollary, *n.* (คอร็อล ลารี่) บทแทรก
coronation, *n.* (คอโรเนชั่น) พิธีบรมราชาภิเษก
coronet, *n.* (คอ โรเน็ท) มงกุฎเล็ก
corporal, *n.* (คอ พอรัล) สิบโท; *a.* แห่งร่างกาย
corporal punishment, การเฆี่ยนตี
corporation, *n.* (คอพอเร ชั่น) บริษัท
corps, *n.* (คอเออ) กองทัพน้อย
corpse, *n.* (คอพซฺ) ซากศพ
corpulence, corpulency, *n.* (คอรฺ พิวเล็นซฺ) ความอ้วนพี
corpulent, *a.* (คอรฺ พิวเล็นทฺ) ซึ่งอ้วนพี
corpuscle, *n.* (คอพัสเซิล) เม็ดโลหิต
correct, *v.* (คอ เร็คทฺ) แก้; *a.* ถูกต้อง
correction, *n.* (คอเร็คชั่น) การแก้ให้ถูกต้อง; การดัดสันดาน
correlate, *v.* (คอรีเลท) สัมพันธ์กัน; เกี่ยวโยงกัน
correlation, *n.* (คอรีเลชั่น) การสัมพันธ์กัน
correspond, *v.* (คอเรสพ็อนดฺ) ตรงกับ; ตอบทางจดหมาย
correspondence, *n.* (คอเรสพ็อน เด็นซฺ) การโต้ตอบทางจดหมาย; จดหมายโต้ตอบ
correspondent, *n.* (คอเรสพ็อน เด็นทฺ) ผู้โต้ตอบทางจดหมาย
correspondingly, *adv.* (คอเรสพ็อน ดิงลี่) ซึ่งตรงเหมาะกัน
corridor, *n.* (คอ ริดอ) ทางเดินตลอดถึงกัน; เฉลียง; ฉนวน

corrigendum, *n.* (คอริเจน ดัม) บัญชีบอกแก้คำผิด
corrupt, *v.* (คอรัพทฺ) ให้สินบน; เลวลง; *a.* ไม่เชื่อตรงต่อหน้าที่
corruption, *n.* (คอรัพ ชั่น) ความไม่ซื่อตรงต่อหน้าที่; คอรัปชั่น
corruptive, *a.* (คอรัพ ทิฟว) ซึ่งไม่ซื่อตรงต่อหน้าที่
corruptness, *n.* (คอรัพทฺ เน็ส) ความไม่ซื่อตรงต่อหน้าที่
corsage, *n.* (คอรฺ ซาจฺ) เครื่องยกเอวผู้หญิง
corsair, *n.* (คอแซรฺ) โจรสลัด
corset, *n.* (คอเซ็ท) สะเต
cortege, *n.* (คอรฺแทซ) ขบวนแห่
corvine, *a.* (คอรฺ ไวน) แห่งอีกา
cosey, cosy, *a.* (โค ซิ) สุขเกษม อบอุ่น
cosmetic, *n.* (คอซเม็ท ทิค) เครื่องสำอาง
cosmic, *a.* (คอสมิค) แห่งจักรวาล
cosmopolitan, *a.* (คอซโมพอลลิทัน) เกี่ยวกับทุกชาติในโลก
cosmopolite, *n.* (คอซมอ โพไลทฺ) คนชนิดเอาโลกเป็นที่อยู่; อยู่ไหนก็ได้
cosmos, *n.* (คอซ มอส) จักรวาล
Cossack, *n.* (คอซแซ็ค) ทหารคอสแซคในรัสเซีย
cost, *n,* (คอซทฺ) ราคา; ค่า; *v.* มีราคา
costly, *a.* (คอสทฺลิ) มีค่า; แพง
costume, *n.* (คอสฐูม) เครื่องแต่งตัว
cosy, *a.* (โค ซิ) สบายกาย อบอุ่น
cot, *n.* (คอท) เตียงเด็ก
cottage, *n.* (คอท เท็ดจ) กระท่อม
cottager, *n.* (คอทเท็จเจอ) คนอยู่กระท่อม
cotton, *n.* (คอทเทิน) ฝ้าย
cotton wool, สำลี
couch, *n.* (คาวชฺ) ที่นอนนุ่น; เบารอง; *v.* นอนลง
cough, *v.* (คัฟ) ไอ
could, (คุด) อดีตของ 'can' สามารถ
council, *n.* (คาวนฺ ซิล) สภา; ที่ประชุม
counsel, *n.* (คาวนฺ เซ็ล) คำแนะนำ; *v.* แนะนำ
counsellor, *n.* (คาวนฺ เซ็ลเลอ) ที่ปรึกษา
count, *v.* (คาวนฺทฺ) นับ; นับว่า; *n.* ท่านเคาน์ (ยศขุนนาง)
countenance, *n.* (คาวนฺ ทีนันซฺ) หน้าตา
counter, *n.* (คาวนฺ เทอ) ผู้รับเงิน; โต๊ะเฉ่งเงิน
counteract, *v.* (คาวนฺเทอ แรคทฺ) เข้าสู้ค้านไว้; เข้าแก้ไว้
counterbalance, *v. n.* (คาวนฺเทอ แบลลันซฺ) เป็นน้ำหนักถ่วงกันไว้; สมดุลย์
counterfeit, *v.* (คาวเทอฟีท) ทำปลอม; แกล้งทำ
counterfoil, *n.* (คาว เทอฟอยล์) ต้นขั้ว
countersign, *v.* (เคานฺเทอไซนฺ) เซ็นกำกับ
countess, *n.* (คาวนฺ เท็ซ) ภรรยาท่านเคานท์; หญิงผู้มีบรรดาศักดิ์ชั้นเคานฺเตส
countless, *a.* (คาวนฺทฺ เล็ซ) อย่างเหลือจะคณนา
country, *n.* (คันทริ) ประเทศ; บ้านนอก
countryman, *n.* (คันทริแม็น) คนบ้านนอก; เพื่อร่วมชาติ
county, *n.* (คาวนฺ ที่) มณฑล
coup d'etat, (คูเดต้า) รัฐประหาร

couple, *n.* (คัพเพิล) คู่
coupon, *n.* (คู พอง) ตั๋วฉีก; ตั๋วคูปอง
courage, *n.* (เคอเร็ดจุ) ความกล้าหาญ
courageous, *a.* (เคอเรท จัส) อย่างกล้าหาญ
courageousness, *n.* (เคอเรด จัสเน็ส) คุณภาพอันกล้าหาญ
courier, *n.* (คูริเออ) คนเดินข่าว; ผู้วิ่ง
course, *n.* (คอซ) ทางเดิน; ทางวิ่งแข่ง; ทาง; อิ่มอาหาร; รายการตามหลักสูตร; *v.* วิ่ง; ติดตาม; ไล่ตาม
in the course of, ในระหว่าง
of course, แน่ละ, ไม่มีปัญหาอะไร
courser, *n.* (คอซเซอ) ม้าเร็ว
court, *n.* (คอท) สนาม; พระราชวัง; ข้าราชบริพาร; ศาล; *v.* เกี้ยว; พยายามหาโดยการเอาใจใส่
courteous, *a.* (เคอทิยัส) สุภาพ
courteously, *adv.* (เคอทิยัสลี่) อย่างสุภาพ
courteousness, *n.* (เคอทิยัสเน็ส) ความสุภาพ
courtesan, *n.* (เคอ ทิแซน) หญิงโสเภณี
courtesy, *n.* (เคอ เท็ซซิ) ความเคารพนบนอบ
courtier, *n.* (คอท ทิเออ) ขุนนางผู้เข้าวัง
courtmartial, *n.* (คอท มารฺชัล) ศาลทหาร
court-yard, *n.* (คอท ยาด) สนามบ้าน
cousin, *n.* (คัซ เซิ่น) ลูกพี่ลูกน้อง
covenant, *n.* (คัฟ วีนนทฺ) กติกา
cover, *v.* (คัฟเวอ) ปกปิด; ปิด; ปกคลุม; ครอบงำ; คุ้ม; *n.* ฝาปิด; กระดาษห่อปก
cover the table, จัดโต๊ะอาหาร
covering, *n.* (คัฟเวอริง) ที่ปกปิด; กำบัง; ปกหุ้ม
covert, *n.* (คัฟเวิท) ที่กำบัง
covet, *v.* (คัฟ เว็ท) อยากได้ของเขาเสียจริง ๆ
coveter, *n.* (คัฟเว็ทเทอ) ผู้ละโมภอยากได้
covetous, *a.* (คัฟ เว็ททัส) ซึ่งมักได้
covetousness, *n.* (คัฟ เว็ททัสเน็ส) ความมักได้
cow, *n.* (คาว) แม่วัว
coward, *n.* (คาว เวิด) คนขลาด; *a.* ขี้ขลาด
cowardice, *n.* (คาว เวิดดิซ) ความขลาด
cowardly, *adv.* (คาว เวิดลิ) อย่างขี้ขลาด
cow-boy, *n.* (คาวบอย) โคบาล; เด็กเลี้ยงวัว
cower, *v.* (คาว เออ) หมอบกราบ
cow-herd, *n.* (คาว เฮิด) คนเลี้ยงวัว
cowhlde, *n.* (คาว ไฮดฺ) หนังวัว
cowish, *a.* (คาว อิช) เหมือนวัว
cowl, *n.* (คาวลฺ) ผ้าคลุมหัว; นักบวช
cow-pea, *n.* (คาวพี) ถั่วฝักยาว
cowry, cowrie, *n.* (คาวเออริ) เบี้ย
cowslip, *n.* (คาวสฺ ลิพ) ชื่อดอกไม้
coxcomb, *n.* (ค็อคซฺ โคม) หงอนไก่; คนโอ่
coxswain, cox, *n.* (ค็อคซัน) คนคัดท้ายเรือ
crab, *n.* (แครบ) ปู

crack, *v.* (แครค) แตกดังเปรี๊ยะ; ร้าว; ขบ
crack of a gun, เสียงปืนลั่น
cracker, *n.* (แครค เคอ) ประทัดฝรั่ง
crackle, *v.* (แครค เคิล) เสียงแตกดังเปรี๊ยะ
cradle, *n.* (เคร เดิล) เปล
cradle-song, *n.* เพลงกล่อมเด็ก
craft, *n.* (คราฟทฺ) เชิงฉลาด; ศิลปในการทำ; ฝีมือ; การช่าง
craftsman, *n.* (คราฟทฺซฺ แมน) ผู้มีอาชีพทางนั้น
craftsmanship, *n.* (คราฟทฺซฺ แมนชิพ) เชิงฉลาดในการทำ; ฝีมือ
crafty, *a.* (คราฟ ทิ) ฉลาดคมคาย
cram, *v.* (แครม) ยัดเข้าไป; เรียนอย่างที่ร้องเรียกว่ายัดทะนาน
cramp, *n.* (แครมพฺ) ตะคิว
crane, *n.* (เครน) นก กระสา; ปั้นจั่น
crape, *n.* (เครพ) แพรย่น
crash, *v.* (แครช) เสียงชนกัน; *n.* เสียงแตก; ความล้มละลายไม่สมหวัง
crater, *n.* (เคร เทอ) ปากภูเขาไฟ
cravat, *n.* (คราวาท) ผ้าผูกคอ
crave, *v.* (เครฟวฺ) อยากเหลือ; ขอประทาน
crave pardon, ขอประทานโทษ
craving, *n.* (เครฟวิ่ง) ความอยาก
crawfish, *n.* (ครอฟิช) กุ้ง
crawl, *v.* (ครอล) เลื้อย; คลาน
crawl on all fours, ลงคลานสี่ตีน
crayfish, *n.* (เคร ฟิช) กุ้ง
crayon, *n.* (เคร ยอน) ชอล์คสี
craze, *n.* (เครซ) ความบ้าคลั่ง; ความคิดอันเชี่ยวไป; *v.* ทำให้บ้าคลั่งไป
craziness, *n.* (เคร ซิเน็ส) ความบ้าคลั่ง
crazy, *a.* (เคร ซิ) บ้าคลั่ง
creak, *n.* (ครีค) เสียงดังแอ๊ดๆ; *v.* เสียงอ๊อดแอ๊ด
cream, *n.* (ครีม) นมข้น; ครีม
creamery, *n.* (ครีม เมอริ) โรงทำเนย
creamy, *a.* (ครีมมี่) เต็มไปด้วยนมข้น; หัวนม
crease, *n.* (ครีซ) รอยยับ; *v.* พับย่นไป
creasy, *a.* (ครีซ ซิ) เป็นรอยย่น; ยับ
create, *v.* (ครีเอท) สร้างขึ้น; ทำขึ้น
creation, *n.* (ครีเอชั่น) การสร้างขึ้น; การสร้างโลก; โลก; การก่อตั้ง
creative, *a.* (ครีเอ ทิฟว) ซึ่งเป็นการสร้างให้มีขึ้น
Creator, *n.* (ครีเอ เทอ) พระเจ้าผู้สร้างโลก
creature, *n.* (ครี เชอ) สัตว์โลก
credence, *n.* (ครี เด็นซฺ) ความเชื่อถือ
credential, *a.* (ครีเด็นชัล) เป็นที่เชื่อถือได้
credentials, *n. pl.* ใบสำคัญประจำตำแหน่ง; สารตราตั้ง
credible, *a.* (เคร็ด ดะเบิล) พอเชื่อได้;
credibly, *adv.* (เคร็ดดิบลี่) อย่างเชื่อได้
credit, *n.* (เคร ดิท) ความเชื่อกันได้; เกียรติยศ; การซื้อเชื่อ *v.* เชื่อมั่น; ซื้อเชื่อ
creditable, *a.* (เคร็ด ดิดทะเบิล) ซึ่งเชื่อได้
creditor, *n.* (เคร็ด ดิเทอ) ผู้ให้เชื่อเงิน; เจ้าหน้าที่

C

credulous, *a.* (เคร็ด ดิวลัส) ซึ่งเชื่อง่าย หูเบา
creed, *n.* (ครีด) ศาสนา; ลัทธิ
creep, *v.* (ครีพ) คลาน; ค่อยกะเถิบเข้ามา; เลื้อย
creeper, *n.* (ครีพ เพอ) พรรณไม้เลื้อย
creepy, *a.* (ครีพ พี่) ขนลุกพอง
creese, kris, *n.* (กริช)
cremate, *v.* (ครีเมท) เผาศพ
cremation, *n.* (ครีเมชั่น) การเผาศพ
crematorium, *n.* (เครีมมะทอเรียม) เมรุ
crepe, *n.* (เครพ) แพรย่น
crept, อดีตของ creep: คลาน
crescent, *a.* (เครีสเซ็นทฺ) เสี้ยว; *n.* พระจันทร์เสี้ยว
cress, *n.* (เครีส) ผักขึ้นในน้ำแบบผักแว่น
crest, *n.* (เครีสทฺ) หงอน; ยอด; ตรา
crest-fallen, *a.* (เครีสทฺฟอลเล็น) คอตก
crevice, *n.* (เครฟวิซ) ช่องปริ
crew, *n.* (ครู) รางหญ้า: อู่เด็ก; คู่มือ (คำแปลตำหรับ
cricket, *n.* (คริค เค็ท) จิ้งหรีด; เกมคริคเก็ท
crime, *n.* (ไครมฺ) การกระทำผิดอาชญาฐานอุกฉกรรจ์; ความผิดอย่างร้ายแรง
criminal, *a.* (คริม มินัล) เกี่ยวกับการกระทำผิดกฎหมาย; ฐานอาชญา; *n.* ผู้กระทำผิดกฎหมาย; โจรผู้ร้าย
criminology, *n.* (คริมมินอล ลอจิ) อาชญาวิทยา
crimson, *n.* (คริม เซิน) สีแดง
cripple, *a.* (คริพ เพิล) คนพิการ (แขนหรือขาเสีย); *a.v.* พิการ
crisis, *n.* (ไคร ซิส) วิกฤติการ; ยามฉุกเฉิน
crisp, *a.* (คริสพฺ) กรอบดี
cris-cross, *a.* (คริส ครอส) สวนทางกัน
critic, *n.* (คริท ทิค) ผู้ติชม; การติชม
critical, *a.* (คริท ทิคัล) แห่งการติชม; ซึ่งมีการติชม; แห่งยามฉุกเฉิน; มีอันตรภัย; แห่งยามเข้าด้านเข้าเข็ม
criticism, *n.* (คริท ทิซิสซึ่ม) ข้อติชม
criticize, *v.* (คริท ทิไซซฺ) ติชม
croak, *v. n.* (โครค) เสียงร้อง (อย่างอึ่งอ่าง)
crochet, *n.* (โคร เช) การถักโครเช่; *v.* ถักโครเช่
crock, *n.* (คร็อค) หม้อ; ไห
crockery, *n.* (คร็อค เคอริ) เครื่องปั้น
crocodile, *n.* (คร็อค โคไดลฺ) จรเข้
crocodile tears, แสร้งบีบน้ำตา
crocus, *n.* (โคร คัส) ดอกดินฝรั่ง
crook, *n.* (ครุค) ขอ (เกี่ยว); คนโกง; *v.* งอ; โกงไป
crooked, *a.* (ครุค เค็ด) ซึ่งงอ; ขี้โกง
croon, *v.* (ครูน) ครวญเพลง
crop, *n.* (คร็อพ) การตัดและเกี่ยวมา; การตัดผมสั้น
cross, *n.* (ครอส) กางเขน; การข้าม; กากะบาด; แกงได; *a.* ฉุน (โกรธเอา); *v.* ข้าม; ข้ามไป; ขีดออก; เอาผสมพันธุ์; (เช่น สัตว์ และพืช)
Junior Red Cross, อนุกาชาด
cross-bow, *n.* (ครอส โบ) หน้าไม้
cross-examine, *v.* (ครอสเอ็กแซม มิน)

cross-eyed 65 cultivate

ไต่สวนดู; ไต่ถามดู

cross-eyed, *a.* (ครอส ไอดฺ) ตาเหล่

crossing, *n.* (ครอส ซิ่ง) การข้าม; การผสมพันธุ์

cross-question, *v.* (ครอสเควส ชั่น) ไต่สวน; ซักไซร้ไล่เลียง

n. ทางแยก; ทางแพร่ง

crosswise, *adv.* (ครอสไวซฺ) เป็นรูปกากะบาด; ตัดข้ามกัน

cross-word, *n.* (ครอส เวอด) อักษรไขว้ (ปริศนา)

crouch, *v.* (คราวชฺ) หมอบ; ขดตัว; ฟุบ

croup, *n.* (ครูพ) ตะโพกม้า

crow, *v.* (โคร) ขัน (ไก่); *n.* อีกา

crowd, *n.* (คราวดฺ) ฝูงชน; *v.* มุงกันมา

crown, *n.* (คราวนฺ) มงกุฎ; เหรียญ 5 ชิลลิง; ยอดสูง; *v.* สวมมงกุฎ; อภิเษก ขึ้นครองราชสมบัติ; เป็นผลรางวัลแห่งการงาน

crown of the head, กลางกระบาน

crown prince, *n.* มกุฎราชกุมาร

crucible, *n.* (ครู ซิเบิล) เบ้า

crucifix, *n.* (ครู ซิฟิกซฺ) ไม้กางเขน

crucifixion, *n.* (ครูซิฟิกชั่น) การเอาขึงกางเขน

crucify, *v.* (ครู ซิไฟ) เอาขึงกับกางเขน

crude, *a.* (ครูด) หยาบ

cruel, *a.* (ครู เอ็ล) โหดร้าย

cruelly, *adv.* (ครู เอ็ลลิ) อย่างโหดร้าย

cruelty, *n.* (ครู เอ็ลทิ) ความโหดร้าย

cruet, *n.* (ครู เอ็ท) พวงหิ้ว

cruise, *v.* (ครูซ) แล่นเรือ; *n.* การแล่นเรือไปมา

cruiser, *n.* (ครู เซอ) เรือลาดตระเวน

crumb, *n.* (ครัม) ก้อน; ชิ้น; เศษเล็กเศษน้อย

crusade, *n.* (ครู เซด) การสงครามศาสนา

crush, *v.* (ครัช) บด; ขยี้; ทำลาย; กด; บีบ

crust, *n.* (ครัซทฺ) เปลือก; เปลือกขนมปัง

crusty, *a.* (ครัซ ทิ) มีเปลือกแข็ง

crutch, *n.* (ครัช) ไม้พะยุงแขน

cry, *v.* (ไคร) ร้อง; ร้องไห้; *n.* เสียงร้อง

crypt, *n.* (คริพทฺ) หลุมฝังศพในอุโมงค์

crystal, *n.* (คริส ทัล) ผลึก

crystalline, *a.* (คริส ทัลลิน; ไลนฺ) คล้ายแก้วผลึก

cub, *n.* (คับ) ลูกสัตว์ (เสือ; หมี ฯลฯ)

cube, *n.* (คิวบฺ) ลูกบาศก์

cubic, cubical, *a.* (คิวบิค) แห่งลูกบาศก์; ตามลูกบาศก์

cubit, *n.* (คิว บิท) ศอก (สองคืบ)

cuckoo, *n.* (คัคคู) นกดูเหว่าชนิดหนึ่ง

cucumber, *n.* (คิวคัมเบอ) แตงกวา

cuddle, *n.* (คัดเดิล) นอนเบียดกัน; ขดตัวนอน

cue, *n.* (คิว) ไม้แทงบิลเลียด

cuff, *n.* (คัฟ) ทุบ; ข้อมือเสื้อ

cuirass, *n.* (คิวราส) เสื้อเกราะ

culinary, *a.* (คิว ลินนะริ) แห่งการครัว

culprit, *n.* (คัลพริท) ผู้กระทำผิด

cult, *n.* (คัลทฺ) ลัทธิ

cultivate, *v.* (คัล ทิเวท) ทำการเพาะปลูก

C

cultivation, *n.* (คัลทิเวชั่น) การเพาะปลูก
cultivator, *n.* (คัลทิเวเทอ) ผู้กระทำการเพาะปลูก
culture, *n.* (คัลเจอ) วัฒนธรรม
cumber, *v. n.* (คัมเบอ) ถ่วง; เป็นน้ำหนักถ่วงไว้; กีดกั้น
cumbersome, *a.* (คัมเบอซัม) ไม่ถนัด; ซึ่งเป็นน้ำหนักถ่วงอยู่; ออกจะลำบาก
cumin, cummin, *n.* (คัมมิน) ยี่หว่า
cuneiform, *a.* (คิวนีอิ ฟอรฺม) อักษรโบราณของชาวเบบีโลเนีย
cunning, *a.* (คันนิง) ฉลาดแกมโกง; *n.* เล่ห์เหลี่ยม
cup, *n.* (คัพ) ถ้วย
cupboard, *n.* (คัพเบิด) ตู้
cupful, *n.* (คัพ ฟูล) ถ้วยหนึ่งเต็ม ๆ
Cupid, (คิวพิด) กามเทพ
cupidity, *n.* (คิวพิด ดิทิ) ความอยากได้
cur, *n.* (เคอ) หมากลางถนน
curable, *a.* (เคียว ราเบิล) พอจะรักษาให้หายได้
curb, *v.* (เคอบฺ) กด; รั้งเข้าไว้; หักใจ; *n.* เครื่องเหนี่ยวรั้งไว้
cure, *n.* (เคียวเออ) การรักษา; *v.* รักษา; เยียวยา
curfew, *n.* (เคอ ฟิว) การย่ำฆ้องให้อยู่บ้าน
curiosity, *n.* (เคียวริอ็อส ซิทิ) ความอยากรู้อยากเห็น
curious, *a.* (เคียว เรียส) ซึ่งอยากรู้ อยากเห็น; แปลกจริง
curiously, *adv.* (เคียว เรียสลี่) โดยอาการแปลกแท้; โดยความกระหายอยากรู้
curiousness, *n.* (เคียว เรียสเน็ส) ความแปลก; ความกระหาย
curl, *v.* (เคอล) งอหยิก; ดัดผม; *n.* วงโค้ง; ลอนผมหยิก
curly, *a.* (เคอลลิ) เป็นลูกคลื่น; หยิก
currant, *n.* (คารันทฺ) ลูกเกดท์
currency, *n.* (คะเร็นซิ) เงินตรา; การหมุนเวียน
current, *a.* (คะเร็นทฺ) วิ่งไหล; ปัจจุบัน; *n.* กระแส; ทางน้ำไหล
curriculum, *n.* (คะริค คิวลัม) หลักสูตร
curry, *n.* (เคอรี่) แกงกะหรี่; ผงกระหรี่
curse, *v.* (เคอส) แช่ง; ด่า; สาป; *n.* ความระยำ; คำสาป; คำแช่งด่า
cursed, *a.* (เคอส เซ็ด) ถูกสาป, แช่ง, ด่า
curt, *a.* (เคอท) สั้น; ห้วน
curtail, *v.* (คะเทล) ตัดให้สั้น
curtain, *n.* (เคอ เท็น) ม่าน; *v.* เอาม่านกั้น; กำบังไว้
curtsy, curtsey, *n.* (เคอทซิ) การย่อตัวคำนับ; *v.* ย่อตัวคำนับ; ถอนสายบัว
curve, *n.* (เคอฟว) ส่วนโค้ง; *v.* ดัดงอโค้ง
cushion, *n.* (คุชชั่น) เบาะ, ใส่เบาะ
custard, *n.* (คัส ทัด) น้ำคาสตาร์ด
custodian, *n.* (คัสโทเดี่ยน) คนเฝ้าคุมตัว
custody, *n.* (คัส โทดิ) การคุมตัวไว้; อารักขา
custom, *n.* (คัสทัม) จารีตประเพณี
customary, *a.* (คัส ทัมแมรี่) เป็นธรรมดา; เป็นประเพณี

custom-duties, *n.* (คัส ทัม ดิวทิซ) ภาษีศุลกากร
customer, *n.* (คัส ทัมเมอ) เจ้าจำนำ; ลูกค้า
custom-house, (คัส ทัม ฮาวซฺ) ด่านศุลกากร
customs, *n. pl.* (คัส ทัมสฺ) ภาษีศุลกากร
cut, *v.* (คัท) ผ่า; ตัด; บาด; ฝาน; หั่น; เฉือน; เจาะ; *n.* รอยผ่า; รอยตัด; แผลถูกฟัน; แบบตัดเสื้อ
cut dead, แกล้งมองไม่เห็น
cut in half, ตัดตรงกลาง
cut short, ตัดบท
cutch, *n.* (คัทชฺ) สีเสียด
cute, *a.* (คิวทฺ) แหลม; คม; ฉลาด
cutlass, *n.* (คัท ลาส) กระบี่สั้น
cutler, *n.* (คัทเลอ) ผู้ทำหรือขายมีดพร้า
cutlery, *n.* (คัทเลอริ) มีดพร้า
cutlet, *n.* (คัท เล็ท) เนื้อสับชุบแป้งทอด
cutter, *n.* (คัทเทอ) ผู้ตัด; เรือแซ
cuttlefish, *n.* (คัท เทิลฟิซ) ปลาหมึก
cycle, *n.* (ไซเคิล) ระยะเวลา; รถจักรยาน
cyclic, cyclical, *a.* (ซิ คลิค) ซึ่งหมุนเวียนเป็นวงกลม
cyclist, *n.* (ไซ คลิสทฺ) นักจักรยาน
cyclone, *n.* (ไซ โคลน) ลมบ้าหมูไซโคลน
cyclopaedia, *n.* (ไซโคลพีเดีย) สารานุกรม
cylinder, *n.* (ซิลินเดอ) รูปกะบอกตัด
cyclindric, cylindrical, *a.* (ซิลินดริค) ทรงกระบอกตัด
cymbal, *n.* (ซิม บัล) ฉิ่ง
cynic, cynical, *a.* (ซิน นิค) อย่างเยาะเย้ย
cynicism, *n.* (ซิน นิซิสซึ่ม) ความเยาะเย้ย
cypress, *n.* (ไซเพร็ส) ต้นสนจีน
cyprinid, *n.* (ซิไพรนิต) ปลาส้อย
czar, *n.* (ซารฺ) พระเจ้าซาร์แห่งรัสเซีย
czech, *n.* (เช็ค) ชนชาติเช็ค (-โคสะโลเวเคีย); ภาษาเช็ค; a. แห่งชาติหรือภาษาเช็ค

C

D

dace, *n.* (เดซ) ปลาตะเพียน
dachshund, *n.* (ดักซฺ ฮูนทฺ) สุนัขชนิดหนึ่งมีหลังยาว; สุนัขไส้กรอก
dacoit, *n.* (ดัคคอยทฺ) โจร
dad, daddy, *n.* (แดด ดิ) พ่อ
daffodil, *n.* (แดฟ โฟดิล) ดอกจุ้ยเซียนชนิดหนึ่ง
dagger, *n.* (แดกเกอ) กริช
at daggers drawn, อยู่ในสภาพการณ์จะเอาเลือดเอาเนื้อกัน
dahlia, *n.* (เด เลีย) ดอกรักเร่
daily, *a.* (เด ลิ) ทุกวัน; ประจำวัน
dainty, *a.* (เดน ทิ) อร่อยปาก; สะโอดสะอง อ้อนแอ้น
dairy, *n.* (แดริ) โรงทำหรือร้านจำหน่ายนมเนย

dairy-farm, *n.* (แด ริฟาม) ที่รีดนม

dairyman, *n.* (แดริแมน) คนทำนมเนย

dais, *n.* (เด อิส) พื้นยก

daisy, *n.* (เด ซิ) ดอกซอนตะวัน

dalai-lama, *n.* ดาไลลามา; พระสังฆราชเจ้าในลัทธิเบต

dale, *n.* (เดล) หุบเขา

dally, *v.* (แดล ลิ) ฆ่าเวลาเล่น

dam, *n.* (แดม) เขื่อน; *v.* เอาเขื่อนกั้น; กั้นทำนบ

damage, *n.* (แดม เมดจ) ความเสียหาย; บุบสลาย; *v.* ทำความเสียหายให้

dame, *n.* (เดม) สตรีผู้สูงศักดิ์, สูงอายุ

dammar, *n.* (แดมมา) ชัน

damn, *v.* (แดม) ระยำ; ส่งไปนรก

damp, *n.* (แดมพฺ) ความชื้นแฉะ; หมอก; *a.* ชื้น; *v.* ทำให้ชื้น

dampness, *n.* (-เน็ส) ความชื้น

damp-proof, *a.* (-พรูฟ) กันชื้น

damsel, *n.* (แดม เซ็ล) หญิงสาว

dance, *v.* (ดานซฺ) เต้นรำ; *n.* การเต้นรำ; ลีลาศ

dancer, *n.* (ดาน เซอ) นักเต้นรำ; คู่เต้นรำ

dancing, *n.* (ดาน ซิ่ง) การลีลาศ

dancing-gril, หญิงเต้นรำ

dandelion, *n.* (แดน ดิไลอัน) ผักแดน-ดีไลอัน (ขึ้นปนอยู่กับหญ้า มีดอกสีเหลือง ลักษณะลำต้นคล้ายผักกาด; ฟันราชสีห์)

dandruff, *n.* (แดน ดรัฟ) ขี้รังแค

dandy, *n.* (แดน ดิ) เจ้าชู้ไก่แจ้

Dane, *n.* (เดน) ชาวเดนมาร์ค

danger, *n.* (เดนเจอรฺ) อันตราย

dangerous, *a.* (เดนเจอรัส) ซึ่งมีอันตราย; ไม่ปลอดภัย

dangerously, *adv.* (เดน เจอรัสลิ) อย่างมีอันตรายมาก

Danish, *a.* (เด นิชฺ) แห่งเดนมาร์ก;

dapple, *n.* (แดพ เพิล) จุด; *v.* เป็นจุด ๆ; ด่างเป็นจุด ๆ

dare, *v.* (แด) กล้า; ลองดี

dare-devil, *n.* (แดเดวิล) คนกล้าอย่างคอขาดบาดตาย

daring, *n. a.* (แด ริ่ง) กล้าเผชิญ

dark, *a.* (ดาคฺ) มืด; ค่ำ; มัว; ท่าทางไม่ดี; เข้ม; คล้ำ (ผิว); *n.* ความมืด; ความมืดมัว; ความไม่รู้อิโหน่อิเหน่อะไรเลย

darken, *v.* (ดาคเคิน) มืดลง; ทำให้มืด

dark-horse, *n.* (-ฮอส) ม้ามืด

darkish, *a.* (ดาค คิช) ค่อนข้างจะดำ; คล้ำ

darkly, *adv.* (ดาค ลิ) อย่างมืด

darkness, *n.* (ดาคเน็ส), ความมืด; ความมืดต่ำ; ความคล้ำ; ที่มืด

darling, *n. a.* (ดารฺ ลิ่ง) ที่รักยิ่ง; สุดที่รัก

darn, *v.* (ดาน) ชุน

dart, *n.* (ดาท) หอกซัด; *v.* พุ่ง; กระโจนหนี

dash, *v.* (แดช) โดนคว่ำคะมำลง; วิ่งปร๊าดไป; โยนลงดึง

dash the brains out, ทุบหัวสมองแตก

dash them to the ground, เอาฟาดกับดิน

dastard, *a.* (ดาส ทัด) ขี้ขลาด; *n.* คนขี้ขลาด

data, *n. pl.* (เด ทา) สิ่งที่กำหนดให้
date, *n.* (เดท) วันที่; ผลอินทผลับ; *v.* ลงวันที่
date plum, *n.* ลูกพลับ
dative, *n.* (เด ทิฟว) สัมปทานการก
datum, *n.* data, *n. pl.* สิ่งที่กำหนดให้
daughter, *n.* (ดอ เทอ) ลูกสาว
daughter-in-law, ลูกสะใภ้
dauntless, *a.* (ดอนทฺ เล็ส) อย่างกล้าหาญชาญชัย
davit, *n.* (เด วิท) รอกสำหรับแขวนเรือกรรเชียง
Davy lamp, *n.* ตะเกียงป้องกันภัยสำหรับใช้ในบ่อแร่ถ่านหิน
daw, *n.* (ดอ) กาชนิดหนึ่ง
dawdle, *v.* (ดอด เดิล) ไถลไปเรื่อยๆ
dawn, *v. n.* (ดอน) รุ่งสาง; อรุณ
day, *n.* (เด) วัน; กลางวัน; เวลา
day by day, ทุกวัน
day after day, วันแล้ววันเล่า
from day to day, ทุกวันมิได้มีเว้น
my days are numbered, นับวันตายได้แล้ว ใกล้ฝั่ง (ตาย)
the other day, เมื่อวันก่อนนี้เอง
daybreak, *n.* (เด เบรค) พอตะวันขึ้น
daylight, *n.* (เด ไลทฺ) แสงตะวัน
daylong, *adv.* (เด ลอง) ตลอดวัน
day-time, *n.* (เด ไทมฺ) กลางวัน
daze, *v.* (เดซ) งง
dazzle, *v.* (แดซ เซิล) แสงจ้านัยน์ตา; พราวนัยน์ตาไปหมด
dazzling, *a.* (แดซ ลิง) บาดตา

dead, *a.* (เด็ด) ตายแล้ว; ปราศจากชีวิตจิตใจ; *adv.* โดยถ่องแท้; *n.* คนตาย; ผู้ล่วงลับไปแล้ว
It is dead certain! แน่เสียเหลือเกิน
deaden, *v.* (เดดเดิน) ทำให้มึนชา; ทำให้คลายความแรงลง
dead-line, *n.* วันสุดท้าย, วันหมดเขต
deadlock, *n.* การชะงักงัน
deadly, *a.* (เด็ด ลิ) น่ากลัว; อันมีภัยถึงชีวิต
deaf, *a.* (เด็ฟ) หูหนวก
deafen, *v.* (เด็ฟ เฟิน) ทำให้หูหนวก
deafening, *a.* อย่างหูดับตับไหม้
deaf-mute, *n.* (เด็ฟ มิวทฺ) คนหูหนวกและเป็นใบ้
deafness, *n.* (เด็ฟ เน็ส) ความหูหนวก
deal, *v.* (ดีล) เกี่ยวข้องด้วย; ติดต่อด้วย; จำหน่าย; แจก (ไพ่); *n.* ส่วนใหญ่; การแจกไพ่
a great' deal, มากมาย
a square deal, ไม่ได้เปรียบเสียเปรียบกัน
deal with, ทำธุระเกี่ยวกับ
dealer, *n.* (ดีล เลอ) ผู้จำหน่าย
dealing, *n.* (ดีล ลิ่ง) การจำหน่าย
dean, *n.* (ดีน) คณบดี; สมภาร
dear, *a.* (เดีย) ที่รัก; แพง
dear me! ตายจริง
dearly, *adv.* (เดีย ลี่) อย่างรักยิ่ง; อย่างแพงแท้
dearness, *n.* (เดีย เน็ส) ความแพง; ความถนอมไว้ ซึ่งความรักใคร่
dearth, *n.* (เดิธ) ทุพภิกขภัย

D

death, *n.* (เด็ธ) ความตาย
to death, แทบตาย
death-bed, *n.* (เด็ธ เบ็ด) ที่สิ้นใจ
debar, *v.* (ดีบา) กันไม่ให้เข้า
debark, *v.* (ดีบาค) ขึ้นจากเรือ
debase, *v.* (ดีเบส) เลวลง; เสื่อมคุณภาพ
debasement, *n.* (ดีเบส เม็นทฺ) ความเลวลง
debatable, *a.* (ดีเบท ทะเบิล) เป็นที่โต้แย้งได้อยู่
debate, *v.* (ดีเบท) ถกกัน; โต้เถียง; *n.* การโต้วาที
debater, *n.* (ดีเบท เทอ) ผู้โต้วาที
debit, *n.* (เด็บบิท) รายการที่เป็นหนี้ธนาคาร
debt, *n.* (เด็ท) หนี้
bad debt, หนี้ศูนย์
to be in debt, เป็นหนี้
debtor, *n.* (เด็ท เทอ) ลูกหนี้
decade, *n.* (เด็ค เคด) ระยะสิบปี
decadence, *n.* (เด็ค คะเด็นซฺ) ความเสื่อมทราม
decagon, *n.* (เด็ค คะกอน) รูปสิบเหลี่ยม
decagram, *n.* (เด็ค คะแกรม) เดคากรัม
decalitre, *n.* (เด็ค คะลิเทอ) เดคาลิตร
decametre, *n.* (เด็ด คะมีเทอ) เดคาเมตร
decamp, *v.* (ดี แค็มพฺ) เปิดไป
decapitate, *v.* (ดีแคพ พิเทท) ตัดหัว
decapitation, *n.* (ดีแคพพิเท ชั่น) การตัดหัว
decay, *v. n.* (ดีเค) เน่า; เปื่อย
decease, *n.* (ดีซีส) ความตาย; *v.* ตาย
deceit, *n.* (ดีซีท) ความหลอกลวง; การโกง
deceitful, *a.* (ดีซีท ฟุล) เต็มไปด้วยความหลอกลวง
deceivable, *a.* (ดีซีฟ วาเบิล) พอจะหลอกลวงได้
deceive, *v.* (ดีซีฟว) หลอกลวง; โกง; ตบเตา
deceiver, *n.* (ดีซีฟเวอ) คนหลอกลวง; คนโกง
December, *n.* (ดีเซ็มเบอ) ธันวาคม
decency, *n.* (ดี เซ็นซี) ความดีสุภาพ
decent, *a.* (ดี เซ็นทฺ) สุภาพ; สมควร; ผู้ดี
decently, *adv.* (ดีเซ็นทฺ ลิ) อย่างดี สุภาพ
decentralize, *a.* (ดีเซ็น ทรัลไลซ) กระจายอำนาจไปทั่ว ๆ
deception, *n.* (ดีเซ็พ ชั่น) ความหลอกลวง
deceptive, *a.* (ดีเซ็ฟ ทิฟว) ซึ่งเป็นเครื่องหลอกลวง; ลวงนัยน์ตา
decide, *v.* (ดีไซดฺ) ตกลงใจ; พิจารณา; ชี้ขาด
decided, *a.* (ดีไซ เด็ด) เป็นที่แน่นอนแล้ว
decidedly, *adv.* (ดีไซ เด็ดลิ) อย่างแน่นอนแล้ว
deciduous, *a.* (ดีซิด ดิวอัส) ผลัดใบ
decigram, *n.* (เด็ส ซิแกร็ม) เดสิกรัม
decimal, *a.* (เด็ส ซิมัล) แห่งจำนวนสิบ; *n.* ทศนิยม
decipher, *v.* (ดีไซเฟอ) พยายามอ่าน; ค้นหาความหมาย
decision, *n.* (ดีซิช ชั่น) ความตกลง

decisive, *a.* (ดีไซ ซิฟว) เป็นที่แน่นอนกันเสียที
decisively, *adv.* (ดีไซ ซิฟวลิ) อย่างแน่นอนลงไป
decisiveness, *n.* (ดีไซ ซิฟวเน็ส) ความตกลงแน่นอนลงไป
deck, *v.* (เด็ค) ปกปิดไว้; ตกแต่ง; *n.* ดาดฟ้าเรือ
port deck, กราบซ้าย
declaim, *v.* (ดีเคลม) ร้อง; พูด; ท่อง
declamation, *n.* (เด็คคลาเมชั่น) การพูดเสียงสั่น
declaration, *n.* (เด็คคลาเรชั่น) การป่าวประกาศ; การประกาศ
declare, *v.* (ดีแคลรฺ) บอกประกาศ; ให้การ
declension, *n.* (ดีเคล็น ชั่น) การกระจายคำ; วิภัคติ
decline, *v.* (ดีไคลนฺ) ลดลง; เสื่อมลง; ย่อตัวลง; ปฏิเสธ; กระจายคำ; *n.* ความเสื่อม
decompose, *v.* (ดีคอนโพซ) แยกธาตุออก; เน่าเปื่อย
decomposition, *n.* (ดีคอมโพซิชั่น) ความเน่าเปื่อย
decorate, *v.* (เด็คฺ คอเรท) ประดับประดา
decoration, *n.* (เด็คคอเรชั่น) เครื่องประดับ; การประดับ; การตบแต่ง; เครื่องอิสริยาภรณ์
decorative, *a.* (เด็ค คอเรทิฟว) ซึ่งเป็นเครื่องตบแต่ง
decorator, *n.* (เด็ค คอเรเทอ) ผู้ตบแต่งห้อง
decorticate, *v.* (ดีคอรฺ ทิเคท) เอาเปลือกออก; ซ้อม (ข้าว)
decoy, *v.* (ดีคอย) ล่อมา; ต่อ (นก); *n.* เครื่องล่อมา; เหยื่อล่อ
decrease, *n. v.* (ดีครีส) ลดน้อยลง
decreasingly, *adv.* (ดีคริส ซิงลี่) อย่างลดน้อยลง
decree, *n.* (ดีครี) คำสั่ง; กฎ; กฤษฎีกา; *v.* สั่ง
decrement, *n.* (เด็ค ครีเม็นทฺ) การลดน้อยลง
decry, *v.* (ดีไคร) ร้องว่าไม่ดี; หาเรื่องว่าไม่ดี
dedicate, *v.* (เด็ด ดิเคท) อุทิศให้
dedication, *n.* (เด็ดดิเคชั่น) คำอุทิศ
dedicator, *n.* (เด็ด ดิเคเทอ) ผู้อุทิศ
deduce, *v.* (ดีดิวซฺ) ค้นหาผล; อนุมาน
deduct, *a.* (ดีดัคทฺ) หักออก
deduction, *n.* (ดีดัคชั่น) อนุมาน
deductive, *a.* (ดิดัค ทิฟว) อนุมาน
deed, *n.* (ดีด) กรรม; การกระทำ
deem, *v.* (ดีม) เห็นว่า; ถือว่า
deep, *a.* (ดีพ) ลึก; ลึกซึ้ง; เข้ม
deepen, *v.* (ดีพ เพิน) ทำให้ลึก
deepening gloom, ความมืดที่มากเข้าทุกที
deeply, *adv.* (ดีพ ลิ) อย่างลึก
deepmost, *a.* (ดีพ โมสทฺ) ลึกที่สุด
deepness, depth, *n.* (ดีพ เน็ส; เด็พธ) ความลึก
deep-rooted, *a.* (ดีพ รูทเท็ด) ฝังลึก

D

deer, *n.* (เดียรฺ) กวาง
barking deer, อีเก้งอาย
deface, *v.* (ดีเฟซ) ทำลายเค้าหน้า
defamation, *n.* (ดีฟะเมชั่น) การกระทำให้เสียชื่อเสียง
defame, *v.* (ดีเฟม) กระทำให้เสียชื่อเสียง
default, *n. v.* (ดีฟอลทฺ) ขาดไป; พลาดไป; ผิดนัด
defeat, *n.* (ดีฟีท) ความพ่ายแพ้; *v.* ตีพ่ายแพ้ไป
defect, *n.* (ดีเฟ็คทฺ) ข้อบกพร่อง
defective, *a.* (ดีเฟ็ค ทิฟว) ซึ่งขาดตกบกพร่อง
defence, *n.* (ดีเฟ็นซฺ) การป้องกัน
Ministry of Defence, กระทรวงกลาโหม
defenceless, *a.* (ดีเฟ็นซฺ เล็ส) ไม่มีที่ป้องกัน; ปราศจากที่พึ่ง
defend, *v.* (ดีเฟ็นดฺ) ป้องกัน; ต่อสู้
defendant, *n.* (ดีเฟ็น ดันทฺ) จำเลย
defender, *n.* (ดีเฟ็นเดอ) ผู้ป้องกัน; อุปถัมภก
Defender of the Faith, ศาสนูปถัมภก
defensible, *a.* (ดีเฟ็นซิเบิล) พอจะป้องกันได้
defensive, *a.* (ดีเฟ็น ซิฟว) แห่งการต่อสู้เพื่อป้องกันตัว
defensor, *n.* (ดีเฟ็น เซอ) ผู้ต่อสู้เพื่อป้องกัน
defer, *v. n.* (ดีเฟอ) ผัดไป; *v.* นำมาเสนอ
deference, *n.* (เด็ฟ เฟอเร็นซฺ) ความเชื่อฟังโดยความเคารพนบนอบ
defiance, *n.* (ดีไฟ อันซฺ) การยั่วโทษะ
defiant, *a.* (ดีไฟ อันทฺ) ซึ่งยั่วโทษะ
deficiency, *n.* (ดีฟฟิ เช็นซิ) ความขาดหล่น; ความบกพร่อง; ขาดทุน
deficient, *a.* (ดีฟิ เช็นทฺ) ขาดหล่น; ไม่เพียงพอ
deficit, *n.* (ดี ฟิซิท) ขาดทุน
defier, *n.* (ดีไฟ เออ) ผู้หยาบหยาม
defile, *v.* (ดีไฟลฺ) เดินออกเป็นแถวเป็นแนว; ทำให้มัวหมองเป็นมลทิล; สกปรกไป; *n.* ช่องแคบระหว่างภูเขา (โตรก)
define, *v.* (ดีไฟนฺ) จำกัดความ; แสดงความหมาย
definite, *a.* (เด็ฟ ฟินิท) แน่ชัด
definitely, *adv.* (เด็ฟ ฟินิทลี่) อย่างแน่นอน
definition, *n.* (เด็ฟฟินิ ชั่น) คำจำกัดความ; ความหมายเฉพาะ
definitive, *a.* (ดีฟิน นิทิฟว) เด็ดขาดลงไป
definitively, *adv.* (ดีฟิน นิทิฟลิ) อย่างแน่นอนกันลงไป
deflect, *v.* (ดีเฟล็คท) เบนออก
deflour, deflower, *v.* (ดีฟลาวเออ) ทำลายความบริสุทธิ์
defoliate, *v.* (ดีโฟ ลิเอท) ใบร่วง
deform, *v.* (ดีฟอม) เสียรูปไป
deformity, *n.* (ดีฟอม มิทิ) รูปวิบัติ
defraud, *v.* (ดีฟรอด) โกงเอา
defray, *v.* (ดีเฟร) จับจ่าย; ใช้ค่า
defrock, *v.* (ดีฟร็อค) จับตัวสึก (จากพระ)
deft, *a.* (เด็ฟทฺ) คล่องแคล่ว
defunct, *a.* (ดีฟังคฺทฺ) ศูนย์สิ้น

defy 73 demand

defy, *v.* (ดีไฟ) ท้าทาย; ลองดี; หยาบหยาม

degenerate, *v.* (ดีเจ็น เนอเรท) เลวลง; เชื้อเพลิงเลวลง

degeneration, *n.* (ดีเจ็นเนอเรชั่น) ความเลวลง; ความเสื่อมพันธุ์

degrade, *v.* (ดีเกรด) ทรามลง; ลดชั้น

degree, *n.* (ดีกรี) ขั้น; ดีกรี; องศา; ขนาด; ปริญญา

deign, *v.* (เดน) ถ่อมตัวลงมา; ยอม

deism, *n.* (ดี อิซึม) ลัทธิพระเจ้า; การนับถือเทวดา

deist, *n.* (ดี อิสทฺ) ผู้นับถือลัทธิพระเจ้า

deity, *n.* (ดี อิทิ) เทวดา

deject, *v.* (ดี เจ็คทฺ) เสียใจ; ท้อใจ

dejection, *n.* (ดีเจ็ค ชั่น) ความเศร้าใจ

delay, *v. n.* (ดีเล) เชือนแช; ชักช้า; ไกล; ผัดไป

delegate, *v.* (เด็ล ลิเกท) ส่งไปแทน *n.* ผู้แทน

delegation, *n.* (เด็ลลิเกชั่น) คณะผู้แทน

delete, *v.* (ดีลีท) ลบออก

deliberate, *v.* (ดีลิบ เบอเรท) ตรึกตรง; *a.* อย่างตั้งใจทำ

deliberately, *adv.* (ดีลิบ เบอเรทลิ) ด้วยความเข้าใจ

deliberateness, *n.* (ดีลิบ เบอเรทเน็ส) ความตั้งใจทำลงไป

deliberation, *n.* (ดีลิบเบอเรชั่น) ความตรึกตรองในใจ

delicate, *a.* (เด็ล ลิเคท) อ่อนแอ; แบบบาง

delicious, *a.* (ดีลิ ชัส) อร่อยดี; เป็นที่ถูกใจ

delight, *v.* (ดีไลทฺ) ทำให้ยินดี; *n.* ความยินดี

delighted, *a.* (ดีไลเท็ด) ยินดี

delightful, *a.* (ดีไลทฺ ฟุล) เป็นที่ยินดี

delightfully, *adv.* (ดีไลทฺ ฟุลลิ) อย่างเป็นที่น่ายินดีแท้

delightfulness, *n.* (ดีไลทฺ ฟุลเน็ส) ความเป็นที่น่ายินดียิ่ง

delimit, *v.* (ดีลิม มิท) กำหนดเขต

delinquent, *a.* (ดีลิง เกวี๊นทฺ) เกเร

delirious, *a.* (ดีลิ เรียส) เพ้อคลั่ง

delirium, *n.* (ดีลิเรียม) จิตเพ้อคลั่ง

deliver, *v.* (เดลีเวอ) ยื่นส่งให้; ช่วยให้รอดพ้น

deliver a speech, กล่าวคำสุนทรพจน์

deliverable, *a.* (ดีลิเวอระเบิล) พอจะส่งได้

deliverance, *n.* (ดีลิเวอรันซฺ) การช่วยให้รอดพ้นไป

deliverer, *n.* (ดีลิเวอเรอ) ผู้ส่ง

delivery, *n.* (ดีลิเวอริ) การส่งให้; การส่งมอบ

dell, *n.* (เด็ล) หุบเขา

delta, *n.* (เด็ล ท่า) แผ่นดินสันดอน

delude, *v.* (ดีลิวดฺ) พาหลงผิด

deluge, *n. v.* (เด็ล ลิวจ) น้ำท่วมครั้งใหญ่

delusion, *n.* (ดีลิวชั่น) ความพาให้เข้าใจผิด

delusive, *a.* (ดีลิว ซิฟว) ซึ่งพาให้เข้าใจผิด

demand, *v.* (ดีมานดฺ) ขอร้อง; ถาม **de-**

D

mand and supply, เสนอและสนอง
in demand, ต้องการกันมาก
demarcation, *n.* (ดีมารฺ เคชั่น) การปักปันเขตแดน
demean, *v.* (ดีมีน) ประพฤติตนเลวลง
demeanour, *n.* (ดีมีนเนอ) ความประพฤติ
dement, *v.* (ดีเม็นทฺ) บ้าคลั่ง
demerit, *n.* (ดีเม ริท) ข้อเสียหาย
demise, *n.* (ดีไมซ) ความตาย; *v.* ตาย
demission, *n.* (ดีมิชชั่น) การยื่นใบลาออก
democracy, *n.* (ดีมือค คระซี่) ประชาธิปไตย
democrat, *n.* (ดีโมแครท) หัวประชาธิปไตย
democratic, *a.* (เด็มโมแครท ทิค) แห่งประชาธิปไตย
demolish, *v.* (ดีมือล ลิช) รื้อ; ถอนทำลาย
demolition, *n.* (ดีมือลลิ ชัน) การรื้อทำลาย
demon, *n.* (ดี มัน) ผีปีศาจ; ปีศาจร้าย; ยักษ์ในรามเกียรติ์
demonstrate, *v.* (ดีมอนซฺ เทรท) แสดง
demonstration, *n.* (เด็มมือนซเทรชั่น) การแสดง; สาธิต
demonstrative, *a.* (ดีมือนซฺ ทราทิฟว) ซึ่งแสดง; ชี้ออกไป
demonstrator, *n.* (เด็ม มอนซฺเทรเทอ) ผู้แสดงให้ดู
demoralize, *v.* (ดีมอ รัลไลซ) ศีลธรรมหย่อนลง
demote, *v.* (ดีโมท) ลดตำแหน่ง
den, *n.* (เด็น) ถ้ำ; ซ่อง; บ่อน

denaturalize, *v.* (ดีแนท เจอรัลไลซ) แปลงชาติ
denial, *n.* (ดีไน อัล) การปฏิเสธ
denizen, *n.* (เด็นนิเซ็น) พลเมือง
denominate, *v.* (ดีน็อม มิเนท) ตั้งชื่อ; แต่งตั้งให้
denomination, *n.* (ดีน็อนมิเนชั่น) การตั้งชื่อ; การแต่งตั้งขึ้น; ชนิด; นิกาย
denote, *v.* (ดีโนท) ชี้; แสดง
denouce, *v.* (ดีเนาวนฺซฺ) ชี้ตัวผู้ผิด; กล่าวโทษที่ชุมนุมชน; ประนาม
dense, *a.* (เด็นซฺ) หนา; ทึบ
density, *n.* (เด็น ซิทิ) ความแน่น
dental, *a.* (เด็น ทัล) ทันตะ, แห่งฟัน
dentifrice, *n.* (เด็น ทิฟริส) ยาสีฟัน
dentist, *n.* (เด็น ทิสทฺ) หมอฟัน; ทันตแพทย์
dentistry, *n.* (เด็นทิสทริ) วิชาทันตแพทย์
deny, *v.* (ดีไน) ปฏิเสธ
deny the charge, ปฏิเสธข้อหา
deodorise, *v.* (ดีโอ ดอไรซ) ดับกลิ่น
depart, *v.* (ดีพาท) จากไป
departed, *a.* (ดีพาทเท็ด) ล่วงลับไปแล้ว; จากไปแล้ว
department, *n.* (ดีพาท เม็นทฺ) กรม
departmental, *a.* (ดีพาทเม็นทัล) แห่งกรม
departure, *n.* (ดีพาท เจอ) การจากไป
depend, *v.* (ดีเพ็นดฺ) ยึดหลัก; อาศัย
dependant, *n.* (ดิเพ็น ดันทฺ) คนในความปกครอง; ผู้ติดตาม
dependence, *n.* (ดีเพ็นเด็นซฺ) ความไม่

อิสระ

dependency, *n.* (ดีเพ็น เด็นซิ) เมืองขึ้น; เขตสังกัด

dependent, *a. n.* (ดีเพ็นเด็นทฺ) ซึ่งไม่มีอิสระ; คนในความปกครอง

depict, *v.* (ดีพิคทฺ) พรรณนา; แสดง

deplete, *v.* (ดีพลีท) หมดไป

deplorable, *a.* (ดีพลอ ระเบิล) เป็นที่น่าเสียดาย

deplore, *v.* (ดีพลอรฺ) แสนเสียดาย; อาศัย

depopulate, *v.* (ดีพ็อพ พิวเลท) พลเมืองลดน้อยลง

deport, *v.* (ดีพอท) เนรเทศ

deportation, *n.* การกวาดต้อนครอบครัวไป

deportment, *n.* (ดีพอท เม็นทฺ) อาการกิริยา

depose, *v.* (ดีโพซ) เอาออกจากตำแหน่ง; วางลง

deposit, *v.* (ดีพ็อซ ซิท) วางลง; ฝากเงิน; วางเงิน; *n.* การวางลง; การฝากประจำ; เงินฝาก

depository, *n.* (ดีพอส ซิททอริ) ที่ฝากเก็บของ

deposition, *n.* (ดีโพซิชั่น) การเอาออกเสียจากตำแหน่ง

depot, *n.* (เด็พโพ) คลังสินค้า; ที่เก็บของ

deprave, *v.* (ดีเพรฟว) เสื่อมทราม

depraved, *a.* เลวชาติ

depravity, *n.* (ดีแพร็บ วิทิ) ความเลวมนุษย์

deprecate, *v.* (เด็พ พรีเคท) ไม่เห็นชอบด้วย

depreciate, *v.* (ดีพรีซิเอท) เสื่อมราคา

depreciation, *n.* (ดีพรีชิเอชั่น) ความตกต่ำแห่งคุณค่า

depreciative, *a.* (ดีพรี ชิเอทิฟว) ซึ่งมีคุณค่าลดลง

depress, *v.* (ดีเพร็ซ) ทำให้เศร้าใจ

depressed, *a.* (ดีเพร็ซ เซ็ด) เศร้าใจ

depressing, *a.* (ดีเพร็ซ ซิง) นำเศร้าใจ

depression, *n.* (ดีเพร็ชชั่น) ความสลดใจ; ความตกต่ำ

trade depression, เศรษฐกิจตกต่ำ

deprive, *v.* (ดีไพรว) เอาไปเสีย; ทำให้หมด

depth, *n.* (เด็พธ) ความลึก

deputation, *n.* (เด็พพิวเท ชัน) คณะผู้แทน

depute, *v.* (ดีพิวทฺ) เลือกส่งตัวผู้แทนมา

deputize, *v.* (เด็พพิวไทซ) ตั้งผู้แทน; มอบอำนาจ

deputy, *n.* (เด็พ พิวทิ) ผู้แทน; ตัวรอง

derail, *v.* (ดีเรล) ตกราง; งัดออกจากราง

derange, *v.* (ดีเรนจ) ฟั่นเฟือน; สับที่

deride, *v.* (ดีไรดฺ) เย้ยหยัน; หัวเราะเยาะให้

derision, *n.* (ดิริชชั่น) ความเย้ยหยัน

derisive, *a.* (ดีไร ซิฟว) น่าเย้ยหยัน; ยิ้มเยาะ

derivate, *v.* (เด ริเวท) มาจาก

derivation, *n.* (ดีริเวชั่น) การมาของคำ

derivative, *n.* (ดีริฟ วะทิฟว) คำที่มาจากคำอื่น; วัตถุที่แปร

derive, *v.* (ดีไรฟว) เนื่องมาจาก

D

dermis, *n.* (เดอมิส) หนังกำพร้าชั้นใน
derogatory, *a.* (ดีร็อก กะเทอริ) ทำให้เสื่อมเสีย
dervish, *n.* (เดอรฺ วิช) ฤาษี
descend, *v.* (ดีเซ็นดฺ) ลงมา
descendant, *n.* (ดีเซ็น ดันทฺ) ผู้สืบสายโลหิต; ผู้สืบสันดาน
descension, *n.* (ดีเซ็นชั่น) การลงมา
descent, *n.* (ดีเซ็นทฺ) การลง; สายตระกูล
describable, *a.* (ดีสไคร บะเบิล) พอจะพรรณนาให้ฟังได้
describe, *v.* (ดีสไครบฺ) พรรณนา
description, *n.* (ดีสคริพ ชั่น) การพรรณนาลักษณะ, ลักษณะ
descriptive, *a.* (ดีสครีพ ทิฟว) ซึ่งแสดงการพรรณนา
descry, *v.* (ดีสฺไคร) มองเห็น
desecrate, *v.* (เด็สซิ เครท) ทำลายความศักดิ์สิทธิ์; เสื่อมเสียต่อความศักดิ์สิทธิ์
desecration, *n.* (เด็สซิเครชั่น) การทำลายความศักดิ์สิทธิ์
desert, *v.* (ดีเซอท) ละทิ้ง; *n.* (เด็สเซิท) ทะเลทราย
desert island, เกาะร้าง
deserter, *n.* (ดีเซอท เทอ) ทหารหนีจากกอง
desertion, *n.* (ดีเซอท ชั่น) การหนีจากกอง
deserve, *v.* (ดีเซอฟว) สมควรที่จะได้รับ
deservedly, *adv.* (ดีเซอฟ เว็ดลิ) อย่างสมควรยิ่ง
deserver, *n.* (ดีเซอฟเวอ) ผู้สมควรที่จะได้รับ
deserving, *a.* (ดีเซอฟวิง) ซึ่งสมควรจะได้รับ
desiderate, *a.* (ดีซิด เคอเรท) รู้สึกว่าขาดไป
design, *v.* (ดีไซนฺ) กะแผนการ; ร่างแบบ; ออกแบบ; *n.* แบบแผน; แผนการ; รูป; ความตั้งใจ
designate, *v.* (เด็สซิกเนท) ชี้; แสดง; ชี้ตัวระบุไว้
designer, *n.* (ดีไซ เนอ) ผู้ออกแบบ
designing, *a.* (ดีไซ นิง) ซึ่งมีแผนการแอบแฝงอยู่
desirable, *a.* (ดีไซ ระเบิล) ซึ่งเป็นสิ่งพึงประสงค์
desire, *v.* (ดีไซเออ) ต้องการ; *n.* ความต้องการ
desirous, *a.* (ดีไซรัส) อยากได้
desist, *v.* (ดีซิสทฺ) หยุด; เว้นจาก
desk, *n.* (เด็สคฺ) โต๊ะ
desolate, *v.* (เด็ส โซเลท) ทำลายเปลี่ยวใจ
despair, *a. n.* (เด็สแพ) หมดหวัง; ทอดอาลัย
despairingly, *adv.* (เด็สแพ ริงลิ) อย่างทอดอาลัยเสียแล้ว
despatch, dispatch, *v.* (ดีส แพ็ทชฺ) ส่ง; ส่งไปโดยด่วน; *n.* ข่าวด่วน; การส่ง
desperate, *a.* (เด็สเพอเรท) ซึ่งหมดหวัง; ซึ่งทอดอาลัยเสียแล้ว
desperately, *adv.* (เด็ส เพอเรทลิ) อย่างทอดอาลัย

desperateness, desperation, *n.* (เด็ส-เพอเรชั่น) ความหมดหวัง
despicable, *a.* (เด็ส พิคคะเบิล) น่าเหยียดหยาม
despise, *v.* (ดีสไพซ) สบประมาท; เกลียดน้ำหน้า
despisingly, *adv.* (ดีสไพ ซิงลิ) อย่างสบประมาท
despondent, *a.* (ดีสพอน เด็นทฺ) ใจหดหู่
despot, *n.* (เด็ส พอท) ผู้กดขี่; เจ้าผู้เด็ดขาด
despotic, *a.* (เด็สพ็อท ทิค) เด็ดขาด; ซึ่งกดขี่
despotically, *adv.* (เด็สพ็อท ทิคคัลลิ) อย่างเด็ดขาด; กดขี่
despotism, *n.* (เด็ส พอทิซึม) ความเด็ดขาดแห่งการปกครอง
dessert, *n.* (เด็สเซอท) ผลไม้; ของหวาน
destination, *n.* (เด็สทินเนชั่น) ที่หมาย; จุดหมายปลายทาง
destine, *v.* (เด็ส ทิน) หวังไว้ว่า
destiny, *n.* (เด็ส ทินิ) เคราะห์กรรม; โชค
destitute, *a.* (เด็ส ทิจิวทฺ) อดอยาก; สิ้นเนื้อประดาตัว; ไม่มีอะไร
destitution, *n.* (เด็สทิจิว ชั่น) ความขาดแคลน; จนจนไม่มีอะไรติดตัว
destroy, *v.* (ดีสทรอย) ทำลาย; สังหาร
destroyer, *n.* (ดีสทรอยเออ) เรือพิฆาต; ผู้ทำลาย
destruction, *n.* (ดีสทรัค ชั่น) การรื้อทำลาย; การสลักหักพัง
destructive, *a.* (ดีสทรัค ทิฟว) ซึ่งเป็นการรื้อทำลาย
destructor, *n.* (ดีสทรัค เทอ) ผู้ทำลาย
desultory, *a.* (เด็ส ซัลทอริ) กลับไปกลับมา
detach, *v.* (ดีแทช) แยกส่งไป
detail, *n.* (ดี เทล) ข้อความโดยพิศดาร; รายละเอียด
detain, *v.* (ดีเทน) ยึดเหนี่ยวไว้; กักตัวไว้
detect, *v.* (ดี เท็คทฺ) ค้นเจอะ; สืบเสาะ; มองเห็น
detection, *n.* (ดีเท็ค ชั่น) การสืบเสาะ; มองเห็น
detective, *n.* (ดีเท็ค ทิฟว) นักสืบ
detention, *n.* (ดีเท็น ชั่น) การกักขัง; การยึดเหนี่ยวไว้
deter, *v.* (ดี เทอ) ทำให้ขยาดเกรง
deteriorate, *v.* (ดีเทีย ริเออเรท) เลวลง; เสื่อม
determination, *n.* (ดีเทอมิ เนชัน) ความตั้งใจอันแน่วแน่
determine, *v.* (ดีเทอ มิน) ตกลงใจ; จำกัดลงไปว่า
detest, *v.* (ดีเท็ซทฺ) เกลียดชัง
detestable, *a.* (ดีเทซ ทะเบิล) เป็นที่น่าเกลียดชัง
dethrone, *v.* (ดีโธรน) เอาออกจากราชสมบัติ
detour, *n.* (ดีทัวรฺ) ทางอ้อม
detonate, *v.* (เด็ท โทเนท) ระเบิดดังสนั่น
detriment, *n.* (เด็ท ทริเม็นทฺ) ความเสียหาย
detrimental, *a.* (เด็ท ทริเม็นทัล) ซึ่งเป็น

ที่เสียหาย

deuce, *n.* (ดิวซฺ) ปีศาจ; ผี

devaluate, *v.* (ดีแวล ลิวเอท) ลดค่าของเงินตรา

devaluation, *n.* (ดีแวลลิวเอ ชั่น) การลดค่าเงินตรา

devastate, *v.* (เดวัสเทท) ทำลาย

devastation, *n.* (เดวัสเทชั่น) การทำลาย

develop, *v.* (ดีเว็ลลอพ) แก้ห่อ; ค่อยๆเจริญก้าวหน้า; ล้างฟิล์ม; พัฒนา

development, *n.* (ดีเว็ล ลอพเม็นทฺ) พัฒนาการ

deviate, *v.* (ดีวิเอท) ออกนอกเส้นตรง

deviation, *n.* (ดีวิเอชั่น) ทางเบี่ยง

device, *n.* (ดีไวซฺ) ความหมายใจ; เครื่องหมาย; ความเห็น; อุบาย

devil, *n.* (เดวิล) ปีศาล; ผี

go to the devil! ไปลงนรกเสียเถอะ

devious, *a.* (ดีเวียซ) คดเคี้ยว (เส้นทาง)

devise, *v.* (ดีไวซฺ) กะไว้

devoid, *a.* (ดีวอยดฺ) ไม่มี; โล่ง เตียน; เปล่า; ไร้

devote, *v.* (ดีโวทฺ) สละแก่, ทุ่มเท

devoted, *p.p.* (ดีโวท เท็ด) รักใคร่มาก

devotedly, *adv.* (ดีโวท เท็คลิ) อย่างรักใคร่, อย่างทุ่มเท

devotion, *n.* (ดีไวชั่น) ความนับถือ; ความจงรักภักดี, ความทุ่มเท

devour, *v.* (ดีวาว เออ) กลืนกิน; ทำลายสิ้น

devout, *a.* (ดีวาวทฺ) ใจบุญ

dew, *n.* (ดิว) น้ำค้าง

dewdrop, *n.* (ดิว คร็อพ) หยาดน้ำค้าง

dewy, *a.* (ดิวอิ) เต็มไปด้วยน้ำค้าง

dexter, *a.* (เด็กซฺ เทอ) แห่งมือขวา

dexterity, *n.* (เด็กซฺ เท ริทิ) ความคล่องแคล่ว

dexterous, *a.* (เด็กซฺ เทอรัส) คล่องแคล่ว

dextral, *a.* (เด็กซฺ ทรัล) แห่งข้างขวา

diabetes, *n.* (ไดอะบี ทีซ) โรคเบาหวาน

diadem, *n.* (ได อะเด็ม) กะบังเพชร

diagonal, *n.* (ไดแอก กอนัล) เส้นทะแยงมุม

diagonally, *adv.* (ไดแอก กอนัลลิ) ตามทะแยงมุม

diagram, *n.* (ได อะแกรม) รูป; ผัง

dial, *n.* (ได อัล) หน้าปัทม์นาฬิกา

dialect, *n.* (ไดอะ เล็คทฺ) ภาษาตามท้องถิ่น

dialogue, *n.* (ไดอะลอก) คำสนทนาโต้ตอบ

diametre, *n.* (ไดแอม มีเทอ) เส้นผ่าศูนย์กลางวงกลม

diametrical, *a.* (ไดอะเม็ท ทริคัล) แห่งเส้นผ่าศูนย์กลางวงกลม

diamond, *n.* (ได อะมันดฺ) เพชรพลอย

diaphragm, *n.* (ได อะแฟร็ม) เยื่อบุช่องท้อง

diarrhoea, *n.* (ไดอะ เรีย) โรคท้องร่วง

diary, *n.* (ไดอะริ) สมุดบันทึก

dice, *n.* (ไดซฺ) ลูกเต๋า

dictaphone, *n.* (ดิค ทะโฟน) เครื่องบอกตามคำบอก

dictate, *v.* (ดิคเทท) บอกให้ทำ; บอก

ตามคำบอก; เผด็จการ

dictation, *n.* (ดิคเทชั่น) เขียนตามคำบอก

dictator, *n.* (ดิทเทเทอ) ผู้เผด็จการ

dictatorial, *a.* (ดิคทะทอเรียล) ซึ่งมีอำนาจอย่างเผด็จการ

dictatorship, *n.* (ดิคเทเทอ ชิพ) อำนาจเผด็จการ

dictionary, *n.* (ดิค ชั่นนะริ) พจนานุกรม

did, (ดิด) อดีตของ 'do' : ทำ

die, *v.* (ได) ตาย; *n.* ลูกเต๋า (*pl.* dice); เครื่องอัดกอปปี้

die in infancy, ตายแต่เล็กๆ

diet, *n.* (ได เอ็ท) สภา; ลดอาหาร

differ, *v.* (ดิฟเฟอ) แตกต่างกันไป

difference, *n.* (ดิฟ เฟอเร็นซฺ) ความแตกต่าง

different, *a.* (ดิฟ เฟอเร็นทฺ) ต่างกัน

differentiate, *v.* (ดิฟเฟอเร็น ชิเอท) ดูข้อแตกต่าง

difficult, *a.* (ดิฟ ฟิคัลทฺ) ยาก; ลำบาก

difficulty, *n.* (ดิฟ ฟิคัลทิ) ความลำบาก; ความยาก

dig, *v.* (ดิ๊ก) ขุด

digest, *v.* (ได เจ็ซทฺ) ย่อย; ตรึกตรอง

digestion, *n.* (ดิเจซทฺ ชั่น) การย่อยอาหาร

digestive, *a.* (ดิเจ็ซ ทิฟว) ย่อยง่าย

digit, *n.* (ดิ จิท) ตัวเลข

dignify, *v.* (ดิก นิไฟ) ทำให้มีสง่า; ผ่าเผย

dignitary, *n.* (ดิก นิทะริ) ผู้มียศสูง

dignity, *n.* (ดิก นิทิ) ความผึ่งผาย; ความโอ่อ่า; สง่า

digress, *v.* (ไดเกร็ส) ออกนอกลู่นอกทางไป; อ้อมค้อม; ชักทำเนียบ

digression, *n.* (ไดเกร็ชชัน) การพูดจาออกนอกทางไป

dike, *n.* (ไดคฺ) เขื่อน

dilapidated, *a.* (ดิแล็พ พิเดทเท็ด) สลักหักพัง

dilate, *v.* (ไดเลท) พองตัว

dilemma, *n.* (ดิเล็มม่า) ความยุ่งยากหัวใจ

diligence, *n.* (ดิ ลิดเจ็นซฺ) ความขยัน

diligent, *a.* (ดี ลิเจ็นทฺ) ขยัน

diligently, *adv.* (ดิลิเจ็นทฺลิ) อย่างขยันขันแข็ง

dilute, *v.* (ไดลิวทฺ) จางลง; เจือน้ำ

dilution, *n.* (ไดลิวชั่น) การเจือน้ำให้อ่อนลง

dim, *a.* (ดิม) มัว; ขมุกขมัว; *v.* ทำให้มืดมัวไป

dime, *n.* (ไดมฺ) เหรียญสิบเซ็นต์

dimension, *n.* (ดิเม็นชั่น) ขนาดกว้างยาว

diminish, *v.* (ดิมมิน นิช) ลดน้อยลง; เล็กลง

diminutive, *a.* (ดิมมิ นิวทิฟว) เล็ก; *n.* คำที่แสดงความเล็ก หรือความรักใคร่

dimly, *adv.* (ดิม ลิ) อย่างมืดมัว

dimness, *n.* (ดิม เน็ส) ความมืดมัว

dimple, *n.* (ดิม เพิล) ลักยิ้ม

din, *n.* (ดิน) เสียงอึกทึกกึกก้อง

dine, v. (ไดนฺ) รับประทานอาหาร(ค่ำ)

ding-dong, *n.* (ดิง-ดอง) เสียงระฆัง; เหง่าหง่าง

dinghy, *n.* (ดิง กิ) เรือคอน

dingo, *n.* (ดิง โก) สุนัขชนิดหนึ่งใน

D

ออสเตรเลีย

dingy, *a.* (ดินจิ) สกปรก; มืดมัว

dining, *n.* (ได นิง) การรับประทานอาหารเย็น

dining-car, *n.* รถสะเบียง

dinner, *n.* (ดิน เนอ) อาหารค่ำ

dinner-jacket, *n.* (ดินเนอ แจ็ค เค็ท) เครื่องราตรีสโมสร

dinner-time, *n.* (ดิน เนอ ไทมฺ) เวลารับประทานอาหารค่ำ

dinosaur, *n.* (ไดโนซอรฺ) จิ้งจกยักษ์สูญพันธุ์แล้ว

dint : by dint of, (ดินทฺ) โดยว่า

dip, *v.* (ดิพ) จุ่ม; เหลง

diphtheria, *n.* (ดิฟธีเรีย) โรคคอตีบ; คอตัน

diploma, *n.* (ดิพโพลมม่า) ประกาศนียบัตร; อนุปริญญา

diplomacy, *n.* (ดิพโพล มะซิ) เล่ห์เหลี่ยมทางการติดต่อระหว่างประเทศ; การทูต

diplomat, *n.* (ดิ โพลแมท) ผู้ติดต่อระหว่างประเทศ; นักการทูต

diplomatic, *a.* (ดิโพบแมท ทิค) แห่งการทูต

dipping, *n.* (ดิพ พิง) การจุ่ม; การเหลง

dire, *a.* (ไดเออ) น่ากลัว

direct, *a.* (ไดเร็คทฺ) ตรง; ตรงไปตรงมา; *v.* มุ่งไปทาง; นำ

direction, *n.* (ไดเร็คชั่น) ทาง; ทิศ

directly, *adv.* (ไดเร็คทฺลิ) อย่างตรงไป; โดยทันที

director, *n.* (ไดเร็ค เทอ) ผู้จัดการ; หัวหน้า; ผู้อำนวยการ

directory, *n.* (ไดเร็ค ทอริ) ประชานุเคราะห์ (หนังสือ); คณะกรรมการปกครองแผ่นดิน

directress, *n.* (ไดเร็ค เทรส) ผู้จัดการหญิง

direful, *a* (ไดเออ ฟูล) น่ากลัว

direst, *a.* (ได เร็สทฺ) อย่างน่ากลัวที่สุด

dirt, *n.* (เดอท) ของสกปรก; ผงสกปรก

dirtiness, *n.* (เดอ ทิเน็ส) ความสกปรก

dirty, *a.* (เดอทิ) สกปรก

disability, *n.* (ดิสอะบิล ลิทิ) ความไม่สามารถ

disable, *v.* (ดีสเอ เบิล) ไม่สามารถ

disadvantage, *n.* (ดิสแอ็ดวาน เท็ดจ) ข้อเสียเปรียบ

disadvantageous, *a.* (ดิสแอ็ดวันเทดจัส) ซึ่งเป็นการเสียเปรียบ

disagree, *v.* (ดิสอะกรี) ไม่ตกลง; ไม่เห็นด้วย

disagreeable, *a.* (ดิสอะกรี อะเบิล) ไม่เป็นที่ถูกใจ

disagreement, *n.* (ดิสอะกรี เม็นทฺ) ความไม่ตกลงกัน

disallow, *v.* (ดิสอะลาว) ไม่ยอมให้

disallowable, *a.* (ดิสอะลาวอะเบิล) ซึ่งยอมให้ไม่ได้

disallowance, *n.* (ดิสอะลาว อันซฺ) การที่ไม่ยอมให้

disappear, *v.* (ดิสซะเพีย) หายไป; หายหน้าไป

disappearance, *n.* (ดิสซะเพีย รันซฺ) การศูนย์หายไป; การสาบศูนย์

disappoint, *v.* (ดิสซะพอยนฺทฺ) ไม่สนใจนึก, ทำให้ผิดหวัง
disappointed, *a.* (ดิสซะพอยนฺ เท็ด) ผิดหวัง
disappointing, *a.* (ดิสซอพอยนฺ ทิง) ซึ่งไม่สนใจนึก, เป็นที่น่าผิดหวัง
disappointment, *n.* (ดิสซะพอยนฺทฺ เม็นทฺ) ความไม่สนใจนึก, ความผิดหวัง
disapproval, *n.* (ดิสซะพรูวัล) ความไม่พอใจ, ความไม่เห็นด้วย
disapprove, *v.* (ดิสซะพรูฟว) ไม่ชอบ; ไม่เห็นด้วย
disapprovingly, *adv.* (คิสซะพรูฟ วิงลิ) อย่างไม่ชอบใจ
disarm, *v.* (ดิสอาม) ลดอาวุธ; ปลดอาวุธ
disarmament, *n.* (ดิสอา มะเม็นทฺ) การลดอาวุธ
disarrange, *v.* (ดิสอะเรนจ) ทำลายความเป็นระเบียบ
disaster, *n.* (ดิซาส เทอ) ความฉิบหาย; ความวิบัติ
disastrous, *a.* (ดิซาส ทรัส) ซึ่งเป็นที่เสียหายอย่างมากมาย
disband, *v.* (ดิสแบนดฺ) แตกแยกกันไป
disbelief, *n.* (ดิสบิลีฟ) ความไม่เชื่อ
disbelieve, *v.* (ดิสบิลีฟว) ไม่เชื่อ
disbeliever, *n.* (ดิสบิลีฟเวอ) ผู้ไม่เชื่อ
disburse, *v.* (ดิสเบอส) จับจ่าย
disc, disk, *n.* (ดิสคฺ) แผ่นกลม; วง; จาน (ขว้าง)
discage, *v.* (ดิสเคจ) ปล่อยออกจากกรง
discamp, *v.* (ดิสแคมพฺ) ทิ้งค่าย
discard, *v.* (ดิสคาด) ทิ้งไป; ทิ้งเสีย
discern, *v.* (ดิสเซอน) มองเห็น
discernible, *a.* (ดิสเซอน นะเบิล) พอมองเห็นได้
discernment, *n.* (ดิสเซอน์ เม็นทฺ) การมองเห็น
discharge, *v.* (ดิสชาดจ) ยกออก; ปล่อยออก; ปล่อยไป; ทำหน้าที่
discharge-pipe, *n.* ท่อปล่อยออก
disciple, *n.* (ดิสไซเพิล) สาวก; อันเดวาสิก
disciplinarian, *n.* (ดิสซิพพลิแนเรียน) ผู้เคร่งวินัย
disciplinary, *a.* (ดิส ซิฟพลินแนริ) แห่งระเบียบวินัย
discipline, *n.* (ดิส ซิปพลิน) วินัย; *v.* จัดเข้าระเบียบ
disclaim, *v.* (ดิสเคลม) สละสิทธิ
disclose, *v.* (ดิส โคลซ) ขยายออก; เปิด
disclosure, *n.* (ดิสโคลส ชั่ว) การเปิดเผย
discoloration, *n.* (ดิสคัลเลอเรชั่น) สีจาง, เผือดไป
discolour, *v.* (ดิสคัลเลอ) สีหมดไป
discomfiture, *n.* (ดิสคัม พีจัว) ความล้มเหลว
discomfort, *n.* (ดิสคัม เฟิท) ความไม่สบายใจ
discomfortable, *a.* (ดิสคัม เฟิททะเบิล) ไม่สบาย
discommode, *v.* (ดิสคอมโมด) ทำให้ไม่สะดวก
disconcert, *v.* (ดิสคอนเซอท) ไม่เข้ากัน; ไม่ตกลงกัน

D

disconnect, *v.* (ดิสคอนเน็คทฺ) เอาออก; ตัดออกจากหัวต่อ; แยกจากกัน

disconsolate, *a.* (ดิสค็อน โซเลท) ไม่รู้จักคลายใจ

discontent, *n.* (ดิสคอนเท็นทฺ) ความไม่พอใจ

discontented, *a.* (ดิสคอนเท็น เท็ด) ไม่พอใจ

discontentment, *n.* (ดิสคอนเท็นทฺ เม็นทฺ) ความไม่พอใจ

discontinuance, *n.* (ดิสคอนทิ นิวอันซฺ) การหยุดไม่กระทำต่อไป

discontinuation, *n.* (ดิสคอนทินิว เอชั่น) การหยุดไม่กระทำต่อไป

discontinue, *v.* (ดิสคอนทินิว) หยุดไม่ทำต่อไป

discontinuous, *a.* (ดิสคอนทิ นิวอัส) ซึ่งไม่ติดต่อกัน

disconvenience, *n.* (ดิสคอนวิเนียนซฺ) ความไม่เหมาะสม

disconvenient, *a.* (ดิสคอนวิเนียนทฺ) ไม่เหมาะสม

discord, *n.* (ดิส คอด) ความไม่ปราณีประนอม; เสียงแปร่ง

discordance, *n.* (ดิสคอ ดันซฺ) ความไม่ตกลงกัน; ไม่เข้ากัน

discordant, *a.* (ดิสคอดันทฺ) ไม่ตกลงกัน; ไม่เข้ากัน

discount, *v.* (ดิสคาวนฺทฺ) ลด; หักส่วนลด; *n.* เงินส่วนลด

discourage, *v.* (ดิส คะเรดจ) ทำให้ท้อใจ; ไม่ส่งเสริม

discouragement, *n.* (ดิส คะเร็ดจ เม็นทฺ) ความท้อใจ

discouraging, *a.* (ดิส คะเรดจิง) เป็นที่ท้อใจ

discourse, *n.* (ดิส คอส) การพูดจา; *v.* พูด

discourteous, *a.* (ดิสคอท ยัส) ไม่สุภาพ

discourtesy, *n.* (ดิสเคิท เท็สซิ) ความไม่สุภาพ

discover, *v.* (ดิสคัพเวอ) เปิด; แย้มออก; ค้นเจอ

discoverable, *a.* (ดิสคัพ เวอระเบิล) พอจะหาเจอ

discoverer, *n.* (ดิสคัพ เวอเรอ) ผู้ค้นเจอ

discovery, *n.* (ดิสคัพ เวอริ) การค้นเจอ

discredit, *n.* (ดิส เครดิท) ความไม่เชื่อเกียรติ

discreet, **discrete**, *a.* (ดิสครีท) ซึ่งสำรวมในการพูด (ไม่เอาเรื่องมิบังควรขึ้นมากล่าว)

discrepancy, *n.* (ดิสเคร พันซิ) ความที่แตกต่างกันไป

discretion, *n.* (ดิสเคร ชั่น) ความสำรวมในการพูด (ไม่เอาเรื่องมิบังควรขึ้นมากล่าว)

at discretion, แล้วแต่จะเห็นดี

discriminate, *v.* (ดิสคริม มิเนท) มองเห็นข้อแตกต่าง

discrimination, *n.* (ดิสคริมมิเนชั่น) การสังเกตเห็นข้อแตกต่าง

discuss, *v.* (ดิส คัส) ถกปัญหา

discussion, *n.* (ดิสคัส ชั่น) การพิจารณา

disdain, *n.* (ดิสเดน) ความดูถูก; ความสบประมาท
disdainful, *a.* (ดิสเดน ฟุล) อย่างดูถูกให้
disease, *n.* (ดิสซีซ) เชื้อ; เชื้อโรค; โรค
disembark, *v.* (ดิสเซ็มบาค) ขึ้นจากเรือ
disembarkment, *n.* (ดิสเข็มบาค เม็นทฺ) การขนจากเรือ
disembarrass, *v.* (ดิสเอ็มแบ รัส) ช่วยให้พ้นความยุ่งใจ; ปลดเปลื้อง
disembody, *v.* (ดิสเอ็มบอด ดี) แยกจากร่าง
disenchant, *v.* (ดิสเอ็นชานทฺ) แก้ฤทธิ์เวทมนต์
disencumber, *v.* (ดิสเอ็นคัมเบอ) แก้ให้พ้นจากอุปสรรค
disendow, *v.* (ดิสเอ็นดาว) ไม่ให้
disengage, *v.* (ดิสเอ็นเกดจ) เลิก; ปล่อย; เป็นอิสระ ว่าง
disengaged, *a.* (ดิสเอ็นเกจดฺ) ว่าง
disentangle, *v.* (ดิซเอ็นแทง เกิล) แก้; หลุดจากข้อติดยุ่ง
disfavour, *n.* (ดิสเฟเวอ) ความไม่โปรด
disfigure, *v.* (ดีสฟิกเกียวรฺ) ทำให้เสียรูป
disgorge, *v.* (ดิสกอดจ) สำรอกออกมา
disgrace, *n.* (ดิสเกรซ) ความอับอาย; ความตกอับเสียชื่อ
disgrace, *v.* ได้รับความอับอาย
disgraceful, *a.* (ดิสเกรซ ฟุล) เป็นที่น่าอับอาย; น่าขายหน้า
disguise, *n. v.* (ดิสไกซ) ปลอมตัว
disgust, *n.* (ดิสกัซทฺ) ความเกลียดแสน; *v.* ทำให้รู้สึกเกลียด
disgustful, *a.* (ดิสกัซทฺ ฟูล) น่าเกลียดยิ่ง
disgusting, *a.* (ดิสกัซ ทิง) เป็นที่น่าเกลียด
disgustingly, *adv.* (ดิสกัซ ทิงลิ) อย่างน่าเกลียดยิ่ง
dish, *n.* (ดิช) จาน; จานกับข้าว; *v.* ใส่จาน
disharmony, *n.* (ดิสฮา โมนิ) ความไม่เข้ากัน; การแตกสามัคคี
dishearten, *v.* (ดิสฮาท เทิน) ทำให้ท้อใจ
disherit, *v.* (ดิสเฮ ริท) ไม่ให้มรดก; ตัดมรดก
dishevel, *v.* (ดิสเชฟ เว็ล) ปล่อยยุ่ง (ผม)
dishful, *n.* (ดิช ฟุล) เต็มจาน
dishome, *v.* (ดิสโฮม) ทำให้ไม่มีบ้านอยู่
dishonest, *a.* (ดิสอ็อน เน็ชทฺ) ไม่ซื่อตรง; ทุจริต
dishonesty, *n.* (ดิสออน เน็สทิ) ความไม่ซื่อตรง; ความทุจริต
dishonour, *n.* (ดิสออน เนอ) ความเสียชื่อเสียง
disincline, *v.* (ดิสอินไคลน) ไม่มีใจนึกอยาก
disinfect, *v.* (ดิสอินเฟ็คทฺ) ทำลายเชื้อโรค
disinherit, *v.* (ดิสอินเฮ ริท) ขับไล่ออกจากกองมรดก
disintegrate, *v.* (ดิสอิน ทีเกรท) แยกออกเป็นส่วนๆ
disinter, *v.* (ดิสอินเทอ) ขุดเอาออกมา
disinterested, *a.* (ดิสอิน เทอเร็สเท็ด) ไม่เอาใจใส่; ไม่ใฝ่ใจ
disinteresting, *a.* (ดิสอิน เทอเร็สทิง)

ไม่สนุก

disjoin, *v.* (ดิสจอยนฺ) แยกกัน

disjointed, *p.p.* (ดิสจอยนฺ เท็ด) ไม่ติดต่อกัน

disk, *n.* (ดิสคฺ) แผ่นกลม; วง

dislike, *v.n.* (ดิสไลคฺ) ไม่ชอบ

dislikelihood, *n.* (ดิสไลคฺ ลิฮูด) ความไม่น่าจะเป็นไปได้

disload, *v.* (ดิสโลด) ขนลง

dislocate, *v.* (ดิส โลเคท) เคลื่อนที่

dislocation, *n.* (ดิสโลเคชั่น) การเคลื่อนจากที่

dislodge, *v.* (ดิสลอดจ) ไลออกจากที่

disloyal, *a.* (ดิสลอย อัส) ไม่ซื่อสัตย์

disloyally, *adv.* (ดิสลอย อัลลิ) อย่างไม่ซื่อสัตย์

disloyalty, *n.* (ดิสลอย อัลทิ) ความไม่ซื่อสัตย์

dismal, *a.* (ดิชนัล) มืดอับ; เศร้าใจ

dismantle, *v.* (ดิสแมนเทิล) ทำลายฐานทัพ; ปลด

dismay, *v.* (ดิสเม) ทำให้ตกใจ; ทำให้ท้อใจ

dismay, *n.* ความท้อใจ; ความตื่นตกใจ

dismember, *v.* (ดิซเม็ม เบอ) แยกออกจากกัน; ตัดออกเป็นเสี่ยง ๆ

dismemberment, *n.* (ดิซเม็น เบอเม็นทฺ) การตัดแยกออกจากกัน

dismerit, *v.* (ดิสเม ริท) หมดเกียรติคุณ

dismiss, *v.* (ดิชมิส) ยกคดี; ปล่อยไปให้พ้นจากหน้าที่

dismissal, *n.* (ดิสมิส ซัล) การถอดถอน; การปล่อยไป; การเลิกจ้าง

dismount, *v.* (ดิสมาวนฺทฺ) ลงจากหลังม้า

disnest, *v.* (ดิสเน็สทฺ) เอาออกจากรัง

disobedience, *n.* (ดีสโอบี เดียนซฺ) ความไม่เชื่อฟังกัน

disobedient, *a.* (ดิสโอบี เดียนทฺ) ไม่เชื่อฟังคำสั่ง; ดื้อด้าน

disobey, *v.* (ดิสโอเบ) ขัดคำสั่ง

disobligation, *n.* (ดิสออบบลิเกชั่น) ความพ้นพันธะ

disoblige, *v.* (ดิสโอไบลจ) ไม่เอาใจกันเลย

disobliging, *a.* (ดิสโอไบล จิง) ช่างไม่เอาใจกันบ้างเลย

disorder, *n.* (ดิสออ เดอ) ความไม่มีระเบียบ; ความปนกันยุ่ง

disorderliness, *n.* (ดิสออ เดอลิเน็ส) ความยุ่งยาก, ไม่เป็นระเบียบ

disorderly, *a.* (ดิสออ เดอลิ) อย่างปนกันยุ่ง

disorganize, *v.* (ดิสออ กันไนซ) ทำให้กระจัดกระจาย

disown, *v.* (ดิสโอน) ไม่ยอมรับ

disparage, *v.* (ดิสแพ เร็ดจ) เหยียดว่าต่ำต้อย

disparity, *n.* (ดิสแพ ริทิ) ความไม่เท่ากัน

dispassionate, *a.* (ดิสแพซ ชันเนท) หมดความใยดี

dispatch, *v.* (ดิสแพซ) ส่งไป

dispel, *v.* (ดิสเพ็ล) ไล่ไป; ดันถอยไป

dispend, *v.* (ดิสเพ็นดฺ) จับจ่าย

dispensable, *a.* (ดิสเพ็นซฺ ซะเบิล) จับจ่ายหมดไป

dispensary, *n.* (ดิสเพ็น ซะริ) โรงเจียดยา; ร้านขายยา

dispense, *v.* (ดิสเพ็นซฺ) ทำโดยไม่ต้องนึกถึง; ตัดออกไป

dispeople, *v.* (ดีสพี เพิล) อพยพ ครอบครัว

disperse, *v.* (ดีสเพอส) ทำให้แตกกระจายออกไป

dispirited, *a.* (ดิสพิ ริทเท็ด) ทำให้หมดกำลังใจ

display, *v.* (ดิสเพล) นำออกแสดง

displease, *v.* (ดิสพลีซ) ทำให้ไม่พอใจ

dispose, *v.* (ดิสโพซ) จัด; จ่ายแจก

to dispose of, กำจัด

at the disposal of, ยอมตัวให้รับใช้

dispossess, *v.* (ดิสโพ เซ็ส) ไม่ให้ครอบครอง

disproportion, *n.* (ดิส โพรพอชั่น) ความไม่ได้ส่วน

dispropriate, *v.* (ดิสโพร พริเอท) ขับจากความเป็นเจ้าของ

disprove, *v.* (ดิสพรูฟว) พิสูจน์ว่าไม่จริง; ไม่เห็นด้วย

disputable, *a.* (ดิส พิวทะเบิล) เป็นปัญหาอยู่

disputation, *n.* (ดิสพิวเท ชั่น) การโต้ด้วยคำพูด

dispute, *n. v.* (ดิสพิว ทฺ) โต้เถียง; กรณีพิพาท

disqualification, *n.* (ดิสควอลลิฟิเคชั่น) ความไม่ได้ลักษณะตามต้องการ

disqualify, *v.* (ดิสคว็อล ลิไฟ) ไม่ได้ลักษณะตามข้อบังคับ; เสียสิทธิ

disquiet, *v.* (ดิสไดว เอ็ท) รบกวน; ร้อนใจ

disregard, *v.* (ดิสรีกาด) ไม่แยแส; ไม่ใฝ่ใจ; เพิกเฉยเสีย; ไม่พักคำนึงถึง

disremember, *v.* (ดิสรีเม็ม เบอ) ลืมสนิท

disrepair, *n.* (ดิสรีแพ) ทรุดโทรม

disreputable, *a.* (ดิสเร็พ พิวทะเบิล) ไม่น่านับถือ

disreputation, *n.* (ดิสเร็พพิวเทชั่น) ความเสียชื่อ

disrepute, *n.* (ดิสเร็พ พิวทฺ) เสียชื่อ

disrespect, *n.* (ดิสเรสเพ็คทฺ) ความไม่นับถือ; *v.* ไม่นับถือ

disrespectable, *a.* (ดิสเรสเพ็ค ทะเบิล) ไม่น่านับถือ

disrespectful, *a.* (ดิสเรสเพ็คทฺ ฟูล) ไม่เคารพนบนอบ

disrobe, *v.* (ดิสโรบ) เปลือกออก; ถอด

disroot, *v.* (ดิสรูท) ถอนราก

disruly, *a.* (ดิสรูลลิ) ไม่เป็นระเบียบ

disrupt, *v.* (ดิสรัพทฺ) ทำให้แตกแยกจากกัน

dissatisfaction, *n.* (ดิสแซททิสแฟค ชั่น) ความไม่พอใจ

dissatisfactory, *a.* (ดิสแซททิสแฟคทอริ) ซึ่งเป็นที่ไม่พอใจ

dissatisfy, *v.* (ดิสแซท ทิสไฟ) เป็นที่ไม่พอใจ

dissect, *v.* (ดิสเซ็คทฺ) ผ่าตัด

dissection, *n.* (ดิสเซ็ค ชั่น) การผ่าดู

dissemblance, *n.* (ดิสเซ็ม บลันซฺ) ความไม่เหมือน; การแสร้งทำ

dissemble, *v.* (ดิสเซ็ม เบิล) แสร้งทำ
disseminate, *v.* (ดิสเซ็ม มิเนท) หว่านไปรอบ ๆ
dissension, *n.* (ดิสเซ็น ชัน) ความไม่ลงรอยกัน
dissent, *v.* (ดิสเซ็นทฺ) ไม่ตกลงด้วย
dissenter, *n.* (ดิสเซ็น เทอ) ผู้ไม่เห็นด้วย
dissert, *v.* (ดีสเซอท) พิจารณา; ถกเถียง
dissertation, *n.* (ดิสเซอเท ชั่น) การเขียนตำรา; การพูดปัญหา
dissever, *v.* (ดิสเซ็บ เวอ) แยกออก
dissident, *a.* (ดิส ซิเด็นทฺ) แตกความเห็น
dissimilar, *a.* (ดิสซิม มิล่า) ไม่คล้ายกัน
dissimilarity, *n.* (ดิสซิมมิแล ริทิ) ความไม่เหมือน
dissimulate, *v.* (ดิสซิมมิวเลท) แกล้งทำ
dissimulation, *n.* (ดิสซิมมิวเลชั่น) การแกล้งทำ
dissipate, *v.* (ดิสซิเพท) กระจายไปทั่วทิศ; หายไป; ผลาญทรัพย์; เที่ยวจัด
dissipation, *n.* (ดิสซิเพชั่น) การกระจายไปทั่วทิศ; การเที่ยวสำมะเลเทเมา
dissocial, *a.* (ดิสโซ ชัล) ไม่สมาคม
dissociate, *v.* (ดิสโซ ซิเอท) ไม่คบค้า
dissolute, *a.* (ดิส ซอลิวทฺ) แยกกัน; หย่อนศีลธรรม; ชักเนือย
dissolution, *n.* (ดิสซอลิวชั่น) การแตกแยกออกจากกัน; ความหย่อนศีลธรรม; ความเลิกกันไป
dissolvable, *a.* (ดิสซ็อล วะเบิล) ละลายได้; เลิกได้
dissolve, *v.* (ดิสซ็อลว) เลิกกัน; ละลายน้ำ
dissonant, *a.* (ดิส โซนันทฺ) ไม่เข้ากัน
dissuade, *v.* (ดิสซูเอด) ชักชวนไม่ให้
dissuasion, *n.* (ดิสซูเอ ชั่น) การชวนไม่ให้
distance, *n.* (ดิส ทันซฺ) ระยะ (ทาง)
distant, *a.* (ดิส ทันทฺ) ห่างไกล; ไกล
distaste, *n.* (ดิสเทซทฺ) ความไม่ชอบรสชาติ; เบื่อ
distasteful, *a.* (ดิสเทซทฺ ฟุล) ไม่ถูกปาก; ไม่ถูกตา
distemper, *n.* (ดิสเท็ม เพอ) อารมณ์ไม่ดี, โรคของสุนัข
distil, *v.* (ดิสทิล) ต้มกลั่น
distillation, *n.* (ดิสทิลเลชั่น) การต้มกลั่น
distiller, *n.* (ดิสทิสเลอ) เครื่องต้มกลั่น
distillery, *n.* (ดิสทิลเลอริ) โรงต้มกลั่น
distinct, *a.* (ดิสทิงคฺท) แน่ชัด; ชัด; เด่นชัด
distinction, *n.* (ดิสทิงคฺ ชั่น) ความเด่น; ความแตกต่าง; ได้คะแนนเยี่ยม
of great distinction, ยศหนักศักดิ์ใหญ่
distinctive, *a.* (ดิสทิงคฺ ทิฟว) ซึ่งเป็นที่แน่ชัด
distinctiveness, *n.* (ดิสทิงคฺ ทิฟวเนีส) ความแน่ชัด
distinctly, *adv.* (ดิสทิงคฺทฺ ลิ) โดยแน่ชัด
distinctness, *n.* (ดิสทิงคฺทฺ เนีส) ความแน่ชัด
distinguish, *v.* (ดิสทิง กวิซ) ทำให้เห็นข้อแตกต่าง; กระทำชื่อเสียงเด่น; มองเห็น
distinguishable, *a.* (ดิสทิง กวิชซะเบิล) ซึ่งมองเห็น

distinguished, *a.* (ดิสทิง กวิชทฺ) มีชื่อเสียง

distort, *v.* (ดิสทอท) บิดไปจนเสียรูป; บู้บี้

distortion, *n.* (ดิสทอชั่น) อรูป; รูปวิบัติ

distracted, *p.p.* (ดิสแทรค เท็ด) ใจลอย

distraction, *n.* (ดิสแทรค ชั่น) ความใจลอย; เครื่องล่อให้เพลิดเพลิน

distress, *n.* (ดิสเทร็ส) ความระทมทุกข์; ทุขภัย; *v.* ทำให้เดือดร้อนใจ

distressed, *a.* (ดิสเทร็สดฺ) เดือดร้อนใจ

distressful, *a.* (ดิสเทร็ส ฟุล) ซึ่งมีความร้อนใจ

distributable, *a.* (ดิสทริบิวทะเบิล) ซึ่งแจกจ่ายไปได้

distribute, *v.* (ดิสทริบิวทฺ) จับจ่ายออกไป; จ่ายแยก

distributer, *n.* (ดิสทริบิวเทอ) ผู้จ่ายแจก

distribution, *n.* (ดิสทริบิวชั่น) การจ่ายแจก; วิภาคกรรม

district, *n.* (ดิส ทริคทฺ) ย่าน; อำเภอ; ที่

distrust, *v.* (ดิสทรัสทฺ) ไม่เชื่อใจ

distrustful, *a.* (ดิสทรัสทฺ ฟุล) ซึ่งไว้ใจไม่ได้

distrustfulness, *n.* (ดิสทรัสทฺ ฟุลเน็ส) ความไม่ไว้ใจ

disturb, *v.* (ดิสเทอบ) รบกวน; ก่อความยุ่งยาก

disturbance, *n.* (ดิสเทอบ บันซฺ) การก่อกวน; การก่อความยุ่งยาก

disturber, *n.* (ดิสเทอบ เบอ) ผู้รบกวน; ผู้ก่อความยุ่งยาก

disunion, *n.* (ดิสยู เนียน) ความไม่ร่วมสามัคคีกันได้

disunite, *v.* (ดิสยูไนทฺ) แตกพวกจากกัน

disunity, *n.* (ดิสยู นิทิ) ความไม่รวมกัน

disuse, *v. n.* (ดิสยูส) หมดประโยชน์

disvalue, *v.* (ดิสแวลลิว) ไม่มีค่า

ditch, *n.* (ดิทชฺ) คู; *v.* ขุดคู

ditto, (ดิท โท) เช่นเดียวกัน (เหมือนกับบรรทัดบน)

ditty, *n.* (ดิททิ) เพลง

diurnal, *a.* (ไดเออนัล) แห่งวัน; อยู่ได้วันหนึ่ง

divan, *n.* (ดิแวน) เก้าอี้นวม; เก้าอี้นอน

dive, *v. n.* (ไดวฺ) โจนลงน้ำ; ดำน้ำ

diver, *n.* (ไดเวอ) คนดำน้ำ

diverge, *v.* (ไดเวอดจฺ) แยกเฉออกไป

divers, *a.* (ไดเวอซ) หลายอย่าง

diverse, *a.* (ไดเวิส) ต่างๆ กัน

diversify, *v.* (ไดเวอซ ซิไฟ) แยกออกเป็นอย่างๆ

diversion, *n.* (ไดเวอชั่น) การล่อให้เพลิดเพลิน; สิ่งล่อให้เพลิดเพลิน

diversity, *n.* (ไดเวอซิทิ) ชนิด; จำพวกแปลกๆ กันไป

divert, *v.* (ไดเวอท) พาหันไปอีกทางหนึ่ง; ทำให้เพลิดเพลิน

divertise, *v.* (ไดเวอ ไทซ) สนุก

divertive, *a.* (ไดเวอ ทิฟว) ซึ่งเพลิดเพลิน

divest, *v.* (ดิเว็นสทฺ) เอาออก; ปลด

dividable, *a.* (ดิไว ดะเบิล) แบ่งได้

divide, *v.* (ดิไวดฺ) แบ่ง

divided, *a.* (ดิไวเด็ด) แตกกัน

dividend, *n.* (ดิ วิเด็นดฺ) ดอกเบี้ย; ค่าปันผล

D

divider, *n.* (ดิไวเดอ) ผู้แบ่ง
divination, *n.* (ดิวิเนชั่น) การคาดการล่วงหน้า
divinator, *n.* (ดิวิเนเทอ) ผู้ทำนาย
divine, *a.* (ดิไวนฺ) เทพย; *v.* เดา; คาดการล่วงหน้า
diviner, *n.* (ดิไวเนอ) ผู้คาดการล่วงหน้า
diving, *n.* (ไดวิง) การดำน้ำ
divining, *n,* (ดิไวนิง) การทำนาย
divinity, *n.* (ดิวินนิทิ) เทวรูป; เทวดา; ศาสนศาสตร์
divisible, *a.* (ดิวิซ ซิเบิล) ซึ่งแบ่งได้
division, *n.* (ดิวิชั่น) การแบ่ง; การหาร; ส่วน; กอง; แผนก; การแบ่งแยก; ภาค
divisor, *n.* (ดิไวเซอ) ตัวหาร
divorce, *n. v.* (ดิวอซ) หย่า; (ผัวเมีย) เลิกร้าง
divulge, *v.* (ไดวัลจ) ป่าวประกาศ
divulsion, *n.* (ไดวัลชั่น) การฉีก, ดึงออกจากกัน
dizz, *v.* (ดิซ) ทำให้วิงเวียน
dizziness, *n.* (ดิซ ซิเนีส) ความเวียนศีรษะ
dizzy, *a.* (ดิซ ซิ) เป็นลมหน้ามืด
do, *v.* (ดู) ทำ
  do away with, ให้พ้นๆ กันไปเสีย
  well-to-do, สมบูรณ์พูนทรัพย์
docile, *a.* (โด ไซล) ว่าง่าย
docility, *n.* (โดซิลลิทิ) ความว่านอนสอนง่าย
dock, *n.* (ด็อค) ท่า; อู่เรือ
dockyard, *n.* (ด็อค ยาด) อู่เรือ
doctor, *n.* (ด็อคเทอ) นายแพทย์; ดร. (ปริญญาเอก)
doctorate, *n.* (ด็อคเทอเรท) ปริญญาชั้นด็อคเตอร์
doctress, *n.* (ด็อค เทรีส) นายแพทย์หญิง
doctrine, *n.* (ด็อค ทริน) ลัทธิ; คำสั่งสอน
document, *n.* (ด็อค คิวเมนทฺ) เอกสาร; หนังสือสำคัญ
documental, *a.* (ด็อคคิวเม็น ทัล) ซึ่งเป็นเอกสารสำคัญ
documentation, *n.* (ด็อคคิวเมนเทชั่น) การรวบรวมเอกสารอ้างอิง
dodge, *v.* (ด็อดจ) หลบหนี
doe, *n.* (โด) กวางตัวเมีย
doer, *n.* (ดู เออ) ผู้กระทำ
does, (ดาส, จาก “do') กระทำ
doff, *v.* (ด็อฟ) เอาออก; ถอดออก
dog, *n.* (ด็อก) สุนัข; *v.* ตามติดแจ; สะกดตามรอย
  a dog in the manger, (แมน เจอ) หมาหวงก้าง (หมาอยู่ในรางหญ้า) **let sleeping dogs lie**, หมามันหลับอยู่อย่าไปปลุกมันเข้า
dogged, *a.* (ด็อกเก็ด) หัวดื้อ
doggedly, *adv.* (ด็อกเก็ดลิ) อย่างหัวดื้อ
doggy, *n.* (ด็อกกิ) สุนัขตัวเล็กๆ
dogma, *n.* (ดอกม่า) ความเชื่อมั่น
dogmatic, *a.* เป็นของอาจินไตย
dog-tired, *a.* เหนื่อยเป็นบ้าไปเลย
doing, *a.* (ดูอิ้ง) การกระทำ
doleful, *a.* (โดลฟุล) เป็นที่น่าเศร้า
doll, *n.* (ด็อล) ตุ๊กตา
dollar, *n.* (ด็อลเลอ) เหรียญดอลล่าร์

dolorific, *a.* (ดอลอริฟฟิค) เจ็บปวด
dolorous, *a.* (ดอ ลอรัส) เป็นที่น่าเศร้า
dolour, *n.* (โด เลอ) ความเจ็บปวด
dolphin, *n.* (ด็อล ฟิน) ปลาโลมา
dolt, *n.* (โดลทฺ) คนโง่
domain, *n.* (โดเมน) คฤหาสน์; สามิตต์
dome, *n.* (โดม) หลังคากลม
domestic, *a.* (โดเม็ส ทิค) แห่งบ้าน; แห่งเคหศาสตร์
domestic animals, สัตว์เลี้ยง
domestic economy, การเรือน
domesticate, *v.* (โดเม็ส ทิเคท) อยู่กับบ้าน
domicile, *n.* (ด้อม มิไซลฺ) ที่อยู่; ภูมิลำเนา
dominant, *a.* (ดอ มินันทฺ) เด่นอยู่; ซึ่งมีอำนาจเหนือ
dominate, *v.* (ดอ มิเนท) ครอบครอง
domination, *n.* (ดอมิเนชั่น) การครอบครอง
dominator, *n.* (ดอนมิเน เทอ) ผู้ครอบครอง
domine, *v.* (ดอมมิน) ปกครอง
domineer, *v.* (ดอมมิเนียรฺ) ปกครองอย่างเด็ดขาด
dominial, *a.* (โดมิเนียล) แห่งการเป็นเจ้าของ
Dominican, *n.* (โดมินนิคัน) พระนิกายหนึ่งในศาสนาคริสตัง
dominion, *n.* (โดมินยัน) อาณาจักร (เช่น Dominion of Canada)
domino, *n.* (ดอมมิโน) เกมการละเล่นบนไม้กระดานชื่อ โดมิโน
domitable, *a.* (ด็อม มิทะเบิล) เชื่อง; หัดให้เชื่องได้
don, *v.* (ด็อน) สวม; ใส่; *n.* อาจารย์มหาวิทยาลัยที่เคมบริดจ์ หรือออกซ์ฟอด
donate, *v.* (โดเนท) ให้เงิน
donation, *n.* (โดเนชั่น) การให้เงินบำรุง
done, *p.p.* (ดัน) จาก 'do'; ได้กระทำแล้ว
to be done with, เลิกกันที
donjon, *n.* (ดัน จัน) หอคอยสูง
donkey, *n.* (ด้อง คิ) ลา
don't, do not, อย่า; ไม่
donor, *n.* (โดเนอ) ผู้ให้
blood-donor, ผู้บริจาคเลือด
doom, *v.* (ดูม) สบชาตาร้าย
doom, *n.* ชาตาร้าย
doomsday, *n.* วันที่พระเจ้าจะลงโทษ
door, *n.* (ดอรฺ) ประตู
in-door, ในบ้าน; ในร่ม
out of doors, กลางแจ้ง
doorless, *a.* (ดอเล็ส) ไม่มีประตู
door-plate, *n.* (ดอ เพลท) ป้ายหน้าประตู
doorstep, *n.* บันไดหน้าประตู
doorway, *n.* (ดอเว) ทางถึงประตูบ้าน
dope, *n.* (โดพ) ยาเสพติด
dormant, *a.* (ดอ มันทฺ) ซึ่งหลับอยู่
dormitory, *n.* (ดอรฺ มิทอริ) ห้องนอนโถง
dormouse, *n.* (ดอรฺ มาวซฺ) หนูหริ่ง
dorsal, *a.* (ดอ ซัล) มีสันหลัง
dose, *n. v.* (โดซ) วางยา; ให้ยา
dost, (ดัสทฺ, มาจาก 'do') ทำ
dot, *n. v.* (ด็อท) จุด
double, *a.* (ดับเบิล) สองซ้ำ; สองเท่า;

สองต่อ; *v.* ทวีสองเท่าตัว; อ้อมไป; *n.* สองเท่า; ตัวเทียม

double-breasted, *a.* (-เบร็ส เท็ด) ลูกกระดุมสองแถว

double-cross, *v.* (-ครอส) หักหลัง

double-dealing, *n.* (-ดีลลิง) การกระทำที่กำกวมเอาทั้งสองทาง

double-faced, *a.* ตีสองหน้า

doubling, *n.* (ดับ บลิง) การทวีสองเท่า; การเดินอ้อมแหลมไป

doubt, *v.* (ดาวทฺ) สงสัย; *n.* ข้อสงสัย; ความสงสัย

do doubt, แน่นอน; อย่างไม่ต้องสงสัย

doubtable, *a.* (เดา ทะเบิล) อันควรสงสัย

doubtful, *a.* (ดาวทฺ ฟุล) เป็นที่น่าสังสัยอยู่

doubtfulness, *n.* (ดาวทฺ ฟุลเน็ส) ความเป็นที่น่าสงสัย

doubtless, *adv.* (ดาวทฺ เล็ส) โดยไม่มีข้อสงสัยเลย

douche, *n.* (ดูช) น้ำฝักบัว

dough-nut, *n.* (โดนัท) ขนมโดนัท

dove, *n.* (ดัฟว) นกเขา

dovecot, *n.* (ดัฟวค็อท) กุฏนกพิลาป

dowager, *n.* (เดา วะเจอ) แม่ม่าย

dower, *n.* (เดา เออ) สินสมรสส่วนของหญิง

down, *n.* (ดาวนฺ) ขนปุย; ปุยนุ่น; นวม; ทุ่งกว้าง; *pr.* ลงมา

down the river, ขาล่องน้ำ

up and down, ขึ้นๆ ลงๆ; ขึ้นๆ; ล่องๆ

downcast, *a.* (ดาวนฺ คาสทฺ) คอตก

downfall, *n.* (ดาวนฺ ฟอล) ความเสื่อม

downhearted, *a.* (ดาวนฺ ฮาทเท็ด) ใจเสีย

downhill, *a. vda* (ดาวนฺ ฮิล) ขาลงเขา

downpour, *n.* (ดาวนฺ พอรฺ) ห่า (ฝน)

downright, *adv.* (ดาวนฺ ไรทฺ) อย่างไม่มีปัญญา

a downright ass, ลาโง่เราดีๆ นี่เอง

downstairs, *adv.* (ดาวนฺซฺแตซ) ข้างล่าง

downwards, *adv.* (ดาวนฺ เวิรฺซ) ลงสู่เบื้องล่าง

downy, *a.* (ดาว นิ) เป็นปุยนุ่มนิ่มดี

dowry, *n.* (ดาว ริ) สินสมรส

doze, *v.* (โดซ) เคลิ้มหลับ

dozen, *n.* (ดัซ เซิน) โหล (สิบสองอัน)

draft, *n.* (ดราฟทฺ) ร่าง; ตั๋วแลกเงินของธนาคาร

drag, *v.* (แดรก) ลาก; ฉุด

dragon, *n.* (แดรก เกิ้น) มังกร

dragon fly, แมลงปอ

dragoon, *n.* (ดรากูน) ทหารม้า

drain, *v.* (เดรน) ทดน้ำให้แห้ง

drainage, *n.* (เดรน เน็ดจ) การทดน้ำ

drake, *n.* (เดรค) เป็ดตัวผู้

drama, *n.* (ดราม่า) บทละคร; นาฏศิลป

dramatic, *a.* (ดราแมท ทิค) อย่างบทละคร

dramatis personae, (แดรมมะทิสเพอโซนี) ตัวบุคคลที่แสดงละคร

dramatist, *n.* (แดรม มะทิสทฺ) นักประพันธ์บทละคร; นาฏศิลปิน

dramatize, *v.* (แดรม มะไทซ) แต่ง; แปลงเป็นบทละคร

dramaturgy, *n.* (แดรม มะเทอดจิ) นาฏศาสตร์
drank, อดีตของ 'drink': ดื่ม
draper, *n.* (เดรพ เพอ) คนขายผ้า
drapery, *n.* (เดรพ เพอริ) พวกผ้า
drastic, *a.* (แดรส ทิค) อย่างเข้มงวด
draught, *n.* (ดราฟทฺ) ร่าง; กระแสลม; หมากรุกฝรั่ง; การลาก; การดื่ม
draw, *v.* (ดรอ); อดีต draw, *pp.* drawn: ลากเส้น; เขียนภาพ; ถอนเงิน; ชักจูงมา; เสมอกัน (การเล่น); จับสลาก
draw back, ถอย
draw conclusion, สรุป
draw in the air, สูดอากาศ
draw near, เข้ามาใกล้
draw up the army, ยกพลมา
drawback, *n.* (ดรอแบค) ขัดต่อความก้าวหน้า; การคืนอากร
drawbridge, *n.* (ดรอ บริดจ) สะพานชัก
drawer, *n.* (ดรอ เออ) ลิ้นชัก; ผู้สั่งจ่าย; ผู้ลาก; ผู้ชัก
drawing, *n.* (ดรอ อิง) วาดเขียน; การชักจูงมา; การลาก
drawing-master, *n.* (-มาสเทอ) ครูวาดเขียน
drawing-pin, *n.* (-พิน) เป๊กกดกระดาษ
drawing-room, *n.* (-รูม) ห้องรับแขก; ห้องวาดเขียน
drawl, *v.* (ดรอล) พูดลากเสียง
drawn, *p.p.* (ดรอน) ของ 'draw': ลาก; วาดภาพ
draw-well, *n.* (ครอเว็ล) บ่อตักน้ำ
dread, *n.* (เดร็ด) ความกลัว; *v.* กลัวเกรง
dreadful, *a.* (เดร็ด ฟุล) น่ากลัว
dream, *v.* (ดรีม); อดีต dreamt (เดร็มทฺ); ฝัน; *n.* ความฝัน dream of, นึกฝัน; ฝันถึง
dreamer, *n.* (ดรีมเมอ) คนฝัน
dreamily, *adv.* (ดรีม มิลิ) อย่างใจลอย
dreamland, *n.* (ดรีม แลนดฺ) เมืองในฝัน
dreamy, *a.* (ดรีม มิ) ใจลอย
drear, dreary, *a.* (เดรียริ) น่าเศร้า
dredge, *v.* (เดรดจฺ) ขุดลอกคลอง
dredger, *n.* (เดรด เจอ) เรือขุด
dregs, *n. pl.* (เดร็กซฺ) ขี้ตะกอน; กาก; ของเลวทรามที่สุด
drench, *v.* (เดร็นชฺ) เปียกโชก; จุ่มแช่
dress, *v.* (เดรซ) แต่งตัว; ประดับ; *n.* เครื่องแต่งตัว
dresser, *n.* (เดรส เซอ) ตู้
dressing, *n.* (เดรซ ซิง) การแต่งตัว; การแต่งบาดแผล
dress-maker, *n.* (เดรซ เมคเคอ) ช่างตัดเสื้อสตรี
drew, (ดรู) อดีตของ "draw" = ลาก; วาดรูป
dribble, *v.* (ดริบ เบิล) หยดเผาะๆ
dried, *pp.* (ดรายดฺ) แห้ง
drier, *n.* (ไดรเออ) ผู้ตากให้แห้ง
drift, *n.v.* (ดริฟทฺ) ลอยไปตามยถากรรม
drill, *v. n.* (ดริล) หัดหทาร; ฝึกหัด
drink, *v.* (ดริงคฺ) ดื่ม; *n.* เครื่องดื่ม
drinkable, *a.* (ดริง คะเบิล) กินได้ (น้ำ)
drinker, *n.* (ดริงเคอ) นักดื่ม

drip, *v.n.* (ดริพ) หยาด
drive, *v.* (ไดรวฺ) ขับต้อน; ไล่; ขับรถ; *n.* การขับรถ
  drive home, ขับกลับบ้าน
  drive on, ขับรถต่อไป
  take for a drive, พาไปนั่งรถเล่น
  driven, *p.p.* ของ 'drive': ขับไล่ไปแล้ว
driver, *n.* (ไดร เวอ) คนขับรถ
drizzle, *v.* (ดริส เซิล) ตกเป็นละออง
droll, *a.* (โดรล) น่าขัน
drollery, *n.* (โดรลเลอริ) ความขบขัน
dromedary, *n.* (ดีรอมเม็ดดะริ) อูฐ
drone, *n.* (โดรน) ผึ้งตัวผู้; เสียงร้องหึ่ง ๆ
droop, *v.* (ดรูพ) ย้อยลงมา
drooping, *a.* (ดรูพพิง) ย้อย
droopy, *a.* (ดรูพพิ) ห้อยลงมา
drop, *n.v.* (ดีรอพ) หยุด; *v.* ทิ้ง; ทำตก
  a drop of water, น้ำหนึ่งหยด
dross, *n.* (ดรอส) กากโลหะ
drought, *n.* (ดรอท) ความแห้งแล้ง
drove, (โดรบวฺ) อดีตของ 'drive'; ขับไป
drover, *n.* (โดรบเวอ) คนต้อนสัตว์ไป
drown, *v.* (ดราวนฺ) จมน้ำ
drowsy, *a.* (ดราวซิ) ซึ่งง่วงเหลาเซาซบ
drudge, *v.* (ดรัดจฺ) ทำงานไปอย่างแกน ๆ
drudgery, *n.* (ดรัดเจอริ) งานหนักอันไม่ได้สิ่งตอบแทน
drug, *n.* (ดรัก) ยา; *v.* วางยา
druggist, *n.* (ดรักกิซทฺ) คนผสมยา
drum, *n.* (ดรัม) กลอง; *v.* ตีกลอง
drummer, *n.* (ดรัมเมอ) พลตีกลอง
drumstick, *n.* (ดรัม สติค) ไม้ตีกลอง
drunk, *p.p.* (ดรังคฺ) เมามาย
drunkard, *n.* (ดรังคารฺด) นักเลงสุรา; คนขี้เมา
drunken, *a.* (ดรัง เค็น) เมา
drunkenness, *n.* (ดรัง เค็นเน็ส) ความเมา
dry, *a.* (ดราย) แห้ง; *v.* ตากแดด; ทำให้แห้ง; วิดน้ำ; แห้งไป
dual, *a.* (ดิวอัล) เป็นสอง
dubious, *a.* (ดิวบิอัส) เป็นที่สงสัย
dubiousness, *n.* (ดิวบิอัสเน็ส) ความเป็นที่สงสัย
dubitable, *a.* (ดิวบิทะเบิล) ซึ่งน่าสงสัย
ducal, *a.* (ดิวคัล) แห่งท่านดยุค
duchess, *n.* (ดัช เช็ส) ท่านดัชเชส; ภรรยาท่านดยุค
duchy, *n.* (ดัชชิ) แคว้นของท่านดยุค
duck, *n.* (ดัค) เป็ด
  young duck, ลูกเป็ด
duckling, *n.* (ดัคลิง) เป็นน้อย
duct, *n.* (ดัคทฺ) ทาง (ซึ่งเป็นท่อน้ำหรือสิ่งที่เป็นน้ำไหลไป)
ductile, *a.* (คัดไทลฺ) ดึงเป็นเส้น
due, *a.* (ดิว) อันบังควร; ถึงเวลากำหนดแล้ว; กำลังจะมาถึง; เป็นหนี้ที่จะต้องใช้
  due to, เนื่องจาก
duel, *n.* (ดิวเอ็ล) การประดาบกัน; ดวล
duellist, *n.* (ดิวเอ็ลลิซทฺ) นักดวลดาบ
duet, *n.* (ดิวเอ็ท) ดนตรีสำหรับเล่นสองคน
duffer, *n.* (ดัฟ เฟอ) คนโง่บัดซบ
dug, (ดัก) อดีตของ 'dig' : ขุด

duke, *n.* (ดิวคฺ) ท่านดยุค
dukedom, *n.* (ดิวคฺ ดัม) ตำแหน่งดยุค
dull, *a.* (ดัล) หัวคิดไม่เล่น; ไม่สนุก; ทึบ
dullard, *n.* (ดัล ลัด) คนบัดซบ
dullish, *a.* (ดัล ลิช) ค่อนข้างทึบโง่
dullness, **dulness**, *n.* (ดัล เน็ส) ความไม่สนุก
duly, *adv.* (ดิว ลิ) โดยทันท่วงที
dumb, *a.* (ดัม) ใบ้
dumb-bells, *n. pl.* (ดัม เบ็ลซฺ) ลูกตุ้มหนัก
dumbfound, *v.* (ดัมฟาวนดฺ) นิ่งอั้น
dumbness, *n.* (ดัม เน็ส) ความใบ้
dummy, *n.* (ดัมมิ) ตัวหุ่น; หุ่นเชิด; มือไม่มีคนถือ (ไพ่)
dump, *n.* (ดัมพฺ) ความหดหู่ใจ
dunce, *n.* (ดันซฺ) คนโง่ทึบ
dunder, *n.* (ดันเดอ) กากน้ำอ้อยสำหรับหมักทำเหล้า
dunderhead, *n.* (ดันเดอเฮ็ด) คนหัวทึ่ม
dune, *n.* (ดิวนฺ) เนินทราย
dung, *n.* (ดัง) มูลศัตว์; ปุ๋ยสัตว์
dungeon, *n.* (ดันจัน) คุกมืด
dupable, *a.* (ดิวพะเบิล) ซึ่งหลอกให้เชื่อได้
dupe, *n.* (ดิวพฺ) คนถูกหลอกกิน
duplicate, *a.* (ดิวพลิเคท) มีสองอัน; สองสำเนา
duplication, *n.* (ดิวพลิเคชั่น) การอัดสำเนา
durability, *n.* (ดิวระบิลลิทิ) ความทนทาน
durable, *a.* (เดียวระเบิล) ทนทาน; ทนอยู่ได้
durance, *n.* (ดิว รันซฺ) ความทนอยู่ได้
duration, *n.* (เดียวเรชั่น) อายุ; ชั่ว (เวลานาน)
duress, *n.* (ดิวเร็ส) กรรโชก
durian, *n.* (ดูเรียน) ทุเรียน
during, *pr.* (ดิวริง) ในระหว่าง
durity, *n.* (ดิว ริทิ) ความทน
dusk, *n, a.* (ดัสคฺ) โพล้เพล้; ขมุกขมัว; แสงโพล้เพล้; เวลาโพล้เพล้
dusky, *a.* (ดัส คิ) ซึ่งมีแสงขมุกขมัว
dust, *n.* (ดัสทฺ) ฝุ่น; ผง; ละออง; *v.* ปัดฝุ่น
duster, *n.* (ดัส เทอ) แปรงปัดฝุ่น; แปรงลบกระดานดำ
dusting, *n.* (ดัส ทิง) การปัดฝุ่น
dustless, *a.* (ดัสทฺ เล็ส) ไม่มีฝุ่นละออง
dusty, *a.* (ดัส ทิ) เต็มไปด้วยฝุ่นละออง
Dutch, *a. n.* (ดัทซฺ) ชาววิลันดา; แห่งวิลันดา; ภาษาฮอลันดา
dutiable, *a.* (ดิว ทิอะเบิล) ซึ่งจะต้องเสียภาษี
dutiful, *a.* (ดิว ทิฟุล) เอาใจใส่ต่อหน้าที่
duty, *n.* (ดิว ทิ) หน้าที่; ธุระการงาน; ภาษี
duty-free, *a.* (ดิว ทิ-ฟรี) ยกเว้นภาษีศุลกากร
dwarf, *n.* (ดวอฟ) คนแคระ; *v.* เตี้ยเกินขนาด; ไม่งอกงามได้ส่วนธรรมดา
dwarfish, *a.* (ดวอฟ ฟิช) เตี้ยเกินขนาด; เล็กแคระ
dwell, *v.* (ดเว็ล) อาศัยอยู่

dweller, *n.* (ดเว็ลเลอ) ผู้อาศัย
dwelling, *n.* (ดเว็ลลิ่ง) ที่อาศัย
dwindle, *v.* (ดวินเดิล) หดเล็กลง
dye, *v.* (ดาย) ย้อมสี; *n.* สีย้อมผ้า
dyeing, *n.* (ไดอิง) การย้อมสี
dyer, *n.* (ไดเออ) ช่างย้อมสี
dying, *n.* (ไดอิง) การตาย; *a.* กำลังจะตาย
dynamic, *a.* (ไดแนมมิค) มีพลังใจมาก
dynamite, *n.* (ไดนะไมทฺ) ดินระเบิด
dynamo, *n.* (ไดนะโม) หม้อกระแสไฟฟ้า
dynastic, *a.* (ไดแนสทิค) แห่งราชวงศ์
dynasty, *n.* (ดินนัสทิ) ราชวงศ์
dysentery, *n.* (ดิลเซ็นเทอริ) โรคบิด

E

each, *a. prn.* (อีช) อันละ; ชิ้นละ; ฯลฯ
eager, *a.* (อีกเกอ) กะตือรือร้น;
eagerly, *adv.* (อีกเกอลิ) อย่างกระตือรือร้น
eagerness, *n.* (อีก เกอเน็ส) ความกะตือรือร้น; ความกระหาย
eagle, *n.* (อี เกิล) นกอินทรี
eaglet, *n.* (อีเกล็ท) ลูกนกอินทรี
ear, *n.* (เอีย) หู; รวงข้าว
ear-drum, *n.* (เอียดรัม) แก้วหู
earl, *n.* (เออล) ท่านเอิล (ยศขุนนาง)
earldom, *n.* (เออลดัม) ตำแหน่งขุนนางชั้นท่านเอิล
earless, *a.* (เอีย เล็ส) ไม่มีหู
earlet, *n.* (เอียเล็ท) ตุ้มหู; หูเล็กๆ
earlier, *adv. a.* (เออลิเออ) เร็วเข้า; เร็วยิ่งขึ้น
earliest, *adv. a.* (เออลิเอสทฺ) เร็วที่สุด
ear-lobe, *n.* (-โลบ) ใบหู
early, *a. adv.* (เออลิ) แต่เช้า; แต่หัวค่ำ
earn, *v.* (เออน) ได้รับ; หากิน
earn money หาเงิน,
earn one's living ทำมาหาเลี้ยงชีพ
earnest, *a.* (เออนเน็สทฺ) จริงจัง; มีความตั้งใจจริง; *n.* เงินมัดจำ
earnestly, *adv.* (เออนเน็สทฺลิ) อย่างจริงจัง
earnestness, *n.* (เออนเน็สทฺเน็ส) ความตั้งใจจริง
earning, *n.* (เออนนิง) การทำมาหากิน; สิ่งที่ได้รับจากการประกอบอาชีพ
ear-phone, *n.* (เอียโฟน) เครื่องสำหรับฟัง (วิทยุ)
ear-pick, *n.* (เอียพิค) ไม้แคะหู
ear-ring, *n.* (เอียริง) ต่างหู
earshot, *n.* (เอียช็อท) ระยะที่ได้ยิน
earth, *n.* (เออธ) ดิน; แผ่นดิน; โลก
earthen, *a.* (เออธ เธิน) ทำด้วยดิน
earthenware, *n.* (เออธเธินแว) เครื่องปั้น
earth-fall, *n.* (เออธฟอล) แผ่นดินถล่มลงมาข้างภูเขา

earthly, *a.* (เออธลิ) ทางโลก
earthquake, *n.* (เออธเควค) แผ่นดินไหว
earthworm, *n.* (เออธเวอม) ไส้เดือน
earthy, *a.* (เอิธธิ) แห่งดิน; คล้ายดิน
ear-wax, *n.* (เอียแว็คซฺ) ขี้หู
earwig, *n.* (เอียวิก) แมงคาเรือง
ear-witness, *n.* (เอียวิทเน็ส) พยานหู
ease, *n.* (อีซ) ความสบาย; ความหย่อนอารมณ์
easel, *n.* (อี เซ็ล) ขาหยั่งตั้งรูป, ตั้งกระดานดำ
easily, *adv.* (อี ซิลิ) อย่างง่ายดาย
easiness, *n.* (อี ซิเน็ส) ความง่าย
east, *n.* (อีสทฺ) ทิศตะวันออก
Easter, *n.* (อีส เทอ) เทศการฉลองการมีชีวิตคืนมาของพระเยซู
easterly, *a. adv.* (อีส เทอลิ) ทางทิศตะวันออก
eastern, *a.* (อีส เทิน) แห่งทิศตะวันออก
eastward, *adv.* (อีสทฺ เวิด) ทางทิศตะวันออก
easy, *a.* (อี ซิ) ง่าย
easy-chair, *a.* (-แช) เก้าอี้นวม
easy-going, *a.* (-โกอิง) ง่ายๆ ไม่พิถีพิถันกัน
eat, *v.* (อีน) รับประทาน; กิน
eatable, *a.* (อีท ทะเบิล) ซึ่งรับประทานได้
eaves, *n.* (อีฟวซ) ชายคา
eavesdrop, *v.* (อีฟซฺ ดร็อพ) แอบฟัง
ebb, *n. v.* (เอ็บ) น้ำลง
ebony, *n.* (เอ็บบอนี่) ไม้มะเกลือ
ebrious, *a.* (อี เบรียส) ชอบดื่ม
eccentric, *a.* (เอ็คเซ็น ทริค) เชี้ยว
ecclesiast, *n.* (เอ็คคลี ซิแอสทฺ) พระ
ecclesiastic, *a.* (เอ็คคลีซิแอส ทิค) แห่งพระ
ecclesiastical, *a.* (เอ็คคลีซิแอส ทิคัล) แห่งพวกพระ
echo, *n.* (เอ็คโค) เสียงก้องกังวาน; v. ดังก้อง
eclipse, *v.* (อีคลิพซ) บัง (แบบโลกบังพระจันทร์
eclipse of the moon, จันทรคราส
eclipse of the sun, สุริยคราส
economical, *a.* (อีโคนอมิคัล) แห่งการเรือน; ซึ่งเป็นการประหยัดทรัพย์
economics, *n.* (อีโคนอ มิคซฺ) เศรษฐ-ศาสตร์
economist, *n.* (อีค็อน นอมิสทฺ) นักเศรษฐศาสตร์
economize, *v.* (อีค็อน นอไมซ) ประหยัดทรัพย์
economy, *n.* (อีค็อน นอมิ) การเรือน; ความมัธยัสถ์
ecstasy, *n.* (เอ็ค ซฺทะซิ) ความฟุ้งฝัน; ฌาน; ใจเคลิบเคลิ้ม; ความยินดีจนหลง
eczema, *n.* (เอ็ก ซีมา) ขี้กลาก
eddy, *n. v.* (เอ็ดดิ) ลดลง
Eden, *n.* (อีเด็น) สวนสวรรค์อันเป็นที่อยู่ของมนุษย์คู่แรก
edge, *n.* (เอ็ดจ) ริม; ขอบ; *v.* ลับให้คม
edge of the axe, คนขวาน

E

edgeless, *a.* (เอดจ เล็ส) ไม่มีขอบ
edible, *a.* (เอ็ดดะเบิล) รับประทานได้
edict, *n.* (อีดิคทฺ) คำสั่ง
edification, *n.* (เอ็ดดิฟิเคชั่น) การเสริมสร้างทางจิตใจให้ดีขึ้น
edify, *v.* (เอ็ดดิไฟ) เสริมสร้างทางจิตใจ
edit, *v.* (เอ็ดดิท) พิมพ์ออกจำหน่าย
edition, *n.* (อีดิชั่น) พิมพ์ครั้งที่
editor, *n.* (เอ็ดดิเทอ) บรรณาธิการ
editorial, *a.* (เอ็ดดิทอเรียล) แห่งบรรณาธิการ
editorship, *n.* (เอ็ดดิเทอชิพ) ตำแหน่งบรรณาธิการ
editress, *n.* (เอ็ด ดิเทร็ส) บรรณาธิ-การิณี
educate, *v.* (เอ็ด ดิวเคท) อบรม; ให้การศึกษา
education, *n,* (เอ็ดดิวเคชั่น) การศึกษา; การอบรม
Education Department, กรมศึกษาธิการ
Director-General of Education, อธิบดีกรมศึกษาธิการ
educational, *a.* (เอ็ดดิวเคชั่นนัล) แห่งการศึกษา
educationally, *adv.* (เอ็ดดิวเคชั่นนัลลิ) โดยการศึกษา
educationary, *a.* (เอ็ดดิวเคชั่นนะริ) แห่งการศึกษา
educationist, *n.* (เอ็ดดิวเคชั่นนิสทฺ) นักศึกษา
educative, *a.* (เอ็ดดิวเคทิฟว) ซึ่งเป็นการศึกษา; ซึ่งเป็นการอบรม
educator, *n.* (เอ็ดดิวเคเทอ) ผู้อบรม; ผู้ให้การศึกษา
eel, *n.* (อีล) ปลาไหล
efface, *v.* (เอ็ฟเฟซ) ลบออก
effaceable, *a.* (เอ็ฟเฟซะเบิล) พอจะลบออกได้
effacement, *n.* (เอ็ฟเฟซเม็นทฺ) การลบออก; ความลบเลือน
effect, *n.* (เอ็ฟเฟ็คทฺ) ผล; *v.* เป็นเหตุให้
take effect, บังเกิดเป็นผลขึ้น
effective, *a.* (เอ็ฟเฟคทิฟว) ซึ่งเป็นผล; น่าฟัง
effects *n. (pl.)* ทรัพย์สมบัติ
effectual, *a.* (เอ็ฟเฟคชวล) ซึ่งอาจจะยังให้เป็นผลดี
effectuate, *v.* (เอ็ฟเฟ็คชิวเอท) ยังให้เป็นผล
effeminate, *a.* (เอ็ฟเฟ็มมิเนท) อ่อนแอเป็นผู้หญิง
efficacious, *a.* (เอฟฟิเคชัส) เป็นผลสมตามความประสงค์
efficiency, *n.* (เอ็ฟฟิ เชียนซิ) ความสามารถต่อหน้าที่; ประสิทธิภาพ
efficient, *a.* (เอ็ฟฟิ เชียนทฺ) มีประสิทธิภาพ
effigy, *n.* (เอ็ฟ ฟิจิ) รูปปั้น; รูปที่เหรียญ
effort, *n.* (เอ็ฟ ฟอท) ความพยายาม; ความดิ้นรน
effortless, *a.* (เอ็ฟ ฟอทเล็ส) โดยไม่ใช้ความพยายามเสียเลย
effronted, *a.* (เอ็ฟฟรันเท็ด) ไม่มียางอาย
effrontery, *n.* (เอ็ฟฟรันเทอริ) ความไม่

มียางอาย
effusion, *n.* (เอ็ฟฟิวชั่น) ความไหลเท
effuse, *v.* (เอ็ฟฟิวซ) ไหลออก
effusive, *a.* (เอ็ฟฟิว ซิฟว) ไหลเท
egg, *n.* (เอ็ก) ไข่; *v.* คะยั้นคะยอ
egg-plant, *n.* (เอ็ก-พลานทฺ) ต้นมะเขือ
egoism, *n.* (อี โกอิซึม) ความเห็นแก่ตัว
egoist, *n.* (อี โกอิซทฺ) ผู้เห็นแก่ตัว
egoistic, egoistical, *a.* (อีโกอิซทิค) ซึ่งเห็นแก่ตัว
egret, *n.* (อีเกร็ท) นกยาง
Egyptian, *a.* (อีจิฟ ชัน) แห่งอียิปต์; *n.* ชาวอียิปต์
eh! (เอ) เอ๊ะ! อะไรกัน
eider-down, *n.* (ไอเดอดาวนฺ) ปุยฝ้าย
eight, *a.* (เอท) แปด
eighteen, *a.* (เอททีน) สิบแปด
eighteenth, *a.* ที่สิบแปด
eighth, *a.* (เอทธ) ที่แปด
eightieth, *a.* (เอททิเอ็ธ) ที่แปดสิบ
eighty, *a.* (เอททิ) แปดสิบ
either, *a.* (ไอเธอ; อีเธอ) ไม่อันนี้ก็อันนั้น, เหมือนกัน
I don't know either, ฉันก็ไม่รู้เหมือนกัน
on either side, ทั้งสองข้าง
ejaculate, *v.* (อีแจคคิวเลท) ร้องออกมา
ejaculation, *n.* (อีแจคคิวเลชั่น) การร้องออกมา
eject, *v.* (อีเจ็คทฺ) ขับออก
elaborate, *a.* (อีแลบบอเรท) ละเอียดถี่ถ้วน
eland, *n.* (อีลันดฺ) สัตว์ชนิดหนึ่งพวกกวาง
elaphine, *a.* (เอ็ลละไฟนฺ) แห่งกวาง
elapse, *v.* (อีแลพซฺ) ผ่านพ้นไป
elastic, *a.* (อีแล็สทิค) ยืดเข้ายืดออกได้
elastic band, หนังสติ๊ก
elasticity, *n.* (อีแล็สทิส ซิทิ) ความยืดหยุ่น
elate, *a. v.* (อีเลท) เบิกบานใจ
elation, *n.* (อีเล ชั่น) ความเบิกบานใจ
elbow, *n.* (เอ็ลโบ) ข้อศอก
elder, *a.* (เอ็ล เดอ) แก่กว่า; ผู้พี่; *n.* ชื่อต้นไม้; ผู้ใหญ่บ้าน
elderly, *a.* (เอ็ลเดอลิ) สูงอายุ
eldest, *a.* (เอ็ลเด็สทฺ) แก่ที่สุด; ผู้หัวปี
elect, *v.* (อีเล็คทฺ) คัดเลือก; เลือกตั้ง
election, *n.* (อีเล็คชั่น) การเลือกตั้ง
elective, *a.* (อีเล็คทิฟว) ซึ่งเกี่ยวกับการเลือกตั้ง
elector, *n.* (อีเล็ค เทอ) ผู้เลือกตั้ง
electoral, *a.* (อีเล็ค ทอรัล) แห่งการเลือกตั้ง
electress, *n.* (อีเล็ค เทรส) หญิงผู้เลือกตั้ง
electric, electrical, *a.* (อีเล็ค ทริค) แห่งไฟฟ้า
electric current, กระแสไฟฟ้า
electrical engineering, วิศวกรรมไฟฟ้า
electrician, *n.* (อีเล็คทริชัน) ช่างไฟฟ้า
electricity, *n.* (อีเล็คทริซิทิ) ไฟฟ้า
electrify, *v.* (อีเล็ค ทริฟาย) เอาไฟฟ้าเข้าแล่น
electrocute, *v.* (อีเล็ค โทรคิวทฺ) ประหารชีวิตด้วยไฟฟ้า

electrolysis, *n.* (อีเล็คทร็อล ลิซิส) การแยกธาตุด้วยไฟฟ้า
electro-magnet, *n.* (อีเล็ค โทรแมกเน็ท) แม่เหล็กไฟฟ้า
elegance, *n.* (เอเล กันซฺ) ความโก้; ความสำรวย
elegant, *a.* (เอเล กันทฺ) โก้
elegy, *n.* (เอ็ล ลิจิ) โคลงโศก
element, *n.* (เอ็ล ลิเม็นทฺ) ธาตุ
elementary, *a.* (เอ็ลลิเม็น ทะริ) เบื้องต้น
elementary education, ประถมศึกษา
elephant, *n.* (เอ็ล ลีฟันทฺ) ช้าง
white elephant, ช้างเผือก
elephantine, *a.* (เอ็ลลีแฟน ไทนฺ) แห่งช้าง; ใหญ่โตมาก
elevate, *v.* (เอ็ล ลีเวท) ยกสูงขึ้น; อัญเชิญขึ้น
elevation, *n.* (เอ็ลลีเวชั่น) การยกขึ้นสูง
elevator, *n.* (เอ็ล ลีเวเทอ) ลิฟท์
eleven, *a.* (อีเลเวน) สิบเอ็ด
eleventh, *a.* (อีเลเวนธฺ) ที่สิบเอ็ด
elf, *n.* (เอ็ลฟฺ) นางพรายน้ำ
elicit, *v.* (อีลิซิท) อธิบายให้แจ่มแจ้ง
elide, *v.* (อีไลดฺ) ตัดออก
eligible, *a.* (เอ็ล ลิจจิเบิล) ซึ่งมีสิทธิที่จะได้รับเลือก
eliminant, *a.* (อีลิม มินันทฺ) ซึ่งขับออก
eliminate, *v.* (อีลิม มิเนท) เอาออก; สางออก; ตัดออก
elimination, *n.* (อีลิมมิเนชั่น) การคัดเอาออก
elision, *n.* (อีลิชัน) การละออก
elixir, *n.* (อีลิก เซอ) น้ำยาสำหรับซัดโลหะให้เป็นทอง; ยาอายุวัฒนะ
elk, *n.* (เอ็ลคฺ) กวางชนิดหนึ่ง
ellipse, *n.* (เอ็ลลิพซ) โค้งวงรี
ellipsis, *n.* (เอ็ลลิพซิส) การละคำ
elliptic, *a.* (เอ็ลลิพ ทิค) ซึ่งเป็นรูปโค้ง
elm, *n.* (เอ็ลมฺ) ต้นเอลม์
elocution, *n.* (เอ็ลโลคิว ชั่น) การพูด
elocutive, *a.* (อีล็อค คิวทิฟว) แห่งการพูด
elongate, *v.* (อีล็องเกท) ยืดยืนนานออกไป; ยาวเข้า
elongation, *n.* (อีลองเกชั่น) ความยืดยาว
elope, *v.* (อีโลพ) หลบหนีตามผู้ชายไป
elopement, *n.* (อีโลพ เมนทฺ) การหลบหนีไปกับผู้ชาย
eloquence, *n.* (เอ็ล โลเคว็นซฺ) โวหาร; ความคล่องปาก
eloquent, *a.* (เอ็ล โลเคว็นทฺ) คล่องแคล่ว (การพูด)
eloquently, *adv.* (เอ็ล โลเคว็นทฺลิ) อย่างคล่องแคล่ว (การพูด)
else, *prn.* (เอ็ลซฺ) ที่อื่นๆ; อีก; *adv.* มิฉะนั้น
elsewhere, *adv.* (เอ็ลซฺ แว) ณ ที่อื่น
elucidate, *v.* (อีลิวซิเดท) ให้ความกระจ่างแจ้ง
elucidation, *n.* (อีลิวซิเดชั่น) การให้คำอธิบาย
elude, *v.* (อีลิวดฺ) หลีก
elusion, *n.* (อีลิวชั่น) การหลีกเลี่ยง
elusive, *a.* (อีลิว ซิฟว) ซึ่งชักจะเลี่ยง

elusory, *a.* (อีลิวเซอริ) ชักจะเลี่ยง
Elysium, *n.* (อีลิเซียม) ที่อยู่ของพวกที่ล่วงลับไปสู่สุขติแล้ว
emaciate, *v.* (อีเมซ ซิเอท) ซูบผอมลง
emaciation, *n.* (อีแมซซิเอชั่น) ความผอมลง
emanate, *v.* (เอ็มมะเนท) ส่งออกมา
emanation, *n.* (เอ็ม มะเนชั่น) การกระจาย; การส่งออกไป
emancipate, *v.* (อีแมน ซิเพท) ช่วยให้เป็นอิสระ; ปล่อยให้พ้นไป
emancipation, *n.* (อีแมนซิเพชั่น) การปล่อยให้เป็นอิสระ
emancipator, *n.* (อีแมนซิเพเทอ) ผู้ช่วยให้เป็นอิสระ
embalm, *v.* (เอ็มบาม) อาบยา (เพื่อรักษาศพ)
embankment, *n.* (เอ็มแบงคฺ เม็นทฺ) เขื่อนริมน้ำ; มูลดิน
embargo, *n.* (เอ็มบารฺ โก) การห้ามส่งออก
embark, *v.* (เอ็มบาค) เอาลงเรือ; คิดกระทำ; ลงเรือ
embarkation, *n.* (เอ็มบารฺเคชั่น) การลงเรือ
embarrass, *v.* (เอ็มแบ รัส) ทำให้ยุ่งใจ; อีหลักอีเหลื่อ
embarrassment, *n.* (เอ็นแบ รัสเม็นทฺ) ความยุ่งใจ
embassy, *n.* (เอ็ม บะซิ) คณะทูต; สถานเอคอัครราชทูต
embed, *v.* (เอ็มเบ็ด) เอาฝังดิน
embellish, *v.* (เอ็มเบ็ลลิช) แต่งให้สวย
embellishment, *n.* (เอ็มเบ็ล ลิชเม็นทฺ) การตกแต่งให้สวย
ember, *n.* (เอ็ม เบอ) ถ่านไฟ; เท่าถ่าน
embezzle, *v.* (เอ็มเบ็ซ เซิล) ยักยอก
embezzlement, *n.* (เอ็มเบ็ส เซิลเม็นทฺ) การยักยอก
embitter, *v.* (เอ็มบิท เทอ) ทำให้ขมขึ่น; ทำให้รุนแรงขึ้น
emblaze, *v.* (เอ็มเบลซ) เป็นไฟลุกฮือขึ้น
emblem, *n.* (เอ็ม เบล็ม) เครื่องหมายแสดงก๊ก, เหล่า, คุณภาพ
emblematic, *a.* (เอ็มเบล็มแมท ทิค) แห่งเครื่องหมาย
embody, *v.* (เอมบ็อด ดิ) เป็นเครื่องแสดง; รวมเป็นร่างขึ้น
emboil, *v.* (เอ็มบอยลฺ) ทำให้เลือดพล่าน
embolden, *v.* (เอ็นโบลเดิน) กล้าเข้า
embosom, *v.* (เอ็มบู ซัม) กรดรัด; ถนอมรัก
emboss, *v.* (เอ็มบอส) ดอกนูน
embound, *v.* (เอ็มบาวนฺด) กำหนดเขต
embow, *v.* (เอ็มบาว) โค้ง
embowel, *v.* (เอ็มบาวเอ็ล) เอาใส่พุง
embox, *v.* (เอ็มบ็อกซ) เอาใส่หีบ
embrace, *n. v.* (เอ็มเบรซฺ) กอด; รวมเข้าด้วย
embracer, *n.* (เอ็มเบรสเซอ) ผู้กอด
embrase, *v.* (เอ็มเบรซ) จุดไฟ
embrave, *v.* (เอ็มเบรฟว) ทำให้กล้า
embroider, *v.* (เอ็มบรอยเดอ) ปัก

E

embroiderer, *n.* ผู้ปัก
embroidery, *n.* การปัก
embroil, *v.* (เอ็มบรอยลฺ) ทำให้เกิดยุ่ง
embrown, *v.* (เอ็มบราวฺนฺ) ทำให้มืดมัว; ทำให้เป็นสีน้ำตาล
embryo, *n.* (เอ็มบรีโอ) เด็กในท้อง
emend, *v.* (อีเม็นดฺ) พ้นจากผิด
emendicate, *v.* (อีเม็นดิเดท) ได้มาโดยการขอทาน
emerald, *n.* (เอ็มเมอรัลดฺ) มรกต
emerge, *v.* (อีเมอดจ) โผล่ออกมา; พ้นออกมา
emergence, *n.* (อีเมอเจ็นซฺ) การโผล่ออกมา
emergency, *n.* (อีเมอเจ็นซิ) เหตุฉุกเฉิน
emergent, *a.* (อีเมอเจ็นทฺ) ซึ่งแตกออกจากกัน; ซึ่งเกิดขึ้น
emigrant, *n.* (เอ็มมิกรันทฺ) ผู้อพยพออกนอกประเทศ
emigrate, *v.* (เอ็มมิเกรท) อพยพออกนอกประเทศ
emigration, *n.* (เอ็นมิเกรชั่น) การอพยพออกนอกประเทศ
eminence, *n.* (เอ็มมิเน็นซฺ) ความสูงศักดิ์
eminent, *a.* (เอ็มมิเน็นทฺ) มีชื่อเสียงโด่งดัง
emir, *n.* (เอเมียรฺ) บรรดาศักดิ์ขุนนางแขก
emissary, *n.* (เอ็มมิซะริ) ผู้ส่งไปในราชการสำคัญ; ทูต
emission, *n.* (อีมิชชั่น) การส่งออกไป
emissive, *a.* (อีมิสซิฟว) ซึ่งปล่อยออก
emit, *v.* (อีมิท) ส่งออกมา; ปล่อยออกมา
emolliate, *v.* (อีมือลลิเอท) ทำให้อ่อนลง
emollient, *a.* (อีมือลเลียนทฺ) ซึ่งอาจจะอ่อนลงได้
emollition, *n.* (อีมือลลิ ชั่น) ความอ่อนลง
emolument, *n.* (อีมือลลิวเม็นทฺ) สินจ้าง; ค่าจ้าง
emotion, *n.* (อีโมชั่น) ความสะเทือนใจ
emotional, *a.* (อีโมชันนัล) ซึ่งเกี่ยวกับความสะเทือนใจ; ซึ่งเป็นการตื่นเต้น
empale, *v.* (เอ็มเพล) ซีดลง
emperor, *n.* (เอ็มเพอเรอ) จักรพรรดิ์
emphasis, *n.* (เอ็มฟะซิส) น้ำหนักคำ
emphasize, *v.* (เอ็มฟะไซซ) ลงน้ำหนักคำ; ย้ำคำให้หนัก
emphatic, emphatical, *a.* (เอ็มแฟททิค) อย่างลงน้ำหนักคำพูด
emphatically, *adv.* อย่างลงน้ำหนักคำพูด
empicture, *v.* (เอ็มพิคชัว) แสดงภาพ
empire, *n.* (เอ็มไพเออ) มหาอาณาจักร
emplace, *v.* (เอ็มเพลซ) วางลงในที่
emplaster, *v.* (เอ็มพลาสเทอ) เอาปูนพอก
employ, *v.* (เอ็มพลอย) ใช้; จ้าง
employee, *n.* (เอ็มพลอยยี) ลูกจ้าง
employer, *n.* (เอ็มพลอยเยอ) นายจ้าง
employment, *n.* (เอ็นพลอยเม็นทฺ) การจ้าง; งาน
emplume, *v.* (เอ็มพลีวมฺ) ประดับขนนก
empocket, *v.* (เอ็มพ็อค เค็ท) เอาใส่

กระเป๋า

empoison, *v.* (เอ็มพอยซั่น) ใส่ยาพิษ

emporium *n.* (เอ็มพอเรียม) คลังสินค้า

empower, *v.* (เอ็มพาวเออ) ให้อำนาจ; มอบอำนาจให้

empress, *n.* (เอ็ม เพร็ส) มหาราชินี

emptiness, *n.* (เอ็มพฺ ทิเน็ส) ความว่างเปล่า; ความไร้ความหมายหรือสาระอันใด

emption, *n.* (เอ็มพฺชั่น) การซื้อ

emptor, *n.* (เอ็มพฺเทอ) ผู้ซื้อ

empty, *a.* (เอ็มพฺทิ) ว่างเปล่า; *v.* วิดให้แห้ง; เอาออกให้หมด

the river emptied out into the bay, แม่น้ำไหลลงสู่อ่าว

empty-handed, *a.* (-แฮน เด็ด) มือเปล่า

empurple, *v.* (เอ็มเพอ เพิล) เป็นสีม่วงขึ้น

emulate, *v.* (เอ็มมิวเลท) แข่งดี

emulation, *n.* (เอ็มมิวเลชั่น) ความพยายามแข่งขึ้นหน้า

emulative, *a.* (เอ็มมิวเลทิฟว) ชักจะแข่งดีกัน

emulator, *n.* (เอ็มมิวเลเทอ) ผู้แข่งขัน

emulatory, *a.* (เอ็ม มิวละเทอริ) แห่งการชิงดี

emulatress, *n.* (เอ็ม มิวละเทร็ส) หญิงผู้แข่งขัน

emulous, *a.* (เอ็ม มิวลัส) มีนิสัยชอบแข่ง

enable, *v.* (เอ็นเน เบิล) ทำให้สามารถ

enact, *v.* (เอ็นแนคทฺ) ประกาศใช้เป็นกฎหมาย

enamel, *v.* (เอ็นแนมเมิล) เคลือบ; ลงยา; *n.* น้ำยา; ผิวเป็นมัน

encage, *v.* (เอ็นเคจ) เอาขังกรง

encamp, *v.* (เอ็นแคมพฺ) ตั้งค่าย

encampment, *n.* (เอ็มแคมพฺ เม็นทฺ) การตั้งค่าย

enchain, *v.* (เอ็นเชน) ล่ามโซ่

enchant, *v.* (เอ็นชานทฺ) สาบ; ปลาบปลื้มยินดี

enchanter, *n.* (เอ็นชานเทอ) ผู้สาบ (ชาย)

enchanting, *a.* (เอ็นชานทิง) สวยเสน่ห์พริ้วเพรา

enchantment, *n.* (เอ็นชานทฺเม็นทฺ) การสาบ

enchantress, *n.* (เอ็นชานเทร็ส) ผู้สาบ (หญิง)

encharge, *v.* (เอ็นชาจ) มอบภาระให้

encharm, *v.* (เอ็นชาม) ผูกเสน่ห์

enchase, *v.* (เอ็นเชส) ใส่กรอบ; ไล่ไป; ฝังอยู่

encircle, *v.* (เอ็นเซอเคิล) เขียนวงรอบ; ล้อมไว้

enclose, *v.* (เอ็นโคลซ) ใส่; สอดมา; ปิดไว้; ผนึกไว้

enclosure, *n.* (เอ็นโคลส ชัว) คอก; สิ่งที่สอดอยู่ข้างใน

encompass, *v.* (เอ็นคัมพัส) ล้อมวง

encounter, *v.* (เอ็นเคาวนฺ เทอ) เจอหน้า; เข้าเผชิญหน้ากัน

encourage, *v.* (เอ็นเคอเรช) ส่งเสริม; ให้กำลังใจ

E

encouragement, *n.* (เอ็นเคอเรจ เม็นทฺ) การส่งเสริม [โครงการณ์หรือกำลังใจ]
encouraging, *a.* (เอ็นเคอเรจจิง) เร้าใจ; ส่งเสริมกำลังใจ
encroach, *v.* (เอ็นโครช) บุกรุก; ล่วงล้ำเข้าไป
encroachment, *n.* (เอ็นโครชเม็นทฺ) การบุกรุกเข้ามา
encumber, *v.* (เอ็นคัมเบอ) เป็นน้ำหนักถ่วงอยู่; คอยกีดกั้นไว้
encumbrance, *n.* (เอ็นคัมบรันซฺ) เครื่องกีดขวาง
encumbrous, *a.* (เอ็นคัมบรัส) กีดทาง
encyclopaedia, *n.* (เอ็นไซโคลพีเดีย) สารานุกรม
encyclopaedist, *n.* (เอ็นไซโคลพีดิสทฺ) ผู้รวบรวมสารานุกรม
end, *n.* (เอ็นดฺ) ปลาย; ตอนจบ; จุดประสงค์
at the end of, กำลังจะหมด
in the end, ในที่สุด
end, *n.* (เอ็นดฺ) หมดลง; สิ้นสุดลง
end in, จบลงด้วย
endamage, *v.* (เอ็นแดมเม็ดจ) ทำความเสียหายให้
endanger, *v.* (เอ็นเดนเจอ) เป็นภัย
endark, *v.* (เอ็นคาค) ทำให้มืด
endear, *v.* (เอ็นเดีย) เป็นที่รัก
endearment, *n.* (เอ็นเดียเม็นทฺ) ความรักใคร่
endeavour, *n. v.* (เอ็นเดเวอ) พยายาม
ending, *n.* (เอ็นดิง) ตอนลงท้าย
endive, *n.* (เอ็นดิบว) ผักกาดฝอยก้านแข็ง (ของฝรั่ง)
endless, *a.* (เอ็นดฺ เล็ซ) ไม่รู้จักจบ
endmost, *a.* (เอ็นดฺ โมสทฺ) ปลายสุด
endorse, *v.* (เอ็นดอซ) สลักหลัง
endorsement, *n.* (เอ็นดอซ เม็นทฺ) การสลักหลัง (เช่นเช็ค)
endow, *v.* (เอ็นดาว) ให้ไว้
endowment, *n.* (เอ็นดาวเมนทฺ) เงินที่ให้ไว้
endurable, *a.* (เอ็นเดียวระเบิล) พอจะทนทานได้
endurance, *n.* (เอ็นเดียว รันซฺ) ความอดทน
endure, *v.* (เอ็นเดียว) ทน; อดทน
enemy, *n.* (เอ็นเน็มมิ) ศัตรู
energetic, *a.* (เอ็นเนอเจ็ททิค) ขยันขันแข็ง
energy, *n.* (เอ็นเนอจิ) กำลังงาน
enervate, *v.* (เอ็นเนอเวท) ทำให้งุ่นง่าน; ทำให้อ่อนกำลังใจ
enfeeble, *v.* (เอ็นฟีเบิล) ทำให้อ่อนกำลังลง
enfeoff, *v.* (เอ็นเฟ็ฟ) ให้ที่ดินไปปกครอง
enfetter, *v.* (เอ็นเฟ็ท เทอ) จำจอง; เป็นทาส
enfever, *v.* (เอ็นฟีเวอ) เป็นไข้
enflower, *v.* (เอ็มฟลาวเออ) มีดอกไม้เต็ม
enfold, *v.* (เอ็นโฟลดฺ) ห่อหุ้ม; เอาขังคอก
enforce, *v.* (เอ็นฟอซ) ทำให้มีกำลังขึ้น; ออกใช้; บังคับใช้

enforcement, *n.* (เอ็นฟอซเม็นทฺ) การเพิ่มกำลัง; การบังคับใช้
enframe, *v.* (เอ็นแฟรม) ใส่กรอบ
enfranchise, *v.* (เอ็นฟรานชิส) ปล่อยเป็นอิสระ
enfranchisement, *n.* (เอ็นฟรานชิซเม็นทฺ) การปล่อยเป็นอิสระ
enfrenzy, *v.* (เอนเฟรน ซิ) เป็นบ้าไป
engage, *v.* (เอ็นเกจ) จ้างไว้; มีธุระทำ; หมั้นไว้
engaged, *a.* (เอ็นเกจดฺ) ไม่ว่าง; มีคู่หมั้นแล้ว
engagement, . (เอ็นเกจ เม็นทฺ) การหมั้น; การสัญญา; ธุระ; การนัด
engager, *n.* (เอ็นเกด เจอ) ผู้จ้าง; ผู้นัดหนาย; ผู้ตกลงด้วย
engaging, *a.* (เอนเกด จิง) เข้าทีดี
engarland, *v.* (เอ็นกาลันดฺ) สวมพวงมาลา
engender, *v.* (เอ็นเจ็นเดอ) ทำให้เกิด; สืบพันธุ์
engild, *v.* (เอ็นกิลดฺ) ปิดทอง
engine, *n.* (เอ็น จิน) เครื่องจักร
engine-driver, *n.* (เอ็น จินไดรเวอ) คนขับรถจักร
engineer, *n.* (เอ็นจิเนีย) นายช่างเครื่อง; วิศวกร
engineering, *n.* (เอ็นจีเนีย ริง) วิศวกรรม
civil engineering, วิศวกรรมโยธา
electrical engineering, วิศวกรรมไฟฟ้า
engird, *v.* (เอ็นเกอด) คาด
England, (อิงลันดฺ) ประเทศอังกฤษ
English, *a.* (อิงลิช) อังกฤษ
Englishman, *n.* (-แม็น) คนอังกฤษ
Englishwoman, *n.* (-วูมัน) หญิงอังกฤษ
engorge, *v.* (เอ็นกอจ) ขยอกกลืน
engrandize, *v.* (เอ็นแกรน ไดซ) ทำให้โตขึ้น
engrasp, *v.* (เอ็นกราสพฺ) ฉวย
engrave, *v.* (เอ็นเกรบวฺ) สลัก
engraver, *n.* (เอ็นเกรฟ เวอ) คนสลักรูป
engraving, *n.* (เอ็นเกรฟ วิง) การสลักรูป; รูปแกะ
engulf, *v.* (เอ็นกัลฟฺ) กลืน
enhance, *v.* (เอ็นฮานซฺ) เทอดไว้; ชูขึ้นสูง
enigma, *n.* (อีนิก มะ) ปริศนา
enigmatic, *a.* (อีนิกแมท ทิค) เป็นปริศนา
enisle, *v.* (เอ็นไอล) ทำเป็นเกาะ
enjail, *v.* (เอ็นเจล) ใส่คุก
enjoin, *v.* (เอ็นจอยนฺ) ต่อเข้าด้วยกัน
enjoy, *v.* (เอ็นจอย) รู้สึกสนุก; สนุก; ได้รับความพอใจ; อุปโภค; ชอบใจ
enjoyable, *a.* (เอ็นจอยยาเบิล) เป็นที่สนุกสนาน
enjoyment, *n.* (เอ็นจอย เมนทฺ) ความสนุกสนาน
enkindle, *v.* (เอ็นคินเดิล) ติดไฟ
enlarge, *v.* (เอ็นลาจ) ขยาย
enlargement, *n.* (เอ็นลาจเม็นทฺ) การขยายความ; การขยายให้ใหญ่ขึ้น
enlighten, *v.* (เอ็นไล เท็น) แจ่มแจ้งขึ้น; อธิบาย; ชี้แจง
enlightenment, *n.* (เอ็นไล เทินเม็นทฺ)

ความแจ่มกระจ่างในใจ; ตรัสรู้

enlist, *v.* (เอ็นลิสทฺ) เอาลงรายชื่อ; เกณฑ์ทหาร

enlistment, *n.* (เอ็นลิสทฺ เมนทฺ) การเกณฑ์ทหาร

enliven, *v.* (เอ็นไลเวิน) ชูชีวิต

enlock, *v.* (เอ็นล็อค) เอาขัง

enlure, *v.* (เอ็นเลียวรฺ) ล่อมา

enmity, *n.* (เอ็นมิทิป ความคุมแค้น

ennoble, *v.* (เอ็นโนเบิล) เป็นผู้ดีขึ้น; เป็นขุนนางขึ้น

enormity, *n.* (อีนอรฺ มิทิ) ความใหญ่โต

enormous, *a.* (อีนอรฺ มัส) ใหญ่โต

enormously, *adv.* (อีนอรฺ มัสลิ) อย่างใหญ่โต

enough, *a.* (อีนัฟ) พอ

enounce, *v.* (อีนาวนฺซฺ) ประกาศให้ทราบ

enquire, *v.* (เอ็นไควเออ) สอบถาม

enquirer, *n.* (- เรอ) ผู้สอบถาม

enquiry, *n.* (- ริ) การสอบถาม

enrage, *v.* (เอ็นเรจ) โกรธเคือง

enrapt, *a.* (เอ็นแรพทฺ) ตื่นเต้น

enrapture, *v.* (เอ็นแรพเจียวรฺ) ทำให้ยินดี

enrich, *v.* (เอ็นริช) ทำให้มั่งมีขึ้น

enrichment, *n.* (เอ็นริชเม็นทฺ) เครื่องทำให้มั่งมีขึ้น

enrobe, *v.* (เอ็นโรบ) ใส่เสื้อ

enrol, enroll, *v.* (เอ็นโรล) เอาชื่อลงทะเบียน

Ensanguine, *v.* (เอ็นแซงกวิน) นองเลือด

ensign, *n.* (เอ็น ไซนฺ) ธงประจำกอง

enslave, *v.* (เอ็นซฺเลฟว) ทำเป็นข้าทาส

ensue, *v.* (เอ็นซิว) ตามมา

ensure, *v.* (เอ็นชัว) ทำให้เชื่อมั่น

entail, *v.* (เอ็นเทล) นำมาซึ่ง

entangle, *v.* (เอ็นแทง กึล) พัลวันด้วย

entanglement, *n.* (เอ็นแทงเกิลเม็นทฺ) การพันกันยุ่ง

enter, *v.* (เอ็นเทอ) เข้าไป

enterprise, *n. v.* (เอ็นเทอไพรซฺ) การธุระ; กิจการ; ความบากบั่น; วิสาหกิจ; คิดทำ

enterprising, *a.* (เอ็นเทอไพรซิง) ชอบหางานมาจัดทำ

entertain, *v.* (เอ็นเทอเทน) รับรองแขก; คิดอยู่ในใจ

entertainer, *n.* (เอ็นเทอเทนเนอ) ผู้รับรอง; ผู้นำความเพลิดเพลินมาให้

entertaining, *a.* (เอ็นเทอเทนนิง) เพลิดเพลิน

entertainment, *n.* (เอ็นเทอเทนเม็นทฺ) ความเพลิดเพลิน; งานมหรสพ; การรับรองแขก

enthral, *v.* (เอ็นธรอล) หลงในความงาม

enthrone, *v.* (เอ็นโธรน) ตั้งเป็นพระเจ้าแผ่นดิน

enthusiasm, *n.* (เอ็นธิวซิแยสซึ่ม) ความกะตือรือร้น

enthusiast, *n.* (เอ็นธิวซิแยสทฺ) ผู้มีความกะตือรือร้น

enthusiastic, *a.* (เอ็นธิวซิแยสทิค) กะตือรือร้น

entice, *v.* (เอ็นไทซ) ล่อ

enticement, *n.* (เอ็นไทซ เม็นทฺ) การล่อ

enticer, *n.* (เอ็นไทเซอ) ผู้ล่อ
entire, *a.* (เอ็นไทเออ) ทั้งหมด; โดยสิ้นเชิง
entirely, *adv.* (เอ็นไทเออลิ) โดยสิ้นเชิง; ทีเดียว
entirety, *n.* (เอ็นไทเออทิ) ทั้งหมด
entitle, *v.* (เอ็นไทเทิล) มีสิทธิที่จะ
entity, *n.* (เอ็นทิทิ) ความมีอยู่
entomology, *n.* (เอ็นทอมมอลลอดจิ) วิชาว่าด้วยแมลง
entourage, *n.* (อองทูราช) เครื่องแวดล้อม
entrain, *v.* (เอ็นเทรน) ลากไป
entrance, *n.* (เอ็นทรันซฺ) การเข้ามา; ทางเข้า
entrap, *v.* (เอ็นแทรพ) ดัก
entreat, *v.* (เอ็นทรีท) ขอร้อง
entreaty, *n.* (เอ็นทรี ทิ) การขอร้อง
entrench, *v.* (เอ็นเทร็นชฺ) ขุดสนามเพลาะ
entrepot, *n.* (เอ็นเทรอโพ) โรงเก็บของ
entrust, *v.* (เอ็นทรัสทฺ) ไว้ใจ; มอบหมาย
entry, *n.* (เอ็น ทริ) การลงชื่อ; รายการที่จดไว้
entwine, *v.* (เอ็นทฺไวนฺ) พันเป็นเกลียว
enumerate, *v.* (อีนิว เมอเรท) ว่าเป็นลำดับ
enumeration, *n.* (อีนิวเมอเรชั่น) การว่ากันไปเป็นลำดับ
enunciate, *v.* (อีนัน ชิเอท) บอกแจ้ง
enunciation, *n.* (อีนัน ชิเอชั่น) การบอกแจ้ง
envassal, *v.* (เอ็นแวส ซัล) ทำเป็นทาส
enveil, *v.* (เอ็นเวล) เอาผ้าบัง (เช่นบังหน้าแบบหญิงแขก)
envelop, *v.* (เอ็นเว็ล ลัพ) ห่อ
envelope, *n.* (เอ็น วโลพ) ซองจดหมาย
envenom, *v.* (เอ็นเว็นนัม) มีพิษ
envenomous, *a.* (เอ็นเว็น นอมัส) มีพิษ
enviable, *a.* (เอ็นวิอะเบิล) น่าอิจฉา
envier, *n.* (เอ็นวิเออ) ผู้อิจฉา
envious, *a.* (เอ็น วิอัส) อิจฉา
environ, *v.* (เอ็นไวรัน) แวดล้อม
environment, *n.* (เอ็นไว รันเม็นทฺ) ที่แวดล้อม
envisage, *v.* (เอ็นวิ เซดจ) จ้องดูหน้า
envolume, *v.* (เอ็นโวลูม) ทำเป็นเล่ม
envoy, *n.* (เอ็นวอย) ผู้แทน; ทูต
envy, *n. v.* (เอ็นวิ) อิจฉา
enwrap, *v.* (แอ็นแรพ) ห่อไว้
epaulet, epaulette, *n.* (เอ พอเลท) อินทรธนู
epidemic, *a.* (เอพิเดมิค) ซึ่งระบาด; *n.* โรคระบาด
epidermis, *n.* (เอ็พพิเดอมิซ) หนังกำพร้าชั้นนอก
epilepsy, *n.* (เอ็พ พิเล็พซิ) โรคลมบ้าหมู
epilogue, *n.* (เอ็พพิล็อก) คำส่งท้ายบท
episcope, *n.* (เอ็พ พิสโคป) กล้องฉายภาพ
episode, *n.* (เอ็พ พิโซด) ฉาก; เหตุการณ์
epistle, *n.* (เอ็พพิส เซิล) จดหมาย
epistolary, *a.* (อีพิส โทละริ) แห่งการเขียนจดหมาย
epitaph, *n.* (เอ็พ พิทาฟ) จารึกหลุมฝังศพ
epithet, *n.* (เอ็พ พิเธ็ท) คำขยายคำต้น

E

epitome, *n.* (อิพิท ทอมิ) สรุปความ
epitomize, *v.* (อีพิทอไมซ) สรุปความย่อ ๆ
epoch, *n.* (อี พ็อค) สมัย; ยุค
epoch-making, *a.* (อี พ็อค เมค คิง) เป็นการชนะประวัติกาล
epos, *n.* (เอ็พ พอส) นิยายคำกลอน
Epsom-salts, *n.* (เอ็พ ซัมซอลทฺซฺ) ดีเกลือ
equable, *a.* (เอ็ค ควาเบิล) เสมอเหมือนกันหมด
equal, *a. v.* (อี ควัล) เท่ากัน
equality, *n.* (อีควอล ลิทิ) ความเสมอภาค
equalize, *v.* (อีควัลไลซ) ทำให้เท่ากัน
equally, *adv.* (อีควัลลิ) โดยเท่ากัน
equalness, *n.* (อี ควัลเน็ส) ความเท่ากัน
equanimity, *n.* (อีควะนิม มิทิ) ความไม่เอนเอียง
equanimous, *a.* (อีแควน นิมมัส) มีอารมณ์สม่ำเสมอ
equate, *v.* (อีเควท) ทำให้เท่ากัน
equation, *n.* (อีเคว ชั่น) สมการ
equator, *n.* (อีเคว เทอ) เส้นศูนย์สูตร
equatorial, *a.* (อีควะเทอเรียล) แห่งศูนย์กลางของโลก
equerry, *n.* (อีเควอ ริ) โรงเลี้ยงม้าในวัง; พนักงานเลี้ยงม้า
equestrian, *a.* (อีเค็วส เทรียน) ขี่ม้า; *n.* คนขี่ม้า
equiangular, *a.* (อีควิแอง กิวละ) ซึ่งมีมุมเท่ากัน
equidistant, *a.* (อีควิดิส ทันทฺ) ซึ่งมีระยะเท่ากัน
equilateral, *a.* (อีควิแลท เทอรัล) ซึ่งมีด้านเท่ากัน
equilibrium, *n.* (อีควิลิ บริอัม) สมดุลย์
equine, *a.* (อีไควนฺ) แห่งม้า
equinox, *n.* (อี ควิน็อกซฺ) เวลาที่กลางวัน กลางคืนยาวเท่ากัน; วิษุวัต
equip, *v.* (อีควิพ) ตระเตรียม; จัดหา
equipment, *n.* (อีควิพ เม็นทฺ) การจัดเตรียม; อุปกรณ์
equipollent, *a.* (อีควิพอล เล็นทฺ) ซึ่งมีกำลังเท่ากัน
equiponderant, *a.* (อีควิพอนเดอรันทฺ) มีน้ำหนักเท่ากัน
equipotent, *a.* (อีควิโพเท็นทฺ) มีอำนาจเท่ากัน
equitable, *a.* (เอ็ค ควิทะเบิล) ยุติธรรม; ไม่ลำเอียง
equitation, *n.* (เอ็คควิเทชั่น) การขี่ม้า
equity, *n.* (เอ็คควิทิ) ความเป็นธรรม; ความยุติธรรม
equivalence, *n.* (อีควิ วัลเล็นซฺ) ส่วนเท่ากัน
equivalent, *a.* (อีควิ วัลเล็นทฺ) มีค่าเท่ากัน; ส่วนเท่ากัน; *n.* สมมูลย์
equivocal, *a.* (อีควิ โวคัล) เป็นสองง่าม
equivocate, *v.* (อีควิโวเคท) ใช้คำพูดกำกวม
equivocation, *n.* (อีควิโวเคชั่น) การใช้คำพูดกำกวม
era, *n.* (อีร่า) สมัย; ศักราช
eradicate, *v.* (อีแรด ดิเคท) ถอนราก
erasable, *a.* (อี เรซ ซะเบิล) ซึ่งลบออก

ได้
erase, *v.* (อีเรซ) ขูดออก; ลบออก
eraser, *n.* (อีเรซ เซอ) ยางลบ
erasure, *n.* (อีเร ชัว) การลบออก
ere, *adv.* (แอ) แต่ก่อน; *pr.* ก่อนที่จะ
Erebus, *n.* (เอ รีบัส) ชื่อนรก
erect, *v.* (อีเร็คทฺ) ตั้งขึ้น; ตั้งตรง
erectile, *a.* (อีเร็ค ทิล) ซึ่งตั้งได้ตรง
erection, *n.* (อีเร็ค ชั่น) การตั้งขึ้น
erective, *a.* (อีเร็ค ทิฟว) ซึ่งตั้งตรง
erector, *n.* (อีเร็ค เทอ) ผู้ตั้งขึ้น
erelong, *adv.* (แอรฺลอง) ในไม่ช้า
eremite, *n.* (เอ รีไมทฺ) ฤาษี
erenow, *adv.* (แอรฺนาว) ก่อนนี้
ereption, *n.* (อีเร็พ ชั่น) การฉวยเอาไป
erewhile, *adv.* (แอรฺ ไวลฺ) เมื่อสักครู่มานี้เอง
ermine, *n.* (เออ มิน) ตัวเออร์มิน
erode, *v.* (อีโรด) กัดออก
erosion, *n.* (อีโร ชั่น) การกัดเอาออก
erosive, *a.* (อีโร ซิฟว) กัดเอาออก
erotic, a. (เอร็อท ทิค) รักๆ ใคร่ๆ; แห่งความกำหนัด
err, *v.* (เออ) ผิดไป; หลงผิด
errable, *a.* (เอ ราเบิล) อาจจะผิดได้
errand, *n.* (เอ รันดฺ) ธุระที่จะต้องไปทำ
errant, *a.* (เอ รันทฺ) ซึ่งท่องเที่ยวไป
errata, *n.* (*pl.* of 'erratum') คำที่พิมพ์ผิด
erratic, *a.* (เอนแรท ทิค) ไม่อยู่กับที่
erratum, *n.* (เอเร ทัม) คำที่พิมพ์ผิด
erroneous, *a.* (เอโร เนียส) ผิด
error, *n.* (เอเรอ) ที่ผิด; คำผิด; ผิด
errorful, *a.* (เอ เรอฟุล) ผิดๆ
errorless, *a.* (เอเรอเล็ส) ไม่ผิด
erstwhile, *adv.* (เออสทฺ ไฮวลฺ) แต่กาลก่อน
eruct, eructate, *v.* (อีรัค เทท) เรอ
eructation, *n.* (อีรัคเท ชั่น) การเรอ
erudite, *a.* (เอ รูไดทฺ) มีความรู้มาก
erudition, *n.* (เอรู ดิชั่น) ความคงแก่เรียน
erupt, *v.* (อีรัพทฺ) ระเบิดออกมา; พุ่งออกมา
eruption, *n.* (อีรัพ ชั่น) การระเบิดออกมา
eruptive, *a.* (อีรัพ ทิฟว) ซึ่งระเบิดออกมา
escalade, *n. v.* (เอ็สคะเลด) พาดพะองขึ้นไป
escalator, *n.* (เอ็ส คะเลเทอ) บันไดเลื่อน
escalop, *n.* **see: scallop:** หอย
escapade, *n.* (เอ็สคะเพด) การหนีเที่ยว; การฝืนกฎข้อบังคับ
escape, *v. n.* (เอ็สเคพ) รอดหนีไป; หลีกเลี่ยง
escapement, *n.* (เอ็สเคพ เม็นทฺ) การหนีไป
escarp, *v.* (เอ็สคาพ) เป็นตลิ่งชัน
escarpment, *n.* (เอ็สคาพ เม็นทฺ) ด้านสูงชันของภูเขา
eschew, *v.* (เอ็สชู) หลีกเลี่ยง
escort, *n.* (เอ็ส คอท) ผู้ไปส่ง
escort, *v.* (เอ็สคอท) นำไปส่ง

E

esculent, *a.* (เอ็ส คิวเล็นทฺ) เป็นอาหารดี

escutcheon, *n.* (เอ็สคัท ชัน) ตราประจำครอบครัว

Eskimo, *n.* (เอ็ส คิโม) ชาวเอ็สกิโม

espalier, *n.* (เอ็สแพล ลิเออ) ซุ้มไม้เลื้อย

esparcet, *n.* (เอ็สพาเซ็ท) ชื่อต้นไม้เล็กๆ ชนิดหนึ่ง

especial, *a.* (เอ็สเพ็ซ ชัล) พิเศษ

especially, *adv.* (เอ็สเพ็ซ ชัลลิ) เช่นว่า; โดยเฉพาะ

Esperanto, *n.* (เอ็สเพอแรนโท) ภาษาเอสเปอเรนโต ซึ่งคิดขึ้นเพื่อจะให้เป็นภาษากลางของโลก

espial, *n.* (เอ็สไพอัล) การสืบรู้; มองเห็น

espier, *n.* (เอ็สไพ เออ) ผู้สืบรู้

espionage, *n.* (เอ็ส พิออนเน็ดจ) การจารกรรม

esplanade, *n.* (เอ็สพละเนด) ลานสำหรับเดินเล่น

espousal, *n.* (เอ็สพาว ซัล) การยึดไว้เป็นแนวส่งเสริม

espouse, *v.* (เอ็สพาวซ) ยึดเป็นแนวส่งเสริม

esprit, *n.* (เอสพรี) ชีวิตจิตใจ; เจตนารมณ์

esprit de corps, สามัคคีธรรม; ความร่วมพร้อมเพรียงกัน

espy, *v.* (เอ็สไพ) มองเห็น

esquire, *n.* (เอ็สไควเออ) คำสุภาพสำหรับเขียนลงท้ายสุภาพบุรุษ ที่เขียนถึง

essay, *n.* (เอ็ส เซ) เรียงความ; ความพยายาม ลองดู; *v.* พยายาม

essayist, *n.* (เอ็ส เซอิสทฺ) นักเรียงความ

essence, *n.* (เอ็ส เซ็นซฺ) จิตใจ; เนื้อหา; น้ำหอม; สาระสำคัญ

essential, *a.* (เอ็สเซ็น ชัล) ซึ่งจำเป็น; *n.* สิ่งจำเป็นยิ่ง

essentially, *adv.* (เอ็สเซ้น ชัลลิ) โดยเป็นที่จำเป็นยิ่ง

establish, *v.* (เอ็สแทบ บลิช) ตั้งขึ้น

establisher, *n.* (เอ็สแทบ บลิชเชอ) ผู้ตั้งขึ้น

establishment, *n.* (เอ็สแทบ บลิชเม็นทฺ) การตั้งขึ้น; ห้าง; ตึก; การตั้งถิ่นฐาน

estafette, *n.* (เอ็สทะเฟ็ท) คนขี่ม้าส่งข่าว

estate, *n.* (เอ็สเทท) คฤหาสน์; กองทรัพย์มรดก

esteem, *v.* (เอ็สทีม) ยกย่อง; *n.* การยกย่องนับถือ

estimable, *a.* (เอ็สฺ ทิมมะเบิล) ซึ่งเป็นที่น่านับถือ

estimate, *v.* (เอ็ส ทิเมท) คำนวณค่า; คาดคะเน; ตีราคา

estimation, **n.** (เอ็นสทิเมชั่น) การคาดคะเน

estrange, *v.* (เอ็สเทรนจฺ) เหินห่างจากกันไป

estrangement, *n.* (เอ็สเทรนจเม็นทฺ) ความเหินห่าง

estuary, *n.* (เอ็ส จิวอะริ) ปากน้ำ

etc, et cetera, (เอ็ทเซ็นท เทอระ) = ฯลฯ

etch, *v.* (เอ็ทชฺ) เอากรดกัดเป็นภาพ

etching, *n.* (เอ็ท ชิง) ภาพซึ่งอัดจากแม่พิมพ์ที่เขียนบนแผ่นทองแดง

eternal, *a.* (อีเทอ นัล) ตลอดกาล; นิรันดร
eternity, *n.* (อีเทอนิทิ) สภาพอันไม่มีที่สิ้นสุด
eternize, *v.* (อีเทอ ไนซ) ทำให้มีอยู่ตลอดไป
ether, *n.* (อี เธอ) อากาศธาตุ; น้ำมันอีเธอ
ethic, ethical, *a.* (เอ็ธ ธิค) แห่งจริยปรัชญา
ethics, *n.* (เอ็ธ ธิคซฺ) จริยปรัชญา
Ethiopian, *n.* (อิธิโอเพียน) ชาวอีธิโอเปีย
ethnic, ethnical, *a.* (เอ็ธ นิค) แห่งชาติมนุษย์
ethnography, *n.* (เอ็ธน็อก กระฟี) ชาติวงศวรรณา
ethnology, *n.* (เอ็นธน็อลลอจิ) วิทยาว่าด้วยมนุษย์ และขนบธรรมเนียม (ชาติวงศวิทยา)
etiology, *n.* (เอ็ททิอ็อล ลอจิ) สมุฏฐาน
etiquette, *n.* (เอ็ท ทิเค็ท) วัตร; มรรยาท; ข้อควรประพฤติ
Etonian, *n.* (อีโท เนียน) นักเรียนโรงเรียนอีทัน
Etymology, *n.* (เอ็ททิม็อลลอดจิ) วจีวิภาค
eucalyptus, *n.* (ยูคะลิพ ทัส) ยูคาลิพตัส
Eucharist, *n.* (ยู คะริสทฺ) ศีลมหาสนิท
eugenic, *n.* (ยูเจ็น นิค) ชาติพันธุ์
eulogy, *n.* (ยู ลอดจิ) คำกล่าวสดุี
eunuch, *n.* (ยู นัค) ขันที
euphonious, *a.* (ยูโฟเนียส) ไพเราะหู
euphonism, *n.* (ยูโฟนิสซึ่ม) คำที่ไพเราะหู
euphonize, *v.* (ยูโฟไนซ) ทำให้ไพเราะหู
euphony, *n.* (ยู โฟนิ) ความไพเราะในสำเนียงของภาษา
euphuism, *n.* (ยูฟิวอิซึ่ม) การพูดอย่างน้ำท่วมสูง
euphuist, *n.* (ยู ฟิวอิสทฺ) นักพูดอย่างน้ำท่วมทุ่ง
Eurasian, *a. n.* (ยูเรชั่น) ลูกครึ่งฝรั่งปนแขก
Europe, *n.* (ยู โรพ) ทวีป ยุโรป
European, *a. n.* (ยูโรเพียน) ฝรั่ง; ชาวยุโรป
europeanize, *v.* (ยูโรเปียน ไนซ) ดำเนินตามแบบยุโรป
Eutopia, *n.* (ยูโทเพีย) สมมุติภูมิแห่งความสุขอันยอดเยี่ยม
evacuate, *v.* (อีแวค คิวเอท) ถอยไป; ถอยทหาร; ออกจากที่; อพยพ
evacuation, *n.* (อีแวคคิวเอ ชั่น) การถอยไปจากที่; การอพยพ
evacuee, *n.* (อีแว็ค คิวอี) ผู้อพยพหลบภัย
evade, *v.* (อีเวด) หลบหนีไป
evaluate, *v.* (อีแวล ลิวเอท) ตีค่า
evaluation, *n.* (อีแวลลิวเอชั่น) การตีราคา
evanesce, *v.* (เอ็บวะเน็ส) หายไป
evaporate, *v.* (อีแวพ พอเรท) ระเหยไป (เป็นไอ)
evaporation, *n.* (อีแวพพอเรชั่น) การระเหยไป
evasion, *n.* (อีเวชั่น) การหลบหนีไป

E

evasive, *a.* (อีเว ซิฟว) ชักจะเลี่ยง
eve, *n.* (อีบว) วันก่อน
even, *a.* (อีเว็น) คู่ (เลข); เสมอกัน; *adv.* ถึงแม้ว่า; ก็ตาม; แม้แต่
evening, *n.* (อีวนิง) เวลาเย็น
evening dress, *n.* ชุดราตรี
evening-star, *n.* ดาวพระศุกร์; ดาวประจำเมือง
evenly, *adv.* (อี เว็นลิ) อย่างสม่ำเสมอ
evenness, *n.* (อีเว็นเน็ส) ความเสมอ; ราบ
event, *n.* (อีเว็นทฺ) เหตุการณ์; ประเภท (กีฬา)
eventful, *a.* (อีเว็นทฺ ฟุล) มีเหตุการณ์มาก
eventless, *a.* (อีเว็นทฺ เล็ส) ไม่มีเหตุการณ์
eventual, *a.* (อีเว็น ชิวอัล) ซึ่งเป็นผลสุดท้าย
eventually, *adv.* (อีเว็น ชวลลิ) ในที่สุด
eventuate, *v.* (อีเว็น ชิวเอท) บังเกิดขึ้น
ever, *adv.* (เอเวอ) เคย; เสมอไป
  ever after, แต่นั้นตลอดมา
  ever and anon, ไปๆ มาๆ
  ever so, มากเหลือเกิน
  ever so many, มากมายหลายหลาก
  for ever, ตลอดไป
evergreen, *a.* (เอเวอกรีน) เขียวชะอุ่มอยู่ตลอดไป
everlasting, *a.* (เอเวอลาส ทิง) คงทน, อยู่ได้ตลอดไป
evermore, *adv.* (เอเวอมอ) ยิ่งๆ ขึ้นไป
every, *a.* (เอวริ) ทุกๆ
everybody, *prn.* (เอวริบอดดิ) ทุกคน
everyday, *a.* (เอวริเด) เป็นของธรรมดา; ประจำวัน
every day, *adv.* ทุกวัน
everything, *prn.* (เอวริธิง) ทุกสิ่ง
everywhere, *adv.* (เอวริแว) ทุกหนทุกแห่ง
evict, *v.* (อีวิคทฺ) ขับไล่ไปจากที่
evidence, *n.* (เอวิเด็นซฺ) พยานหลักฐาน
evident, *a.* (เอวิเด็นทฺ) เห็นชัดอยู่; ประจักษ์
evidently, *adv.* ดูเหมือนว่า...เป็นแน่แท้
evil, *a.* (อี วิล) ชั่วร้าย; ร้าย; *n.* ความชั่วร้าย
evil-doer, *n.* (อี วิลดูเออ) ผู้กระทำมิดีมิชอบ
evince, *v.* (อีวินซฺ) ทำให้เชื่อมั่น
evitable, *a.* (เอวิททะเบิล) พอจะหลีกเลี่ยงได้
evocate, *v.* (เอ็บโวเคท) ร้องเรียกมาก
evocation, *n.* (เอ็บโวเคชั่น) การเรียกมา
evoke, *v.* (อีโวค) ร้องเรียกมา
evolution, *n.* (อีวอลลิวชัน) วิวัฒนาการ
evolve, *v.* (อีวือลว) ค่อยๆ เปลี่ยนแปลง
ewe, *n.* (อู) แกะตัวเมีย
ewer, *n.* (ยูเออ) หม้อ; คณโฑ
exact, *a.* (เอ็ก แซคทฺ) แน่นอน; *v.* เกณฑ์เอามา; กะเกณฑ์เอา
exacting, *a.* (เอ็คแซคทิง) เป็นการกะเกณฑ์, บังคับเอา
exaction, *n.* (เอ็กแซค ชั่น) การเกณฑ์เอา
exactitude, *n.* (เอ็กแซค ทิจิวด) ความ

แน่นอน

exactly, *adv.* (เอ็กแซคทฺ ลิ) อย่างแน่นอน; แน่ละซิ; ตรงเผง

exactness, *n.* (เอ็คแซกทฺ เน็ส) ความแน่นอน

exactor, *n.* (เอ็กแซค เทอ) ผู้เรียกบังคับ; ผู้เก็บอากร

exaggerate, *v.* (เอ็กแซด เจอเรท) พูดขยายความ

exaggerated, *a.* (เอ็กแซด เจอเรทเท็ด) เกิดความจริง

exaggeration, *n.* (เอ็กแซดเจอเรชั่น) การพูดขยายความ

exaggerator, *n.* (เอ็กแซดเจอเร เทอ) ผู้พูดเกินความจริง

exalt, *v.* (เอ็กซ็อลทฺ) ยกขึ้นสูง

exaltation, *n.* (เอ็กซ็อลเท ชั่น) การยกขึ้นจนสูง

exalted, *a.* (เอ็กซ็อล เท็ด) สูงศักดิ์; ลอยเลิศ

exam, *n.* (เอ็กแซม) การสอบไล่

examination, *n.* (เอ็กแซมมินเนชั่น) การสอบไล่; การตรวจดู

examine, *v.* (เอ็กแซมมิน) ตรวจดู; สอบ

examiner, *n.* (เอ็กแซมมิเนอ) กรรมการสอบไล่; ผู้สอบไล่; ผู้ตรวจดู

example, *n.* (เอ็กซามเพิล) ตัวอย่าง

for example, เช่นตัวอย่าง

exasperate, *v.* (เอ็กซาส เพอเรท) ทำให้โกรธ

exasperation, *n.* (เอ็กซาสเพเรชั่น) ความบันดาลโทษะ

excavate, *v.* (เอ็กซฺ คะเวท) ขุดค้น

excavator, *n.* (เอ็กซฺ คะเวเทอ) ผู้ขุดค้น

exceed, *v.* (เอ็กซีด) มากเกิน; ดีกว่า

exceedingly, *adv.* (เอ็กซีดดิงลิ) อย่างเต็มที่; อย่างที่สุด

excel, *v.* (เอ็คเซ็ล) ดีกว่า

excellence, *n.* (เอ็ค เซ็ลเล็นซฺ) ความดีเลิศ

Your Excellency, ใต้เท้า; พณฯท่าน

excellent, *a.* (เอ็ค เซ็ลเล็นทฺ) วิเศษนัก; ดีเลิศ; ประเสริฐแท้

except, *v.* (เอ็คเซ็พทฺ) ยกเว้น; เอาออกนอกเรื่อง

except, *pr.* เว้นไว้แต่; นอกจาก

excepting, *pr.* (เอ็คเซ็พทิง) นอกจาก

exception, *n.* (เอ็คเซ็พชั่น) การยกเว้น; ข้อยกเว้น

exceptional, *a.* (เอ็คเซ็พชันนัล) โดยเป็นพิเศษ

exceptionally, *adv.* (-ชันเนลลิ) อย่างพิเศษ

exceptionless, *a.* (เอ็คเซ็พ ชั่นเล็ส) ไม่มีข้อยกเว้น

excerpt, *n.* (เอ็คเซอพทฺ) บทตัดตอน

excess, *n.* (เอ็ค เซ็ส) ความมากมายเหลือล้น

excessive, *a.* (เอ็คเซ็ส ซิฟว) มากมายเหลือล้น

excessively, *adv.* (เอ็คเซ็ส ซิฟวลิ) อย่างมากมายเหลือล้น

excessiveness, *n.* (เอ็คเซ็ส ซิฟวเน็ส) ความมากมายเหลือล้น

E

exchange, *v.* (เอ็คซฺ เชนจ) แลกเปลี่ยน
exchange, *n.* การแลกเปลี่ยน; การแลกเปลี่ยนเงิน; ปริวรรตกรรม
exchangeable, *a.* (เอ็คซฺเชน ชะเบิล) ซึ่งแลกเปลี่ยนได้
exchanger, *n.* (เอ็คซฺเชนเจอ) ผู้ทำการแลกเปลี่ยน
exchequer, *n.* (เอ็คซฺเช็ค เคอ) คลัง
excise, *v.* (เอ็คไซซ) ตัดออก, เก็บภาษี
excise, *n.* ภาษีสรรพสามิต
exciseman, *n.* (เอ็คไซซแมน) เจ้าหน้าที่สรรพสามิต
excision, *n.* (เอ็คซิชั่น) การตัดออก
excitability, *n.* (เอ็คไซทะบิล ลิทิ) ความตื่นเต้นง่าย
excitable, *a.* (เอ็คไซ ทะเบิล) ขี้ตื่นเต้น; ใจเร็ว
excite, *v.* (เอ็คไซทฺ) ส่งเสริมให้กำเริบ; ยุ; ยุยง; ตื่นเต้น; เร้า
excitement, *n.* (เอ็คไซทฺ เม็นทฺ) ความตื่นเต้น
exciting, *a.* (เอ็คไซทิง) เป็นที่น่าตื่นเต้น
exclaim, *v.* (เอ็คซฺเคลม) ร้องอุทาน
exclaimner, *n.* (เอ็คซฺ เคลม เมอ) ผู้ร้องออกมา
exclamation, *n.* (เอ็คซฺ คละเมชั่น) การร้องอุทาน
exclamation mark, เครื่องหมายตกใจ (!)
exclamatory, *a.* (เอ็คซฺ แคลม มะเทอริ) ซึ่งร้องอุทาน
exclude, *v.* (เอ็คซฺ คลิวดฺ) เอาออก; กีดกันไม่ให้เข้ามาร่วมด้วย
exclusion, *n.* (เอ็กซฺ คลูชั่น) การยกเว้น; การกันเอาออก
exclusive, *a.* (เอ็คซฺ คลู ซิฟว) เด็ดขาด; ซึ่งไม่ได้รวมอยู่ด้วย; อย่างมีพิเศษ
exclusively, *adv.* (เอ็คซฺ คลู ซิฟวลิ) อย่างไม่ได้เข้ารวมอยู่ด้วย; อย่างมีพิเศษ
excogitate, *v.* (เอ็คซฺคอด จิเทท) คิดค้น
excommunicate, *v.* (เอ็คซฺคอมมิวนิเคท) ตัดออกนอกศาสนา (กระทำการคว่ำบาตร)
excommunication, *n.* (เอ็คซฺคอมมิวนิเคชั่น) การตัดออกนอกศาสนา (การคว่ำบาตร)
excrement, *n.* (เอ็คซฺ ครีเม็นทฺ) มูล
excrescence, *n.* (เอ็คซฺเครีส เซ็นซฺ) ปม; ตุ่ม (งอกออกจากเนื้อ); ติ่ง
excrete, *v.* (เอ็กซฺ ครีท) ถ่ายออก
excretion, *n.* (เอ็กซฺ ครีชั่น) มูล; การถ่ายออก
excursion, *n.* (เอ็กซฺ เคอชั่น) การออกท่องเที่ยว; การศึกษาภูมิประเทศ
excusable, *a.* (เอ็กซฺคิว ซะเบิล) พอจะยกโทษให้ได้
excuse, *v.* (เอ็กซฺคิวซ) ขอตัว; ขอโทษ; ยกโทษให้; *v.* ข้อแก้ตัว
execrable, *a.* (เอ็กซีคระเบิล) น่าเกลียดเหลือ
execrate, *v.* (เอ็กซีเครท) เกลียดชังเหลือ
execute, *v.* (เอ็กซิคิวทฺ) กระทำให้เป็นผลสำเร็จ; สำเร็จโทษ; บริหารการงาน
execution, *n.* (เอ็กซีคิวชั่น) การสำ

โทษ; การกระทำลงไป; การบริหารงาน

executioner, *n.* (เอ็กซิคิว ชันเนอ) เพ็ชฌฆาต

executive, *a.* (เอ็กเซ็ค คิวทิฟว) ซึ่งเป็นการบริหาร

executor, *n.* (เอ็กเซ็ค คิวเทอ) ผู้บริหารงาน; ผู้รักษามรดกที่มีพินัยกรรม

exemplary, *a.* (เอ็กเซ็ม พละริ) ซึ่งเป็นตัวอย่าง

exemplify, *v.* (เอ็กเซ็ม พลิไฟ) ยกตัวอย่าง

exempt, *v.* (เอ็กเซ็มพฺทฺ) ยกเว้น

exemption, *n.* (เอ็กเซ็มพฺชั่น) การยกเว้น; สิทธิพิเศษ

exercise, *n.* (เอ็กเซอไซซฺ) แบบฝึกหัด; การฝึกหัด; การออกกำลังกาย; การใช้สิทธิ

exercise, *v.* ฝึกหัด; กระทำ; ใช้; ออกกำลังกาย; ใช้อำนาจ

exert, *v.* (เอ็กเซอท) เบ่งกำลัง; ใช้กำลังอย่างเต็มที่

exertion, *n.* (เอ็กเซอทชั่น) การใช้กำลังอย่างเต็มที่

exhalation, *n.* (เอ็กซะเลชั่น) การพ่นออกมา; การส่งกลิ่น

exhale, *v.* (เอ็กซฺเฮล) ส่งกลิ่นออกมา

exhaust, *v.* (เอ็กซอสทฺ) หมดแรง; เหนื่อยอ่อน; ใช้จนหมดเกลี้ยง

exhausted, *a.* (-เท็ด) เหนื่อยจนหมดกำลัง

exhaustion, *n.* (เอ็กซอสชั่น) ความเหนื่อยอ่อน; การใช้จนหมดเกลี้ยง

exhaustive, *a.* (เอ็กซอส ทิฟว) จนหมดสิ้น

exhibit, *v.* (เอ็กซิบิท) แสดงนำออกมาแสดง

exhibition, *n.* (เอ็กซิบิชั่น) งานแสดงการประกวด; กานำออกมาแสดง; นิทรรศการ

exhibitioner, *n.* (เอ็กซิบิ ชันเนอ) ผู้ได้ทุนเล่าเรียนในมหาวิทยาลัย

exhilarate, *v.* (เอ็กซิล ละเรท) ชวนให้ร่าเริง

exhilarating, *a.* (เอ็กซิล ละเรททิง) มีจิตร่าเริง

exhilaration, *n.* (เอ็กซิลละเรชั่น) การนำให้ร่าเริง

exhilarative, *v.* (เอ็คซิลละเรทิฟว) ชื่นชวนให้ร่าเริง

exhort, *v.* (เอ็กซอท) เร้าใจ; เร่งให้เกิดกำลังใจ

exhortation, *n.* (เอ็กซอรฺเทชั่น) การเร้าใจ

exhortater, *n.* (เอ็กซอทเทอ) ผู้เร้าใจ

exhumate, *v.* (เอ็คซฺ ฮิวเมท) ขุดขึ้น

exhume, *v.* (เอ็คซฮีวมฺ) ขุดขึ้น

exigence, *v.* (เอ็ก ซิเจ็นซฺ) ความต้องการอันเร่งร้อน

exigent, *a.* (เอ็ก ซิเจ็นทฺ) ด่วน

exiguous, *a.* (เอ็กฺซิก กิวอัส) มีน้อยมาก

exile, *n.* (เอ็ก ไซลฺ) ผู้ต้องเนรเทศ; การเนรเทศ

exile, *v.* เนรเทศ

exist, *v.* (เอ็กซิสทฺ) มีอยู่

existence, *n.* (เอ็กซิสเท็นซฺ) ชีวิต; ความเป็นไป

existent, *a.* (เอ็กซิส เท็นทฺ) ซึ่งมีชีวิตอยู่; ซึ่งมีตัวมีตน

exit, *n.* (เอ็ค ซิท) การเข้าโรง; ทางออก

exonerate, *v.* (เอ็กซ็อน เนอเรท) พ้นจากความครหา; ปลดเปลื้อง

exorate, *v.* (เอ็กซอเรท) อ้อนวอน

exorbitance, *n.* (เอ็กซอรฺ บิทันซฺ) ความมากมายจนเกินเหตุ

exorbitant, *a.* (เอ็กซอรฺ บิทันทฺ) มากมายจนเหลือเกิน

exorcism, *n.* (เอ็ค ซอซิซึม) การไล่ผี

exorcist, *n.* (เอ็ค ซอซิสทฺ) หมอผี

exorcize,-se, *v.* (เอ็ค ซอไซซฺ) ไล่ผี

exoteric, *a.* (เอ็คโซเทริค) แห่งภายนอก

exotic, *a.* (เอ็กซ็อททิค) ซึ่งเป็นของต่างถิ่น

expand, *v.* (เอ็กซฺแพนดฺ) ขยายตัว; พองตัว

expanse, *n.* (เอ็กซฺแพนซฺ) พื้นที่อันกว้างใหญ่

expansion, *n.* (เอ็กซฺแพน ชัน) การขยายตัว

expansive, *a.* (เอ็กซฺแพน ซิฟว) กว้างใหญ่; กินเขตกว้าง

expatriate, *v.* (เอ็กซฺเพ ทริเอท) ต้องออกจากบ้านเกิดเมืองนอน

expatriation, *n.* (เอ็กซฺเพทริเอชั่น) การไล่ออกจากบ้านเกิด

expect, *v.* (เอ็กซฺเพ็คทฺ) หวังว่า

expectance, *n.* (เอ็กซฺเพ็ค ทันซฺ) ความหวังใจ

expectant, *a.* (เอ็กซฺเพ็ค ทันทฺ) ซึ่งคอยหา

expectation, *n.* (เอ็กซฺเพ็คเทชั่น) การหวัง; การคอยท่า

expedience, *n.* (เอ็กซฺพี เดียนซฺ) การส่งไป

expediency, *n.* (เอ็คซฺ พี เดียนซิ) ความเหมาะสม

expedient, *a.* (เอ็กซฺพี เดียนทฺ) เหมาะควร

expedite, *v.* (เอ็กซฺ พีไดทฺ) เร่งรีบหน่อย

expedition, *n.* (เอ็กซฺ พิดิ ชั่น) การเดินทาง; การเดินทัพ

expeditionary, *a.* (เอ็กซฺพีดิ ชันนะริ) แห่งการเดินทาง

expel, *v.* (เอ็กซฺเพ็ล) ไล่ออก

expend, *v.* (เอ็กซฺ เพ็นดฺ) จับจ่าย

expenditure, *n.* (เอ็กซฺเพ็น ดิเจียวรฺ) รายจ่าย; โสหุ้ย

expense, *n.* (เอ็กซฺเพ็นซฺ) รายจ่าย

expensive, *a.* (เอ็กซฺเพ็น ซิฟว) แพง

expensively, *adv.* (เอ็กซฺ เพ็น ซิฟวลิ) อย่างแพงมาก

expensiveness, *n.* (เอ็กซฺเพ็น ซิฟวเน็ส) ราคาแพงมาก; ความแพง

experience, *n.* (เอ็กซฺ พีเรียนซฺ) ความเคยชิน; ประสพการณ์

experience, *v.* ได้รับความเคยชิน; รู้สึก

experienced, *a.* (เอ็กซฺพี เรียนซฺดฺ) ชำนาญ

experiment, *n.* (เอ็กซฺเพ ริเม็นทฺ) การ

ทดลอง; *v.* ทดลอง

experimental, *a.* (เอ็กซฺเพริเม็นทัล) ซึ่งเป็นการทดลอง

expert, *a.* (เอ็กซฺเพอท) เชี่ยวชาญ

expert, *n.* (เอ็กซฺเพอท) ผู้เชี่ยวชาญ

expiate, *v.* รับใช้หนี้ความผิด

expiation, *n.* (เอ็กซฺพิเอชั่น) การลบล้างความผิด

expiatory, *a.* (เอ็กซฺ ไพอะเทอริ) เป็นการลบล้างความผิด

expiration, *n.* (เอ็กซฺพิเรชั่น) การหายใจออก; การหมดสิ้นลงแล้ว; หมดอายุ

expiratory, *a.* (เอ็กซฺไพ ระเทอริ) แห่งการหายใจออก

expire, *v.* (เอ็กซฺไพเออ) ตาย; หมดแล้ว; หายใจออก; หมดอายุ

expiring, *a.* (เอ็กซฺ ไพริง) ซึ่งหมดอายุ; สิ้นใจ; หายใจออก

expiry, *n.* (เอ็กซฺไพ เออริ) การสิ้นอายุ

expiscate, *v.* (เอ็กซฺพิสเคท) ค้นหา

explain, *v.* (เอ็กซฺเพลน) อธิบาย; ชี้แจง

explanation, *n.* (เอ็กซฺพละเนชั่น) การอธิบาย

explanatory, *a.* (เอ็กซฺแพลน นะเทอริ) ซึ่งเป็นการอธิบาย

explicable, *a.* (เอ็กซฺ พลิคะเบิล) พอจะอธิบายได้

explicate, *v.* (เอ็กซฺ พลิเคท) ขยายออก; อธิบาย

explication, *n.* (เอ็กซฺพลิเคชั่น) การอธิบาย

explicative, *a.* (เอ็กซฺ พลิเคทิฟว) ซึ่งเป็นการอธิบาย

explicatory, *a.* (เอ็กซฺ พลิคะเทอริ) ซึ่งอธิบาย

explicit, *a.* (เอ็กซฺพลิซิท) ชัดเจน

explicitly, *adv.* (-ซิทลิ) อย่างชัดเจน

explode, *v.* (เอ็กซฺโพลด) ระเบิดออก

exploit, *v.* (เอ็กซฺ พลอยทฺ) แสวงประโยชน์; *n.* การกระทำอย่างกล้าหาญ

exploitation, *n.* (เอ็กซฺพลอยเทชั่น) การแสวงประโยชน์

exploration, *n.* (เอ็กซฺพลอเรชั่น) การค้นหา

explore, *v.* (เอ็กซฺพลอรฺ) ค้นหา

explorer, *n.* (เอ็กซฺพลอเรอ) ผู้ค้นพบ

explosion, *n.* (เอ็กซฺโพล ชั่น) การระเบิดออก

explosive, *a.* (เอ็กซฺโพล ซิฟว) ซึ่งอาจจะระเบิด; *n.* วัตถุระเบิด

explosiveness, *n.* (-ซิฟวเน็ส) คุณภาพแห่งการระเบิด

export, *v.* (เอ็กซฺพอท) ส่งออกไปจำหน่ายนอกประเทศ

export, *n.* (เอ็กซฺ พอท) สินค้าออก; การจำหน่ายออกนอกประเทศ

exportation, *n.* (เอ็นซฺพอรฺเทชั่น) การจำหน่ายออกนอกประเทศ

exporter, *n.* (เอ็กซฺพอทเทอ) ผู้ส่งของออก

expose, *v.* (เอ็กซฺโพซ) เอาออกมาแสดง; นำมาให้เห็น

exposition, *n.* (เอ็กซฺโพซิชั่น) การแสดง

expostulate, *v.* (เอ็กซฺพ็อสจิวเลท) ขัด

ไว้

expostulation, *n.* (เอ็กซฺพ็อสจิวเลชั่น) การขัดไว้

exposure, *n.* (เอ็กซโพสเชอรฺ) การตากกับ; การต้อง (ลม, แดด, แสง)

expound, *v.* (เอ็กซฺพาวนฺดฺ) อธิบาย; แถลงไข

express, *v. a.* (เอ็กซฺเพร็ส) แสดง; บอก; ด่วน; ชัดแจ้ง

expressible, *a.* (เอ็กซฺเพร็ส ซิเบิล) พอจะพูดออกมาได้

expression, *n.* (เอ็คซฺเพร็สชั่น) วิธีพูด; สำนวนพูด; การแสดงด้วยวาจา

expressive, *a.* (เอ็กซฺเพร็ส ซิฟว) ซึ่งเป็นการพูดออกมา; ได้ความหมายเหมาะเจาะดี; พูดชัดเจนเท่ากับที่รู้สึก

expressless, *a.* (เอ็กซฺเพร็ส เลส) ซึ่งไม่มีความหมาย; ซึ่งพูดไม่ออก; ซึ่งไม่มีคำพูดแสดง

expressman, *n.* (เอ็คซฺเพร็ส แม็น) คนรับและส่งของ

expropriate, *v.* (เอ็กซฺโพร พริเอท) เวนคืน

expropriation, *n.* (เอ็คซฺ โพรพริเอชั่น) การเวนคืน

expulsion, *n.* (เอ็คซฺพัลชั่น) การขับไล่

expulsive, *a.* (เอ็คซฺพัล ซิฟว) ซึ่งขับไล่

expurgate, *v.* (เอ็คซฺ เพอเกท) ชำระสะสาง

exquisite, *a.* (เอ็คซฺ ควิซิท) ดีหาที่ติมิได้

extant, *a.* (เอ็คซฺแทนทฺ) ซึ่งยังคงชีพอยู่; ยังมีอยู่

extemporaneous, *a.* (เอ็คซฺเท็มพอเรเนียส) โดยเดี๋ยวนั้น; สดๆ

extempore, *adv.* (เอ็คสฺเท็ม พอรี) ว่ากันสดๆ

extend, *v.* (เอ็คซฺเท็นดฺ) ขยายออกไป; ตีแผ่ออกไป; แผ่ไปถึง

extension, *n.* (เอ็คซฺเท็น ชั่น) ขนาดที่พื้นที่กิน

extensive, *a.* (เอ็คซฺเท็น ซิฟว) กว้างใหญ่ไพศาล

extensiveness, *n.* (-ซิฟวเน็ส) ความกว้างใหญ่

extent, *n.* (เอ็คซฺเท็นทฺ) ขนาด; ขอบเขต

extenuate, *v.* (เอ็คซฺเทน นิวเอท) ผอมเล็กลง; ซูบซีดลง

exterior, *a. n.* (เอ็คซฺทีเรีย) ภายนอก

exterminate, *v.* (เอ็คซฺเทอรฺ มิเนท) ทำลายสิ้น

extermination, *n.* (เอ็คซฺเทอรฺมิเนชั่น) การทำลายสิ้น

external, *a.* (เอ็คซฺเทอนัล) แห่งภายนอก

externally, *adv.* (-นัลลิ) แต่ภายนอก

extinct, *a.* (เอ็คซฺทิงคฺทฺ) ดับ; ศูนย์พันธุ์เสียแล้ว

extinction, *n.* (เอ็คซฺทิงค ชั่น) ความดับ; ความศูนย์หายไป; ความศูนย์พันธุ์

extinguish, *v.* (เอ็คซฺทิงกวิช) ดับ; ระงับ

extinguisher, *n.* (เอ็คซฺ ทิง กวิชเชอ) เครื่องดับเพลิง

extirpate, *v.* (เอ็คซฺ เทอเพท) ถอนราก; ทำลายพันธุ์

extirpation, *n.* (เอ็ดซฺเทอเพชั่น) การถอนราก; การทำลายพันธุ์
extol, *v.* (เอ็ดซฺทอล) ยกย่องสรรเสริญ
extort, *v.* (เอ็คซฺทอท) บีบคั้นเอา
extortion, *n.* (เอ็คซฺทอชั่น) การบังคับเอา; การรีดนาทาเร้นเอา
extortionate, *a.* (-ชันเนท) อย่างรีดนาทาเร้น
extra, *a. n.* (เอ็คซฺ ทรา) พิเศษ
extract, *v.* (เอ็คซฺแทรคทฺ) แยกเอาออก; ขุดคร่าห์; สะกัดเอาออก
extract, *n.* (เอ็คซฺแทรคทฺ) สิ่งซึ่งสะกัดเอาออกมาจากของอื่น; บทความตัดตอนมาจากในหนังสือ
extraction, *n.* (เอ็คซฺแทรคชั่น) การแยกเอาออก
extradite, *v.* (เอ็กซฺ ทราไดทฺ) ส่งผู้ร้ายข้ามแดน
extraneous, *a.* (เอ็คซฺเทร เนียส) มาจากต่างถิ่น
extraordinary, *a.* (เอ็คซฺทราออ ดินะริ) เหลือธรรมดา; ผิดสังเกต; วิสามัญ
extravagance, *n.* (เอ็คซฺแทรฟ วะกันซฺ) ความฟุ่มเฟือย
extravagant, *a.* (เอ็กซฺแทรฟ วะกันทฺ) ฟุ่มเฟือย
extravaganza, *n.* (เอ็กซฺแทรฟวะแกนซะ) เรื่องอันโลดโผน
extreme, *a.* (เอ็คซฺทรีม) ปลายสุด; เหลือเกิน; สุดขีด; *n.* ปลายสุด
extremely, *adv.* (เอ็กซฺทรีม ลิ) อย่างเหลือเกิน; อย่างที่สุด
extremist, *n.* (เอ็คซฺทรีมิสทฺ) ผู้กระทำอะไรจนสุดขีด
extremity, *n.* (เอ็คซฺเทร็มมิทิ) ปลาย; ความสุดขีด
extricable, *a.* (เอ็คซฺ ทริคคิเบิล) พอจะสางออกได้
extricate, *v.* (เอ็คซฺ ทริเคท) สางออก
extrication, *n.* (เอ็คซฺทริเคชั่น) การสางออก
extrinsic, *a.* (เอ็คซฺทริน ซิค) อยู่นอกเรื่อง
exuberance, *n.* (เอ็กซิวเบอรันซฺ) ความมากมายเหลือเฟือ
exuberant, *a.* (เอ็คซิวเบอรันทฺ) มากมายเหลือหลาย
exuberate, *v.* (เอ็คซ ซิวเบอเรท) มีมากมายล้นหลาม
exude, *v.* (เอ็กซฺด) ขับเหงื่อออกตามขุมขน
exult, *v.* (เอ็กซัลทฺ) ยินดีเหลือ
exultant, *a.* (เอ็กซัล ทันทฺ) ยินดีกันใหญ่
exultation, *n.* (เอ็กซัลเทชั่น) ความยินดีแท้
exultingly, *adv.* (เอ็กซัลทิงลิ) อย่างยินดีใหญ่
eye, *n.* (อาย) นัยน์ตา; *v.* มองเห็น; ชำเลือง ดู
to be all eyes, ตั้งใจฟัง
to give an eye to, เอาใจใส่
to keep an eye on, คอยสอดส่องดู
to lay eyes on, มองเห็น

E

eye-ball, *n.* (อายบอล) ลูกนัยน์ตา
eyebrow, *n.* (อายบราว) คิ้ว
eye-lash, *n.* (อาย แลช) ขนตา
eyelid, *n.* (อายลิด) หนังตา
eyesight, *n.* (อาย ไซทฺ) สายตา; จักษุประสาท
eyewitness, *n.* (อาย วิทเนีส) จักษุพยาน

F

fabaceous, *a.* (ฟะเบ ชัส) แห่งถั่ว
fabiform, *a.* (เฟบิฟอม) รูปถั่ว
fable, *n.* (เฟ เบิล) นิยาย (เช่นนิยายอีสป)
fable, *v.* แต่งขึ้น; เสกสรรทำขึ้น
fabric, *n.* (แฟ บริค) เนื้อ (เช่นเนื้อผ้า)
fabricant, *n.* (แฟบ บริคันทฺ) นักประดิษฐ์ทำข้าวของ
fabricate, *v.* (แฟบ บริเคท) ประดิษฐ์; ทำขึ้นโดยเครื่องจักร
fabrication, *n.* (แฟบบริเคชั่น) การประดิษฐ์กรรม, ทำขึ้นโดยเครื่องจักร
fabular, *a.* (แฟบ บิวละ) ทำนองนิยาย
fabulate, *v.* (แฟบ บิวเลท) เล่านิยาย
fabulator, *n.* (-เลเทอ) นักเล่านิยาย
fabulist, *n.* (แฟบ บิวลิสทฺ) นักแต่งนิยาย
fabulize, *v.* (แฟบ บิวไลซ) แต่งนิยาย
fabulosity, *n.* (แฟบบิวลอส ซิทิ) ลักษณะเป็นนิยาย
fabulous, *a.* (แฟบบิวลัส) เป็นนิยาย
facade, *n.* (ฟะซาด) หน้ามุข
face, *n.* (เฟซ) หน้า; หน้าตา; *v.* เผชิญหน้า; หันหน้าไปทาง
face to face, เผชิญหน้า
facial, *a.* (เฟเชียล) แห่งหน้า
facile, *a.* (แฟส ซิล) ง่าย
facilitate, *v.* (ฟะซิล ลิเทท) ทำให้ง่ายเข้า; ทำให้สะดวกเข้า
facility, *n.* (ฟะซิล ลิทิ) ความสะดวก; ความง่าย
facing, *n.* (เฟส ซิง) การเผชิญหน้า
facsimile, *n.* (แฟคซิมมิลี) ภาพถอดจากแบบ; แฟ็กซ์
fact, *n.* (แฟคทฺ) ความจริง
faction, *n.* (แฟค ชั่น) การจับกลุ่มคบกัน; พวก
factious, *a.* (แฟค ชัส) ซึ่งเป็นพวกด้วย
factitious, *a.* (แฟคทิชัส) เสกสรรทำขึ้น; ปรุงแต่งขึ้น
factive, *a.* (แฟค ทิฟว) ชักจะทำ
factor, *n.* (แฟค เทอ) ส่วนย่อย; แฟกเตอร์
factory, *n.* (แฟค ทอริ) โรงงาน
factotum, *n.* (แฟคโท ทัม) นักทำได้ทุกอย่าง
factual, *a.* (แฟคจวล) เกี่ยวกับความจริง
facultative, *a.* (แฟคคัลเททิฟวฺ) ไม่บังคับ
faculty, *n.* (แฟค คัลทิ) คณะ (เช่นคณะอักษรศาสตร์ ฯลฯ); ความสามารถ
fade, *v.* (เฟด) ซีด; โรยรา; ตก (สี)

fadeless, *a.* (เฟด เล็ซ) ไม่โรยรา
fag, *n.* (แฟก) เด็กเล็กผู้รับใช้เด็กโตในโรงเรียนประเทศอังกฤษ
fag, *v.* รับใช้ (เด็กเล็กๆ ต้องรับใช้เด็กโตๆ ในโรงเรียนประเทศอังกฤษ)
faggot, fagot, *n.* (แฟก กอท) มัดฟืน
Fahrenheit, *n.* ฟาเร็นไฮท์ (ปรอทวัดความร้อนของอังกฤษ)
fail, *v.* (เฟล) ตก (สอบไล่); ไม่สามารถ; พลาดไป; ไม่สำเร็จ
fail in the exam., สอบไล่ตก
failing, *n.* (เฟล ลิง) ความไม่สำเร็จ; *pr.* ถ้าหากไม่สำเร็จ
failure, *n.* (เฟล เลียว) ความไม่สำเร็จ
faint, *v.* (เฟนทฺ) สลบไป; แผ่วๆ; ไม่มีแรง
faint-hearted, *a.* (-ฮาทเท็ด) ใจขลาด
fainting, *n.* (เฟน ทิง) การสลบไป
faintly, *adv.* (เฟนทฺ ลิ) อย่างแผ่วๆ
fair, *a.* (แฟ) งาม; ดี (อากาศ); อย่างเป็นธรรม; *n.* ตลาดนัด; งานออกร้าน
fair-faced, *a.* (แฟ เฟซดฺ) หน้าตาสะสวย
fair-haired, *a.* (แฟ แฮดฺ) มีผมสีอ่อนๆ ไม่ดำมืด
fairly, *a.* (แฟลิ) อย่างยุติธรรม
fairness, *n.* (แฟ เน็ซ) ความยุติธรรม; ความสวยงาม
fairy, *n.* (แฟริ) เทวดา; *n.* แห่งเทพดา
fairyland, *n.* (แฟ ริแลนดฺ) ย่านพวกเทพดาอยู่; เมืองในเทพนิยาย
fairy-ring, *n.* (แฟ ริริง) หญ้าขึ้นเขียวเป็นวงกลม
fairy-tale, *n.* (แฟริเทล) เทพนิยาย; นิยายที่ไม่น่าเชื่อ
faith, *n.* (เฟธ) ความเชื่อถือ; ลัทธิ; ความไว้ใจ
faithful, *a.* (เฟธ ฟุล) ซื่อสัตย์
faithfully, *adv.* (เฟธ ฟุลลิ) โดยความซื่อสัตย์
faithfulness, *n.* (เฟธ ฟุลเน็ส) ความซื่อสัตย์
faithless, *a.* (เฟธ เล็ส) ไร้ความสัตย์
fall down, พังลงมา
fall on, เข้าโจมตี
fall out of, ตกลงมาจาก
fall his length, ล้มนอนเหยียด
fakir, *n.* (เฟ เคีย) นักพรต; โยคี
falcate, *a.* (แฟล เคท) โค้งเป็นรูปเคียว
falcon, *n.* (ฟอล คอน) เหยี่ยวนกเขา
fall, *v.* (ฟอล) หกล้ม; ตก; หล่นลงมา; เกิดขึ้น; เข้าโจมตี
fall asleep, หลับไป
tears falling fast, น้ำตาไหลพรู
fall ill, ล้มเจ็บลง
fall in, พังลงมา
fall, *n.* การตก; น้ำตก; ความเสื่อม
fallen, (ฟอล เลิน) *p.p.* ของ **"fall"** ตกลง; หกล้ม
fallible, *a.* (แฟล ละเบิล) ย่อมมีผิดพลาดได้
falling, *n.* (ฟอล ลิง) การล้มลง; แอ่งลึกลงไป
falling-star, *n.* (-สทา) ผีพุ่งใต้
fallow, *n.* (แฟลโล) แปลงดิน

F

false, *a.* (ฟอลซฺ) ปลอม; ไม่ซื่อตรง
false-hearted, *a.* (ฟอลซฺฮาท เท็ด) ใจคด
falsehood, *n.* (ฟอลสฺ ฮูด) ความเท็จ
falsification, *n.* (ฟอลซิฟิเคชั่น) การกระทำปลอม
falsificator, *n.* (ฟอล ซิฟิเคเทอ) คนกระทำปลอม
falsify, *v.* (ฟอลซิไฟ) ทำปลอม
falsity, *n.* (ฟอล ซิทิ) ความไม่จริง; ไม่แท้
falter, *v.* (ฟอลเทอ) สั่นตะกุกตะกัก
fame, *n.* (เฟม) ชื่อเสียง
famed, *a.* (เฟมดฺ) มีชื่อเสียง
familiar, *a.* (แฟมมิลเลีย) คุ้นเคย; เคยเห็นๆ อยู่
familitarity, *n.* (แฟมมิลลิแอ ริทิ) ความมักคุ้น
familiarize, *v.* (แฟมมิลเลียไรซฺ) คุ้นเคยด้วย
family, *n.* (แฟมมิลิ) ครอบครัว
family tree, สายตระกูล
family way, มีท้อง
famine, *n.* (แฟมมิน) ความอดตาย; ทุพภิกขภัย
famish, *v.* (แฟมมิช) หิวจัด
famous, *a.* (เฟ มัส) มีชื่อเสียง
famulary, *a.* (แฟมมิวละริ) แห่งคนใช้
fan, *n.* (แฟน) พัด; *v.* พัด; โบก; วี; เป่า
fanal, *n.* (เฟนัล) โคมหัวเรือ; ประภาคาร
fanatic, *a.* (แฟแนท ทิค) บ้า; คลั่ง; *n.* คนคลั่ง
fanatical, *a.* (ฟะแนท ทิคัล) ซึ่งคลั่งศาสนา
fanaticism, *n.* (ฟะแนท ทิสซิซึม) ความเพ้อคลั่ง
fanaticize, *v.* (ฟะแนท ทิไซซฺ) เพ้อคลั่งไป
fancied, *a.* (แฟน ซีดฺ) นึกคิดขึ้น
fancier, *n.* (แฟน ซิเออ) ผู้นึกคิดขึ้น
fanciful, *a.* (แฟน ซิฟุล) ที่เกี่ยวกับการคิดประดิษฐ์
fanciless, *a.* (แฟน ซิเล็ส) ไม่มีความนึกคิด
fancy, *n.* (แฟน ซิ) ความเห็น; ความคิด
fancy, *v.* คิดนึก
fancy ball, *n.* (-บอล) การเต้นรำแฟนซี
fancy dress, *n.* (-เดร๊ส) เครื่องแต่งกายแฟนซี
fancy goods, *n.* (-กูดซฺ) สินค้าประดิษฐ์
fanfare, *n.* (แฟนแฟรฺ) การประโคมแตร (ฟันฟาร์)
fang, *n.* (แฟง) เขี้ยว; กับดัก; การจับตัว
fan-tan, *n.* (แฟน แทน) ถั่ว (การพนัน)
fantassin, *n.* (แฟน แทสซิน) ทหารราบ
fantast, *n.* (แฟน แทสทฺ) คนมีความคิดเช่นฝัน
fantastic, fantastical, *a.* (แฟนแทสทิค) ประหลาดเหลือ
fantasy, *n.* (แฟน ทะซิ) ความคิดเห็น (เยี่ยงในฝัน)
far, *a.* (ฟารฺ) ไกล
by far, เท่าที่กำหนดได้
in so far as, เมื่อคำนวณถึงเหตุการณ์ดูว่า
far and wide, แผ่ไพศาล

farce, *v.* (ฟาซ) ยัดไส้; *n.* ละครตลก
farcical, *a.* (ฟา ซิคัล) เยี่ยงละครตลก; ขบขันน่าหัวเราะ
fare, *v.* (แฟ) เป็นไป; บังเกิดขึ้น; (ดีหรือร้าย); *n.* ค่าเดินทาง
farewell, *n. i.* (แฟเวิ็ล) ลาก่อนละ (อย่างไม่มีวันพบกันอีก)
far-fetched, *a.* (ฟา เฟ็ชทฺ) ซึ่งเห็นการไกล
farm, *n.* (ฟาม) นา
farmer, *n.* (ฟาเมอ) ชาวนา
farm-house, *n.* (ฟามฮาวซฺ) บ้านกลางนา
farming, *n.* (ฟามมิง) กสิกรรม
farmost, *a.* (ฟา โมสทฺ) ไกลที่สุด
farm-stead, *n.* (ฟามสเทด) ที่บ้านในนา
farm-yard, *n.* (ฟามยาด) ลานบ้านกลางนา
far-off, *a.* (ฟาออฟ) ห่างไกล
farrier, *n.* (แฟริเออ) ช่างตีเกือกม้า; ทหารดูแลม้า
far-sighted, *a.* (ฟาไซเท็ด) มองเห็นการไกล
farther, *adv.* (ฟาเธอ) ไกลออกไปอีก
farthest, *a.* (ฟาเธสทฺ) ไกลที่สุด
farthing, *n.* (ฟา ธิง) เหรียญฟาร์ธิง
fascinate, *v.* (แฟสซิเนท) เป็นเสน่ห์
fascinatingly, *adv.* (แฟส ซิเนททิงลิ) อย่างมีเสน่ห์ยั่วยวน; อย่างงามพริ้ง
fascination, *n.* (แฟสซิเนชั่น) ความยั่วยวนด้วยเสน่ห์
Fascist, *n.* (แฟซซิสทฺ) คณะฟาสซิสท์ (ในอิตาลี)

fash, *n.v.* (แฟช) รบกวน
fashion, *n.* (แฟชชั่น) สมัย; แบบ; *v.* ทำเป็นรูปขึ้น
fashionable, *a.* (แฟชชันนะเบิล) ทันสมัย
fashionably, *adv.* (แฟชชันนาบลิ) อย่างทันสมัย
fast, *a.* (ฟาซทฺ) เร็ว; ไม่ตก (สี); แน่น
fast, *adv.* (ฟาซทฺ) โดยเร็ว; อย่างแน่น
fast by, ใกล้ๆ นี่เอง
fast, *v.* (ฟาซทฺ) อดอาหาร; *n.* การอดอาหาร
fasten, *v.* (ฟาซซึน) ผูก; ติด
fastener, *n.* (ฟาซซึนเนอ) เครื่องผูกมัด
fastening, *n.* (ฟาซซึนนิง) การผูกมัด
faster, *n.* (ฟาซเทอ) ผู้อดข้าว
fastidious, *a.* (ฟาสทิเดียส) น่ารำคาญ
fasting, *n.* (ฟาสทิง) การอดอาหาร
fastly, *adv.* (ฟาสทฺ ลิ) อย่างเร็ว
fastness, *n.* (ฟาสทฺ เน็ส) ความเร็ว
fastuous, *a.* (แฟสทิวอัส) หยิ่ง
fat, *a.* (แฟทฺ) อ้วน; อ้วนพี; *n.* ไข; มัน; *v.* อ้วนขึ้น; ทำให้อ้วน
fatal, *a.* (เฟทัล) ถึงฆาตร้าย; ฉกาจฉกรรจ์; ร้ายมาก(ยังผล)
fatalism, *n.* (เฟทัลลิซึม) ลัทธิที่เชื่อในโชคกรรม
fatalist, *n.* (เฟ ทัลลิสทฺ) ผู้เชื่อในโชคกรรม
fatalistic, *a.* (เฟทัลลิสทิค) ซึ่งเชื่อในโชคกรรม
fatality, *n.* (เฟแทลลิทิ) ความมีโชคกรรมนำชีวิต; ความเคราะห์ร้ายยิ่ง
fatalness, *n.* (เฟ ทัลเน็ส) ความเคราะห์

F

ร้ายยิ่ง

fate, *n.* (เฟท) เคราะห์; ผลกรรม; โชคนำชีวิต

fated, *a.* (เฟทเท็ด) ต้องเคราะห์

fateful, *a.* (เฟทฟุล) ซึ่งเป็นเคราะห์

fat-head, *n.* (แฟทเฮ็ด) คนโง่หลาย

father, *n.* (ฟา เธอ) พ่อ

fatherhood, *n.* (ฟา เธอฮูด) ความเป็นพ่อ

father-in-law, *n.* (ฟา เธออินลอ) พ่อตา

fatherland, *n.* (ฟาเธอแลนดฺ) บ้านเกิดเมืองนอน; ปิตุภูมิ

fatherless, *a.* (ฟา เธอเล็ส) ไม่มีพ่อ

fatherlike, *a.* (ฟา เธอไลคฺ) เยี่ยงบิดา

fatherly, *a.* (ฟาเธอลิ) อย่างฐานพ่อ

fathom, *n.* (แฟ ธัม) มาตรายาว ๖ ฟุต; *v.* หยั่งดู

fathomless, *a.* (แฟ ธัมเล็ส) หยั่งไม่ถึง

fatigable, *a.* (แฟททิกกะเบิล) เหนื่อยเร็ว

fatigue, *n.* (แฟทิก) ความเหน็ดเหนื่อย; *v.* ทำให้เหนื่อยแทบขาดใจ

fatness, *n.* (แฟทเน็ส) ความอ้วน

fatten, *v.* (แฟทเทิน) อ้วนขึ้น; ทำให้อ้วน

fatuous, *a.* (แฟททิวอัส) โง่เง่า

fatty, *a.* (แฟททิ) อ้วนพี; มีแต่มัน

fault, *n.* (ฟอลทฺ) ความผิด

fault-finder, *n.* (ฟอลทฺไฟนฺ เดอ) ผู้คอยจับผิด

fault-finding, *n.* (ฟอลทฺไฟนฺ ดิง) การจับผิด

faulless, *a.* (ฟอลทฺ เล็ส) หาที่ติมิได้

faulty, *a.* (ฟอลทิ) ซึ่งบกพร่อง; มีผิดๆ พลาดๆ

faun, *n.* (ฟอน) เทวดาป่า

fauna, *n.* (ฟอนนา) สัตว์ในท้องถิ่น

favour, *n.* (เฟ เวอ) ความอนุเคราะห์; ความรักใคร่

to ask a favour, ขอความอนุเคราะห์

favour, *v.* (เฟเวอ) ชอบ; รักใคร่

favourable, *a.* (เฟวอระเบิล) เป็นที่เหมาะ; โชคอำนวย

favourite, *n.* (เฟ เวอริท) ผู้รักใคร่ใกล้ชิด; คนโปรด

favourite, *a.* ซึ่งรักใคร่ใกล้ชิด; ซึ่งโปรดปราน

fawn, *v.* (ฟอน) ประจบ

fealty, *n.* (ฟี อัลทิ) ความภักดีต่อเจ้า

fear, *n.* (เฟีย) ความกลัว; *v.* กลัว; เกรงว่า

fearful, *a.* (เฟีย ฟุล) น่ากลัว

fearless, *a.* (เฟีย เล็ส) อย่างไม่มีความกลัว

fearsome, *a.* (เฟีย ซัม) น่าหวาดกลัว

feasible, *a.* (ฟีซซิเบิล) ทำได้

feast, *n.* (ฟีซทฺ) งานเลี้ยง; *v.* เลี้ยงกันอย่างใหญ่โต

feat, *n.* (ฟีท) การกระทำ

feather, *n.* (เฟดเธอ) ขนนก; *v.* ประดับขนนก

feathering, *n.* (เฟด เธอริง) ขนนก

featherless, *a.* (เฟ็ธเธอเล็ส) ไม่มีขน

feature, *n.* (ฟีเชอรฺ) รูปร่างลักษณะ; ลักษณะ

febrile, *a.* (เฟ็บบริล) แห่งไข้

February, *n.* (เฟ็บบรูอะริ) กุมภาพันธ์

fecund, *a.* (เฟ็คคันดฺ) อุดม; มีผลดก

fed, (เฟ็ด) อดีตของ **'feed'**; เลี้ยง ป้อน
federal, *a.* (เฟ็ดเดอรัล) แห่งการสหะกัน; สหพันธ์
federate, *a.* เฟ็ดเดอเรท) ซึ่งสหะกัน
Federation, *n.* (เฟ็ดเดอเรชั่น) การสหะกัน; สหพันธ์
fee, *n.* (ฟี) เงินค่าธรรมเนียม; เงินค่าเล่าเรียน
feeble, *a.* (ฟี เบิล) อ่อนแอ; อ่อน
feeblish, *a.* (ฟี บลิช) ค่อนข้างอ่อนแอ
feed, *v.* (ฟีด) เลี้ยง; ป้อน
feeder, *n.* (ฟีดเดอ) คนเลี้ยง
feeding, *n.* (ฟีดดิง) การเลี้ยง
feel, *v.* (ฟีล) รู้สึก; คลำ
feeling, *n.* (ฟีลลิง) ความรู้สึก
feet, (ฟีท) พหูพจน์ของ **'foot'**: เท้า
feetless, *a.* (ฟีทเล็ส) ไม่มีเท้า
feign, *v.* (เฟน) แกล้งทำ; แสร้งเป็นว่า
felicific, *a.* (ฟีลิซิ ฟิค) ทำให้สบาย
felicify, *v.* (ฟีลิซซิไฟ) ทำให้มีความสุข
felicitate, *v.* (ฟีลิ ซิเทท) แสดงความยินดีด้วย
felicitous, *a.* (ฟีลิซิทัส) มีความสุข
felicity, *n.* (ฟีลิส ซิทิ) ความสุข
feliform, *a.* (ฟี ลิฟอม) มีรูปเป็นแมว
feline, *a.* (ฟี ไลนฺ) แห่งแมว
fell, *n.* (แฟล) หนัง; *v.* โค่นลง
fell, อดีตของ **'fall'** : ตก
fellow, *n.* (เฟ็ลโล) เพื่อน; ภาคีสมาชิก; อาจารย์มหาวิทยาลัย; หมอ (หมอนั่นหมอนี่)
fellow-being, *n.* (เฟ็ลโลบีอิง) เพื่อนมนุษย์ด้วยกัน
fellow-citizen, *n.* (-ซิททิซึน) เพื่อนร่วมชาติ
fellow-countryman, *n.* (-คันทริแมน) เพื่อนร่วมชาติ
fellow-creature, *n.* (-ครีเจอ) เพื่อนมนุษย์ด้วยกัน
fellow-feeling, *n.* (-ฟีลลิง) ความรู้สึกเห็นด้วย; ความเห็นใจ
fellow-helper, *n.* (-เฮ็ลเพอ) ผู้ช่วยกันทำงาน
fellow-student, *n.* (-สทิวเด็นทฺ) เพื่อนนักเรียนด้วยกัน
fellowship, *n.* (เฟ็ลโลชิพ) ความเป็นเพื่อนกัน; ทุนนักเรียน
fellow-traveller, *n.* (-แทรฟ เว็ลเลอ) ผู้ร่วมเดินทาง
felony, *n.* (เฟ็ลลอนิ) การกระทำผิดอย่างร้ายแรง เช่น ฆาตกรรม, วางเพลิง, ข่มขืนชำเรา
felt, (เฟ็ลทฺ) อดีตของ **'feel'**: รู้สึก
felt, *n.* (เฟ็ลทฺ) สักหลาด
felucca, *n.* (เฟ็ลลัคคะ) เรือใบ
female, *n.* (ฟีเมล) ตัวเมีย
female, *a.* (ฟีเมล) เพศหญิง; แห่งตัวเมีย
femicide, *n.* (เฟ็มมิไซดฺ) การฆาตกรรมสตรี
feminal. *a.* (เฟ็มมินัล) แห่งสตรี
feminine, a. (เฟ็มมินิน) เพศหญิง; แห่งผู้หญิง
femoral, *a.* (เฟ็มมอรัล) แห่งขา
fen, *n.* (เฟน) ที่เป็นหนองเป็นบึง

fence, *n.* (เฟ็นซฺ) รั้ว; *v.* ล้อมรั้ว; ป้องกัน; ฟันดาบ
fenceless, *a.* (เฟ็นซฺ เล็ซ) ไม่มีรั้ว
fencer, *n.* (เฟ็นเซอ) นักฟันดาบ
fencible, *a.* (เฟ็นซะเบิล) ป้องกันได้
fencing, *n.* (เฟ็นซิง) การฟันดาบ
fend, *v.* (เฟ็นดฺ) ปัดไป
fenerate, *v.* (เฟ็นเนอเรท) ให้ยืมเอาดอกเบี้ย
fenestral, *a.* (ฟีเน็สทรัล) แห่งหน้าต่าง
fennel, *n.* (เฟ็นเน็ล) ชื่อต้นไม้ (เทียนกลบ)
fenny, *a.* (เฟ็นนิ) เป็นโคลนเฉอะแฉะ
feracious, *a.* (เฟอเรชัส) มีผลดก
feracity, *n.* (เฟแรส ซิทิ) ความมีผลดก
ferial, *a.* (ฟีเรียล) แห่งวันในสัปดาห์
feriation, *n.* (ฟีริเอชัน) การหยุดงาน
ferine, *a.* (ฟีไรนฺ) แห่งสัตว์ป่า
ferity, *n.* (เฟ ริทิ) ความเป็นป่า
ferment, *v.* (เฟอเม็นทฺ) หมักกวน
fermentation, *n.* (เฟอเมนเทชั่น) การหมักกวน
fern, *n.* (เฟอน) ต้นเฟิน
ferocious, *a.* (เฟโรชัส) ดุร้าย
ferocity, *n.* (เฟร็อส ซิทิ) ความดุร้าย
ferret, *n.* (เฟเร็ท) สัตว์ชนิดหนึ่ง ใช้ขุดโพลงฆ่าหนูและกระต่าย
ferric, *a.* (เฟ ริค) แห่งเหล็ก
ferrier, *n.* (เฟ ริเออ) คนแจวเรือข้ามฟาก
ferriferous, *a.* (เฟริ เฟอรัส) มีเหล็ก
ferry, *n.* (เฟริ) ที่ทำการข้ามน้ำ
ferry, *v.* (เฟ ริ) รับส่งข้ามน้ำ
ferry-boat, *n.* (เฟรี โบท) เรือจ้าง; แพข้ามน้ำ
ferryman, *n.* (เฟริ แม็น) คนแจวแพจ้าง
fertile, *a.* (เฟอ ไทลฺ) ซึ่งมีพืชพันธุ์อุดมดี
fertility, *n.* (เฟอทิล ลิทิ) ความอุดม
fertilization, *n.* (เฟอทิไลเซชั่น) การลงปุ๋ย; การผสมเกสร
fertilize, *v.* (เฟอ ทิไลซฺ) ลงปุ๋ย
fertilizer, *n.* (เฟอ ทิไลเซอ) ปุ๋ย
fervence, *n.* (เฟอ เว็นซฺ) ความเดือด
fervency, *n.* (เฟอ เว็นซิ) ความกระหาย; ความกะตือรือร้น
fervent, *a.* (เฟอรฺ เว็นทฺ) ร้อนเร็วด่วนได้; กะตือรือร้น
fervescent, *a.* (เฟอเว็ส เซ็นทฺ) ร้อนขึ้น
fervid, *a.* (เฟอ วิด) ร้อนจัด
fervour, *n.* (เฟอรฺ เวอ) ความกระหาย; กะตือรือร้น
festal, *a.* (เฟ็ส ทัล) แห่งงานเลี้ยง; รื่นเริงสนุกสนาน
fester, *v.* (เฟ็ส เทอ) เป็นหนอง (แผล)
festival, *n.* (เฟ็ส ทิวัล) งานพิธี; งานฉลอง
festive, *a.* (เฟ็ส ทิฟว) อย่างงานเลี้ยงเอิกเกริก
festivity, *n.* (เฟ็สทิ วิทิ) งานรื่นเริง
fetch, *v.* (เฟ็ช) ไปรับมา
fête, *n.* (เฟท) งานฉลอง
fetid, *a.* (เฟ ทิด) มีกลิ่นเหม็นตุ
fetish, *n.* (เฟ ทิช) เครื่องลาง
fetter, *n.* (เฟ็ท เทอ) โซ่ตรวน; เครื่องผูกมัดไว้; *v.* จองจำ
fetus, *n.* (ฟี ทัส) กุมารก่อนกำเนิด
feud, *n.* (ฟีวดฺ) การวิวาทกันระหว่างพวก;

ที่ดินซึ่งได้รับปกครองมาจากเจ้า

feudal, *a.* (ฟิว ดัล) แห่งการปกครองระบอบมูลนาย

feudal system, การปกครองที่ดินระบอบข้าหลวงต่างพระองค์

feudalism, *n.* (ฟิวดัล ลิสมฺ) การปกครองที่ดินแทนพระองค์ (ลัทธิมูลนาย)

feudatory, *a.* (ฟิว คะเทอริ) แห่งมูลนาย

fever, *n.* (ฟีเวอ) ไข้

feveret, *n.* (ฟีเวอเร็ท) ไข้เล็กน้อย

feverish, *a.* (ฟี เวอริช) เป็นไข้

feverous, *a.* (ฟีเวอรัส) เป็นไข้

few, *a.* (ฟิว) สองสาม; เล็กน้อย

fez, *n.* (เฟ๊ซ) หมวกแขกเติ๊ก

fiance, *n.* (ฟียองเซ) คู่หมั้น (ชาย)

fiancee, *n.* (ฟียองเซ) คู่หมั้น (หญิง)

fiasco, *n.* (ฟีแอสโก) ความล้มเหลว

fib, *n.* (ฟิบ) ขี้ปด; *v.* พูดปด

fibre, *n.* (ไฟ เบอ) เส้น; มัด

fibrous, *a.* (ไฟบรัส) เป็นเส้นๆ

fibster, *n.* (ฟิบสฺ เทอ) คนขี้ปด

fickle, *a.* (ฟิค เคิล) ใจกลับกลอก

fickleness, *n.* (ฟิคเคิล เนิส) ความกลับกลอก

fiction, *n.* (ฟิคชั่น) เรื่องอ่านเล่น; เรื่องแต่งขึ้น

fictional, *a.* (ฟิค ชั่นนัล) ซึ่งเป็นของแต่งขึ้น

fictitious, *a.* (ฟิคทิ ชัส) ไม่จริง; คิดขึ้น

fictive, *a.* (ฟิค ทิฟว) ซึ่งแกล้ง; ไม่จริง

fiddle, *n.* (ฟิด เดิล) ซอ; *v.* เล่นซอ

fiddler, *n.* (ฟิดเลอ) นักสีซอ

fiddlestick, *n.* (ฟิด เดิลซฺ ทิค) คันชักซอ

fiddle-string, *n.* (-สทริง) สายซอ

fidelity, *n.* (ฟิเด็ล ลิทิ) ความซื่อสัตย์

fidget, *v.* (ฟิด เจ็ท) ผุดลุกผุดนั่ง; *n.* ความไม่สบายใจ

fidgety, *a.* (ฟิดเจ็ททิ) ซึ่งผุดลุกผุดนั่ง

field, *n.* (ฟีลดฺ) ทุ่ง; นา; สนาม

battle-field, (แบทเทิล) สมรภูมิ

field-day, *n.* (ฟีลดฺเด) วันสวนสนามใหญ่

fielden, *a.* (ฟีล เด็น) เป็นทุ่ง

fielder, *n.* (ฟีล เดอ) คนงานในทุ่ง

field-glass, *n.* (ฟีลดฺ กลาซ) กล้องส่องทางไกล

field-gun, *n.* (ฟีลดฺ กัน) ปืนใหญ่

field-marshal, *n.* (ฟีลดฺ มาชัล) จอมพล

field officer, *n.* (ฟีลดฺ ออฟฟิเซอ) นายพัน

field-work, *n.* (ฟีลดฺ เวอคฺ) งานถากร้างถางพง; งานกลางแจ้ง

fiend, *n.* (ฟีนดฺ) ปีศาจ

fiendish, *a.* (ฟีนดิช) เหมือนปีศาจ

fierce, *a.* (เฟียซ) ดุร้าย; ดุ

fiercely, *adv.* (เฟียซ ลิ) อย่างดุร้าย; อย่างทรหดอดทน

fierceness, *n.* (เฟียซเนิส) ความดุร้าย

fiery, *a.* (ไฟเออ ริ) เป็นฟืนเป็นไฟ; เป็นไฟ

fife, *n.* (ไฟฟฺ) ขลุ่ย; *v.* เป่าขลุ่ย

fifteen, *a. n.* (ฟิฟ ทีน) สิบห้า

fifteenth, *a.* (ฟิฟ ทีนธ) ที่สิบห้า

fifth, *a.* (ฟิฟธ) ที่ห้า

fifth column, (-คอล ลัม) แนวห้า

F

fifthly, *adv.* (ฟิฟธ ลิ) ประการที่ห้า
fiftieth, *a.* (ฟิฟ ทิเอ็ธ) ที่ห้าสิบ
fifty, *a.* (ฟิฟทิ) ห้าสิบ
  fifty-fifty, แบ่งเท่าๆ กัน
fig, *n.* (ฟิก) ผลมะเดื่อ
fight, *v.* (ไฟทฺ); อดีต, *pp:* fought (ฟอท): ต่อสู้; ตีกัน; รบกัน; *n.* การรบกัน; การต่อสู้
  cock fight, *n.* การชนไก่
  fight against, ต่อสู้กับ
fighter, *n.* (ไฟเทอ) ผู้ต่อสู้
fighting, *n.* (ไฟ ทิง) การต่อสู้; การรบกัน
figurative, *a.* (ฟิกเกียวระทิฟว) ซึ่งเป็นสำนวนเปรียบเทียบ (ภาพพจน์)
figure, *n.* (ฟิกเกียวรฺ) รูป; ร่าง; ภาพ; ตัวเลข; วิธีพูด; *v.* เป็นรูป; เอาภาพติด; เป็นตัวเลข; นึก
  figure of speech, คำพูดใช้ในเชิงเปรียบเทียบ (ภาพพจน์)
filar, *a.* (ไฟละ) แห่งเส้นด้าย
filch, *v.* (ฟิลชฺ) ลักเล็กลักน้อย
file, *n.* (ไฟลฺ) แถวแนว; แฟ้ม; ตะไบ; *v.* เข้าเป็นแถว; จัดเข้าแฟ้ม; ถูด้วยตะไบ
  single file, แถวเรียงหนึ่ง
filial, *a.* (ฟิลลิอัล) แห่งบุตร
filially, *adv.* (ฟิลลิอัลลิ) อย่างฐานบุตร
filiation, *n.* (ฟิลลิเอชั่น) สาขาย่อย
filibuster, *n.* (ฟิลลิบุสเทอ) โจรสลัด
filicide, *n.* (ฟิลลิไซดฺ) การฆาตกรรมบุตร
filiform, *a.* (ไฟลิฟอม) เหมือนเส้นด้าย
filigree, *n.* (ฟิลลิกรี) เครื่องประดับทำด้วยเส้นเงิน

Filipino, *n.* (ฟิลลิพปี โน) ชาวฟิลิปปิน
fill, *v.* (ฟิล) บรรจุ; ใส่; เติม
  filled with, เต็มไปด้วย
filler, *n.* (ฟิลเลอ) ผู้บรรจุ
filling, *n.* (ฟิลลิง) การบรรจุ; การใส่
filling station, (-สเทชัน) ที่เติมน้ำมัน (รถ)
filly, *n.* (ฟิลลิ) ลูกม้า
film, *n.* (ฟิลมฺ) เยื่อบางๆ; ฟิลม์; ม้วนหนัง; ภาพยนตร์
filter, *v.* (ฟิลเทอ) กรอง
filth, *n.* (ฟิลธฺ) ของสกปรก; ปฏิกูล
filthy, *a.* (ฟิลธิ) สกปรกแท้
filtrate, *v.* (ฟิลเทรท) กรอง
filtration, *n.* (ฟิลเทรชั่น) การกรอง
fin. *n.* (ฟิน) ครีบ
  shark fins, หูปลาฉลาม
finable, *a.* (ไฟ นาเบิล) ปรับได้
final, *a.* (ไฟนัล) สุดท้าย
finality, *n.* (ไฟนัลลิทิ) วาระสุดท้าย
finally, *adv.* (ไฟ นัลลิ) ในที่สุด
finance, *n.* (ไฟแนนซฺ) การเงิน; การคลัง; *v.* อุดหนุนการเงิน; จัดการเงิน
Ministry of Finance, กระทรวงการคลัง
financial, *a.* (ไฟแนนชัล) แห่งการเงิน, คลัง
financially, *adv.* (ไฟแนนชัลลิ) โดยทางการเงิน
financier, *n.* (ไฟแนนซิเออ) เจ้าหน้าที่การเงิน
finch, *n.* (ฟินชฺ) นกชนิดหนึ่ง
find, *v.* (ไฟนดฺ); อดีต; *pp:* found; หา;

เจอะ; พบ; เห็นว่า; *n.* สิ่งที่เจอะ
find out, ค้นพบ; ทราบ
finder, *n.* (ไฟนฺ เดอ) ผู้เจอ
finding, *n.* (ไฟนฺ ดิง) การหา
fine, *a.* (ไฟนฺ) สวย; บาง; ดีจริง; *v.* ปรับ
fine arts, ประณีตศิลปกรรม
Department of Fine Arts, กรมศิลปากร
in fine, ในที่สุด
fine-looking, *a.* (ไฟนฺลุคคิง) ดูท่าทางสวยงาม
finger, *n.* (ฟิงเกอ) นิ้ว
finger-print, *n.* (-พรินทฺ) รอยพิมพ์นิ้วมือ
finis, *n.* (ไฟนิส) จบแล้ว
finish, *v.* (ฟินนิชฺ) ทำเสร็จ; จบ; *n.* ตอนจบ
finisher, *n.* (ฟิน นิชเชอ) ผู้ทำเสร็จลง
finishing, *n.* (ฟิน นิชชิง) การจบลง; สิ้นสุดลง
finite, *a.* (ไฟ ไนทฺ) จำกัด; แท้
finless, *a.* (ฟิน เล็ส) ไม่มีครีบ
finlet, *n.* (ฟิน เล็ท) ครีบเล็กๆ
Finn, *n.* (ฟิน ชาวฟิน (ผู้อยู่ในฟินแลนด์)
finned, *a.* (ฟินดฺ) มีครีบ
finny, *a.* (ฟิน นิ) มีครีบ
fiord, *n.* (ฟีออด) อ่าวแคบๆ ระหว่างหินผาสูงในนอร์เวย์
fir, *n.* (เฟอ) ต้นสน
fire, *n.* (ไฟเออ) ไฟ; *v.* จุดไฟ; ติดไฟ; ยิง
set fire to, เอาไฟจุด
to be on fire, ไฟไหม้
fire-alarm, *n.* (-อะลาม) อาณัติสัญญาณไฟไหม้
fire-arm, *n.* (-อาม) ปืนผาอาวุธ
fire-brigade, *n.* (-บริเกด) กองดับเพลิง
fire-engine, *n.* (-เอ็นจิน) เครื่องดับเพลิง
fire-escape, *n.* (-เอ็สเคพ) ทางหนีเวลาไฟไหม้
fire-fly, *n.* (-ฟลาย) หิ่งห้อย
fire-insurance, *n.* (-อินชัว รันซฺ) การรับประกันไฟ
fireless, *a.* (ไฟเออ เล็ส) ไม่มีไฟ
fire-light, *n.* (-ไลท) แสงไฟ
fireman, *n.* (ไฟเออมัน) คนดับเพลิง
fire-place, *n.* (-เพลซ) เตาไฟ
fire-proof, *a.* (-พรูฟ) ซึ่งกันไฟไหม้; ซึ่งไม่ไหม้ไฟ
firer, *n.* (ไฟเออ เรอ) ผู้ยิง
fireside, *n.* (ไฟ ไซดฺ) ข้างไฟผิวในห้อง
fire-stone, *n.* (-สโทน) หินไฟ
fire-wood, *n.* (-วูด) ฟืน
fire-work, *n.* (-เวอคฺ) ดอกไม้เพลิง
fire-worship, *n.* (เวอ ชิพ) ลัทธิบูชาเพลิง
firing, *n.* (ไฟเออ ริง) การยิง
firm, *n.* (เฟอม) ห้าง; *a.* แน่นแฟ้น; มั่นคง; เด็ดเดี่ยว; ติดแน่น
firmament, *n.* (เฟอ มะเม็นทฺ) ท้องฟ้า
firmity, *n.* (เฟอรมมิทิ) ความแน่นแฟ้ม
firmless, *a.* (เฟอม เล็ส) คลอนแคลน
firmly, *adv.* (เฟอม ลิ) อย่างแน่นแฟ้ม; อย่างมั่นคง; อย่างเด็ดเดี่ยว
firmness, *n.* (เฟอม เน็ส) ความมั่นคง; ความเด็ดเดี่ยว

F

first, *a.* (เฟอซทฺ) ครั้งแรก; ที่หนึ่ง
first and foremost, ก่อนอื่นทีเดียว
first of all, ก่อนอื่นทีเดียว
first-aid, *n.* (-เอด) ปฐมพยาบาล
first-born, *n. a.* (-บอน) คนหัวปี
first-class, *n. a.* (-คลาส) ชั้นหนึ่ง
first-floor, *n.* (-ฟลอ) ชั้นสอง (บนเล่าเต้ง)
firstly, *adv.* (เฟอซทฺลิ) ข้อแรกทีเดียว
first-rate, *a.* (-เรท) ชนิดเยี่ยม
fir-tree, *n.* (-ทรี) ต้นสน
fiscal, *a.* (ฟิส คัล) แห่งการเงินของประเทศ
fish, *n.* (ฟิช) ปลา; *v.* ตกปลา
fisher, fisherman, *n.* (ฟิช เชอแมน) คนหาปลา
fisher-boat, *n.* (-โบท) เรือจับปลา
fishery, *n.* (ฟิชเชอริ) การประมง
fishful, *a.* (ฟิช ฟุล) มีปลาอุดม
fish-hook, *n.* (-ฮุค) ขอเบ็ด
fishing, *n.* (ฟิชชิง) การจับปลา
fishing-boat, *n.* (-โบท) เรือหาปลา
fish-market, *n.* (-มาเค็ท) ตลาดปลา
fishing-net, *n.* (-เน็ท) แหตกปลา
fishing-rod, *n.* (-รอด) คันเบ็ด
fishmonger, *n.* (ฟิช มังเกอ) คนขายปลา
fishy, *a.* (ฟิชชิ) เป็นที่น่าสงสัย; เหมือนปลา; อุดมไปด้วยปลา; เหม็นคาว
fissile, *a.* (ฟิส ซิล) แตกได้
fissure, *n.* (ฟิช เชียวรฺ) รอยแตก
fist, *n.* (ฟิซทฺ) หมัด; *v.* กำปั้น; ทุบด้วยกำปั้น
fit, *a.* (ฟิท) เหมาะสม; พอดีกับตัว; ร่างกายสมบูรณ์; *v.* เหมาะกับตัว; เหมาะ; จัดให้เหมาะ; ลองเสื้อ; *n.* เป็นลม; ชั่วแล่น; ชัก
fit of madness, สติฟั่นเฟือน
fit on, ลองใส่ดู
fitly, *adv.* (ฟิทลิ) อย่างเหมาะสม
fitness, *n.* (ฟิทเน็ส) ความเหมาะสม
fitting, *a.* (ฟิททิง) สมควร; พอดีตัว
five, *a* (ไฟว) ห้า
the five senses, ประสาททั้งห้า
fivefold, *adv.* (ไฟว โฟลดฺ) ห้าเท่า
fix, *v.* (ฟิคซฺ) ติดแน่น; เอาติดกัน; ติดแข็ง; กำหนด; นัดหมาย
fixation, *n.* (ฟิคเซ ชั่น) การติดแน่น
fixative, *a.* (ฟิค ซะทิฟว) ซึ่งทำให้ติดแน่น
fixature, *n.* (ฟิค ซะเจียวรฺ) น้ำมันใส่ผม
fixedly, *adv.* (ฟิค เซ็ดลิ) อย่างมั่นคง
fixedness, *n.* (ฟิค เซ็ดเน็ส) ความมั่นคง
fixed star, ดาวฤกษ์
fixing, *n.* (ฟิค ซิง) การติดแน่น
fixity, *n.* (ฟิค ซิทิ) ความมั่นงคง
fixture, *n.* (ฟิคซฺ เจียวรฺ) การติดแน่น
fizz, *v.* (ฟิซ) เสียงดังฟื๊ด
flabbiness, *n.* (แฟลบ บิเน็ส) ความยับ; ความอ่อนปั้วเปี้ย
flabby, *a.* (แฟลบ บิ) ยับ; อ่อนปั้วเปี้ย
flag, *n.* (แฟลก) ธง; หินลาดพื้น; *v.* ปูหิน
fly a flag half-mast, ลดธงลงกึ่งเสา (เพื่อไว้ทุกข์)
white flag, ธงขาว
flagellate, *v.* (แฟลด เจ็ลเลท) โบยตี

flag-officer, *n.* (แฟลก-ออฟ ฟิเซอ) นายธง
flagon, *n.* (แฟลก กอน) ขวด
flagrant, *a.* (เฟล กรันทฺ) ลุกเป็นไฟ
flag-ship, *n.* (แฟลก-ชิพ) เรือธง
flag-staff, *n.* (สทัฟ) เสาธง
flagstone, *n.* (แฟลก สโทน) กระเบื้องหินปูพื้น
flail, *n.* (เฟลล) สาก; ครกตำข้าว
flair, *n.* (แฟล) มีหัวไว
flake, *n.* (เฟลค) เกล็ด, สะเก็ด; ฝอย
flame *n.* (เฟลม) เพลิง; เปลวไฟ; ความร้อนกรุ่น; *v.* ลุกเป็นไฟ
flamingo, *n.* (ฟละมิง โก) นกกะเรียน
flank, *n.* (แฟลงคฺ) สีข้าง; ปีก; *v.* อยู่ทางปีก
flannel, *n.* (แฟลนเน็ล) สักหลาด
flap, *n.* (แฟลพ) ที่ปิดปากกะเป๋าเสื้อ; ชาย (เสื้อผ้า); เสียงกะพือ; *v.* กะพือ
flare, *v.* (แฟล) ไฟลุกโพลงขึ้น
flash, *n.* (แฟลช) แสงสว่างพึบขึ้นมา; แสงแลบแปลับ ๆ; *v.* เป็นไฟพึบขึ้น; เป็นประกายสว่าง
flash light, *n.* (แฟลช ไลทฺ) ไฟสำหรับถ่ายรูป
flask, *n.* (ฟลาซคฺ) ขวด
flat, *a.* (แฟลท) แบน; ราบ; *n.* ห้องเช่าอพาร์ทเม็นท์
flat country, ที่ราบ
flatly, *adv.* (แฟลท ลิ) อย่างตรง ๆ กัน; อย่างราบคาบ
flatness, *n.* (แฟลท เน็ส) ความราบเสมอ
flatten, *v.* (แฟลท เทิน) ทำให้แบน; รีด
flatter, *v.* (แฟลท เทอ) ยกยอ; ประจบ
flatterer, *n.* (แฟลท เทอเรอ) คนสอพลอ
flattering, *a.* (แฟลทเทอริง) ประจบสอพลอ
flattery, *n.* (แฟลท เทอริ) การประจบสอพลอ
flattish, *a.* (แฟลท ทิช) ค่อนข้างแบน
flatulent, *a.* (แฟลท ทิวเล็นทฺ) ท้องมีลมมาก; ท้องขึ้น
flaunt, *v.* (ฟลอนท) เดินแสดงอวด
flavorous, *a.* (เฟล เวอรัส) มีรสดี
flavour, *n.* (เฟลเวอ) รส; *v.* ปรุงรส
flaw, *n.* (ฟลอ) รอยตำหนิ
flawless, *a.* (ฟลอ เล็ส) ไม่มีตำหนิ
flawy, *a.* (ฟลอ อิ) มีตำหนิเต็ม
flax, *n.* (แฟลคซฺ) ฝ้าย
flaxen, *a.* (แฟลค เซ็น) เหมือนปุยฝ้าย; ทำด้วยฝ้าย
flaxy, *a.* (แฟลค ซิ) นุ่มเป็นปุยฝ้าย
flay, *v.* (เฟล) หนังถลอก; ถลกหนังออก
flea, *n.* (ฟลี) หมัด
flea-bite, *n.* (-ไบทฺ) รอยหมัดกัด
fled, *v.* อดีตของ flee หนีไป
fledge, *v.* (เฟล็ดจ) มีขนขึ้น (นก)
fledgling, *n.* (เฟล็ดจ ลิง) นกขนเพิ่งขึ้น
flee, *v.* (ฟลี) หนีไป
fleece, *n.* (ฟลีซ) ขนแกะ
fleecy, *a.* (ฟลีซ ซิ) เหมือนขนแกะ; นุ่มปุกปุ๋ย
fleer, *n.* (ฟลี เออ) ผู้หนีไป
fleet, *n.* (ฟลีท) กองทัพเรือ; หน่วยรถ

F

มอเตอร์ไซ; *a.* เร็ว; คล่อง; *v.* ลอยไป

fleeting, *a.* (ฟลีท ทิง) ซึ่งเลื่อนลอย

flesh, *n.* (เฟล็ช) เนื้อ

flesh and blood, เลือดเนื้อเชื้อไข

of flesh and blood, มีเลือดมีเนื้อ; มีตัวมีตน

fleshless, *a.* (เฟล็ชเล็ส) ไม่มีเนื้อ

fleshy, *a.* (เฟล็ชชิ) มีเนื้อ

fleur-de-lis, *n.* (เฟลอรฺเดอลิ) กนกอันเป็นเครื่องหมายกษัตริย์ฝรั่งเศส

flew, (ฟลู) อดีตของ 'fly' : บินไป

flex, *v.* (เฟล็คซฺ) งอ

flexibility, *n.* (เฟล็คซิบิลลิทิ) ความอ่อนปั้วเปี้ย (งอไปมาได้)

flexible, *a.* (เฟล็คซิเบิล) งอไปมาได้

flexibleness, *n.* (เฟล็คซิเบิลเน็ส) ความอ่อนปั้วเปี้ย

flexile, *a.* (เฟล็คซิล) อ่อนไปมา

flexion, *n.* (เฟล็คชั่น) การอ่อนโค้ง

flicker, *v.* (ฟลิคเคอ) ดังพึบพั่บ

flight, *n.* (ไฟลทฺ) การบิน; การหนีไป

flighty, *a.* (ไฟลทิ) ไม่แน่นอน

flimsy, *a.* (ฟลิมซิ) อ่อนแบบบาง

fling, v. (ฟลิง) พุ่งไป; เหวี่ยง

flint, *n.* (ฟลินทฺ) หินไฟ

flirt, *v.* (เฟลอทฺ) เที่ยวเกี้ยวคนโน้นคนนี้

flit, *v.* (ฟลิท) แล่นไป; ผลุยไป

float, *n.* (โฟลท) ของลอย; ทุ่นเบ็ด; *v.* ลอย; ปลิว

floating, *a.* (โฟลททิง) ซึ่งลอยอยู่

flock, *n.* (ฟล็อค) ฝูง; *v.* รวมเป็นฝูง; มุงกันมา

flock of birds, นกฝูงหนึ่ง

flog, *v.* (ฟล็อก) โบยตี

flogging, *n.* (ฟล็อกกิง) การโบยตี

flood, *n. v.* (ฟลัด) น้ำท่วม

flood-gate, *n.* (ฟลัดเกท) ประตูน้ำ

flood-lighting, *n.* การฉายแสงอาคารหรืออนุสาวรีย์

floor, *n.*.(ฟลอรฺ) พื้น; ชั้น (เรือน); *v.* ปูพื้น

floorless, *a.* (ฟลอเล็ส) ไม่มีพื้น

floor-show, *n.* (ฟลอโช) การแสดงสลับกับการเต้นรำ

flora, *n.* (ฟลอรา) พฤกษชาติในท้องถิ่น

floral, *a.* (ฟลอรัล) แห่งดอกไม้, บุบผชาติ

florescence, *n.* (ฟลอเร็สเซ็นซฺ) การแตกดอก

florescent, *a.* (ฟลอเร็สเซ็นทฺ) แตกดอก

floriculture, *n.* (ฟลอริคัลเจียวรฺ) การเพาะพรรณดอกไม้

florid, *a.* (ฟลอริด) มีดอกเต็ม

floriform, *a.* (ฟลอ ริฟอม) มีรูปเป็นดอกไม้

florin, *n.* (ฟลอริน) เหรียญสองชิลลิง

florist, *n.* (ฟอลริสทฺ) นักปลูกดอกไม้; แม่ค้าดอกไม้

flotilla, *n.* (โฟลทิลละ) กองเรือ

flour, *n.* (ฟลาวเออ) แป้ง; *v.* โรยแป้ง

flourish, *v.* (ฟละ ริช) มั่งคั่งสมบูรณ์ขึ้น; กวัดแกว่ง; ประโคม

flourish of trumpets, ประโคมแตร

floury, *a.* (ฟลาวเออริ) เบนแป้ง

flow, *v.* (โฟล) ไหล; *n.* การไหลออกมา

flower, *n.* (ฟลาวเออ) ดอกไม้; *v.* ออกดอก; ประดับดอกไม้

floweret, *n.* (ฟลาวเออเร็ท) ดอกไม้ดอกเล็กๆ

flowerful, *a.* (ฟลาวเออฟุล) เต็มไปด้วยดอกไม้

flower-garden, *n.* (-กาเด้น) สวนดอกไม้

flowering, *a.* (ฟลาวเออ ริง) ซึ่งเป็นดอก

flowerless, *a.* (ฟลาวเออ เล็ส) ไม่มีดอก

flower-pot, *n.* (ฟลาวเออ พ้อท) กระถางดอกไม้

flowery, *a.* (ฟลาวเออริ) เต็มไปด้วยดอก; บรรจุคำพูดเสียหรู

flowing, *a.* (โฟลอิง) ไหล

flown, (โฟลน) *p.p.* ของ **'fly'** : บิน; หรือของ **'flow'**; ไหล

fluctuate, *v.* (ฟลัค จิวเอฺท) ขึ้นๆ ลงๆ

fluctuation, *n.* (ฟลัค จิวเอชั่น) การขึ้นๆ ลงๆ (ไม่คงที่)

flue, *n.* (ฟลู) ไข้หวัดใหญ่

fluency, *n.* (ฟลู เอ็นซิ) ความคล่อง

fluent, *a.* (ฟลูเอนทฺ) คล่อง

fluently, *adv.* (ฟลู เอ็นทฺลิ) อย่างคล่อง

fluffy, *a.* (ฟลัฟ ฟิ) นุ่มปุกปุย

fluid, *n.* (ฟลู อิด) ของเหลว; *a.v.* เหลว

fluke, *n.* (ฟลูค) ฟลุค; บังเอิญ

flung, (ฟลัง) อดีตของ **'fling'**: เหวี่ยง; พุ่งไป

flush, *v.* (ฟลัช) หน้าแดง; เป็นสีแดงขึ้น; ไหลนองมา; *n.* ความชุ่มชื่น; หน้าแดง; น้ำไหลบากมา

flute, *n.* (ฟลุท) ขลุ่ย

flutist, *n.* (ฟลู ทิสทฺ) นักเป่าขลุ่ย

flutter, *v.* (ฟลัท เทอ) กะพือปีก

fluvial, *a.* (ฟลู เวียล) แห่งแม่น้ำ

fly, *v.* (ไฟล) บิน; ชัก (ว่าว); เปิดหนีโดยเร็ว; ลอยในอากาศ; *n.* แมลงวัน

fly a kite, ชักว่าว

fly about, บินว่อน

fly into a rage, พื้นเสีย

flying fish, *n.* (ไฟล อิงฟิช) ปลานกกระจอก

flying fortress, *n.* ป้อมบิน (เรือบินใหญ่)

flying fox, *n.* (ไฟล อิงฟ๊อกซฺ) บ่าง

flying saucer, *n.* (-ซอส เซอ) จานบิน

foal, *n.* (ไฟล) ลูกม้า

foam, *n.* (โฟม) ฟอง; *v.* เป็นฟอง

foamless, *a.* (โฟมเล็ส) ไม่มีฟอง

foamy, *a.* (โฟม มี) เป็นฟอง

focal, *a.* (โฟคัล) แห่งจุดที่รวมของแสง

focus, *n.* (โฟคัส) จุดที่รวมของแสง; *v.* จัดเล็นซ์เข้าหาจุดชัด

fodder, *n.* (ฟ๊อดเดอ) หญ้าแห้ง

foe, *n.* (โฟ) ข้าศึก

foetus, *n.* (ฟีทัส) เด็กก่อนกำเนิด

fog, *n.* (ฟ๊อก) หมอก

fogless, *a.* (ฟ๊อก เล็ส) ไม่มีหมอก

foggy, *a.* (ฟ๊อกกิ) เป็นหมอกคลุ้ม; คลุมเคลือ

foible, *a.* (ฟอย เบิล) อ่อนแอ

foil, *v.* (ฟอยลฺ) เสียไป; *n.* แผ่นบางๆ (เช่นแผ่นตะกั่ว)

fold, *n.* (โฟลดฺ) รอยพับ; คอก; *v.* พับ;

F

เอาขังคอก

foliage, *n.* (โฟลิเอ็ดจ) ใบไม้

folk, *n.* (โฟค) ฝูงชน; *a.* พื้นเมือง

folk-dance, *n.* (โฟค ดานซฺ) การเต้นรำพื้นเมือง

folk-lore, *n.* (โฟค ลอ) ความรู้เรื่องขนบธรรมเนียมที่นับถือกันมา; เรื่องที่เล่าๆ กันมาแต่โบราณกาล

folk-song, *n.* (โฟคซอง) เพลงเก่าแก่

folk-story, *n.* (โฟค สทอริ) เรื่องเก่าแก่

follow, *v.* (ฟ็อลโล) ติดตาม; ตามมาทีหลัง; สืบต่อ

follow the direction of, ไปตามทาง

follow with the eyes, มองตาม

follower, *n.* (ฟ็อล โลเออ) ผู้สืบต่อไป; ลูกศิษย์

following, *a.* (ฟ็อล โลอิง) ถัดไป

following day, วันต่อไป

folly, *n.* (ฟ็อล ลิ) ความบ้า

foment, *v.* (โฟเม็นทฺ) ก่อกวน

fomentation, **n.** (โฟเม็นเทชั่น) การเร่งเร้า; การยุแหย่ (ให้ก่อความไม่สงบ)

fomenter, *n.* (โฟเม็น เทอ) ผู้ก่อกวน

fond, *a.* (ฟ็อนดฺ) ชอบพอ; ชอบ

fondle, *v.* (ฟ็อน เดิล) เคล้าคลึง

fondness, *n.* (ฟ็อนดฺเน็ส) ความรักใคร่

font, *n.* (ฟ็อนทฺ) อ่างน้ำมนตร์; ชนิดของตัวอักษร

food, *n.* (ฟูด) อาหาร

fool, *n.* (ฟูล) คนโง่; *v.* หลอกเล่น

foolery, *n.* (ฟูล เลอริ) การเล่นโง่ๆ

foolhardy, *a.* (ฟูล ฮาดดิ) กล้าอย่างคอขาดบาดตาย

fooling, *n.* (ฟูลลิง) การเล่นโง่ๆ

foolish, *a.* (ฟูลลิช) โง่

foolishness, *n.* (ฟูล ลิชเน็ส) ความโง่เง่า

foolscap, fool's-cap, *n.* (ฟูล สแคพ) กระดาษฟุลสะแก๊พ

fool's paradise, ความฝันของคนบ้า

foot, *n.* (ฟุท) เท้า; ฟุต; ตอนล่าง

at the foot of, ที่เชิง

foot-ball, football, *n.* ลูกฟุตบอล

footballer, *n.* (ฟุท บอลเลอ) นักฟุตบอล

foot-fall, *n.* (ฟุท ฟอล) เสียงฝีเท้า

footgear, *n.* (-เกีย) รองเท้า

foothold, *n.* (ฟุท โฮลดฺ) การเหยียบมั่น

footing, *n.* (ฟุท ทิง) เหยียบ

footless, *a.* (ฟุท เล็ส) ไม่มีเท้า

footlights, *n. pl.* (ฟุท ไลทฺซฺ) ไฟหลีบ

footman, *n.* (ฟุทแม็น) คนเดินเท้า; คนใช้

footmark, foot-mark, *n.* (ฟุท มาค) รอยเท้า

foot-note, *n.* (ฟุท โนท) คำอธิบายข้างล่าง

foot-path, *n.* (ฟุท พาธ) บาทวิถี

footprint, *n.* (ฟุทพรินทฺ) รอยเท้า

foot-soldier, *n.* (ฟุท โซลเจอ) ทหารราบ

foot-sore, *n.* (ฟุทซอ) เจ็บเท้า

footstep, *n.* (ฟุทสเท็พ) รอยเท้า; ก้าว

footstool, *n.* (ฟุทสทูล) ม้ารองเท้า

fop, *n.* (ฟ็อพ) คนขี้แต่งตัว; เจ้าชู้

foppery, *n.* (ฟ็อพ เพอริ) ความขี้โอ่; ความเจ้าชู้

foppish, *a.* (ฟ็อพ พิช) ขี้โอ่
for, *pr.* (ฟอรฺ) สำหรับ; เพื่อ; แทน; *c.* เพราะว่า
forever, ตลอดไป
forever after, แต่นั้นตลอดมา
as for, ในส่วนเรื่อง
for a bit, สักเล็กน้อย
for instance, ตัวอย่างเช่น
forage, *n.* (ฟอ เร็ดจ) อาหารสัตว์; ปล้นทำลาย
forbade, (ฟอรฺ เบด) อดีตของ 'forbid': ห้าม
forbear, *v.* (ฟอแบ) อดทน; หลีกเลี่ยง
forbearance, *n.* (ฟอแบ รันซฺ) ความอดกลั้น; การงดเว้น
forbid, *v.* (ฟอบิด) ห้าม
forbidden, (ฟอบิดเดิ้น) *p.p.* ของ 'forbid': ห้าม
force, *n.* (ฟอซ) กำลัง; อำนาจ; กำลังทหาร; การบังคับ; *v.* บังคับ
by force, โดยถูกบังคับ
come into force, มีผลบังคับใช้
forced landing, ร่อนลงจอดโดยความจำเป็นบังคับ
forcible, *a.* (ฟอส ซิเบิล) ใช้กำลัง
ford, *n.* (ฟอด) ที่ลุยน้ำ; *v.* ลุยข้ามน้ำ
fore, *a. adv.* (ฟอ) ข้างหน้า
forearm, *n.* (ฟอ อาม) แขนช่วงล่าง
forebode, *v.* (ฟอเออโบด) เป็นลาง
foreboding, *n.* (ฟอโบดดิง) ลางร้าย
forecast, *n.v.* (ฟอ คาซทฺ) เป็นลาง; พยากรณ์
forefather, *n.* (ฟอ ฟาเธอ) บรรพบุรุษ
forefinger, *n.* (ฟอ ฟิงเกอ) นิ้วชี้
fore-foot, *n.* (ฟอ ฟุท) เท้าหน้า
forefront, *n.* (ฟอ ฟรันทฺ) ข้างหน้า
forego, *v.* (ฟอโก) ไปข้างหน้า; อดกลั้น
foreground, *n.* (ฟอ กราวนฺดฺ) แถวหน้า ๆ
forehead, *n.* (ฟอ เฮ็ด) หน้าผาก
foreign, *a.* (ฟอเร็น) ต่างประเทศ
Foreign Office, *n.* (ฟอเร็นออฟฟิซ) กระทรวงการต่างประเทศในอังกฤษ
Ministry of Foreign Affairs, กระทรวงการต่างประเทศ
foreigner, *n.* (ฟอ เร็นเนอ) ชาวต่างประเทศ
fore-judge, *v.* (โฟ จัดจฺ) พิจารณาล่วงหน้า
foreleg, *n.* (โฟรฺเลก) ขาเท้าหน้า
foreman, *n.* (โฟแม็น) หัวหน้าคนงาน
foremast, *n.* (โฟ มาซทฺ) เสาดังเกต
fore-mentioned, *a.* (โฟ เม็น ชันดฺ) ซึ่งกล่าวไว้แล้ว
foremost, *a.* (โฟ โมสทฺ) ก่อนอื่นทั้งหมด
forename, *n.* (โฟเนม) ชื่อตัว (ไม่ใช่ชื่อสกุล)
forenamed, *a.* ตามที่ได้ระบุมาแล้ว
forenoon, *n.* (โฟ นูน) ตอนก่อนเที่ยง
forensic, *a.* (ฟอเร็นซิค) แห่งนิติเวชวิทยา
foreordain, *v.* (ฟอ ออเดน) ยังต้องให้เป็นไปล่วงหน้า
forepart, *n.* (โฟ พาท) ตอนข้างหน้า
fore-run, *v.* (โฟ รัน) มาก่อน
forerunner, *n.* (โฟ รันเนอ) ผู้มาก่อน

foresaid, *a.* (โฟ เซ็ด) ซึ่งกล่าวมาแล้ว
foresee, *v.* (โฟ ซี) มองเห็นเหตุการณ์ล่วงหน้า
foreshadow, *v.* (โฟ แชด โด) กำลังจะมาถึง
foresight, *n.* (โฟ ไซทฺ) การมองเห็นเหตุการณ์ล่วงหน้า; ญาณ
foreskin, *n.* (โฟรฺ สกิน) หนังที่ห่อหุ้ม
forest, *n.* (ฟอ เร็ส) ป่า
forestall, *v.* (โฟสฺทอล) กำจัดการล่วงหน้า; ยังให้อนาคตเปลี่ยนรูป
forester, *n.* (ฟอ เร็สเทอ) ชาวป่าไม้; คนเผาป่า; คนอยู่ป่า
forestry, *n.* (ฟอ เร็สทริ) การป่าไม้; วนศาสตร์
foretaste, *n.* (โฟรฺ เทสทฺ) การชิมดูก่อน
foretell, *v.* (โฟ เท็ล) ทำนาย
forethink, *v.* (โฟ ธิงคฺ) คิดล่วงหน้า
forethought, *n.* (โฟ ธอท) คิดไว้ล่วงหน้า; ความรำพึง
foretoken *v.* (โฟ โทคเคิน) เป็นเครื่องแสดงล่วงหน้า
forever, *adv.* (ฟอเอเวอ) ตลอดไป; ชั่วกัปปชั่วกาล
forewarn, *v.* (โฟ วอน) เตือนไว้ล่วงหน้า
foreword, *n.* (โฟ เวอด) อารัมภกถา
forfeit, *v.* (ฟอ ฟีท) ปรับ; ริบเอา; เสียไป
forfeiture, *n.* (ฟอ ฟีทเจียวรฺ) การริบ; ริบเอา
forge, *n.* โรงตีเหล็ก; เตาเผาเหล็ก
forge, *v.* ตีเหล็ก; ทำปลอม
forger, *n.* (ฟอดเจอ) คนทำปลอม
forgery, *n.* (ฟอด เจอริ) การทำปลอม
forget, *v.* (ฟอรฺเก็ท) อดีต **forgot;** *p.p.* **forgotten;** ลืม
forgetful, *a.* (ฟอรฺเก็ท ฟุล) หลงๆ ลืมๆ
forgetfulness, *n.* (ฟอเก็ท ฟุลเน็ส) ความขี้หลงขี้ลืม
forget-me-not, *n.* (ฟอรฺเก็ท-มี-น็อท) ดอกไม้ชนิดหนึ่ง
forgettable, *a.* (ฟอรฺเก็ท-ทะเบิล) อันอาจลืมได้
forgivable, *a.* (ฟอรฺกิวะเบิล) พอจะยกโทษให้ได้
forgive, *v.* (ฟอรฺกิฟวฺ) อดีต **forgave,** *p.p.* **forgiven;** ยกโทษให้
forgiveness, *n.* (ฟอรฺกิฟวเน็ส) การยกโทษให้
forgiver, *n.* (ฟอกิฟเวอ) ผู้ให้อภัย
forgo, forego, *v.* (ฟอรฺโก) อดกลั้น
fork, *n.* (ฟอค) ส้อม; *v.* แยกออกเป็นง่าม
forlorn, *a.* (ฟอลอน) ถูกเลิกร้าง; อ้างว้าง (ในทางใจ)
form, *n.* (ฟอม) รูป; รูปร่าง; แบบ; ชนิด
in the form of, แบบ
in the right form, ตามแบบที่ถูกต้อง
form, *v.* (ฟอม) ทำขึ้น; เป็นรูปร่างขึ้น; กอบขึ้น; เป็น
formal, *a.* (ฟอร มัล) ตามแบบ; เจ้าพิธีจัด; สมบูรณ์แบบ
formal treaty, สนธิสัญญาสมบูรณ์แบบ
formality, *n.* (ฟอแมล ลิทิ) ระเบียบวิธีการ
formation, *n.* (ฟอเมชั่น) การสร้างเป็น

รูปขึ้น

formative, *a.* (ฟอม มะทิฟว) ซึ่งสร้างเป็นรูปขึ้น

former, *n.* (ฟอม เมอ) อันก่อน; อันต้น; *a.* แต่ก่อน

formerly, *adv.* (ฟอม เมอลิ) แต่ก่อนนี้

formidable, *a.* (ฟอ มิดะเบิล) อันสะพึงกลัว

formless, *a.* (ฟอม เล็ส) ปราศจากร่าง

formula, *n.* (ฟอม มิวละ) สูตร

formulate, *v.* (ฟอ มิวเลท) ทำเป็นแบบขึ้น; ก่อเป็นรูปขึ้น

fornication, *n.* (ฟอนิเคชัน) การลักลอบในการสังวาส

forsake, *v.* (ฟอ เซค); อดีต **forsook,** *p.p.* **forsaken,** ทอดทิ้ง

forsooth, *adv.* (ฟอซูธ) จริงๆ นา

forswear, *v.* (ฟอสฺแว); อดีต, **forswore;** *p.p.* **forsworn,** เพิกเฉย

fort, *n.* (ฟอท) ป้อม

forth, *adv.* (ฟอธ) ออกมา

forthcoming, *a.* (ฟอธคัมมิง) กำลังจะมาในเร็วๆ นี้

forthwith, *adv.* (ฟอธวิธ) ทันที

fortification, *n.* (ฟอทิฟิเคชั่น) ที่มั่นทางทหาร

fortifier, *n.* (ฟอ ทิไฟเออ) ผู้สร้างที่มั่นทหาร

fortify, *v.* (ฟอ ทิไฟ) สร้างการป้องกัน; ทำให้แข็งแรง

fortitude, *n.* (ฟอ ทิจิวดฺ) ความอดทน

fortnight, *n.* (ฟอท ไนทฺ) ปักษ์

fortnightly, *adv.* (ฟอท ไนทฺลิ) เป็นรายปักษ์

fortress, *n.* (ฟอท เทร็ส) ป้อม

fortuitous, *a.* (ฟอทิวอิทัส) ซึ่งเป็นการบังเอิญ

fortunate, *a.* (ฟอชุนเนท) มีลาภ; เคราะห์ดี

fortunately, *adv.* (ฟอ จุนแนทลิ) โดยเคราะห์ดี

fortune, *n.* (ฟอ จูน) ลาภ; โชค; ชะตา

fortune-teller, *n.* (-เท็ล เลอ) หมอดู

forty, *a.* (ฟอ ทิ) สี่สิบ

forum, *n.* (ฟอรัม) ย่านตลาด; ศาล

forward, *adv.* (ฟอเวิด) ข้างหน้า; ก้าวหน้าไป; *v.* ส่งต่อไป

fosse, *n.* (ฟอส) คู

fossil, *a.* (ฟอส ซิล) ซึ่งจมอยู่ในดินจนกลายเป็นหิน

foster, *v.* (ฟ๊อส เทอ) เลี้ยงไว้

foster-brother, *n.* (-บรา เธอ) พี่เลี้ยง

foster-child, *n.* (-ไชลดฺ) ลูกเลี้ยง

foster-daughter, *n.* (-ดอเทอ) ลูกเลี้ยง (หญิง)

foster-father, *n.* (-ฟา เธอ) พ่อเลี้ยง

fosterling, *n.* (ฟอส เทอลิง) เด็กเก็บมาเลี้ยงไว้

foster-mother, *n.* (ฟอส เทอมาเธอ) แม่เลี้ยง

foster-son, *n.* (-ซัน) ลูกเลี้ยง (ชาย)

fought, (ฟอท) อดีตและ *p.p.* ของ 'fight': ต่อสู้

foul, *a.* (ฟาวลฺ) เน่า; *n.* เฟาล์ (ลูกที่ใช้

F

ไม่ได้)
foul-play, *n.* การเล่นโกง
foulard, *n.* (ฟูล ลาด) ผ้าพันคอ
found, (ฟาวนฺดฺ) อดีต และ *p.p.* ของ **'find'**: เจอะ; หา; ปะ; พบ
found, *v.* (ฟาวนฺดฺ) ก่อราก; สร้างขึ้น; หล่อ
to be found in, มีอยู่ใน
foundation, *n.* (ฟาวนฺเดชั่น) การสร้างขึ้น; ราก; มูลนิธิ
foundation-stone, *n.* (-สโทน) หินราก (ตึกที่สร้างใหม่)
founder, *n.* (ฟาวนฺ เดอ) ผู้สร้างขึ้น; ผู้สถาปนา; ช่างหล่อ; ผู้วางรากฐาน
founder, *v.* (ฟาว นฺ เดอ) จมน้ำ; ล่ม
foundress, *n.* ผู้ก่อตั้ง (หญิง)
foundry, *n.* (ฟาวนฺ ดริ) โรงหล่อ
fount, fountain, *n.* (ฟาวนฺ เท็น) น้ำพุ
fountain-head, *n.* ต้นลำธาร
fountain-pen, *n.* (-เพ็น) ปากกาหมึกซึม
four, *a.* (โฟ) สี่
to run on all fours, ลงคลานบนพื้น
fourfold, *a.* (-โฟลดฺ) สี่เท่า
fourteen, *a.* (โฟ ทีน) สิบสี่
fourteenth, *a.* (โฟทีนธ) ที่สิบสี่
fourth, *a.* (โฟ ธ) ที่สี่
fowl, *n.* (ฟาวลฺ) เป็ดไก่
fox, *n.* (ฟ็อคซฺ) สุนัขจิ้งจอก
fox-glove, *n.* (ฟ็อคซฺ กลัฟว) ชื่อดอกไม้
fox-hole, *n.* หลุมสนามเพลาะ
fox-hound, *n.* (-ฮาวนฺด) หมาล่าหมาจิ้งจอก
fox-hunt, *n.* (-ฮันทฺ) การล่าหมาจิ้งจอก
fox-trot, *n.* การเต้นรำฟ็อกซ์ทร็อต
foxy, *a.* (ฟ็อค ซิ) ฉลาดแกมโกง
fraction, *n.* (แฟรคชั่น) เศษ; เศษส่วน
decimal fraction, ทศนิยม
fractional, *a.* (แฟรค ชั่นนัล) ซึ่งเป็นเศษส่วน; ซึ่งเป็นแต่ส่วนเดียว
fracture, *n.* (แฟรค เจียวรฺ) รอยแตก
fragile, *a.* (แฟรด จิล) เปราะ; แตกง่าย
fragility, *n.* (ฟระจิล ลิทิ) ความเปราะ
fragment, *n.* (แฟรก เม็นทฺ) เศษ; ชิ้น; ส่วน
fragmentary, *a.* (แฟรก เม็นทะริ) เป็นชิ้นเป็นอัน
fragrance, *n.* (เฟร กรันซฺ) กลิ่นหอม
fragrant, *a.* (เฟร กรันทฺ) ซึ่งมีกลิ่นหอม
frail, *a.* (เฟรล) เปราะ; อ่อนแอ; แบบบาง
frame, *v.* (เฟรม) เอาใส่กรอบ
frame, *n.* กรอบ; ร่าง
franc, *n.* (แฟรงคฺ) เหรียญแฟรงค์ฝรั่งเศส
franchise, *n.* (แฟรน ไชซ) สิทธิในการเลือกตั้ง
francophile, *n.* (แฟรง โคฟิล) ผู้โปรดฝรั่งเศส
frangipani, *n.* (แฟรนจิพา นิ) ดอกลั่นทม
frank, *a.* (แฟรงคฺ) อย่างจริงใจ
frankincense, *n.* (แฟรง คินเซ็นซฺ) กำยาน
frankly, *adv.* (แฟรงค ลิ) อย่างจริงใจ
frankness, *n.* (แฟรงค เน็ส) ความจริงใจ
frantic, *a.* (แฟรน ทิค) บ้า; คลั่ง
fraternal, *a.* (ฟราเทอนัล) แห่งพี่น้อง

fraternity, *n.* (ฟราเทอ นิทิ) ภราดรภาพ
fraternize, *v.* (แฟรท เทอไนซ) คิดต่อฉันท์พี่น้อง
fratricide, *n.* (แฟรท ทริไซดฺ) การฆาตกรรมพี่น้อง
fraud, *n.* (ฟรอด) การทำปลอม; กลฉ้อฉล
fraudulence, *n.* (ฟรอด ดิวเล็นซฺ) การกระทำปลอม
fraudulent, *a.* (ฟรอด ดิวเล็นทฺ) ซึ่งเป็นการทำปลอม
fray, *n.* (เฟร) ความรู้สึกกลัว; การสู้กัน
freak, *n.* (ฟรีค) อารมณ์ชั่วแล่น; สิ่งผิดปรกติ
a freak of nature, สิ่งซึ่งธรรมชาติเสกสรรค์ขึ้นเป็นพิเศษ
freckle, *n.* (เฟร็ค เคิล) จุด; *v.* เป็นจุด ๆ
freckled *a.* (เฟร็ค เคิลดฺ) เป็นจุด ๆ
free, *a.* (ฟรี) อิสระ; *v.* ช่วยให้พ้น; ปล่อยไป
free pass, ใบเบิกทาง
freebooter, *n.* (ฟรี บุททเอ) โจรปล้น
freedom, *n.* (ฟรี ดัม) เสรีภาพ
free hand, *a.* (ฟรี แฮนดฺ) ทำโดยไม่ต้องใช้เครื่องมือช่วย (เช่นภาพวาด)
free kick, การเตะเส้นโทษ
free lance, *n.* ผู้หากินตามอิสระ
free-love, การรักแบบสมัครเล่น (โดยไม่ต้องแต่งงาน)
freely, *adv.* (ฟรี ลิ) โดยปลอดอุปสรรค; อย่างจริงใจ
free-port, *n.* ท่าเรือที่ไม่เก็บภาษี
freer, *n.* (ฟรี เออ) ผู้ช่วยให้พ้นภัย
free-thinker, *n.* (ฟรี-ธิงเคอ) ผู้มีแง่คิดตามใจชอบในเรื่องศาสนา
free trade, การค้าโดยเสรี
freeze; *v.* (ฟรีซ); อดีต **froze;** *p.p.* **frozen:** หนาวจนแข็ง
freezing-point, *n.* (ฟรีซ ซิง พอยนฺทฺ) จุดน้ำแข็ง
freight, *n.* (เฟรท) ค่าระวาง; *v.* บรรทุกสินค้าลงเรือ
French, *a.* (เฟร็นชฺ) ฝรั่งเศส; ภาษาฝรั่งเศส; *n.* คนฝรั่งเศส
French bean, ถั่วแขก
French leave, ไปเสียเฉย ๆ โดยไม่บอกกล่าว
Frenchman, *n.* (เฟร็นชฺ แม็น) คนฝรั่งเศส
frenzy, *n.* (เฟร็น ซิ) สติฟั่นเฟือน
frequence, *n.* (ฟรี เคว็นซฺ) ความถี่
frequent, *a.* (ฟรี เคว็นทฺ) บ่อย; ถี่
frequently, *adv.* (ฟรี เคว็นทฺลิ) บ่อย ๆ
fresh, *a.* (เฟร็ช) ชื่นบาน; ใหม่; สด; สดชื่น
fresh water, น้ำจืด
freshen, *v.* (เฟร็ช เชิน) ทำให้สดชื่น
freshness, *n.* (เฟรช เน็ส) ความสดชื่น
fret, *v.* (เฟร็ท) กัดกร่อนไป; หงุดหงิด
fretwork, *n.* (เฟร็ท เวอค) ไม้ตัดเป็นลวดลาย
friar, *n.* (ไฟร เออ) นักบวชฝรั่ง
friction, *n.* (ฟริค ชั่น) การเสียดถู; ความขัด; ความฝืด
frictional, *a.* (ฟริค ชันนัล) ซึ่งมีการเสียดถู

F

Friday, *n.* (ไฟร เด) วันศุกร์
fried, *p.p.* ทอด
friend, *n.* (เฟร็นดฺ) เพื่อน
friendless, *a.* (เฟร็นดฺ เล็ส) ปราศจากเพื่อน; ไม่มีใครเป็นเพื่อน
friendlike, *a.* (เฟร็นดฺ ไลคฺ) ทำนองเพื่อน
friendly, *a.* (เฟร็นดฺลิ) อย่างฐานเพื่อน
friendship, *n.* (เฟร็นดฺ ชิพ) มิตรภาพ
frigate, *n.* (ฟริเกท) เรือรบ
fright, *n.* (ไฟรทฺ) ความตระหนกตกใจ; *v.* ตะเพิดให้กลัวไป
frighten *v.* (ไฟรเทิน) ทำให้ตกอกตกใจ
frightful, *a.* (ไฟรทฺ ฟุล) น่ากลัว
frigid, *a.* (ฟริด จิด) หนาวจัด; เฉยเมย
frigidity, *n.* (ฟริด จิดดิทิ) ความหนาวจัด
frill, *n.* (ฟริล) คอผ้าจีบ
fringe, *n.* (ฟรินจฺ) ขอบผ้า
frisk, *v.* (ฟริสคฺ) กระโดดโลดเต้น; *a.* เปรียว
fritter, *n.* (ฟริท เทอ) ชุบแป้งทอด; *v.* ผลาญเวลา
frivolity, *n.* (ฟริวือล ลิทิ) ความเหลาะแหละ
frivolous, *a.* (ฟริวอลลัส) เหลาะแหละ
frizzle, *v.* (ฟริซ เซิล) งอหงิก
fro, *adv.* (โฟร) กลับไปกลับมา
to and fro, ไปๆ มาๆ
frock, *n.* (ฟร็อค) กระโปรง; เสื้อ
frog, *n.* (ฟร็อก) กบ; อึ่งอ่าง; เขียด
frolic, *a.* (ฟร็อล ลิค) ร่าเริง
frolicsome, *a.* (ฟร็อล ลิคซัม) ร่าเริง
from, *pr.* (ฟรอม) จาก
from now on, ตั้งแต่บัดนี้เป็นต้นไป
front, *n.* (ฟรันทฺ) ข้างหน้า; ด้านหน้า; แนวหน้า
in front of, ข้างหน้า
front, *v.* (ฟรันทฺ) เจอหน้ากัน; หันหน้าไปทาง
frontal, *a.* (ฟรัน ทัล) แห่งหน้าผาก; แห่งทางข้างหน้า
frontier, *n.* (ฟรัน ทิเออ) พรมแดน
frontispiece, *n.* (ฟรัน ทิสพีส) ใบหน้า (หนังสือ)
frost, *n.* (ฟรอสทฺ) หยาดน้ำค้างแข็ง อยู่บนหญ้า
frosty, *a.* (ฟรอสทิ) เต็มไปด้วยน้ำค้างแข็ง
froth, *n.* (ฟรอธ) ฟองน้ำลาย
frothy, *a.* (ฟรอธ ธิ) เป็นฟอง
frown, *v.* (ฟราวนฺ) ขมวดหน้า
frozen, *a.* (โฟรซ เซิน) *p.p.* ของ **'freeze'**: หนาวแข็ง
fructify, *v.* (ฟรัคทิไฟ) มีลูก
fructuous, *a.* (ฟรัค จิวอัส) มีลูกดก
frugal, *a.* (ฟรู กัล) ตระหนี่เหนียวแน่นในการกิน
frugality, *n.* (ฟรูแกล ลิทิ) ความตระหนี่ถี่ถ้วน
frugiferous, *a.* (ฟรุจิฟ เฟอรัส) มีผล
fruit, *n.* (ฟรูท) ผลไม้; ผล; *v.* ออกผล
fruiterer, *n.* (ฟรูท เทอเรอ) พ่อค้าผลไม้
fruiteress, *n.* (ฟรูท เทอเร็ส) แม่ค้าผลไม้
fruitful, *a.* (ฟรูท ฟุล) มีผล
fruitless, *a.* (ฟรูท เล็ส) ไม่มีผล

fruity, *a.* (ฟรูท ทิ) แห่งผลไม้
frustrate, *v.* (ฟรัส เทรท) ทำลาย
frustration, *n.* (ฟรัสเทร ชั่น) การทำลาย; ความหวังถูกทำลายสิ้น
fry, *v.* (ไฟร) ทอด
frying-pan, *n.* (ไฟร อิงแพน) กะทะ
Fuchsia, *n.* (ฟิวเซีย) ดอกฟิวเซีย
fudge, *i.* (ฟัดจ) เหลวไหล
fuel, *n.* (ฟิวเอิล) เชื้อเพลิง
fugitive, *a.* (ฟิว จิทิฟว) ซึ่งหลบหนี; *n.* ผู้หลบหนี
fulfil, *v.* (ฟุลฟิล) กระทำสำเร็จสมดังปรารถนา
fulfilment, *n.* (ฟุลฟิล เม็นทฺ) ความสำเร็จตามต้องการ
fulgent, *a.* (ฟัล เจ็นทฺ) เป็นแสงสว่าง
full-dress, *n.* (ฟุล เดร็ส) เครื่องแต่งตัวเต็มยศ
full-grown, *a.* (ฟุล โกรน) โตเต็มที่แล้ว
full-length, *n.* เต็มตัว (รูปถ่าย)
full of, เต็มไปด้วย
full moon, พระจันทร์วันเพ็ญ
fullness, *n.* (ฟุลเน็ส) ความเต็มแล้ว
full speed, เต็มฝีเท้า
full-stop, *n.* มหัพภาค
full-timer, *n.* (ฟุล ไทเมอ) ผู้เรียนเต็มตามเวลา
fully, *adv.* (ฟุลลิ) อย่างเต็มที่
fulminate, *v.* (ฟัล มิเนท) ฟ้าผ่า; ระเบิด
fulsome, *a.* (ฟุล ซัม) สมบูรณ์
fumble, *v.* (ฟัม เบิล) คลำดู
fume, *n.* (ฟิวมฺ) ควัน; *v.* เป็นควัน
fumigate, *v.* (ฟิว มิเกท) รมควัน
fumous, fumy, *a.* (ฟิวมัส,-มิ) เป็นควันเต็ม
fun, *n.* (ฟัน) ความสนุกสนาน
funambulate, *v.* (ฟิวแนม บิวเลท) เดินบนเชือกขึง
function, *n.* (ฟังคฺ ชั่น) การกระทำ; หน้าที่
functionary, *n.* (ฟังคฺ ชันนะริ) ข้าราชการ
fund, *n.* (ฟันดฺ) ทุน; ทุนเรี่ยไร; ทุนทรัพย์
fundament, *n.* (ฟัน ดะเม็นทฺ) ราก; ฐาน
fundamental, *a.* (ฟันดะเม็น ทัล) ซึ่งเป็นปัจจัยสำคัญ; แห่งมูล
fundamental education, การศึกษาหลักมูลฐาน
fundless, *a.* (ฟันดฺ เล็ส) ไม่มีทุน
funeral, *n.* (ฟิว เนอรัล) งานศพ
fungus, *n.* (ฟัง กัส) เห็ด (*pl.* **fungi-** ฟัน ไจ); เห็ดรา
funicular, *a.* (ฟิวนิค คิวละ) แห่งเชือก
funnel, *n.* (ฟัน เนิล) ปล่องไฟ
funniness, *n.* (ฟัน นิเน็ส) ความน่าขบขัน
funny, *a.* (ฟัน นิ) น่าขัน
fur, *n.* (เฟอรฺ) ขนสัตว์
furacious, *a.* (ฟิวเร ชัส) แห่งการขโมย
furbish, *v.* (เฟอ บิช) ขัดถู
furiosity, *n.* (ฟิวริออส ซิทิ) ความโกรธง่าย
furious, *a.* (ฟิว เรียส) โกรธง่าย
furl, *v.* (เฟอล) ม้วนเก็บ (ใบเรือ)
furlong, *n.* (เฟอ ล็อง) มาตราวัดทางยาว (๘=เฟอร์ลอง=๑ ไมล์)
furlough, *n.* (เฟอ โล) ลาหยุด

F

furnace, *n.* (เฟอเน็ส) เตาไฟ
furnish, *v.* (เฟอ นิช) หาให้; จ่ายให้ครบ; ใส่เครื่องเรือน
furniture, *n.* (เฟอ นิเจียวรฺ) เครื่องเรือน
furrow, *n.* (ฟะ โร) รอยไถ; ที่ดินที่ถูกไถตัดออกเป็นริ้ว ๆ
further, *a.* (เฟอ เธอ) ต่อไป; ไกลออกไป; *v.* ส่งเสริม
furtherance, *n.* (เฟอ เธอรันซฺ) การส่งเสริม
furtherer, *n.* ผู้ส่งเสริม
furthermore, *adv.* (เฟอ เธอมอ) ยิ่งกว่านี้
furthermost, *a.* (เฟอ เธอโมซทฺ) ไกลที่สุด
furthest, *a.* (เฟอ เธ็สทฺ) ไกลที่สุด
furtive, *a.* (เฟอ ทิฟ) แอบกระทำ
fury, *n.* (เฟียว ริ) ความเดือดพล่าน (โกรธ)
fuse, *v.* (ฟิวซฺ) ละลาย; หลอมตัว
fusible, *a.* (ฟิว ซิเบิล) ละลายได้
fusilier, *n.* (ฟิวซิเลีย) พลปืน
fusillade *n.v.* (ฟิวซิเลด) ระดมยิง
fusion, *n.* (ฟิวชั่น) การละลาย
fuss, *n.* (ฟัส) ความจู้จี้จุกจิก
fussy, *a.* (ฟัส ซิ) จู้จี้
fust, *n.* (ฟัสทฺ) รังเหล้า
futile, *a.* (ฟิว ไทลฺ) เปล่าประโยชน์
futility, *n.* (ฟิวทิล ลิทิ) ความเปล่าประโยชน์
future, *n.* (ฟิวเจอรฺ) อนาคต

G

gab, *v.* (แกบ) พูดพล่อย ๆ
gabble, *v.* (แกบ เบิล) พูดพล่อย
gable, *n.* (เก เบิล) หน้าจั่วเรือน
gadfly, *n.* (แกด ไฟล) เหลือบ (แมลง)
gag, *v.* (แกก) อุดปาก
gage, *n.* (เกดจฺ) เครื่องมัดจำ
gaiety, *n.* (เก เอ็ททิ) ความร่าเริง
gaily, *adv.* (เก ลิ) อย่างร่าเริง
gain, *v.* (เกน) ได้กำไร; ได้รับ
gain on, กระเถิบหันเข้ามา
gain, *n.* (เกน) ลาภ; กำไร
gainer, *n.* (เกน เนอ) ผู้ได้กำไร
gainless, *n.* (เกน เล็ส) ไร้ประโยชน์
gainly, *a.* (เกน ลิ) เหมาะสม
gainsay, *v.* (เกน เซ) ปฏิเสธ; พูดแย้ง
gait, *n.* (เกท) ย่างก้าว
gaiter, *n.* (เกเทอ) ผู้คลุมรองเท้า
gala, *n.* (กาล่า) การฉลอง
galanga, *n.* (กะแลง ก้า) ข่า
galaxy, *n.* (แกล ลักซิ) กลุ่มดาวในท้องฟ้า
gale, *n.* (เกล) พายุกล้า
galena, *n.* (กะลีน่า) แร่ตะกั่ว
gall, *n.* (กอล) น้ำดี
gall-bladder, (-แบลดเดอ) ถุงน้ำดี
gall nut, ผลสมอ
gallant, *a.* (แกล ลันทฺ) สุภาพเอาใจผู้หญิง

gallantly, *adv.* (แกล ลันทฺลิ) อย่างกล้าหาญ
gallantry, *n.* (แกล ลันทริ) ความกล้าหาญ
galleon, *n.* (แกลเลียน) เรือแจวใหญ่ครั้งโบราณ
gallery, *n.* (แกล เลอริ) เฉลียง; หรือที่แสดงรูปภาพพิพิธภัณฑ์
galley, *n.* (แกลลิ) เรือใบครั้งโบราณ; เรือโถง
galley-slave, *n.* นักโทษแจวเรือ
gallivant, *v.* (แกลลิเวนทฺ) เที่ยวเตร่หาคู่
gallic, *a.* (แกล ลิค) แห่งกอลหรือฝรั่งเศส
gall-nut, *n.* (กอล นัท) ผลสมอ
gallon, *n.* (แกล ลัน) แกลลอน (มาตราตวงของเหลวของอังกฤษ)
gallop, *v.* (แกล ลัพ) ควบ (ม้า)
at full gallop, ห้อเหยียด
gallows, *n.* (แกลโลซ) ตะแลงแกง
galoche, **galosh**, *n.* (กะล็อช) รองเท้าหุ้มรองเท้าชั้นใน
gamble, *v.* (แกม เบิล) เล่นการพนัน
gambler, *n.* (แกม เบลอ) นักการพนัน
gambling-house, *n.* (แกมบลิงฮาวซฺ) บ่อนการพนัน
gamboge, *n.* (แกมโบดจ) รงค์
gambol, *n.v.* (แกม บ็อล) กะโดดเหยิ่ง
game, *n.* (เกม) การเล่น; เกม; สัตว์ล่า
gamester, *n.* (เกมสฺ เทอ) นักเล่น
gammon, *n.* (แกม ม็อน) ขาหมู
gamp, *n.* (แกมพฺ) ร่ม
gander, *n.* (แกน เดอ) ห่านตัวผู้
gang, *n.* (แกง) พรรคพวก; เหล่า
Ganges, (แกนยีซ) แม่น้ำคงคา
gangster, *n.* (แกงสฺเทอ) ผู้ร้าย
gangway, *n.* (แกงเว) บันไดลิง
gannet, *n.* (แกน เน็ท) ห่านทะเล
gaol, *n.* (เจล) คุก
gaoler, *n.* (เจลเลอ) พะทำมะรง
gap, *n.* (แกพ) ช่องว่าง
gape, *v.n.* (เกพ) อ้าปากค้าง
garage, *n.* (แก ราจ) โรงรถยนต์; อู่รถยนต์
garb, *n.* (กาบ) เสื้อผ้า; *v.* แต่งตัว
garble, *v.* (กา เบิล) ดัดแปลงให้เรื่องผิดเพี้ยนไป
garden, *n.* (การฺ เด้น) สวน; อุทยาน
garden party, อุทยานสโมสร
gardener, *n.* (กา เดินเนอ) คนทำสวน
gardenia, *n.* (การดีเนีย) ดอกพุดซ้อน
gardening, *n.* (กา เด็นนิง) การทำสวน
gardenless, *a.* (กา เด็นเล็ส) ไม่มีสวน
gargle, *v.n.* (การ เกิล) เอาน้ำกลั้วคอ
garland, *n.* (การฺลันดฺ) พวงมาลัย
garlic, *n.* (การฺ ลิค) กระเทียม
garment, *n.* (การฺ เม็นทฺ) เครื่องแต่งตัว
garner, *n.* (กา เนอ) โรงเก็บข้าว
garnet, *n.* (กา เน็ท) แร่โกเมน
garnish, *v.* (การฺ นิช) ประดับ; *n.* เครื่องประดับ
garnison, *n.* (กานิซัน) กองรักษาด่าน
garret, *n.* (แกเร็ท) ห้องใต้หลังคา
garrison, *n.* (แก ริสซัน) กองทหารรักษาเหตุการณ์
garrison, *v.* (แก ริสซัน) เอาทหารเข้าประจำด่าน
garrulous, *a.* (แก ริวลัส) ชอบพูดมาก

garter, *n.* (การ เทอ) สายรัดถุงเท้า; *v.* รัดด้วยสายรัด

gas, *n.* (แกซ) แก๊ส

gas-burner, *n.* (แกซ-เบอน เนอ) ตะเกียงแก๊ส

gasconade, *n.* (แกสคอเนต) การคุยโม้

gas-cooker, *n.* (แกซ-คุค เดอ) เตาแก๊ส

gaseous, *a.* (แกส เซียส) เหมือนแก๊ส

gash, *n.* (แกชฺ) รอยถูกฟันยาว

gasification, *a.* (แกสซิฟิเคชั่น) การทำเป็นแก๊ส

gas-light, *n.* (แกส ไลทฺ) แสงไฟแก๊ส

gas-mask, *n.* (แกส มาสคฺ) หน้ากากป้องกันไอพิษ

gasolene, gasoline, *n.* (แกส โซลีน) น้ำมันก๊าส

gas-stove, *n.* (แกซ สโทฟ) เตาแก๊ส

gasp, *v.n.* (กาซพฺ) หอบฮัก; สูดหา (ลมหายใจ)

gastric, *a.* (แกส ทริค) แห่งกระเพาะอาหาร

gastronomy, *n.* (แกสทรอ นอมิ) วิชาเรื่องการประกอบอาหาร

gas-works, *n.* (แกสเวอคซฺ) โรงทำแก๊ส

gate, *n.* (เกท) ประตู

gate-keeper, *n.* (เกท คีพเพอ) คนเฝ้าประตู

gateless, *a.* (เกท เล็ส) ไร้ประตู

gateway, *n.* (เกทเว) ทางเข้า

gather, *v.* (กาเธอ) เก็บ; รวบรวม; มารวมกลุ่มกัน

gatherer, *n.* (แกธ เธอเรอ) ผู้เก็บ

gathering, *n.* (แกธ เธอริง) การเก็บ

gathering darkness, ความมืดที่กำลังย่างเข้ามาปกคลุม

gaudy, *a.* (กอด ดิ) สีฉูดฉาด

gauge, *v.* (เกจ) วัดดู; ช่วงกว้างของรางรถไฟ

gauze, *n.* (กอซ) ผ้าโปร่ง

gay, *a.* (เก) ร่าเริง; แปร๊ด (สี)

gayness, *n.* (เก เน็ส) ความร่าเริง

gaysome, *a.* (เก ซัม) ร่าเริง

gaze, *v.* (เกซ) จ้อง; มองดู; *n.* สายตา

gazel, gazelle, *n.* (กะเซ็ล) เนื้อสมัน

gazer, *n.* (เกซเซอ) ผู้จ้องดู

gazette, *n.* (กะเซ็ท) หนังสือพิมพ์

Government Gazette, ราชกิจจานุเบกษา

gazetteer, *n.* (แกเซ็ทเทีย) ข่าวสาร; อักขรานุกรมภูมิศาสตร์

gear, *n.* (เกียรฺ) เกียร; ห้ามล้อ

gecko, *n.* (เก็ค โค) ตุ๊กแก

geese, *n.* (กีซ) *n. pl.* พหูพจน์ของ 'goose'; ห่าน

geisha, *n.* (เกชา) หญิงรับรองในญี่ปุ่น

gelastic, *a.* (เจ็ลแลสทิค) ชวนหัวเราะ

gelatin, gelatine, *n.* (เจ็ลละทิน) วุ้นแผ่น

gem, *n.* (เจ็ม) เพชร; *v.* ประดับเพชร

gemini, *n. pl.* (เจ็มมิไน) เมถุน (ราศี)

gendarmerie, *n.* (เจ็นดารฺ เมอริ) กองตำรวจภูธร

gender, *n.* (เจ็นเดอ) เพศ

genderless, *a.* (เจ็น เดอเล็ส) ไม่มีเพศ

genealogy, *n.* (เจ็นนีแอล ลอดจิ) สาย

ตระกูล

general, *a.* (เจ็น เนอรัล) โดยทั่วๆ ไป

general election, การเลือกตั้งทั่วไป

general meeting, การประชุมใหญ่

general, *n.* นายพล; แม่ทัพ; นายพลเอก; *a.* ทั่วทั้งหมด

generalize, *v.* (เจ็น เนอรัลไลซ) ว่าโดยทั่วๆ ไป

generally, *adv.* (เจ็น เนอรัลลิ) โดยทั่วๆ ไป

generalness, *n.* (เจ็น เนอรัลเน็ส) ลักษณะทั่วๆ ไป

generation, *n.* (เจ็นเนอเรชั่น) การสร้างให้มีขึ้น; ชั่วคน

generator, *n.* (เจ็นเนอเรเทอ) เครื่องกำเนิดไฟฟ้า

generosity, *n.* (เจ็นเนอร็อส ซิทิ) ความกรุณา

generous, *a.* (เจ็น เนอรัส) กรุณา; เผื่อแผ่

genitals, *n. pl.* (เจ็น นิทัลซ) อวัยวะสืบพันธุ์

genial, *a.* (จี เนียล) ร่าเริง; ชาญฉลาด

genitive, *a. n.* (เจ็นนิทิฟว) สัมพันธการก

genius, *n.* (จี เนียส) ความปราชญ์เปรื่อง; ผู้มีปัญญาปราชญ์เปรื่อง

genocide, *n.* (เจ็น โนไซดฺ) การฆ่ามนุษยชาติ

gent, *n.* (เจ็นทฺ) สุภาพบุรุษ

gentle, *a.* (เจ็นเทิล) อ่อนโยน; เบาๆ; ผู้ดี

gentlefolk, *n. pl.* (เจ็น เทิลโฟค) สุภาพชน

gentleman, *n.* (เจ็น เทิลแมน) สุภาพบุรุษ

gentlemanlike, *a.* (เจ็นเทิลแมนไลคฺ) อย่างสุภาพบุรุษ

gentleman's agreement, การตกลงกันโดยวาจาอันมีเกียรติ

gentlemanly, *adv.* (เจ็น เทิลแมนลิ) อย่างผู้ดี

gentleness, *n.* (เจ็น เทิลเน็ส) ความสุภาพอ่อนโยน

gentlewoman, *n.* (เจ็น เทิลวูเมิน) สุภาพสตรี

gently, *adv.* (เจ็นทฺลิ) อย่างค่อยๆ, เบาๆ

gentry, *n.* (เจ็นทริ) พวกผู้ดี

genuflect, *v.* (เจ็น นิวเฟล็คทฺ) คุกเข่าลง

genuine, *a.* (เจ็น ยิวอิน) แท้ (ไม่ปลอม)

genus, *n.* (จี นัส) ชนิด; จำพวก

geodesy, *n.* (จีออด เดซิ) การรังวัดที่ดิน

geographer, *n.* (จีออ กระเฟอ) นักภูมิศาสตร์

geographic, geographical, *a.* (จีออแกรฟ ฟิค; -คัล) แห่งภูมิศาสตร์

geography, *n.* (จีอ็อก กระฟี) ภูมิศาสตร์

geological, *a.* (จีออลล็อด จิคคัล) แห่งธรณีวิทยา

geologist, *n.* (จีออล ล็อคจิสทฺ) นักธรณีวิทยา

geology, *n.* (จีอ็อล ล็อดจิ) ธรณีวิทยา

geometer, *n.* (จีออ มีเทอ) นักเรขาคณิต

geometric, geometrical *a.* (จีออเม็ททริค; -คัล) แห่งเรขาคณิต

geometrician, *n.* (จีออเม็ททริชั่น) นักเรขาคณิต

G

geometry, *n.* (จีออ เม็ททริ) เรขาคณิต
geranium, *n.* (เจอเรเนียม) ดอกไม้ชนิดหนึ่ง
germ, *n.* (เจอม) บ่อเกิด; เชื้อโรค
German, *a. n.* (เจอ มัน) เยอรมัน
germanize, *v.* (เจอมะไนซฺ) เป็นอย่างเยอรมัน
germicide, *n.* (เจอ มิไซดฺ) ยาฆ่าเชื้อโรค
germinal, *a.* (เจอ มินัล) แห่งเชื้อโรค
germinate, *v.* (เจอ มิเนท) งอกขึ้น
gerundive, *n.* (เจอรัน ดิฟว) คำกริยาที่ใช้เป็นคำนาม
gestapo, *n.* (เก็สตา โพ) ตำรวจลับของเยอรมันนาซี
gesticulate, *v.* (เจ็สทิค คิวเลท) ชี้มือชี้ไม้; ใช้มือใบ้
gesticulation *n.* (เจ็สทิคคิวเลชั่น) การแสดงมือไม้
gesture, *n.* (เจ็ส เจียวรฺ) ท่าทางโบกไม้โบกมือ
get, *v.* (เก็ท); อดีต **got**; *pp.* **got**: เอา; ได้รับ; มาถึง
get ahead, ไปก่อน
get away, หนีไป
get home, ถึงบ้าน
get into trouble, นำไปสู่ความเดือดร้อน
get nothing done, จะทำอะไรไม่สำเร็จเลย
get one's hair cut, ตัดผม
get rid of, กำจัดให้พ้นอก
get along, ไปเรื่อยๆ; ไปก่อน
get angry, ถือโกรธ
get away, หนีไป
get better, ค่อยยังชั่วขึ้น
get no rest, ไม่ได้รับการพักผ่อน
get on, ขึ้น; เป็นไป; **How are you getting on?** ท่านเป็นอย่างไร?
get on board, ลงเรือ
get on with the work, ทำงานต่อไป
get out, ออกไป; ไปเสีย
get out of, ออกไปให้พ้น
get out of bed, ลุกขึ้นจากที่นอน
get round, อ้อมไป
get through, สำเร็จเรียบร้อย; สอบได้
get up, ตื่นขึ้น; ลุกขึ้น
get well, สบายดีขึ้น
getter, *n.* (เก็ทเทอ) ผู้เอา; ผู้ได้รับ
geyser, *n.* (เก เซอ) น้ำพุร้อน; หม้อต้มน้ำอาบ
ghastly, *a.* (กาซทฺลิ) อย่างน่าเกลียดกลัว
ghee, *n.* (กี) น้ำมันเนยทำจากนมควาย
gherkin, *n.* (เกอรฺ คิน) แตงกวาหัวเล็ก
ghetto, *n.* (เก็ท โท) ย่านพวกยิวอยู่
ghost, *n.* (โกซทฺ) ผี; วิญญาณ
the holy ghost, พระจิต
ghostless, *a.* (โกซทฺ เล็ส) ไม่มีชีวิตจิตใจ
ghostlike, *a.* (โกซทฺ ไลคฺ) เหมือนผี
ghostly, *a.* (โกซทฺลิ) เหมือนอย่างวิญญาณ
ghoul, *n.* (กูล) ผีขุดกินศพ
giant, *n.* (ไจอันทฺ) ยักษ์
giantess, *n.* (ไจอันเท็ส) นางยักขิณี; ยักษ์ผู้หญิง
gibber, *v.* (จิบเบอ) พูดจ้อกแจ้ก

gibberish, *a.* (กิบเบอริช) พูดเสียงจ้อกแจ้ก
gibbet, *n.* (จิบเบ็ท) ตะแลงแกง
gibbon, *n.* (กิบ บัน) ชะนี
giblets, *n. pl.* (จิบ เบล็ทซฺ) กึ๋น
gibe, *v.* (ไจบฺ) หัวเราะเยาะ
giddiness, *n.* (กิด ดิเน็ซ) ความวิงเวียนศีรษะ
giddy, *a.* (กิด ดิ) วิงเวียนศีรษะ
gift, *n.* (กิฟทฺ) ทรัพย์ให้โดยเสน่หา; ของให้; ปัญญา; แววฉลาด
gifted, *a.* (กิฟ เท็ด) ซึ่งมีหัวช่างในทางนี้; มีพรสวรรค์
giftless, *a.* (กิฟทฺ เล็ส) ไม่มีของขวัญ; ไม่มีพรสวรรค์
gig, *n.* (กิ๊ก) รถ ก๊าซ; เรือม่วง
gigantic, *a.* (ไจแกน ทิค) ใหญ่โตระโหฐาน
giganticide, *n.* (ไจแกน ทิไซดฺ) ผู้ฆ่ายักษ์
giggle, *n.v.* (กิก เกิล) หัวเราะคิกๆ
gigolo, *n.* (จิก โกโล) ผู้ชายที่เกาะผู้หญิงกิน; ผู้ชายแมงดา
gild, *v.* (กิลดฺ) ปิดทอง; ชุบทอง
gilder, *n.* (กิลเดอ) ผู้ปิดทอง; ผู้ชุบทอง
gilding, *n.* (กิลดิง) การชุบทอง
gill, *n.* (กิล) เหงือกปลา
gillyflower, *n.* (จิลลิฟลาวเออ) ดอกไม้ชนิดหนึ่ง
gilt, *n. a.* (กิลทฺ) ชุบทอง
gimlet, *n.* (กิมเล็ท) สว่าน
gimp, *n.* (กิมพฺ) ผ้าพันคอนางชี
gin, *n.* (จิน) เหล้าจิน
ginger, *n.* (จินเจอ) ขิง
ginseng, *n.* (จินเซ็ง) โสม
gipsy, gypsy, *n. a.* (จิพ ซิ) ยิพซี
giraffe, *n.* (จิราฟ) สัตว์คอยาว ชนิดหนึ่ง (ยีราฟ)
gird, *v.* (เกอด) คาด; ล้อมรอบ; ด่าว่า
girdle, *n.* (เกอ เดิล) เข็มขัด; *v.* คาดเข็มขัด; ล้อมรอบ
girkin, *n.* (เกอ คิน) แตงกวาหัวเล็ก
girl, *n.* (เกอล) เด็กผู้หญิง
girlery, *n.* (เกอล เลอริ) พวกเด็กผู้หญิง
girl-friend, *n.* (เกอล เฟร็นดฺ) เพื่อนผู้หญิง
girl guide, (เกอล-ไกดฺ) เนตรนารี; ลูกเสือหญิง
girlhood, *n.* (เกอล ฮูด) วัยสาว
girlie, *n.* (เกอลลิ) เด็กหญิงเล็กๆ
girlish, *a.* (เกอล ลิช) เหมือนเด็กหญิง
girt, *v.* (เกอท) วัดโดยรอบ; คาดเอว
girth, *n.* (เกอธ) ช่วงโดยรอบ
gist, *n.* (จิสทฺ) ใจความ
give, *v.* (กิฟว); อดีต gave; *p.p.* given; ให้
give a blow, ตี
give a shout, ตะโกน
give away the secret, แพร่งพรายความลับ
give ear, ฟังดู
give a cry, ส่งเสียงร้อง
give an account of, เล่าเรื่อง
give chase, ติดตาม
give up, มอบให้; เลิก; ยอมแพ้
give oneself up to, ปล่อยตัวตาม;

G

ยอมมอบตัว

give his daughter in marriage, ยกลูกสาวให้

give in, ยอม

give way, ยอมจำนน; ทานน้ำหนักไม่ไหว

given, (กิฟเวิน) *p.p.* ของ **'give'**: ให้แล้ว

giver, *n.* (กิฟ เวอ) ผู้ให้

gizzard, *n.* (กิซ ซัด) ท้องชั้นสามของนกสำหรับบดอาหาร; กึ๋น

glacial, *a.* (เกล ชัล) เป็นน้ำแข็ง

glaciate, *v.* (เกล ชิเอท) เป็นน้ำแข็ง

glacier, *n.* (แกลซ ซิเออ) แม่น้ำแข็งข้างภูเขา

gladden, *v.* (แกลดเดิ้น) ทำให้ยินดี; ยินดีขึ้น

glade, *n.* (เกลด) ที่โล่งในป่า

gladiator, *n.* (แกลด ดิเอเทอ) นักรบด้วยดาบ

gladiolus, *n.* (แกลดดิ โอลัส) ดอกไม้ชนิดหนึ่ง

gladly, *adv.* (แกลดลิ) ด้วยความดีใจ

gladness, *n.* (แกลดเนิส) ความยินดี

gladsome, *a.* (แกลดซัม) น่ายินดี

glair, *n.* (แกล) ไข่ขาว

glaive, *n.* (แกลฟว) ดาบ

glamorous, *a.* (แกลมเมอรัส) สวยยวนตา

glamour, *n.* (แกลมเมอ) เสน่ห์; ความงามอย่างประหลาด

glance, *v.* (กลานซฺ) เหลือบเห็น; *n.* สายตา

gland, *n.* (แกลนดฺ) ต่อม

glare, *n.* (แกล) แสงจ้า

glaring, *n.* (แกล ริง) การจ้องเป๋ง; *a.* แสงจ้า

glary, *a.* (แกล ริ) เป็นแสงจ้า

glass, *n.* (กลาซ) แก้ว; ถ้วยแก้ว; แว่น; กล้องส่องทางไกล; *a.* แก้ว

glasses, *n. pl.* แว่นตา

glassful, *n.* (กลาสฟุล) เต็มแก้ว

glass-paper, *n.* (กลาส เพเพอ) กระดาษทราย

glassware, *n.* (กลาสแว) เครื่องแก้ว

glasswork, *n.* (กลาสเวอค) เครื่องแก้ว; โรงงานทำเครื่องแก้ว

glaucous, *a.* (กลอ คัส) สีเขียวนวล

glaze, *v.* (เกลซ) เคลือบ; ใส่กระจกหน้าต่าง

gleam, *n.* (กลีม) แสง; สายตะวัน; *v.* ส่องแสง; แสงพุ่งเข้ามา

glean, *v.* (กลีน) เก็บข้าวตก; สีข้าว

glee, *n.* (กลี) ความดีใจ

gleeful, *a.* (กลี ฟุล) ดีใจ

glide, *n.v.* (ไกลดฺ) เลื่อนไป

glider, *n.* (ไกลเดอ) เครื่องร่อน

glimmer *n.v.* (กลิมเมอ) แสงริบหรี่

glimmer of hope, ชักจะมีหวัง

glimmer of life, ชักจะมีอาการรอด

last glimmer of life, ชีวิตอันเหลืออยู่แต่นิดเดียวในบั้นสุดท้าย

glimmering, *n.* (กลิม เมอริง) แสงริบหรี่, ความคิดสลัวๆ

glimpse, *n.* (กลิมพฺ ซฺ) มองดูผาดๆ

glisten, *v.* (กลิสเซิน) เป็นแสงแวววับ
glister, *n.v.* (กลิสเทอ) แสงแวววับ
glitter, *v.* (กลิทเทอ) เป็นประกาย
gloat, *v.* (โกลท) จ้องดูด้วยความเสน่หา
globe, *n.* (โกลบ) ลูกโลก; ลูกกลม; โป๊ะโคม
globe-trotter, *n.* นักท่องไปในโลก
globular, *a.* (กลอบิวล่า) เป็นรูปกลม
gloom, *n.* (กลูม) ความมืด; *v.* ส่องแสงขมุกขมัว
gloomy, *a.* (กลูมมี่) มืดมัว; เศร้า
glorification, *n.* (กลอริฟิเคชั่น) การยกย่องชื่อเสียง
glorify, *v.* (กลอริฟาย) ยกย่องให้มีเกียรติ
glorious, *a.* (กลอเรียส) มีชื่อเสียง
glory, *n.* (กลอ ริ) ชื่อเสียง; ความยิ่งใหญ่
gloss, *n.* (กล็อส) หน้าเป็นมัน
glossary, *n.* (กล็อสซะริ) ประมวลคำศัพท์
glossy, *a.* (กล็อสซิ) เป็นมัน
glove, *n.* (กลัฟว) ถุงมือ
glover, *n.* (กลัฟเวอ) คนทำหรือขายถุงมือ
glow, *v.* (โกล) ลุกแดง; *n.* แสงไฟแดง
glow-worm, *n.* (โกลเวอม) หิ่งห้อย
glucose, *n.* (กลู โคส) น้ำตาลที่ได้มาจากผลไม้
glue, *n.* (กลิว; กลู) กาว; *v.* ติดกาว
gluey, *a.* (กลู อิ) เป็นคล้ายกาว; เหนียว
gluish, *a.* (กลู อิช) ชักจะเหนียว
glum, *v.* (กลัม) บึ้งบูด
glut, *v.* (กลัท) ตะกละกิน
glutinous, *a.* (กลู ทินัส) เหนียว
glutton, *n.* (กลัทเทิน) คนตะกละ
gluttony, *n.* (กลัททันนิ) ความตะกละ
glycerine, *n.* กลีเซอรีน
gnash, *v.* (แนช) กัดฟัน
gnat, *n.* (แนท) ริ้น (แมลง)
gnaw, *v.* (นอ) แทะ
gnome, *n.* (โนม) พวกผีตัวเล็กๆ, เป็นโสมเฝ้าทรัพย์
gnu, *n.* (นู) กวางชนิดหนึ่งในอาฟริกา
go, v. (โก); อดีต **went,** *pp.* **gone,** ไป
  go away, หนีไป, ไปให้พ้น
  go back, กลับไป
  go bad, เสีย
  go by, ผ่านไป
  go down on one's knees, คุกเข่าลง
  go out of one's course, เดินออกนอกทาง
  go forth, ออกไป
  go in, เข้าไป
  go mad, เป็นบ้าไป
  go on, ต่อไป; ดำเนินต่อไป; เป็นไป
  go on shore, ขึ้นไปบนฝั่ง
  go up, ขึ้นไป
  go out, ออกไป
  go to sleep, ไปนอน
  go up, ขึ้น
goad, *n.* (โกด) ปฏัก
goal, *n.* (โกล) ประตู (ฟุตบอลล์); ที่หมาย
goal-keeper, *n.* (โกลคีพเพอ) คนรักษาประตู
goat, *n.* (โกท) แพะ
gobble, *v.* (ก็อบ เบิล) ขยอกกลืน

G

goblet, *n.* (ก็อบ เบล็ท) ขวด
goblin, *n.* (ก็อบ บลิน) แทตย์; ผี
goby, *n.* (โกบิ) ปลาบู่
god, *n.* (ก็อด) พระเจ้า; เทพดา
God forbid, ให้ตายซี
goddess, *n.* (ก็อด เด็ส) เทพธิดา
godfather, *n.* (ก็อด ฟาเธอ) พ่อทูลหัว (ในลัทธิคริสตัง)
godless, *a.* (ก็อด เล็ส) ไม่รู้จักพระเจ้า; บาปนัก
godlike, *a.* (ก็อด ไลคฺ) เยี่ยงเทวดา
godling, *n.* (ก็อด ลิง) เทวดาน้อยๆ
godly, *a.* (ก็อด ลิ) ศักดิ์สิทธิ์
godmother, *n.* (ก็อด มาเธอ) แม่ทูลหัว (ในลัทธิคริสตัง)
goggle, *v.* (ก็อก เกิล) กลอกนัยน์ตา; แว่นตา
going, *n.* (โก อิง) การไป
going well, เรียบร้อย
gold, *n. a.* (โกลดฺ) ทองคำ
gold standard, มาตราทองคำ
golden, *a.* (โกล เดิน) เป็นทองคำ
golden age, ยุคทอง
gold-field, *n.* (โกลดฺ ฟีลดฺ) บ่อทอง
goldfinch, *n.* (โกลดฺ ฟินชฺ) นกชนิดหนึ่ง
gold-fish, *n.* (โกลดฺ ฟิช) ปลาทอง
goldleaf, *n.* (โกลดฺลีฟ) แผ่นทอง
gold-mine, *n.* (โกลดฺ ไมนฺ) บ่อทอง
goldsmith, *n.* (โกลดฺ สมิธ) ช่างทอง
golf, *n.* (ก็อลฟ; ก็อฟ) กอล์ฟ
golf-club, *n.* (ก็อลฟฺคลับ) ไม้ตีกอล์ฟ; สโมสรกอล์ฟ
golf-course, *n.* (-คอส) สนามกอล์ฟ
golfer, *n.* (ก็อลเฟ่อ) นักเล่นกอล์ฟ
gondola, *n.* (กอนโดละ) เรือแจว (ใช้กันในเมืองเวนิส)
gonodolier, *n.* (กอนโดเลีย) คนแจวเรือกอนโดลา
gone, *a.* (กอน) *p.p.* ของ 'go': ไปแล้ว
gong, *n.* (ก็อง) ฆ้อง
good, *a.* (กูด) ดี; *n.* สารประโยชน์
common good, ประโยชน์ส่วนรวม
good-bye, (กู๊ดบาย) ลาก่อน; สวัสดี
good day, ลาละ
good-for-nothing, *n.* (กู๊ดฟอ นัดธิง) คนไม่เอาถ่าน
good-humour, *n.* (กู๊ดฮิวเมอ) อารมณ์ดี
goodish, *a.* (กู๊ด ดิช) ค่อนข้างดี
good looking, *a.* (กู๊ดลุคคิ่ง) หน้าตาสะสวย
good luck, (กู๊ดลัค) โชคดี
good morning, (กู๊ดมอนิ่ง) สวัสดี (ในตอนเช้า)
good name (กู๊ดเนม) ชื่อเสียงดี
good-nature, *n.* (กู๊ด เนเจอ) ใจดี
goodness, *n.* (กู๊ด เน็ส) ความดีต่อ; คุณงามความดี
good night, *n.* (กู๊ดไนทฺ) สวัสดี (ใช้ตอนก่อนเข้านอน)
goods, *n.* (กู๊ดสฺ) สินค้า; ของ (สิ่งของเมื่อมีการซื้อขายกันแล้ว)
good-tempered, *a.* (กู๊ดเท็ม เปอด) อารมณ์ดี

goodwill 149 gradual

goodwill, *n.* (กู๊ด วิล) ไมตรีจิต; ความนิยม
goody, *a.* (กู๊ดดิ) ซึ่งมีใจดี
goorkha, *n.* ทหารชาวกุระข่า
goose, *n.* (กูซ) ห่าน
gooseberry, *n.* (กูซ เบอริ) ผลกูสเบรี่
goose-flesh, *n.* (กูซ เฟลช) ขนลุกซ่า
goose-step, *n.* การเดินแบบทหารเยอรมัน
gore, *n.* (กอรฺ) เลือด; *v.* แทง; ขวิด
gorge, *n.* (กอจ) คอหอย; ซอกเขา
gorgeous, *a.* (กอด จัส) ดีจัง; สีสดงดงาม
gorilla, *n.* (กอริลล่า) ลิงกอริลล่า; วลีมุข
gormandize, *v.* (กอ มันไดซฺ) กินอย่างตะกละ
gory, *a.* (กอริ) เลือดโทรม
gosling, *n.* (กอซลิง) ลูกห่าน
gospel, *n.* (กอซ เพิล) เรื่องราวของพระเยซูคริสต์
gossamer, *n.* (กอส ซาเมอ) ใย; หยักไย่
gossip, *n.v.* (ก็อส ซิพ) พูดซุบซิบนินทา
gossipy, *a.* ชอบพูดซุบซิบนินทา
got, อดีตและ *p.p.* ของ 'get'; ได้; มี
gouache, *n.* (กูอาช) สีแป้ง
gouge, *n.* (กูจ) สิ่วโค้ง
goulash, *n.* (กูลาช) แกงมัสมั่นของชาวฮังการี
gourd, *n.* (กอด; กวด; โกเออด) น้ำเต้า
gout, *n.* (กาวทฺ) โรคบวมตามข้อ
govern, *v.* (กับเวอน) ปกครอง
governable, *a.* ปกครองได้
governess, *n.* (กับเวอเน็ส) ผู้ดูแลหญิงสาว; พี่เลี้ยง
government, *n.* (กับเวอนเม็นทฺ) รัฐบาล
governmental, *a.* (กับเวอนเม็นทัล) แห่งรัฐบาล
governor, *n.* (กับ เวอเนอ) ผู้ว่าราชการจังหวัด
governor-general, *n.* (กับเวอเนอเจ็น-เนอรัล) ผู้สำเร็จราชการ
gown, *n.* (กาวนฺ) เสื้อครุย; เสื้อยาว
grab, *n.v.* (แกรบ) ตะครุบ; หยิบฉวย
grabble, *v.* (แกรบ เบิล) คลำหา
grace, *n.* (เกรซ) ความงามอย่างช้อยชด; พระมหากรุณาธิคุณ
his grace, พระเดชพระคุณท่าน
year of grace, คริสตศักราช
graceful, *a.* (เกรซ ฟุล) งาม; ชดช้อย; อ้อนแอ้น
gracefully, *adv.* (เกรซ ฟุลลิ) อย่างเนิบนาบ; ชดช้อย
graceless, *a.* (เกรซ-เล็ส) ไม่มีความงดงามเสียเลย; ช่างไพร่เสียจริง
gracile, *a.* (แกรส ซิล) สะโอดสะอง
gracious, *a.* (เกร ชัส) เมตตา
good gracious, ตายจริง; แม่โว้ย!
grackle, *n.* (แกรค เคิล) นกชนิดหนึ่ง
gradation, *n.* (กระเดชั่น) การขึ้นเป็นขั้นๆ ไป
gradatory, *n.* (เกร ดะเทอริ) เป็นขั้นๆ ไป
grade, *n.* (เกรด) ขั้น
graded, *a.* (เกรด เด็ด) เหมาะสม; น่าเคารพ
gradual, *a.* (แกรด ดยวล) ทีละเล็กทีละ

G

น้อย

gradually, *adv.* (แกรด ดยวลลิ) ทีละเล็กละน้อย

graduate, *v.* (แกรด ดยูเอท) แบ่งออกเป็นขั้น ๆ, เป็นขีด ๆ

graduate, *n.* (แกรด ดยูเอท) ผู้สำเร็จปริญญา

graduation, *n.* (แกรดดิวเอชั่น) การรับปริญญา

graft, *v.* (กราฟทฺ) ต่อกิ่ง

grafter, *n.* (กราฟเทอ) ผู้ต่อกิ่ง

grafting, *n.* (กราฟทิง) การต่อกิ่ง

grail, *n.* (เกรล) ชามที่พระเยซูกินอาหารครั้งสุดท้ายและเป็นชามรองเลือดพระเยซูเวลาถูกตรึงกางเขน

grain, *n.* (เกรน) เมล็ดข้าว

gramineous, *a.* (เกรมิ เนียส) เหมือนหญ้า

graminivorous, *a.* (กระมินิ วอรัส) กินหญ้า

grammar, *n.* (แกรม ม่า) ไวยากรณ์

grammarian, *n.* (กระแมเรียน) นักไวยากรณ์

grammatical, *a.* (กระแมท ทิคัล) แห่งไวยากรณ์; ถูกต้องตามหลักไวยากรณ์

grammatically, *adv.* (กระแมท ทิคัลลิ) โดยไวยากรณ์; ตามหลักไวยากรณ์

gramme, gram, *n.* (แกรม) กรัม (มาตราน้ำหนัก)

gramophone, *n.* (แกรมโมโฟน) เครื่องเล่นแผ่นเสียง

granage, *n.* (แกรน เนีจ) ภาษีเกลือที่คนต่างด้าวนำเข้ามา

granary, *n.* (แกรน นะรี่) ยุ้งข้าว

grand, *a.* (แกรนดฺ) ใหญ่โต; หรูหรา

grandchild, *n.* (แกรน ไชลฺดฺ) หลาน (ลูกของลูก)

grand-daughter, *n.* (-ดอ เทอ) หลานสาว (ลูกของลูก)

Grand Duchess, *n.* (-ดัท เชีส) ตำแหน่งท่านผู้หญิงชั้นแกรนดัทเชส

Grand Duke, *n.* (-ดิวคฺ) ตำแหน่งขุนนางชั้นผู้ใหญ่ (ชั้นเจ้า)

grandee, *n.* (แกรนดี) ขุนนางชั้นสูงสุดในสเปญ

grandeur, *n.* (แกรน เดียวรฺ) ความใหญ่โต

grandfather, *n.* (แกรน ฟาเธอ) ปู่; ตา

grandiloquent, *a.* (แกรนดิ โลเคว็นทฺ) พูดอย่างหรู

grandiose, *a.* (แกรน ดิโอส) ท่าโอ่อ่า

grandly, *adv.* (แกรนดฺลิ) อย่างใหญ่โต

grandmother, *n.* (แกรน มาเธอ) ย่า; ยาย

grandness, *n.* (แกรนดฺ เนีส) ความใหญ่โต

grandparents, *n.* (แกรนดฺ แพเร็นทฺซฺ) ปู่ย่า; ตายาย

grandson, *n.* (แกรนดฺ ซัน) หลายชาย (ลูกของลูก)

grand-uncle, *n.* (แกรนดฺ อังเคิล) ปู่น้อย; ปู่ใหญ่

grange, *n.* (เกรนจ) ฉางข้าว

granny, grannie, *n.* (แกรนนี่) ย่า; ยาย

grant, *v.n.* (กรานทฺ) อนุญาต; ยอม; ทุนอุดหนุน

granular, *a.* (แกรนนิวล่า) เป็นเมล็ด
grape, *n.* (เกรพ) ผลองุ่น
grape-vine, *n.* (เกรพไวนฺ) ต้นองุ่น
graph, *n.* (กราฟ) กราฟ; *v.* เขียนกราฟ
graphic, *a.* (แกรฟ ฟิค) ซึ่งเป็นเส้นเขียน
grapple, *v.* (แกรพ เพิล) ฉวย
grasp, *v.* (กราสพฺ) หยิบฉวย
grass, *n.* (กราซ) หญ้า
grasshopper, *n.* (กราซฮ็อพเพอ) ตั๊กแตน
grass widow, *n.* (กราซวิดโด) แม่หม้ายผัวร้าง
grassy, *a.* (กราซซิ) เป็นหญ้า
grate, *v.* (เกรท) ถู; ขูด; *n.* ลูกกรง; ตาข่ายเหล็ก
grateful, *a.* (เกรท ฟูล) กตัญญู
gratefully, *adv.* (เกรท ฟูลลิ) โดยความกตัญญู
gratefulness, *n.* (เกรท ฟูลเน็ส) ความกตัญญู
gratify, *v.* (แกรท ทิฟาย) ยอมให้
grating, *n.* (เกรท ทิง) เหล็กรั้วลูกกรง
gratis, *adv.* (เกร ทิส) ให้เปล่าๆ; ไม่คิดค่าธรรมเนียม
gratitude, *n.* (แกรท ทิจิวดฺ) ความกตัญญู
gratuitous, *a.* (กระจิวอิทัส) ให้เปล่า; ได้เปล่า
gratuity, *n.* (กระจิวอิทิ) การให้เปล่า; รางวัล; บำเหน็จ
gratulant, *a.* (แกรท จิวลันทฺ) ซึ่งแสดงความยินดี
gratulate, *v.* (แกรท จิวเลท) แสดงความยินดี
gratulation, *n.* (แกรทจิวเลชั่น) การแสดงความยินดีด้วย
grave, *n.* หลุมฝังศพ; *a.* หนัก; เพียบ; เอาการเอางาน; *v.* จารึก; แกะสลัก
gravel, *n.* (แกรบ เว็ล) หินทราย
graveyard, *n.* (เกรฟว ยาด) ที่ฝังศพ; ป่าช้า
centre of gravity, ศูนย์ถ่วง
specific gravity, ความถ่วงจำเพาะ
gravy, *n.* (เกร วิ) น้ำออกจากเนื้อทอด
gray, grey, *a. n.* (เกร) สีเทา
graze, *v.* (เกรซ) หนังถลอก; เฉียดไป; เล็มหญ้า
grazier, *n.* (เกร ซิเออ) คนเลี้ยงวัวให้กินหญ้า
grazing, *n.* (เกรซ ซิง) การนำวัวไปกินหญ้า; ที่ให้วัวกินหญ้า
grease, *n.* (กรีซ) ไข; มัน; *v.* ทาน้ำมันให้ลื่น
greasy, *a.* (กรีซ ซิ) เป็นมัน
great, *a.* (เกรท) ใหญ่; โต
Great Britain, *n.* มหารัฐอังกฤษ
the Great Bear, ดาวจระเข้
a great deal of, มากมาย
great events, เหตุการที่สำคัญ
great-grandchild, *n.* เหลน
great-grandfather, *n.* ทวด (พ่อของปู่)
greatly, *adv.* (เกรท ลิ) ใหญ่; ใหญ่โต
greatness, *n.* (เกรท เน็ส) ความใหญ่โต; ความหรูหรา; ความมีอำนาจมาก
Great Power, มหาประเทศ; มหาภูวะ

G

Grecian, *a.* (กรี เชียน) แห่งกรีซ; ชาวกรีซ
Greece, *n.* (กรีซ) ประเทศกรีก
greed, *n.* (กรีด) ความตะกละ; ความละโมภ
greedily, *adv.* (กรี ดิลิ) อย่างตะกละ
greediness, *n.* (กรี ดิเน็ส) ความตะกละ
greedy, *a.* (กรี ดิ) ตะกละ
Greek, *a.* (กรีค) แห่งกรีซ; ชาวกรีก
it's Greek to me, ไม่เข้าใจเลย
green, *a.* (กรีน) สีเขียว
greenery, *n.* (กรีน เนอริ) ซึ่งเขียวสด
greengrocer, *n.* (กรีน โกรเซอ) พ่อค้าผักและผลไม้
greenhorn, *n.* (กรีน ฮอน) คนอ่อนหัด; เด็กวานซืนนี้เอง
greenish, *a.* (กรีน นิช) ค่อนข้างเขียว
greenness, *n.* (กรีน เน็ส) ความเขียวชะอุ่ม
greet, *v.* (กรีท) คำนับ; ต้อนรับเชื้อเชิญ; ปฏิสันถาร
greeting, *n.* (กรีททิ่ง) การปฏิสันถาร
gregal, *a.* (กรี กัล) แห่งฝูง
gregarious *a.* (เกฺร็กแก เรียส) อยู่เป็นหมู่, เป็นฝูง
grenade, *n.* (เกร็นเนด) ลูกแตก
grenadier, *n.* (เกร็นนะเดีย) ทหารรักษาพระองค์
grew, (กรู) อดีตของ **'grow'**: เจริญ; เติบโต; งอกงาม
grey, *a.* (เกร) สีเทา
greyhound, *n.* (เกรเฮาวนฺด) สุนัขไล่เนื้อ
greyish, *a.* (เกร อิช) มีสีเทาๆ
greyness, *n.* (เกรเน็ส) ความมีสีเทา
grice, *n.* (ไกรซฺ) ลูกหมู
grid, grid-iron, *n.* ตับลวดย่างปลา
grief, *n.* (กรีฟ) ความเศร้าโศก
grievance, *n.* (กรี วันซฺ) ข้อปรับทุกข์ ความเดือดร้อน
grieve, *v.* (กรีฟว) เศร้าโศก; เป็นทุกข์ใจ
grievous, *a.* (กรี วัส) เป็นที่หนักใจ; เป็นเรื่องที่เศร้า
griffin, *n.* (กริฟ ฟิน) สัตว์ในนิยายเป็นรูปสิงห์โตหัวนกอินทรี
grill, *v.* (กริล) ย่าง; ทอด
grille, *n.* (กริล) ลูกกรงเหล็ก
grim, *a.* (กริม) อย่างเอาจริงเอาจัง; อย่างเหี้ยมเกรียม
grimace, *n.* (กริมเมซ) หน้าเบี้ยวบูด
grimly, *adv.* (กริม ลิ) อย่างขึงขัง
grimness, *n.* (กริม เน็ส) ความขึงขัง
grin, *v. n.* (กริน) ยิงฟัน; ยิ้มเหย
grind, *v.* (ไกรนฺด) บด; ลับ (มีด)
grindstone, *n.* (ไกรนฺด สโตน) หินลับมีด
grip, *n. v.* (กริพ) จับแน่น
gripe, *v.* (ไกรพฺ) ฉวย; ยึดมั่น
grisly, *a.* (กริส ลิ) น่ากลัว
gristle, *n.* (กริส เซิล) กระดูกอ่อน
grizzle, *a.* (กริซ เซิล) สีเทา
grizzly bear, (กริซ ลิแบ) หมีในเมืองหนาว
groan, *n. v.* (โกรน) ร้องคราง
grocer, *n.* (โกร เซอ) คนขายของชำ
grocery, *n.* (โกร เซอริ) ร้านชำ

grog, *n.* (กร็อก) เหล้ารัมปนน้ำ
groom, *n.* (กรูม) คนเลี้ยงม้า; คนใช้
groomsman, *n.* (กรูมซแมน) เพื่อนเจ้าบ่าว, เจ้าบ่าว; มหาดเล็ก
groove, *n.* (กรูบว) ราง; *v.* ขุดเป็นราง
grope, *v.* (โกรพ) คลำหา (ในที่มืด)
gross, *a.* (โกรซ) อย่างอุกฤษ; เลว; อย่างใหญ่หลวง; ทั้งหมด; *n.* สิบสองโหล (กุรุด)
grotesque, *a.* (โกร เท็สคฺ) พิลึก
grotto, *n.* (กร็อท โท) ถ้ำ
ground, (กราวนฺดฺ) อดีตของ **'grind'** บด; ลับ
ground, *n.* (กราวนฺดฺ) มูลเหตุ; ดิน; พื้นดิน; แผ่นดิน; อดีตและ *p.p.* ของ **'grind'** = ลับ (มีด); บด
grounded, *a.* จอดอยู่กับพื้นดิน, เกยฝั่ง
ground-floor, *n.* (-ฟลอรฺ) ชั้นล่าง
grounding, *n.* (กราวนฺ ดิง) ความรู้อย่างทะลุปรุโปร่ง
groundless, *a.* (กราวนฺดฺ เล็ซ) ไม่มีเหตุผล
ground-nut, *n.* (-นัท) ถั่วลิสง
ground-rent, *n.* ค่าเช่าที่
ground work, *n.* (กราวนฺดฺ เวอค) พื้นโดยทั่ว ๆ ไป; งานพื้นฐาน
group, *n.* (กรูพ) หมู่; กลุ่ม; *v.* จัดเข้าเป็นกลุ่ม
group-captain, *n.* นายนาวาอากาศเอก
grouping, *n.* (กรูพพิ่ง) การจัดเข้าเป็นพวก ๆ, หรือกลุ่ม
grouse, *n.* (กราวซฺ) ไก่ป่า ชนิดหนึ่ง; *v.* ขึ้บ่นจู้จี้
grove, *n.* (โกรฟว) ป่าเล็ก ๆ; สวนต้นไม้
grovel, *v.* (โกร เวิล) ลงคลานกับดิน
grow, *v.* (โกร); อดีต **grew**; *p.p.* **grown**; งอกงาม; ขึ้น; เจริญขึ้น; เติบโตขึ้น; ปลูก; ชักจะ
 grow rich, มั่งมีขึ้น
 grow up, โตขึ้น
 grow wild, ขึ้นรก
grower, *n.* (โกรเออ) ผู้ปลูก
growl, *v.* (กราวลฺ) ดุ; คำราม
grown-up, *n.* (โกรน อัพ) ผู้ใหญ่; *a.* โตแล้ว
growth, *n.* (โกรธฺ) ความเจริญงอกงาม; ความเติบโตขึ้น
 growth of hair, ขนขึ้น
grub, *n.* (กรับ) ตัวหนอน
grudge, *v. n.* (กรัดจ) คุมแค้น; ขัดเคือง; อิจฉา
gruel, *n.* (กรูเอ็ล) ข้าวต้มจนเละ
gruesome, *a.* (กรู ซัม) สยดสยองน่ากลัว
gruesomeness, *n.* (กรูซัม เน็ส) ความสยดสยอง
gruff, *a.* (กรัฟ) แหบ ๆ; ดุ
grumble, *v.* (กรัม เบิล) บ่นอุบอิบ
grunt, *v.* (กรันทฺ) ร้อง (หมู)
guano, *n.* (กวาโน) มูลนกใช้เป็นปุ๋ย
guarantee, *n. v.* (แกรันที) ประกัน
guard, *v.* (กาด) ป้องกัน; ปัดป้อง; ระแวดระวัง
guard, *n.* (กาด) ยาม; การป้องกัน; คนเดินรถ; กะบังดาบ; ทหารรักษาวัง

G

on guard, เฝ้ายาม
guardhouse, *n.* โรงทหารยาม
guardian, *n.* (กาเดียน) ผู้ปกครอง
guardian spirit, เทพารักษ์
guardless, *a.* (กาด เล็ส) ไม่ระวัง
guardsman, *n.* (กาดซ มัน) ทหารยาม
guava, *n.* (กวา วะ) ฝรั่ง (ต้น; ผล)
guerilla, guerrilla, *n.* (เกอริลล่า) กองโจร
guess, *v. n.* (เก๊ส) เดา; ทาย
guessable, *a.* (เก็ส ซะเบิล) พอจะเดาดูได้
guess-work, *n.* (เก๊ส เวอค) เป็นการเดาสวด
guest, *n.* (เก๊สทฺ) แขก (ผู้มาหา)
guest-house, *n.* (-เฮาซฺ) เรือนรับรอง
guffaw, *n. v.* (กัฟฟอ) หัวเราะลั่น
guidance, *n.* (ไก ดันซฺ) การนำ; การจัดทำ
guide, *v.* (ไกดฺ) นำ; พา; จัดทำ; *n.* มัคคุเทศก์; ผู้นำ
guide-book, *n.* (-บุค) หนังสือคู่มือเดินทาง
guided missile, อาวุธที่ส่งจากหอบังคับการ
guild, gild, *n.* (กิลดฺ) สมาคมการค้า; สังคมอาชีพ
guilder, *n.* (กิลเดอ) เหรียญกิลเดอร์ของฮอลแลนด์
guild-hall, *n.* (กิลดฺ ฮอล) หอประชุมแห่งสังคมอาชีพ; ศาลาเทศบาล
guile, *n.* (ไกลฺ) เล่ห์เหลี่ยม
guileful *a.* เต็มไปด้วยเล่ห์เหลี่ยม
guileless, *a.* ไม่มีเล่ห์เหลี่ยมอันใด
guillemot, *n.* (กิลลิ ม็อท) นกทะเลชนิดหนึ่ง
guillotine, *n.* (กิล โลทีน) เครื่องตัดหัวประหารชีวิต ในฝรั่งเศส; ตะไกรตัดกระดาษ; *v.* ตัดหัวด้วยเครื่องกิลโลทีน
guilt, *n.* (กิลทฺ) ความผิด
guiltless, *a.* (กิลทฺ เล็ส) ไม่มีความผิด
guiltlessness, *n.* (กิลทฺเล็ส เน็ส) ความบริสุทธิ์
guilty, *a.* (กิล ทิ) มีความผิด
guinea, *n.* (กิน นี) เหรียญทองคำราคา 105 เพ็นนี
guinea-fowl, *n.* (กินนิฟาวลฺ) ไก่ต๊อก
guinea-pig, *n.* (กิน นิพิก) หนูตะเภา
guise, *n.* (ไกซ) ท่าทาง
guitar, *n.* (กิทา) กีต้าร์
gulf, *n.* (กัลฟฺ) อ่าว; ห้วง
gull, *n.* (กัล) นกนางนวล; การหลอกลวง; ผู้ถูกหลอกลวง; *v.* หลอกลวง
gullet, *n.* (กัลเล็ท) หลอดคอหอย
gulp, *v.* (กัลพฺ) ขยอกกิน
gum, *n.* (กัม) กาว; ยาง; เหงือกฟัน; *v.* ติดกาว
chewing gum, หมากฝรั่ง
gummy, *a.* (กัม มิ) เหนียว
gun, *n.* (กัน) ปืน
gunboat, gun-boat, *n.* (กัน โบท) เรือปืน
gunner, *n.* (กันเนอ) ทหารยิงปืน
gunnery, *n.* (กัน เนอริ) การยิงปืน

gunny bag, กระสอบป่าน

gunpowder, *n.* (กัน พาวเดอ) ดินปืน

gunshot, *n.* (กัน ช็อท) ระยะปืน

gurgle, *v.* (เกอ เกิล) กลั้วคอ

gurkha, *n.* ทหารกุรข่า

guru, *n.* (กูรู) ฤาษี (ครู)

gush, *v.* (กัช) ไหลพุ่ง

gust, *n.* (กัสทฺ) ชีวหาประสาท, โอชารส; ลมแรง

gusty, *a.* (กัส ทิ) ลมแรง

gut, *n.* (กัท) เอ็นเชือก; ไส้ (สมมุติกันว่าเป็นบ่อเกิดแห่งความกล้าหาญ)

gutta-percha, *n.* (กัท ทะเพอช่า) ยางกัดตาเปอชา

gutter, *n.* (กัทเทอ) ร่องน้ำชายคา

guttural, *a.* (กัท ทะรัล) เสียงโฮกฮาก (จากลำคอ)

guy, *n.* (กาย) หมอนั่น หมอนี่

gymkhana, *n.* (จิมคานะ) สโมสรการกีฬา

gymnasium, *n.* (จิมเนเซียม) โรงพละศึกษา; โรงเรียนชั้นมัธยม (ในเยอรมัน)

gymnast, *n.* (จิม แนสทฺ) ครูสอนพลศึกษา

gymnastic, *a.* (จิมแนส ทิค) แห่งการห้อยโหน

gymnastics, *n.* (จิมแนส ทิคสฺ) วิชาห้อยโหน

gynaecology, *n.* (จินนีคือล ลอดจิ) นารีเวชวิทยา

gypsum, *n.* (จิพซัม) ปูนสำหรับหล่อรูปปั้น

Gypsy *n.* (จิพ ซิ) ชาวยิพซี

gyrate, *v.* (ใจเรท) หมุน; หัน (แบบกังหัน)

G

H

haberdashery, *n.* (แฮ เบอเดชเชอริ) ร้านขายเสื้อผ้าเบ็ดเตล็ด

habit, *n.* (แฮบบิท) นิสัย; เครื่องแต่งตัว; *v.* แต่งตัว

habitable, *a.* (แฮบ บิททะเบิล) ซึ่งอยู่ได้

habitant, *n.* (แฮบ บิททันทฺ) ผู้อยู่

habitation, *n.* (แฮบบิเทชั่น) เคหสถาน; ที่อาศัย

habitual, *a.* (ฮะบิท จวล) ซึ่งเคยชินเป็นนิสัย; ตามเคย

habituate, *v.* (ฮะบิท จิวเอท) เคยชินต่อ

hack, *v.* (แฮค) ตัด; สับ (หั่น)

hackle, *v.* (แฮค เคิล) ผ่า

hackney, *n.* (แฮค นิ) ม้า; รถม้า

hackneyed, *a.* (แฮค นิดฺ) รับจ้าง; จืดชืด; เลว

had, อดีตของ '**have**' : มีแล้ว

haddock, *n.* (แฮด ดอค) ปลาทะเลชนิดหนึ่ง

Hades, *n.* (เฮ ดีซ) นรก
hadji, *n.* (แฮด จี) หะยี (ผู้เจริญบุญไปเม็กกะแล้ว)
haemorrhage, *n.* (เฮ็ม มอเร็จ) เลือดออก
haemorrhoids, *n.* (เอ็ม มอรอยดฺซฺ) ริดสีดวง
hag, *n.* (แฮก) ยายแก่; แม่มด
haggard, *a.* (แฮกกัด) หน้าตื่น
haggle, *v.* (แฮก เกิล) เกี่ยงราคา
hail, *n.* (เฮล) ลูกเห็บ; เรียก; *i.* เปล่งเสียงร้องด้วยความยินดี
hailstone, *n.* (เฮล สฺโทน) ก้อนลูกเห็บ
hailstorm, *n.* (เฮล สฺทอม) ห่าฝนลูกเห็บ
hain, *v.* (เฮน) ล้อมรั้ว
hair, *n.* (แฮ) ผม; ขน
hairbreadth, *n.* (แฮ เบ็รดธ) เพียงเส้นผมเดียว
hairbrush, *n.* (แฮ บรัช) แปรงหวีปัดผม
hair-cutter, *n.* (แฮคัทเทอ) ช่างตัดผม
hairdresser, *n.* (แฮ เดร็สเซอ) ช่างทำผม
hairdressing saloon, ร้านทำผม
hairiness, *n.* (แฮริเน็ส) สภาพความเป็นผม, ขนดก
hairless, *a.* (แฮ เล็ส) ไม่มีผม; ไม่มีขน
hair-oil, *n.* (แฮออยลฺ) น้ำมันใส่ผม
hairpin, *n.* (แฮ พิน) เข็มกลัดผม; เข็มปักผม
hair-raising, *a.* ทำให้ขนหัวลุก
hair-splitting, *n. a.* ผิดไป แค่เส้นผมผ่าซีก
hairy, *a.* (แฮ ริ) เป็นขน; มีผม; ผมดก; ขนดก
halberd, halbert, *n.* (แฮลเบอด) อาวุธขวานโบราณ
halberdier, *n.* (แฮลเบอดี เออ) ทหารเหล่าถือขวาน
halcyon, *n.* (แฮล เซียน) ชื่อนก; สงบเงียบ
half, *n.* (ฮาฟ) ครึ่งหนึ่ง
half and half, แบ่งกันคนละครึ่ง
half-blood, *n.* (บลัด) ผู้มีเลือดผสม (ลูกครึ่ง)
half-brother, *n.* (-บรา เธอ) พี่หรือน้องคนละพ่อหรือคนละแม่
half-caste, *n.* (-คาสทฺ) ลูกครึ่งที่ไม่มีคนนับถือ
half-dead, *a.* (-เด็ด) เกือบตาย
half-holiday, *n.* (-ฮ็อลลิเด) วันหยุดครึ่งวัน
half-mast, (-มาสทฺ) กึ่งเสา (ธงลดลง)
half-moon, *n.* (-มูน) พระจันทร์ครึ่งซีก
halfpenny, *n.* (ฮาฟ เพ็นนิ) เหรียญครึ่งเพ็นนี (เลิกใช้แล้ว)
half-price, *n.* (ไพรซฺ) กึ่งราคา
half-sister, *n.* (-ซิส เทอ) พี่หรือน้องสาวคนละพ่อหรือคนละแม่
half-way, halfway, *a.* (ฮาฟ เว) กึ่งกลาง; กลางทาง
half-yearly, *a.* (-เยียลิ) ครึ่งปีมาครั้ง
halibut, *n.* (แฮลลิบัท) ปลาทะเลชนิดหนึ่ง
hall, *n.* (ฮอล) ห้องโถง; ห้องประชุม
hall-mark, *n.* (ฮอลมาค) ตรารับรองคุณภาพของทองคำหรือเงิน

hallelujah, *n.* (แฮล ลีลูยา) คำสรรเสริญพระเจ้า
hallo, halloa, *i.* (ฮัลโล) ฮัลโล
hallow, *v.* (แฮลโล) จงเป็นที่ศักดิ์สิทธิ์
hallucinate, *v.* (แฮลลิว ซิเนท) มองเห็นภาพในความฝัน
halm, *n.* (ฮอม) ฟาง
halo, *n.* (เฮ โล) ศีรประภา (แสงบนพระเศียร ของนักบุญ)
halt, *v.* (ฮอลทฺ) หยุด
halter, *n.* (ฮอล เทอ) เชือกจูงม้า
halve, *v.* (ฮาฟ) แบ่งครึ่ง
ham, *n.* (แฮม) หมูแฮม; ขาหมูเค็ม; หมู่บ้าน
hamburger, *n.* (แฮม เบอเกอ) เนื้อสับทอดกับหัวหอม
hamlet, *n.* (แฮมเล็ท) หมู่บ้านน้อยๆ
hammer, *n.* (แฮมเมอ) ฆ้อน; *v.* เอาฆ้อนตี
hammock, *n.* (แฮมมัค) เปลญวน
hand, *n.* (แฮนดฺ) มือ; เข็มนาฬิกา; *v.* จับ; จูง; ส่ง
at first hand, จากต้นตอ
at the hand of, ภายในเงื้อมมือของ
change hands, เปลี่ยนมือไป
gain the upper hand, เป็นต่อ
hand over, ส่งมอบ
in hand, อยู่ในกำมือ
off-hand, *adv.* โดยไม่ต้องเตรียมมาล่วงหน้า
an old hand, มือเก่า (ชำนาญมาแล้ว)
second hand, ของใช้แล้ว

handbag, *n.* (แฮนดฺ แบก) กระเป๋าถือ
handbill, *n.* (แฮนดฺ บิล) ใบปลิว
handbook, *n.* (แฮนดฺ บุค) คู่มือ
hand-breadth, *n.* (แฮนดฺ เบร็ธ) ขนาดเท่าฝ่ามือ
handcuff, *n.* (แฮนดฺ คัฟ) กุญแจมือ
hander, *n.* (แฮนเดอ) ผู้ยื่นให้; ผู้ส่งมอบ
handful, *n.* (แฮนดฺ ฟุล) เต็มมือ
handicap, *n. v.* (แฮนดิ แคพ) เสียเปรียบ; ต่อให้
handicraft, *n.* (แฮน ดิ คราฟทฺ) การช่าง; การฝีมือ
handiness, *n.* (แฮนดิเน็ส) ความสะดวกต่อการใช้
hand-in-hand, *adv.* (แฮนดฺ-อินแฮน) จูงมือ
handiwork, *n.* (แฮน ดิเวอค) การฝีมือ
handkerchief, *n.* (แฮงเคอชีฟ) ผ้าเช็ดหน้า
hand-labour, *n.* (แฮนดฺ เลเบอ) งานทำด้วยมือ
handle, *n.* (แฮนเดิล) จับ; จัดการ; *n.* ด้าม; หู
handling, *n.* (แฮนดฺ ลิง) การจับทำภาชนะ
hand-loom, *n.* (แฮนดฺลูม) เครื่องทอผ้าด้วยมือ
hand-made, *a.* (แฮนดฺเมด) ทำด้วยมือ
hand-maid, *n.* (แฮนดฺ เมด) สาวใช้
hand-rail, *n.* (แฮนดฺ เรล) ราวลูกกรง
handsel, hansel, *n.* (แฮนดฺ เซ็ล) ลางดี
handsome, *a.* (แฮนซัม) สวยเก๋ รูปหล่อ
handsomely, *adv.* (แอนซัมลิ) สวยเก๋

H

handsomeness, *n.* (แฮน ซัมเนิส) ความสวยเก๋ ความหล่อ

hand-to-hand, *n.* (แฮนดฺ-ทู-แฮนดฺ) ตัวต่อตัว

hand-to-mouth, *a.* หากินไปวันหนึ่ง ๆ

handwork, *n.* (แฮนดฺ เวอค) การช่าง (ที่ทำด้วยมือ)

handwriting, *n.* (แฮนดฺ ไรทิ่ง) ลายมือ

handy, *a.* (แฮนดี้) เหมาะดี; สะดวกดี

hang, *v.* (แฮง) แขวน; ห้อย; แขวนคอ

hang in the balance, ยังไม่เป็นที่แน่ใจ

hanger, *n.* (แฮง เงอ) ที่แขวน

hanging, *n.* (แฮงงิ่ง) การแขวนคอ

hangman, *n.* (แฮง แมน) เพ็ชฌฆาต

hank, *n.* (แฮงคฺ) เข็ดด้าย

hanker, *v.* (แฮงเคอ) อยากได้นัก

hap, *n.* (แฮพ) เหตุบังเอิญ

haphazard, *n. a.* (แฮพ แฮซัด) เป็นไปโดยบังเอิญ; แล้วแต่เรื่อง

hapless, *a.* (แฮพ เล็ส) ไม่มีโชค

haply, *adv.* (แฮพลิ) โดยบังเอิญ

happen, *v.* (แฮพ เพิน) บังเกิดขึ้น

happening, *n.* (แฮพ เพินนิ่ง) เหตุที่เกิดขึ้น

happily, *adv.* (แฮพพิลิ) อย่างสุขสบาย; เคราะห์ดีที่ว่า

happiness, *n.* (แฮพ พิเนิส) ความสุข

happy, *a.* (แฮพพิ) สุขสบาย

happy-go-lucky, *adv.* (แฮพ พี่โก-ลัคกี่) ปล่อยตามเรื่อง

hara-kiri, *n.* ฮาราคีรี

harangue, *v.* (ฮะแรง) กล่าวคำในที่ประชุม

harass, *v.* (แฮรัส) เฝ้ารบกวน

harasser, *n.* (แฮ รัสเซอ) ผู้เฝ้ารบกวน

harassingly, *adv.* (แฮ รัสซิงลิ) โดยเป็นการรบกวนไม่หยุดหย่อน

harbinger, *n.* (ฮา บินเจอ) ผู้มาก่อน; ผู้หาที่ให้อยู่

harbour, *n.* (ฮาเบอ) ท่าเรือ; *v.* รับไว้; เอาเข้าที่กำบัง

hard, *a.* (ฮาด) แข็ง; ยาก; หนัก

hard-and-fast, อย่างตายตัวลงไป

hard at work, กำลังทำงานอย่างแข็งแรง

hard-boiled, *a.* (ฮาด บอยลฺดฺ) ต้มจนแข็ง (ไข่)

hard by, *a.* (ฮาด บาย) ใกล้ ๆ นี่เอง

hard cash, *n.* (ฮาด แคช) เงินขาว ๆ

hard currency, *n.* เงินตราที่มีคุณค่าแพงและแข็งแกร่ง

hard-earned, *a.* หามาด้วยความยาก

hard facts, *n.* (ฮาด แฟคสฺ) ความจริงอันเดือดร้อน

harden, *v.* (ฮา เดิ้น) แข็งเข้า

hard-hearted, *a.* (ฮาด ฮาทเท็ด) โหดร้าย

hardly, *adv.* (ฮาด ลิ) แทบจะ

hardness, *n.* (ฮาด เนิส) ความแข็ง; ความยากลำบาก

hard of hearing, หูตึง

hardship, *n.* (ฮาด ชิพ) ความลำบาก

hard up, *a.* (ฮาด อัพ) ร้อนเงิน; ขัดสน

hardware, *n.* (ฮาด แว) เครื่องเหล็ก

hard-wood, *n.* ไม้เนื้อแข็ง

hardy, *a.* (ฮาด ดิ) กล้า; ทนต่อฝนฟ้าอากาศ

hare, *n.* (แฮ) กระต่ายป่า

harebell, *n.* ปากแหว่ง

harem, *n.* (แฮ เร็ม) ตำหนักนางสนมกำนัล; ที่เก็บเมียเป็นฝูง ๆ

haricot *n.* (แฮ ริโค) ถั่วฝรั่งเศส

hark, *v.* (ฮาค) ฟังดู; เงี่ยหูฟังดู

harlequin, *n.* (ฮา ลี ควิน) ตัวตลก

harlot, *n.* (ฮา ล็อท) หญิงโสเภณี

harm, *n.* (ฮาม) อันตราย

harm, *v.* (ฮาม) กระทำอันตราย

harmful, *a.* (ฮามฟุล) เป็นอันตราย

harmfully, *adv.* อย่างมีอันตราย

harmfulness *n.* (ฮาม ฟุลเน็ส) ความมีอันตราย

harmless, *a.* (ฮาม เล็ส) ไม่มีอันตราย

harmlessly, *adv.* (ฮาม เล็สลิ) อย่างไม่มีอันตราย

harmlessness, *n.* (ฮาม เล็สเน็ส) ความพ้นภัย

harmonica, *n.* (ฮาม็อน นิคา) หีบเพลง

harmonical, *a.* (ฮารฺม็อน นิคัล) ไพเราะ; ประสานกันดี

harmonious, *a.* (ฮารฺ โมเนียส) สามัคคีปรองดองกันดี; ไพเราะดี

harmonist, *n.* (ฮา มอนิสทฺ) นักดนตรี

harmonize, *v.* (ฮารฺ มอนไนซ) ประสานเสียงกัน; กลมกลืนกันดี

harmony, *n.* (ฮารฺ มอนนิ) ความสามัคคีปรองดองกัน; การประสานกัน; เสียงประสาน

harness, *n.* (ฮารฺ เน็ส); *v.* ใส่อานม้า; เทียมม้า

harp, *n.* (ฮาพ) พิณชนิดหนึ่ง

harper, *n.* (ฮาพ เพอ) คนดีดพิณ

harpoon, *n.* (ฮาพูน) ฉมวก; *v.* พุ่งฉมวก

harpsichord; *n.* (ฮาพ ซิคอด) เปียนโนชนิดหนึ่ง

harpy, *n.* (ฮาพ พิ) กินรีฝรั่ง

harquebus, *n.* (ฮารฺ ควีบัส) ปืนโบราณ

harrow, *n.* (แฮ โร) คราดเกลี่ยดิน; เครื่องพรวนดิน; *v.* เดือดร้อนนัก

harsh, *a.* (ฮาช) รุนแรง

harshness, *n.* (ฮาช เน็ส) ความรุนแรง

hart, *n.* (ฮาท) กวางตัวผู้

harum-scarum, *a.* (แฮรัม สแครัม) พรวดพราด ดันทุรัง

harvest, *n.* (ฮารฺ เว็สทฺ) พืชผล; การเก็บเกี่ยว; หน้าเกี่ยวข้าว; *v.* เกี่ยวข้าว

harvester, *n.* (ฮารฺ เว็สเทอ) คนเกี่ยวข้าว

has, *v.* (แฮซ) มี

hash, *v.* (แฮช) สับเป็นชิ้นเล็ก ๆ

hashish, *n.* (แฮช ชีช) กัญชา

hasp, *n.* (แฮสพฺ) สายยู (กุญแจ)

haste, *n.* (เฮสทฺ) ความเร่งร้อน

make haste, เร็ว ๆ เข้าซิ

hasteless, *a.* (เฮสทฺ เล็ส) ไม่รีบร้อน

hastelessness, *n.* (เฮสทฺ เล็สเน็ส) ความไม่รีบร้อน

hasten, *v.* (เฮส เซิน) เร่งรีบ

hastily, *adv.* (เฮส ทิลิ) อย่างเร่งร้อน

hastiness, *n.* (เฮส ทิเน็ส) ความเร่งรีบ

hasty, *a.* (เฮส ทิ) เร่งร้อน

H

hat, *n.* (แฮท) หมวก
hatch, *v.* (แฮทชฺ) ฟักไข่
hatchet, *n.* (แฮ็ท เช็ท) ขวาน
hate, *v. n.* (เฮท) เกลียดชัง
hateable, *a.* (เฮท ทะเบิล) ควรเกลียด; น่าเกลียดชัง
hateful, *a.* (เฮท ฟุล) เป็นที่น่าเกลียด
hater, *n.* (เฮท เทอ) ผู้เกลียดชัง
hath, *v.* (แฮธ) มี
hatless, *a.* (แฮท เล็ส) ไม่มีหมวก
hatred, *n.* (เฮท เทร็ด) ความเกลียดชัง
hatter, *n.* (แฮท เทอ) ช่างทำหมวก; พ่อค้าหมวก
hatting, *n.* (แฮท ทิง) การทำหมวก
haughtiness, *n.* (ฮอ ทิเน็ส) ความหยิ่ง
haughty, *a.* (ฮอ ที) หยิ่ง; วางปึ่ง
haul, *v.* (ฮอล) ดึง; ลาก
haunch, *n.* (ฮอนชฺ; ฮานชฺ) ตะโพก
haunt, *v.* (ฮอนทฺ; ฮานทฺ) หลอกหลอน (ผี); มาบ่อย
haunt, *n.* (ฮอนทฺ; ฮานทฺ) ที่มีคนชอบไปกันมากๆ
haunted, *a.* (ฮอน เท็ด) มีผีหลอก
hautboy, hoby, *n.* (โฮ บอย) ปี่
Havana, *n.* (ฮาวานา) บุหรี่ฮาวานา
have, *v.* (แฮฟว); อดีต; *p.p.* **had**; มี
  have to, จำต้อง
  have illness, เจ็บ
  have dinner, รับประทานอาหารเย็น
  have a meal, รับประทานอาหาร
haven, *n.* (เฮ เวิน) ท่าเทียบเรือ
haver, *v.* (แฮฟ เวอ) พูดจาเหลวไหล
haversack, *n.* (แฮฟ เวอแซค) ถุงแบกกับหลัง
havoc, *n.* (แฮฟ วอค) ความพินาศ
hawk, *n.* (ฮอค) เหยี่ยว; *v.* เร่ขาย
hawker, *n.* (ฮอค เคอ) คนหาบเร่
hawthorn, *n.* (ฮอ ธอน) ต้นไม้ชนิดหนึ่ง
hay, *n.* (เฮ) ฟางหญ้า
  make hay while the sun shines, น้ำขึ้นให้รีบตัก
haystack, *n.* (เฮ สฺแทค) กองฟาง
hazard, *n.* (แฮส ซัด) อันตรายที่ต้องเสี่ยง
hazardous, *a.* (แฮ ซะดัส) ซึ่งเป็นการเสี่ยงโชค
haze, *n.* (เฮซ) หมอกสลัวๆ
hazel, *n.* (เฮซึล) ต้นไม้ชนิดหนึ่ง
haziness, *n.* (เฮ ซิเน็ส) ความมัว
hazy, *a.* (เฮ ซิ) มืดมัว; มัวๆ; คลุมเครือ
he, *prn.* (ฮี) เขา (ผู้ชาย)
  he-man, *n.* ผู้ชายอกสามศอก
head, *n.* (เฮ็ด) ศีรษะ; หัวหน้า; หัว; *v.* หัวหน้า
  head or tail, หัวหรือก้อย
  head over ears, อย่างชนิดลืมหูลืมตาไม่ขึ้น
  keep one's head, พยายามสงบสติอารมณ์
headache, *n.* (เฮ็ด เอค) ปวดศีรษะ
head-dress, *n.* (เฮ็ด เดร็ส) หมวกและสิ่งปกคลุมศีรษะ
head-foremost, *adv.* (เฮ็ด ฟอโมสทฺ) หัวลงก่อน
head-gear, *n.* (เฮ็ด เกีย) สิ่งสวมศีรษะ

head-hunter, *n.* คนล่าหัวมนุษย์

head-hunting, *n.* (-ฮันทิง) การล่าเอาหัวมนุษย์

headily, *adv.* (เฮ็ด ดิลิ) อย่างรวดเร็ว; อย่างรุนแรง

heading, *n.* (เฮ็ด ดิง) หัวเรื่อง

headland, *n.* (เฮ็ด แล็นดฺ) แหลม

headless, *a.* (เฮ็ด เล็ส) ไม่มีหัว

headline, *n.* (เฮ็ด ไลนฺ) พาดหัวเรื่อง

headlong, *adv.* (เฮ็ด ลอง) หัวถลา

headman, *n.* (เฮ็ด แมน) หัวหน้า

head-master, *n.* (เฮ็ด มาสเทอ) อาจารย์ใหญ่; ครูใหญ่

head-mistress, *n.* (เฮ็ด มิสเทร็ส) อาจารย์ใหญ่; ครูใหญ่ (ผู้หญิง)

headmost, *a.* (เฮ็ด โมสทฺ) นำหน้าสุด

head-phone, *n.* (-โฟน) หูรับฟังวิทยุ

head-piece, *n.* (เฮ็ด พีซ) อันตรงหัว; เครื่องสวมศีรษะ

head-quarters, *n.* *(pl.)* (เฮ็ด ควอ-เทอสฺ) ที่ทำการกลาง; สำนักงานใหญ่

headstrong, *a.* (เฮ็ดสตร็อง) หัวรั้น; ดันทุรัง

head-tire, *n.* (เฮ็ด ไทเออ) เครื่องสวมศีรษะ

headward, *adv.* (เฮ็ดเวอด) ไปทางหัว

headway, *n.* (เฮ็ดเว) การก้าวหน้า; นำหน้า

head-work, *n.* (เฮ็ด เวอค) งานหัวสมอง

heal, *v.* (ฮีล) รักษา

healable, *a.* (ฮีล ละเบิล) พอรักษาให้หายได้

healer, *n.* (ฮีล เลอ) ผู้เยียวยา; ยา

health, *n.* (เฮ็ลธ) อนามัย; สุขภาพ

health officer, *n.* (-อ็อฟ ฟิเซอ) พนักงานสาธารณสุข

healthy, *a.* (เฮ็ล ธิ) ซึ่งมีอนามัยดี

heap, *v.n.* (ฮีพ) กอง; เป็นก่ายเป็นกอง

hear, *v.* (เฮีย) ได้ยิน

hearer, *n.* (เฮียเรอ) ผู้ฟัง; ผู้ได้ยิน

hearing, *n.* (เฮีย ริง) โสตประสาท

hard of hearing, หูตึง

quick, of hearing, หูไว

hearken, *v.* (ฮาค เคิน) ฟัง; เงี่ยหูฟัง

hearsay, *n.* (เฮียรฺ เซ) ข่าวลือ

hearse, *n.* (เฮอซ) รถศพ

heart, *n.* (ฮาท) ใจ; หัวใจ; ความกล้า

at heart, ในหัวใจจริง

by heart, ขึ้นใจ (ท่องจำ)

in the heart of, ใจกลาง

heart-ache, (-เอค) เจ็บหัวใจ

heart-break, *n.* (ฮาท เบร็ค) อกหัก

heart-broken, *a.* (ฮาท โบรคเคิน) หัวอกหัก

hearten, *v.* (ฮาท เทิน) เร้ากำลังใจ

heart-felt, *a.* (ฮาท เฟ็ลทฺ) ทราบซึ้งถึงหัวใจ; จริงใจ

heartful,. *n.* (ฮาธฟูล) เตาไฟ; บ้านอันเป็นที่อบอุ่น

heartily, *adv.* (ฮาท ทิลิ) โดยเต็มใจ

heartiness, *n.* (ฮาท ทิเน็ส) ความเต็มใจ

heartless, *a.* (ฮาท เล็ส) ใจโหดร้าย

heart-rending, *a.* (ฮาท เร็นดิง) อันร้าวหัวใจ

H

heart-sinking, *n.* หัวใจแป้ว
heartly, *a.* (ฮาท ทลิ) เต็มใจ
heat, *n.* (ฮีท) ความร้อน; *v.* ร้อนขึ้น; ทำให้ร้อน
heated, *a.* (ฮีท เท็ด) ร้อนระอุ
heater, *n.* (อีท เทอ) เตา
heath, *n.* (ฮีธ) หญ้ารกชนิดหนึ่ง; สนาม
heathen, *n.* (ฮี เธิน) คนนอกศาสนา
heather, *n.* (เฮ็ธ เธอ) หญ้ารก
heat-unit, *n.* (-ยูนิท) หน่วยวัดความร้อน
heat-wave, *n.* (ฮีท เวฟว) พายุลมร้อน
heave, *v.* (ฮีฟว) ขึ้น; ยกขึ้น
heave a sigh, ถอนหายใจ
heaven, *n.* (เฮ็ฟ เวิน) สวรรค์
in the seventh heaven, ในสวรรค์ชั้นเจ็ด
heavenly, *a.* (เฮ็ฟ เวินลิ) เหมือนในสวรรค์
heaviness, *n.* (เฮวิเน็ส) ความหนัก
heavy, *v.* (เฮ็ฟ วิ) หนัก
heavy-hearted, *a.* (-ฮาทเท็ด) เศร้าใจ
heavy-leaden, *a.* (-เล เดิน) บรรทุกเสียหนัก
Hebraic, *a.* (ฮีเบร อิค) แห่งแขกฮีบรู
Hebrew, *n.* (ฮี บรู) แขกฮีบรูหรือยิว
hectare, *n.* (เฮ็ค แท) มาตราวัดพื้นที่ = ๑๐,๐๐๐ ตารางเมตร
hectogram , *n.* (เฮ็ค โทแกรม) เฮกโตกรัม (มาตราชั่งของอังกฤษ)
hectometre, *n.* (เฮ็ค โทมีเทอ) เฮกโตเมตร (มาตราวัดของอังกฤษ)
hedge, *n.* (เฮ็ดจ) รั้วต้นไม้
hedgehog, *n.* (เฮ็ดจ ฮ็อก) เม่น
hedonic, *a.* (ฮีดอนนิค) แห่งความสำราญ
heed, *n.* (ฮีด) ความระมัดระวัง; *v.* ระวัง
heedful, *a.* (ฮีด ฟูล) ระมัดระวัง
heedless, *a.* (ฮีด เล็ส) ปราศจากความระมัดระวัง
heel, *n.* (ฮีล) ส้นเท้า
take to one's heels, แจวอ้าว
at one's heels, ตามติดแจ
heft, *v.* (เฮฟทฺ) ยกน้ำหนักขึ้น
hegemony, *n.* (เฮ็ด จิมันนิ) การปกครองบังคับบัญชา
hegira, *n.* (เฮ็ด จิรา) ศักราชเฮ็ดจิราของชาวมะหะหมัด
heifer, *n.* (เฮ็ฟ เฟอ) วัยสาว
height, *n.* (ไฮทฺ) ความสูง; ส่วนสูง; เนินเขา
eight feet in height, สูงแปดฟุต
of great height, สูงมาก
heighten, *v.* (ไฮ เทิน) ทำให้สูงขึ้น
heinous, *a.* (เฮน นัส) อย่างเลวร้าย
heir, *n.* (แอ) ผู้รับมรดก; ผู้สืบสายโลหิต; ทายาท
heir apparent, *n.* (-อะแพ เร็นทฺ) ผู้ที่ควรจะได้สืบราชสมบัติต่อไป
heiress, *n.* (แอ เร็ส) เพศหญิงของ **'heir'** : ผู้รับมรดก; ผู้สืบราชสมบัติ; ทายาท
heirless, *a.* (แอ เล็ส) ไม่มีผู้สืบตระกูล
heirship, *n.* (แอ ชิพ) สิทธิการสืบตระกูล
held, (เฮ็ลดฺ) อดีตของ **'hold'** : ถือ
helicon, *n.* (เฮ็ล ลิค็อน) แตรใหญ่
helicopter, *n.* เครื่องบินเฮลิคอพเตอร์
hell, *n.* (แฮ็ล) นรก

Hellenic, *a.* (เฮลเล นิค) แห่งกรีกโบราณ
hellish, *a.* (แฮ็ล ลิช) เยี่ยงนรก
hellward, *adv.* (แฮ็ล เวอดฺ) ไปสู่นรก
helly, *a.* (แฮ็ล ลิ) เยี่ยงนรก
helm, *n.* (เฮ็ล มฺ) ที่ถือหางเสือ; หมวกเหล็ก
helmet, *n.* (เฮ็ล เม็ท) หมวกเหล็ก
help, *v.* (แฮ็ลพฺ) ช่วย; *n.* ความช่วยเหลือ
help yoursefl, หยิบเอาเอง
I cannot help it, เข้าใจ
I cannot help smiling, อดยิ้มไม่ได้
by the help of, โดยอาศัย
helper, *n.* (แฮ็ลเพอ) ผู้ช่วย
helpful, *a.* (แฮ็ลพฺ ฟูล) ซึ่งเป็นการช่วยเหลือ
helping, *n.* (แฮ็ลพิ่ง) การช่วย; อาหารตักหนหนึ่ง
second helping ตักอาหารอีกหนหนึ่ง
helpless, *a.* (แฮ็ลพฺ เล็ส) ไม่มีทางช่วยเหลือ; ปราศจากผู้ช่วยเหลือ
helplessly, *adv.* (แฮ็ลพฺ เล็สลิ) อย่างไม่เป็นท่า
helplessness, *n.* (แฮ็ลพฺ เล็สเน็ส) ความหมดทางช่วยอีกแล้ว
helpmate, *n.* (แฮ็ลพฺ เมท) ผู้ช่วย
helter-skelter, *adv.* (เฮ็ลเทอ-สเก็ลเทอ) สับสนอลหม่าน
hem, *n.* (เฮ็ม) ขอบ; ชายผ้า; *v.* ทำขอบผ้า; ติดกัน; ล้อมไว้; สอยผ้า
hemisphere, *n.* (เฮ็ม มิสเฟียรฺ) ซีกโลก; กึ่งทรงกลม
hemp, *n.* (เฮ็มพฺ) ป่าน
Indian hemp, กัญชา
hen, *n.* (เฮ็น) แม่ไก่
henbane, *n.* (เฮ็นเบน) ชื่อต้นไม้
hence, *adv.* (เฮ็นซฺ) ดังนั้น; ตั้งแต่นี้ไป
henceforth, henceforward, *adv.* ตั้งแต่บัดนี้เป็นต้นไป
henchman, *n.* (เฮ็นชฺ แมน) ลูกน้อง; คนใช้; มหาดเล็ก
hen-coop, *n.* (เฮ็นคูพ) สุ่มไก่
hendecagon, *n.* (เฮ็นเด็ค คะกอน) รูปสิบเอ็ดเหลี่ยม
hen-party, *n.* งานที่มีแต่ผู้หญิง
hen-peck, *v.* (เฮ็น เพ็ค) ครอบงำผัวให้อยู่ใต้บาทา
heptagon, *n.* (เฮ็พ ทะกอน) รูปเจ็ดเหลี่ยม
her, *prn.* (เฮอ) ของเขา (ผู้หญิง)
herald, *n.* (เฮ รัลดฺ) นายพิธี; ผู้สื่อข่าว
herb, *n.* (เฮอบ) ผักหญ้า
herbaceous, *a.* (เฮอ เบ ซัส) เยี่ยงผักหญ้า
herbage, *n.* ผักหญ้าทั้งปวง
herbivorous, *a.* (เฮอบิ วอรัส) กินผักหญ้าเป็นอาหาร
Herculean, *a.* (เฮอ คิวเลียน) เยี่ยงเฮอคิวลิส ผู้มีกำลังมหายักษ์
Hercules, *n.* (เฮอรฺ คิวลิซ) วีรบุรุษผู้มีกำลัง ยักษ์แห่งกรีกโบราณ
herd, *n.* (เฮอด) ฝูงวัวฝูงควาย; ฝูง
herdsman, *n.* (เฮอดซ แมน) คนเลี้ยงวัวเลี้ยงควาย
here, *adv.* (เฮียรฺ) ที่นี่
hereabout, hereabouts, *adv.* (เฮียรฺอะ

H

บาวทฺ) แถว ๆ นี้
hereafter, *adv.* (เฮียรฺอาฟ เทอ) ต่อจากนี้ไป
hereat, *adv.* (เฮียรฺแอท) เพราะเหตุนี้เอง
hereby, *adv.* (เฮียรฺ บาย) ดังนั้น; โดยนัยนี้
hereditary, *a.* (ฮีเร็ด ดิทะริ) ซึ่งสืบเนื่องมาแต่บรรพบุรุษ
heredity, *n.* (ฮีเร็ด ดิทิ) การสืบสายโลหิต; ความสืบเนื่องมาแต่บรรพบุรุษ; กรรมพันธุ์
herein, *adv.* (เฮียรฺอิน) ข้างในนี้
hereof, *adv.* (เฮียรฺ ออฟ) ในเรื่องนี้
hereon, *adv.* (เฮียรฺ ออน) ในเรื่องนี้
heresy, *n.* (เฮ เร็สซิ) ความเห็นแย้งศาสนา
heretic, *n.* (เฮ เร็ททิค) คนเห็นแย้งศาสนา
heretofore, *adv.* (เฮียรฺทูโฟ) แต่กาลก่อนจนบัดนี้
hereunder, *adv.* (เฮียรฺอันเดอ) ข้างล่างนี้
hereunto, *adv.* (เฮียรฺอันทู) ยังที่นี้
hereupon, *adv.* (เฮียรฺอัพพอน) ในเรื่องนี้; ณ บัดใจ
herewith, *adv.* (เฮียรฺวิธ) พร้อมกันนี้
heritable, *a.* (เฮ ริททะเบิล) ซึ่งสืบสายกันต่อไปได้
heritage, *n.* (เฮ ริเทจ) ส่วนที่สืบเนื่องกันต่อ ๆ ไป; มรดก
heritor, *n.* (เฮ ริเทอ) ผู้รับมรดก
hermaphrodite, *n.* (เฮอแมฟ โฟรไดทฺ) กะเทย
hermetic, *a.* (เฮอเม็ททิค) ซึ่งอัดแน่น
hermit, *n.* (เฮอรฺ มิท) ฤๅษี
hermitage, *n.* (เฮอ มิเทจ) ที่อยู่ของฤๅษี; อาศรม
hernia, *n.* (เฮอ เนีย) โรคไส้เลื่อน
hero, *n.* (เฮีย โร) พระเอก; วีรบุรุษ
heroic, heroical, *a.* (ฮีโร อิค,-คัล) กล้าหาญ
heroin, *n.* (ฮี โรอิน) ยาเสพติดฮีโรอิน
heroine, *n.* (เฮ โรอิน) นางเอก; วีรสตรี
heroism, *n.* (เฮ โรอิสซึ่ม) ความกล้าหาญ
heron, *n.* (เฮรัน) นกกะยาง
hero-worship, *n.* (ฮีโรเวอชิพ) ลัทธินักถือวีรบุรุษ
herring, *n.* (เฮริง) ปลา, เฮริง; ปลาตะลุมพุก; ปลาหลังเขียว
hers, *prn.* (เฮอซ) ของเขา; อันของเขา (ผู้หญิง)
herself, *prn.* (เฮอเซ็ลฟฺ) ตัวเขาเอง (ผู้หญิง)
hesitancy, *n.* (เฮส ซิทันซิ) ความลังเลใจ
hesitate, *v.* (เฮ็ส ซิเทท) ยับยั้ง; สองจิตสองใจ; ลังเลใจ
hesitatingly, *adv.* (เฮ็สซิเทท ทิงลิ) อย่างลังเลใจ
hesitation, *n.* (เฮ็สซิเทชั่น) ความลังเลใจ
hest, *n.* (เฮ็สทฺ) คำสั่ง
heterodox, *a.* (เฮ็ท เทโรด็อกซฺ) ค้านความเห็น (ทางศาสนา)
heterogeneous, *a.* (เฮ็ทเทโรจิ เนียส) มีหลายอย่างมารวมกัน
hew, *v.* (ฮีว) ตัด; ผ่า
hexagon, *n.* (เฮ็ค ซะกอน) รูปหกเหลี่ยม
hey ! เฮ!

hibernate, *v.* (ไฮเบอเนท) นอนหลับตลอดหน้าหนาว

hibiscus, *n.* (ไฮบิสคัส) ชะบา

hiccough, hiccup, *n.* (ฮิคคัพ) สะอึก

hid, (ฮีด) อดีตของ **'hide'** : ซ่อน

hidden, (ฮีด เดิน) *p.p.* ของ **'hide'**; ซึ่งซ่อนอยู่

hide, *n.* (ไฮดฺ) หนัง; (เช่น หนังสัตว์); การซ่อน; *v.* ซ่อน

hide-and-seek, *n.* (ไฮดฺ แอนซีค) การเล่นซ่อนหา

hideous, *a.* (ฮิด เดียส) น่าเกลียด

hiding, *n.* (ไฮดิ้ง) การซ่อน

hiding-place, *n.* (-เพลซ) ที่ซ่อน

hiemal, *a.* (ไฮ อีมัล) แห่งหน้าหนาว

hierarchy, *n.* (ไฮเออราคิ) การบังคับบัญชาตามลำดับชั้นของพระ

hieroglyphic, *n.* (ไฮเออโรกลิฟ ฟิค) อักษรอียิปต์โบราณ

higgle, *v.* (ฮิกเกิล) โต้เถียงเกี่ยงกัน

higgledy-piggledy, *adv.* (ฮิก เกิลดิพิก เกิลดิ) ว่ากันจนสับสน

high, *a.* (ฮาย) สูง

  highest bidder, ผู้ให้ราคาสูงสุด

  in high spirits, กำลังใจดี

high-born, *a.* (ฮาย บอน) เกิดในตระกูลผู้ดี

high-brow, *a.* (ฮาย เบรา) ถือยศถือย่าง; วางปึ่ง

highland, *n.* (ฮาย แล็นดฺ) ที่สูง

highlander, *n.* (ฮาย แลนเดอ) ชาวเขา

highly, *adv.* (ฮาย ลิ) อย่างสูง; อย่างมาก

Highness, *n.* (ฮาย เน็ส) ฝ่าบาท

high-pressure, *n.* (ฮายเพรีชชัว) ความกดหนัก

high-seas, *n.* (ฮาย ซีสฺ) ท้องทะเลลึก

high-treason, *n.* (ฮาย ทรีซึน) การทรยศอย่างร้ายแรง

highwater, *n.* (ฮาย วอเทอ) น้ำขึ้นสูง

highway, *n.* (ฮาย เว) ทางหลวง

highwayman, *n.* (ฮาย เวแมน) โจรปล้นคนเดินทาง

hike, *v.* (ไฮคฺ) โบกรถ

hiker, *n.* (ไฮ เคอ) ผู้เดินทางแบบโบกรถ

  ant-hill, จอมปลวก

hilliness, *n.* (ฮิล ลิเน็ส) ลักษณะอันเต็มไปด้วยเขา

hillock, *n.* (ฮิล ลัค) เขาลูกเล็ก

hill-side, *n.* (ฮิล ไซดฺ) ข้างภูเขา

hill-top, *n.* (ฮิล ทอพ) ยอดเขา

hilly, *a.* (ฮิลลิ) เต็มไปด้วยภูเขา

hilt, *n.* (ฮิลทฺ) ด้ามกะบี่

him, *prn.* (ฮิม) (กรรมวาจกของ he) เขา (เพศชาย)

himself, *prn.* (ฮิมเซ็ลฟฺ) ตัวเขาเอง (เพศชาย)

  by himself, โดยลำพังตนเอง

hind, *n.* (ไฮนฺดฺ) แม่กวาง; *a.* ข้างหลัง

hinder, *v.* (ฮิน เดอ) กีดกั้น; ขวาง

hinderer, *n.* ผู้กีดขวาง

hind-leg, *n.* (ไฮนฺดฺ เล็ก) ขาหลัง

hindmost, *a.* (ไฮนฺดฺ โมสทฺ) อยู่หลังสุด

Hindoo, *n.* (ฮิน ดู) แขกฮินดู

hindrance, *n.* (ฮิน ดรันซฺ) การกีดขวาง;

H

อุปสรรค; การกันท่า
Hindu, *n.* (ฮินดู) แขกฮินดู
hinge, *n.* (ฮินจ) บานพับ
hinge-like, *a.* (ฮินจ ไลคฺ) เหมือนบานพับ
hint, *n. v.* (ฮินทฺ) แนะให้
hip, *n.* (ฮิพ) บั้นเอว; ลูกกุหลาบ
hippic, *a.* (ฮิพ พิค) แห่งม้า
Hippie, *n.* (ฮิปพี) พวกฮิบปี้
hippocampus, *n.* (ฮิพโพแคม พัส) ม้าทะเล
hippopotamus, *n.* (ฮิพโพพ็อท ทะมัส) ม้าน้ำ
hire, *v.* (ไฮเออ) จ้าง; *n.* ค่าจ้าง
on hire, สำหรับให้เช่า
hireling, *n.* (ไฮ ลิง) ผู้รับจ้าง
hirer, *n.* (ไฮเรอ) ผู้จ้าง
his, *prn.* (ฮิซ) ของเขา (ผู้ชาย)
hiss, *v.* (ฮิส) ร้องดังซี้ดๆ เพื่อแสดงการดูถูก
hist, *v.* (ฮิสทฺ) ร้องซี้ดเพื่อให้นิ่งเงียบ
historian, *n.* (ฮิสทอเรียน) นักประวัติศาสตร์
historic, historical, *a.* (ฮิสทอ ริค; -คัล) แห่งประวัติศาสตร์
history, *n.* (ฮิส ทอริ) ประวัติ; ประวัติศาสตร์
natural history, วิชาว่าด้วยสัตว์ พืช และแร่
hit, *v.* (ฮิท) โดย; กระทบกระทั่ง; ตี; ตีเอา
hit the mark, the target, ตรงเป้าหมาย
hit, *n.* (ฮิท) ตี; ถูกเหมาะ; เพลงสมัย
hitch-hike, *v.* ขอให้รถหยุดเพื่อเดินทางไปด้วย
hither, *adv.* (ฮิเธอ) มาตรงนี้
hitherto, *adv.* (ฮิเธอทู) จนบัดนี้
hive, *n.* (ไฮฟว) รวงผึ้ง
ho! (โฮ) เฮ้ย!
hoar, *a.* (ฮอ) ขาว; หัวหงอก
hoard, *n.* (ฮอด) กองทรัพย์สะสมไว้
hoard, *v.* (ฮอด) สะสมซ่อนไว้; กักตุน
hoarse, *a.* (ฮอส) เสียงแหบ
hoary, *a.* (ฮอริ) ขาว; ผมหงอก
hoax, *n. v.* (โฮคซฺ) ยั่วเล่น
hob, *n.* (ฮอบ) คนบ้านนอก; ตัวตลก
hobble, *v.* (ฮอบ เบิล) เดินกะโผลกกะเผลก
hobby, *n.* (ฮอบ บิ) เครื่องหย่อนอารมณ์
hobgoblin, *n.* (ฮอบ กอบบลิน) ผีซุกซน
hockey, *n.* (ฮ็อค คิ) เกมฮอคกี้
hoe, *n.* (โฮ) เสียม
hog, *n.* (ฮ็อก) หมู
hogsty, *n.* (ฮ็อก สไท) ล้าวหมู
hoist, *v.* (ฮอยซฺทฺ) ชักขึ้น
hold, *v.* (โฮลดฺ); อดีตและ *p.p.* **held:** ถือ; เห็นว่า; กล่าวอ้างว่า
hold a feast, มีงานเลี้ยง
hold back, กันไว้; ยึดเหนี่ยวตัวไว้; *n.* ห้องเรือสำหรับเก็บสินค้า
hold a court, ออกขุนนาง
hold good, ใช้ได้
hold in common, ยึดถือร่วมกัน
hold on, ยึดไว้
hold one's breath, กลั้นลมหายใจ
hold out a hand, ยื่นมือ

hold together, ยึดเข้าด้วยกัน
hold up, ยกขึ้น; ชู; เข้ายึดปล้นทรัพย์
hold your tongue, เงียบเสียทีเถอะ
holder, *n.* (โฮล เดอ) ผู้ถือ; ผู้เป็นเจ้าของ
hole, *n.* (โฮล) รู
to be in holes, เป็นรู
holiday, *n.* (ฮ็อล ลิเด) วันหยุด
holiday-marker, *n.* ผู้ไปฮอลิเดย์
holiness, *n.* (โฮ ลิเน็ส) ความศักดิ์สิทธิ์
Holland, *n.* (ฮอล ลันดฺ) ประเทศฮอลันดา
hollow, *a.* (ฮอล โล) เป็นโพรง; กลวง; *n.* โพรง; *v.* ขุดเป็นโพรง
holly, *n.* (ฮ็อล ลิ) ต้นฮอลลี่
holy, *a.* (โฮ ลิ) ศักดิ์สิทธิ์
Holy Ghost, *n.* (-โก๊ซทฺ) พระจิต
Holy Land, *n.* (-แลนดฺ) ดินแดนที่เกิดของพระเยซู
holy water, (-วอเทอ) น้ำมนต์
Holy Writ, *n.* (-ริท) พระคัมภีร์
homage, *n.* (ฮ็อม เม็จ) ความเคารพนบนอบ
pay homage, แสดงความเคารพ
home, *n.* (โฮม) บ้าน
make yourself at home, เชิญตามสบาย
home-born, *a.* (-บอน) ทำขึ้นในประเทศ
home-bound, *a.* (-บาวนฺดฺ) มุ่งตรงกลับบ้าน
home-bred, *a.* (-เบร็ด) เลี้ยงขึ้นในประเทศ
home-coming, *n.* (-คัมมิง) การกลับบ้าน
home-felt, *a.* (-เฟ็ลทฺ) รู้สึกเหมือนอยู่กับบ้าน
home-grown, *a.* ปลูกภายในประเทศ
Home guard, (โฮมกาด) กองอาสารักษาดินแดน
home-keeping, *a.* (-คีพ พิ่ง) อยู่กับบ้าน
homeland, *n.* (โฮม แลนดฺ) บ้านเกิด
homeless, *a.* (โฮม เล็ส) ไม่มีบ้านอยู่
homelike, *a.* (โฮม ไลคฺ) เหมือนอยู่กับบ้าน
homeliness, *n.* (โฮมลิเน็ส) ความสบาย
homely, *a.* (โฮม ลิ) แห่งบ้าน; ตามสบายเหมือนอยู่กับบ้าน
home-made, *a.* (โฮมเมด) พื้นเมือง; ไม่ได้ทำมาจากต่างประเทศ
Home Office, กระทรวงมหาดไทย (ของอังกฤษ)
Homer, *n.* (โฮเมอ) จินตกวีเอก ของกรีกโบราณ
Home Rule, *n.* (โฮม รูล) การปกครองตัวเอง
Home Secretary, รัฐมนตรีว่าการมหาดไทย (ของอังกฤษ)
homesick, *a.* (โฮม ซิค) คิดถึงบ้าน
homesickness, *n.* (โฮม ซิคเน็ส) ความคิดถึงบ้าน
homespun, *a.* (โฮม สพัน) ทอพื้นเมือง
homestead, *n.* (โฮม สเท็ด) บ้านที่อยู่
home-ward-bound, *a.* (-บาวนฺดฺ) ขากลับบ้าน
homework, *n.* (โฮม เวอค) การบ้าน
homicide, *n.* (ฮ็อม มิไซดฺ) การฆ่าคน
homily, *n.* (ฮ็อม มิลิ) คำสอนทางศาสนา

homogeneous, *a.* (ฮ็อมโมจิ เนียส) เป็นอย่างเดียวกันโดยตลอด

homonym, *n.* (ฮ็อม โมนิม) คำที่มีเสียงพ้องกัน

homosexual, *n.* (ฮ็อมมอเซ็ก ชวล) คนที่ชอบสวาทเพศเดียวกัน

honest, *a.* (อ็อน เน็สทฺ) ซื่อตรง

honestly, *adv.* (อ็อน เน็สลิ) โดยความสัตย์จริง

honesty, *n.* (อ็อน เน็สทิ) ความซื่อตรง

honesty is the best policy, ความจริงเป็นวาจาที่ไม่ตาย

honey, *n.* (ฮัน นิ) น้ำผึ้ง; ที่รักยิ่ง

honeycomb, *n.* (ฮัน นิโคม) รวงผึ้ง

honeymoon, *n.* (ฮัน นิมูน) น้ำผึ้งพระจันทร์

honeysuckle, *n.* (ฮัน นิซัคเคิล) ชื่อดอกไม้

honey-sweet, *a.* (ฮันนิสฺวีท) หวานปานน้ำผึ้ง

honey-tongued, *a.* (ฮันนิทังคฺ) ปากหวาน

honorary, *a.* (อ็อน นอระริ) กิตติมศักดิ์

honorific, *a.* (อ็อน นอริฟิค) อันให้เกียรติ

honour, *n.* (อ็อน เนอ) เกียรติยศ; *v.* ให้เกียรติยศยกย่อง

affair of honour, เรื่องที่จะต้องกู้เกียรติกัน

in honour of, เพื่อเป็นเกียรติแก่

maid of honour, นางพระกำนัล

university honours, ปริญญาเกียรตินิยม

word of honour, คำพูดอันมีเกียรติ

Your Honour, ใต้เท้า

honourable, *a.* (อ็อน เนอระเบิล) ซึ่งมีเกียรติ; ลูกขุนนางผู้ใหญ่

honourer, *n,* (ออน เนอเรอ) ผู้ให้เกียรติ

honourless, *a.* (ออน เนอเล็ส) อันไร้เกียรติ

hood, *n.* (ฮูด) ผู้คลุมศีรษะ; ประทุนรถ; ผ้าสวมคอใส่กับเสื้อปริญญา

hoodlum, *n.* (ฮูด ลัม) อันธพาล

hoodwink, *v.* (ฮูด วิงคฺ) ปิดตา

hoof, *n.* (ฮูฟ) กีบ (เท้าสัตว์)

hook, *n.* (ฮูค) ขอ; *v.* เกี่ยวขอ

hooka, hookah, *n.* (ฮูค่า) กล้องมะละกู่

hookworm, *n.* (ฮุค เวิม) พยาธิปากขอ

hooligan, *n.* (ฮู ลิกัน) อันธพาล

hoop, *n.* (ฮูพ) ไม้หรือเหล็กคาดโดยรอบ

hooping-cough, *n.* (ฮูพ พิงคัฟ) ไอกรน

hoopla, *n.* (ฮูพ ลา) การโยนห่วง

hoopoe, *n.* (ฮู พู) นกศีรษะฟันหงอน

hoot, *v. n.* (ฮูท) ร้อง (นกฮูก); ร้องด้วยความเย้ยหน้า

hop, *v.* (ฮ็อพ) กระโดด (ทีละสองขา); *n.* หญ้าฮ็อพ (สำหรับทำเบียร์)

hope, *n.* (โฮพ) ความหวัง; *v.* หวังใจ

hopeful, *a.* (โฮพ ฟุล) เต็มไปด้วยความหวัง

hopeless, *a.* (โฮพ เล็ส) หมดหวัง

hopelessness, *n.* (โฮพ เล็สเน็ส) ความหมดหวัง

horal, *a.* (ฮอ รัล) แห่งชั่วโมง

horary, *a.* (ฮอ ระริ) แสดงชั่วโมง

horde, *n.* (ฮอด) ฝูง; กอง; *v.* จับกลุ่มเป็นฝูง
horizon, *n.* (ฮอไร ซัน) เส้นขอบฟ้า
horizontal, *a.* (ฮอริซ้อน ทัล) ซึ่งนอนราบ
hormone, *n.* ฮอโมน
horn, *n.* (ฮอน) เขา (บนหัวสัตว์); แตร
hornbill, *n.* (ฮอนบิล) นกเงือก
hornet, *n.* (ฮอเน็ท) แตน
hornless, *a.* (ฮอน เล็ส) ไม่มีเขา
horney, *a.* (ฮอน นิ) เป็นเขาแข็ง
horoscope, *n.* (ฮอ โรสโคพ) จักรราศี
horrible, *a.* (ฮอ ระเบิล) น่าหวาดเสียว
horribly, *adv.* (ฮอ ริบลิ) อย่างน่ากลัว
horrid, *a.* (ฮอ ริด) น่าเกลียดน่ากลัว
horrific, *a.* (ฮอริฟ ฟิค) อันทำให้สดุ้งกลัว
horrify, *v.* (ฮร ริฟาย) สะดุ้งกลัว
horror, *n.* (ฮอ เรอ) ความหวาดเสียว
horrow-struck, *a.* (-สทรัค) ตกใจจนสิ้นดี
horse, *n.* (ฮอส) ม้า
horseback, *adv.* (ฮอส แบค) หลังม้า
horseman, *n.* (ฮอสแมน) คนขี่ม้า
horsemanship, *n.* (ฮอส แมนชิพ) ศิลปในการขี่ม้า
horse-power, *n.* (ฮอส พาวเออ) กำลังแรงม้า
horse-race, *n.* (ฮอส เรซ) การแข่งม้า
horseshoe, *n.* (ฮอส ชู) เหล็กเกือกม้า
horticulture, *n.* (ฮอ ทิคัลเจียวรฺ) พืชกรรม
hose, *n.* (โฮซ) ถุงน่อง; กางเกงขายาว; ปากกะบอกฉีด
hosier, *n.* (โฮ ซิเออ) คนขายเครื่องเย็บปัก
hosiery, *n.* ของเย็บปัก
hospitable, *a.* (ฮ็อส พิททะเบิล) อย่างมีใจเผื่อแผ่ต่อเพื่อนมนุษย์
hospital, *n.* (ฮ็อส พิทัล) โรงพยาบาล
hospitalise, *v.* (ฮ็อส พิลทะไลซ) ไปล้มเจ็บอยู่โรงพยาบาล
hospitality, *n.* (ฮ็อสพิทัล ลิทิ) ความเป็นเจ้าบ้านที่เอื้อเฟื้อ
host, *n.* (โฮสทฺ) ผู้รับรอง; เจ้าของบ้าน; ฝูง; กองทัพ; เจ้าภาพ
hostage, *n.* (ฮ็อส เท็จ) ผู้ถูกจับไปเป็นประกัน
hostel, *n.* (ฮ็อส เท็ล) โรงแรม; บ้านพักนักเรียน
hosteller, *n.* ผู้อยู่พักหอ
hostelry, *n.* (ฮ็อส เท็ลริ) การโรงแรม
hostess, *n.* (โฮส เท็ส) ผู้รับรอง (หญิง); เจ้าภาพ; แอร์โฮสเตส
hostile, *a.* (ฮ็อส ไทลฺ) มุ่งร้าย; เป็นศัตรูกัน
hostility, *n.* (ฮ็อสทิล ลิทิ) ความมุ่งร้ายเป็นศัตรูกัน
hot, *a.* (ฮ็อท) ร้อน; เผ็ด
hot-bed, hotbed, *n.* (ฮ็อท เบ็ด) บ่อเกิดแห่งความเลวทราม
hot-dog, *n.* ไส้กรอกใส่ประกบขนมปัง
hotel, *n.* (โฮเท็ล) โรงแรม
hotel-keeper, *n.* เจ้าของโรงแรม
hot-headed, *a.* (ฮ็อท เฮ็ดเด็ด) ฉุนเฉียว; โมโหร้าย

houdah, *n.* (เฮาดะ) กูบช้าง

hound, *n.* (ฮาวนฺด) สุนัขล่าเนื้อ

hour, *n.* (อาวเออ) ชั่วโมง; ชั่ว; เวลา

hour after hour, (-อาฟเทออาวเออ) ชั่วโมงแล้วชั่วโมงเล่า

hour-glass, *n.* (อาวเออ-กลาส) แก้วใส่ทรายครั้งโบราณ เพื่อเป็นเครื่องกรองทรายกะเวลา (นาฬิกาทราย)

hourly, *a. adv.* (อาวเออลิ) ทุก ๆ ชั่วโมง; เป็นรายชั่วโมง

house, *n.* (ฮาวซฺ) บ้าน; *v.* เอาพักในบ้าน

hot closed-up house, (ฮ็อท โคลซด อัพ ฮาวซฺ) บ้านช่องปิดอุดอู้

Royal House, (รอยัล ฮาวซฺ) พระบรมวงศานุวงศ์

House of God, (ฮาวซฺ ออฟ ก็อด) โบสถ์

public house, (พับ บลิค ฮาวซฺ) โรงเหล้า ผับ

hoarding house, หอพักกินนอน

house of correction (ฮาวซฺ ออฟ คอเร็ค ชั่น) โรงดัดสันดาน

House of Representatives, (ฮาวซฺ ออฟ เร็พพรีเซ็น ทะทิฟวสฺ) สภาผู้แทนราษฎร

house-boat, *n.* (-โบท) เรือนเป็นที่อยู่

house-father, *n.* (ฮาวซฺ - ฟา เธอ) พ่อบ้าน

house-fly, *n.* (-ฟลาย) แมลงวัน

household, *n.* (ฮาวซฺ โฮลดฺ) บ้านเรือน; *a.* แห่งบ้านช่อง

householder, *n.* ผู้อยู่ในบ้าน

housekeeper, *n.* (ฮาวซฺ คีพเพอ) ผู้ดูแลบ้าน

housekeeping, *n.* (ฮาวซฺ คีพพิ่ง) การเรือน

houseleek, *n.* (ฮาวซฺ ลีค) พรรณไม้ที่ขึ้นจับกำแพง

houseless, *a.* (ฮาวซฺ เล็ส) ไร้บ้าน

housemaid, *n.* (ฮาวซฺ เมด) สาวใช้

housemaster, *n.* (ฮาวซฺ มาสเทอ) อาจารย์ประจำหอ

housemate, *n.* (ฮาวซฺ เมท) เพื่อนร่วมบ้าน

house-mother, *n.* (ฮาวซฺ-ม่า เธอ) แม่บ้าน

house-warming, *n.* (-วอม มิง) พิธีขึ้นบ้านใหม่

housewife, *n.* (ฮาวซฺ ไวฟฺ) ภรรยาเจ้าของบ้าน

housewifery, *n.* (ฮาวซฺ ไวฟฺริ) การเรือน

housing, *n.* (ฮาว ซิ่ง) การสร้างบ้านเรือนให้ราษฎรอยู่

housing-scheme, โครงการอาคารสงเคราะห์

hovel, *n.* (ฮอฟ เว็ล) กระท่อมน้อย

hover, *v.* (ฮ็อบ เวอ) บินว่อนอยู่เหนือ

how, *adv.* (ฮาว) อย่างไร; อย่างไรกัน; ได้อย่างไร

How are you ? (-อารฺ ยู) ท่านสบายดีหรือ

How do you do? (-ดู ยู ดู) ท่านสบายดีหรือ?

how dare you! (-แด ยู) อวดดีจริง

how many, (-แมน นิ) กี่; เท่าไร
how much, (-มัช) ราคาเท่าไร; มากน้อยเท่าไร
how to, (-ทู) วิธีที่จะ
howdah, *n.* (ฮาว ดะ) กูบ
however, *adv.* (ฮาวเอเวอ) อย่างไรก็ ตาม
howl, *n.v.* (ฮาวลฺ) หอน; ร้องโอ๊ก
howler, *n.* (ฮาว เลอ) คำที่เขียนผิดอย่างบ้าที่สุด
howlet, *n.* (ฮาว เล็ท) ลูกนกฮูก
howsoever, *adv.* (ฮาวโซเอเวอ) ถึงอย่างไรก็ตาม
huddle, *v.* (ฮัด เดิล) เบียดกัน
hue, *n.* (ฮิว) สี; เสียงร้อง
hue and cry, เสียงร้องอึกทึก
hug, *v. n.* (ฮัก) กอดรัด
huge, *a.* (ฮิวจฺ) ใหญ่โต
hull, *n.* (ฮัล) เปลือก; ตัวเรือ
hullabaloo, *i.* (ฮัลละบะลู) เสียงร้องอึกทึก
hum, *v.* (ฮัม) เสียงหึ่ง ๆ; ร้องเพลงอยู่ในคอ
human, *a.* (ฮิว มัน) เยี่ยงมนุษย์ทั้งหลาย; แห่งมนุษย์
humane, *a.* (ฮิว เมน) กรุณา
humanism, *n.* (ฮิว มานิซึม) มนุษยธรรม
humanitarian, *a.* (ฮิวแมนนิแทเรียน) ผู้มีใจรักมนุษย์โดยทั่วหน้า
humanitarianism, *n.* (ฮิวแมนนิแทเรียนนิสซึม) ปราณีธรรม
humanity, *n.* (ฮิวแมน นิทิ) มนุษยชาติ; บุรุษธรรม (ความเมตตาต่อเพื่อนมนุษย์)
humankind, *n.* (ฮิว มันไคนฺดฺ) มนุษยชาติ
humble, *a.* (ฮัม เบิล) สุภาพ; ถ่อมกาย; เจียมตัว;
humefy, *v.* (ฮิวมีไฟ) ทำให้ชุ่มชื้น
humeral, *a.* (ฮิวเมอรัล) แห่งไหล่
humerus, *n.* (ฮิวเมอรัส) กระดูกแขนท่อนบน
humid, *a.* (ฮิวมิด) ชื้น
humidity, *n.* (ฮิวมิคดิทิ) ความชื้น
humiliate, *v.* (ฮิวมิล ลิเอท) ปราบให้ละพยศ
humiliation, *n.* (ฮิวมิลลิเอชั่น) การละพยศลง
humility, *n.* (ฮิวมิลลิทิ) ความคลายพยศลง
humming, *n.* (ฮัม มิง) เสียงดังหึ่ง ๆ; การร้องในลำคอ
humorist, *n.* (ฮิว มอริสทฺ) ผู้เขียนเรื่องขบขัน
humorous, *a.* (ฮิว มอรัส) ขบขันดี
humour, *n.* (ฮิวเมอ; ยูเมอ) อารมณ์; แนวความคิดอันขบขัน
hump, *n.* (ฮัมพฺ) หนอก
humpback, *n.* คนหลังค่อม
Hun, *n.* (ฮัน) พวกฮั่น
hunch, *n.* (ฮันชฺ) ปมที่นูนขึ้นบนหลัง; หนอก
hunchback, *n.* (ฮันชฺ แบค) หลังค่อม
hundred, *n. a.* (ฮันเดร็ด) หนึ่งร้อย
hundredfold, *a.* (ฮันเดร็ดโฟลดฺ) ร้อยเท่า
hundredweight, *n.* (ฮัน เดร็ดเวท) น้ำหนักเท่ากับ ๑๑๒ ปอนด์
hung, อดีตของ **'hang'**: แขวนอยู่

Hungarian, *a. n.* (ฮังแกเรียน) ชาวฮังการี

hunger, *n.* (ฮังเกอ) ความหิว

hunger-bitten, *a.* (ฮังเกอ-บิทเทิน) หิวโหย

hungerly, *a.* (ฮังเกอลิ) ดูหิว

hungry, *a.* (ฮัง กริ) หิว

hunt, *v.* (ฮันทฺ) ไล่; ไล่เนื้อ; ติดตาม; *n.* การล่าเนื้อ

  hunt for, (-ฟอรฺ) ตามหา

  hunted down, (ฮัน เต็ด ดาวนฺ) จนตรอก

hunter, *n.* (ฮัน เทอ) นายพราน

hunting, *n.* (ฮันทิง) การล่าเนื้อ

huntress, *n.* (ฮัน เทร็ส) นางพราน

huntsman, *n.* (ฮันทฺซฺ แมน) นายพราน

hurdle-race, *n.* (เฮอ เดิล-เรซ) การวิ่งข้ามรั้ว

hurl, *v.* (เฮอล) เหวี่ยง

hurrah, hurray! (ฮูรา, ฮูเร) ไชโย

hurricane, *n.* (เฮอ ริเคน) พายุใหญ่

hurried, *a.* (เฮอรีดฺ) รีบเร่ง

hurriedly, *adv.* อย่างรีบเร่ง

hurrier, *n.* (เฮอ ริเออ) ผู้รีบเร่ง

hurry, *v.* (เฮอ ริ) รีบเร่ง

  hurry away, (-อะเว) รีบไป

  hurry back, (-แบค) รีบกลับมา

  hurry on, (-ออน) รีบลัดไป

  to be in a hurry, (ทู บี อิน อะ เฮอริ) รีบร้อน

  there is no hurry, (แธ อิส โน เฮอริ) ไม่เร่งร้อนอะไร

hurt, *v.* (เฮอทฺ) ทำร้าย; บาดเจ็บ; บาด; ทำให้เจ็บใจ; *n.* บาดเจ็บ;

  eyes hurt, (ไอสฺ เฮอทฺ) นัยน์ตาเคืองมาก

hurtful, *a.* (เฮอทฺ ฟูล) เจ็บ

hurtless, *a.* (เฮอทฺ เล็ส) ไม่เจ็บ

husband, *n.* (ฮัซบันดฺ) สามี; *v.* ทำการเพาะปลูก

husbandman, *n.* (ฮัซ บันดฺแมน) ชาวนา

husbandry, *n.* (ฮัซ บัน ดริ) การทำสวน

hush, *a. v. n.* (ฮัช) นิ่งเงียบ; ทำให้เงียบเสียง

husk, *n.* (ฮัซคฺ) เปลือกนอก

husky, *a.* (ฮัสคิ) เสียงแหบ

hussar, *n.* (ฮุส ซา) ทหารม้า

hustle, *v.* (ฮัสเซิล) เบียดเสียดชนกัน

hut, *n.* (ฮัท) กระท่อม

hutch, *n.* (ฮัทชฺ) รัง (กระต่าย)

hyacinth, *n.* (ไฮ อะซินธ) ชื่อดอกไม้

hyaena, hyena, *n.* (ไฮอี นะ) หมาในมีในอียิปต์

hybrid, *a.* (ไฮ บริด) พันธุ์ทาง; ลูกผสม

hydra, *n.* (ไฮ ดรา) งูหลายหัวในนิยายกรีก

hydrangea, *n.* (ไฮแดรน เจีย) ดอกไฮเดรนเจีย

hydrant, *n.* (ไฮ ดรันทฺ) ท่อน้ำสำหรับต่อหัวสูบ

hydraulics, *n.* (ไฮดรอล ลิคสฺ) ธาราศาสตร์

hydro-electric, *a.* แห่งไฟฟ้าซึ่งใช้แรงน้ำ

hydrogen, *n.* (ไฮโดรเจน) อากาศไฮโดรเจน

hydrolysis, *n.* (ไฮดร็อล ลิซิส) การแยกน้ำ
hydrophobia, *n.* (ไฮโดรโฟเบีย) โรคกลัวน้ำ
hyena, *n.* (ไฮอีนะ) หมาไนมีในอียิปต์
hygiene, *n.* (ไฮ จีน) สุขศึกษา
hygienic, *a.* (ไฮจีน นิค) เหมาะกับสุขภาพแห่งร่างกาย
hymn, *n.* (ฮิม) เพลงสรรเสริญ; บทสวด
hyphen, *n.* (ไฮ เฟ็น) ยัติภังค์ (-)
hypnotism, *n.* (ฮิพ โนทิซึม) การสะกดจิต
hypnotize, *v.* (ฮิพ โนไทซ) สะกดจิต
hypocrisy, *n.* (ฮิพพ็อค คริซิ) ความไม่จริงใจ
hypocrite, *n.* (ฮิพ โพคริท) ผู้ไม่มีความจริงใจ (ตีสองหน้า)
hypothenuse, *n.* (ไฮพ็อท เธนิวซฺ) ด้านตรงกันข้ามกับมุมฉาก
hypothesis, *n.* (ไฮพ็อธ ธีซิส) สมมุติฐาน

H

I

I, *prn.* (ไอ) ฉัน; ข้าพเจ้า
ibex, *n.* (ไอ เบ็คซฺ) เลียงผา
ibis, *n.* (ไอ บิส) นกช้อนหอย; นกปากห่าง
ice, *n.* (ไอซฺ) น้ำแข็ง
iceberg, *n.* (ไอซฺ เบิก) ก้อนภูเขาน้ำแข็งลอยเลื่อนอยู่กลางทะเล
ice-cream, *n.* (ไอซฺ ครีม) ไอสครีม
iced, *a.* (ไอซฺทฺ) แช่น้ำแข็ง; เต็มไปด้วยน้ำแข็ง
icelander, *n.* (ไอซฺ แลนเดอ) ชาวเกาะไอซ์แลนด์
ice-rink, *n.* ลานวิ่งบนน้ำแข็ง
icicle, *n.* (ไอ ซิเคิล) น้ำจบแข็งห้อยติดจากชายคา
icing, *n.* (ไอ ซิง) ลวดลายน้ำตาลบนขนมเค็ก
icy, *a.* (ไอ ซิ) เป็นน้ำแข็ง
idea, *n.* (ไอเดีย) ความคิด; แนวความคิด; มโนคติ
ideal, *n.* (ไอดีอัล) อุดมคติ; *a.* อันมีแต่ในความฝันเท่านั้น
idealist, *n.* (ไอดี อัลลิสทฺ) ผู้มีแนวความคิดอย่างอุดมคติ; ผู้มีแต่นึกฝันสูงเกินไป
idealistic, *a.* (ไอดี อัลลิสทิค) อย่างอุดมคติ
identical, *a.* (ไอเด็น ทิคัล) เหมือนกันโดยตลอด
identification, *n.* (ไอเด็นทิฟิเคชั่น) การพิสูจน์หลักฐาน
identify, *v.* (ไอเด็นทิไฟ) พิสูจน์หลักฐาน; ยืนยันให้เห็นแจ้งว่าคืออันเดียวกันนั่นเอง
identity, *n.* (ไอเด็น ทิทิ) ความเหมือนกันโดยตลอด

idiocy, *n.* (อิ ดิโอซิ) ความโง่แท้
idiom, *n.* (อิเดียม) สำนวน
idiomatic, idiomatical, *a.* (อิดิโอแมท ทิค-คัล) เป็นสำนวน
idiosyncrasy, *n.* จริตพิกล
idiot, *n.* (อิ เดียท) คนโง่เง่าเต่าตุ่น
idle, *a.* (ไอ เดิล) เกียจคร้าน; *v.* ผลาญเวลา
idleness, *n.* (ไอเดิลเน็ส) ความเกียจคร้าน
idler, *n.* (ไอดฺเลอ) คนเกียจคร้าน
idol, *n.* (ไอ ดัล) รูปบูชา
idolater, *n.* (ไอด็อล ละเทอ) ผู้นับถือรูปปั้น (ชาย)
idolatress, *n.* (ไอด็อล ละเทร็ส) ผู้นับถือรูปปั้น (หญิง)
idolatry, *n.* (ไอด็อล ละทริ) การบูชารูปปั้น
idolize, *v.* (ไอ ด็อลไลซ) นับถือบูชา
idyl, idyll, *n.* (ไอ ดิล) โคลงรัก
if, *c.* (อิฟ) ถ้า; ถ้าว่า
igloo, *n.* (อิก กลู) กระท่อมของชาวเอ็สกิโม
ignis-fatuus, *n.* โขมด
ignite, *v.* (อิกไนทฺ) ไฟลุก
ignition, *n.* (อิกนิชัน) การติดไฟ
ignoble, *a.* (อิกโนเบิล) เลวทราม; ต่ำช้า
ignominous, *a.* (อิกโนมินัส) อันน่าอับอายขายหน้า
ignominy, *n.* (อิกโนมินิ) ความน่าอับอายขายหน้า
ignoramus, *n.* (อิกนอรามุส) ผู้แสดงว่ามีความรู้ (คนโง่)
ignorance, *n.* (อิก นอรันซฺ) ความโง่; อวิชา
ignorant, *a.* (อิก นอรันทฺ) โง่เขลา; ไม่ทราบเรื่อง
ignore, *v.* (อิกนอ) ไม่รู้; ทำไม่รู้จัก; ทำไม่รู้
iguana, *n.* (อิกกวา น่า) เหี้ย
ill, *a.* (อิล) เจ็บ; ไม่ดี; ไม่สบาย; ร้าย; *n.* เรื่องร้าย
ill-advised, *a.* ถูกเสี้ยมสอนมาไม่ดี
ill-bred, *a.* (-เบร็ด) เลี้ยงกันมาไม่ดี
ill-disposed, *a.* (-ดิสโพซดฺ) มุ่งร้าย; ไม่สบาย
illegal, *a.* (อิลลีกัล) ไม่ถูกต้องตามกฎหมาย
illegality, *n.* (อิลลีแกล ลิทิ) ความไม่ถูกต้องตามกฎหมาย
illegible, *a.* (อิลเล็ด จิเบิล) อ่านไม่ออก
illegitimate, *a.* (อิลลีจิ ทิมเมท) ไม่ถูกกฎหมาย
ill-fated, *a.* (อิลเฟท เท็ด) เคราะห์ร้าย
ill-gotten, *a.* ได้มาโดยไม่สุจริต
illiberal, *a.* (อิลลิบเบอรัล) ไม่มีใจเผื่อแผ่
illicit, *a.* (อิลลิ ซิท) ซึ่งต้องห้าม
illimitable, *a.* (อิลลิม มิททะเบิล) จำกัดไม่ได้
illiteracy, *n.* (อิลลิท เทอะระซิ) ความไม่รู้หนังสือ
illiterate, *a.* (อิลลิท เทอเรท) อ่านหนังสือไม่ได้
ill-luck, *n.* (-ลัค) โชคไม่ดี
ill-mannered, *a.* (-แมนเนอ ดฺ) กิริยา

ไม่ดี

ill-nature, *n.* (-เน เจอ) นิสัยไม่ดี

illness, *n.* (อิล เน็ส) ความเจ็บไข้

illogical, *a.* (อิลล็อด จิคัล) ไม่เข้าด้วยเหตุผล

ill-omened, *a.* (-โอเม็นดฺ) ลางไม่ดี

ill-tempered, *a.* (-เท็ม เพอดฺ) อารมณ์ไม่ดี

ill-timed, *a.* (-ไทมฺดฺ) ไม่เหมาะเวลา

ill-treat, *v.* (-ทรีท) ข่มเหง

illucidate, *v.* (อิลลิวซิเดท) ทำให้กระจ่างแจ้ง

illude, *v.* (อิลลิวดฺ) ลวง

illume, *v.* (อิลลิวมฺ) จุดสว่าง

illuminable, *a.* (อิลลิวมินนะเบิล) ซึ่งอาจจุดให้สว่างได้

illuminate, *v.* (อิลลิวมิเนท) ส่องสว่าง; ตามไฟ

illuminating power, (อิลลิวมินเนททิง พาวเออ) กำลังส่องสว่าง

illumination, *n.* (อิลลิวมิเนชั่น) การตามไฟ

illumine, *v.* (อิลลิวมิน) ตามไฟ

illusion, *n.* (อิลลิวชัน) เครื่องลวงนัยน์ตา; ความหลอกลวง

illusive, *a.* (อิลลิว ซิฟว) ซึ่งลวงนัยน์ตา

illusory, *a.* (อิลลิว เซอริ) ซึ่งลวงนัยน์ตา

illustrate, *v.* (อิล ลัสเทรท) แสดง; เขียนภาพประกอบ

illustration, *n.* (อิลลัสเทรชัน) การแสดงภาพประกอบ

illustrative, *a.* (อิลลัส เทรทิฟว) ซึ่งแสดง

illustrator, *n.* (อิล ลัสเทรเทอ) ผู้แสดง; ผู้เขียนภาพประกอบ

illustrious, *a.* (อิลลัส เทรียส) มีชื่อเสียงโด่งดัง; เรืองนาม

image, *n.* (อิมเม็จ) ภาพ; รูปปั้น; เงาในกระจก

imaginable, *a.* (อิมแมด จินนะเบิล) พอจะมองเห็นภาพได้; พอจะนึกมองเห็น

imaginary, *a.* (อิมแมด จินนะริ) สมมุติ

imagination, *n.* (อิมแมดจิเนชั่น) ความคิดคำนึง; จินตนาการ

imaginative, *a.* (อิมแมด จิเนทิฟว) ซึ่งนึกคิดขึ้น

imagine, *v.* (อิมแมจิน) คิด; นึก; มองเห็นภาพ

imago, *n.* (อิมเมโก) หนอนแมลง

imam, *n.* (อิมาม) อิหม่ำ (สมภารแขกอิสลาม)

imbecile, *a.* (อิมบีซีล) โง่เง่าเต่าตุ่น

imbibe, *v.* (อิมไบบฺ) แช่; จุ่ม

imitate, *v.* (อิมมิเทท) เลียนแบบ

imitation, *n.* (อิมมิเทชั่น) การเลียนแบบ; ของเทียม

imitation leather, หนังเทียม

imitative, *a.* (อิม มิเททิฟว) ซึ่งเลียนแบบ

imitator, *n.* (อิม มิเทเทอ) เลียนแบบ

immaculate, *a.* (อิมแมค คิวเลท) ปราศจากมณฑิล; พิมล

immaterial, *a.* (อิมมะที เรียล) ไม่เป็นแก่นสาร

immature, *a.* (อิมมะเทียว) ยังไม่ถึงเวลา; ยังไม่แก่พอ (ทางอายุ)

I

immeasurable, *a.* (อิมเม็ช ชัวระเบิล) วัดไม่ได้; ไม่มีทางที่จะวัดได้
immediacy, *n.* (อิมมี ดิอะซิ) ความทันที
immediate, *a.* (อิมมีเดียท) ทันทีทันใด; ใกล้ๆ กันนั่นเอง; ด่วนมาก
immediately, *adv.* (อิมมีเดียทลิ) โดยทันที
immemorable, *a.* (อิมเมมอระเบิล) อั้นไม่น่าพึงจำ
immemorial, *a.* (อิมเมมอ เรียล) เหลือที่จะจำได้
immense, *a.* (อิมเม็นซฺ) ใหญ่โตมหึมา
immensity, *n.* (อิมเม็น ซิทิ) ความใหญ่โตมหึมา
immerge, *v.* (อิมเมอจ) จุ่มลงไป; ดำลง
immerse, *v.* (อิมเมอซ) จุ่ม; ดำน้ำ
immersion, *n.* (อิมเมอชั่น) การดำลงไป
immigrant, *n.* (อิมมิกรันทฺ) ผู้อพยพเข้ามาตั้งบ้านเรือนอยู่ในประเทศ
immigrate, *v.* (อิม มิเกรท) อพยพเข้ามาตั้งบ้านเรือนอยู่
immigration, *n.* (อิมมิเกร ชั่น) การอพยพเข้ามาตั้งบ้านเรือนอยู่ในประเทศ; การเข้าเมือง
Immigration Office, กองตรวจคนเข้าเมือง
imminence, *n.* (อิม มิเน็นซฺ) ความจวนแจ
imminent, *a.* (อิม มิเน็นทฺ) จวนแจเต็มที่
immobile, *a.* (อิมโม บิล) ไม่เคลื่อนไหว
immobilize, *v.* (อิมโมบิไลซ) ทำให้ไม่เคลื่อนไหว
immoderate, *a.* (อิมมอด เดอเรท) ไม่เป็นการพอควร
immoderation, *n.* (อิมมอดเดอเรชั่น) ความเกินประมาณ
immodest, *a.* (อิมมอด เดสทฺ) ไม่สุภาพ
immodesty, *n.* (อิมมอด เดสฺทิ) ความไม่สุภาพ
immoral, *a.* (อิมมอรัล) หยาบ; เสื่อมเสียศีลธรรม; สกปรก (ทางใจ)
immortal, *a.* (อิมมอทัล) ไม่ตาย; อมตะ; *n.* ผู้ไม่ตาย (เช่นเทวดา)
immortality,[1] *n.* (อิมมอแทล ลิทิ) ความไม่ตาย; ความมีอยู่ตลอดไป; อมฤตยุธรรม
immovable, *a.* (อิมมูฟ วะเบิล) เคลื่อนที่ไม่ได้
immune, *a.* (อิมมีวนฺ) รอดพ้น
immunity, *n.* (อิมมีว นิทิ) การพ้นจากโทษ; ความต้านทาน (เชื้อโรค); ความคุ้มกัน
immure, *v.* (อิมเมียว) ขัง
immutable, *a.* (อิมมิว ทะเบิล) เปลี่ยนแปลงไม่ได้
imp, *n.* (อิมพฺ) ผี
impair, *v.* (อิมแพ) เสื่อมลง; ลดน้อยลง; เลวลง
impale, *v.* (อิมเพล) เอาเสียบ
impalpable, *a.* (อิมแพล พะเบิล) ต้องไม่ได้
impart, *v.* (อิมพาท) บอก; ให้
impartial, *a.* (อิมพา ชัล) ยุติธรรม; ไม่ลำเอียง

impartiality, *n.* (อิมพาชิแอล ลิทิ) ความไม่เข้าใจ ออกใคร

impassable, *a.* (อิมพาส ซะเบิล) ข้ามไปไม่ได้

impatience, *n.* (อิมเพ เชียนซฺ) ความอดรนทนไม่ไหว

impatient, *a.* (อิมเพ เชียนทฺ) อดรนทนไม่ไหว; ผุดลุกผุดนั่ง; รอทนต่อไปไม่ไหว

impeach, *v.* (อิมพีช) ขัดขวาง

impeccable, *a.* (อิมเพ็ค คะเบิล) ไม่มีผิด; ไม่มีที่ติ

impede, *v.* (อิมพีด) กัน; กีดขวาง

impediment, *n.* (อิมเพ็ด ดิเม็นทฺ) ความกีดขวาง; เครื่องกีดขวาง

impel, *v.* (อิมเพ็ล) ขับไป

impend, *v.* (อิมเพ็นดฺ) แขวนอยู่เหนือ; จ่ออยู่

impenetrable, *a.* (อิมเพ็น เนทระเบิล) ซึ่งผ่านพ้นไปไม่ได้

impenitent, *a.* (อิมเพ็น นิเท็นทฺ) ไม่รู้สึกนึกตัว

imperative, *a.* (อิมเพ ระทิฟว) ซึ่งเป็นเชิงบังคับ; *n.* อาชญาบดิมาลา

imperceivable, *a.* (อิมเพอซีฟ วะเบิล) ไม่รู้สึกตัว

imperfect, *a.* (อิมเพอ เฟ็คทฺ) ไม่สมบูรณ์; บกพร่อง; ไม่ดีแท้

imperial, *a.* (อิมพีเรียล) แห่งพระมหาจักรพรรดิ

imperialism, *n.* (อิมพี เรียลลิซึ่ม) ลัทธิจักรพรรดินิยม

imperialist, *n.* (อิมพีเรียลลิสทฺ) ผู้เลื่อมใสในระบอบจักรพรรดินิยม

imperil, *v.* (อิมเพ ริล) ฝ่าอันตราย

imperious, *a.* (อิมพีเรียส) ซึ่งเป็นการบังคับ

imperishable, *a.* (อิมเพ ริชะเบิล) ไม่เน่าเปื่อย

impermanence, *n.* ความไม่จีรังยั่งยืน

impermanent, *a.* (อิมเพอ มะเน็นทฺ) ไม่ถาวร

impersonal, *a.* (อิมเพอ ซันนัล) ไม่ใช่ส่วนตัว

impertinence, *n.* (อิมเพอ ทิเน็นซฺ) ความทะลึ่ง

impertinent, *a.* (อิมเพอ ทิเน็นทฺ) ทะลึ่ง

imperturbed, *a.* (อิมเพอเทอบดฺ) ไม่มีเขยื้อน

impious, *a.* (อิม ไพอัส) ไม่เป็นผู้มีใจบุญ

implant, *v.* (อิมพลานทฺ) ปลูก;

implement, *n.* (อิม พลีเม็นทฺ) เครื่องมือ

implicate, *v.* (อิม พลิเคท) พัวพันด้วย

implore, *v.* (อิมพลอ) อ้อนวอน; วิงวอน

imply, *v.* (อิมไพล) หมายความ; ส่อให้เห็น

impolite, *a.* (อิมโพไลทฺ) ไม่สุภาพ

impoliteness, *n.* (อิมโพไลทฺ เน็ส) ความไม่สุภาพ

imponderous, *a.* (อิมพอน เดอรัส) ไม่มีน้ำหนัก

import, *v.* (อิม พอท) นำเอาเข้ามาในประเทศ; หมายความ; *n.* สินค้าเข้า

importance, *n.* (อิมพอ ทันซฺ) ความสำคัญ; ข้อสำคัญ

I

important, *a.* (อิมพอ ทันทฺ) สำคัญ
importation, *n.* (อิมพอเทชั่น) การเอาเข้ามาจำหน่ายในประเทศ
importer, *n.* (อิมพอทเทอ) ผู้สั่งสินค้าเข้ามาจำหน่าย
impose, *v.* (อิมโพซ) ตั้งบังคับ
imposing, *a.* (อิมโพซซิง) มโหฬาร
imposition, *n.* (อิมโพซิชัน) ตั้งข้อบังคับ
impossibility, *n.* (อิมพ็อสซิบิล ลิทิ) สิ่งซึ่งเป็นไปไม่ได้
impossible, *a.* (อิมพ็อส ซิเบิล) ซึ่งเป็นไปไม่ได้
impost, *n.* (อิม โพสทฺ) ภาษี
impostor, *n.* (อิมพ็อสเทอ) ตัวปลอม; คนโกง
imposture, *n.* (อิมพ็อส เจียวรฺ) การปลอม
impotence, *n.* (อิม โพเท็นซฺ) ความไม่มีกำลังสามารถ; หมดแรง
impotent, *a.* (อิม โพเท็นทฺ) ไม่มีกำลังอำนาจ; ไม่มีกำลังแล้ว
impoverish, *v.* (อิมพา เวอริช) ทำให้จนลง
impracticable, *a.* (อิมแพรค ทิคคะเบิล) ใช้การไม่ได้
impractical, *a.* (อิมแพรค ทิคัล) ทางปฏิบัติแล้วใช้การไม่ได้
imprecate, *v.* (อิม พรีเคท) อ้อนวอน; ร้องขอ
imprecation, *n.* (อิมพรีเคชัน) การร้องขอ
imprecise, *a.* (อิมพรีไซซฺ) ไม่ชัดแจ้ง
impregnable, *a.* (อิมเพร็ก นะเบิล) ตีไม่แตก (เมือง)
impress, *v.* (อิมเพร็ส) กดเป็นรอย; จารึกอยู่ในหัวใจ
impression, *n.* (อิมเพร็ส ชั่น) รอยพิมพ์ใจ; รูปพิมพ์; ความติดใจ; พิมพ์ใจ
impressive, *a.* (อิมเพร็ส ซิฟว) เป็นที่ประทับใจ
imprint, *v.* (อิมพรินทฺ) พิมพ์; จารึกอยู่ในหัวใจ
imprison, *v.* (อิมพริสเซิ่น) เอาขังคุก
imprisonment, *n.* (อิมพริซ เซินเม็นทฺ) การจำคุก
improbable, *a.* (อิมพร็อบ บะเบิล) ไม่เป็นของที่จะแน่นัก
impromptu, *a. adv.* (อิมพร็อมพฺ ทิว) ว่ากันสด ๆ ร้อน ๆ
improper, *a.* (อิมพร็อพเพอ) ไม่เหมาะ
impropriety, *n.* (อิมโพรไพรเอ็ททิ) ความไม่สมควร
improvable, *a.* (อิมพรูฟ วะเบิล) อันอาจจะทำให้ดีขึ้นได้
improve, *v.* (อีมพรูฟว) แก้ให้ดีขึ้น; ดีขึ้น; ปรับปรุง
improvement, *a.* (อิมพรูฟว เม็นทฺ) สภาพอันดีขึ้น; การแก้ไขให้ดีขึ้น
improver, *n.* (อิมพรูฟ เวอ) ผู้แก้ไขให้ดีขึ้น
improvisation, *n.* (อิมโพรไวเซชั่น) การว่ากันสด ๆ ร้อน ๆ
improvise, *v.* (อิมโพรไวซ) ว่ากันสด ๆ
imprudence, *n.* (อิมพรู เด็นซฺ) ความขาดความยั้งคิด

imprudent, *a.* (อิมพรู เด็นทฺ) ซึ่งขาดความยั้งคิด

impudent, *a.* (อิมพิวเด็นทฺ) อวดดี

impulse, *n.* (อิม พัลสฺ) ความเร็วเร่งรุดไป; การผลักดัน

impulsion, *n.* (อิมพัลชั่น) การผลักรุดไป

impulsive, *a.* (อิมพัล ซิฟว) ซึ่งมีแรงผลักไปข้างหน้า

impunity, *n.* (อิมพิวนิทิ) ความพ้นโทษ

impure, *a.* (อิมเพียวเออ) ไม่บริสุทธิ์

impurity, *n.* (อิมเพียว ริทิ) ความไม่บริสุทธิ์

in, *pr.* (อิน) ใน; ข้างใน

in flower, (อิน ฟลาวเออ) ออกดอก

in the end, (อิน ดิ เอ็นดฺ) ในที่สุด

inability, *n.* (อินนาบิล ลิทิ) ความไม่สามารถ

inaccuracy, *n.* (อิมแนค คิวระซิ) ความไม่แน่นอน

inaccurate, *a.* (อินแน็ค เคียวเรท) ไม่แน่นอน; ไม่ถูกต้อง

inaction, *n.* (อินแนคชั่น) ความอยู่เฉยๆ ไม่ทำอะไร

inactive, *a.* (อินแนค ทิฟว) ไม่ทำอะไร; อยู่เฉยๆ

inactivity, *n.* (อินแนคทิฟ วิทิ) ความไม่วิ่งเต้น

inadequate, *a.* (อินแนด ดีเคว็ท) ไม่เพียงพอ

inadmissible, *a.* (อินแน็ดมิส ซิเบิล) ยอมให้ไม่ได้

inadvisable, *a.* (อินแน็ดไว ซะเบิล) ไม่สมควรที่จะ

inanimate, *a.* (อินแนน นิเมท) ไม่มีชีวิต

inapplicable, *a.* (อินแนพ พลิคคะเบิล) นำมาใช้ไม่ได้

inappropriate, *a.* (อินแน็พโพร พริเอท) ไม่สมควร; ไม่เหมาะ

inattentive, *a.* (อินแนดเท็น ทิฟว) ไม่ตั้งใจ

inaudible, *a.* (อินนอด ดิเบิล) ไม่ได้ยินเสียง

inaugurate, *v.* (อินออ เกียวเรท) กระทำพิธีเปิด

inauspicious, *a.* (อินนอสพิ ชัส) ลางไม่ดี

Inca, *n.* (อิง คะ) ชาวอินคา เจ้าของเดิมแห่งปีรู

incalculable, *a.* (อินแคล คิวละเบิล) เหลือที่จะคำนวณได้

incandescent, *a.* (อินแคนเด็ส เซ็นทฺ) แดงจนขึ้นเป็นแสง

incapable, *a.* (อินแคพ พะเบิล) ไม่สามารถ

incapacitate, *v.* (อินคะแพส ซิเทท) ทำให้ไม่สามารถ

incarcerate, *v.* (อินคา เซอเรท) เอาตัวจำจอง

incarnate, *v.* (อินคา เนท) ถือร่างเกิดในเนื้อมนุษย์

incarnation, *n.* (อินคาเนชั่น) การถือร่างเกิดในเนื้อมนุษย์

incautious, *a.* (อินคอ ชัส) ไม่มีความระมัดระวัง

incautiousness, *n.* (อินคอชัส เน็ส) ความไม่ระมัดระวัง

incendiary, *a.* (อินเซ็น เดียริ) เป็นเพลิงไหม้

incense, *v.* (อินเซ็นซฺ) จุดธูป; เดือดดาล; *n.* ธูป

incentive, *a.n.* (อินเซ็น ทิฟว) เป็นการเร่งเร้าให้

incentor, *n.* (อินเซ็นเทอ) ผู้เร่งเร้า

inception, *n.* (อินเซ็พ ชั่น) เริ่มต้น

incertitude, *n.* (อีนเซอ ทิจิวดฺ) ความไม่แน่นอน

incessant, *a.* (อินเซ็ส ซันทฺ) ไม่รู้จักหยุดหย่อน

incest, *n.* (อิน เซ็สทฺ) การร่วมประเวณีภายในวงญาติสนิท

inch, *n.* (อินชฺ) นิ้ว (ฟุต)

incident, *a.* (อิน ซิเด็นทฺ) อาจเกิดขึ้นได้; ตกลงมาตรง; เหตุการณ์

incidental, *a.* (อินซิเด็น ทัล) บังเอิญ

incinerate, *v.* (อินซิน เนอเรท) เผา

incise, *v.* (อินไซซฺ) ตัดเข้าไป; สลัก; เจาะ

incision, *n.* (อินซิ ชั่น) การตัด

inciser, *n.* (อินไซ เซอ) ฟันหน้า

incite, *v.* (อินไซทฺ) ยุให้

incitement, *n.* (อินไซทฺ เม็นทฺ) เหตุอันยั่วยุ

incivil, *a.* (อินซิฟ วิล) ไม่สุภาพเลย

incivility, *n.* (อินซิวิล ลิทิ) ความไม่สุภาพ

inclination, *n.* (อินคลิเนชั่น) ความเอนเอียง; ความใคร่จะ

incline, *v.* (อินไคลนฺ) ชักจะ, เอนเอียง

inclose, *v.* (อินโคลซฺ) สอดมาด้วย; ใส่อยู่ด้วย; ล้อมไว้

include, *v.* (อินคลูด) มีอยู่ด้วย; รวมอยู่ด้วย

inclusion, *n.* (อิน คลูชั่น) การรวมอยู่ด้วย

inclusive, *a.* (อินคลู ซิฟว) ซึ่งรวมอยู่ด้วย

incognito, *adv.* (อินคอก นิโต) โดยไม่มีใครรู้จัก, ไม่แสดงตัว

incoherent, *a.* (อินโคเฮียเร็นทฺ) ไม่เข้ากันดี; ไม่ปะติดปะต่อ

incombustible, *a.* (อินคอมบัส ทิเบิล) ไม่ไหม้ไฟ

income, *n.* (อินคัม) รายได้; ดอกเบี้ย

income-tax, *n.* (อินคัม แทคซฺ) ภาษีรายได้

incommode, *v.* (อินคอมโมด) ทำให้ไม่สะดวก

incommunicable, *a.* (อินคอมมิวนิคคาเบิล) ติดต่อไม่ได้

incomparable, *a.* (อิมค็อม พาราเบิล) หาที่เปรียบไม่ได้

incompatible, *a.* (อินค็อมแพ็ททิ เบิล) เข้ากันไม่ได้

incompetence, *n.* (อิมคอม พีเท็นซฺ) ความไม่สามารถ

incompetent, *a.* (อิมค็อม พีเท็นทฺ) ซึ่งไม่สามารถ

incomplete, *a.* (อินค็อมพลีท) ไม่จบ; ไม่บริบูรณ์; ยังไม่หมด; ค้างๆ อยู่

incompleteness, incompletion, *n.* (อินค็อมพลีทเน็ส, อินค็อมพลีชั่น) ความไม่จบบริบูรณ์; การค้างๆ อยู่

incomprehensible, *a.* (อินคอมพรีเฮ็นซิเบิล) เหลือที่จะเข้าใจได้

incomprehension, *n.* (อินคอมพรีเฮ็นชั่น) ความไม่เข้าใจ

incompressible, *a.* (อินคอมเพร็ซซิเบิล) บีบให้เล็กลงไม่ได้

inconceivable, *a.* (อินคอนซีฟ วะเบิล) ไม่เคยนึกฝันถึงเลย

inconclusive, *a.* (อินคอนคลู ซิฟ) ยังไม่ลงเอยกันได้

incongruous, *a.* (อินคอง กรูอัส) ไม่เข้ากัน

inconsiderate, *a.* (อินคอนซิด เดอเรท) ไม่นึกถึงจิตใจของผู้อื่น

inconsistent, *a.* (อินคอนซิส เท็นทฺ) ไม่เข้ากัน

inconstant, *a.* (อินค็อน สทันทฺ) ไม่เที่ยง

inconvenience, *n.* (อินคอนวี เนียนซฺ) ความไม่สะดวก; *v.* ทำให้ขลุกขลัก; รบกวน

inconvenient, *a.* (อินคอนวี เนียนทฺ) ไม่สะดวก

inconvertible, *a.* (อินคอนเวิท ทิเบิล) เปลี่ยนแปลงไม่ได้

incorporate, *v.* (อินคอ พอเรท) รวมกันเข้าเป็นคณะ

incorrect, *a.* (อินคอ เร็คทฺ) ไม่ถูก

incorrigible, *a.* (อินคอ ริดจิเบิล) แก้ไม่ไหว

increase, (*n.* อิน ครีซ; *v.* อินครีซ) มากขึ้น; ทวีขึ้น; เพิ่มขึ้น

increase in size, (อิน ครีซ อิน ไซซ) โตขึ้น

incredible, *a.* (อินเคร็ด ดิเบิล) เหลือเชื่อ

incredulity, *n.* (อินครีดิว ลิทิ) ความไม่น่าเชื่อ

incredulous, *a.* (อินเคร็ด ดิวลัส) ไม่เชื่อ; ไม่น่าเชื่อ; ไม่ได้หูเบา

increment, *n.* (อิน ครีเม็นทฺ) การทวีขึ้น; เพิ่มขึ้น

incrustate, *v.* (อิน ครัสเทท) เป็นเปลือกแข็ง

incubate, *v.* (อิน คิวเบท) ฟักไข่

incubation, *n.* (อินคิวเบชั่น) การฟักไข่

incubator, *n.* เครื่องฟักไข่

incumbent, *a.* (อินคัม เบ็นทฺ) ตกเป็นภาระของ

incur, *v.* (อินเคอ) ยังให้เกิด

incurable, *a.* (อินเคียว ระเบิล) รักษาไม่ได้; แก้ไม่ไหว

incursion, *n.* (อินเคอชัน) การยกเข้าตี

indebeted, *a.* (อินเด็ด เท็ด) เป็นหนี้

indebtedness, *n.* (อินเด็ด เท็ดเน็ส) ความเป็นหนี้ (บุญคุณ)

indecency, *n.* (อินดี เซ็นซิ) ความประพฤติอันไม่เหมาะสม, อนาจาร

indecent, *a.* (อินดี เซ็นทฺ) ไม่เหมาะ; ไม่สุภาพ; อนาจาร

indecent assault, การแทะโลมเพื่ออนาจาร

indecipherable, *a.* (อินดีไซ เฟอระเบิล) มีตัวอักษรอะไรบ้างก็ไม่รู้ (อ่านไม่ออก)

indecision, *n.* (อินดีซิ ชั่น) ความไม่รู้จะตกลงใจอย่างไรดี

I

indecisive, *a.* (อินดีไซ ซิฟว) ไม่แน่นอนใจสักที

indecorous, *a.* (อินเด็คคอรัส) ไม่สุภาพเสียเลย

indeed, *adv.* (อินดีด) จริงๆ

indefatigable, *a.* (อินดีแฟท ทิกกะเบิล) ไม่รู้จักเหน็ดเหนื่อย

indefinite, *a.* (อินเด๊ฟ ฟินิท) ไม่แน่นอน; ไม่จำกัด

indelible, *a.* (อินเด็ลลิเบิล) ลบไม่ออก

indemnify, *v.* (อินเด็ม นิฟาย) คืนเงินให้

indemnity, *n.* (อินเด็ม นิทิ) ค่าทำขวัญ

indented, *a.* (อินเด็น เท็ด) เป็นจักรๆ; เป็นซี่ๆ

independence, *n.* (อินดีเพ็น เด็นซฺ) ความอิสระ; การเป็นอิสระ; เอกราช; ความเป็นไท

independent, *a.* (อินดีเพ็น เด็นทฺ) เป็นอิสระ; เอกราช

indescribable, *a.* (อินดีสไครบะเบิล) เหลือที่จะพรรณนาได้

indestructible, *a.* (อินดีสทรัคทิเบิล) ทำลายไม่ได้

indeterminable, *a.* (อินดีเทอ มินนะเบิล) เหลือที่จะพิจารณาให้แน่นอนลงไปได้

indetermination, *n.* (อินดีเทอมิเนชั่น) ความไม่ตกลงใจได้

index, *n.* (อินเด็คซ) บัญชีรายชื่อ; (*pl.* **indices**); ดัชนี; *v.* ทำรายชื่อไว้

Indian, *a. n.* (อินเดียน) แขกอินเดีย

Indian hemp, *n.* (อินเดียน เฮ็นพฺ) กัญชา

Red Indian, (เร็ด อินเดียน) พวกอินเดียนแดง

Indian ink, *n.* (อินเดียน อิงคฺ) หมึกดำจัด

India-rubber, *n.* (อินเดีย-รับเบอ)ยางลบ

indicate, *v.* (อิน ดิเคท) ชี้แจง; แสดง; บอก

indication, *n.* (อินดิเคชั่น) การแสดง; เครื่องหมาย

indicative, *a.* (อินดิค คะทิฟว) ซึ่งเป็นการแสดง

indicator, *n.* (อิน ดิเคเทอ) เครื่องชี้, บอก, แสดง; เข็มชี้

Indies, *n. pl.* (อินดีซ) หมู่เกาะอินเดีย

indifference, *n.* (อินดิฟ เฟอเร็นซฺ) ความวางเฉย

indifferent, *a.* (อินดิฟ เฟอเร็นทฺ) ซึ่งวางเฉย; ไม่เอาเรื่อง

indigence, *n.* (อินดิเจ็นซฺ) ความจนกรอบ, เข็ญใจ

indigenous, *a.* (อินดิจีนัส) เกิดในท้องถิ่น; ชาวพื้นเมือง

indigent, *a.* (อินดิเจ็นทฺ) จนกรอบ

indigestible, *a.* (อินดิเจ็ส ทิเบิล) ย่อยยาก

indigestion, *n.* (อินดิเจ็สทฺ จั่น) อาหารไม่ย่อย; ท้องเสีย

indigestive, *a.* (อินดิเจ็ส ทิฟว) เป็นโรคท้องเสีย

indignant, *a.* (อินดิก นันทฺ) ขัดเคือง

indignation, *n.* (อินดิกเนชั่น) ความขัดเคือง

indignity, *n.* (อินดิก นิทิ) ความเลวไร้เกียรติ

indigo, *n.* (อิน ดิโก) คราม; *a.* สีคราม

indirect, *a.* (อินไดเร็คทฺ) อ้อม

indirectly, *adv.* โดยทางอ้อม; โดยปริยาย

indirectness, *n.* (อินไดเร็คทฺ เน็ส) ความอ้อม

indiscernible, *a.* (อินดิสเซอน นะเบิล) สังเกตไม่เห็น

indiscipline, *n.* (อินดิส ซิพพลิน) ความไม่มีวินัย

indiscoverable, *a.* (อินดิสคัฟ เวอระเบิล) ค้นไม่มีพบ

indiscreet, *a.* (อินดิสครีท) สอดรู้ไม่เข้าเรื่อง โดยเฉพาะในเรื่องของคนอื่น

indiscriminate, *a.* (อินดิสคริม มิเนท) โดยไม่มีการจำกัดพวก

indispensable, *a.* (อินดิสเพ็น ซะเบิล) ซึ่งขาดไปไม่ได้

indispose, *v.* (อินดิสโพซ) ไม่เหมาะ; ไม่สบายใจ; ไม่อยากจะทำอะไรทั้งนั้น

indisposition, *n.* (อินดิสโพซิชั่น) ความไม่สบายใจ

indisputable, *a.* (อินดิส พิวทะเบิล) หาทางเถียงไม่ได้

indistinct, *a.* (อินดิสทิงคทฺ) ไม่ชัด

indistinguishable, *a.* (อินดิสทิง กวิชชะเบิล) เหลือที่จะมองเห็นได้ว่าอะไรเป็นอะไร

indite, *v.* (อินไดทฺ) บอกให้ทำ

individual, *a.* (อินดิวิด ดยวล) ส่วนบุคคล; เป็นรายคน; *n.* บุคคล

individually, *adv.* (อินดิวิดดยวล ลิ) เป็นรายบุคคลไป

indivisible, *a.* (อินดิวิซซิเบิล) แบ่งแยกไม่ได้; หารไม่ได้

indocile, *a.* (อินโด ไซลฺ) ว่านอนสอนยาก

indolence, *n.* (อิน โดเล็นซฺ) ความเฉื่อยชา; เกียจคร้าน

indolent, *a.* (อิน โดเล็นทฺ) เฉื่อยชา; เกียจคร้าน; ซึมเซื่อง

indomitable, *a.* (อินดอม มิททะเบิล) เหลือที่จะปราบได้

Indonesia *n.* อินโดนีเซีย (ประเทศ)

indoor, *a.* (อิน ดอ) ภายในร่ม

indoors, *adv.* (อิน ดอซ) ในบ้าน; ภายในร่ม

indorse, *v.* (อิน ดอซ) สลักหลัง

indorsement, *n.* (อินดอซ เม็นทฺ) การสลักหลัง

indubious, *a.* (อินดิว เบียส) ไม่เป็นที่สงสัย

indubitable, *a.* (อินดิว บิททะเบิล) ไม่มีปัญหาอะไร

induce, *v.* (อินดิวซฺ) จูงใจ; นำเข้ามา; เป็นเหตุให้; ชักนำ

inducement, *n.* (อินดิวซฺ เม็นทฺ) การชักนำ

induction, *n.* (อินดัคชั่น) อุปมาน; การนำสื่อ; สื่อ

inductive, *a.* (อินดัค ทิฟว) ซึ่งนำกันไป

inductor, *n.* (อินดัคเทอ) สื่อ

indulge, *v.* (อินดัลจ) มั่วสุมอยู่กับ; ยอมปล่อยให้

indulgence, *n.* (อินดัล เจ็นซ) ความอดโทษ
indulgent, *a.* (อินดัลเจ็นทฺ) ผ่อนปรน
industrial, *a.* (อินดัส ทริอัล) แห่งการอุตสาหกรรม
industrial art, อุตสาหกรรมศิลปะ
industrious, a. (อินดัส ทริอัส) ขยันขันแข็ง
industry, *n.* (อิน ดัสทริ) ความขยันหมั่นเพียร; อุตสาหกรรม
indwell, *v.* (อินดฺเว็ล) อยู่ในนั้น
inedible, *a.* (อินเอ็ด ดะเบิล) กินไม่ได้
ineffaceable, *a.* (อินแอ็ฟเฟซ ซะเบิล) ลบไม่ออก
ineffective, *a.* (อินเอ็ฟเฟ็คทิฟว)ไม่เป็นผล; ไม่เห็นสวย
ineffectual, *a.* (อินเอ็ฟเฟ็ค ชิวอัล) ไร้ผล; ไม่ยังผลให้บังเกิดขึ้น
inefficacy, *n.* (อินเอ็ฟ ฟิคคะซิ) ความไม่ประสิทธิ์ผล
inefficiency, *n.* (อินเอ็ฟฟี เชียนซิ) ความไม่มีประสิทธิภาพ
inefficient, *a.* (อินเอ้ฟฟี เชียนทฺ) ไม่เหมาะ กับหน้าที่; ขาดประสิทธิภาพ
inelegant, *a.* (อินเอ็ล ลิกันทฺ) ไม่โก้
ineligible, *a.* (อินเอ็ล ลิดจิเบิล) ซึ่งไม่มีประสิทธิภาพที่จะได้รับเลือกตั้ง
ineluctable, *a.* (อินอีลัค ทะเบิล) หลีกเลี่ยงไม่พ้น
inept, *a.* (อินเน็พทฺ) ไม่เหมาะสม
inequality, *n.* (อินอีควอล ลิทิ) ความไม่สม่ำเสมอ; ความไม่เสมอภาค
inequitable, *a.* (อินเอ็ค ควิทะเบิล) ไม่ยุติธรรม
inequity, *n.* (อินเน็ค ควิทิ) ความไม่เสมอภาค
inerasable, *a.* (อินอีเรส ซะเบิล) ลบไม่ออก
inerrable, *a* (อินแนราเบิล) ไม่ผิดได้
inerratic, *a.* (อินเอแรท ทิค) ไม่เดินท่องเที่ยวไป
inert, *a.* (อินเนอท) เฉื่อยชา
inertia, *n.* (อินเนอ เชีย) ความเฉื่อย
inescapable, *a.* (อินเอ็สเคพ พะเบิล) หนีไม่พ้น; หลีกเลี่ยงไม่พ้น
inessential, *a.* (อินเอ็สเซ็น ชัล) ไม่จำเป็น
inevitable, *a.* (อินเน วิททะเบิล) หลีกเลี่ยงไม่ได้; จำต้องมี
inexact, *a.* (อินเน็กแซ็คทฺ) ไม่แน่นัก; ไม่สู้จะตรงความจริงนัก
inexcusable, *a.* (อินเน็คซฺคิว ซะเบิล) ยกโทษให้ไม่ได้
inexhaustible, *a.* (อินเน็กซอส ทิเบิล) ไม่รู้จักหมด
inexorable, *a.* (อินเน็ก ซอระเบิล) ไม่มีถดถอย
inexpedient, *a.* (อินเน็กซฺพี เดียนทฺ) ไม่พึงประสงค์
inexpensive, *a.* (อินเน็กซฺเพ็นซิฟว) ไม่แพงเลย
inexperience, *n.* (อินเน็กซฺพี เรียนซฺ) ความอ่อนหัด
inexperienced, *a.* (อินเน็กซฺ พีเรียนซฺทฺ) อ่อนหัด; ไม่เคย

inexpert, *a.* (อินเน็กซฺเพอท) ไม่ชำนาญ

inexplicable, *a.* (อินเน็กซฺ พลิคคะเบิล) เหลือที่จะอธิบายได้

inexplicit, *a.* (อินเน็กซฺพลิส ซิท) ไม่ชัดแจ้ง

inexpressible, *a.* (อินเน็กซฺ เพร็ส ซิเบิล) เหลือที่จะพรรณนาได้

inexpressive, *a.* (อินเน็กซฺเพร็สซิฟ) พูดไม่หนักแน่น

inextricable, *a.* (อินเน็กซฺ ทริคคะเบิล) แก้ไม่หลุด (ปมเชือก)

infallible, *a.* (อินแฟล ลิเบิล) ไม่มีผิดได้

infamous, *a.* (อิน ฟะมัส) ลือกระฉ่อน (ไปในทางเสีย)

infamy, *n.* (อิน ฟะมิ) ความเสื่อมเสียชื่อเสียง

infancy, *n.* (อิน ฟันซิ) วัยทารก; วัยเริ่มต้น

infant, *n. a.* (อินฟั้นทฺ) เด็กทารก

infanta, *n.* (อินฟัน ทา) เจ้าหญิงสเปญ

infantile, infantine, *a.* (อิน ฟันไทลฺ; -ไทนฺ) แห่งเด็กทารก

infantry, *n.* (อิน ฟันทริ) ทหารราบ

infatuate, *v.* (อินแฟทจิวเอท) หลงรัก

infeasible, *a.* (อินฟีซ ซิเบิล) ไม่มีทางทำได้

infect, *v.* (อินเฟ็คทฺ) ติดต่อ (เชื่อโรค)

infection, *n.* (อินเฟ็ค ชั่น) การติดต่อ (แห่งเชื้อโรค)

infectious, *a.* (อินเฟ็ค ชัส) ซึ่งติดต่อ (เชื้อโรค)

infective, *a.* (อินเฟ็ค ทิฟว) ซึ่งติดต่อได้

infelicity, *n.* (อินเฟ็ลลิส ซิทิ) ความไม่มีสุข

infer, *v.* (อินเฟอ) อนุมาน; ได้มาจาก

inferior, *a.* (อินฟีเรีย) ต่ำกว่า; เลวกว่า; ด้อย

inferiority, *n.* (อินฟีเรีย ริทิ) ความด้อย

infernal, *a.* (อินเฟอ นัล) แห่งมหานรก

inferno, *n.* (อินเฟอ โน) นรก

infertile, *a.* (อินเฟอ ไทลฺ) ไม่อุดมสมบูรณ์; ปลูกอะไรไม่ขึ้น

infest, *v.* (อินเฟ็สทฺ) รบกวน

infidel, *a.* (อิน ฟีเดิ็ล) ไม่เชื่อถือ; *n.* ผู้ไม่มีศาสนา; คนนอกศาสนา

infidelity, *n.* (อินฟีเดิ็ล ลิทิ) ความไม่ซื่อสัตย์ต่อกัน

infiltrate, *v.* (อินฟิล เทรท) แทรกซึมเข้ามา

infinite, *a.* (อินฟีนิท) ไม่จำกัด; ซึ่งไม่รู้จักจบ

infinitive, *n.* (อินฟีนิทิฟว) สภาวมาลา

infinity, *n.* (อินฟีนนิทิ) ไม่มีจบ, ไม่มีสิ้นสุด

infirm, *a.* (อินเฟอม) ไม่แข็งแรง; เจ็บออดแอด

infirmary, *n.* (อินเฟอม มะริ) โรงพยาบาล

infirmative, *a.* (อินเฟอม มะทิฟว) ชักจะอ่อนแอลง

infirmity, *n.* (อินเฟอม มิทิ) ความอ่อนแอ; ทุพพลภาพ

inflame, *v.* (อินเฟลม) ไหม้ไฟ; ลุกขึ้น (ไฟ)

inflammable, *a.* (อินแฟลม มาเบิล) ไว

I

ไฟ

inflate, *v.* (อินเฟลท) พองตัว

inflation, *n.* (อินเฟล ชั่น) การพองขึ้น; การเฟ้อของราคาเงิน

inflect, *v.* (อินเฟล็คทฺ) สะท้อน; เปลี่ยนแปลง; เป็นเงา

inflection, inflexion, *n.* (อินเฟล็ค ชั่น) การสะท้อนกลับของแสง; การเปลี่ยนแปลงท้ายคำ

inflexible, *a.* (อินเฟล็ค ซิเบิล) ไม่อ่อน; งอไปงอมาไม่ได้

inflict, *v.* (อินฟลิคทฺ) นำมาใส่ให้

influence, *n.* (อิน ฟลูเอ็นซฺ) อิทธิพล; *v.* มีอิทธิพล

influential, *a.* (อินฟลูเอ็น ชัล) มีอิทธิพลมาก

influenza, *n.* (อินฟลูเอ็นซา) ไข้หวัดใหญ่

influx, *n.* (อิน ฟลักซฺ) การไหลนองเข้ามา

inform, *v.* (อินฟอม) บอก

informal, *a.* (อินฟอมัล) ไม่ใช่ทางราชการ; อย่างกันเอง; แต่งกายตามสบาย

informant, *n.* (อินฟอ มันทฺ) สายลับ

information, *n.* (อินฟอเมชั่น) ข่าว; สิ่งที่บอกให้

informer, *n.* (อินฟอม เมอ) ผู้บอก

infraction, *n.* (อินแฟร็ค ชั่น) การล่วงละเมิด

infrangible, *a.* (อินแฟรน จิเบิล) แตกหักได้

infrequent, *a.* (อินฟรี เคว็นทฺ) ไม่บ่อยนัก

infringe, *v.* (อินฟรินจ) ล่วงล้ำ; ละเมิด

infuriate, *v.* (อินเฟียวริเอท) เดือดดาล

ingenious, *a.* (อิน จีเนียส) ชาญฉลาด

ingot, *n.* (อิง กอท) ลิ่ม

ingredient, *n.* (อินกรี เดียนทฺ) ส่วนประกอบ

inhabit, *v.* (อินแฮบ บิท) อาศัยอยู่

inhabitable, *a.* (อินแฮบบิท ทาเบิล) ซึ่งอาศัยอยู่ได้

inhabitant, *n.* (อินแฮบ บิทันทฺ) พลเมือง; พศกนิกร

inhabitation, *n.* (อินแฮบบิเทชั่น) ที่อยู่; การตั้งบ้านเรือนอยู่

inhabiter, *n.* (อินแฮบ บิเทอ) ผู้อยู่; พลเมือง

inhalant, *a.* (อินเฮล ลันทฺ) สำหรับสูดเข้า; *n.* ยาดม

inhalation, *n.* (อินฮะเลชั่น) การสูดลมหายใจเข้า

inhale, *v.* (อินเฮล) สูดเข้า

inharmonious, *a.* (อินฮาโมเนียซ) ไม่สอดคล้องกัน

inharmony, *n.* (อินฮา มอนิ) ความไม่เข้ากัน

inhere, *v.* (อินเฮียรฺ) มีอยู่ในนั้น

inherent, *a.* (อินเฮียเร็นทฺ) ซึ่งมีอยู่ในนั้นด้วยแล้ว

inherit, *v.* (อินแฮ ริท) รับสืบต่อมา; รับมรดก

inheritance, *n.* (อินเฮ ริทันซฺ) ส่วนมรดก

inheritor, inheritress, *n.* (อินเฮริเทอ; -เทรีส) ผู้รับมรดก

inhibit, *v.* (อินฮิบบิท) หักห้าม; กัน

inhibition, *n.* (อินฮิบิ ชั่น) การหักห้าม

inhibitory, *a.* (อินฮิบิต เทอริ) ซึ่งมีลักษณะห้าม

inhospitable, *a.* (อินฮอส พิททะเบิล) ไม่ต้องการรับแขก

inhospitality, *n.* ความไม่ต้องการรับแขก

inhuman, *a.* (อินฮิวมัน) โหดเหี้ยมทารุณ; อมนุษย์

inhumane, *a.* (อินฮิวเมน) โหดเหี้ยม; ไร้อารยธรรม

inhumanity, *n.* (อินฮิวแมน นิทิ) ความโหดเหี้ยมทารุณ

inhumation, *n.* (อินฮิวเมชั่น) การเอาไปฝัง

inhume, *v.* (อิวฮีวมฺ) เอาไปฝัง

inimical, *a.* (อินนิมิคัล) มีใจเป็นศัตรู

inimitable, *a.* (อินอิม มิททะเบิล) เหลือจะเอาอย่างได้

iniquitous, *a.* (อินนิค ควิทัส) ไม่ยุติธรรม

iniquity, *n.* (อินนิคคิวทิ) ความอยุติธรรม

initial, *n.* (อินนิ ชัล) อักษรย่อ; *v.* เซ็นอักษรย่อ

initiate, *v.* (อินนิ ชิเอท) สอนให้เข้าใจลู่ทาง; นำเข้ามาให้รู้จัก

initiatie, *n.* (อินนิ ชิเอทิฟว) ความริเริ่ม

inject, *v.* (อินเจ็คทฺ) ฉีด

injection, *n.* (อินเจ็คชั่น) การฉีดยา

injunction, *n.* (อินจังคฺชั่น) ความประสงค์; คำสั่ง

injure, *v.* (อิน จัวรฺ) ทำร้าย; บาดเจ็บ

injurious, *a.* (อินจูเรียส) ซึ่งเป็นการให้ได้รับความชอกช้ำ

injury, *n.* (อิน จูรี่) บาดเจ็บ; ข้อใส่ร้าย; ความเสียหาย

injustice, *n.* (อินจัส ทิส) ความอยุติกรรม

ink, *n.* (อิงคฺ) น้ำหมึก

inkpot, *n.* (อิงค์ พ็อท) กะปุกหมึก

inky, *a.* (อิงคี่) แห่งหมึก; เป็นน้ำหมึก

inland, *a.* (อิน ลันดฺ) ภายในประเทศ

inland revenue, ภาษีภายในประเทศ

inlay, *v.* (อินเล) เอาฝัง

inlet, *n.* (อิน เล็ท) ทางเข้า; เวิ้งทะเล

inmate, *n.* (อิน เมท)ผู้อยู่ด้วย

inmost, *a.* (อิน โมสทฺ) ข้างในสุด

inn, *n.* (อิน) โรงแรม; เนติบัญฑิตสภา

innate, *a.* (อินเนท) เกี่ยวกับภายใน

innavigable, *a.* (อินแนบ วิกะเบิล) เรือเดินไม่ได้

inner, *a.* (อินเนอ) ในเข้าไป

inner circle, รถสายที่วิ่งอยู่รอบวงในของเมือง

innermost, *a.* (อิน เนอโมสทฺ) ข้างในสุด

innervate, *v.* (อินเนอ เวท) ให้กำลังวังชา

innkeeper, *n.* (อิน คีพเพอ) เจ้าของโรงขายอาหาร

innocence, *n.* (อิน โนเซ็นซฺ) ความบริสุทธิ์ใจ

innocent, *a.* (อิน โนเซ็นทฺ) บริสุทธิ์ใจ; ไม่เดียงสา

innovate, *v.* (อิน โนเวท) ทำให้ใหม่

innumerable, *a.* (อินนิวเมอระเบิล) มากมายเหลือที่จะคณนา

I

inobservance, *n.* (อินออบเซอบวันซฺ) การไม่เชื่อฟังตาม

inoculate, *v.* (อินน็อค คิวเลท) ปลูกฝี

inoculation, *n.* (อินน็อคคิวเลชั่น) การปลูกฝี

inodorous, *a.* (อินโอ ดอรัส) ไม่มีกลิ่น

inoffensive, *a.* (อินอ็อฟเฟ็น ซิฟว) ไม่ให้ร้ายอะไร

inofficial, *a.* (อินออฟฟิช ชัล) อันไม่เป็นทางการ

inofficious, *a.* (อินออฟฟีชัส) ไม่เอาการเอางาน

inopportune, *a.* (อินอ็อพ พอรฺจิวนฺ) ไม่เหมาะ

inordinate, *a.* (อินออ ดิเนท) ไม่อยู่ในขอบเขตอันควร

inorganic, *a.* (อินออรฺแกนนิค) ไม่มีโครงร่าง; อนินทรีย์

in-patient, *n.* (อินเพชันทฺ) คนไข้ภายใน

inquest, *n.* (อินเควสทฺ) การไต่สวน

inquietude, *n.* (อินไคว เอ็ดจิวดฺ) ความไม่สงบใจ

inquire, *v.* (อินไควเออ) ถามหา

inquiry, *n.* (อินไควเออริ) การถามหา; ไต่ถาม

inquisition, *n.* (อินควิสซิ ชั่น) การไต่สวน

inquisitive, *a.* (อินควิส ซิทิฟว) กระหายอยากรู้นัก

inquisitiveness, *n.* (อินควิส ซิทิฟวเนีส) ความกระหายอยากรู้

inquisitor, *n.* (อินควิส ซิเทอ) ผู้ไต่สวน

inroad, *n. v.* (อิน ไรด) ยกทัพรุกตีเข้ามา; บุก

insane, *a.* (อินเซน) สติไม่ดี

insanitary, *a.* (อินแซน นิทะริ) ขัดต่อสุขภาพอนามัย

insanity, *n.* (อินแซน นิทิ) ความฟั่นเฟือน

insatiable, *a.* (อินเซ ชิอะเบิล) ไม่รู้จักอิ่ม

insatiate, *a.* (อินเซ ชิเอท) ไม่รู้จักพอ

inscribe, *v.* (อินซฺไครบฺ) เขียนลงใน; จารึก

inscription, *n.* (อินซฺคริพ ชั่น) การจารึก; ศิลาจารึก

inscrutable, *a.* (อินซฺครู ทะเบิล) เหลือที่จะตรวจดูได้

insect, *n.* (อิน เซ็คทฺ) แมลง

insecticide, *n.* (อินเซ็ค ทิไซดฺ) ยาฆ่าแมลง

insectivorous, *a.* (อินเซ็คทิฟ วอรัส) ซึ่งกินแมลงเป็นอาหาร

insecure, *a.* (อินซีเคียว) ไม่ปลอดภัย

insecurity, *n.* (อินซีเคียว ริทิ) ความไม่ปลอดภัย

inseminate, *v.* (อินเซ็ม มิเนท) หว่าน

insensible, *a.* (อินเซ็น ซิเบิล) ไม่มีความรู้สึก; หาเหตุผลมิได้

inseparable, *a.* (อินเซ็พ พาราเบิล) ซึ่งแยกออกจากกันไม่ได้

inseparableness, *n.* (อินเซ็พ พะระเบิลเนีส) ความไม่แยกออกจากกันได้

insert, *v.* (อินเซอท) นำใส่เข้าไป; สอดใส่

insertion, *n.* (อินเซอชั่น) การนำเข้ามาใส่; การเอาลงหนังสือพิมพ์

inset, *v.* (อิน เซ็ท) ใส่ลงไป; *n.* สิ่งที่ใส่ไว้ข้างใน

in-shore, *a. adv.* (อิน-ชอ) ใกล้ฝั่ง
inside, *pr. adv. a. n.* (อิน ไซดฺ) ข้างใน
insidious, *a.* (อินซิดเดียซ) คอยจ้องหาโอกาสอยู่
insight, *n.* (อินไซทฺ) ความเข้าใจแจ่มแจ้ง
insignificance, *n.* (อินซิกนิ ฟีคันซฺ) ความไม่สำคัญ
insignificant, *a.* (อินซิกนิ ฟีคันทฺ) ไม่สลักสำคัญอะไร
insincere, *a.* (อินซินเซียรฺ) ไม่จริงใจ
insincerity, *n.* (อินซินเซีย ริทิ) ความไม่จริงใจ
insipid, *a.* (อินซิพ พิด) น่าเบื่อ; ชืด
insist, *v.* (อินซิสทฺ) ขืนจะ; รบเร้า
insistent, *a.* (อินซิส เท็นทฺ) ซึ่งรบเร้า
insociable, *a.* (อิน โซ ชะเบิล) ไม่คบค้าสมาคม
insolence, *n.* (อินโซเล็นซฺ) ความทะลึ่งอวดดี
insolent, *a.* (อินโซเล็นทฺ) ทะลึ่งอวดดี
insoluble, *a.* (อินซ็อล ลิวเบิล) ไม่ละลาย; ไม่มีทางอธิบายได้
insolvent, *a.* (อินซ็อล เว็นทฺ) หนี้สินล้นพ้นตัว
insomnia, *n.* (อินซ็อม เนีย) โรคนอนไม่หลับ
insomuch, *adv.* (อินโซมัช) จนกระทั่งว่า
inspan, *v.* (อินซแพน) เทียม
inspect, *v.* (อินซฺเพ็คทฺ) ตรวจตรา
inspection, *n.* (อินซฺเพ็ค ชั่น) การตรวจตรา
inspector, *n.* (อินซฺเพ็คเทอ) ผู้ตรวจตรา; นายตรวจ
inspectorate, *n.* (อินซฺเพ็ค ทอเรท) เขตของผู้ตรวจการ
inspectress, *n.* (อินซฺเพ็ค เทรส) ผู้ตรวจการหญิง
inspiration, *n.* (อินซฺพิเรชั่น) เครื่องดลใจ; การดลใจ
inspire, *v.* (อินสฺไพเออ) ดลใจ; สูดลมหายใจ
inspired, *a.* ซึ่งมีสิ่งดลใจ
inspirer, *n.* (อินสฺไพเรอ) ผู้, เครื่องดลใจ
inspirit, *v.* (อินสฺพิริท) ให้ชีวิตใหม่
inst. (instant), (อินสฺทฺ) เดือนนี้
instability, *n.* (อินซฺทะบิลลิทิ) ความมั่นคง
instal, install, *v.* (อินสฺทอล) เอาเข้าประจำตำแหน่ง; ติดตั้ง
installation, *n.* (อินสฺทอลเลชั่น) การตบแต่ง
instalment, *n.* (อินสฺทอลเม็นทฺ) งวด (แห่งการใช้เงิน)
instance, *n.* (อินสฺ ทันซฺ) ตัวอย่าง
for instance, (ฟอรฺ อินสฺ ทันซฺ) เช่น
instant, *a.* (อินซฺ ทันทฺ) เร็วทันที; เดือนนี้; *n.* ขณะนี้
instantaneous, *a.* (อินสฺทันเท เนียส) ชั่วเล่น
instantly, *adv.* (อิน สฺทันทฺลิ) โดยทันที
instead, *adv.* (อินสฺเท็ด) แทนที่
instil, *v.* (อินสฺทิล) ชวนใจ
instinct, *n.* (อิน สฺทิงคฺทฺ) สัญชาตญาณ
instinctive, *a.* (อินสฺทิงคฺ ทิฟว) เป็นไป

I

โดยสัญชาตญาณ
institute, *v.* (อิน สฺทิจิวทฺ) สร้างขึ้น; *n.* วิทยสมาคม; สถาน
institution, *n.* (อินสฺทิจิวชั่น) สำนักศึกษา; ขนบธรรมเนียมประเพณี; สถานการที่ตั้งขึ้น; สถาบัน
instruct, *v.* (อินสฺทรัคทฺ) สั่งสอน; บอกให้
instruction, *n.* (อินสฺทรัคชั่น) การสั่งสอน; คำสั่ง
instructional, *a.* แห่งการสอน
instructive, *a.* (อินสฺทรัค ทิฟว) เป็นการสั่งสอน
instructor, *n.* (อินสฺทรัค เทอ) ผู้สั่งสอน (ชาย); ครู
instructress, *n.* (อินสฺทรัคเทร็ส) ผู้สั่งสอน (หญิง); ครู
instrument, *n.* (อิน สฺทรูเม็นทฺ) เครื่องมือ; เครื่อง
instrumental, *a.* (อินสฺทรูเม็น ทัล) ซึ่งใช้เป็นเครื่องมือ; *n.* กรณการก
insubjection, *n.* (อินซับเจ็ค ชั่น) ความไม่ยอมอ่อนข้อ
insubmissive, *a.* (อินซับมิส ซิฟว) ไม่ยอมอ่อนข้อ
insubordinate, *a.* (อินซับบอรฺ ดิ เนท) ไม่อยู่ภายใต้บังคับบัญชา; ไม่เชื่อฟัง
insubordination, *n.* (อินสับบอรฺดิ เนชั่น) ความกระด้างกระเดื่องต่อการปกครอง
insuccess, *n.* (อินซัค เซส) ความไม่สำเร็จผล
insufferable, *a.* (อินซัฟ เฟอระเบิล) ทนไม่ไหว; ทนไม่ได้
insufficiency, *n.* (อินซัฟฟี เชียนซิ) ความไม่พอเพียง
insufficient, *a.* (อินซัฟฟี เชียนทฺ) ไม่พอเพียง
insular, *a.* (อิน ซิวล่า) แห่งเกาะ; ซึ่งเป็นเกาะอยู่ต่างหาก
insularity, *n.* (อินซิวแลริทิ) สภาพอันเป็นเกาะ
insulate, *v.* (อิน ซูเลท) ทำเป็นเกาะ; สร้างเป็นฉนวนไฟฟ้า
insulator, *n.* (อิน ซิวเลเทอ) เครื่องไม่นำไฟฟ้า; ฉนวน
insult, *v. n.* (อิน ซัลทฺ) ดูถูก; ด่าว่า
insuperable, *a.* (อินซิว เพอระเบิล) เหลือที่จะเอาชนะได้
insupportable, *a.* (อินซัพพอท ทะเบิล) เหลือที่จะทนทานได้
insuppressible, *a.* (อินซัพเพรส ซิเบิล) เหลือที่จะกดลงได้
insurance, *n.* (อินชัว รันซฺ) การรับประกัน
insure, *v.* (อินชัว) ประกัน; รับประกัน
insurer, *n.* (อินชัวเรอ) ผู้รับประกัน
insurgence,-cy, *n.* (อินเซอ เจ็นซ,-ซิ) การเป็นกบฏ, ก่อการจลาจล
insurgent, *a.* (อินเซอเจ็นทฺ) ซึ่งเป็นกบฏ; *n.* กบฏ
insurmountable, *a.* (อินเซอมาวนฺทะเบิล) เหลือที่จะเอาชนะได้
insurrection, *n.* (อินเซอเร็ค ชั่น) การเป็นกบฏ
insusceptible, *a.* (อินซัสเซ็พ ทิเบิล) ไม่

รู้สึกอะไรเลย

intact, *a.* (อินแท็คทฺ) ไม่ถูกแตะต้อง

intaglio, *n.* (อินทัลโย) ตราประทับ

intake of the breath, (อินเทคออฟ เธอะ เบร๊ธ) สูดลมหายใจ

intangible, *a.* (อินแทน จิเบิล) เหลือที่จะจับต้องได้

integer, *n.* (อิน ทิเจอ) จำนวนเต็ม

integral, *a.* (อินทิกรัล) แห่งจำนวนเต็ม

integrate, *v.* (อินทิเกรท) ทำให้เป็นหน่วยเต็ม

integrity, *n.* (อินเท็กกริทิ) บูรณภาพ

integument, *n.* (อินเท็กกิวเม็นทฺ) เยื่อหุ้มภายนอก; ผิวหนัง

intellect, *n.* (อินเทเล็คทฺ) ความเฉลียวฉลาด; เชาวน์

intellectual, *a.* (อินเทเล็ค จวล) เฉลียวฉลาด; หลักแหลม; โกศัลย; *n.* ปัญญาชน

intelligence, *n.* (อินเท็ล ลิเจ็นสฺ) ความฉลาด; ปัญญา

intelligent, *a.* (อินเท็ล ลิเจ็นทฺ) ฉลาด

intelligible, *a.* (อินเท็ล ลิดจิเบิล) อ่านออก; เข้าใจได้

intend, *v.* (อินเท็นดฺ) ตั้งใจ

intense, *a.* (อินเท็นสฺ) ใหญ่โต; มากมาย

intensify, *v.* (อินเท็น ซิฟาย) ทำให้มากขึ้น

intensity, *n.* (อินเท็น ซิทิ) ความรุนแรง; ความเข้ม

intensity of illumination, (อินเท็น ซิทิ ออฟ อิลลิวมิเนชั่น) ความเข้มแห่งการส่องสว่าง

intensive, *a.* (อินเท็น ซิฟว) ซึ่งมีหนาแน่น

intent, *a. n.* (อินเท็นทฺ) ตั้งใจ

to all intents and purposes, อย่างตั้งใจช่วยเต็มที่อยู่แล้ว

intention, *n.* (อินเท็นชั่น) ความจำนง; ความตั้งใจ; เจตนา

intentional, *a.* (อินเท็น ชันนัล) ด้วยความตั้งใจ; จงใจ; มีเจตนา

intentionally, *adv.* (อินเท็นชัน นัลลี่) โดยเจตนา

inter, *v.* (อินเทอ) ฝัง

intercede, *v.* (อินเทอซีด) ขอร้องให้; อ้อนวอนให้

intercept, *v.* (อินเทอเซ็พทฺ) เข้าสะกัดกั้นเอา

intercessor, *n.* (อินเทอเซ็ส เซอ) ผู้อ้อนวอนให้อีกฝ่ายหนึ่ง

interchange, *n.* (อิน เทอเชนจฺ) การแลกเปลี่ยนกัน

interchangeable, *a.* (อินเทอเชนจะเบิล) ซึ่งสับเปลี่ยนกันได้

intercourse, *n.* (อินเทอคอส) การมีไปมาระหว่างกัน; การเจรจาติดต่อกัน;

sexual intercourse, การร่วมในทางเพศ

interdepend, *v.* (อินเทอดีเพ็นดฺ) อาศัยซึ่งกันและกัน

interdependence, *n.* การอาศัยซึ่งกันและกัน

interdict, *v.* (อินเทอดิคทฺ) สั่งห้าม

interdiction, *n.* (อินเทอดิคชั่น) การสั่งห้าม

I

interest, *n.* (อินเทอเร็สทฺ) ประโยชน์; ความสนใจ; ความเกี่ยวข้องด้วย; ดอกเบี้ย; *v.* ทำให้สนใจ
compound interest, ดอกเบี้ยทบต้น
of the greatest interest, อันเป็นที่น่าสนใจ
simple interest, ดอกเบี้ยชั้นเดียว
in the interest of, เพื่อ; แทน
interested, *a.* (อินเทอเร็สเท็ด) สนใจใน; ซึ่งมีส่วนได้เสีย
interesting, *a.* (อินเทอเร็สทิง) สนุกสนาน
interests, *n. pl.* (อิน เทอเร็สทฺสฺ) ผลประโยชน์
interfere, *v.* (อินเทอเฟีย) เข้ายุ่งด้วย; เสือก
interference, *n.* (อินเทอเฟีย เร็นสฺ) การเข้ายุ่งด้วย; การแทรกแซง
interferer, *n.* (อินเทอเฟียเรอ) ผู้เข้ามายุ่งด้วย
interfering, *a.* (อินเทอเฟียริง) ซึ่งเป็นการยุ่มย่ามด้วย
interim, *adv.* (อินเทริม) ในระหว่างนั้น
ad interim, ชั่วคราว (รักษาการ)
interior, *a. n.* (อินทีเรีย) ภายใน
Ministry of Interior, กระทรวงมหาดไทย
interjection, *n.* (อินเทอเจ็คชั่น) อุทาน
interlace, *v.* (อินเทอเลซ) พันกัน
interlocution, *n.* (อินเทอโลคิวชั่น) การพูดจา
interlope, *v.* (อินเทอโลพ) ค้าแข่ง
interloper, *n.* ผู้ค้าแข่งกับนายจ้าง
interlude, *v.* (อินเทอลูด) การเล่นแทรกระหว่างกลาง
intermarry, *v.* (อินเทอแมรี่) แต่งงานระหว่างกันและกัน
intermediary, *a. n.* (อินเทอมี ดิอะรี่) คนกลาง
intermediate, *a.* (อินเทอมีเดียท) ชั้นกลาง
intermediation, *n.* (อินเทอมีดิเอชั่น) การไกล่เกลี่ย
intermediator, *n.* (อินเทอมีดิเอเทอ) ผู้ไกล่เกลี่ย
interment, *n.* (อินเทอเม็นทฺ) การเอาฝังดิน
interminable, *a.* (อินเทอ มินนะเบิล) ไม่มีจบสิ้น
intermingle, *v.* (อินเทอมิงเกิล) เข้าปะปน ด้วย
intermit, *v.* (อินเทอมิท) หยุดได้พักหนึ่ง
intermittent, *a.* (อินเทอมิท เท็นทฺ) ซึ่งหยุดไปเป็นพัก ๆ
intermitingly, *adv.* (-มิททิงลี่) โดยการหยุดเป็นพัก ๆ
intermix, *v.* (อินเทอมิกซฺ) เข้าปะปนด้วย
intern, *v.* (อินเทอน) กักกัน; *n.* แพทย์ประจำหอ
internal, *a.* (อินเทอนัล) แห่งภายใน
international, *a.* (อินเทอแนช ชันนัล) ระหว่างชาติ; นานาชาติ
International Law, กฎหมายระหว่างประเทศ
internecine, *a.* (อินเทอนีไซนฺ) ซึ่งรบรา

ฆ่าฟันกันเอง

internee, *n.* (อินเทอนี) ผู้ถูกกักกัน

internment, *n.* (อินเทอน เม็นทฺ) การกักกันตัวไว้

interpellate, *v.* (อินเทอ เพ็ลเลท) ขัดจังหวะให้อธิบายกลางคัน

interplanetary, *a.* (อินเทอแพลนเน็ททะริ) ระหว่างดวงดาว

interpose, *v.* (อินเทอโพซ) เข้าคั่น, ขวางกลาง

interposition, *n.* (อินเทอโพซิ ชั่น) การเข้าคั่นกลาง

interpret, *v.* (อินเทอ เพ็รท) แปล

interpretation, *n.* (อินเทอพรีเทชั่น) การแปล; การตีความหมาย

interpreter, *n.* (อินเทอ เพร็ทเทอ) ล่าม

interregnum, *n.* (อินเทอเรก นัม) สมัยที่ว่างกษัตริย์

interrogate, *v.* (อินเทโรเกท) ถาม; สอบสวน

interrogation, *n.* (อินเทโรเกชั่น) การถาม; เครื่องหมายคำถาม

interrogative, *a.* (อินเทอร็อก กะทิฟว) ซึ่งเป็นคำถาม; *n.* คำถาม

interrogative mark, เครื่องหมายคำถาม

interrogator, *n.* (อินเท โรเกเทอ) ผู้ถาม

interrupt, *v.* (อินเทอรัพทฺ) ตัดบท; สอดเข้ามากลางคัน

interrupter,-tor, *n.* (อินเทอรัพเทอ) ผู้สอดกลางคัน

interruption, *n.* (อินเทอรัพชั่น) การสอดเข้ามากลางคัน

intersect, *v.* (อินเทอเซ็คทฺ) ตัดซึ่งกันและกัน

intersection, *n.* (อินเทอเซ็ค ชั่น) การตัดซึ่งกันและกัน

intersperse, *v.* (อินเทอสฺเพอซ) อยู่กระจัดกระจาย

interstellar, *a.* (อินเทอสฺเท็ลล่า) ระหว่างดาว

interval, *n.* (อินเทอวัล) หยุดพัก

intervene, *v.* (อินเทอวีน) เข้าแทรกแซง

intervener, *n.* (อินเทอวีน เนอ) ผู้เข้าแทรกแซง

intervention, *n.* (อินเทอเว็น ชั่น) การเข้ามายุ่งด้วย; การแทรกแซง

interview, *n. v.* (อินเทอวิว) สัมภาษณ์

interviewer, *n.* (อินเทอวิวเวอ) ผู้มาสัมภาษณ์

intervisit, *v.* (อินเทอวิซิท) เยี่ยมเยียนซึ่งกันและกัน

intestate, *a.* (อินเท็ส เทท) โดยไม่ได้ทำพินัยกรรมไว้

intestine, *n.* (อินเทส ทิน) ไส้ใน

intestinal canal. (อินแทส ทินัล คาแนล) หลอดลำไส้

intimate, *a.* (อินทิเมท) คุ้นเคยกัน; *v.* บอกให้ทราบ

intimately, *adv.* (อินทิเมทลิ) อย่างสนิทชิดเชื้อ

intimation, *n.* (อินทิเมชัน) การบอกให้ทราบ

intimidate, *v.* (อินทิม มิเดท) ขู่

into, *pr.* (อินทู) ใน; ยัง; ตรงไป

I

intolerable, *a.* (อินท็อล เลอระเบิล) พอทนได้

intolerance, *n.* (อินท็อล เลอรันซฺ) การที่ไม่ปล่อยให้

intolerant, *a.* (อินท็อล เลอรันทฺ) ซึ่งไม่ปล่อยให้

intonate, *v.* (อินโทเนท) อ่านเป็นเสียงสูงเสียงต่ำ

intonation, *n.* (อินโทเนชั่น) เสียงหนักเสียงเบา

intoxicant, *n.* (อินท็อคซิคันทฺ) ของมึนเมา

intoxicate, *v.* (อินท็อค ซิเคท) ทำให้เมา

intoxication, *n.* (อินท็อคซิเคชั่น) ความเมา

intransigent, *a.* (อินทราน ซิเจ็นทฺ) เด็ดเดี่ยวไม่ยอมโอนอ่อนตาม

intransitive, *a.* (อินทราน ซิทิฟว) อกรรมกริยา

intrepid, *a.* (อินเทร็พ พิด) เก่งกล้า

intrepidity, *n.* (อินทริพิดดิทิ) ความเก่งกล้า

intricate, *a.* (อินทริเกท) ปนกันยุ่ง

intrigue, *n. v.* (อินทรีก) การมั่วสุมคิดร้าย

intriguer, *n.* (อินทรีกเกอ) บ่างช่างยุ; ผู้วางแผนทำร้าย

intrinsic, *a.* (อินทรินซิค) แท้จริง

introduce, *v.* (อินโทรดีวสฺ) นำเข้ามา; แนะนำให้รู้จัก

introducer, *n.* (อินโทรดีวเซอ) ผู้นำเข้ามา; ผู้แนะนำให้รู้จัก

introduction, *n.* (อินโทรดัคชั่น) บทนำ; อารัมภกถา; การแนะนำให้รู้จักกัน

introductory, *a.* (อินโทรดัคเทอริ) แห่งตอนขึ้นต้น

introvert, *n.* (อินโทรเวอท) ผู้มีนิสัยเก็บตัว

intrude, *v.* (อินทรูด) บุกรุก; ล่วงล้ำ

intruder, *n.* (อินทรูด เดอ) ผู้บุกรุก

intrusion, *n.* (อินทรูชั่น) การบุกรุก

intrusive, *a.* (อินทรู ซิฟว) ซึ่งเป็นการบุกรุก

intrust, *v.* (อินทรัสทฺ) มอบไว้ให้

intuition, *n.* (อินจิวอิชชัน) ความเข้าใจซึมซาบด้วยปัญญาเล็งเห็นเหตุการณ์

inundate, *v.* (อินนัน เดท) ท่วม

inundation, *n.* (อินนัน เดชั่น) น้ำท่วม

inure, *v.* (อินเนียว เออ) ชินกัน

inutility, *n.* (อินยูทิลลิทิ) ความไร้ประโยชน์

invade, *v.* (อินเวด) ยกเข้ามาตี; บุก

invader, *n.* (อินเวด เดอ) ผู้ยกเข้ามาตี

invalid, *a.* (อินแวลลิด) ไม่สมบูรณ์; ซึ่งเจ็บไข้; ใช้ไม่ได้; อ่อนเปลี้ย; เป็นโมฆะ

invalidate, *v.* (อินวัลลิเดท) ทำให้ใช้ไม่ได้เสีย

invaluable, *a.* (อินแวล ลิวอะเบิล) มีค่าอันนับมิได้

invariable, *a.* (อินแว ริยาเบิล) ไม่เปลี่ยนแปลง

invasion, *n.* (อินเวชั่น) การยกทัพเข้าโจมตี

invasive, *a.* (อินเวซิฟวฺ) แห่งการยกทัพเข้าโจมตี

invective, *n.* (อินเว็ค ทิฟว) ผรุสวาท
invent, *v.* (อินเว็นทฺ) ประดิษฐ์ขึ้น; นิมิตร
invention, *n.* (อินเว็นชั่น), การนิมิตร; การประดิษฐ์ขึ้น; สิ่งซึ่งประดิษฐ์ขึ้น
inventive, *a.* (อินเว็นทิฟว) ซึ่งช่างประดิษฐ์, คิดทำขึ้น
inventor, *n.* (อินเว็นเทอ) ผู้ประดิษฐ์ขึ้น
inventory, *n.* (อินเว็นเทอริ) บัญชีทรัพย์สิน
inverse, *a.* (อินเวอซ) ซึ่งกลับไขว้กัน
inversion, *n.* (อินเวอชั่น) การกลับที่กัน
invert, *v.* (อินเวอท) กลับกัน; คว่ำหัวลง
invertebrate, *a. n.* ไม่มีกระดูกสันหลัง (สัตว์)
invest, *v.* (อินเว็สทฺ) ลงทุนหากำไร
investigate, *v.* (อินเว็ส ทิเกท) ไต่สวนดู
investigation, *n.* (อินเว็นทิเกชั่น) การไต่สวนดู
investigator, *n.* (อินเว็สทิเกเทอ) ผู้ไต่สวน
investment, *n.* (อินเว็สทฺ เม็นทฺ) เงินลงทุนหาผลประโยชน์; การนำเงินไปลงทุนเพื่อแสวงหาผลกำไร
investor, *n.* (อินเว็ส เทอ) ผู้นำเงินไปลงทุน
inveterate, *a.* (อินเว็ท เทอเรท) เก่ากับงาน
invidious, *a.* (อินวิดเดียซ) อันทำให้อิจฉากัน
invigilate, *v.* (อินวิจิเลท) ควบคุมการสอบ
invigilator, *n.* (อินวิจิเลเทอ) ผู้ควบคุมการสอบ
invigorate, *v.* (อินวิกกอเรท) แข็งแรงขึ้น
invincible, *a.* (อินวินซิเบิล) หาทางเอาชัยชนะไม่ได้
inviolability, *n.* (อินไวโอละบิลลิทิ) การที่จะล่วงละเมิดมิได้ (เช่น พระมหากษัตริย์)
inviolable, *a.* (อินไว โอละเบิล) ซึ่งไม่มีทางแตกหัก; ซึ่งละเมิดมิได้
inviolate, *a.* (อินไว โอเลท) ไม่แตกหัก
invisibility, *n.* (อินวิสซิบิลลิทิ) สภาพที่มองไม่เห็น
invisible, *a.* (อินวิสซิเบิล) มองไม่เห็น
invitation, *n.* (อินวิเทชั่น) การเชิญ
invite, *v.* (อินไวทฺ) เชื้อเชิญ
inviter, *n.* (อินไวเทอ) ผู้เชื้อเชิญ
inviting, *a.* (อินไวทิ่ง) ซึ่งเชิญชวน
invocate, *v.* (อินโวเคท) เรียกร้องให้มา
invocation, *n.* (อินไวเคชั่น) การเรียกร้องมา
invoice, *n.* (อินวอยซฺ) บัญชีส่งของ; ใบแสดงรายการของที่ซื้อ
invoke, *v.* (อินโวค) เรียกร้องมา; ขอร้องให้มาช่วย
involuntary, *a.* (อินว็อล ลันทะรี่) ซึ่งไม่ได้ตั้งใจ
involve, *v.* (อินว็อลว) เกี่ยวข้องด้วย
involvement, *n.* (อินว็อลวเม้นทฺ) ความเกี่ยวพันด้วย
invulnerable, *a.* (อินวัล เนอระเบิล) คงกะพันชาตรี
inward, *a. adv. n.* (อินเวิด) ภายใน;

ทางข้างใน

inwardly, *adv.* (อินเวิดลิ) แต่ภายใน

inwards, *adv.* (อินเวิดสฺ) เข้าไปทางข้างใน

iodine, *n.* (ไอ โอดิน;-ไดนฺ) ไอโอดีน

Iranian, *a. n.* (ไอเร เนียน) แห่งชาวอิหร่าน

irak, *n.* ประเทศอีรัค; **Iraqi,** *n.* ชาวอีรัค

irascible, *a.* (ไอแรส ซิเบิล) ขี้โกรธง่าย

irate, *a.* (ไอเรท) โกรธ

ire, *n.* (ไอเออ) ความโกรธ

ireful, *a.* (ไอเออ ฟูล) โกรธเคือง

Ireland, *n.* (ไอเออ แลนดฺ) ประเทศไอร์แลนด์

Irish, *a. n.* (ไอ ริช) แห่งชาวไอริช

Irishman, *n.* (ไอ ริชแม็น) ชาวไอริช

irksome, *a.* (เออคซัม) น่าเบื่อ

iron, *n.* (ไอ เอิน) เหล็ก; เตารีด; *v.* รีดด้วยเตาเหล็ก

corrugated iron, สังกะสี

iron-barred, (-บารฺดฺ) มีซี่ลูกกรงเหล็ก

ironclad, *a.* (ไอ เอินแคลด) หุ้มเกราะ

Iron Curtain, (-เคอเท็น) ม่านเหล็ก (พวกแดง)

ironer, *n.* (ไอ เอินเนอ) คนรีดผ้า

iron-foundry, *n.* (-เฟานฺ ดรี่) โรงหลอมเหล็ก

ironic, ironical, *a.* (ไอร็อน นิค) ซึ่งเหน็บแนม

iron-lung, *n.* (ไอ เอิน-ลัง) ปอดเหล็ก

ironmonger, *n.* (ไอ เอินมังเกอ) พ่อค้าเครื่องเหล็ก

irons, *pl.* (ไอ เอินสฺ) โซ่ตรวน

ironsmith, *n.* (-สมิธ) ช่างเหล็ก

ironware, *n* (-แว) เครื่องเหล็ก

ironwork, *n.* (-เวอค) เครื่องเหล็ก; โรงงานเหล็ก

irony, *n.* (ไอ โรนิ) การเหน็บแนม

irradiate, *v.* (อิเรดิเอท) ส่องแสง

irrational, *a.* (อิแรชชันนัล) ไม่สมเหตุผล

irreconcilable, *a.* (อิเร็ค คอนไซละเบิล) ไม่มีทางที่จะกลับคืนดีกันได้

irrecoverable, *a.* (อีรีคับ เวอระเบิล) อย่าง ไม่มีทางฟื้นคืนมา

irredeemable, *a.* (อีรีดิม มะเบิล) อย่างไม่มีทางได้กลับคืนมา

irreducible, *a.* (อีรีดิว ซิเบิล) ไม่มีทางลดน้อยลง

irreflective, *a.* (อีรีเฟล็ค ทิฟว) ไม่ทันยั้งคิด

irregular, *a.* (อิเร็ก กิวล่า) อปกติ; ไม่สม่ำเสมอ

irregularity, *n.* (อีเร็กกิวแล ริทิ) ความไม่สม่ำเสมอ; ความไม่ปกติ

irreligious, *a.* (อีรีลิดจัส) ไม่รู้จักบุญจักบาปเสียเลย

irremediable, *a.* (อีรีมี ดิอะเบิล) เหลือที่จะแก้ได้

irremovable, *a.* (อีรีมูบ วะเบิล) ย้ายที่ไม่ได้

irreparable, *a.* (อีเร็พ พะระเบิล) แก้ไม่ไหว

irreproachable, *a.* (อีรีโพรท ชาเบิล) ไม่มีที่ติได้

irresistible, *a.* (อีรีซิส ทิเบิล) ทนต่อความยั่วยวนไม่ไหว
irresolute, *a.* (อีเร็ส โซลิวทฺ) ใจไม่แน่นอน
irresolution, *n.* (อีเร็สโซลิวชั่น) ความไม่แน่นอนใจ
irrespective, *a.* (อีเร็สเพ็ค ทิฟ) โดยไม่คำนึงถึง
irresponsibility, *n.* (อีรีสพ็อนซิบิล ลิทิ) การขาดความรับผิดชอบ
irresponsible, *a.* (อีรีสพ็อน ซิเบิล) ไม่มีความรู้จักรับผิดชอบ
irreverently, *adv.* (อิเร็บเวอเร็นทฺ ลิ) โดยปราศจากความเคารพ
irrevocable, *a.* (อิเร-โวคะเบิล) ไม่มีทางได้กลับคืน
irrigate, *v.* (อิริเกท) ทดน้ำ
irrigation, *n.* (อิริเกชั่น) การเขตกรรม; การชลประทาน
irrigator, *n.* (อิริเกเทอ) ผู้กระทำการเขตกรรม
irritable, *a.* (อิริท ทะเบิล) ซึ่งโกรธง่าย
irritant, *n.* (อิริ ทันทฺ) สิ่งที่ทำให้เคืองนัยน์ตา
irritate, *v.* (อิริเทท) ยุให้โกรธ; ทำให้แสบๆ คันๆ
irritation, *n.* (อิริเทชั่น) ความโกรธเคือง; ความคัน; ความเคือง (เช่นเคืองนัยน์ตา); ความแสบ
irruption, *n.* (อีรัพ ชั่น) การระเบิดออกมา
is, จาก **'to be'** : เป็น; มี; อยู่
islam, Islamism, *n.* (อิส ลัม, อิสลัม มิสซึ่ม) ศาสนาอิสลาม
Islamic, *a.* (อิสลาม มิค) แห่งอิสลาม
island, *n.* (ไอ แล็นดฺ) เกาะ
islander, *n.* (ไอแล็นเดอ) ชาวเกาะ
isle, *n.* (ไอลฺ) เกาะ
islet, *n.* (ไอ เล็ท) เกาะน้อยๆ
isolate, *v.* (ไอ โซเลท) แยกไว้ต่างหาก
isolation, *n.* (ไอโซเลชั่น) การแยกอยู่ตามลำพัง
isosceles, *n.* (ไอซ็อส ซิลีซ) หน้าจั่ว (สามเหลี่ยม)
Israeli, Israelite, *n.* (อิซ เรเอ็ล,-ไลทฺ) พวกยิว
issue, *n.* (อิช ชิว) การปล่อยออกมา; ผล
issue, *v.* (อิช ชิว) ส่งออกมา; ออกประกาศ; มาจาก; พิมพ์ออกจำหน่าย
at issue, (แอท อิช ชิว) ซึ่งแตกต่างกัน, ยังเถียงกันอยู่
male issue, ผู้สืบตระกูล
of no important issues, (ออฟโน อิมพอ ทันทฺ-) ซึ่งไม่สลักสำคัญอะไร
isthmus, *n.* (อิสทฺ มัส) คอคอด
it, *prn.* (อิท) มัน
Italian, *n.* (อิทแท เลียน) ชาวอิตาเลียน
italics, *n. pl.* (อินแทล ลิคซฺ) ตัวเอน (ตัวพิมพ์); **in italics,** พิมพ์ตัวเอน
Italy, *n.* (อิท ทะลิ) ประเทศอิตาลี
itch, *n.* (อิช) หิด; ความอยาก; ความคัน
itch, *v.* (อิช) คัน; อยากนัก; อยากเกา
itching, *a.* (อิชชิ่ง) มักได้; คัน
itch-mite, *n.* (อิช-ไมทฺ) ตัวหิด
itchy, *a.* (อิท ชิ) คันๆ

I

item, *n.* (ไอ เท็ม) สิ่ง; เรื่อง; รายการ
itinerant, *a.* (ไอ-; อิททิน เนอรันทฺ) ท่องเที่ยวไป
itinerary, *a.* (ไอ-; อิททิน เนอระริ) แห่งการเดินทางไป; *n.* ทางเดิน
its, *prn.* (อิทสฺ) ของมัน
itself, *prn.* (อิท เซ็ลฟฺ) ตัวของมันเอง
ivorine, *n.* (ไอวอรีน) งาเทียม
ivory, *n. a.* (ไอวอริ) งา
ivy, *n.* (ไอ วิ) ต้นไม้เลื้อยตามกำแพงตึก

J

jabber, *v.* (แจบเบอ) พูดพล่อย ๆ ไป
jacinth, *n.* (เจซินธ) ชื่อดอกไม้
Jack-in-the-box, *n.* (แจ็ค-อิน-เธอะ-บ๊อกซฺ) ตุ๊กตากลในหีบ, พอเปิดหีบก็กระโดดออกมา
Jack-of-all trades, (แจ็ค-ออฟ-ออลเทรดสฺ) ช่างจิปาถะ (เอาดีอะไรไม่ได้)
jackal, *n.* (แจค คอล) หมาใน
jackass, *n.* (แจค แอส) ลาตัวผู้
jackdaw, *n.* (แจค ดอ) นกสาลิกา
jacket, *n.* (แจคเค็ท) เสื้อ; ปกหุ้มหนังสือ
jade, *n.* (เจด) หยก; ม้าเลว ๆ; ผู้หญิงสารเลว
jaffa, *n.* ส้มมาจากแจฟฟา
jaguar, *n.* (แจกกวา) เสือแผ้ว
jail, *n.* (เจล) คุก
jail-bird, *n.* (เจลเบิด) นักโทษ
jailer, jailor, *n.* (เจล เลอ) ผู้คุม
Jain, *n.* (เจน) พวกเชน (ลัทธิ)
jam, *n.* (แจม) แยม; ผลไม้กวนสำหรับทาขนมปังรับประทาน; ฝูงชนเบียดเสียดเยียดยัด; รถติดแน่นไปไม่ได้
jamboree, *n.* (แจมบอรี) การชุมนุมลูกเสือ
janitor, *n.* (แจน นิเทอ) คนเฝ้าประตู; ภารโรง
January, *n.* (แจนยูอะริ) มกราคม
Jap, *n.* (แจ๊พ) อ้ายยุ่น
Japan, *n.* (จะแพน) ประเทศญี่ปุ่น
japan, *v.* ลงรักสีดำ
Japanese, *n.* (แจพพะนีซ) ภาษาญี่ปุ่น; คนญี่ปุ่น
jar, *n.* (จารฺ) หม้อ; ไห; โอ่ง; ตุ่ม
jargon, *n.* (จารฺ ก็อน) คำพูดพิเศษของหมู่ชนหนึ่งโดยเฉพาะ
jasmine, jassamine, *n.* (แจส มิน; เจสซะมิน) ดอกมะลิ
jataka, *n.* (แจท ทะคะ) ชาดก (นิทาน)
jaundice, *n.* (จอน ดิซ) โรคดีซ่าน
jaunt, *v.* (จอนทฺ) เดินทางไปท่องเที่ยว
Java, *n.* (จาวะ) ชวา
Javanese, *n.* (จาวะนีซ) ชาวชวา
javelin, *n.* (แจบ วลิน) แหลน
jaw, *n.* (จอ) เขี้ยว; กราม

jay, *n.* (เจ) นกจำพวกกา
jazz, *n.* (แจซ) เพลงแจ๊ส
jealous, *a.* (เจ็ล ลัส) อิจฉา; หึง
jealousy, *n.* (เจ็ลลัสซิ) ความอิจฉา
jean, *n.* (จีน) กางเกงยีน
jeep, *n.* (จีพ) รถจี๊บ
jeer, *n. v.* (เจียรฺ) เย้ยหยัน
Jehovah, *n.* (จีโฮวะ) พระยะโฮวา
jelly, *n.* (เจ็ล ลิ) วุ้น
jelly-fish, *n.* (เจ็ล ลิ-ฟิช) แมงกะพรุน
jemmy, *n.* (เจ็ม มิ) ชะแลง
jennet, *n.* (เจ็น เน็ท) ม้า
jenny, *n.* (เจ็น นิ) เครื่องปั่นฝ้าย
jeopardy, *n.* (เจ็พ พะดิ) อันตราย
jerboa, *n.* (เจอโบอะ) หนูจิงโจ้
jerk, *v.* (เจอค) กระเทือน; กระทบกระทั่ง; ชน
jerkin, *n.* (เจอคิน) เสื้อรัด
jerky, *a.* (เจอคคิ) กุกๆ กักๆ
jersey, *n.* (เจอ ซิ) เสื้อยืด
jest, *n.v.* (เจ็สทฺ) ตลกเล่น; พูดเล่น
jester, *n.* (เจ็ส เทอ) คนตลก; จำอวด
jesting, *a.* ยั่วเล่น
Jesus, *n.* (จี ซัส) พระเยซู
jet, *n.* (เจ็ท) นิล; สายน้ำที่ฉีดพุ่งออกมา; หัวท่อแก๊ส; เครื่องบินไอพ่น
jetty, *a.* (เจ็ททิ) ดำเมี่ยม; *n.* สะพานชายทะเล
Jew, *n.* (จิว) ชนชาติยิว
jewel, *n.* (จิว เอ็ล) เครื่องเพชรพลอย
jeweller, *n.* (จิวเอ็ลเลอ) ผู้จำหน่ายเพชรพลอย
jewelry, *n.* (จิวเอ็ลริ) เครื่องเพชรพลอย
Jewess, *n.* (จิวเอ็ส) สตรีชาติยิว
Jewish, *a.* (จิวอิช) ชาติยิว; เหมือนยิว
jibe, *v.* (ไจบฺ) เห็นด้วย
jig, *n.* (จิก) การเต้นรำเร็วชนิดหนึ่ง
jig-saw, *n.* (จิก-ซอ) เกมต่อไม้เป็นรูป
jilt, *v.* (จิลทฺ) ตัดสลัดรัก
jingle, *v.* (จิงเกิล) เสียงกริ๊งๆ
jinn, *n.* (จิน) ผี
jinricksha, *n.* (จินริค ชะ) รถลาก
jiu-jitsu, *n.* ยิวยิตสู
job, *n.* (จ๊อบ) งาน; *v.* แทง
jockey, *n.* (จ๊อคคิ) คนขี่ม้าแข่ง
jocose, *a.* (โจโคส) ตลก
jocosity, *n.* (โจคอส ซิทิ) ความร่าเริง
jocular, *a.* (จอค คิวละ) ขี้ตลก
jocund, *a.* ใจสนุก
jocundity, *n.* (โจคันดิทิ) ความร่าเริง
joey, *n.* (โจ-อิ) ลูกจิงโจ้
jog, *v.* (จอก) ผลักไส; สะกิด
jog the memory, เตือนความจำ
John Bull, *n.* (จอน บุล) ชื่อร้องเรียกอังกฤษเล่น
join, *v.* (จอยนฺ) ต่อกัน; เชื่อมกัน; ไปด้วย; เอารวมกัน
joiner, *n.* (จอยเนอ) ช่างไม้
joinery, *n.* (จอยเนอริ) การช่างไม้
joint, *n.* (จอยนฺทฺ) ข้อต่อ; หัวต่อ; *a.* รวมกัน; ติดกัน
joint-stock company, (-สต๊อค คัมพานี) บริษัทหุ้นส่วน
joist, *n.* (จอยซฺทฺ) คาน

J

joke, *n.* (โจค) คำตลก; *v.* ตลกเล่น; พูดเล่น

practical joke, (แพร็ค ทิคัลโจค) การแกล้งยั่วเล่น

joking apart, พูดจริงๆ นา (ไม่ตลก)

joker, *n.* (โจคเคอ) ตัวตลก; ไพ่โจคเกอร์

jollification, *n.* (จอลลิฟิเคชั่น) การทำให้สนุก

jollify, *v.* (จอลลิไฟ) ทำให้สนุก

jollily, *adv.* (จอล ลิลิ) อย่างสนุก

jollity, *n.* (จอล ลิทิ) ความรื่นเริง

jolly, *a.* (จอล ลิ) ยิ้มแย้มร่าเริงดี

jolt, *v.* (โจลทฺ) กระเทือน

jonquil, *n.* (จองควิล) ชื่อดอกไม้

Jordan, *n.* ประเทศจอร์ดัน ในตะวันออกกลาง

joss, *n.* (จอส) รูปบูชาของจีน

joss-house, *n.* (จอส-ฮาวสฺ) วัดจีน

joss-stick, *n.* (จอส-สทิค) ธูป

jostle, *v. n.* (จ๊อส เซิล) กระทบกระทั่ง; ชนกันไปชนกันมา

jot, *v.* (จ๊อท) จด; **to jot down,** โน้ตลงไว้; *n.* ของเล็กน้อย

jougs, *n.* (จูกซ) คา (ใส่คอ)

journal, *n.* (เจอ นัล) หนังสือพิมพ์: สมุดจดหมายเหตุ

journalism, *n.* (เจอนัลลิสซึ่ม) การหนังสือพิมพ์

journalist, *n.* (เจอ นัลลิสทฺ) นักหนังสือพิมพ์

journalistic, *a.* (เจอนัลลิส ทิค) แห่งการหนังสือพิมพ์

journey, *n.* (เจอ เน่) หนทาง; ทางเดิน; การเดินทาง; *v.* เดินทาง

jovial, *a.* (โจ เวียล) ร่าเริง

joviality, *n.* (โจวิแอล ลิทิ) ความร่าเริง

jowl, *n.* (เจาลฺ) กะพุ้งแก้ม

joy, *n.* (จอย) ความยินดี; *v.* ยินดี

joyful, *a.* (จอยฟุล) เต็มไปด้วยความยินดี

joyless, *a.* (จอยเล็ส) หาความยินดีมิได้; หมดสนุก

joyous, *a.* (จอยอัส) ยินดี

jubilant, *a.* (จูบิลันทฺ) โห่ร้องด้วยความยินดี

jubilate, *v.* (จู บิเลท) ยินดีล้น

jubilation, *n.* (จูบิเลชัน) การโห่ร้องยินดี

jubilee, *n.* (จูบิลิ) งานฉลองครบรอบ ๕๐ ปี

diamond jubilee, งานฉลอง ๖๐ ปี

silver jubilee, งานฉลอง ๒๕ ปี; รัชฎาภิเษก

judaism, *n.* (จูเด อิสซึ่ม) ลัทธิของพวกยิว; **judas** คือสาวกที่แตกพวกไปจากพระเยซู

judge, *n.* (จัดจฺ) ผู้พิพากษา; ผู้ตัดสิน; *v.* ตัดสิน

judger, *n.* (จัด เจอ) ผู้ตัดสิน

judgment, *n.* (จัดจ เม็นทฺ) ความพิจารณา; การตัดสิน; พินิศจัย

Judgment Day, วันที่พระเจ้าจะตัดสินโทษมนุษย์

judicative, *a.* (จู ดิเคทิฟว) ซึ่งมีภาระในการตัดสิน

judicature, *n.* (จู ดิคะเจียรฺ) การตัดสิน;

การให้ความยุติธรรม
judicial, *a.* (จูดิชัล) แห่งการพิพากษา; ในทางศาล
judo, *n.* ยูโด
jug, *n.* (จัก) หม้อ; ไห
jugal, *a.* (จูกัล) แห่งแอก
jugful, *n.* (จักฟุล) เต็มไห
juggle, *v.* (จักเกิล) เล่นกล
juggler, *v.* (จักเกลอ) คนเล่นกล
jugglery, *n.* (จักเกิลริ) การเล่นกล
jugular, *a.* (จักกิวลา) แห่งคอ, คอหอย
juice, *n.* (จูซ) น้ำ (ผลไม้)
juiceless, *a.* (จูซ เล็ส) ไม่มีน้ำ (ในผลไม้)
juicy, *a.* (จูส ซิ) เต็มไปด้วยน้ำ (ผลไม้); ฉ่ำ
jujube, *n.* (จู จูบ) พุทรา
jujutsu, *n.* (จูจัทซู) ยิวยิตสู
juke-box, *n.* (จูค บ็อคซฺ) หีบหยอดฟังเพลง
julian, *a.* (จูเลียน) แห่งจูเลียซซีซาร์
July, *n.* (จูไล) กรกฎาคม
jumble, *n.* (จัมเบิล) ปนกันยุ่ง
jumble-sale, *n.* การขายของเก่าเพื่อการกุศล
jumbo, *n.* (จัมโบ) ชื่อที่เด็กร้องเรียกช้าง
jump, *n. v.* (จัมพฺ) กระโดด
jumper, *n.* (จัมเพอ) ผู้กระโดด; เสื้อยืด
jumping, *n.* (จัม พิ่ง) การกระโดด
jumpy, *n.* (จัม พิ) ฦกๆ กักๆ
junction, *n.* (จังคฺ ชั่น) ชุมทาง; ที่ต่อ; มารวมกัน
juncture, *n.* (จังคฺ เจียวรฺ) รอยต่อ; การต่อเข้าด้วยกัน
June, *n.* (จูน) มิถุนายน
jungle, *n.* (จังเกิล) ป่าใหญ่
jungle-fever, *n.* ไข้ป่า
junior, *a.* (จูเนีย) ผู้อ่อนวัย; อ่อนกว่า; อาวุโสน้อยกว่า
juniority, *n.* (จูนิออริทิ) ความอ่อนวัย; อ่อนอาวุโส
juniper, *n.* (จูนิเพอ) ชื่อต้นไม้
junk, *n.* (จังคฺ) เรือสำเภา
junta, *n.* (จันทะ) สภาองคมนตรี ในสเปญ
Jupiter, *n.* (จูพิเทอ) ดาวพฤหัสบดี; ท้าวเทวราชของฝรั่ง
juridical, *a.* (จูริด ดิคัล) แห่งการตัดสินความ; นิติ
jurisdiction, *n.* (จูริส ดิคชั่น) องค์อำนาจศาล (ดุลอาณา)
jurisprudence, *n.* (จูริสพรู เด็นซฺ) ธรรมศาสตร์
jurist, *n.* (จูริสทฺ) ผู้ชำนาญกฎหมาย
juror, *n.* (จูเรอ) ลูกขุน
jury, *n.* (จูริ) คณะตุลาการ; พวกลูกขุน
just, *a.* (จัสทฺ) ตรง; เที่ยงธรรม; *adv.* เพิ่งจะ; เกือบจะ
justice, *n.* (จัส ทิส) ความยุติธรรม
justifiable, *a.* (จัสทิไฟอะเบิล) เป็นการถูกต้องครองธรรมแล้ว
justification, *n.* (จัสทิฟิเคชั่น) การแสดงให้เห็นว่าถูกต้องและยุติธรรมดีแล้ว
justify, *v.* (จัส ทิฟาย) แสดงว่าถูกต้องแล้ว
justly, *adv.* (จัสทฺลิ) อย่างยุติธรรมดีแล้ว

J

justness, *n.* (จัสทฺ เน็ส) ความเที่ยงธรรม
jut, *v.* (จัท) ยื่นออกมา
jute, *n.* (จูท) ปอกะเจา
juvenescent, *a.* (จูวีเน็ส เซ็นทฺ) ชักจะหนุ่ม
juvenile, *a.* (จูวิไนลฺ) ซึ่งยังอยู่ในวัยอ่อนอายุ; แห่งเด็กวัยรุ่น
juvenile delinquent, เด็กเกเร
juxtapose, *v.* (จักซฺ ทะโพซ) เอาวางข้างกัน
juxtaposition, *n.* (จักซฺ ทะโพซิชั่น) การเอาวางข้างกัน

K

Kaffir, Kafir, *n.* (แคฟ เฟอ) ชาวกาเฟอร์ซึ่งอยู่ในตอนใต้ของอาฟริกา
kaiser, *n.* (ไคเซอ) พระเจ้าไกเซอร์ แห่งเยอรมัน
kaleidoscope, *n.* (คะไล โดสโคพ) ถ้ำมองดูกระจกสีเป็นลวดลาย
kampong, *n.* กำปง, หมู่บ้าน (ภาษามะลายู)
kangaroo, *n.* (แคงคะรู) จิงโจ้
kaolin, *n.* (คา โอลิน) ดินเกาเหลียง
kapok, *n.* (คาพ็อค) นุ่น
Karen, *n.* (คาเร็น) พวกกะเหรี่ยง
karma, *n.* (คารฺ มา) กรรม
kayak, *n.* (ไค ยัค) เรือพายของชาวเอสกิโม
keel, *n.* (คีล) ไม้สันท้องเรือ; กะดูกงู
keen, *a.* (คีน) อยาก; สนใจ; คม; แหลม
keen in studies, เอาใจใส่การเล่าเรียน
keep, *v. n.* (คีพ) เก็บ; รักษาไว้; เลี้ยงไว้
  keep back, (-แบค) กัน; กั้นไว้
  keep company, (-คัม พะนิ) เป็นเพื่อนด้วย
  keep in touch, ติดต่อด้วยเสมอ
  keep on, (-อ็อน) มีเรื่อยๆ ไป
  keep out of sight, (-เอาทฺ อ็อฟ ไซทฺ) คอยหลบหน้าหลบตา
  keep quiet, (-ไคว เอ็ท) นิ่งเงียบ
  keep watch (-วอดชฺ) อยู่ยาม; เฝ้าดูแล
keeper, *n.* (คีพเพอ) ผู้เฝ้าดูแล
keg, *n.* (เคก) ถังไม้
kennel, *n.* (เค็น เน็ล) กุฏสุนัข; *v.* เอาขังกุฏ
kept, *a.* (เค็พทฺ) อดีตและ *p.p.* ของ **'keep'** : เก็บ; รักษา; เลี้ยง
kerchief, *n.* (เคอ ชีฟ) ผ้าสี่เหลี่ยม
kernel, *n.* (เคอเน็ล) เม็ดใน
kerosene, *n.* (เคโรซีน) น้ำมันก๊าด
ketchup, *n.* (เค็ท ชัพ) ซอสแขก
kettle, *n.* (เค็ทเทิล) กาน้ำ
key, *n.* (คี) กุญแจ
keyboard, *n.* (คีบอด) แป้นตัวอักษร
keyhole, *n.* (คีโฮล) รูกุญแจ

keyring, *n.* (คี ริง) พวงกุญแจ
khaki, *a.* (คา คิ) สีกากี
khan, *n.* (แคน, คาน) ข่าน (เจ้าของพวกมะหง่น หรือแขก)
khedive, *n.* (เคดีฟว) ราชาธิราช ไอยคุปต์
kick, *n. v.* (คิค) เตะ
kid, *n.* (คิด) ลูกแพะ
kiddy, *n.* (คิด ดิ) ลูกเล็ก
kidnap, *v.* (คิด แนพ) ลักพาหนี; ขโมยเด็ก
kidnapper, *n.* คนขโมยเด็ก
kidney, *n.* (คิด นี่) ไต
kill, *v.* (คิล) ฆ่า
killer, *n.* (คิลเลอ) ผู้ฆ่า
killing, *n.* (คิล ลิ่ง) การฆ่า
kiln, *n.* (คิล, คิลนฺ) เตาเผา (เช่นหม้อไห)
kilogram, kilogramme, *n.* (คิลโล-แกรม) กิโลกรัม
kilolitre, *n.* (คิลโลลิเทอ) กิโลลิตร
kilometre, *n.* (คิลโลมีเทอ) กิโลเมตร
kilt, *n.* (คิลทฺ) กระโปรงของชาวสก็อต
kimoto, *n.* กิโมโน่
kin, *n. a.* (คิน) ญาติ
kinaesthesis, *n.* (คินเน็สธีซิส) กายสัมผัส
kind, *n.* (ไคนฺดฺ) ชนิด; *a.* กรุณา
  in kind, เป็นสิ่งของ (แทนเงิน)
  of the same kind, อย่างเดียวกัน
kindergarten, *n.* (คิน เดอการฺเทิน) โรงเรียนอนุบาล
kind-hearted, *a.* (-ฮาท เท็ด) ใจดี;
kind-heartedness, *n.* ความเป็นผู้มีใจดี
kindle, *v.* (คินเดิล) จุดไฟติด; ติดไฟ
kindliness, *n.* (ไคนฺดฺลิเน็ส) ความเป็นผู้มีใจเมตตา
kindly, *adv.* (ไคนฺดฺ ลี่) ด้วยความกรุณา
kindness, *n.* (ไคนฺดฺ เน็ส) ความกรุณา
kindred, *n.* (คินเดร็ด) ญาติพี่น้องกัน; คล้ายกัน
kinematograph, *n.* (คินนิแมท โทกราฟ) ภาพยนตร์
king, *n.* (คิง) พระเจ้าแผ่นดิน
king cobra, (-โคบระ) งูจงอาง
kingdom, *n.* (คิงดัม) ราชอาณาจักร
kingfisher, *n.* (คิงฟิชฺเชอ) นกกะเต็น
kingless, *a.* (คิวเล็ส) ไม่มีกษัตริย์
kinglet, *n.* (คิง เล็ท) กษัตริย์น้อยๆ
kinglike, *a.* (คิงไลคฺ) เยี่ยงกษัตริย์
kingliness, *n.* (คิงลิเน็ส) ความมีลักษณะ, ท่าทางเป็นกษัตริย์
kingly, *a.* (คิงลิ) แห่งพระเจ้าแผ่นดิน; ลักษณะอย่างกษัตริย์
kingship, *n.* (คิงชิพ) ราชย์
kinsfolk, *n.* (คินซ โฟค) ญาติพี่น้อง
kinship, *n.* (คิน ชิพ) ความเกี่ยวดอง
kinsman, *n.* (คินซ แม็น) ญาติสนิท
kiosk, *n.* (คิยือสคฺ) ร้านแผงลอย
kipper, *n.* (คิพเพอ) ปลาเฮริงย่าง
kismet, *n.* (คิสเม็ท) โชคลาภ
kiss, *n. v.* (คิส) จูบ
kisser, *n.* (คิสเซอ) ผู้จูบ
kissing, *n.* (คิส ซิง) การจูบ
kit, *n.* (คิท) เครื่องครบ; ลูกแมว
kitchen, *n.* (คิท เช่น) ครัว

K

kitchener, *n.* (คิทชันเน่อ) พ่อครัว

kitchen-garden, *n.* สวนครัว

kitchen-maid, *n.* สาวใช้ในครัว

kitchenry, *n.* (คิท เช็นริ) การครัว

kite, *n.* (ไคทฺ) ว่าว; เหยี่ยวแดง

kite-flying, *n.* (-ไฟลอิง) การชักว่าว

kith and kin, ญาติและเพื่อนฝูง

kitten, *n.* (คิท เทิน) ลูกแมว

kitty, *n.* (คิท ทิ) ลูกแมวเอ๋ย

kiwi, *n.* นกคีวีในนิวซีแลนด์

klaxon, *n.* (แคล็ก ซัน) แตรรถยนตร์

kleptomania, *n.* (เคล็พโทเมเนีย) โรคขี้ขโมย

knack, *n.* (แน็ค) เชาวน์หรือหัวในเชิงเรียนรู้

knapsack, *n.* (แนพ แซค) ถุงย่าม

knave, *n.* (เนฟว) เด็กโกง; แจ๊ค (ไพ่ป๊อก)

knead, *v.* (นีด) นวดแป้ง

knee, *n.* (นี) หัวเข่า

knee-cap, *n.* (นี แคพ) ลูกสะบ้า

kneel, *v.* (นีล); อดีตและ *p.p.* **knelt:** คุกเข่าลง

kneeler, *n.* (นีลเลอ) ผู้คุกเข่า

knell, *n.* *v.* (เน็ล) เคาะระฆัง (เวลาทำศพ)

knew, (นิว) อดีตของ **'know':** รู้จัก

knickerbocker, *n.* (นิคเคอบ็อกเคอ) กางเกงรัดที่ตรงหัวเข่า

knick-knack, *n.* (นิคแน็ค) ของเล่น; ของไร้ค่า

knife, *n.* (ไนฟฺ); *pl.* **knives:** มีด

knife-grinder, *n.* (-ไกรนฺเดอ) คนลับมีด

knight, *n.* (ไนทฺ) ขุนนาง; อัศวิน

knight-errant, *n.* อัศวินผู้เที่ยวเสาะหาการผจญภัย

knighthood, *n.* (ไนทฺ ฮูด) ตำแหน่งขุนนาง (ชั้น Sir)

knightly, *adv.* (ไนทฺ ลิ) มีลักษณะเยี่ยงขุนนาง

knit, *v.* (นิท) ขมวด (คิ้ว); ถัก

knitter, *n.* (นิท เทอ) ผู้ถัก

knitting, *n.* (นิท ทิง) การถัก

knitting-needle, *n.* (นิททิ่ง นีดเดิล) เข็มถัก

knit wear, *n.* (-แว) เครื่องถัก

knob, *n.* (น็อบ) หัว (เช่นหัวลูกบิดประตู)

knock, *n.* *v.* (น็อค) เคาะ

knock about, เตร็ดเตร่ไปเรื่อยๆ

knocker, *n.* (น็อคเคอ) ผู้เคาะ

knocking, *n.* (น็อค คิง) การเคาะ

knock-kneed, *a.* (น็อคนีดฺ) ขาฉิ่ง

knock-out, *a.* (น็อค-เอ้าทฺ) ชกเสียล้มสิ้นสติ

knoll, *v.* (โนล) ตีระฆัง

knot, *n.* (น็อท) ปม; การผูกติดกัน

knotless, *a.* (น็อท เล็ซ) ไม่มีปม

knotted, *a.* (น็อท เท็ด) เป็นปม

knotty, *a.* (น็อท ทิ) ผูกพันกันยุ่ง

know, *v.* (โน); อดีต **knew,** *p.p.* **known:** รู้จัก; ทราบ

for I know not how many years, ไม่รู้ว่ากี่ปี

knowable, *a.* (โน วาเบิล) ซึ่งอาจรู้ได้
know-all, *n.* (โน ออล) ผู้อวดว่ารู้เสียทุกอย่าง
knowingly, *adv.* (โน อิงลิ) ทั้งรู้ๆ
knowledge, *n.* (น็อล เล็คจ) ความรู้
knowledgeable; *a.* (โนเล็ดจาเบิล) มีความรู้
known, *a.* (โนน) *p.p.* ของ 'know': ทราบแล้ว; เป็นที่รู้กันอยู่แล้ว
knuckle, *n.* (นัค เคิล) ข้อต่อของนิ้ว; *pl* : สนับมือ
koala, *n.* (โค อาล่า) หมีออสเตรเลีย
koran, *n.* (คอราน) คัมภีร์ โกหร่าน
kraal, *n.* (คราล) หมู่บ้านอัฟริกัน
krait, *n.* (ไครท) งูสามเหลี่ยม
Kremlin, *n.* (เครึม ลิน) พระราชวังเครึมลินในกรุงมอสโค
kultur, *n.* (คุลทูร) วัฒนธรรมเยอรมัน

L

label, *N.* (เล เบิล) ป้าย; สลาก *v.* ปิดป้าย; ติดสลาก
labial, *a.* (เล เบียล) แห่งริมฝีปาก (เช่นเสียงที่ออกจากริมฝีปาก)
laboratory, *n.* (แลบ บอระเทอริ) ห้องปฏิบัติการวิทยาศาสตร์
laborious, *a.* (ละบอ เรียส) ขยันขันแข็ง
labour, *n.* (เล เบอ) แรงงาน; งาน (ของกรรมกร); *v.* ทำงานหนัก
Labour party, พรรคกรรมกร
labourer, *n.* (เล เบอเรอ) กรรมกร
labyrinth, *n.* (แลบ บิรินธ) เขาวงกต
lac, *n.* (แลค) ครั่ง
lac, lakh, *n.* (แลค) หนึ่งแสนรูปี
lace, *n.* (เลซ) ลูกไม้ถัก
lacerate, *v. a.* (แลส เซอเรท) ฉีก; ขาด
lachrymal, *a.* (แล็ค คริมัล) แห่งน้ำตา
lachrymose, *a.* (-โมส) น้ำตานอง
lacing, *n.* (เลส ซิง) การร้อยเชือก
lack, *v.* (แลค) ขาดไป; ขาดแคลน; *n.* ความขาดแคลน
lack-a-day, *i.* (แล็ค อะเด) อนิจจาเอ๋ย
lackey, *n.* (แล็ค คิ) คนใช้; ลูกกะโล่
laconic, *a.* (ละคอน นิค) ห้วนๆ
lacquer, lacker, *a. v.* (แลค เคอ) เคลือบ; เขิน (เครื่อง)
lacrosse, *n.* (ลาครอส) ชื่อการเล่นชนิดหนึ่ง
lactary, *a.* (แลค ทะริ) แห่งน้ำนม
lactation, *n.* (แลคเท ชั่น) การดูดนม
lacteal, *a.* (แลคเทียล) เหมือนนม; แห่งนม
lacteous, *a.* (แลค ชัส) คล้ายนม
lacuna, *n.* (ลาคูนา) ช่องโหว่
lacustral, *a.* (ลาคุส ทรัล) แห่งทะเลสาป; ซึ่งอยู่ตามชายทะเลสาป

lad, *n.* (แลด) เด็กผู้ชาย
ladder, *n.* (แลด เดอ) บันได
laddie, *n.* (แลดดี้) หนุ่มน้อย; เด็กชาย
lade, *v.* (เลด) เอาบรรทุก
laden, *p.p.* ของ **'lade':** บรรทุกแล้ว
ladle, *n.* (เล เดิล) ทัพพี; ช้อนตักซุบ
ladrone, *n.* (ละโดรน) ขโมย
lady, *n.* (เลดี้) สุภาพสตรี; คุณหญิง
lady-bird, *n.* (เล ดี้เบอด) ตัวแมลงเต่าทอง
ladyhood, *n.* (เล ดี้ฮูด) สภาพของสุภาพสตรี
lady-in-waiting, *n.* (-อินเวท ทิง) นางพระกำนัล
lady-killer, *n.* (-คิลเลอ) เจ้าชู้ทำลายผู้หญิง
ladykin, *n.* (เล ดี้คิน) สตรีสาวเล็ก ๆ
ladylike, *a.* (เล ดี้ ไลคฺ) เช่นสุภาพสตรี
lady-love, *n.* (เล ดี้ลัฟว) หญิงคู่รัก
ladyship, *n.* (เล ดี้ชิพ) คุณหญิง
lag, *v.* (แลก) ล้าหลัง
lager-beer, *n.* (ลา เกอ-เบีย) เบียร์ที่ไม่แรงนัก
laggard, *n.* (แลก กาด) ผู้ล้าเต้; เชือนแช
lagoon, lagune, *n.* (ละกูน) หนองน้ำ
laid, อดีตของ **'lay':** วางลง; ออกไข่
to be laid up, ล้มหมอนนอนเสื่อ
lain, (เลน) *p.p.* ของ **'lie'** : นอน
lair, *n.* (แล) ถ้ำที่อยู่ของสัตว์ร้าย
laissez-faire, *n.* (แลส เซ-แฟ) การปล่อยตามเรื่อง
laity, *n.* (เล อิทิ) พวกฆราวาส
lake, *n.* (เลค) ทะเลสาป
lake-dweller, *n.* (-ดเว็ลเลอ) ผู้อยู่ตามทะเลสาป
lama, *n.* (ลาม่า) ลามา (พระธิเบต)
lamaism, *n.* (ลา มะอิสซึ่ม) ลัทธิลามา
lamasery, *n.* (ละมาส เซอริ) วัดพระลามา
lamb, *n.* (แลม) ลูกแกะ
lambkin, *n.* (แลม คิน) ลูกแกะตัวเล็ก ๆ
lamblike, *a.* (แลม ไลคฺ) เยี่ยงลูกแกะ
lambskin, *n.* (แลม สกิน) หนังลูกแกะ
lame, *a.* (เลม) ขาเสีย; ขาเขยก
lament, *v.* (ลาเม็นทฺ) ร้องห่มร้องไห้; เศร้าเสียใจ; คร่ำครวญ
lamentable, *a.* (แลม เม็นทะเบิล) น่าเศร้าเสียใจ
lamentation, *n.* (แลมเม็นเทชั่น) การคร่ำครวญ
lamenter, *n.* (แลมเม็นเทอ) ผู้โศกเศร้า
lamentingly, *adv.* (แลมเม็นทิงลี่) โดยอาการโศกเศร้า
laminate, *a.* (แลม มิเนท) อาบพลาสติก
lamp, *n.* (แลมพฺ) ตะเกียง; ดวงไฟ
lampadist, *n.* (แลม พะดิสทฺ) นักวิ่งแข่งถือไต้
lamping, *a.* (แลม พิ่ง) เป็นแสงสดใส
lampless, *a.* (แลมพฺ เล็ส) ไม่มีตะเกียง
lamplet, *n.* (แลมพฺ เล็ท) ตะเกียงเล็ก ๆ
lamplight, *n.* (แลมพฺ ไลทฺ) แสงตะเกียง
lamplighter, *n.* (แลมพฺ ไลเทอ) ผู้จุดตะเกียงตามถนน
lampoon, *n.* (แลมพูน) คำกลอนที่กล่าว

ข้อนขอด

lamp-post, *n.* (แลมพฺ โพสฺท) เสาโคม; เสาไฟฟ้า

lance, *n.* (ลานซฺ) หอก

free lance, ผู้มีอาชีพอิสระ

lance-corporal, *n.* (ลานซฺ คอ พอรัล) สิบตรี

lancer, *n.* (ลาน เซอ) พลถือหอก

lancet, *n.* (ลานเซท) หอกเล็ก ๆ; มีดผ่าฝี

land, *n.* (แลนดฺ) ที่ดิน; ถิ่นฐาน; บ้านเมือง; *v.* เข้าเทียบท่า; ขึ้นบก; จอดเรือ

landau, *n.* (แลน ดอ) รถม้าแลนดอ

land-breeze, *n.* (แลนดฺ บรีซ) ลมบก

lander, *n.* (แลน เดอ) ผู้ขึ้นฝั่ง

landgrave, *n.* (แลนดฺ เกรบว) ยศขุนนางในเยอรมัน

landholder, *n.* (แลนดฺ โฮลเดอ) เจ้าของที่ดิน

landing, *n.* (แลน ดิ้ง) พื้นคุ้งบันได; ที่ขึ้นบก

landing-place, *n.* (-เพลซฺ) ท่า

landlady, *n.* (แลนดฺ เลดี้) หญิงเจ้าของบ้านให้เช่า

landless, *a.* (แลนดฺ เล็ส) ไร้ที่ดิน

land-lock, *v.* (แลนดฺ ล็อค) ไม่มีทางออกสู่ทะเล

landlord, *n.* (แลนดฺ ลอด) เจ้าของบ้านเช่า

landman, *n.* (แลนดฺ แม็น) คนบ้านนอก

land-measure, *n.* (-เม็ช ชั่ว) มาตราวัดพื้นที่

landowner, *n.* (แลนดฺ โอนเนอ) เจ้าของที่

landscape, *n.* (แลนดฺ สะเคพ) ทิวทรรศน์

landscapist, *n.* (แลนดฺ สะเคพิสทฺ) นักเขียนภาพวิว

land-side, *n.* (แลนดฺ ไซดฺ) ด้านทางบก

landslide, *n.* (แลนดฺ สไลดฺ) ดินถล่มลงมาตามข้างภูเขา

landslip, *n.* (แลนดฺ สะลิพ) ดินทรุดพังลงมา

land-tax, *n.* (แลนดฺ แทคซฺ) ภาษีที่ดิน

lane, *n.* (เลน) ตรอก; ช่องแบ่งถนน

language, *n.* (แลง เกวจฺ) ภาษา

modern language, ภาษาปัจจุบัน

languid, *a.* (แลง กวิด) อ่อนแอ; อ่อน; ซีด

languish, *v.* (แลงกวิช) เศร้าสร้อยละห้อยหา

languor, *n.* (แลง เกอ) ความอ่อนใจ

laniferous, *a.* (แลนนิฟ เฟอรัส) ซึ่งมีขนสัตว์

lank, *a.* (แล็งคฺ) อ่อนปวกเปียก

lantern, *n.* (แลน เทิน) โคม

Chinese lantern, โคมจีน

magic lantern, ภาพยนตร์นิ่ง

lap, *n.* (แลพ) ตัก; รอบ; *v.* เลียกิน

lapidary, *n.* (แลพ พิดะริ) ช่างเจียระไนเพชรพลอย

lapis-lazuli, *n.* (แลพ พิส แลซซิวไล) แก้วไพฑูรย์

Lapp, *n.* (แล็พ) ชาวแล็พแลนด์

lapse, *n. v.* (แลพซฺ) ผ่าน; ล่วงพ้นไป; ศูนย์

L

the lapse of time, วันคืนผ่านไป
lapwing, *n.* (แลพวิง) นกกะแตแต้แว้ด
larboard, *n.* (ลาบอด) กราบซ้าย (ของเรือ)
larceny, *n.* (ลาเซ็นนิ) การขโมยเอาเป็นของตน
lard, *n.* (ลาด) น้ำมันหมู; *v.* ทาปนน้ำมันหมู; เอาคำต่างประเทศมาใช้ให้โก้
larder, *n.* (ลาเดอ) ห้องเก็บอาหาร
large, *a.* (ลาจ) ใหญ่โต
at large, เพ่นพ่านหาตัวไม่เจอ
ambassador at large, เอกอัครราชทูตประจำกระทรวง
largeness, *n.* (ลาจ เน็ส) ความกว้าง, ใหญ่
largess-e, *n.* (ลาเจ็ส) การให้อย่างใจใหญ่
largish, *a.* (ลาจิช) ค่อนข้างใหญ่
lark, *n.* (ลาค) นกต้นลม
as gay as a lark, ใจคอเบิกบานมาก
larva, *n.* (ลาว่า) ตัวหนอนแมลง
laryngitis, *n.* (ลารินจิทิส) หลอดลมอักเสบ
larynx, *n.* (แล ริงคฺซฺ) หลอดลม (คอหอย)
lascivious, *a.* (ละซิฟ เวียส) ชอบทางกามารมณ์
lash, *n.* (แลช) แซ่; ขนตา; *v.* เฆี่ยนด้วยแซ่
lass, *n.* (แลซ) เด็กหญิง
lassitude, *n.* (แลส ซิจิวดฺ) ความเหนื่อยอ่อน
lasso, *n.* (แลสโซ) บ่วงบาศ
last, *a.* (ลาสทฺ) สุดท้ายทีเดียว; *v.* มีต่อไปได้นาน; ทนอยู่ได้นาน
lasting, *a.* (ลาส ทิ่ง) คงทนอยู่ได้นาน; ทนทาน
lastly, *adv.* (ลาสทฺลี่) ในที่สุด; ข้อสุดท้าย
latch, *n.* (แลทชฺ) ดาฬ; สายยู
late, *a.* (เลท) สาย; ซึ่งล่วงลับไปแล้ว *adv.* สาย
my late father, บิดาข้าพเจ้าซึ่งล่วงลับไปแล้ว
of late, ตอนหลังๆ นี้
lately, *adv.* (เลท ลิ) เมื่อเร็วๆ นี้เอง
latent, *a.* (เล เท็นทฺ) แฝง
latent heat, ความร้อนแฝง
later, *a.* (เลท เทอ) ต่อมา
lateral, *a.* (แลท เทอรัล) แห่งด้านข้าง
latest, *a.* (เลท เทสทฺ) ช้าที่สุด; สายที่สุด; ล่าที่สุด
at the latest, อย่างช้าที่สุด
latex, *n.* (เล เท็กซฺ) ยางที่ออกจากไม้
lathe, *n.* (เลธ) สายพาน
lather, *n.* (แลธ เธอ) ฟองสบู่
Latin, *a. n.* (แลท ทิน) ภาษาละติน
latish, *a.* (เลท ทิช) ค่อนข้างจะสาย
latitude, *n.* (แลท ทิจิวดฺ) ระยะรุ้ง
latrine, *n.* (ละทรีน) ห้องน้ำ (ส้วม)
latter, *a.* (แลทเทอ) อันหลังที่กล่าวถึง
lattice, *n.* (แลท ทิซ) ลูกกรงหน้าต่าง
laud, *n. v.* (ลอด) ชม; สรรเสริญ
laudable, *a.* (ลอด ดะเบิล) น่าชม
laudation, *n.* (ลอเดชั่น) การชม
laudative, *a.* (ลอด ดะทิฟว) ซึ่งเป็นการชม
laudator, *n.* (ลอเดเทอ) ผู้ชม
laugh, *v. n.* (ลาฟ) หัวเราะ

laugh at, หัวเราะเยาะ
laughable, *a.* (ลาฟ ฟะเบิล) น่าหัวเราะ
laughing-stock, *n.* (ลาฟ ฟิงสท็อค) สิ่งที่เขาเห็นแล้วหัวเราะเยาะ
laughter, *n.* (ลาฟ เทอ) หัวเราะ
launch, lanch, *v.* (ลอนชฺ; ลานชฺ) ปล่อยไป; ปล่อยลงน้ำ; *n.* เรือยาว
launch a rocket, ปล่อยจรวดขึ้นสู่อากาศ
laundress, *n.* (ลอน-; ลาน เดร็ส) หญิงซักผ้า
laundry, *n.* (ลอน-; ลาน ดริ) เสื้อผ้าสำหรับซัก; โรงซักรีด
laureate, *a.* (ลอ ริเอท) สวมช่อชัยพฤกษ์ (เพื่อแสดงว่าเป็นผู้มีชัย)
laurel, *n.* (ลอ เร็ล) ช่อชัยพฤกษ์ (ซึ่งเป็นเครื่องหมายแห่งความมีชัย)
lava, *n.* (ลา ว่า) หินละลาย (จากภูเขาไฟ)
lavatory, *n.* (แล วะทอรี่) ห้องน้ำ
lavender, *n.* (แล เว็นเดอ) ดอกไม้ชนิดหนึ่ง
lavish, *a.* (แลบ วิช) ซึ่งฟุ่มเฟือย; *v.* ใช้จ่ายอย่างผลาญทรัพย์
lavishness, *n.* (แลบ วิชเน็ส) ความฟุ่มเฟือย
law, *n.* (ลอ) กฎ; กฎหมาย
law-abiding, *n.* (-อะไบดิ้ง) เคารพกฎหมาย
law-court, *n.* (ลอ คอท) ศาลว่าความ
lawful, *a.* (ลอ ฟุล) ชอบด้วยกฎหมาย
lawfully, *adv.* โดยชอบด้วยกฎหมาย
lawgiver, *n.* (ลอ กิฟเวอ) ผู้ออกกฎหมาย
lawless, *a.* (ลอ เล็ส) ไม่มีระเบียบ
lawlessness, *n.* ความไม่มีระเบียบ, ไม่มีกฎหมายบ้านเมือง
lawn, *n.* (ลอน) สนามหญ้า
lawn-mower, *n.* (-โม เออ) เครื่องตัดหญ้า
law-officer, *n.* เจ้าหน้าที่กฎหมาย
law-suit, *n.* (ลอ ซูท) คดีความ
lawsuit, *n.* (ลอ ซีวทฺ) คดีความในศาล
lawyer, *n.* (ลอเยอ) ทนาย; นักกฎหมาย
lax, *a.* (แลคซฺ) หย่อน (ในแง่ศีลธรรม)
laxative, *n.* (แลค ซิทฟิว) ยาระบาย
laxity, laxness, *n.* (แล็ก ซิทิ; -เน็ส) ความหย่อนคลาย
lay, *v.* (เล); อดีต และ *p.p.* **laid;** นอนลง; จัดโต๊ะ วางเงินพนัน (เช่นแทงม้า); ออกไข่
lay an egg, ออกไข่
lay in wait, คอยจ้องเอาตัว
lay a plot, กะแผนการ
lay waste, เผาพลาญทำลายให้เตียน
lay, *n.* (เล) บทเพลง; นิยายคำกลอน
lay, *a.* (เล) แห่งฆราวาส; ไม่ใช่อาชีพ
layer, *n.* (เลเยอ) ชั้น
layman, *n.* (เลแมน) คนภายนอก; ฆราวาส; คนนอกสังเวียน
lazaret, *n.* (แลซซะเร็ท) โรงพยาบาล; ห้องเก็บของท้ายเรือ
laziness, *n.* (เล่ ซิเน็ส) ความเกียจคร้าน
lazy, *a.* (เล ซี่) ขี้เกียจ
lazy-bones, *n.* (เล ซี่โบนซฺ) คนขี้เกียจหลังยาว
lea, *n.* (ลี) ที่ดินยังไม่ได้ไถ

leach, *v.* (ลีช) ชาวน้ำ
lead, *n.* (เล็ด) ตะกั่ว
lead pencil, ดินสอดำ
lead, *v.* (ลีด) นำ; พา; *n.* การนำ
lead astray, พาให้เขว
leaden, *a.* (เล็ดเด็น) ทำด้วยตะกั่ว
leaden-hearted, *a.* หนักใจ
lead-pencil, *n.* ดินสอดำ
leader, *n.* (ลีด เดอ) ผู้นำ
leadership, *n.* (ลีด เดอชิพ) ความเป็นผู้นำ
leading, *n.* (ลีด ดิ้ง) การนำ; *a.* ซึ่งนำ
leading article, บทความที่สำคัญอันดับหนึ่ง
leaf, *n.* (ลีฟ) ใบไม้; แผ่น; ใบกระดาษ
leading lady, สตรีที่แสดงบทนำ (นางเอก)
leaf, *n.* (ลีฟ) ใบไม้; แผ่น; ใบกระดาษ
turn over a new leaf, เริ่มชีวิตใหม่
leafage, *n.* (ลีฟ เฟ็จ) ใบไม้ทั้งหมด
leafless, *a.* (ลีฟ เล็ส) ไม่มีใบ
leaflet, *n.* (ลีฟ เล็ท) ใบน้อย ๆ; ใบปลิว
leafy, *a.* (ลีฟ ฟี่) เป็นใบ; เต็มไปด้วยใบ
league, *n.* (ลีก) สันนิบาต; ลี้; ระยะสามไมล์; สมาคม
league, *v.* (ลีก) รวมหัวกัน
leak, *n. v.* (ลีค) รั่ว
leakage, *n.* (ลีค เค็ดจ) รอยรั่ว
leaky, *a.* (ลีค คี่) รั่ว
lean, *a.* (ลีน) ผอม; *v.* (อดีต *p.p.* **leant** (เล็นทฺ), ทำให้ผอม; เอกกาย; พิง
leap, *v. n.* (ลีพ) (อดีต และ *p.p.* **leapt,** เล็พทฺ); กระโดด
leap year, *n.* (ลีพ เยีย) ปีที่มี ๓๖๖ วัน (อธิกามาส)
learn, *v.* (เลอนฺ) (อดีต *p.p.* **learnt** เลินทฺ) รู้; เรียน; ทราบ
learned, *a.* (เลอน เน็ด) มีความรู้มาก; นักปราชญ์
learnedness, *n.* (เลอนเน็ดเน็ส) ความเป็นนักปราชญ์
learner, *n.* (เลอน เนอ) ผู้เรียน
learning, *n.* (เลอน นิ่ง) ความรู้; การเรียน
leasable, *a.* (ลีส ซะเบิล) ให้เช่าได้
lease, *n.* (ลีส) การให้เช่า; สัญญาเช่าถือ; *v.* ให้เช่า
leasehold, *a.* (ลีส โฮลดฺ) แบบให้เช่า (ไม่ได้ขายขาด, 99 ปี ต้องคืน)
least, *a.* (ลีสทฺ) น้อยที่สุด
at least, อย่างน้อยที่สุด
leather, *n.* (เล็ธเธอ) หนังสัตว์; *a.* ทำด้วยหนัง
patent leather, หนังมัน
leathern, *a.* (เล็ธ เธอน) ทำด้วยหนัง
leave, *n.* (ลีฟว) อนุญาต; การลา; *v.* (อดีต *p.p.* **left)** ลาไป; จากไป; ทิ้งมรดกไว้ให้
take leave of absence, ขอลาหยุด
French leave, หยุดไปเฉย ๆ
leaver, *n.* (ลีเวอ) ผู้จากไป
lecher, *n.* (เล็ช เชอ) ผู้มัวเมาในทางกามคุณ
lecherous, *a.* (เล็ช เชอรัส) มุ่งในทางกามคุณ

lecture 211 lengthiness

lecture, *n.* (เล็ค เชอ) ปาฐกถา; เทศก์; *v.* แสดงปาฐกถา

lecturer, *n.* (เล็ค เชอเรอ) ผู้แสดงปาฐกถา; อาจารย์มหาวิทยาลัย

lead, อดีตและ *p.p.* ของ **'lead':** นำไป

ledge, *n.* (เล็ดจ) ชั้น

ledger, *n.* (เล็ด เจอ) บัญชีแยกประเภท; ก้อนหิน

lee, *n.* (ลี) ที่กำบังลม

leech, *n.* (ลีช) ปลิง; *v.* เอาปลิงเกาะ

leek, *n.* (ลีค) ผักชนิดหนึ่ง (พวกกะเทียม)

leer, *v.* (เลีย) ชำ เลืองดู

lees, *n.* (ลีซ) ขี้ตะกอน

left, *a. n.* (เล็ฟทฺ) ข้างซ้าย; *p.p.* ของ **'leave'** : จากไป

left-handed, *a.* (เล็ฟทฺ แฮนเด็ด) ถนัดมือซ้าย

leg, *n.* (เล็ก) ขา

to stand on one's own legs, พึ่งตนเอง

legacy, *n.* (เล็ก กะซิ) ทรัพย์สมบัติตามพินัยกรรม; ส่วนทรัพย์มรดก

legal, *a.* (ลี กัล) ถูกต้องตามกฎหมาย; โดยชอบธรรม

legal tender, สิ่งที่ชำระหนี้ได้ตามกฎหมาย (เช่น ธนบัตร)

legalize, *v.* (ลี กะไลซฺ) ทำให้มีสิทธิตามกฎหมาย

legatee, *n.* (เล็กกะที) ผู้รับพินัยกรรม

legation, *n.* (ลีเก ชั่น) สถานทูต

legend, *n.* (เล็ด เจนดฺ) ตำนาน

legendary, *a.* (เล็ด เจ็นดะริ) ซึ่งเป็นตำนาน

leghorn, *n.* (เล็ก ฮอน) ไก่เลกฮอน

legible, *a.* (เล็ด จิเบิล) อ่านออก

legion, *n.* (ลี จัน) กองพันทหารราบ

legislate, *v.* (เล็ด จิสเลท) ออกกฎหมาย

legislation, *n.* (เล็ดจิสเลชั่น) การออกกฎหมาย

legislative, *a.* (เล็ด จิสเลทิฟวฺ) นิติบัญญัติ

legislator, *n.* (เล็ด จิสเลเทอ) ผู้ออกกฎหมาย

legislature, *n.* (เลือ จิสเลเจียว) คณะกรรมการร่างกฎหมาย

legitimate, *a.* (ลีจิ ทิเมท) ถูกต้องตามกฎหมาย

legless, *a.* (เล็ก เล็ส) ไม่มีขา

leisure, *n. a.* (เล็ช ชั่ว) ความสบายใจ; ความหย่อนใจ

leisurely, *adv.* (เล็ช ชัวลี่) ตามสบายใจ

lemon, *n.* (เล็มมัน) มะนาว

lemonade, *n.* (เล็มมันเนด) น้ำมะนาว (เครื่อง ดื่ม)

lemon-squash, *n.* น้ำมะนาวเย็น (เครื่องดื่ม)

lemur, *n.* (ลีเมอ) ผี, ลิงลม

lend, *v.* (เล็นดฺ) อดีต และ *p.p.* **lent,** เล็นทฺ: ให้ยืม

lender, *n.* (เล็น เดอ) ผู้ให้ยืม

lending, *n.* (เล็น ดิ้ง) การให้ยืม

length, *n.* (เล็งธ) ความยาว; ระยะเวลา

lengthen, *v.* (เล็ง เธิน) ทำให้ยาวเข้า

lengthily, *adv.* (เล็ง ธิลิ) อย่างยาวยืดยาด

lengthiness, *n.* (เล็ง ธิเน็ส) ลักษณะอัน

L

ยาว

lengthways, *adv.* (เล็งธ เวซฺ) ไปตามทางยาว

length-wise, *adv.* (เล็งธุไวซ) ตามยาว

lengthy, *a.* (เล็ง ธิ) ซึ่งยาวยืดยาด

leniency, *n.* (ลี เนียนซิ) ความผ่อนปรน

lenient, *a.* (ลีเนียนทฺ) ผ่อนปรนกัน

lenify, *v.* (ลี นิฟาย) ทำให้อ่อน

lent, *n.* (เล็นทฺ) ฤดูเข้าพรรษา (ของฝรั่งเกี่ยวกับตอนพระเยซูคืนชีพ)

lent, อดีตและ *p.p.* ของ **'lend'** : ให้ยืม

leonine, *a.* (ลี โอไนนฺ) เยี่ยงสิงห์โต

leopard, *n.* (เล็พ เพอด) เสือดาว

leopardess, *n.* (เล็พ เพอดเด็ส) เสือดาวตัวเมีย

leper, *n.* (เล็พ เพอ) คนขี้เรื้อน

leprosy, *n.* (เล็พ โพรซิ) โรคเรื้อน

leprous, *a.* (เล็พ พรัส) ซึ่งเป็นโรคเรื้อน

Lesbian, *n.* (เล็ซ เบียน) หญิงเล่นเพื่อน

lease-majesty, *n.* (แลซ มะเจ็สทิ) การทรยศต่อชาติ, มหากษัตริย์

less, *a.* (เล็ซ) น้อยกว่า

lessee, *n.* (เล็สซี) ผู้เช่า

lessen, *v.* (เล็ส เซิน) ทำให้น้อยลง; ลดน้อยลง

lesser, *a.* (เล็ส เซอ) ซึ่งน้อยกว่า

lesson, *n.* (เล็ส ซัน) บทเรียน

lessor, *n.* (เล็สเซอ) ผู้ให้เช่า

lest, *c.* (เล็สทฺ) โดยเกรงว่า

let, *v.* (เล็ท) ปล่อย; ยอม; ให้เช่า; กีดกั้น

let alone, ปล่อยตามเรื่อง

let down, ทำให้เสียการ

let go, ปล่อยไป

let off, ปล่อยไปไม่เอาผิด

letter, *n.* (เล็ทเทอ) จดหมาย; ตัวอักษร; ผู้ให้เช่า

letter of credit, ตั๋วสั่งจ่ายเงินของธนาคาร

letter-box, *n.* (-บ็อกซฺ) ตู้ไปรษณีย์

letter-head, *n.* (-เฮด) พาดหัวจดหมาย

letter-paper, *n.* (-เพเพอ) กระดาษเขียนจดหมาย

lettuce, *n.* (เล็ท เทอซฺ) ผักกาด

Levant, *n.* (เล็ฟ วันทฺ) ทะเลเมดิเตอเรเนียนทางฝั่งตะวันออก

levee, *n.* (เล็ฟวี) งานต้อนรับให้เฝ้าของพระมหากษัตริย์

level, *n.* (เลเวิ็ล) ระดับ; *a.* ซึ่งนอนราบ; ระดับเสมอกันหมด; *v.* ปราบที่ให้ราบ; ทำให้ราบเสมอกัน

level-crossing, *n.* ทางข้ามรถไฟ

lever, *n.* (ลีเวอ) แม่แรงงัด; คาน

leveret, *n.* (เลฟ เวอเร็ท) ลูกกระต่ายปีแรก

levity, *n.* (เลวิทิ) ความเบา

levy, *v.* (เลวิ) รวบรวมพล; เรียกเก็บ

levy, *n.* (เลวิ) การเกณฑ์พล; ภาระเรียกเก็บ

lexicographer, *n.* (เล็คซิคอ กระเฟอ) ผู้แต่งปทานุกรม

lexicon, *n.* (เล็ค ซิคอน) ปทานุกรม

liable, *a.* (ไล อะเบิล) ซึ่งจะต้องรับผิดชอบ

liaison, *n.* (ลีเอซ็อน) ความสัมพันธ์กัน

liana, *n.* (ลีอาน น่า) เถาวัลย์

liar, *n.* (ไล เออ) คนโกหก
libation, *n.* (ลิเบ ชั่น) การกรวดน้ำให้
libel, *n. v.* (ไลเบิ้ล) หมิ่นประมาท
libellous, *a.* (ไลเบิ้ลลัส) ซึ่งเป็นการหมิ่นประมาท
liberal, *a.* (ลิบ เบอรัล) อิสระเผื่อแผ่
liberality, *n.* (ลิบเบอแรล ลิทิ) ความเผื่อแผ่
liberate, *v.* (ลิบ เบอเรท) ปล่อยให้เป็นอิสระ; ช่วยก่อกู้ให้เป็นอิสระ
liberation, *n.* (ลิบ เบอเรชั่น) การปล่อยให้เป็นอิสระ
liberator, *n.* (ลิบ เบอเรเทอ) ผู้ช่วยก่อกู้ให้เป็นอิสระ
libertine, *n.* (ลิบเบอทีน) ผู้มีชีวิตสำมะเลเทเมา
liberty, *n.* (ลิบเบอที่) เสรีภาพ
  set at liberty, ปล่อยเป็นอิสระ
libidinous, *a.* (ลิบิดดินัส) มัวเมาในกามารมณ์
libra, *n.* (ลิบร่า) ราศีตุล
librarian, *n.* (ไลแบรเรียน) ผู้เฝ้าหอสมุด; บรรณารักษ์
  librarianship, *n.* บรรณารักษศาสตร์
library, *n.* (ไล บระริ) ห้องสมุด; หอสมุด
lice, *n. pl.* (ไลซฺ) หมัด
licence, license, *n.* (ไล เซ็นสฺ) ใบอนุญาต; ประกาศนียบัตร
license, *v.* (ไลเซ็นสฺ) อนุญาตให้
licentiate, *n.* (ไลเซ็นซิเอท) ผู้ได้รับปริญญาบัตร
lichen, *n.* (ลิช เช็น) ตะไคร่น้ำขึ้นตามหิน
licit, *a.* (ลิซ ซิท) ชอบด้วยกฎหมาย
lick, *v.* (ลิค) เลีย; เฆี่ยน
licorice, liquorice, *n.* (ลิ คอริส) ชะเอม
lid, *n.* (ลิด) ฝา; หนังตา
lidless, *a.* (ลิด เล็ส) ไม่มีฝาปิด
lido, *n.* (ลี โด) สถานที่พักผ่อนหย่อนอารมณ์
lie, *v.* (ลาย); อดีต **lay**, *p.p.* **lain**: นอน ; อดีต, *p.p.* **lied**: โกหก;
  lie, *n.* การพูดเท็จ
  lie down, นอนลง; เอนกาย
  lie in wait, คอยซุ่มดักตี
liege, *n.* (ลีจ) เจ้านาย
lier, *n.* (ไลเออ) ผู้นอน
lieu, *n.* (ลิว) สถานที่; **in lieu of**, แทนที่จะ
lieutenant, *n.* (เล็ฟเท็น นันทฺ) นายร้อยโท
lieutenant-colonel, *n.* (-เคอเนิ้ล) นายพันโท
lieutenant commander, *n.* (-คอมมานเดอ) นายนาวาตรี
lieutenant-general, *n.* (-เจ็น เนอรัล) นายพลโท
life, *n.* (ไลฟฺ) ชีวิต
  life-and-death, *a.* ถึงเป็นถึงตายกัน
life-belt, *n.* (-เบ็ลทฺ) เข็มขัดชูชีพ
life-boat, *n.* (-โบท) เรือกรรเชียง
lifeful, *a.* (ไลฟฺ ฟุล) เต็มไปด้วยชีวิต; มีชีวิตชีวา
llfe-giver, *n.* (-กิฟวเวอ) ผู้ให้กำเนิดชีวิต
life-guard, *n.* (-ก๊าด) ผู้ช่วยชีวิต;

L

ทหารรักษาพระองค์

life-history, *n.* (ไลฟฺ ฮิสตรี) ประวัติของชีวิต (แต่ต้นจนจบ)

life-jacket, *n.* (-แจ็ค เค็ท) เสื้อชูชีพ

lifeless, *a.* (ไลฟฺ เล็ส) ปราศจากชีวิต

life-like, *a.* (ไลฟฺ ไลคฺ) เหมือนมีชีวิต; เหมือนตัวจริง

lifelong, *a.* (ไลฟฺ ลอง) ตลอดชีวิต

lifer, *n.* (ไลฟฺ เฟอ) ผู้รับโทษตลอดชีวิต

life-size, *a.* (ไลฟฺ ไซซฺ) ขนาดเท่าตัวจริง

lifetime, *n.* (ไลฟฺ ไทมฺ) ชั่วชีวิต

life-work, *n.* (ไลฟฺ เวอคฺ) งานตลอดชีวิต

lift, *v.* (ลิฟทฺ) ยกขึ้น; ยกขึ้นสูง; *n.* การยกขึ้น; การช่วยเหลือ; ลิฟท์

lifter, *n.* (ลิฟ เทอ) เครื่องยกขึ้น

lifting, *n.* (ลิฟ ทิ่ง) การยกขึ้น

ligament, *n.* (ลิก กะเม็นทฺ) เอ็น

light, *n.* (ไลทฺ) แสงสว่าง; ไฟ; *a.* เบา; สว่าง

light, *v.* (ไลทฺ) ส่องแสงสว่าง; จุดไฟ

see the light, เกิดมา; เข้าใจ

lighten, *v.* (ไล เทิน) เป็นประกายสว่างขึ้น; สว่างขึ้น; ทำให้เบา; บรรเทา

lighter, *n.* (ไลเทอ) เรือลำเลียง; ไม้ขีดไฟ เบ็นซิน

lighthouse, *n.* (ไลทฺ ฮาวสฺ) ประภาคาร; กระโจมไฟ

lightless, *a.* (ไลทฺ เล็ส) ไม่มีแสง; มืด

lightly, *adv.* (ไลทฺ ลี่) อย่างเบา

lightness, *n.* (ไลทฺ เน็ส) ความเบา

lightning, *n.* (ไลทฺ นิ่ง) สายอสุนีบาต; ฟ้าแลบ

lightning-conductor, *n.* (-คอนดัคเทอ) สายล่อฟ้า

ligneous, *a.* (ลิกเนียซ) แห่งไม้; เนื้อไม้

like, *a. n. adv.* (ไลคฺ) เหมือน; คล้าย; เช่น; *v.* ชอบ

likelihood, *n.* (ไลคฺ ลิฮูด) ดูเหมือนว่า

likely, *a.* (ไลคฺ ลิ) น่าจะ; เห็นจะเป็นไปได้

liken, *v.* (ไล เคิ่น) เหมือนกัน

likeness, *n.* (ไลคฺเน็ส) ความคล้ายกัน; ภาพถ่าย

likewise, *c. adv.* (ไลคฺ ไวซฺ) เช่นเดียวกัน

liking, *n.* (ไล คิ่ง) ความชอบใจ

lilac, *n.* (ไล ลัค) ดอกไม้ชนิดหนึ่ง; สีเม็ดมะปรางอ่อน

lily, *n.* (ลิล ลิ) ดอกไม้ชนิดหนึ่ง; พลับพลึง

lily, of the valley, *n.* ชื่อดอกไม้ เขาให้กันในเทศกาลอีสเตอร์

lily-white, *a.* (-ไวทฺ) ขาวสะอาด

limb, *n.* (ลิม) แขนขา; กิ่งไม้

lime, *n.* (ไลมฺ) ต้นมะนาว; ปูนขาว

lime-juice, *n.* (-จูสฺ) น้ำมะนาว

limerick, *n.* (ลิมเมอริค) โคลงที่เอาความหมายอะไรไม่ได้

limit, *n.* (ลิม มิท) เขต; *v.* กะเขต

limitation, *n.* (ลิมมิเทชั่น) ข้อจำกัด; การจำกัด

limited, *a.* (ลิม มิทเท็ด) ซึ่งจำกัด

limited monarchy, *n.* (-ม็อน นาคี่) ปรมิตตายาสิทธิราชย์

limitless, *a.* (ลิม มิทเล็ส) ไม่มีขอบเขตจำกัด

limousine, *n.* (ลิม มูซีน) รถนั่ง
limp, *n. v.* (ลิมพฺ) เดินโขยกเขยก; เดินขากะเผลก; *a.* อ่อน
limp cover, ปกอ่อน
limpid, *a.* (ลิมพิด) ใสแจ๋ว
limpidity, *n.* (ลิมพิด ดิทิ) ความใสแจ๋ว
linden, *n.* (ลินเด็น) ต้นไม้ชนิดหนึ่ง
line, *n.* (ไลนฺ) เส้น; แนว; เส้นด้าย; เขต; ราง; แถว; บรรทัด; ทาง; *v.* ขีด; ตีเส้นรองใน; ตั้งแถว
lineage, *n.* (ลิน นิเอ็จฺ) สายตระกูล
lineal, *a.* (ลิน นีอัล) แห่งเส้นตรง
linear, *a.* (ลิน เนีย) แห่งเส้นตรง; ตามเส้น
linen, *n.* (ลิน นิน) ผ้าลินิน; *a.* ทำด้วยผ้าลินิน
liner, *n.* (ไล เนอ) เรือกลไฟ
linesman, *n.* (ไลนฺซฺ แม็น) ผู้กำกับเส้น
linger, *v.* (ลิง เกอ) ชักช้าอยู่
lingerer, *n.* (ลิง เกอเรอ) ผู้รอชักช้าอยู่
lingual, *a.* (ลิง กวัล) แห่งภาษา; แห่งลิ้น
linguaphone, *n.* (ลิง กวาโฟน) แผ่นเสียงสำหรับหัดฟังภาษา
linguist, *n.* (ลิง กวิสทฺ) ผู้เจนทางภาษา
linguistic, *a.* (ลิงกวิสทิค) แห่งภาษา
lining, *n.* (ไล นิ่ง) การปะข้างในเสื้อผ้า; ซับใน
link, *n.* (ลิงคฺ) เครื่องเชื่อม; ข้อคิดต่อ; เกี่ยวพัน; มาตรา = ๗.๙๒ นิ้ว ฟุต; *v.* ติดต่อกัน; เชื่อมติดกัน
missing link, ห้วงนึกที่ขาดไป
linnet, *n.* (ลินเน็ท) นกชนิดหนึ่ง
linoleum, *n.* (ลินโนเลียม) พรมน้ำมัน
lint, *n.* (ลินทฺ) ผ้าพันแผล
lintel, *n.* (ลิน เท็ล) คานประตู
lion, *n.* (ไล อัน) สิงห์โต; ราชสีห์
lion-heart, *a.* (-ฮาท) กมลสิงห์; กล้าหาญ
lioness, *n.* (ไล อันเน็ส) สิงห์โตตัวเมีย
lip, *n.* (ลิพ) ริมฝีปาก
lip-service, *n.* (ลิพ-เซอวิช) การรับแต่ปาก
lipstick, *n.* (ลิพ สทิค) ลิปสติก
liquefy, *v.* (ลิค ควีไฟ) กลายเป็นของเหลว
liqueur, *n.* (ลิเคียวเออ) เหล้าหวานหลังอาหาร
liquid, *a. n.* (ลิค ควิด) ของเหลว
liquidate, *v.* (ลิค ควิเดท) สระสางหนี้สิน
liquidation, *n.* (ลิคควิเด ชั่น) การชำระบัญชี
liquidity, *n.* (ลิควิท ดิทิ) สภาพซึ่งเป็นของเหลว
liquor, *n.* (ลิค เคอ) เหล้า
lira, *n.* (ลี ร่า) เงินอิตาลี
lisp, *v.* (ลิสพฺ) พูดไม่ชัด
list, *n.* (ลิสทฺ) บัญชีรายชื่อ; *v.* เอียงข้าง; ฟัง
listen, *v.* (ลิส เซิน) ฟัง
to listen in, ฟังวิทยุ
listener, *n.* (ลิส เซินเนอ) ผู้ฟัง
listful, *a.* (ลิสทฺ ฟุล) ตั้งใจฟัง
listless, *a.* (ลิสทฺ เล็ส) ไม่ตั้งใจฟัง; กระสับกระส่าย

lit, (ลิท) อดีตและ *p.p.* ของ**'light'**: จุด
litany, *n.* (ลิท ทานี่) บทสวด
litchi, *n.* (ลิท ชี) ลิ้นจี่
literal, *a.* (ลิท เทอรัล) ความหมายเป็นคำๆ ไป; ตามตัวอักษร
literally, *adv.* (ลิท เทอรัลลิ) ตามตัวอักษร
literary, *a.* (ลิท เทอระริ) แห่งวรรณคดี
literate, *a.* (ลิท เทอเรท) ชำนาญการหนังสือ; อ่านหนังสือออก
literati, *n. pl.* (ลิทเทอเรไท) พวกนักปราชญ์ทางหนังสือ
literatim, *adv.* (ลิทเทอเรทิม) ตามตัวอักษร
literature, *n.* (ลิท เทอระเจอ) วรรณคดี
lithe, *a.* (ไลธ) อ่อนดัดง่าย
lithograph, *n.* (ลิธ โธกราฟ) พิมพ์หิน
litre, *n.* (ลี เทอ) ลิตร
litter, *n.* (ลิท เทอ) เตียงแคร่; กองฟางสำหรับสัตว์นอน; ขี้ผึ้ง; เศษกระดาษ; ครอก (สัตว์)
little, *a. n.* (ลิท เทิล) เล็กน้อย; เล็ก
littoral, *a.* (ลิท ทอรัล) แห่งฝั่งทะเล
liturgy, *n.* (ลิท เทอจิ) บทสวด
live, *v.* (ลิฟว) อาศัยอยู่; มีชีวิตอยู่; อยู่; อาศัยเป็นอาหาร
livelihood, *n.* (ไลว ลิฮูด) การทำมาหาเลี้ยงชีพ
livelong, *a.* (ไลวลอง) ตลอดชีวิต
lively, *a.* (ไล วลิ) รื่นเริง; มีชีวิตจิตใจ; เปรียว
liver, *n.* (ลิบเวอ) ตับ; ผู้มีชีวิตอยู่
livery, *n.* (ลิบ เวอริ) อาหาร
live-stock, *n.* (ไลฟว สท็อค) สัตว์เลี้ยง
live-wire, *n.* (-ไวเออ) เส้นลวดมีกระแสไฟฟ้า
livid, *a.* (ลิวิด) หน้าซีดสลด
living, *a.* (ลิฟ วิง) ซึ่งมีชีวิตอยู่; *n.* การครองชีพ; ความเป็นอยู่แห่งชีวิต
living language, (-แลง เกวจ) ภาษาปัจจุบัน
living-room, *n.* ห้องนั่งเล่น
lizard, *n.* (ลิส ซัด) จิ้งจก; แย้; ตะกวด; เหี้ย
llama, *n.* (ลาม่า) สัตว์ชนิดหนึ่ง
llano, *n.* (ลาโน) ที่ราบปราศจากต้นไม้ในอเมริกาใต้
lo, (โล) นั่นแน่; มองดูนั่น
loach, *n.* (โลช) ปลาหมู
load, *n.* (โลด) ต่าง; ของบรรทุก; ภาระ; น้ำหนัก; บรรจุกระสุน; *v.* เป็นภาระหนัก; เอาบรรทุก; บรรจุกระสุนปืน
loader, *n.* (โลด เดอ) ผู้เอาขึ้นบรรทุก
loading, *n.* (โลด ดิ่ง) การบรรทุก
loadstone, *n.* (โลด สะโทน) ก้อนแม่เหล็ก
loaf, *n.* (โลฟ) ก้อน; ชิ้น; *v.* เที่ยวเตร่ไปมา
loafer, *n.* (โลฟ เฟอ) คนเที่ยวระเกะระกะไปมา
loam, *n.* (โลม) ดินเหนียว
loan, *n. v.* (โลน) ให้ยืม; ให้กู้
loathe, *v.* (โลธ) เกลียดชัง
loathful, *a.* (โลธ ฟุล) เป็นที่น่าเกลียดชัง
lobbying, *n.* (ลอบ บิอิ้ง) เดินหาเสียงตามเฉลียงสภา
lobster, *n.* (ล็อบ สเทอ) กุ้ง

local, *n. a.* (โล คัล) แห่งท้องถิ่น; ในที่นั้น
local government, การปกครองท้องถิ่น
local time, เวลาตามท้องถิ่น
locality, *n.* (โลแคล ลิทิ) ตำแหน่งแห่งหน
localize, *v.* (โล คะไลซ) หาที่ให้; เข้าบรรจุที่
locate, *v.* (โล เคท) เจอที่
location, *n.* (โลเคชั่น) ตำแหน่งที่ตั้ง
locative, *a. n.* (ล็อค คะทิฟว) คำซึ่งแสดงที่; อธิกรณการก
loch, *n.* (ลอค) ทะเลสาป; อ่าว
lock, *n.* (ล็อค) ลอนผม; กุญแจ; ประตูน้ำ
lock, *v.* (ล็อค) ใส่กุญแจ; ขังไว้
locker, *n.* (ล็อค เคอ) ตู้ใส่กุญแจ
locket, *n.* (ล็อค เค็ท) ลอกเก็ตห้อยคอ
lock-gate, *n.* (ล็อค เกท) ประตูน้ำ
lockless, *a.* (ล็อคเล็ส) ไม่มีกุญแจ
lock-out, *n.* (ล็อคเอ้าทฺ) นายจ้างต่อสู้กับคนงานโดยวิธีไม่ให้คนงานเข้าโรงงาน
locksmith, *n.* (ล็อค สมิธ) ช่างกุญแจ
lock-up, *n.* (ล็อค อัพ) การปิดใส่กุญแจ; ห้องขัง
locky, *a.* (ล็อค คี่) มีผมเป็นลอนๆ
locomotion, *n.* (โลโคโมชั่น) การเคลื่อนที่, วิ่ง
locomotive, *a.* (โลโคโมทิฟว) ซึ่งเคลื่อนที่ได้; *n.* รถจักร
locus, *n.* (โล คัส) (*pl.* : **loci**) โลคัสเรขาคณิต
locust, *n.* (โลคัสทฺ) ตั๊กแตน
locution, *n.* (โลคิว ชั่น) การพูด
lodge, *v.* (ล็อดจ) ให้อาศัย; *n.* บ้าน
lodgement, *n.* (ล็อดจเม็นทฺ) ที่อาศัย
lodger, *n.* (ล็อค เจอ) ผู้อาศัย
lodging, *n.* (ล็อดจิง) ที่อยู่
loft, *n.* (ล็อฟทฺ) ห้องข้างบน; ห้องใต้หลังคา
lofting, *n.* (ล็อฟ ทิง) หลังคาหรือพื้น
lofty, *a.* (ล็อฟ ที่) สูง
log, *n.* (ล็อก) ขอนไม้; ซุง
logarithm, *n.* (ล็อก กะริธึม) เลขวิธีลอกการิธึม
logger, *n.* (ล็อก เกอ) คนตัดซุง
loggerhead, *n.* (ล็อค เกอเฮ็ด) คนหัวทึ่ม
logging, *n.* (ล็อก กิ้ง) การโค่นต้นไม้
logic, *n.* (ล็อดจิค) ตรรกวิทยา
logical, *a.* (ล็อด จิคัล) สมเหตุผล
logician, *n.* (โลจิ ชัน) นักเหตุผล
logistics, *n.* (โลจิส ติกซฺ) วิชาการขนส่ง (ทางทหาร)
loin, *n.* (ลอยนฺ) บั้นเอว
loin cloth, ผ้าขาวม้า
loiter, *v.* (ลอยเทอ) เชือนแช
loiterer, *n.* (ลอยเทอเรอ) คนขี้ไถลเรื่อยเอื่อย
loll, *v.* (ล็อล) ห้อย (ลิ้น)
lone, *a.* (โลน) ผู้เดียว; เปลี่ยวใจ
loneliness, *n.* (โลน ลิเน็ส) ความเปลี่ยวใจ
lonely, *a.* (โลน ลี่) เปลี่ยวใจ
lonesome, *a.* (โลน ซัม) เปลี่ยวใจ; เอ้กา

L

long, *a.* (ลอง) ยาว; นาน; *v.* ต้องการ; อยากเหลือ; เฝ้าแลหา
in the long run, ในที่สุด
as long as, ตราบที่
longanimity, *n.* (ลองกะนิม มิทิ) ความอดทน สู้อด
long-drawn, *a.* (-ดรอน) ยาวยืดยาด
longeval, *a.* (ล็อนจีวัล) มีชีวิตยืนนาน
longevity, *n.* (ล็อนเจ วิทิ) ความมีชีวิตยาวนาน
longevous, *a.* (ล็อนจีวัส) มีชีวิตยาวนาน
long-hand, *n.* ตรงกันข้ามกับชวเลขคือเขียนธรรมดา
longing, *n.* (ล็อง งิง) ความโหยหา
longish, *a.* (ล็อง งิช) ค่อนข้างยาว
longitude, *n.* (ล็อนจิจิวดฺ) ระยะแวง
longitudinal, *a.* (ลอนจิจีวดินัล) แวง
long-lived, *a.* (ล็อง ลิฟวดฺ) มีชีวิตยืนนาน
longness, *n.* (ล็อง เน็ส) ความยืดยาว
long-sighted, *a.* (ล็องไซ เท็ด) สายตายาว; มองเห็นไกล
longsome, *a.* (ล็อง ซัม) ชักยาวไป
long-standing, *a.* (ลอง สแตนดิ้ง) มีมาแล้วนาน
long-winded, *a.* (ล็อง วินเด็ด) ยาวยืดยาด
loofah, *n.* (ลู ฟ่า) บวบเหลี่ยม
look, *v.* (ลุค) มองดู; ดูเหมือน; *n.* สายตา; ท่าทาง; หน้าตา
look after, ระวัง; เลี้ยงดู
look at, มองดู
look back, เหลียวหลังดู
look down upon, ดูถูก; เหยียด
look for, หาด
look like, เหมือน
look out, ระวัง
look round, หันมาดู
look up, เงยหน้า
looker-on, *n.* (ลุคเคอ ออน) ผู้มองดูอยู่
looking, *n.* (ลุค คิง) หน้าตา
looking-glass, *n.* (ลุคคิงกลาส) กระจกส่องหน้า
loom, *n.* (ลูม) หูก; เครื่องทอผ้า; *v.* มองเห็น; โผล่ให้เห็นอยู่ข้างหน้า
loop, *n.* (ลูพ) บ่วง
loophole, *n.* (ลูพโฮล) ช่องโหว่
loose, *v.* (ลูส) แก้; คลาย; *a.* อิสระ; หลวม ๆ; หละหลวม; เลินเล่อ
break loose, แหกหนีไป
let loose, ปล่อยไป
loosely, *adv.* (ลูส ลิ) อย่างหลวม ๆ; อย่างหละหลวม; อย่างเลินเล่อ
loosen, *v.* (ลูส เซิน) คลายออก
looseness, *n.* (ลูส เน็ส) ความหลวม; ความหละหลวม
loose-tongued, *a.* ปากพูดพล่อย ๆ
loot, *n. v.* (ลูท) การปล้นสะดมภ์
lop, *v.* (ล็อพ) ลิด; ห้อยลงมา
lope, *v.* (โลพ) กระโดด
lop-ear, *n.* (ล็อพ เอีย) หูห้อย
lopper, *n.* (ล็อพเพอ) คนลิดกิ่งไม้
loquacious, *a.* (โลเควชัช) พูดมาก
loquacity, *n.* (โลแควส ซิทิ) ความช่างพูด
loquat, *n.* (โลแควท) ส้มเมืองจีน
lorcha, *n.* (ลอช่า) สำเภา

lord, *n.* (ลอด) ขุนนางผู้ใหญ่; ผู้ปกครองเหนือ; *v.* บังคับบัญชา; บงการ
House of Lords, สภาขุนนาง
Lord, *n.* (ลอด) พระเยซูเจ้า
lordly, *a.* (ลอด ลิ) อย่างโอ่อ่า
Lord Mayor, *n.* (ลอน แม) นายกเทศมนตรีนคร
lordship, *n.* (ลอด ชิพ) ตำแหน่งขุนนาง
lore, *n.* (ลอ) ความรู้
lorgnette, *n.* (ลอนแย็ท) แว่นตามีมือถือ
lorry, *n.* (ลอ รี่) รถบรรทุกใหญ่ ๆ
losable, *a.* (ลูซ ซะเบิล) ซึ่งอาจจะเสียได้
lose, *v.* (ลูซ) (อดีตและ *p.p.* : **lost**) เสีย; หาย; แพ้
loser, *n.* (ลูส เซอ) ผู้เสีย
losing, *a.* (ลูซ ซิ่ง) ซึ่งเสีย
loss, *n.* (ล็อส) ความเสียหาย
to be at a loss, อัดอั้นตันใจ
lost, *a.* (ล็อสทฺ) หายไป; แพ้; หมดหวัง
lot, *n.* (ล็อท) โชค; ผลกรรม; จำนวน; *v.* กะให้; แบ่งเป็นกอง ๆ
lotion, *n.* (โลชั่น) น้ำหอม
lottery, *n.* (ล็อท เทอริ) ฉลากกินแบ่ง
lotus, lotos, *n.* (โลทัส-ทอส) ดอกบัว
loud, *a. adv.* (ลาวดฺ) ดัง; อึกทึก
loud-speaker, *n.* (-สพีคเคอ) โทรโข่ง; ลำโพง
lounge, *n.* (ลาวนฺจ) ห้องพัก
lounge-suit, (-ซูท) ชุดกลางวัน
louse, *n.* (ลาวซฺ) *pl.;* **lice** หมัด
lousy, *a.* (เลา ซี่) เต็มไปด้วยหมัด; **(slang)** ไม่ได้ความ; ไม่น่าคบ
lovable, *a.* (ลัฟวาเบิล) น่ารัก
love, *n.* (ลัฟว) ความรัก; ชอบ; *v.* รัก; ชอบ
love-affair, *n.* (-อัฟแฟ) ความสัมพันธ์ทางชู้สาว
love-charm, *n.* ยาเสน่ห์
loveless, *a.* (ลัฟว เล็ส) ไร้ความรัก
loveliness, *n.* (ลัฟว ลิเน็ส) ความน่ารัก
love-lock, *n.* (-ล็อค) ผมหยักโศก
lovely, *a.* (ลัฟ วลิ) น่ารัก
love-making, *n.* (-เมคคิ่ง) การมีความสัมพันธ์ทางเพศ
love-potion, *n.* (-โพชัน) ยาเสน่ห์
lover, *n.* (ลัฟเวอ) คู่รัก
love-sick, *a.* (-ซิค) เป็นไข้ใจ
love-song, *n.* (-ซอง) เพลงรัก
love-story, *n.* (-สตอรี่) นิยายรัก
love-token, *n.* (-โทคเคิน) ของที่เป็นสัญญาณแห่งความรัก
loveworthy, *a.* (ลัฟ เวิธธิ) สมควรรัก
loving, *a.* (ลัฟวิ่ง) ที่รัก
low, *a.* (โล) ต่ำ; ชั่วช้า; เลวทราม; *n. v.* ร้อง (วัว)
low-born, *a.* (โลบอน) เกิดในตระกูลต่ำ
Low countries, หมายถึงประเทศฮอลแลนด์ ซึ่งมีดินต่ำกว่าทะเล
lower, *v.* (โลเออ) ลดต่ำลง; ลดลง; มืดพะยับ
lowermost, *a.* (โล เออโมสทฺ) ต่ำที่สุด; ล่างที่สุด
lowland, *a. n.* (โล แลนดฺ) ที่ดินต่ำ
lowliness, *n.* (โลลิเน็ส) ความต่ำต้อย

L

lowly, *a.* (โล ลิ) ต่ำต้อยชั่วช้า
lowness, *n.* (โล เน็ส) ลักษณะอันต่ำ
low-spirited, *a.* (โล-สพิริดเท็ด) หัวใจแป้ว
loyal, *a.* (ลอย ยัล) ซื่อสัตย์ต่อ; จงรักภักดี
loyalist, *n.* (ลอย ยัลลิสทฺ) ผู้มีความจงรักภักดี
loyalty, *n.* (ลอย ยัลทิ) ความซื่อสัตย์; จงรักภักดี
lozenge, *n.* (โล เซ็นจฺ) รูปสี่เหลี่ยมขนมเปียกปูน
lubricate, *v.* (ลู บริเคท) อัดฉีด
lubricant, *n.* (ลู บริคันทฺ) น้ำมันอัดฉีด
lubrication, *n.* (ลูบริเคชัน) การอัดฉีด
lucent, *a.* (ลีวเซ็นทฺ) ส่องแสง
lucid, *a.* (ลีว ซิด) ส่องแสง; กระจ่างแจ้ง
lucidity, *n.* (ลีว ซิดดิทิ) ความกระจ่างแจ้ง; ความสว่าง; ชัดเจน
luck, *n.* (ลัค) โชคลาภ
luckily, *adv.* (ลัค คิลิ) บังเอิญเคราะห์ดี
luckiness, *n.* (ลัคคิเน็ส) เคราะห์ดี
luckless, *a.* (ลัค เล็ส) ไม่มีโชค
lucky, *a.* (ลัค คี่) เคราะห์ดี; มีโชค
lucrative, *a.* (ลิว คระทิฟว) เห็นแก่ได้
luggage, *n.* (ลักเกดจ) กระเป๋าเดินทาง
lugubrious, *a.* (ลิวกิวเบรียส) เศร้า
lukewarm, *a.* (ลิวคฺวอม) อุ่นๆ
lull, *v.* (ลัล) กล่อมให้นอน; ค่อยสงบลง
lullaby, *n.* (ลัล ลาบาย) เพลงกล่อมเด็ก
lumber, *n.* (ลัม เบอ) ขอนไม้; ของหนักและไร้ประโยชน์
luminary, *n.* (ลู มินนะรี่) ดวงที่มีแสงสว่าง
luminous, *a.* (ลิว มินัส) ซึ่งมีแสงสว่าง
lump, *n.* (ลัมพฺ) กอง; ก้อน
lunacy, *n.* (ลิว นาซี่) ความบ้า
lunar, *a.* (ลิว น่า) แห่งดวงจันทร์
lunar module, ยานลงพระจันทร์
lunar month, *n.* (-มันธ์) เดือน (ทางจันทรคติ)
lunate, *a.* (ลิว เนท) รูปเป็นดวงจันทร์ค่อนซีก
lunatic, *a.* (ลิว นะทิค) บ้า; *n.* คนบ้า
lunch, *n.* (ลันชฺ) อาหารกลางวัน; *v.* รับประทานอาหารกลางวัน
luncheon, *n.* (ลั้นชั่น) อาหารกลางวัน
lung, *n.* (ลัง) ปอด
lungi, *n.* (ลุนยี) ผ้าขาวม้า
lupine, *a.* (ลิวไพนฺ) แห่งสุนัขป่า; *n.* ชื่อดอกไม้
lurch, *n. v.* (เลอช) เอียงข้าง (เรือ); คอยดัก; โกง
leave in the lurch, ทิ้งเอาตัวรอด
lure, *n.* (เลียว) เครื่องล่อ; เหยื่อล่อ; *v.* ล่อมา
lurid, *a.* (ลิว ริด) ซีดและเศร้าหมอง
lurk, *v.* (เลอคฺ) ซุ่มๆ รออยู่
luscious, *a.* (ลัช ชัช) หวานฉ่ำ
lush, *a.* (ลัช) ฉ่ำ
lusory, *a.* (ลิว เซอริ) เชิงเล่น
lust, *n.* (ลัสทฺ) ตัณหา; ความอยากเสพย์
lustful, *a.* (ลัสทฺ ฟูล) อยากมาก; มีตัณหาจัด
lustiness, *n.* (ลัส ทิเน็ส) ความอยากสนุก; ความมีตัณหาจัด

luster, *n.* (ลัส เทอ) แสง; ความสว่างเป็นประกาย
lustrine, *n.* (ลัส ทริน) ผ้าไหมเนื้อมัน
lustrous, *a.* (ลัส ทรัส) ซึ่งมีแสงเป็นประกาย
lusty, *a.* (ลัส ทิ) ซึ่งมีความอยากเสพย์; แข็งแกร่ง
lute, *n.* (ลิวทฺ) พิณชนิดหนึ่ง
lute-player, *n.* ผู้ดีดพิณ
lutheran, *a.* (ลิว เธอรัน) แห่งนิกายลูเธอ
lutist, *n.* (ลิว ทิสทฺ) นักดีดพิณ
lutose, *a.* (ลิว โทส) เต็มไปด้วยโคลน
luxuriance, *n.* (ลักซิว เรียนซฺ) ความดกเช่นผักหญ้าขึ้นจนหนาแน่น
luxuriant, *a.* (ลักซิว เรียนทฺ) อุดม; ดก
luxurious, *a.* (ลักซิว เรียส) ชอบความหรูหรา
luxury, *n.* (ลักเชอรี่) ของบำเรอความสุข
lyceum, *n.* (ไลซี อัม) สถานศึกษา
lye, *n.* (ไล) ด่าง
lying, *n.* (ไล อิง) การนอนลง; การโกหก
lymph, *n.* (ลิมฟฺ) น้ำเหลือง
lynch, *v.* (ลินชฺ) ลงประชาทัณฑ์
lynx, *n.* (ลิงคฺสฺ) สัตว์ชนิดหนึ่ง
lyre, *n.* (ไลเออ) เครื่องดนตรีชนิดหนึ่ง
lyric, *n.* (ลิริค) โคลงที่แสดงความรู้สึก

L

M

macadamize, *v.* (แม็คแคดะไมซ) ลงหิน (ถนน)
macaque, *n.* (มะคัค) ลิงชนิดหนึ่ง
macaroni, *n.* (แมคคาโรนี) เส้นมักกะโรนี
Macassar, *n.* (มะแคสเซอ) พวกแขกมักกะสัน (ถือกันว่าดุมาก)
macaw, *n.* (มะคอ) นกแก้ว
mace, *n.* (เมซ) ตะบอง; ดอกจันทร์
macerate, *v.* (แมส เซอเรท) แช่น้ำให้อ่อน
machinate, *v.* (แมค คิเนท) มุ่งคิดร้าย
machine, *n.* (มะชีน) จักร; เครื่องจักร; ยนตร์
machine-gun, *n.* (-กัน) ปืนกล
machinery, *n.* (มะชีน เนอรี่) เครื่องกลไก
mackerel, *n.* (แมค เคอเร็ล) ปลาอินทรี
mackintosh, *n.* (แม็ค คินท็อช) เสื้อฝน
macrame, *n.* (มะคราเม) ถัก
macrocosm, *n.* (แม็ค โครคอสซึ่ม) จักรวาลอันกว้างใหญ่
macroscopic, *a.* (แมคโครสค็อพพิค) ซึ่งมองเห็นด้วยตาเปล่า
maculate, *v.* (แมค คิวเลท) เปื้อน;

เป็นตำหนิ; ด่างพร้อย
maculose, *a.* (แมค คิวโลส) เป็นจุดๆ; มีด่างพร้อย
mad, *a.* (แมด) บ้า
madam, *n.* (แมดัม) คุณนาย; เจ้าค่ะ
mad-apple, *n.* (แมด แอพเพิล) ลูกมะเขือ
madcap, *n.* (แมด แคพ) คนบ้าระห่ำ
madden, *v.* (แมด เดิน) เป็นบ้า
madder, *n.* (แมด เดอ) ต้นคุย; *a.* บ้ามากขึ้น
maddish, *a.* (แมด ดิช) ชักจะบ้า
mad-doctor, *n.* (แมด ด็อคเทอ) หมอโรคจิต
made, อดีตและ *p.p.* ของ **'make'**; ทำ
Madeira, *n.* (มะเดียระ) เหล้าองุ่นชนิดหนึ่ง
madhouse, *n.* (แมด ฮาวซ) โรงพยาบาลโรคจิต
madly, *adv.* (แมด ลิ) ด้วยอาการอย่างคนบ้า
madman, *n.* (แมด แม็น) คนบ้า; คนเสียสติ
madness, *n.* (แมด เน็ส) ความบ้า
Madonna, *n.* (มะด็อน น่า) พระนางผู้บริสุทธิ์
Madras, *n.* (มัดดราส) เมืองมัทราส
madrigal, *n.* (แมค ดริกัล) เพลงยาว
maelstrom, *n.* (เมล สทรอม) น้ำวนลึกเชี่ยว
magazine, *n.* (แมกกะซีน) ห้าง; คลังกระสุน; ซองปืน; หนังสือพิมพ์วารสาร; ข่าวสาร; คลังดินปืน
maggot, *n.* (แมก ก็อท) ตัวหนอน
magic, *n.* (แม จิค) เวทมนต์; การปลุกเสก; *a.* ซึ่งเกี่ยวกับเวทมนต์; ขลัง
black magic, วิทยาอาถรรพณ์
magical, *a.* (แมด จิคคัล) ขลัง; เกี่ยวกับการปลุกเสก
magician, *n.* (มะจิเชี่ยน) ผู้วิเศษ
magic-lantern, *n.* (แมค จิค-แลนเทอน) เครื่องฉายหนังนิ่ง
magisterial, *a.* (แมดจิสที เรียล) แห่งผู้พิพากษา
magistrate, *n.* (แมด จิสเทรท) ผู้พิพากษา
Magna Carta, *n.* (แมก นะคารฺ ทะ) พระบรมราชโองการมอบอำนาจให้แก่ราษฎรในอังกฤษ เมื่อ ค.ศ. 1215
magnanimity, *n.* (แมกนะนิม มิทิ) ความใจดี
magnanimous, *a.* (แมกแนน นิมัส) ใจใหญ่
magnate, *n.* (แมก เนท) ผู้ยิ่งใหญ่ในทางธุรกิจ; ผู้มีอำนาจ
magnet, *n.* (แมก เน็ท) แม่เหล็ก
magnetic, *a.* (แมกเน็ท ทิค) ซึ่งมีคุณสมบัติเป็นแม่เหล็ก
magnetic field, (-ฟีลดฺ) สนามแม่เหล็ก
magnetic mine, (-ไมนฺ) ทุ่นระเบิด
magnetic needle, เข็มแม่เหล็ก
magnetic pole, ขั้วแม่เหล็ก
magnetism, *n.* (แมก เน็ททิซึม) วิชาแม่เหล็ก
magnetize, *v.* (แมก เน็ทไทซ) ทำให้

เป็นแม่เหล็ก

magnifiable, *a.* (แมก นิไฟอะเบิล) ขยายให้โตได้

magnificence, *n.* (แมกนิ ฟีเซ็นซฺ) ความหรูหรา

magnificent, *a.* (แมกนิฟีเซ็นทฺ) หรูหรา

magnifier, *n.* (แมกนิฟายเออ) เครื่องขยายให้ใหญ่

magnify, *v.* (แมก นิฟาย) ขยายให้โต

magnitude, *n.* (แมกนิจิวดฺ) ขนาด

magnolia, *n.* (แมกโนเลีย) ต้นไม้ชนิดหนึ่ง

magpie, *n.* (แมกพาย) ชื่อนกชนิดหนึ่ง

Magyar, *n.* (แมกยา) ชาวแมกยา (ในฮังการี)

Maharaja, *n.* (มะฮาราจา) มหาราชา

Mahatma, *n.* (มะแฮต มะ) มหาตมะ

mahogany, *n.* (มะฮ็อก กะนิ) ต้นมะหอกะนี

Mahomedan, Mahometan, *n.* (มะฮ็อม เม็ททัน) แขกมะหะหมัด

mahout, *n.* (มะฮาวทฺ) ควาญช้าง

maid, *n.* (เมด) หญิงสาว; สาวใช้

maid of all work, สาวใช้ทั่วไป

maiden, *n.* (เม เดิน) หญิงสาว; สาวน้อย

maiden speech, ปฐมสุนทรกฐา

maiden voyage, การเดินทางเป็นปฐมฤกษ์

maidenhead, *n.* (เมด เดินเฮ็ด) ความเป็นสาวบริสุทธิ์

maidenly, *a.* (เมด เดินลิ) เยี่ยงหญิงสาว

maiden name, นามสกุลหญิงก่อนแต่งาน

maidservant, *n.* (เมด เซอวันทฺ) สาวใช้

mail, *n.* (เมล) เมล์ (ไปรษณีย์); เกราะ; *v.* ใส่เกราะ; ส่งไปทางไปรษณีย์

mail-bag, *n.* ถุงไปรษณีย์

mailed, *a.* (เมลดฺ) ใส่เกราะ

maim, *v.* (เมม) ทำให้แขนหรือขาเสียไป

maimedness, *n.* (เมมดฺ เน็ส) ความพิการทางแขนขา

main, *a.* (เมน) สำคัญ

mainland, *n.* (เมน แลนดฺ) ทวีป; ผืนแผ่นดินใหญ่

mainly, *adv.* (เมนลิ) อย่างสำคัญ; โดยมาก

main-road, *n.* (-โรด) ทางหลวง

mainspring, *n.* (เมนสพริง) จักรตัวสำคัญ

mainstay, *n.* (เมน สเท) ที่พึ่งอันสำคัญ

maintain, *v.* (เมนเทน) รักษาไว้; ป้องกันไว้; เก็บไว้

maintenance, *n.* (เมน เท็นนันซฺ) การเก็บรักษาไว้

maize, *n.* (เมซ) ข้าวโพด

majestic, *a.* (มะเจ็ส ทิค) ใหญ่โตมหึมา; โอ่อ่า

majesty, *n.* (แมดเจ็สทิ) กษัตริย์; ความโอ่อ่า

major, *a.* (เม เจอ) อันใหญ่กว่า; ส่วนใหญ่กว่า

major, *n.* (เมเจอ) นายพันตรี; ผู้บรรลุนิติภาวะ

majorate, *v.* (เม เจอเรท) ทำให้โตขึ้น

major-general, *n.* (เม เจอ-เจ็นเนอรัล) นายพลตรี

M

majority, *n.* (มะจอริทิ) ส่วนมาก; จำนวนมาก

make, *v.* (เมค) (อดีตและ *p.p.*: **made**) ทำ; เป็นเหตุให้

make good, แก้ตัว

make headway, ก้าวหน้า

make-believe, *a.* (-บีลีฟว) ชวนเชื่อ

maker, *n.* (เมค เคอ) ผู้ทำ

makeshift, *n.* (เมค ชิฟทฺ) การทำพอขอไปที

make-up, *n.* (เมค อัพ) การแต่งหน้า; การวางหน้า

maki, *n.* (เม คิ) ลิงลม

Malacca, เมืองมะละกา

maladive, *a.* (แมล ละดิฟว) เจ็บๆ ไข้ๆ

maladjustment, *n.* (แมลแอดจัสทฺเม็นทฺ) การจัดไม่ดี

maladministration, *n.* (แมลแอ็ดมินนิสเทรชั่น) การปกครองไม่ดี

maladroit, *a.* (แมลอะดรอยทฺ) งุ่มง่าม

malady, *n.* (แมล ละดิ) ความเจ็บไข้

Malaga, *n.* เหล้าองุ่นมาจากเมืองมะละกาในสเปญ

malaria, *n.* (มาแลเรีย) ไข้จับสั่น

malaria, malarian, *a.* (มะแลเรียน) แห่งไข้จับสั่น

malarious, *a.* (มาแล เรียซ) ซึ่งเต็มไปด้วยไข้จับสั่น

Malay, *n. a.* (มาเล) แขกมะลายู; ภาษามะลายู

malcontent, *a.* (แมล คอนเท็นทฺ) ซึ่งไม่พอใจ

male, *a. n.* (เมล) ตัวผู้; ผู้ชาย

malediction, *n.* (แมลลีดิคชั่น) การสาปแช่ง; ให้ร้าย

malefactor, *n.* (แมล ลีแฟคเทอ) ผู้มีแต่ให้ร้าย

malevolence, *n.* (มะเล็บ โวเล็นซฺ) ความมุ่งร้าย

malevolent, *a.* (มะเล็บโวเล็นทฺ) ซึ่งนำแต่ความร้ายให้

malformation, *n.* (แมลฟอเมชั่น) รูปร่างผิดปรกติ

malice, *n.* (แมล ลิส) ความปองร้าย

with malice aforethought, โดยมีเจตนาคิดร้ายอยู่ก่อน

malicious, *a.* (มาลิชัส) ซึ่งคิดมุ่งร้าย

malign, *a.* (มาไลนฺ) ซึ่งยังความร้ายให้

malignancy, *n.* (มาลิกนันซิ) ความมุ่งร้าย

malignant, *a.* (มาลิกนันทฺ) ซึ่งคิดมุ่งร้าย

malignity, *n.* (มาลิกนิทิ) ความมุ่งร้าย

malinger, *v.* (มาลิงเจอ) แสร้างทำเป็นช่วย

mall, *n.* (มอล) ทางเดินใต้ร่มไม้

mallard, *n.* (แมลลัด) เป็ดป่า

malleable, *a.* (แมล ลีอะเบิล) ตีแผ่ออกไปได้

mallet, *n.* (แมล เล็ท) ตะลุมพุก

malnutrition, *n.* (แมลนิวทริชั่น) การได้รับอาหารไม่เพียงพอ

malodorous, *a.* (แมลโอ ดอรัส) ซึ่งมีกลิ่นเหม็น

malodour, *n.* (แมลโอเดอ) กลิ่นเหม็น

malpractice, *n.* (แมล แพร็ค ทิส) การ

ปฏิบัติไปในทางเสีย
malt, *n.* (มอลทฺ) ข้าวหมัก
Maltese, *n.* (มอลทีซ) ชาวมอลตา
maltreat, *v.* (แมลทรีท) ใช้อย่างไม่ปราณีปราสัย
maltreatment, *n.* (แมลทรีท เม็นทฺ) การใช้สอยอย่างถูลู่ถูกัง
malversation, *n.* (แมลเวอเซ ชัน) การโกงเงินหลวง
mama, mamma, *n.* (มะมา) แม่ (คำเด็ก)
mammary, *a.* (แมม มะริ) แห่งนมของมารดา
mammy, *n.* (แมม มิ) แม่
man, *n.* (แมน) มนุษย์; ผู้ชาย; *v.* มีคนเข้าประจำ
man-at-arms, *n.* ทหาร
manacle, *n.* (แมน นะเคิล) กุญแจมือ
manage, *v.* (แมน เน็จ) จัดแจง; จัดการ; เป็นธุระ
management, *n.* (แมน เน็จเม็นทฺ) การจัดการ; คณะผู้จัดการ
manager, *n.* (แมน เน็ดเจอ) ผู้จัดการ
Manchu, manchoo, *n.* แมนจู
mancipate, *v.* (แมน ซิเพท) เอาเป็นทาส
mandarin, *n.* (แมนดาริน) ขุนนางจีน; ภาษาจีนกลาง
mandate, *n.* (แมน เดท) คำสั่ง; ประเทศในอาณัติ
mandatory, *n. a.* (แมน ดะเทอริ) ผู้อารักขา
mandible, *n.* (แมน ดิเบิล) กราม
mandolin, mandoline, *n.* (แมนโดลิน) พิษ
mandrill, *n.* (แมนดริล) ลิง
manducable, *a.* (แมน ดิวคะเบิล) กินได้
manducate, *v.* (แมนดิวเคท) เคี้ยว
mane, *n.* (เมน) ผมคอสัตว์
man-eater, *n.* (แมน อีทเทอ) มนุษย์กินคน; สัตว์กินมนุษย์
maneless, *a.* (เมน เล็ส) ไม่มีผมคอ
manganese, *n.* (แมง กานีส) แมงกานีส
mange, *n.* (เมนจ) ขี้เรื้อน
manger, *n.* (แมน เจอ) รางหญ้า
mangle, *v.* (แมง เกิล) ตัดเป็นท่อนๆ; *n.* เครื่องอัดผ้า
mango, *n.* (แมง โก) มะม่วง
mangosteen, *n.* (แมงโกสะทีน) มังคุด
mangrove, *n.* (แมง โกรฟว) ต้นโกงกาง
mangy, *a.* (เมน จิ) เป็นขี้เรื้อน
manhood, *n.* (แมน ฮูด) วัยหนุ่ม
man-hunter, *n.* (แมน ฮันเทอ) คนล่ามนุษย์ ได้แก่พวกมนุษย์กินคน, พ่อค้าทาส ฯลฯ
mania, *n.* (เมเนีย) ความบ้า
maniac, *a.* (เม นิแอ็ค) ซึ่งบ้า; *n.* คนบ้า
manicure, *n.* (แมน นิเคียวรฺ) การแต่งเล็บ
manifest, *v.* (แมน นิเฟ็สทฺ) แสง; *a.* มองเห็น; ซึ่งปรากฏ
manifestation, *n.* (แมนนิเฟสเทชั่น) การที่แสดงออกมาให้ปรากฏ
manifold, *a.* (แมน นิโฟลดฺ) หลายต่อ; ซับซ้อน

M

manikin, *n.* (แมน นิคิน) คนแคระ; หุ่น
maniple, *n.* (แมน นิเพิล) กำมือ
manipulate, *v.* (มะนิพ พิวเลท) จัดแจง; จัดทำ
manipulation, *n.* (มะนิพพิวเลชั่น) การจัดทำ
man-keen, *a.* (แมน คีน) ทำร้ายคน
mankind, *n.* (แมน ไคนฺดฺ) มนุษยชาติ
manless, *a.* (แมน เล็ส) ไม่มีผู้ชาย; ไม่ใช่เยี่ยงมนุษย์
manlike, *a.* (แมน ไลคฺ) เหมือนมนุษย์
manliness, *n.* (แมน ลิเน็ส) ความเป็นลูกผู้ชาย
manling, *n.* (แมน ลิง) คนเล็กๆ
manly, *a.* (แมน ลิ) สมเป็นผู้ชาย; อย่างลูกผู้ชาย
mannequin, *n.* (แมน เน็คควิน: -คิน) นางแบบ
manner, *n.* (แมน เนอ) อาการกิริยา; ท่าทาง; ความมีกิริยาดี; ลักษณะ; วิธี
in like manner, เช่นเดียวกัน
in the same manner as, เช่นเดียวกันกับ
mannerism, *n.* (แมน เนอริซึ่ม) การทำท่าทางอย่างใดอย่างหนึ่งจนเกินไป; จริต
manoeuver, *n.* (มะนูเวอ) การประลองยุทธ์; การซ้อมรับ; การจัดทำ
man-of-war, *n.* (แมนเนอ วอ) เรือรบ
manor, *n.* (แมน เนอ) คฤหาสน์
manor-house, *n.* (-ฮาวซฺ) ตึก
manorial, *a.* (แมน นอเรียล) แห่งคฤหาสน์
mansion, *n.* (แมน ชัน) คฤหาสน์; ตึกใหญ่; อาคาร
manslaughter, *n.* (แมน สลอทเทอ) การเจตนาฆ่าคน
manslayer, *n.* (แมน สะเลเออ) ผู้ฆ่าคน
mantel, mantelpiece, *n.* (แมนเทิลพีซ) ชั้นบนหน้าเตาไฟผิงในห้อง
mantis, *n.* (แมน ทิส) ตั๊กแตน
mantle, *n.* (แมน เทิล) เสื้อคลุม
mantlet, *n.* (แมนทฺ เล็ท) เสื้อคลุมเล็กๆ
manual, *a.* (แมน นิวอัล) เกี่ยวกับมือ; *n.* หนังสือคู่มือ
manually, *adv.* (แมน นิวอัลลิ) โดยใช้มือ
manufactory, *n.* (แมน นิวแฟค-ทอริ) โรงงาน
manufacture, *n.* (แมนนิวแฟคเจียวรฺ) หัตถกรรม
manufacturer, *n.* (แมนนิวแฟค-เจียวเรอ) ผู้ประกอบการหัตถกรรม
manumission, *n.* (แมนนิวมิชชัน) การปล่อยทาสเป็นอิสระ
manumit, *v.* (แมนนิวมิท) ปล่อยทาสเป็นอิสระ
manure, *v.* (มะเนียวรฺ) ใส่ปุ๋ย; พรวนดิน; *n.* ปุ๋ย
manuscript, *n.* (แมน นิวสคริพทฺ) ต้นฉบับ
many happy returns of the day, ขอให้มีอายุยืนนาน (คำอวยพรวันเกิด)
many-sided, *a.* (-ไซเด็ด) หลายด้าน
Maori, *n.* (มาวเออริ) ชาวเมารี

map, *n.* (แมพ) แผนที่
maple, *n.* (เมเพิล) ชื่อต้นไม้
mar, *v.* (มารฺ) ทำลาย; ทำให้เสียไป
marabou, marabout, *n.* (แมราบู) นกตะกรุม
marathon-race, *n.* (แม ระธอน-เรซ) วิ่งทน
maraud, *v.* (มะรอด) ยกเข้าปล้นสะดมภ์
marauder, *n.* (มะรอดเดอ) ผู้ยกเข้ามาปล้นสะดมภ์
marble, *n. a.* (มารฺ เบิล) หินอ่อน
marbler, *n.* (มาเบลอ) ช่างหินอ่อน
march, *n.* (มาช) พรมแดน; การเดินทัพ; เพลงเดิน; *v.* เดิน
March, *n.* (มาช) มีนาคม
marcher, *n.* (มาทเชอ) ผู้เดิน
marching, *n.* (มาทชิ่ง) การเดิน
marchioness, *n.* (มารฺ เชอเน็ส) ภรรยาท่านมารฺควิส (ตำแหน่งขุนนาง)
marconigram, *n.* (มารฺโค นิแกรม) วิทยุโทรเลข
mare, *n.* (แม) ม้าตัวเมีย
margaret, *n.* (มากะเร็ท) ดอกไม้ชนิดหนึ่ง
margarine, *n.* (มาการีน) มาการีน (เนยเทียม)
marge, margin, *n.* (มาจ; มารฺ จิน) ริม; ขอบ
marginal, *a.* (มารฺ จินัล) ตรงริม
margrave, *n.* (มารฺเกรฟว) ตำแหน่งขุนนางเยอรมัน
marguerite, *n.* (มารฺ เกอรีท) ดอกมารฺกาเร็ต
marigold, *n.* (แมริโกลดฺ) ดอกดาวเรือง
marijuana, *n.* (แมริฮัวอัน นา) กัญชา
marine, *a.* (มะรีน) แห่งทะเล
mariner, *n.* (แม รินเนอ) กะลาสี
marionette, *a.* (แมริโอเน็ท) หุ่นกะบอก
marital, *n.* (แม ริทัล) แห่งสามี
maritime, *a.* (แมริไทมฺ) แห่งชายทะเล
mark, *n.* (มาค) เครื่องหมาย; จุด; คะแนน; จุดหมาย; *v.* กา; เขียนเครื่องหมาย; สังเกต
  beside the mark, นอกทางไป
  to hit the mark, ตรงจุดหมาย
  to miss the mark, ผิดจุดหมาย
  trade mark, เครื่องหมายการค้า
marker, *n.* (มาคเคอ) คนใส่คะแนน (บิลเลียด)
market, *n.* (มาเค็ท) ตลาด
marketable, *a.* (มาเค็ททะเบิล) นำไปขายได้
marketeer, *n.* (มาเค็ท เทีย) ผู้ไปขายในตลาด
marketer, *n.* (มาเค็ทเทอ) ผู้ซื้อขายในตลาด
market-garden, *n.* (มาเค็ท การฺเดิน) สวนผลไม้
marketing, *n.* (มาเค็ททิ๋ง) การซื้อขายในตลาด
market-place, *n.* ย่านตลาด
market-price, *n.* ราคาในท้องตลาด
marking ink, *n.* (มาคคิง อิงคฺ) หมึกเขียนผ้า
marksman, *n.* (มาคสฺแม็น) คนชำนาญ

ในการยิง
marmalade, *n.* (มามาเลด) แยมผิวส้ม
marmoreal, *a.* (มามอเรียล) แห่งศิลาอ่อน
marmoset, *n.* (มา โมเซ็ท) ลิงชนิดหนึ่ง
marmot, *n.* (มามอท) สัตว์ชนิดหนึ่ง
maroon, *v.* (มารูน) ถูกขังอยู่บนเกาะร้าง
marquist, **marquess**, *n.* (มาควิส) ท่านมารฺควิส (ตำแหน่งขุนนาง)
marrer, *n.* (มาเรอ) ผู้ทำเสีย
marriage, *n.* (แม ริเอดชฺ) การแต่งงาน
marrow, *n.* (แมโร) แกนกระดูก
marry, *v.* (แมริ) แต่งงาน
Mars, *n.* (มาซ) โลกพระอังคาร; เจ้าแห่งสงคราม
marsh, *n.* (มาช) ที่เป็นบึงเป็นหนอง
marshal, *n.* (มาชัล) จอมพล; นายอำเภอ
marshland, *n.* (มาชแล็นดฺ) ที่เป็นหนองเป็นโคลน
marshiness, *n.* (มาชิเน็ส) ความเฉอะแฉะ (ที่ดิน)
marshmallow, *n.* ชื่อขนมเป็นแป้งนุ่ม ๆ
marshy, *a.* (มาชิ) เฉอะแฉะ
marsupial, *a.* (มาซู เพียล) มีถุงสำหรับใส่ลูก (เช่นจิงโจ้)
mart, *n.* (มาท) ตลาด
martel, *n.* (มา เท็ล) อาวุธรูปค้อน
marten, *n.* (มารฺ เท็น) สัตว์ชนิดหนึ่งมีขนปุกปุย
martial, *a.* (มา ชัล) แห่งการสงคราม; แห่งดาวพระอังคาร
martial law, (-ลอ) กฎอัยการศึก
martin, *n.* (มาทิน) นกชนิดหนึ่งจำพวกนางแอ่น
martini, *n.* เหล้าหวานมาร์ตีนี
martyr, *n.* (มาเทอ) ผู้ยอมตายโดยไม่ยอมสละลัทธิของตน
martyrdom, *n.* การถูกทรมานในทางศาสนา
marvel, *n.* (มาเวิล) ข้ออัศจรรย์; *v.* งงไปหมด
marvellous, *a.* (มาเวิลลัส) แปลกประหลาด
Marxism, *n.* ลัทธิคาลมากซ์ หรือมากซิสซึ่ม
marzipan, *n.* (มารฺ ซิแพน) ขนาดคล้ายขนมโก๋
mascot, *n.* (แมส ค็อท) ตะกรุด; เครื่องลาง
masculine, *a.* (แมส คิวลีน) เพศชาย
mash, *v.* (แมช) บดให้ละเอียด
mask, *n.* (มาสคฺ) หน้ากาก; *v.* ใส่หน้ากาก
masked ball, (มาสเค็ด บอล) การเต้นรำใส่หน้ากาก
masochism, *n.* (แมส โซคิสซึ่ม) การเสพเมถุน ที่ต้องทรมานให้เจ็บปวดด้วย
mason, *n.* (เมซึน) ช่างก่ออิฐถือปูน; สมาชิก สมาคมลับ
masquerade, *n.* (มาสเคอเรด) งานเต้นรำสวมหน้ากาก
mass, *n.* (แมส) ก้อน; กอง; เนื้อ; ฝูงชน; การสวดมนต์ในโบสถ์ (มีซา); มวล
masses, *n.* (แมส เซ็ส) มหาชน
massacre, *v. n.* (แมส ซะเคอ) การจับ

ฆ่าหมดทั้งพวก

massage, *n. v.* (แมซาช) นวด

massagist, *n.* (แมส ซะจิสทฺ) หมอนวด

masseur, *n.* (แมสเซอรฺ) หมอนวด

massive, *a.* (แมส ซิฟว) เป็นก้อน; ใหญ่โต

mass-meeting, *n.* การประชุมกันจำนวนมาก

mass-production, *n.* การผลิตขึ้นจำนวนมาก

massy, *a.* (แมสซิ) เป็นก้อน; ใหญ่โต

mast, *n.* (มาสทฺ) เสากระโดงเรือ

masted, *a.* (มาส เท็ด) ซึ่งมีเสากระโดง

master, *n.* (มาสเทอ) นาย; ครู; มหาบัณฑิต (ปริญญา); เด็กชาย (หน้าชื่อ)

master, *v.* (มาส เทอ) เป็นนาย; ปกครอง

masterful, *a.* (มาส เทอฟูล) อย่างเจ้านาย

masterless, *a.* (มาสเทอเล็ส) ไม่มีนาย

masterlike, *a.* (มาส เทอไลคฺ) เยี่ยงนาย

masterly, *a.* (มาสเทอลิ) อย่างฐานนาย; อย่างเยี่ยม

master-mind, *n.* (มาส เทอไมนฺดฺ) ผู้มีมันสมองชั้นเยี่ยม; หัวใจของงาน

masterpiece, *n.* (มาส เทอ พีซ) งานชิ้นเยี่ยม

master-stroke, *n.* (มาสเทอ สะโทรค) ฝีมือชั้นครู

mastery, *n.* (มาส เทอริ) ชัยชนะ; การเข้าครอบงำ; การเป็นเจ้าเหนือ

masticate, *v.* (แมส ทิเคท) เคี้ยว; บดอาหาร

mastication, *n.* (แมสทิเคชั่น) การเคี้ยวบดอาหาร

mastiff, *n.* (มาสทิฟ) สุนัขแมสติฟ

mastless, *a.* (มาสทฺ เล็ส) ปราศจากเสากระโดง

mastodon, *n.* (มาส โทด็อน) ช้างสมัยแรกของโลก

mastoid, *a.* (มาส ทอยดฺ) รูปเป็นนม

masturbation, *n.* (แมสเทอเบชั่น) การช่วยตัวเองในทางกามารมณ์

masturbate, *v.* (แมส เทอเบท) ปลดเปลื้องตัวเองในทางกามารมณ์

mat, *n.* (แมท) เสื่อ; *v.* ปูเสื่อ; *a.* ด้าน

matador, *n.* (แมททาดอ) คนสู้วัวกระทิงในสเปญ

match, *n.* (แมทชฺ) ไม้ขีดไฟ; การแข่งขัน; คู่ควรกัน; การแต่งงาน; *v.* คู่กันได้; เข้ากันได้

matcher, *n.* (แมท เชอ) ผู้เลือกให้เข้ากัน

matchless, *a.* (แมทช เล็ส) หาที่ทัดเทียมมิได้; ไม่มีใครสู้ได้

match-maker, *n.* (แมทช เมคเคอ) แม่สื่อ

mate, *n.* (เมท) คู่ทุกข์คู่ยาก; ต้นหน

material, *n.* (มาทีเรียล) สิ่งของ; เนื้อ; สัมภาระ; *a.* แห่งเนื้อ; สิ่งของ

material gain, ของได้มาเป็นทรัพท์สิน

materialism, *n.* (-ลิสซึม) วัตถุธรรม

materialistic, *a.* (มะทีเรียลลิส ทิค) ซึ่งมีตัวมีตน; เห็นแก่การได้ของมาเป็นใหญ่ (ตรงกันข้ามกับศิลธรรมทางใจ)

materialize, *v.* (มะทีเรียลไลซฺ) เป็นตัวเป็นตนขึ้น

M

maternal, *a.* (มาเทอ นัล) แห่งมารดา
maternity, *n.* (มะเทอนิทิ) ความเป็นมารดา
mathematics, *n.* (แมธธีแมท ทิคสฺ) คณิตศาสตร์
mathematical, *a.* (แมธธีแมท ทิคัล) แห่งคณิตศาสตร์
mathematician, *n.* (แมธธีมะทิเชียน) นักคณิตศาสตร์
matin, *n.* (แมท ทิน) ทำวัตรช้า
matinal, *a.* (แม ทินัล) แห่งตอนเช้า
matinee, *n.* (แมท ทิเน่) หนังหรือละครรอบเช้า
matriarchal, *a.* (แม ทริอาคัล) ซึ่งมีแม่เป็นใหญ่
matricide, *n.* (แมท ทริไซดฺ) มาตุฆาต
matriculate, *v.* (มะทริค คิวเลท) สอบเตรียมอุดมได้
matriculation, *n.* (มะทริคคิวเลชั่น) การลงชื่อเป็นนักศึกษามหาวิทยาลัย; การสอบได้ชั้นประโยคเตรียมอุดมศึกษา
matrimonial, *a.* (แมททริโมเนียล) แห่งการวิวาห์
matrimony, *n.* (แมท ทริเมอนิ) การวิวาห์
matrix, *n.* (เม ทริกซฺ) แม่แบบ
matron, *n.* (เม ทรัน) แม่บ้านในโรงเรียนกินนอน
matter, *n.* (แมท เทอ) สาร; เรื่องราว; หนองจากแผล
it does not matter, ไม่เป็นไร
what does it matter, เป็นไรไป
matter of course, เป็นของแน่นอน
matter of fact, เป็นความจริงทีเดียว
as a matter of fact, ความจริง
what's the matter? อะไรกัน
what is the matter with him? เขาเป็นอะไรไป
It's a matter of life and death, เป็นเรื่องคอขาดบาดตาย
matting, *n.* (แมททิง) การทอสื่อ
mattress, *n.* (แมท เทร็ส) ฟูก; เบาะที่นอน
mature, *a.* (มะเทียวรฺ) แก่; มีอายุเป็นผู้ใหญ่ได้แล้ว
maturity, *n.* (มะเทียว ริทิ) ความมีอายุย่างเข้าวัยผู้ใหญ่
mausoleum, *n.* (มอโซ ลีอัม) ห้วงซุ้ย
mauve, *n.* (โมฟวฺ) สีม่วงอ่อน ๆ
mavis, *n.* (เมวิส) นกชนิดหนึ่ง
maxillar, ary, *a.* (แม็กซิลละริ) แห่งกรามอันบน
maxim, *n.* (แมค ซิม) คติพจน์
maximum, *n. a.* (แมก ซิมัม) มากที่สุด
may, *v.* (เม) อดีต: **might** อาจจะ
May *n.* (เม) พฤษภาคม
maybe, *adv.* (เมบี) อาจจะเป็นได้
May-day, *n.* วันกรรมกร
mayhap, *adv.* (เม แฮพ) บางที
mayonnaise, *n.* (เมโยเนซ) น้ำสลัด
mayor, *n.* (แม) นายกเทศมนตรี
mayoress, *n.* (แม เออเร็ส) ภรรยานายกเทศมนตรี
maypole, *n.* (เม โพล) เสามีเชือกโยงสำหรับเด็กดึงวิ่งเล่นรอบ ๆ

maze, *n.* (เมซ) ความงง; เขาวงกต
M.B. พ.บ. (แพทยศาสตรบัณฑิต)
M.D. พ.ด. (แพทยศาสตรดุษฎีบัณฑิต)
me, *prn.* (มี) ฉัน (กรรมของประโยค)
mead, meadow, *n.* (มีด; เม็ด โด) ทุ่ง
meagre, *a.* (มี เกอ) ผอม; นิดหน่อย
meal, *n.* (มีล) อาหาร; แป้ง
mealie, *n.* (มีล ลี) ข้าวโพด
mealing, *n.* (มีล ลิง) การบดแป้ง
mealy, *a.* (มีล ลิ) เหมือนแป้ง
mean, *a.* (มีน) ซึ่งมีตระกูลต่ำ; ต่ำช้า; มีค่าน้อย; ขี้เหนี่ยว; *n.* ปานกลาง; รายเฉลี่ย; กำลังทรัพย์; วิธี; *v.* หมายความว่า; แปลว่า; ตั้งใจไว้ว่า
by all means, เชิญเถอะ; โดยทุกวิธี
by no means, ยอมให้ไม่ได้
by means of, โดยใช้; โดยอาศัย
by this means, เนื่องจากเหตุนี้
meander, *n.* (มีแอนเดอ) ทางคดเคี้ยว
meandrous, *a.* (มีแอน ดรัส) คดเคี้ยวมาก
meaning, *n.* (มีนนิง) คำแปล; ความหมาย
meaningful, *a.* (มีน นิ่งฟูล) เต็มไปด้วยความหมาย; มีความหมาย
meaningless, *a.* (มีน นิ่งเล็ส) ไร้ความหมาย
meaningly, *adv.* (มีน นิ่งลิ) อย่างมีความหมาย
meanly, *adv.* (มีนลิ) อย่างขี้ตืดแท้; โดยวิธีอันเลวทราม
meanness, *n.* (มีนเน็ส) ความขี้ตืด
meant, (เม็นทฺ) อดีตของ **'mean'**: หมายความว่า
meantime, *adv.* (มีนไทมฺ) ในขณะนั้น; ในระหว่าง
in the meantime, ในระหว่างนั้น
meanwhile, *adv.* (มีน ไวลฺ) ในไม่ช้า
measles, *n.* (มี เซิลซฺ) หัด (โรค)
measurable, *a.* (เม็ช ชัวระเบิล) พอจะวัดดูได้
measure, *n.* (เม็ช ชัว) มาตรา; จังหวะ (ดนตรี); เครื่องตวง; การกระทำ; *v.* วัด; ตวง
beyond measure, จนเกินควร
made to measure, ตัดวัดตัว
to take measures, คิดหาทางฟ้องร้อง; จัดการลงไป
in a great measure, เป็นอันมาก
measureless, *a.* (เม็ช เชอเล็ส) ไม่มีสิ้นสุด; วัดไม่ได้
measurement, *n.* (เม็ช ชัวเม็นทฺ) การวัดดู; มาตราวัด
measurer, *n.* (เม็ช ชัวเรอ) ผู้วัด
meat, *n.* (มีท) เนื้อสด
What is one man's meat is another man's poison, ลางเนื้อชอบลางยา
preserved meat, เนื้อเก็บได้นานเช่นเนื้อกระป๋อง
meaty, *a.* (มีด ที่) มีแต่เนื้อ; เนื้อหามาก
Mecca, เม็กกะ (เมือง)
mechanic, *n.* (เมแคน นิค) ช่างเครื่อง; วิศวกร
mechanical, *a.* (เมแคน นิคัล) อย่าง

M

เครื่องจักร; กล

mechanically, *adv.* (เมแคน นิคัลลิ) เหมือนเครื่องจักร

mechanician, *n.* (ชัน) นักกลศาสตร์

mechanics, *n.* (เมแคน นิคสฺ) วิชากลศาสตร์ (ว่าด้วยอำนาจ และการเคลื่อนไหวของธรรมชาติ)

mechanisation, *n.* (เม็คคาไนเซ ชั่น) การปรับใช้เครื่องจักรหมด

mechanise, *v.* (เม็ค คาไนซ) ใช้เครื่องเดิน

mechanism, *n.* (เม็ค คานิซึม) กลไก

mechanist, *n.* (เม็ค คานิสทฺ) นายช่างเครื่อง; นักกลศาสตร์

medal, *n.* (เม็ด ดัล) เหรียญ

medallic, *a.* (มีแดล ลิค) แห่งเหรียญ

medallion, *n.* (มีแดลเลียน) เหรียญใหญ่ๆ

medallist, *n.* (เม็ด ดัลลิสทฺ) ผู้ได้รับเหรียญ

meddle, *v.* (เม็ด เดิล) ยุ่งด้วย

meddler, *n.* (เม็ด เลอ) ผู้เข้ายุ่ง

meddlesome, *a.* (เม็ด เดิลซัม) เสือกเข้ามายุ่ง

mediaeval, *a.* (เม็ดดิอีวัล) แห่งสมัยกลาง

medial, *a.* (มีเดียล) อยู่ตรงกลาง

median, *a.* (มีเดียน) อยู่ตรงกลาง; *n.* เส้นตัดมุมของรูปสามเหลี่ยมไปยังจุดศูนย์กลางของด้านตรงกันข้าม

mediate, *v.* (มี ดิเอท) อยู่ตรงกลาง; เข้าแทรกกลาง

mediation, *n.* (มีดิเอชัน) การตัดสินให้สองฝ่าย; การไกล่เกลี่ย

mediator, *n.* (มี ดิเอเทอ) ผู้เข้าจัดการให้แก่ทั้งสองฝ่าย

medicable, *a.* (เม็ด ดิคคาเบิล) ซึ่งรักษากันได้

medical, *a.* (เม็ด ดิคัล) แห่งแพทย์

medically, *adv.* (เม็ด ดิคัลลิ) โดยทางแพทย์

medicament, *n.* (เม็ดดิ คาเม็นทฺ) ยา; เครื่องยา

medicate, *v.* (เม็ด ดิเคท) บำบัดทางแพทย์

medicinal, *a.* (มีดิซินัล) แห่งเครื่องยา

medicine, *n.* (เม็ด ซิน) ยา; อายุรศาสตร์

medieval, *a.* (เม็ดดิอีวัล) แห่งสมัยกลาง

mediocre, *a.* (มี ดิโอเคอ) ปานกลาง

mediocrity, *n.* (มีดิอ็อค คริทิ) ความปานกลาง

meditate, *v.* (เม็ดดิ เทท) ตรึกตรอง

meditation, *n.* (เม็ดดิเทชั่น) ความตรึกตรอง

meditative, *a.* (เม็ด ดิเททิฟว) แห่งความตรึกตรอง; ซึ่งตรึกตรอง

Mediterranean, *a.* (เม็ดดิเทอเรเนียน) แห่งทะเลเมดิเตอเรเนียน หรือทะเลกลางธรณีย์

medium, *n. a.* (มีเดียม) มัชฌิม; สิ่งที่อยู่กลาง; คนทรง; สื่อ; เครื่อง; (**media** *pl.* :)

medley, *n.* (เม็ด ลิ) การปะปนกันยุ่ง

meed, *n.* (มีด) รางวัล

meek, *a.* (มีค) สุภาพ; อ่อนน้อม

meerschaum, *n.* (เมีย ชอม) ฟองน้ำ

meet, *v.* (มีท) เจอ; มาพบกัน; ให้สมความปรารถนา; *a.* เหมาะ; สมควร
meet with, เจอ; ได้รับ
meeting, *n.* (มีททิง) การพบกัน; การประชุม; ที่ประชุม; สมัชชา
meetly, *adv.* (มีท ลิ) โดยเหมาะสม
meetness, *n.* (มีท เน็ส) ความเหมาะสม
megrim, *n.* (มี กริม) ความปวดศีรษะร้าว
Mekhong, Mekong, แม่น้ำโขง
melancholious, *a.* (เมลันโค เลียส) ซึ่งมีความเศร้าใจ
melancholist, *n.* (เม ลันคอลิสทฺ) ผู้เศร้าใจ
melacholize, *v.* (เม ลันโคไลซ) ทำให้เศร้าใจ
melancholy, *n.* (เม็ล ลันคอลิ) ความเศร้าใจ
melee, *n.* (เม็ล เล) การตลุมบอนกันอย่างอลวล
meliorate, *v.* (เม็ล โยเรท) แก้ไขให้ดีขึ้น
melliferous, *a.* (เม็ลลิฟ เฟอรัส) มีน้ำผึ้ง
mellow, *a.* (เม็ลโล) ฉ่ำ
melodic, *a.* (เม็ลโลดิค) แห่งทำนองเพลง
melodious, *a.* (เม็ลโลเดียส) เพราะ (เสียง)
melodist, *n.* (เม็ล โลดิสทฺ) นักร้อง
melodize, *v.* (เม็ลโลไดซฺ) ทำเป็นเพลง
melodrama *n.* (เม็ล โลดราม่า) เรื่องละครที่มีเหตุการโลดโผนแต่จบดี
melody, *n.* (เม็ล โลดิ) ทำนองเพลง
melon, *n.* (เม็ลลัน) แตงไทย
water melon, แตงโม
melt, *v.* (เม็ลทฺ) หลอมตัว; ละลาย; ถลุง
melting, *n.* (เม็ลทิ่ง) การละลาย; การหลอมตัว
member, *n.* (เม็ม เบอ) สมาชิก; แขนขา; ส่วน
Member of Parliament, สมาชิกสภา **(M.P.)**
membership, *n.* (เม็ม เบอชิพ) สมาชิกภาพ
memento, *n.* (เม็มเม็น โท) บันทึกความจำ
memoir, *n.* (เม็น มัว) ประวัติมาจากความทรงจำ
memorable, *a.* (เม็ม มอระเบิล) ซึ่งน่าจำใส่ใจไว้
memorandum, *n.* (เม็นมอแรนดัม) บันทึกเหตุการณ์ (*pl.*: **memoranda**) หนังสือบริคณสนธิ
memorate, *v.* (เม็ม มอเรท) เตือนให้ระลึกถึง
memorial, *a.* (เมมอ เรียล) แห่งความจำ; อันเป็นเครื่องอนุสร
memoriter, *adv.* (เมมอริเทอ) โดยอาการท่องจำ
memorize, *v.* (เม็ม มอไรซฺ) จดจำ; ท่อง
memory, *n.* (เม็ม มอรี่) ความจำ
in memory of, เพื่อระลึกถึง
to commit to memory, ท่องจำ
retentive memory, มีความจำแม่นยำ
within the memory of man, เท่าที่มนุษย์เราจะจำได้
men, (*pl.* ของ **'man'**) คน
menace, *n.* (เม็น นัส) อันตราย; *v.* ขู่

M

เข็ญ: จะนำอันตรายมาสู่
menacer, *n.* (เม็น นัสเซอ) ผู้ขู่; ผู้นำมาซึ่งอันตราย
menacingly, *adv.* (เม็น นัสซิงลี่) อย่างขู่
menagerie, *n.* (เม็นแนด เจอรี่) สัตว์ป่าในกรง
mend, *v.* (เม็นดฺ) ทำให้ดีขึ้น; แก้ไข; ซ่อมแซม
mendable, *a.* (เม็น ดาเบิล) พอจะแก้ให้ดีขึ้นได้
mendacious, *a.* (เม็ดเดชัส) เท็จ
mendacity, *n.* (เม็นแดส ซิทิ) ความเท็จ
mender, *n.* (เม็นเดอ) ช่างแก้; ช่างซ่อม
mendicant, *a.* (เม็น ดิคันทฺ) ซึ่งต้องเที่ยวขอทาน; *n.* ขอทาน
mendicate, *v.* (เม็น ดิเคท) ขอทาน
mendicity, *n.* (เม็นดิส ซิทิ) ภาวะหรือชีวิตของขอทาน
menhir, *n.* (เม็น เฮีย) หินอนุสาวรีย์ของโบราณ
menial, *a.* (มีเนียล) อย่างข้าทาส; *n.* บ่าว
menopause, *n.* (เม็น โนพอซ) หมดประจำเดือน (ผู้หญิง)
menses, *n. pl.* (เม็น เซส) ประจำเดือน (ผู้หญิง)
menstrual, *a.* (เม็นสฺ ทรูอัล) ประจำเดือน
menstruate, *v.* (เม็นสฺ ทรูเอท) มีประจำเดือน
mensuration, *n.* (เม็นซิวเรชั่น) การวัดหาเนื้อที่
mental, *a.* (เม็น ทัล) แห่งใจ; แห่งลูกคาง
mental arithmetic, เลขคณิตในใจ
mental hospital, โรงพยาบาลประสาท
mentality, *n.* (เม็นแทลลิที่) จิตใจ; ใจคอ; น้ำใจ
mentally, *adv.* (เม็นแทลลิ) ภายในใจ
mention, *n. v.* (เม็น ชั่น) กล่าวถึง; พูดถึง
don't mention it, ไม่เป็นไรมิได้
not to mention-, นอกจากนี้
menu, *n.* (เม็น นิว) บัญชีอาหาร
mercantile, *a.* (เมอ คันไทลฺ) แห่งการค้าขาย; พาณิช
mercatorial, *a.* (เมอคะทอเรียล) แห่งพ่อค้า หรือสินค้า
mercenary, *a.* (เมอ ซีนนะรี่) ซึ่งรับจ้าง; *v.* ทหารจ้าง
mercer, *n.* (เมอ เซอ) พ่อค้าผ้า
mercerise, *v.* (เมอ เซอไรซฺ) ทำผ้าให้ขึ้นมัน
mercery, *n.* (เมอ เซอริ) สินค้าผ้าแพร
merchandise, *n.* (เมอ ชันไดซฺ) สินค้า; สิ่งของที่ซื้อขายกัน
merchant, *n.* (เมอ ชันทฺ) พ่อค้า; พาณิชย์
merchantman, *n.* (-แมน) เรือสินค้า
merchant navy, กองเรือพาณิชย์
merciful, *a.* (เมอ ซิฟูล) เต็มไปด้วยความกรุณา
mercifulness, *n.* (เมอ ซิฟูลเน็ส) ความกรุณา
merciless, *a.* (เมอ ซิเล็ส) อย่างปราศจากความกรุณา
mercilessly, *adv.* อย่างไร้ความปราณี
mercurial, *a.* (เมอคิวเรียล) แห่งปรอท, ซึ่งมีปรอท

mercury, *n.* (เมอ คิวริ) ปรอท
Mercury, *n.* (เมอคิวริ) ดาวพระพุธ
mercy, *n.* (เมอ ซิ) ความปราณี
beg for mercy, ขอความกรุณา
at the mercy of, อยู่ในเงื้อมมือแห่ง
mere, *a.* (เมียรฺ) เพียง; เท่านั้น; *n.* หนองน้ำ; หลักเขต
merely, *adv.* (เมียลิ) เพียงแต่ว่า; เท่านั้นเอง
merge, *v.* (เมอจฺ) กลืนเข้าสู่, เข้ารวมกับ
merger, *n.* (เมอดเจอ) การรวมบริษัท
meridian, *n.* (เมริ เดียน) เส้นศูนย์เที่ยง
merino, *n.* (เมริโน) ขนแกะจากสเปญ; แกะ
merit, *n.* (เมริท) คุณค่า
in order of merit, ตามลำดับความดี
meritorious, *a.* (เมริทอเรียซ) อันสมควรจะได้รับรางวัล
mermaid, *n.* (เมอเมด) นางเงือก
merman, *n.* (เมอ แม็น) ตาเงือก
merrily, *adv.* (เมริลี่) อย่างรื่นเริง
merriment, *n.* (เม ริเม็นทฺ) ความรื่นเริง
merry, *a.* (เม รี่) รื่นเริง
merry-go-round, *n.* บ้านหมุนในงานสวนสนุก สำหรับให้เด็กขึ้นไปขี่ม้า, รถ
mesh, *n.* (เม็ช) ตาข่าย
mesmerism, *n.* (เม็ส เมอริสซึ่ม) การสกดจิต
mesmerise, *v.* (เน็ศเมอไรซฺ) สกดจิต
mess, *n.* (เม็ส) ความเลอะวุ่น; ครัวของทหาร (ฝ่ายจัดเลี้ยง)
message, *n.* (เม็ส เซ็ดจฺ) ข่าว
messenger, *n.* (เม็ส เซ็นเจอ) ผู้ส่งข่าว; คนเดินข่าว
Messiah, *n.* พระผู้จะมาปลดบาปในอนาคต
Messrs, *n.* (เม็ส เซอซฺ) คุณทั้งหลาย
met, อดีตและ *p.p.* ของ **'meet'** : พบ
metal, *n.* (เม็ท ทัล) โลหะ
metalled road, ถนนลงหิน
metallic, *a.* (เม็ทแทล ลิค) ซึ่งมีคุณสมบัติเป็นโหละ; แห่งโลหะ
metalling, *n.* (เม็ท ทัลลิ่ง) การลงหิน (ถนน)
metallurgy, *n.* (เม็ททัล เลอดจิ) วิชาถลุงแร่
metamorphosis, *n.* (เม็ททามอรฺโฟซิส) การเปลี่ยนแปลงของร่าง (เช่น บุ้งเป็นแมลง)
metaphor, *n.* (เม็ท ทาฟอ) ภาพพจน์
metaphoric, *a.* (เม็ททาฟอริค) แห่งภาพพจน์
mete, *v.* (มีท) วัด; กำหนดให้
metempsychosis, *n.* (เม็ทเท็มไซโคซิส) การไปกำเนิดในร่างใหม่
meteor, *n.* (เม็ททีออ) ดาวตก; ผีพุ่งใต้
meteoric, *a.* (เม็ททีออริค) แห่งดาวตก
meteorite, *n.* (เม็ท ทิออไรทฺ) หินดาวตก
meteorological, *a.* แห่งอุตุนิยมวิทยา
meteorologist, *n.* นักอุตุนิยมวิทยา
meteorology, *n.* (เม็ททีออร็อล ลอดจี้) อุตุนิยมวิทยา
meter, *n.* (มี เทอ) เครื่องวัด (หม้อมีเตอร์)
methinks, *v.* (มีธิงคฺสฺ) ข้าพเจ้าเข้าใจว่า

M

methode, *n.* (เมธ็อด) วิธี
methodic, *a.* (เมธอด ดิค) เป็นวิธี
methodical, *a.* (เมธอด ดิคัล) ซึ่งมีวิธีในการจัด
methylated spirits, *n.* (เม็ธธีเลท-เท็ด สปิริทซฺ) แอลกอฮอล์จุดไฟ
meticulous, *a.* (เม็ททิค คิวลัซ) ระมัดระวังมากเพราะกลัวผิด
metier, *n.* (เม เทีย) อาชีพ
metre, meter, *n.* (มีเทอ) เมตร; ครุลหุของโคลง
metric, metrical, *a.* (เม็ท ทริค) เมทริก (มาตราวัด); แห่งมาตราเมทริก
metronome, *n.* (เม็ทโทรโนม) เครื่องวัดจังหวะ
metropolis, *n.* (มีทร็อพ พอลลิส) พระนคร (ซึ่งเป็นศูนย์กลางของเมืองขึ้นทั้งหลายด้วย); ประเทศเมืองหลวง
metropolitan, *a.* (มีโทรพ็อล ลิทัน) แห่งเมืองหลวง
mettle, *n.* (เม็ท เทิล) ความมีใจกล้า
mew, *v.* (มิว) ร้องเมี้ยว; *n.* นกนางนวล
Mexican, *n.* (เม็ก ซิคัน) ชาวเม็กสิโก
Mezzanine, *n.* (เม็ซ ซะนีน) ชั้นกลาง (ของตัวตึกหลายชั้น)
mica, *n.* (ไม ค่า) แร่กลีบหิน
mice, *pl.* ของ **mouse** (ไมซฺ, เมาซฺ), หนู
microbe, *n.* (ไมโครบ) เชื้อโรคจุลชีพ
microfilm, *n.* (ไมโครฟิลม) ภาพถ่ายหนังสือย่อลงในฟิลม์ม้วนๆ
microphone, *n.* (ไมโครโฟน) เครื่องขยายเสียง
microscope, *n.* (ไมโครสโคพ) กล้องจุลทัศน์
microscopic, *a.* (ไมโครสค็อพ พิค) ซึ่งเล็กจนมองด้วยตาเปล่าไม่เห็น
mid, *a.* (มิด) ระหว่างกลาง
midday, *n.* (มิดเด) แห่งเที่ยงวัน; *a.* เวลาเที่ยง
middle, *a.* (มิด เดิล) ตรงกลาง
Middle Ages, สมัยกลาง; มัชฌิมยุค
middleman, *n.* (มิด เดิลแม็น) คนกลาง
middlemost, *a.* (เมิล เดิลโมสทฺ) ตรงกลางทีเดียว
midge, *n.* (มิดจ) ริ้น (แมลงชนิดหนึ่ง)
midmost, *a.* (มิด โมสทฺ) ตรงกลางทีเดียว
midnight, *n.* (มิด ไนทฺ) เที่ยงคืน
midship, *a.* (มิด ชิพ) กลางเรือ
midst, *n. prp.* (มิดสฺทฺ) ท่ามกลาง
midway, *n.* (มิด เว) ตรงกลาง; ท่ามกลาง
midwife, *n.* (มิดไวฟฺ) หมอตำแย; แพทย์ผดุงครรภ์
midwifery, *n.* (มิด วิฟริ) การผดุงครรภ์
mien, *n.* (มีน) หน้าตา; ท่าทาง
might, *n.* (ไมทฺ) อำนาจ; กำลัง; ความแข็งแรง; *v.* อาจจะ (อดีตของ 'may')
mightily, *adv.* (ไม ทิลี่) อย่างมีอำนาจ; กำลังรุนแรงมาก
mightiness, *n.* (ไม ทิเน็ส) อานุภาพ; อำนาจ; กำลัง
mighty, *a.* (ไมที่) แข็งแรง; ซึ่งมีอำนาจ; ซึ่งมีอานุภาพ
migraine, *n.* (มีเกรน) โรคปวดหัว
migrant, *a. n.* (ไม กรันทฺ) ผู้ท่องเที่ยว

มา

migrate, *v.* (ไมเกรท) ท่องเที่ยวออกไป

migration, *n.* (ไมเกรชั่น) การอพยพหนีไป

mikado, *n.* (มิคาโด) จักรพรรดิ์ญี่ปุ่น

mild, *a.* (ไมลฺดฺ) อ่อน; จาง

mildew, *n. v.* (มิลดิว) รา (ขึ้น)

mildly, *adv.* (ไมลฺดฺ ลี่) อย่างอ่อนๆ

mildness, *n.* (ไมลฺดฺ เน็ส) ความอ่อน

mile, *n.* (ไมลฺ) ไมล์ (ระยะทาง)

mileage, *n.* (ไม เล็ดจฺ) ระยะเป็นไมล์

milestone, *n.* (ไมลฺ สโทน) หลักปักบอกเขตไมล์

militarism, *n.* (มิล ลิทาริซึม) ลัทธิปกครองอย่างทหาร

miilitarist, *n.* (มิลลิทาริสทฺ) ทหาร; ผู้นิยมลัทธิทหาร

military, *a.* (มิล ลิทารี่) แห่งการทหาร

militate, *v.* (มิลลิเทท) ต่อสู้

milk, *n.* (มิลคฺ) นม

condensed milk, นมข้น

milker, *n.* (มิล เคอ) ผู้รีดนม; ผู้ให้นม

milkmaid, *n.* (มิลคฺ เมด) หญิงรีดนม

milkman, *n.* (มิลคฺ แม็น) คนขายนม

milk shake, เครื่องดื่มที่ใส่นมกับน้ำผลไม้เขย่าเข้าด้วยกัน

milk sop, ผู้ชายตัวเมีย

milk teeth, ฟันน้ำนม

milky, *a.* (มิล คี่) สีเป็นนม

Milky Way, *n.* (มิล คี่เว) ทางช้างเผือก

mill, *n.* (มิล) โรงสี

millennium, *n.* (มิลเล็น เนียม) ระยะหนึ่งพันปี

milleped, millipede, *n.* (มิลลิเพ็ด, พีด) กิ้งกือ

miller, *n.* (มิลเลอ) เจ้าของโรงสี

millet, *n.* (มิล เล็ท) ข้าวฟ่าง

milliard, *n.* (มิลเลียด) พันล้าน (๑๐๐๐,๐๐๐,๐๐๐)

milligram, milligramme, *n.* (มิลลิแกรม) มิลลิกรัม (มาตราชั่ง)

millilitre, *n.* (มิล ลิลีเทอ) มิลลิลิตร (มาตราตวง)

millimetre, *n.* (มีล ลิมีเทอ) มิลิเมตร

milliner, *n.* (มิล ลิเนอ) ผู้ขายหมวกผู้หญิง

million, *n.* (มิล เลี่ยน) ล้าน (๑,๐๐๐,๐๐๐)

millionaire, *n.* (มิลเลี่ยนแน) เศรษฐี

millipede, *n.* กิ้งกือ

mill-owner, *n.* (มิล-โอนเนอ) เจ้าของโรงสี

mime, *n.* (ไมมฺ) ละครใบ้

mimiograph, *n.* (มิม มีโอกราฟ) เครื่องอัดสำเนา

mimic, *a.* (มิม มิค) ล้อตาม

mimosa, *n.* (มิมโม ซ่า) กะถินเหลือง

mina, *n.* (ไม น่า) นกขุนทอง

minaret, *n.* (มิ นะเร็ท) หอคอยสุเหร่า

mince, *v.* (มินซฺ) สับ บด

mincemeat, *n.* (มินซฺ มีท) เนื้อบด

mince-pie, *n.* (มินซฺ-พาย) กับข้าวชนิดหนึ่ง (ข้างในเป็นเนื้อบด ข้างนอกหุ้มแป้ง)

mind, *n.* (ไมนฺดฺ) ใจ; ความอยาก; ความตั้งใจ; ความเข้าใจ; จิตใจ; ความเห็น; *i.*

M

ระวัง !; *v.* ยุ่งด้วย; ระวัง; ใฝ่ใจ

make up one's mind, ตัดสินใจ

absence of mind, ความใจลอย

presence of mind, ความระแวดระวัง

change one's mind, เปลี่ยนใจ

to bear in mind, ระลึกไว้ว่า

mind your own business! กงการอะไรของท่าน

I don't mind, ไม่เป็นไร

if you do not mind, ถ้าไม่รังเกียจ

minded, *a.* (ไมนฺ เด็ด) ชักจะ

mindful, *a.* (ไมนฺดฺ ฟูล) ซึ่งคอยเอาใจใส่อยู่เสมอ

mindfulness, *n.* (ไมนฺดฺ ฟูลเน็ส)

mine, *prn.* (ไมนฺ) เป็นของฉัน; *n.* เหมืองแร่

minelayer, *n.* (ไมนฺแลเยอ) เรือวางทุ่นระเบิด

miner, *n.* (ไมนฺเนอ) คนทำงานในเหมืองแร่

mineral, *n. a.* (มิน เนอรัล) แร่

mineral water, น้ำอัดลม

mineralogy, *n.* (มินเนอแรล ล็อดจี้) โลหศาสตร์

minesweeper, *n.* (-สวีพ เพอ)เรือกวาดทุ่นระเบิด

mingle, *v.* (มิง เกิล) ปะปน; ปนกัน

miniature, *n.* (มิน นิอาเจอ) สิ่งที่ทำขึ้นขนาดเล็ก

minimize, *v.* (มิน นิไมซ) ทำให้เล็กที่สุด

minimum, *n.* (มิน นิมัม) น้อยที่สุด

mining, *n.* (ไมนฺ นิ่ง) การขุดเหมืองแร่

minister, *n.* (มิน นิสเทอ) ทูต; รัฐมนตรี; พระ; *v.* จ่ายให้

ministerial, *a.* (มินนิสที เรียล) แห่งกระทรวง

ministry, *n.* (มิน นิสทรี่) กระทรวง

Ministry of Agriculture, กระทรวงเกษตร

Ministry of Commerce, กระทรวงพาณิชย์

Ministry of Communications, กระทรวงการคมนาคม

Ministry of Defence, กระทรวงกลาโหม

Ministry of Education, กระทรวงศึกษาธิการ

Ministry of Finance, กระทรวงการคลัง

Ministry of Foreign Affairs, กระ-ทรวงการต่างประเทศ

Ministry of Interior, กระทรวงมหาดไทย

Ministry of Justice, กระทรวงยุติธรรม

Ministry of Public Health, กระทรวงสาธารณสุข

mink, *n.* (มิงคฺ) สัตว์ชนิดหนึ่งใช้ขนสัตว์ทำเสื้อผู้หญิง

minor, *a.* (ไมเนอ) ซึ่งเล็กกว่า; ซึ่งไม่สู้สำคัญนัก; *n.* ผู้เยาว์

minority, *n.* (ไมนอ ริที) ส่วนน้อย

minster, *n.* (มินสฺ เทอ) โบสถ์

ministrel, *n.* (มินสฺเทริล) นักร้องสมัย

โบราณ

mint, *n.* (มินทฺ) โรงกระษาปณ์; โรงทำเงิน; ต้นสะระแหน่

minter, *n.* (มินเทอ) คนทำเหรียญกระษาปณ์

minus, *a. adv.* (ไมนัส) ลบ; หักออก

minute, *a.* (ไมนิวทฺ) เล็กมาก; *n.* (มินนิท) นาที; รายงานการประชุม

minute-hand, *n.* (มิน นิทแฮนดฺ) เข็มนาที

minutely, *adv.* (ไมนิวทฺ ลิ) อย่างละเอียดละออ

minuteness, *n.* (ไมนิวทฺ เนิส) ความเล็กเหลือเกิน

miracle, *n.* (มิราเคิล) ความมหัศจรรย์; ปาฏิหาริย์

miraculous, *a.* (มิแรค คิวลัส) ซึ่งเป็นที่มหัศจรรย์

miraculousness, *n.* (มิแรค คิวลัสเนิส) ความมหัศจรรย์

mirage, *n.* (มิ ราจ) ภาพลวงตา; ชื่อเครื่องบินรบของฝรั่งเศส

mire, *n.* (ไมเออ) โคลน

mirror, *n.* (มี เรอ) กระจกเงา; *v.* เป็นเงา (ในกระจก)

mirth, *n.* (เมอธ) ความร่าเริง

mirthful, *a.* (เมอธ ฟูล) ร่าเริง

mirthless, *a.* ไร้ความสนุก

misadvise, *v.* (มิสแอดไวซ) แนะผิด

misalliance, *n.* (มิสอะไลอันซฺ) การเลือกคู่ชีวิตผิด

misapply, *v.* (มิสอัพพลาย) นำไปใช้ผิด

misapprehend, *v.* (มิสแอพพรีเฮ็นดฺ) เข้าใจผิด

misappropriate, *v.* (มิสอัพโพร พริเอท) ยักยอกเงิน

misbehave, *v.* (มิสบีเฮฟว) ประพฤติไม่สมควร

misbehaviour, *n.* (มิสบีเฮฟเวีย) การประพฤติผิด

misbelief, *n.* (มิสบีลีฟ) การเชื่อที่ผิด; ความไม่เชื่อ

misbeliever, *v.* (มิสบีลีฟว) เชื่ออย่างผิด ๆ; ไม่เชื่อ

misbelieve, *n.* (มิสบีลีฟเวอ) ผู้ที่เชื่อผิด ๆ; ผู้ไม่เชื่อ; ไม่นับถือ

miscalculate, *v.* (มิสแคลคิวเลท) คำนวณผิดไป; คิดผิด

miscalculation, *n.* (มิวแคลคิวเลชั่น) การคำนวณผิดพลาดไป

miscarriage, *n.* (มิสแคริเยช) แท้ง

miscellaneous, *a.* (มิสเซ็ลเลเนียส) ซึ่งระคน; คละกัน; ปกิณณกะ

mischance, *n.* (มิสชานซฺ) โอกาสอันไม่อำนวย; เคราะห์ร้าย

mischief, *n.* (มิส ชิฟ) ความซนะ; ความเสียหายอันเนื่องจากสาระแนไม่เข้าเรื่อง
get into mischief, เข้าปิ้ง

mischievous, *a.* (มิส ชิฟวัส) ซน; มุ่งร้าย; เป็นเหตุให้เสียหาย; มีแต่ก่อเรื่องเดือดร้อน

mischievousness, *n.* (มิส ชิฟวัสเนิส) ความมุ่งร้าย; ความซน

misconceive, *v.* (มิสคอนซีฟว) เข้าใจ

M

ผิดไป

misconception, *n.* (มิสคอนเซ็พชั่น) ความเข้าใจผิด

misconduct, *n. v.* (มิสคอน ดัคทฺ) ประพฤติเสียๆ หายๆ; จับผิด

misconstrue, *v.* (มิสคอนสฺทรู) ตีความหมายผิด

misdeed, *n.* (มิสดีด) การกระทำอันสาระเลว

misdeem, *v.* (มิสดีม) ไม่รู้จักค่า

misdemeanour, *n.* (มิสดีมีนเนอ) ความประพฤติเลว

misdirect, *v.* (มิสไดเร็คทฺ) นำไปในทางเสีย

miser, *n.* (ไม เซอ) คนขี้เหนียว

miserable, *a.* (มิส เซอราเบิล) อย่างทนทุกขเวทนา; ซึ่งไร้ค่า; เศร้าใจอย่างเหลือแสน; เข็ญใจ

miserliness, *n.* (ไม เซอลิเน็ส) ความตระหนี่เหนียวแน่น

miserly, *a.* (ไม เซอลี่) ซึ่งขี้เหนียว

misery, *n.* (มิสเซอริ) ความระทมทุกข์; ความขัดสน

misesteem, *n.* (มิสเอ็สทีม) ความขาดความนับถือ

misestimate, *v.* (มิสเอ็ส ทิเม็ท) ตีราคาผิด

misfit, *v.* (มิสฟิท) ใส่ไม่พอดี

misfortune, *n.* (มิสฟอชูน) เคราะห์ร้าย

misgive, *v.* (มิสกิฟวฺ) ให้รู้สึกสงสัย; สังหรณ์ในใจ

misgiving, *v.* (มิสกิฟวิ่ง) ความหวาดเกรง

misgovern, *v.* (มิสกับเวอน) ปกครองไม่ดี

misguide, *v.* (มิสไกดฺ) นำไปในทางผิด

mishandle, *v.* (มิสแฮนเดิล) ทำทารุณกรรม

mishap, *n. v.* (มิสแฮพ) เคราะห์ร้าย; บังเอิญ

misinform, *v.* (มิสอินฟอม) บอกผิด

misinformation, *n.* (มิสอินฟอเมชั่น) สิ่งที่ทราบมาผิดๆ

misinterpret, *v.* (มิสอินเทอเพร็ท) แปลความผิด

misinterpretation, *n.* (มิสอินเทอพรีเทชั่น) การแปลความผิดไป

misjudge, *v.* (มิสจัดจฺ) หลงผิด

mislead, *v.* (มิสลีด) ชักนำให้เข้าใจผิด; ชักให้ผิดทางไป

mislearn, *v.* (มิสเลอน) เข้าใจผิดๆ

mislike, *v.* (มิสไลคฺ) ไม่ชอบ

mismanage, *v.* (มิสแมนเน็ดจ) จัดผิดๆ

mismanagement, *n.* (มิสแมนเน็ดจเม็นทฺ) การจัดผิดพลาดไปหมด

misname, *v.* (มิสเนม) เรียกชื่อผิด

misnomer, *n.* (มิสโนมเมอ) เรียกชื่อผิด

misogamy, *n.* (มิสซ็อก กามิ) การเกลียดการแต่งงาน

misogynist, *n.* (มิซ็อค จินิสทฺ) คนเกลียดผู้หญิง

misogyny, *n.* (มิซอดจินี่) การเกลียดผู้หญิง

misplace, *v.* (มิสเพลซ) วางผิดที่

misprint, *v. n.* (มิสพรินทฺ) พิมพ์ผิด

mispronounce, *v.* (มิสโพรเนานฺซ)

ออกเสียงผิด

mispronunciation, *n.* (มิสโพรนันซิเยชั่น) การออกเสียงผิด ๆ

misproportion, *n. v.* (มิสพรอพอชั่น) ผิดส่วน; ไม่ได้ส่วน

misquote, *v.* (มิสโควท) อ้างผิด

misreckon, *v.* (มิสเร็กเคิน) กะผิด

misrepresent, *v.* (มิสเร็พพรีเซ็นทฺ) แสดงผิด; ผิดความหมาย

misrule, *n.* (มิสรูล) ความไม่เป็นระเบียบ; การปกครองไม่ดี

Miss, *n.* (มิส) นางสาว; **miss,** *v.* ผิด; พลาดไป; ขาดไป; ไม่ถูก (ที่หมาย); *n.* การผิดพลาด; การพลาดนัด

miss the train, ไปไม่ทันรถ

miss the mark, ไม่ถูกจุด

I miss you very much, ฉันคิดถึงเธอมากเหลือเกิน

missile, *a. n.* (มิสไซลฺ) อาวุธที่ใช้ซัดหรือพุ่ง; นำวิถี

missing, *a.* (มิส ซิ่ง) ขาดไป; หายไป

mission, *n.* (มิช ชั่น) ธุระ; ภาระ

missionary, *n.* (มิช ชันนะรี่) พระผู้ออกไปกระทำการเผยแพร่ศาสนา

missioner, *n.* (มิช ชันเนอ) พระผู้ออกไปกระทำการเผยแพร่ศาสนา

Missis, Mrs., *n.* (มิส ซิส) นาง

missive, *a.* (มิส ซิฟว) ซึ่งส่งไป; *n.* จดหมายมีคำสั่งลงมาจากนายเหนือ

mis-spell, *v.* (มิสเปิล) สะกดตัวผิด

mis-spelling, *n.* (มิสเปิลลิ่ง) การสะกดตัวผิด

misspend, *v.* (มิสเป็นดฺ) ใช้จ่ายไปในทางไม่ได้ประโยชน์

mist, *n.* (มิสทฺ) หมอก

mistakable, *a.* (มิสเทค คาเบิล) อาจผิดได้

mistake, *v.* (มิสเทค) ผิด; สำคัญผิด; หลงผิด; *n.* คำผิด; การเข้าใจผิด; การกระทำผิดไป

mistaken, *a.* (มิสเทคเคิน) ผิดไปแล้ว

mistakenly, *adv.* อย่างผิดพลาด

misstell, *v.* (มิสเท็ล) บอกผิด

mistemper, *v.* (มิสเท็ม เพอ) กวนใจ

Mister, Mr, *n.* (มิสเทอ) นาย

misterm, *v.* (มิสเทอม) ขนานนามผิด

mistily, *adv.* (มิส ทิลิ) อย่างมืดมัว; มีหมอกครึ้ม

mistime, *v.* (มิสไทมฺ) กะเวลาผิด

mistiness, *n.* (มิสทิเน็ส) ความมืดมัว; มีหมอกครึ้ม

mistletoe, *n.* (มิส เซิลโท) ต้นกาฝากชนิดหนึ่ง (ช่วงเทศกาลคริสต์มาส เขาเอามาแขวนไว้ตามประตูม่านหรือดวงไฟ ผู้ที่ผ่านมาใต้นั้น มีสิทธิที่จะจูบกันได้)

mistral, *n.* (มิส ทรัล) ลมหนาวจากตะวันตกเฉียงเหนือของฝรั่งเศส

mistranslate, *v.* (มิสทรานสฺเลท) แปลผิด

mistranslation, *n.* (มิสทรานสฺเลชั่น) การแปลผิด ๆ

mistress, *n.* (มิสเทร็ส) นายผู้หญิง; แม่บ้าน; ครูผู้หญิง; เมียน้อย

mistrial, *n.* (มิสไทร อัล) การสอบสวน

M

ผิด

mistrust, *n.* (มิสทรัสทฺ) ความไม่ไว้ใจ; *v.* สงสัย; ไม่ไว้ใจ

mistrustful, *a.* (มิสทรัสทฺ ฟูล) ซึ่งไม่ไว้ใจ

misty, *a.* (มิส ตี้) ซึ่งมีหมอกครึ้ม

misunderstand, *v.* (มิสอันเดอสฺแตนดฺ) เข้าใจผิด

misunderstanding, *n.* (มิสอันเดอสฺแตนดิ้ง) ความเข้าใจผิด

misuse, *v.* (มิสยูส) ใช้ในทางผิด

mite, *n.* (ไมทฺ) ตัวแมลงเล็กๆ ที่ขึ้นกินเนยแข็ง

mitigate, *v.* (มิท ทิเกท) กระทำให้บรรเทาเบาบางลง

mitigation, *n.* (มิททิเกชั่น) การกระทำให้บรรเทาเบาบางลง

mitrailleuse, *n.* (มิไตรเยอซ) ปืนกล

mitre, *n.* (ไมเทอ) หมวกยศ ของท่านสังฆนายก

mity, *a.* (ไมที่) เต็มไปด้วยตัวแมลงเล็กๆ ที่ขึ้นกินเนย

mix, *v.* (มิคซฺ) ปนกัน; ผสมกัน; เข้าปนเป; ผสมโรง

to be mixed up with, รวมอยู่ด้วย

mixed marriage, การแต่งงานคนต่างชาติหรือศาสนา

mixer, *n.* (มิคเซอ) ผู้ผสม; ผู้เข้ากับใครเขาได้; ขวดสำหรับผสมเหล้า, ฯลฯ

mixing, *n.* (มิค ซิ่ง) การผสม

moistness, *n.* (มอยสฺ ทเน็ส) ความชื้น

moisture, *n.* (ม้อยสฺเจอ) ความชื้น

molar, *a.* (โมล่า) แห่งกราม

molasses, *n.* (โมแลส เซ็ซ) น้ำอ้อย

mole, *n.* (โมล) ไฝ; เขื่อนกั้นน้ำทะเล; ตัวตุ่น

molecule, *n.* (ม็อล ลิคิวลฺ) อณู; ส่วนที่เล็กที่สุดของสารที่สามารถอยู่ได้อย่างอิสระ

molest, *v.* (โมเล็สทฺ) เป็นอันตราย; แกล้งเอา; ข่มเหงเอา

mollify, *v.* (ม็อล ลิไฟ) ทำให้บรรเทา; สงบลง

mollusc, *n.* (มอล ลัสคฺ) สัตว์จำพวกหอยและทาก

molten, *a.* (โมล เทิล) ซึ่งหลอมละลาย

moment, *n.* (โมเม็นทฺ) เวลา; ขณะ; บัดดล

in a moment, ประเดี๋ยว อีกสักครู่

momentary, *a.* (โมเม็นทะริ) ซึ่งเร็วชั่วประเดี๋ยวเดียว

momentous, *a.* (โมเม็นทัส) สำคัญยิ่ง

momentum, *n.* (โมเม็นทัม) กำลังผลักดันไปข้างหน้า

monarch, *n.* (ม็อนนาค) พระมหากษัตริย์

monarchal, monarchical, *a.* (มอนนาคคัล;-คิคัล) แห่งกษัตริย์

monarchism, *n.* (ม็อน นาคิซึ่ม) ลัทธิราชาธิปไตย

monarchist, *n.* (ม็อน นาคิสทฺ) ผู้นิยมราชาธิปไตย

monarchy, *n.* (ม็อน นาคี่) ราชาธิปไตย; ประเทศอันมีพระเจ้าแผ่นดินครอบครอง

limited or constitutional monarchy, ประเทศอันมีพระเจ้าแผ่นดินอยู่ใต้

กฎหมาย

monasterial, *a.* (มือน นัสทีเรียล) แห่งวัด

monastery, *n.* (มือน นัสทริ) วัด; อาราม

monastic, monastical, *a.* (มือนแนสทิค;-คัล) แห่งวัด; แห่งพระ

Monday, *n.* (มันเด) วันจันทร์

monetary, *a.* (มัน นีทะรี่) แห่งเงินตรา

money, *n.* (มันนี่) เงิน

ready money, เงินสด

to be short of money, ขาดเงิน

to make money, หาเงินได้

money-changer, *n.* (-เชนเจอ) คนแลกเปลี่ยนเงิน

money-lender, *n.* ผู้ทำการให้กู้ยืมเงิน

money-making, *a.* (-เมค คิ่ง) ซึ่งเป็นเงินเป็นทอง

money-order, *n.* (-เออ เดอ) ใบธนาณัติ

monger, *n.* (มังเกอ) พ่อค้า

Mongol, *n.* (มือง ก็อล) ชาวมองโกล (ในสมัยเรืองอำนาจมีกุบไลข่านหรือง่วนสีโจ๊วฮ่องเต้เป็นพระมหากษัตริย์)

Mongolian, *a. n.* (มืองโกเลียน) ชาวมองโกล; พวกผิวเหลือง

mongoose, mungoose, *n.* (มือง-; มังกูส) พังพอน

mongrel, *n.* (มัง เกร็ล) สุนัขพันธุ์ทาง

monitor, *n.* (โมนีเทอ) ผู้เตือนสติ; หัวหน้านักเรียน

monk, *n.* (มังคฺ) พระ; นักบวช

monkey, *n,* (มัง คี่) ลิง

monkey-nut, *n.* (-นัท) ถั่วยี่สง

monkhood, *n.* (มังคฺ ฮูด) การบวชเป็นพระ; เพศบรรพชิต

mono-, หนึ่ง, อันเดียว

monocle, *n.* (มือน นอเคิล) แว่นตาชนิดข้างเดียว

monocracy, *n.* (มอนน็อค คราซี่) ระบบการปกครองโดยคนๆ เดียว

monogamist, *n.* (มอนน็อก กามิสทฺ) ผู้มีผัวเดียวเมียเดียว

monogamy, *n.* (มอนน็อก กามี่) การมีคู่ผัวตัวเมียเดียว

monogram, *n.* (มอน โนแกรม) ตัวอักษรไขว้กัน

monograph, *n.* (มอน โนกราฟ) บทความเรียบเรียง

monoplane, *n.* (มอน โนเพลน) เรือบินปีกเดียว

monopolist, *n.* (มือนน็อพ โพลิสทฺ) ผู้ผูกขาด

monopolize, *v.* (มือนน็อพ โพไลซฺ) ผูกขาด

monopoly, *n.* (มือนน็อพ โพลี่) การผูกขาด

mixture, *n.* (มิคซฺ เจอ) ของผสม; การผสมกัน; ยาที่ใช้เครื่องผสมกันหลายอย่าง; เชิงผสม

moan, *n. v.* (โมน) ร้องครวญคราง

moat, *n.* (โมท) คูเมือง

mob, *n.* (ม็อบ) ฝูงชนอันวุ่นวาย; ประชาชน

mobile, *a.* (โม บิล; -ไบลฺ) ซึ่งเคลื่อนที่ได้

M

mobility, *n.* (โมบิลลิที่) ความเคลื่อนที่ได้
mobilization, *n.* (โมบิไลเซ ชั่น) การระดมพล
mobilize, *v.* (โม บิไลซฺ) ระดมพล
mock, *v.* (ม็อค) เย้ยหยัน *a.* ซึ่งไม่เอาจริง (เป็นแต่เพียงเล่นๆ)
mocker, *n.* (ม็อค เคอ) ผู้เย้ยหยัน; แกล้งเยาะเล่น
mockery, *n.* (ม็อค เคอรี่) การเย้ยหยัน
mocking, *n. a.* (ม็อคคิ่ง) การเยาะเล่น
mode, *n.* (โมด) อาการ; วิธี; แบบ; สมัย; มาลา
model, *n.* (โมเดิล) แบบ; ตัวอย่าง; ของจริงซึ่งตั้งสำหรับให้เขียนรูป; *v.* สร้างเป็นรูปขึ้น; ทำตามแบบ; ปั้นรูป นางแบบ
modelling, *n.* (ม็อด เด็ลลิ่ง) การปั้นรูป การแสดงแบบเสื้อ
moderate, *a.* (ม็อด เดอเรท) ย่อมเยา; ปานกลาง; พอควร; *v.* อดกลั้น; สงบใจ
modern, *a.* (ม็อด เดอน) สมัยใหม่; ปัจจุบัน
modernize, *v.* (ม็อดเดอนไนซ) ดัดแปลงให้ทันสมัย
modest, *a.* (โมเด็สทฺ) สุภาพ; ถ่อมตัว
modesty, *n.* (โมเด็สตี้) ความถ่อมตัว; ความสงบเสงี่ยม
modify, *v.* (โมดิฟาย) เปลี่ยนแปลงแก้ไขเพิ่มเติม
modish, *a.* (โมดิช) อันทันสมัย
modiste, *n.* (โมดดิสทฺ) ช่างตัดเสื้อสมัยใหม่
Mogul, *n.* (โมกัล) มะหง่น (อาณาจักร)
Mohamet, Mohammed, *n.* (โมแฮม เม็ด) พระมะหะหมัด
Mohammedan, *n. a.* (โมแฮม เม็ดดัน) แขกมะหะหมัด
Mohammedanism, *n.* (โมแฮม เม็ดดันนิสซึม) ศาสนามะหะหมัด
moist, *a.* (มอยสฺท) เปียก; ชื้น
moisten, *v.* (มอย เซิน) ทำให้ชื้น
moisture, *n.* (มอยซฺ เจอ) ความชื้น
monosyllabic, *a.* (โมโนซิลแลบบิค) ซึ่งเป็นคำพยางค์เดียว; ซึ่งมีพยางค์เดียว
monosyllable, *n.* (โมโนซิล ลาเบิล) คำพยางค์เดียว
monotone, *n.* (โมโนโทน) เสียงเดียวแบบสวดมนต์
monotonous, *a.* (โมโนโทนัส) ซึ่งน่าเบื่อหน่าย; เบื่อหู
monotony, *n.* (โมโนโทนี่) ความเบื่อหน่าย; เบื่อหู
monseigneur, *n.* (มองเซนเยอรฺ) ใต้เท้ากรุณา (ใช้กับพระผู้ใหญ่ หรือเจ้านายชั้นสูง เช่นเจ้าฟ้า)
monsieur, *n.* (เมอซิเยอ) คุณ
monsoon, *n.* (มอน ซูน) สมมารสุม
monster, *n.* (มอนซฺ เทอ) อสุรกาย; สัตว์มหายักษ์; สัตว์อันน่าเกลียดน่ากลัว; สัตว์ร้ายตัวใหญ่
monstrosity, *n.* (มอนสฺทรอส ซิที่) รูปร่างแบบอสุรกาย
monstrous, *a.* (ม็อนสฺ ทรัส) ใหญ่โตมหิมา; นากลัว; เช่น อสุรกาย; สัตว์มหายักษ์

month, *n.* (มันธ) เดือน
monthly, *a.* (มันธลิ) รายเดือน
monthly magazine, หนังสือพิมพ์รายเดือน
monument, *n.* (มือน นิวเม็นทฺ) อนุสาวรีย์
monumental, *a.* (มือนนิวเม็น ทัล) แห่งอนุสาวรีย์; ใหญ่โต
moo, *v.* (มู) เสียงร้อง (แบบวัว)
mood, *n.* (มูด) อารมณ์; มาลา
moodiness, *n.* (มูดดิเน็ส) ความที่เป็นคนเจ้าอารมณ์
moody, *a.* (มูด ดี้) เป็นอารมณ์ๆ; บึ้ง; เศร้า; กล้า; โกรธ; หยิ่ง; หัวรั้น
moon, *n.* (มูน) พระจันทร์
full moon, พระจันทร์วันเพ็ญ
the waxing moon, พระจันทร์ข้างขึ้น
the waning moon, พระจันทร์ข้างแรม
moonbeam, *n.* (มูน บีม) แสงจันทร์
moonless, *a.* (มูนเล็ส) มืดไม่มีแสงจันทร์
moonlight, *n.* (มูน ไลทฺ) แสงจันทร์
moonlit, *n.* (มูนลิท) เดือนหงาย
moonraker, *n.* (มูนเรค เคอ) ผู้มีสติไม่ดี
moonshine, *n.* (มูนไชนฺ) แสงจันทร์
moonstone, *n.* (มูน สโทน) พลอยจันทรคราส
Moor, *n.* (มูเออ) แขกมัวร์
moor, *n.* (มูเออ) ที่เป็นบึงเป็นหนอง; *v.* จอดเรือ; โยงไว้
moorage, *n.* (มัว เรจ) ท่าจอดเรือ
Moorish, *a.* (มัว ริช) แห่งแขกมัวร์
moorish, *a.* (มัวริช) ซึ่งเป็นที่ลุ่มเฉอะแฉะ
moorland, *n.* (มัวแล็นดฺ) ที่ลุ่มเฉอะแฉะ
moose, *n.* (มูส) กวางชนิดหนึ่ง
moot, *v.* (มูท) กล่าวเปิดการโต้วาที
mop, *n.* (ม็อพ) ผ้าเช็ดชาม
moral, *a.* (มอรัล) แห่งศีลธรรม
moral education, *n.* (-เอ็ดดิวเคชั่น) จริยศึกษา
morale, *n.* (มอราล) ทางศีลธรรม
moralise, *v.* (มอ รัลไลซ) อธิบายแง่ศีลธรรม
moralist, *n.* (มอ รัลลิสทฺ) นักสอบจรรยา; นักเขียนเรื่องที่เกี่ยวกับจรรยา
morality, *n.* (มอแรล ลิทิ) จรรยา; ศีลธรรม
moralize, *v.* (มอ รัลไลซ) ชี้ให้เห็นจุดศีลธรรมอันดี; สอนให้เห็นแบบอย่างอันดี
morally, *adv.* (มอ รัลลี่) โดยทางจรรยา; โดยถูกศีลธรรม
morass, *n.* (มอแรส) ที่ลุ่มเฉอะแฉะ
morbid, *a.* (มอ บิด) มึนชาเหมือนคนไม่สบาย
more, *a. adv.* (มอ) อีก
more and more, ยิ่งๆ ขึ้นไป
more than, มากกว่า; ยิ่งกว่า
the more...., the more....., ยิ่ง.....ยิ่ง
once more, อีกครั้งหนึ่ง
moreover, *adv.* (มอโอเวอ) ยิ่งกว่านี้
morganatic, *a.* (มอกาแนท ทิค) ซึ่งเป็นการแต่งงานระหว่างคนชั้นสูง กับคนชั้นต่ำ ทำให้คนชั้นต่ำไม่มีสิทธิใดๆ
morgue, *n.* (มอรฺก) โรงไว้ศพ
moribund, *a.* (มอ ริบันดฺ) กำลังจะสิ้นใจ
morn, *n.* (มอน) ตอนเช้า

morning, *n. a.* (มอนิ่ง) เวลาเช้า
morning star, *n.* (-สตา) ดาวพระพุธ
morocco, *n.* (มอร็อค โค) หนังแพะ
moron, *n.* (โมร็อน) อ้ายงั่ง
morose, *a.* (มอ โรส) หน้าบูดบึ้ง; ถมึงทึง
morphia, morphine, *n.* (มอรฺเฟีย,-ฟีน) มอรฺฟีน (ยาเสพติด)
morrow, *n.* (มอโร) วันรุ่งขึ้น
to-morrow, *adv.* (ทู-มอโร) พรุ่งนี้
morse, *n.* (มอส) รหัสโทรเลข มอรฺส; ช้างน้ำ
morsel, *n.* (มอ-เซ็ล) ชิ้น
mortal, *a.* (มอ ทัล) ร้ายกาจ ถึงชีวิต; ซึ่งต้องตาย (มนุษย์); มรรตัย
mortally, *adv.* (มอ ทัลลี่) อย่างร้ายกาจถึงแก่ชีวิต
mortality, *n.* (มอแทลลิที่) ความตาย; มฤตยุธรรม
mortar, *n.* (มอ เทอ) ครก; ปืนครก; ปูนสอ
mortar-board, *n.* (-บอด) หมวกปริญญารูปสี่เหลี่ยม; ไม้โบกปูน
mortgage, *n. v.* (มอ เก็ดจ) การจำนอง
mortgagee, *n.* (มอเก็ดจี) ผู้รับจำนอง
mortgager, *n.* (มอ เก็ดเจอ) ผู้จำนอง
mortification, *n.* (มอทิฟิคเคชั่น) การทรมานร่างกายตนเอง
mortify, *v.* (มอทิฟาย) ฆ่า; ทรมานร่าง; ทำให้หมดกำลังลง
mortuary, *n.* (มอ จูอะริ) ที่เก็บศพ
mosaic, *n.* (โมเซ อิค) หินปูพื้นมีลายเป็นตาราง
Moslem, *n.* (มือซ เล็ม) แขกมะหะหมัด
mosque, *n.* (มือสคฺ) สุเหร่า
mosquito, *n.* (มือสคีโท) ยุง
mosquito-net, *n.* (-เน็ท) มุ้ง
moss, *n.* (มือส) หญ้ามอส; ตะไคร่น้ำ
mossy, *a.* (มือส ซิ) เต็มไปด้วยหญ้ามอส
most, *a.* (โมสทฺ) มากที่สุด; จำนวนมาก
at most, อย่างมาก
mostly, *adv.* (โมสทฺ ลิ) โดยมาก
moth, *n.* (มือธ) ตัวมอด; ผีเสื้อตัวเล็ก ๆ; แมลง
moth-eaten, *a.* (-อีท เท็น) มอดกิน
mother, *n.* (มาเธอ) มารดา; แม่
Queen Mother, พระราชชนนี
step-mother, *n.* (สเต็พ-) แม่เลี้ยง
mother country, *n.* (-คัน ทรี่) เมืองซึ่งเป็นเจ้าของเมืองขึ้น
mothercraft, *n.* (มาเธอคราฟทฺ) วิชาแม่บ้าน
motherhood, *n.* (มาเธอฮูด) สภาพมารดา
mother-in-law, *n.* (-อิน-ลอ) แม่ยาย
motherland, *n.* (มาเธอแลนดฺ) มาตุภูมิ
motherless, *a.* (มาเธอเล็ส) กำพร้ามารดา
motherly, *a.* (มาเธอลี่) อย่างฐานมารดา
mother of pearl, *n.* (มาเธอ อ็อฟเพอล) หอยมุก
Mother Superior, *n.* เจ้าแม่อธิการ
mother-tongue, *n.* (-ทัง) ภาษาของตัวเอง (ภาษามารดา)
motion, *n.* (โมชั่น) การเคลื่อนไหว; ญัตติ; *v.* โบกมือ
motionless, *a.* (โม ชั่นเล็ส) ไม่ไหวติง

motion-picture, *n.* (-พิค เจอ) ภาพยนตร์
motivation, *n.* (โมทิเวชั่น) สาเหตุที่ผลักดันให้
motive, *n.* (โมทิฟว) สาเหตุ; เหตุ; *a.* ซึ่งเคลื่อนไหว
motiveless, *a.* (โมทิฟเล็ส) ไม่มีมูลเหตุ
motor, *n.* (โมเทอ) เครื่องยนตร์; *a.* ซึ่งทำให้เคลื่อนไป
motor-bicycle,-bike, *n.* รถจักรยานยนตร์
motor-boat, *n.* (-โบท) เรือยนต์
motor car, *n.* (-คา) รถยนต์
motorize, *v.* (โมทอไรซ) เคลื่อนด้วยจักรยนต์
mottle, *v.* (มือท เทิล) เป็นจุดสีต่างๆ
motto, *n.* (มือท โท) ภาษิต; คำพังเพย
mould, *n.* (โมลดฺ) รา; ขี้ดิน; แม่พิมพ์; *v.* พิมพ์เป็นรูปขึ้น; ราขึ้น
moulder, *n.* (โมลเดอ) ผู้หล่อเป็นรูป; *v.* เป็นภัสมธุลิไป
moulding, *n.* (โมล ดิ้ง) การหล่อเป็นรูปขึ้น
mouldy, *a.* (โมล ดี้) เป็นรา
moult, *v.* (โมลทฺ) เปลี่ยนขน
mound, *n.* (เมานฺดฺ) เนินสูง
mount, *n.* (มาวนฺทฺ) เขา; คอย; *v.* ขี่; ขึ้น
  mounted police, ตำรวจม้า
mount guard, (-กาด) อยู่ยาม
mountain, *n.* (มาวนฺ เท็น) ภูเขา
mountain ash, *n.* (-แอช) ชื่อต้นไม้
mountain chain, *n.* (-เชน) พืดภูเขา
mountaineer, *n.* (มาวนฺเท็นเนียรฺ) ชาวเขา; *v.* ปีนป่ายเขา
mountainous, *a.* (มาวนฺ เท็นนัส) เต็มไปด้วยภูเขา
mountebank, *n.* (มาวนฺ ทีแบงคฺ) ตัวตลก
mourn, *v.* (มอน) เศร้าโศก; ไว้ทุกข์
mourner, *n.* (มอน เนอ) ผู้ไว้ทุกข์
mournful, *a.* (มอน ฟุล) น่าเศร้าโศก
mourning, *n.* (มอน นิ่ง) การไว้ทุกข์
mouse, *n.* (มาวซฺ) หนู; (*pl.*: **mice**)
mousetrap, *n.* (มาวซฺ แทรพ) กับดักหนู
moustache, mustache, *n.* (มูสทาช) หนวด
mouth, *n.* (มาวธ) ปาก
mouthful, *n.* (มาวธฟุล) คำหนึ่ง (เต็มปาก)
mouth-organ, *n.* (-ออ กัน) หีบเพลง
mouthpiece, *n.* (มาวธ พีซ) ด้ามตรงที่ปากคาบ; ปากกะบอกเสียง
movable, *a.* (มูฟ วาเบิล) ซึ่งเคลื่อนที่ได้; *n.* สังหาริมทรัพย์
move, *v.* (มูฟวฺ) เคลื่อนไหว; เคลื่อนที่; ย้าย; จับใจ; เสนอขอให้
  move away, หนีไป
  move backwards, ไปต่อไป
  move out, ย้ายไปจากที่
  move round, ย้ายไป
movement, *n.* (มูฟว เม็นทฺ) การเคลื่อนไหว; การเคลื่อนไหวทางการเมือง
mover, *n.* (มูฟ เวอ) ผู้เคลื่อนที่
  movies, *n. pl.* (มูวีสฺ) โรงหนัง

M

moving, *a.* (มูฟ วิ่ง) ซึ่งเคลื่อนที่; จับใจ
moving picture, ภาพยนตร์
moving staircase, บรรไดเลื่อน
mow, *v.* (โม) (อดีต **mowed,** *pp.* **mown)** ตัด; ดาย (หญ้า)
mower, *n.* (โมเออ) ผู้ตัด (หญ้า)
mowing-machine, *n.* (โมอิง-มาชีน) เครื่องตัด (หญ้า)
Mrs, (Missis) นาง
MS. (manuscript), ต้นฉบับ
Mt. (Mount) เขา; ดอย
much, *a.* (มัช) มาก
as much as, มากเท่ากัน
as much as possible, มากที่สุดที่จะมากได้
so much the better, ยิ่งดีใหญ่
muck, *n.* (มัค) มูลสัตว์อันสกปรก
mucus, *n.* (มิวคัส) น้ำมูก
mud, *n.* (มัด) โคลน
muddy, *a.* (มัดดี้) เฉอะแฉะ; เป็นโคลน
muddle, *v.* (มัด เดิล) ทำยุ่ง; ทำให้ขุ่นเป็นตม; ยุ่งใจ; งง
mud-guard, *n.* (มัด กาด) บังโกลนล้อรถ
muffler, *n.* (มัฟ เฟลอ) ผ้าพันคอ
mug, *n.* (มัก) ถ้วยใบใหญ่
mulatto, *n.* (มิวแลทโท) ลูกครึ่งฝรั่งปนแขกดำ
mulberry, *n.* (มัล เบอรี่) ต้นหม่อน
mule, *n.* (มิวลฺ) ล่อ (ม้าปนลา)
mullet, *n.* (มิล เล็ท) ปลากะบอก
multi-coloured, *a.* หลายสี
multifarious, *a.* (มัลทิแฟเรียส) หลายอย่างหลายประการ
multilateral, *a.* (มัลทิแลท เทอรัล) หลายด้าน, หลายฝ่าย
multimillionaire, *n.* (มัลทิ มิลเลียนแน) มหาเศรษฐี
multiple, *a.* (มัล ทิเพิล) หลากหลายประการ; *n.* ผลคูณ
Common Multiple, ตัวคูณร่วมกัน
multiplication, *n.* (มัลทิพลิเคชั่น) การคูณ
multiplier, *n.* (มัล ทิพลายเออ) ตัวคูณ
multiply, *v.* (มัล ทิพลาย) คูณ; ทวีคูณ
multisyllable, *n.* (มัลทิซิลลาเบิล) คำหลายพยางค์
multitude, *n.* (มัล ทิจิวดฺ) กลุ่ม; ก้อน; ฝูง; ส่วนมากด้วยกัน
mumble, *v.* (มัมเบิล) บ่นพึมพำ
mummify, *v.* (มัม มีฟาย) อาบยาศพ
mummy, *n.* (มัมมี่) ศพมัมมี่; ศพที่อาบยาเก็บไว้
mumps, *n. pl.* (มัมพสฺ) คางทูม
munch, *v.* (มันชฺ) เคี้ยวเอื้อง
mundane, *a.* (มันเดน) โลกีย์; ซึ่งหนาแน่นไปในทางโลก
mundanity, *n.* (มันแดน นิที่) โลกียวิสัย
munerary, *a.* (มิว เนอรารี่) ซึ่งเป็นการให้เพื่อตอบแทน
mungoose, mongoose, *n.* (มัง กูซ) พังพอน
municipal, *a.* (มิวนิส ซิพัล) แห่งเทศบาลเมือง
municipality, *n.* (มิวนิสซิแพล ลิที่)

เทศบาลเมือง

munificence, *n.* (มิวนิ ฟีเซ็นสฺ) ความเอื้อเฟื้อ; ความกรุณา

munificent, *a.* (มิวนิฟีเซ็นทฺ) เอื้อเฟื้อ; ดีใจ; กรุณา

munition, *n.* (มิวนิชั่น) เครื่องอาวุธยุทธภัณฑ์

mural, *a.* (มิวรัล) แห่งกำแพง; แห่งฝาผนัง

murder, *n.* (เมอ เดอ) ฆาตกรรม; *v.* กระทำการฆาตกรรม

murderer, *n.* (เมอ เดอเรอ) ผู้ร้ายฆ่าคน (ชาย)

murderess, *n.* (เมอ เดอเร็ส) ผู้ร้ายฆ่าคน (หญิง)

murderous, *a.* (เมอเดอรัส) เป็นการฆ่ากัน; ดุเดือด

murmur, *n. v.* (เมอ เม่อ) บ่น; เสียงซุบซิบ

muscadel, *n.* (มัส คาเดิ็ล) องุ่นลูกโตงาม (มีในสเปญ)

muscle, *n.* (มัส เซิล) กล้ามเนื้อ

Muscovite, *n.* (มัส โคไวทฺ) ชาวมอสโค; *a.* แห่งมอสโค

muscular, *a.* (มัส คิวล่า) เนื้อขึ้นเป็นมัดๆ

muse, *v.* (มิวซ) นั่งนึกฝันไป

Muse, *n.* (มิวซ) เทพเจ้าแห่งศิลป

muser, *n.* (มิวเซอ) ผู้นั่งนึกฝันไป

musette, *n.* (มิวเซ็ท) ปี่ถุง; ปี่สก็อต

museum, *n.* (มิวเซี่ยม) พิพิธภัณฑ์

mushroom, *n.* (มัช รูม) เห็ด

music, *n.* (มิว ซิค) ดนตรี; ดุริยางค์ศิลป

make music, เล่นดนตรี

set to music, ทำเพลงประกอบ

musical, *a.* (มิวซิคัล) แห่งดนตรี; ไพเราะ

I am not musical, ไม่เข้าใจดนตรี

musical composer, ผู้ประพันธ์บทเพลง

musical instruments, เครื่องดนตรี

musical-box, *n.* หีบซึ่งใช้มือหมุนเป็นดนตรี

music-hall, *n.* (มิวซิค-ฮอล) สถานที่มีดนตรีและเต้นรำ

musician, *n.* (มิวซิเชี่ยน) นักดนตรี

musk-cat, *n.* (มัสคแคท) ชะมด

musket, *n.* (มัสเค็ท) ปืนดาบศิลา

musketeer, *n.* (มัสเคเทีย) ทหารแม่นปืน

muslin, *n.* (มัสลิน) ผ้ามัสลิน

mussel, *n.* (มัสเซิล) หอยแมลงภู่

Mussulman, *n.* (มัส ซัลแม็น) แขกมะหะหมัด

must, *v.* (มัสทฺ) จำใจต้อง

mustache, mustachio, *n.* (มุสทาโช) หนวด

mustang, *n.* (มัสแทง) ม้าป่าในทุ่งหญ้าอเมริกา

mustard, *n.* (มัส ตาด) มัสตาด

mustard seed, ผักกาด

muster, *n. v.* (มัส เทอ) การตรวจพล

musty, *a.* (มัสทิ) เป็นราขึ้น

mute, *a.* (มิวทฺ) เงียบ; ใบ้

mutilate, *v.* (มิวทิเลท) ผ่า; ตัด

mutilation, *n.* (มิวทิเลชั่น) การผ่าตัด

mutilator, *n.* (มิวทิเลเทอ) ผู้ผ่า, ผู้ตัด

M

mutineer, *n.* (มิวทิเนีย) ผู้เป็นกบฏ
mutinous, *a.* (มิวทินัส) ซึ่งเป็นกบฏ
mutiny, *n. v.* (มิว ทินี่) กบฏ (ในเรือ)
mutter, *v.* (มัทเทอ) บ่น
mutterer, *n.* (มัท เทอเรอ) ผู้บ่น
mutton, *n.* (มัท เทิน) เนื้อแกะ
mutual, *a.* (มิว ชวล) ซึ่งกันและกัน
muzzle, *n.* (มัซ เซิล) ปากสัตว์
my, *a.* (มาย) ของฉัน
mynah, *n.* (มายน่า) นกขุนทอง
myopia, myopy, *n.* (ไมโอเพีย) สายตาสั้น
myriad, *n.* (มีเรียด) ตั้งหมื่น
myrrh, *n.* (เมอรฺ) ต้นมดยอบ
myrtle, *n.* (เมอรฺ เทิล) ต้นไม้ชนิดหนึ่ง
myself, *prn.* (มายเซ็ลฟ) ตัวของฉันเอง
mysterious, *a.* (มิสทีเรียส) ลึกลับ
mystery, *n.* (มิส เทอรี่) ความลึกลับ
mystic, mystical, *a.* (มิสทิค; -คัล) แห่งข้อความในคัมภีร์อันจะแย้งมิได้; อาจินไตย
mysticism, *n.* (มิส ทิซิสซึ่ม) ปัญหาทางศาสนาอันจะแย้งมิได้
mystify, *v.* (มิส ทิฟาย) อันเป็นสิ่งลึกลับอยู่
myth, *n.* (มิธ) นิยายโบราณ
mythology, *n.* (มิธ็อล ลอดจี้) โบราณนิยาย

N

nab, *v.* (แนบ) ฉวยเอา
nacre, *n.* (เน เคอ) มุกด์
naif, *a.* (นาอีฟ) เซื่องๆ; ไม่เดียงสา
nail, *n.* (เนล) ตาปู; เล็บ; *v.* เอาตาปูตรึงติด
nail-head, *n.* (-เฮ็ด) หัวตาปู
naive, *a.* (นาอีฟ) เซื่อง; ไม่เดียงสา
naked, *a.* (เนค เค็ด) เปลือยเปล่า; เปลือยกาย โป๊
with the naked eye, ด้วยตาเปล่า
the naked truth, ความจริงอันถ่องแท้
nakedness, *n.* (เนค เค็ดเน็ส) ความเปลือยเปล่า
name, *n.* (เนม) ชื่อ; นาม; ชื่อเสียง; *v.* ร้องเรียกชื่อ; บอกชื่อ
by name, ซึ่งมีชื่อว่า
Christian name, ชื่อตัว
family name, นามสกุล
nameless, *a.* (เนม เล็ส) ไม่มีชื่อ
namely, *adv.* (เนม ลี่) คือว่า
namer, *n.* (เนม เมอ) ผู้ที่ตั้งชื่อ
namesake, *n.* (เนม เซค) ผู้ที่มีชื่อซ้ำกับผู้อื่น
nancy, *n.* (แนน ซี่) ตัวเมีย (เช่นผู้ชายที่มีลักษณะแบบผู้หญิง)
nanny-goat, *n.* (แนน นิโกท) แพะตัวเมีย
nap, *v.* (แนพ) งีบหลับ; *n.* งีบหลับ;

ความนุ่มนิ่มของเนื้อผ้า

take a nap, หลับไปงีบหนึ่ง

napalm, *n.* (นา พาม) ระเบิดนาปาม

nape, *n.* (เนพ) ต้นคอ

naphthalene ball, (แนฟ ธาลีนบอล) ลูกเหม็นกันสัตว์ (อาทิแมลงสาปกัดผ้า เป็นต้น)

napkin, *n.* (แนพ คิ่น) ผ้าเช็ดมือ

narciss, narcissus, *n.* (นาซิส; -ซัส) ดอกจุ๊ยเซียน

narcotic, *a.* (นารฺค็อท ทิค) ซึ่งทำให้หมดความรู้สึก; *n.* ยาเสพติด

narghile, *n.* (นารฺ กิเล) กล้องมอระกู่

narrate, *v.* (แนเรท) บอก; เล่า

narration, *n.* (แนเรชั่น) การบอกเล่า; การบรรยาย

narrative, *a.* (แน ราทิฟวฺ) ซึ่งเป็นการบอกเล่า; บรรยาย

narrator, *n.* (แนราเท่อ) ผู้บอกเล่า; ผู้บรรยาย

narrow, *a.* (แน โร่) แคบ; เล็ก; เกือบจะ; แทบจะ

a narrow escape, รอดพ้นมาอย่างหวุดหวิด

narrowish, *a.* (แนโรวิช) ค่อนข้างจะแคบ

narrowly *adv.* (แนโรลี่) อย่างหวุดหวิด

narrow-minded, *a.* (แน โร-ไมเด็ด) ใจคับแคบ

narwhal, *n.* (นารฺ วัล) ปลาชนิดหนึ่งที่ปากเป็นเขาแหลมยาว; พะยูน

nasal, *a.* (เน ซัล) ซึ่งเกี่ยวกับจมูก; เสียงทางจมูก

nascent, *a.* (นาส เซ็นทฺ) ซึ่งกำลังเกิด

nastiness, *n.* (นาสทิเน็ส) ความสกปรกน่าเกลียด

nasty, *a.* (นาส ที่) สกปรกน่าเกลียด; นิสัยไม่ดี

natal, *a.* (เน ทัล) แห่งที่เกิด

natation, *n.* (แนทเทชั่น) การว่ายน้ำ

nation, *n.* (เน ชั่น) ประชาชาติ; ชาติ

national, *a.* (แนช ชันนัล) แห่งชาติ; *n.* ชนชาติ

national anthem, เพลงชาติ

national assembly, สภา

national debt, หนี้สินของชาติ

nationalism, *n.* (แนช ชั่นนัลลิสซึ่ม) ลัทธิชาตินิยม

nationalist, *n.* (แนช ชันนัลลิสทฺ) ผู้นิยมชาติ

nationality, *n.* (แนชชันแนล ลิที่) สัญชาติ

nationalization, *n.* (แนชชันแนล-ไลเซชั่น) การโอนเป็นของชาติ

nationalize, *v.* (แนช ชันนัลไลซฺ) โอนเป็นของชาติ

native, *a.* (เน ทิฟวฺ) แห่งที่เกิด; *n.* คนพื้นเมือง

native land, บ้านเกิดเมืองนอน

Nativity, *n.* (แนททิฟวิที่) พระเยซูประสูติ

natural, *a.* (แนท ชัวรัล) ตามธรรมชาติ; เป็นธรรมดา; ซึ่งเกิดไม่ถูกต้องตามกฎหมาย

naturalism, *n.* (แนท ชัวรัลลิซึ่ม) สภาพซึ่งปืนไปตามธรรมชาติ

naturalist, *n.* (แนท ชัวรัลลิสทฺ) ผู้นิยม

N

หลักธรรมชาติ

naturalistic, *a.* (แนทชัวรัลลิส ทิค) ซึ่งเป็นจริงอย่างธรรมชาติ

naturalization, *n.* (แนทชัวรัลไลเซชั่น) การแปลงชาติ

naturalize, *v.* (แนท ชัวรัลไลซ) แปลงชาติ

naturally, *adv.* (แนท ชัวรัลลี่) เป็นธรรมดาอยู่เอง

nature, *n.* (เน เชอ) ธรรมชาติ; สภาวะ; ลักษณะ

bad-natured, มีนิสัยไม่ดี

good-natured, มีนิสัยดี

nature study, บทเรียนด้วยของ; วิทยาการ

naught, *a.* (นอท) ซุกซน; *prn.* ไม่มีอะไรเลย

come to naught, ไร้ผล

naughtiness, *n.* (นอ ทิเน็ส) ความซุกซน; อยู่ไม่สุข

naughtly, *a.* (นอ ที่) ซุกซน

nausea, *n.* (นอสเซีย) ความเมาเคลื่อน; ความคลื่นไส้

nauseate, *v.* (นอ ซิเอท) คลื่นไส้

nauseous, *a.* (นอส เชียส) น่าคลื่นไส้

nautic, nautical, *a.* (นอ ทิค; -คัล) แห่งการเรือ, แห่งทางทะเล

naval, *a.* (เน วัล) แห่งนาวี; เรือ

nave, *n.* (เนฟวฺ) เพลาล้อ; ใจกลางโบสถ์

navel, *n.* (เน เวิล) สะดือ

navigable, *a.* (แนฟวิกกาเบิล) ซึ่งสามารถเดินเรือได้

navigate, *v.* (แนฟ วิเกท) เดินเรือ; แล่นเรือ

navigation, *n.* (แนฟวิเกชั่น) การเดินเรือ

navigator, *n.* (แนฟ วิเกเท่อ) ผู้สามารถในการเดินเรือ

navy, *n.* (เนวี่) กองทัพเรือ; นาวี

Royal Navy, ราชนาวี

navy blue, *a.* (เน วิบลู) สีน้ำเงินแก่; สีกรมท่า

nay, *adv.* (เน) เปล่าเลย; *n.* การปฏิเสธ

Neapolitan, *a.* (นีอะพอล ลิทัน) แห่งเมืองหรือชาวเนเปิลส์

near, *pr. a.* (เนีย) ใกล้; เกือบจะ

nearby, *a.* ใกล้ๆ กันนี้เอง

nearly, *adv.* (เนีย ลี่) เกือบ; แทบจะ

near-sighted, *a.* (เนีย ไซเท็ด) สายตาสั้น

neat, *a.* (นีท) เรียบร้อย; งาม; ประณีต

'neath, *pr.* **(beneath)** ข้างใต้

neatness, *n.* (นีท เน็ส) ความประณีต

nebula, *n.* (เน็บ บิวล่า) หมอกเพลิง

nebulous, *a.* (เน็บ บิวลัส) ซึ่งปกคลุมไปด้วยหมอก

necessaries, *n. pl.* (เน็ส เซ็สแซริสฺ) ของจำเป็น

necessary, *a.* (เน็ส เซ็สแซรี่) จำเป็น

necessitate, *v.* (นีเซ็ส ซิเทท) จำเป็นต้อง

necessitous, *a.* (นีเซ็ส ซิทัส) ขาดอยู่; ขาดแคลน; แร้นแค้น

necessity, *n.* (นีเซ็ส ซิที่) ความจำเป็น

necessity has no law, ความจำเป็นบังคับให้ต้องทำ

necessity is the mother of inven-

tion, ความต้องการเป็นบ่อเกิดแห่งการประดิษฐ์ขึ้น
neck, *n.* (เน็ค) คอ
neckerchief, *n.* (เน็ค เคอชิฟ) ผ้าพันคอ
necklace, *n.* (เน็ค เล็ส) สร้อยคอ
neck-tie, *n.* (เน็คไท) เน็คไท; ผ้าผูกคอ
necromancy, *n.* (เน็ค โครแมนซี่) การทำนายโดยใช้ผีช่วย
necropolis, *n.* (เน็คคร็อพ โพลิส) ป่าช้า
nectar, *n.* (เน็ค ท่า) น้ำหวานในดอกไม้; เครื่องดื่มทิพย์; น้ำอมฤต
need, *n.* (นีด) ความจำเป็น; *v.* ต้องการ; จำเป็น
needer, *n.* (นีด เด้อ) ผู้ต้องการ
needful, *a.* (นีดฟูล) จำเป็น
neediness, *n.* (นีด ดิเน็ส) ความจำเป็น; แร้นแค้น
needle, *n.* (นีดเดิ้ล) เข็มเย็บผ้า; เข็ม
needless, *a.* (นีดเล็ส) ไม่จำเป็น
needlessly, *adv.* โดยไม่มีความจำเป็นเลย
needlework, *n.* (นีด เดิ้ลเวอค) การเย็บปัก; การฝีมือ
needs, *adv.* (นีดซฺ) โดยจำเป็น
needy, *a.* (นีดดิ) จน; ต้องการ; ขัดสน
ne'er, *adv.* (แน; **never**) ไม่เคยเลย
ne'er-changing, *a.* (แน เชนจิ้ง) ไม่มีเปลี่ยนแปลง
ne'er-do-good, **ne'er-do-well**, *a.* (แนรฺดูกูด-ดูเวิ็ล) ซึ่งไม่หวังดีกับเขาเลย; *n.* คนไม่เอาถ่าน
ne'ertheless, *adv.* (แนรฺเธอะเล็ส) อย่างไรก็ดี
neeze, *v.* (นีซ) จาม
nefarious, *a.* (นีแฟ เรียซ) เลวร้าย
negate, *v.* (นีเกท) ปฏิเสธ
negation, *n.* (เนเกชั่น) การปฏิเสธ
negative, *a. n.* (เน็กกาทิฟวฺ) ซึ่งปฏิเสธ; ฝ่ายลบ
negatory, *a.* (เน็กกาทอรี่) ซึ่งปฏิเสธ
neglect, *v.* (นีเกล็คทฺ) เพิกเฉย; ทอดทิ้ง; ละเลยไม่นำพา
neglecter, *n.* (นีเกล็คทฺ เทอ) ผู้ปล่อยปละละเลย
neglectful, *a.* (นีเกล็คทฺ ฟูล) ซึ่งเพิกเฉย
neglige, *n.* (เน็ก กลีเย่) เสื้อเปิดคอกว้าง
negligence, *n.* (เน็ก กลีเจ็นซฺ) ความเพิกเฉย; ละทิ้ง; ความไม่รอบคอบ; ความประมาทเลินล่อ
negligent, *a.* (เน็ก กลีเจ็นทฺ) ซึ่งเพิกเฉย; ไม่รอบคอบ
negligible, *a.* (เน็ก กลีจิเบิล) ซึ่งละทิ้งได้; น้อยนักไม่จำต้องคำนึงถึง
negotiate, *v.* (นีโกซิเอท) ขาย; แลกเปลี่ยน; จัดแจงตกลง; เปลี่ยนมือ
negotiation, *n.* (นีโกซิเยชั่น) การแลกเปลี่ยน; การตกลง
negotiator, *n.* (นีโก ซิเยเทอ) ผู้เจรจาตกลงกัน
Negro, *n. n.* (นีโกร) แขกนิโกร
negus, *n.* (นีกัส) พระเจ้าเนกุส (ตำแหน่งอธิราชของอบิสซีเนีย)
neigh, *v.* (เน) ร้องฮี้ ๆ (ม้า)
neighbour, *n.* (เนเบอ) เพื่อนบ้านใกล้เรือนเคียง

neighbourhood, *n.* (เน เบอฮูด) ที่ใกล้เคียง; บ้านใกล้เรือนเคียง

neighbouring, *a.* (เน เบอริ่ง) ซึ่งอยู่ใกล้เคียง

neighbourily, *a.* (เนเบอริลี่) เยี่ยงเพื่อนบ้าน

neither, *a. prn. c.* (ไนเธอ; นีเธอ) ไม่ใช่ทั้งสองอย่าง

neither....nor...., ไม่ใช่อย่างนี้และไม่ใช่อย่างนั้น

nenuphar, *n.* (เน นิวฟารฺ) บัวเผื่อน

neon, *n.* (นีอ็อน) แสงนิออน

neophyte, *n.* (นีโอไฟทฺ) พระบวชใหม่

nephew, *n.* (เน็ฟ ฟิว) หลานชาย (ลูกของพี่หรือน้อง)

nepotism, *n.* (เน็พ โพทิสซึ่ม) ลัทธิที่ชุบเลี้ยงแต่ลูกหลานในการงาน

Neptune, *n.* (เน็พ ชีวนฺ) ดาวพระเกตุ; สมุทรเทพ

nerve, *n.* (เนอฟวฺ) เส้นประสาท

nervous, *a.* (เนอเวิส) ซึ่งเป็นโรคเส้นประสาท

nervousness, *n.* (เนอเวิสเน็ส) โรคเส้นประสาท

nest, *n.* (เน็สทฺ) รังนก; *v.* ทำรัง; อยู่ในรัง

nestle, *v.* (เน็ส เซิล) อาศัย

nestling, *n.* (เน็ส ลิ่ง) ลูกอ่อนที่ยังอยู่ในรัง

net, *n.* (เน็ท) ร่างแห; อวน; *a.* ขาดตัว (ราคา)

net-ball, *n.* เกมเน็ทบอล

nether, *a.* (เน็ธเธอ) ต่ำ; ข้างใต้

Netherlandish, *a.* (เน็ธ เธอ แลนดิช) แห่งวิลันดา; แห่งประเทศฮอลแลนด์

Netherlands, *n.* (เน็ธเธอแลนดฺซ) ประเทศฮอลแลนด์

nethermost, *a.* (เนเธอโมสทฺ) ต่ำที่สุด

nett, *a.* (เน็ท) ขาดตัว; ตายตัว

netting, *n.* (เน็ททิ่ง) การถักร่างแห

nettle, *n.* (เน็ท เทิล) ต้นตำแย

network, *n.* (เน็ท เวอค) รูปเป็นร่างแห

neural, *a.* (นิว รัล) แห่งเส้นประสาท

neuter, *a.* (นิวเทอ) อเพศ; เป็นกลาง

neutrality, *n.* (นิวทรัล ลิที่) ความเป็นกลาง

neutralization, *n.* (นิวทรัลไลเซชั่น) การทำให้เป็นกลาง

neutralize, *v.* (นิวทรัลไลซฺ) ทำให้เป็นกลาง

neutralizer, *n.* (นิว ทรัลไลเซ่อ) สิ่ง, ผู้ทำให้เป็นกลาง

never, *adv.* (เนเว่อ) ไม่เคย

never mind ! ไม่เป็นไร

never-ceasing, *a.* (-ซีส ซิ่ง) ไม่รู้จักจบ

never-do-well, *a. n.* (-ดู เวิล) ไม่เอาถ่าน

never-ending, *a.* (-เอ็นดิ้ง) ไม่มีสิ้นสุด

never-failing, *a.* (-เฟลลิ่ง) ไม่เคยขาดมือ

never-more, *adv.* (-มอรฺ) ไม่มีอีกเลย

nevertheless, *a.* (เนเว่อเธอะเล็ส) ถึงอย่างไรก็ตาม

new, *a.* (นิว) ใหม่; ยังใหม่อยู่

new-born, *a.* (-บอน) เพิ่งเกิดใหม่

new-come, *a; p.p.* (-คัม) เพิ่งมาใหม่

new-comer, *n.* (-คัมเม้อ) ผู้มาใหม่; ผู้แปลกหน้ามา

newfangled, *a.* (นิวแฟงเกิ้ล) ทำขึ้นใหม่

new-fashioned, *a.* (-แฟช เชิ่นดฺ) สมัยใหม่; ทันสมัย

new-found, *a.* (-ฟาวนฺด) ซึ่งพบใหม่; ซึ่งประดิษฐ์ขึ้นใหม่; เพิ่งเจอะ

newly, *adv.* (นิวลี่) เมื่อเร็วๆ นี้เอง

news, *n.* (นิวซฺ) ข่าว

a piece of news, ข่าว

bad news, ข่าวร้าย

no news is good news, ไม่ได้ข่าวก็คือแปลว่าเรียบร้อยกันแล้ว

news-agent, *n.* (-เอ เจ็นทฺ) คนขายหนังสือ

news-boy, *n.* (-บอย) เด็กส่งหนังสือพิมพ์

newspaper, *n.* (นิวสฺเพเพอ) หนังสือพิมพ์

newsprint, *n.* (-พรินทฺ) กระดาษปรูฟสำหรับใช้พิมพ์หนังสือพิมพ์

newt, *n.* (นิวทฺ) สัตว์จำพวกเลื้อยคลานที่มีตีน

new-year, *n.* (นิวเยีย) ปีใหม่

next, *a.* (เน็คสฺทฺ) ต่อไป; ถัดไป; *pr.* แล้วก็

nib, *n.* (นิบ) จะงอยปาก; ปลายปากกา

nibble, *v.* (นิบ เบิล) แทะกิน

nice, *a.* (ไนซฺ) อร่อย; ดี; งาม

nicely *adv.* (ไนซฺ ลี่) เป็นอันดี; อย่างดี

niche, *n.* (นิช) ซอก; มุมห้อง; ซอกเว้าเข้าไปในกำแพง; *v.* เอาตั้งในซอก

nick, *n.* (นิค) ผี; ขณะหนึ่ง

in the nick of time, ทันเวลาอย่างจวนแจ

nickel, *n.* (นิค เคิล) นิเกิล

nickel-plated, *a.* (-เพลทเท็ด) ชุบนิเกิล

nickname, *n.* (นิคเนม) ชื่อเล่น; ชื่อตั้ง; ฉายา

niece, *n.* (นีซ) หลานสาว (ลูกของพี่หรือน้อง)

niggard, *n.* (นิก กาด) คนขี้ตระหนี่; *a.* ตระหนี่

niggardly, *a.* (นิก กัดลี่) ตระหนี่

nigger, *n.* (นิก เกอ) แขกดำ; แขกนิโกร

work like a nigger, ทำงานอย่างวัวอย่างควาย

nigh, *a.* (นาย) ใกล้; *adv.* เกือบจะ

night, *n.* (ไนทฺ) กลางคืน; ราตรี

to stay up all night, อยู่ตลอดคืน

at night, by night, ตอนกลางคืน

good night, สวัสดี (ใช้สำหรับตอนก่อนเข้านอน)

in the dead of the night, ในยามดึกสงัด

late at night, ดึกดื่น

last night, เมื่อคืนนี้

tonight, คืนนี้

night club, *n.* ไนท์คลับ

nightfall, *n.* (ไนทฺ ฟอล) เวลาตกกลางคืน

night-gown, *n.* (ไนทฺ กาวนฺ) ชุดนอน

nightingale, *n.* (ไน ทิ่งเกล) นกการเวก

nightly, *a.* (ไนทฺลี่) ซึ่งทำในกลางคืน; *adv.* ทุกคืน

nightmare, *n.* (ไนทฺแม) ฝันร้าย; ผีอำ
night-school, *n.* โรงเรียนกลางคืน
night-shade, *n.* (ไนทฺ เชด) ต้นไม้ชนิดหนึ่ง
night-time, *n.* (ไนทฺไทมฺ) ตอนกลางคืน
night-watchman, *n.* (ไวทฺ ว็อทชฺแม็น) คนเฝ้ายามกลางคืน
nil, *n.* (นิล) ไม่มีสิ่งใด ๆ
nill, *v.* (นิล) ไม่เต็มใจ
nimble, *a.* (นิม เบิล) ว่องไว; เปรียว
nimbus, *n.* (นิม บัส) ศิรประภา (แสงบนศีรษะ)
nine, *a.* (นาย) เก้า
ninefold, *a.* (นาย โฟลดฺ) เก้าเท่า
nineteen, *a.* (นายทีน) สิบเก้า
nineteeth, *a.* (นายทีนธ) ที่สิบเก้า
ninetieth, *a.* (นาย ทิเอ็ธ) ที่เก้าสิบ
ninety, *a.* (นาย ที่) เก้าสิบ
ninny, *n.* (นิน นี่) คนบัดซบ
ninth, *a.* (นายนฺธ) ที่เก้า; หนึ่งในเก้า
ninthly, *adv.* (นายนฺธ ลี่) ประการที่เก้า
nip, *v.* (นิพ) เด็ด; *n.* แก้วเหล้าเล็ก ๆ
nipper, *n.* (นิพ เพ่อ) ก้ามปู, ก้ามกุ้ง; กรรไกรขลิบ
nipple, *n.* (นิพ เพิล) เต้านม; หัวนม (ถัน)
Nirvana, *n.* (นีรฺวาน่า) นิพพาน
nit, *n.* (นิท) ไข่เหา
nitre, *n.* (ไนเท่อ) ดินประสิว
nitric acid, กรดดินประสิว
nitrogen, *n.* (ไนโทรเจ็น) ไนโทรเย็น
no, *adv.* (โน) ไม่; เปล่า
  no longer, ไม่.....ต่อไปอีกแล้ว
  no more, ไม่.....อีกแล้ว
  by no means, เปล่าเลยทีเดียว
  of no use, ไม่มีประโยชน์อันใด
nob, *n.* (น็อบ) หัว; *v.* ตีหัว
nobility, *n.* (โนบิล ลิที่) ความมีสง่า; พวกขุนนาง
noble, *a.* (โนเบิล) มีสง่า; มีชื่อเสียง; สุภาพ; ดีแท้
nobleman, *n.* (โน เบิลแม็น) ขุนนาง
noble-minded, *a.* (โนเบิล-ไมนฺเด็ด) ซึ่งมีใจดี; มีใจอันดีงาม
nobleness, *n.* (โน เบิลเน็ส) ความสง่า; โอ่อ่า; ความงามแห่งท่าทาง
nobly, *adv.* (โน บลี่) อย่างสง่า; โอ่อ่า
nobody, *n. prn.* (โนบอดี้) ไม่มีผู้ใด; ไม่ใช่ใครที่ไหนมา
  nobody else, ไม่มีใครอีกแล้ว
nocturnal, *a.* (น็อคเทอนัล) แห่งกลางคืน; ซึ่งมีแต่ในยามรัตติกาล
nod, *v.* (น็อด) พยักหน้า
nodder, *n.* (น็อด เดอ) ผู้พยักหน้า; ผู้หาวนอน
nodding, *n.* (น็อดดิ้ง) การพยักหน้า
noise, *n.* (นอยซฺ) เสียง; เสียงดัง
noiseless, *a.* (นอยซฺ เล็ส) ไม่มีเสียง; เงียบ
noise-maker, *n.* (นอยซฺ เมคเคอ) คนทำเสียงเอ็ด
noisily, *adv.* (นอย ซิลี่) อย่างอึกทึก
noisiness, *n.* (นอย ซิเน็ส) ความอึกทึก
noisy, *a.* (นอย ซี่) เสียงอึกทึก
nomad, *n.* (โนแมด) ผู้ที่อยู่ไม่เป็นที่
nomadic, *a.* (โนแมด ดิค) ซึ่งอยู่ไม่เป็นที่

nominal, *a.* (น็อม มินัล) แต่ในนาม
nominate, *v.* (น็อม มิเนท) แต่งตั้ง; ตั้งขึ้น
nomination, *n.* (น็อม มิเนชั่น) การแต่งตั้ง
nominative, *a.* (น็อม มิเนทิฟวฺ) ซึ่งแสดงเป็นประธาน; *n.* กรรตุการก
nominee, *n.* (น็อมมินี) ผู้รับตั้ง
non-ability, *n.* (น็อนอะบิล ลิที่) ความไม่สามารถ
non-acceptance, *n.* (-แอ็คเซ็พทันซฺ) ไม่รับ; รับไว้ไม่ได้
nonagenarian, *n.* (นอนนา จินแนเรี่ยน) ผู้มีอายุเก้าสิบ
non-appearance, *n.* (-อะเพีย รันซฺ) ไม่มา; หายหน้าไป
non-arrival, *n.* (-อาไรวัล) ไม่มา
non-attendance, *n.* (-แอ๊ทเท็นเดินซฺ) ไม่มา
nonchalance, *n.* (น็อน แชลลันซฺ) ความไม่ใฝ่ใจ
nonchalant, *a.* (น็อน แชลลันทฺ) ไม่ใฝ่ใจ
non-combatant, *n.* (-คอม แบ็ททันทฺ) ผู้ช่วยพลรบ
non-commissioned, *a.* (-คอมมิชชั่นดฺ) ชั้นประทวน
non-contagious, *a.* (-คอนเทคเจียส) ไม่ติดต่อ (โรค)
non-delivery, *n.* (-เดลิเวอรี่) ไม่ส่ง; ส่งไม่ถึง
nondescript, *a.* (นอน เด็สคริพทฺ) ไม่มีลักษณะที่แน่ชัด
none, *prn. adv.* (นัน) ไม่มีเลย
none the less, อย่างไรก็ตาม
non-effective, *a.* (น็อนเอ็ฟเฟ็ค-ทิฟว) ซึ่งไม่เป็นผล
non-efficient, *a.* (-เอ็ฟฟี่ เชี่ยนทฺ) ซึ่งไม่สามารถ; ใช้ไม่ได้
non-election, *n.* (-อีเล็คชั่น) การไม่เลือก
nonentity, *n.* (โนเน็น ทีที่) ผู้ไม่มีชื่อ
non-existence, *n.* (-เอ็กซิส เท็นซฺ) ความไม่มี, ความไม่เป็นอยู่
non-existent, *a.* (-เอ็กซิส เท็นทฺ) ไม่มีตัวตน
non-fulfilment, *n.* (-ฟุลฟิล เม็นทฺ) การไม่ได้ทำให้สำเร็จดังว่า
non-intervention, *n.* (-อินเทอเว็นชั่น) การไม่แทรกแซง
non-observance, *n.* (-ออบเซอเวินซฺ) การไม่ปฏิบัติตาม
non-payment, *n.* (-เพ เม็นทฺ) การไม่จ่าย (เงิน)
non-performance, *n.* (-เพอฟอมมันซฺ) การไม่กระทำลงไป
non-resistance, *n.* (-เรซิส ทันซฺ) ความขาดความต้านทานไว้
non-resistant, *a.* (-เรซิส ทันทฺ) ไม่มีการต้านทานไว้
nonsense, *n.* (น็อนเซ็นสฺ) ความเหลวไหล; *a.* เหลวไหล
nonsensical, *a.* (น็อนเซ็น ซิคัล) เหลวไหล
non-stop, *a.* ไม่หยุด; **non-stop train,** รถไฟที่ไม่หยุดกลางทาง
non-submission, *n.* (น็อนซับมิชชั่น) ความพยศ; ความไม่ยอมอยู่ใต้อำนาจ

non-submissive, *a.* (น็อนซับมิสซิฟ) ไม่ยอมอยู่ในอำนาจ
non-violence, *n.* การไม่ใช้กำลังรุนแรง
noodle, *n.* (นู เดิล) คนสมองนิ่ม; เส้นก๋วยเตี๋ยว หรือบะหมี่
nook, *n.* (นุค) มุม
noon, *n.* (นูน) เวลาเที่ยง
noonday, noontide, *n.* (นูนเด; -ไทดฺ) เที่ยงวัน
no one, (โน วัน) ไม่มีใคร
noose, *n.* (นูส) เงื่อน; บ่วง
nor, *c.* (นอรฺ) มิใช่
neither....nor, มิใช่อันนี้.....และก็มิใช่อันนั้น
noria, *n.* (นอ เรีย) ระหัด
norm, *n.* (นอม) แบบฉบับ
normal, *a.* (นอมัล) ปรกติ; ธรรมดา
normal school, โรงเรียนฝึกหัดครู
normality, *n.* (นอแมล ลิที่) ความเป็นไปตามธรรมดา
normally, *adv.* (นอมัลลี่) ตามปรกติ
Norman, *n.* (นอ มัน) ชาวนอรฺมัน
north, *n. a.* (นอธฺ) ทิศเหนือ; ทางเหนือ
north-east, *a.* (นอธอีสทฺ) ทิศตะวันออกเฉียงเหนือ
north-easterly, *a.* (นอธ อีสเทอลี่) ทางทิศตะวันออกเฉียงเหนือ
north-eastern, *a.* (นอธ อีสเทอน) ทางทิศตะวันออกเฉียงเหนือ
northerly, *a.* (นอ เธอลี่) ทางเหนือ
northern, *a.* (นอเธอน) ทางเหนือ
northerner, *n.* (นอ เธอนเน่อ) ชาวเมืองเหนือ
northernly, *adv.* ไปทางเหนือ
northernmost, *a.* (นอ เธอนโมสทฺ) ซึ่งอยู่ทางเหนือสุด
North Pole (-โพล) ขั้วโลกเหนือ
north star, *n.* (นอธ สตา) ดาวเหนือ
northward, northwards, *adv.* (นอธ เวอด) ไปทางเหนือ
north-west, *n. a.* (นอธเว็สทฺ) ทิศตะวันตกเฉียงเหนือ
north-westerly, *a. adv.* (นอธเว็สเทอลี่) ทางทิศตะวันตกเฉียงเหนือ
north-western, *a.* (นอธเว็สเทอน) แห่งทิศตะวันตกเฉียงเหนือ
north-wind, *n.* (นอธ วินดฺ) ลมเหนือ
Norway, *n.* (นอรฺ เว) ประเทศนอรฺเวย์
Norwegian, *n.* (นอร วีเจียน) ชาวนอรฺเวย์; ภาษานอรฺวีเจียน; *a.* แห่งนอรฺเวย์
nose, *n.* (โนซ) จมูก; *v.* สูดกลิ่น
to lead a person by the nose, จูงจมูก
to thrust one's nose into the affairs of others, เสือกเข้าไปยุ่งเรื่องคนอื่น
under a person's nose, ต่ำตา; ต่อหน้าต่อตา
nosegay, *n.* (โนซเก) ช่อดอกไม้
nostalgia, *n.* (นอสทัลเจีย) ความคิดถึงบ้าน
nostalgic, *a.* (-จิค) คิดถึงบ้าน
nostril, *n.* (น็อส ทริล) รูจมูก
not, *adv.* (น็อท) ไม่

not only, (น็อทโอนลี่) ใช่แต่เท่านั้น
nota bene, (โนท่าเบเน่:: **N.B.**)ข้อสังเกต
notable, *a.* (โนททาเบิล) มีชื่อ
notableness, *n.* (โนทาเบิลเน็ส) ความมีชื่อเด่น
notary, *n.* (โนททารี่) ทนายความ
notation, *n.* (โนเท ชั่น) การให้คำอธิบาย
note, *v.* (โนท) จดไว้; โนตไว้; สังเกตไว้; *n.* เครื่องหมาย; ความสำคัญ; โนต; หมายเหตุ; คำอธิบาย; จดหมาย; แผ่นกระดาษ; โนตเพลง; หมายเสียง
note-book, *n.* (โนท บุค) สมุดโนต
noted, *a.* (โนทเท็ด) มีชื่อเสียง
note-paper, *n.* (โนท เพเพอ) กระดาษสำหรับเขียน
noter, *n.* (โนทเทอ) ผู้บันทึก
noteworthy, *a.* (โนท เวอธี่) ซึ่งควรจะรู้จักไว้
nothing, *a.* (นอธ ธิ่ง) ไม่มีอะไร; ไม่สำคัญอะไร
for nothing, ไม่คิดมูลค่า
good for nothing, ไม่เอาถ่านเสียเลย
nothing at all, ไม่มีอะไรเลย
nothing else, ไม่มีอะไรอีกแล้ว
notice, *v.* (โน ทิส) สังเกตเห็น; *n.* ข้อสังเกต; หมายเหตุ แจ้งความ
escape notice, รอดสายตาไป
give notice, ยื่นโนติส
take no notice of, ไม่เอาใจใส่
a month's notice, บอกล่วงหน้าหนึ่งเดือน
noticeable, *a.* (โน ทิสซาเบิล) พอจะสังเกตเห็น
notice-board, *n.* (โน ทิสบอด) ป้ายปิดประกาศ
notification, *n.* (โนทิฟิเคชั่น) การแจ้งให้ทราบ
notify, *v.* (โนทีฟาย) แจ้งให้ทราบ; บอกกล่าว
notion, *n.* (โนชั่น) ความคิดเห็น; ความเข้าใจ
notoriety, *n.* (โนทอราย เอ็ทที่) ความเป็นที่รู้จักไปในทางไม่ดี
notorious, *a.* (โนทอเรียส) เป็นที่ลือกระฉ่อน
notwithstanding, *pr.* (น็อทวิธสแตนดิ้ง) โดยไม่คำนึงถึง
nougat, *n.* (นูก้า) ขนมตังเม
nought, *a.* (นอท) ไม่มีอะไรเลย
noun, *n.* (นาวนฺ) คำนาม
nourish, *v.* (เนอ ริช) บำรุงเลี้ยง; ให้อาหาร
nourishable, *a.* (เนอริชชาเบิล) เป็นอาหารได้
nourisher, *n.* (เนอ รีเชอ) บำรุงเลี้ยง
nourishing, *a.* (เนอ ริชชิ่ง) เป็นอาหารเหมาะสำหรับบำรุงเลี้ยง
nourishment, *n.* (เนอ ริชเม็นทฺ) อาหาร; เครื่องบำรุงร่างกาย
novel, *a.* (น็อบเวิล) ใหม่เอี่ยม; *n.* เรื่องเริงรมย์; เรื่องอ่านเล่น; นวนิยาย
novelette, *n.* (น็อบ เว็ลเล็ท) เรื่องอ่านเล่น สั้นๆ
novelist, *n.* (น็อบ เว็ลลิสทฺ) นักประพันธ์นวนิยาย

N

novelty, *n.* (น็อบ เว็ลที่) ของใหม่; ของประดิษฐ์ขึ้นใหม่

November, *n.* (โนเว็มเบ้อ) พฤศจิกายน

novenary, *a.* (นอบเว็นแนรี่) แห่งจำนวนเก้า

novice, *n.* (น็อบ วิส) นวกะ; ผู้บวชใหม่; ผู้ที่เพิ่งเป็น; สามเณร

noviciate, *n.* (โนวิช ชีเอท) ระยะเวลาที่ยังเป็นคนใหม่อยู่

now, *adv. c.* (นาว) เดี๋ยวนี้; บัดนี้; สมัยนี้

just now, เมื่อกี้นี้เอง

now and again, แล้วเล่า; เสมอ ๆ; ไป ๆ มา ๆ

now and then, เป็นครั้งเป็นคราวไป

now-a-days, *adv.* (นาว อาเดซฺ) ในสมัยนี้

noway, *adv.* (โน เว) ไม่มีทางใดเลย

nowhere, *adv.* (โนแว) ไม่ใช่ที่ไหนทั้งนั้น; ไม่มีที่ไหนเลย

nowise, *adv.* (โน ไวซฺ) ไม่เลยทีเดียว

noxious, *a.* (น็อค ชัส) ซึ่งเป็นภัย

nozzle, *n.* (นอซ เซิล) จมูก; ปาก

nuance, *n.* (นูอัน) สีหนาบาง; ความหมายตื้นลึกหนาบางที่เพี้ยน ๆ กันไป

nuclear, *a.* (นิวเคลียรฺ) นิวเคลียร์ เช่นอาวุธเกิดจากกำลังระเบิดปรมาณู

nucleus, *n.* (นิวเคลียส) ใจกลาง

nude, *a.* (นิวดฺ) ว่าง; เปล่า; ไม่มีเครื่องปกปิด; *n.* รูปผู้หญิงเปลือย

nudge, *v.* (นัดจฺ) สะกิด

nudism, *n.* (นิว ดิสซึ่ม) ลัทธิการเปลือยกาย

nudist, *n.* (นิว ดิสทฺ) ผู้เปลือยกาย

nudity, *n.* (นิว ดิที่) ความเปลือยเปล่า

nugget, *n.* (นักเก็ท) ก้อนแร่ทองคำ

nuisance, *n.* (นิว ซันซฺ) ความรำคาญ

null, *a.* (นัล) ไม่มีค่า; ไม่มีอะไร

null and void, ใช้ไม่ได้; โมฆะ

nullify, *v.* (นัล ลิฟาย) ทำให้ไม่มีค่า

numb, *a.* (นัม) มึนชา

number, *n.* (นัมเบอ) จำนวน; หน่วย; ตัวเลข; *v.* นับ

a number of..., เป็นจำนวนมากมาย

numbered, *a.* (นัมเบอดฺ) ลงตัวเลขไว้แล้ว

numberless, *a.* (นัมเบอเล็ส) มากมายเหลือที่จะนับได้

numerable, *a.* (นิว เมอราเบิล) ซึ่งนับได้

numeral, *a.* (นิว เมอรัล) สังขยา; แห่งจำนวน; *n.* ตัวเลข

numerate, *v.* (นิว เมอเรท) นับจำนวน

numerator, *n.* (นิว เมอเรเทอ) เศษ (ของส่วน)

numerical, *a.* (นิวเมริคัล) ตามตัวเลข

numerous, *a.* (นิว เมอรัส) มากมาย

numerously, *adv.* อย่างมากมาย

nun, *n.* (นัน) นางชี

nuncio, *n.* (นัน ชิโอ) ทูตของสันตะปาปา

nunnery, *n.* (นัน เนอรี่) วัดนางชี; คอนแว็นต์

nuptial, *a.* (นัพชัล) แห่งการวิวาห์

nuptials, *n. pl.* (นัพ ชัลสฺ) การวิวาหมงคล

nurse, *n.* (เนอส) พี่เลี้ยง; นางพยาบาล;

แม่นม; *v.* เลี้ยง; พยาบาล

wet nurse, แม่นม, นางนม

nurse maid, nursery-maid, *n.* พี่เลี้ยง

nurser, *n.* (เนอส เซอ) ผู้เฝ้าพยาบาล

nursery, *n.* (เนอส เซอรี่) เพาะชำ; ห้องเด็ก

nursery-rhyme, *n.* (-ไรมฺ) เพลงสำหรับเด็ก (เช่นดอกสร้อยสุภาษิต)

nursery school, โรงเรียนอนุบาล

nursery-tale, *n.* (-เทล) นิทานสำหรับเด็กเล็ก

nursling, *n.* (เนอสลิ่ง) เด็กอ่อน

nurture, *v.* (เนอทเชอ) บำรุงเลี้ยง

nurturer, *n.* (เนอท เชอเรอ) ผู้เลี้ยงดู

nut, *n.* (นัท) ผลนัท

nut-cracker, *n.* (นัท เครคเคอ) เครื่องบีบลูกนัทให้เปลือกแตก

nutmeg, *n.* (นัทเม็ก) ลูกจันทน์

nut-oil, *n.* (นัท ออยลฺ) น้ำมันที่ได้จากผลนัท

nutrient, *a.* (นิว ทริเอ็นทฺ) ซึ่งเป็นอาหารเลี้ยงร่างกาย

nutrition, *n.* (นิวทริชั่น) อาหารซึ่งไปบำรุงร่างกาย

nutritional, *a.* ซึ่งเป็นอาหารบำรุงร่างกาย

nutritious, *a.* (นิวทริ ชัส) ซึ่งเป็นอาหารบำรุงเลี้ยง

nutritive, *a.* (นิวทริทิฟ) ซึ่งเป็นอาหารเลี้ยงร่างกาย

nutshell, *n.* (นัท เช็ล) เปลือกแข็งของผลไม้; กะลา

nutter, *n.* (นัท เทอ) คนเก็บลูกนัท

nuttiness, *n.* (นัท ทิเน็ส) ความมีรสมันแบบลูกนัท

nut-tree, *n.* (นัททรี) ต้นนัท

nutty, *a.* (นัท ที่) ซึ่งมีรสมันแบบลูกนัท

nylon, *n.* ไนลอน

nux vomica, *n.* (นักซ วอมมิก้า) ต้นแสลงใจ

nymph *n.* (นิมฟฺ) เทพดา; ตัวหนอนแมลง

nymph-like *a.* เยี่ยงเทพดา

N

O

oak, *n.* (โอค) ต้นโอ๊ค

oaken, *a.* (โอเคิน) ซึ่งทำด้วยไม้โอ๊ค

oak-tree, *n.* (โอคทรี) ต้นโอ๊ค

oar, *n.* (ออรฺ) ไม้พาย; ไม้แจว; *v.* พายเรือ; แจวเรือ

oarless, *a.* (ออรฺ เล็ส) ไม่มีพาย

oarsman, *n.* (ออซฺ แม็น) คนแจว (ผู้ชาย)

oarswoman, *n.* (ออซฺ วูแม็น) คนแจว (ผู้หญิง)

oasis, *n.* (โอเอซิส) รมยสถาน (หย่อมต้นไม้กลางทะเลทราย); ก้อนสีเขียวสำหรับปักดอกไม้

oat, *n.* (โอท) ข้าวโอ๊ท
oaten, *a.* (โอทเทิน) ซึ่งทำด้วยแป้งข้าวโอ๊ท
oath, *n.* (โอธ) การสาบานตัว; คำสบถสาบานตัว; สัตยาธิษฐาน
oath bound, *a.* (-บาวนฺดฺ) มีคำสาบานผูกมัด; สาบานไว้
oath-breaking, *n.* (-เบรค คิ่ง) การไม่ทำดังที่ได้สาบานไว้
obduracy, *n.* (อ๊อบ ดิวราซี่) ความอดทน
obdurate, *a.* (อ๊อบ ดิวเรท) ใจแข็ง; ทรหดอดทน
obedience, *n.* (โอ บีเดียนซฺ) ความเชื่อฟัง
obedient, *a.* (โอบี เดียนทฺ) เชื่อฟัง; ว่าง่าย
obeisance, *n.* (โอบี ซันซฺ) ความเชื่อฟัง
obelisk, *n.* (โอ เบ็ลลิสคฺ; บีลิสคฺ) อนุสาวรีย์รูปเสาเหลี่ยม
obey, *v.* (โอเบ) เชื่อฟัง; ยอมทำตาม
obeyer, *n.* (โอเบเยอ) ผู้เชื่อฟัง
obituary, *a.* (โอบิทชิวอารี่) แห่งการตาย; *n.* ของผู้ตายอย่างย่อ ๆ
object, *n.* (อ็อบเจ็คทฺ) กรรม (ของประโยค); วัตถุ; สิ่งของ; วัตถุประสงค์; *v.* ขัดข้อง; ทักท้วง
objection, *n.* (อ็อบเจ็คชั่น) ข้อรังเกียจ; ข้อขัดข้อง; การทักท้วง
objectionable, *a.* (อ็อบเจ็ค ชันนเบิล) เป็นที่น่ารังเกียจ
objectional, *a.* (อ็อบเจ็คชันนัล) น่ารังเกียจ
objective, *a.* (อ็อบเจ็ค ทิฟวฺ) แห่งกรรมการ, จุดประสงค์
objectless, *a.* (อ็อบเจ็คทฺ เล็ส) ไม่มีจุดหมาย
object-lesson, *n.* (อ็อบเจ็คทฺ เล็สซั่น) บทเรียนด้วยของ
object-matter, *n.* (อ็อบเจ็คทฺ แมทเท่อ) เนื้อเรื่อง
objector, *n.* (อ็อบเจ็คเทอ) คัดค้าน; ผู้ตั้งข้อรังเกียจ
objurgate, *v.* (อ็อบเจอเกท) ดุว่า
oblate, *a.* (อ็อบ เบลท) แบนตรงขั้ว
obligate, *v.* (อ็อบ บลิเกท) จำต้อง
obligation, *n.* (อ็อบบลิเกชั่น) ข้อผูกมัด; ความจำใจ; หนี้
obligatory, *a.* (อ็อบบลิกาเทอรี่) ซึ่งเป็นข้อผูกมัด
oblige, *v.* (อ็อบไบลจฺ) จำใจทำ; เอื้อ
to be obliged, รู้สึกขอบคุณ
obligee, *n.* (อ็อบไบลจี) ผู้รับเอื้อ
obliger, *n.* (อ็อบไบลเจ้อ) ผู้เอื้อ; ผู้จำใจทำ
obliging, *a.* (อ็อบไบลจิ้ง) ซึ่งเอื้อ
obligor, *n.* (อ็อบไบลเจอ) ผู้เอื้อ
oblique, *a.* (อ็อบ บลีค) เอียง
oblique angle, มุมเอียง คือไม่ใช่มุมฉาก
obliquity, *n.* (อ็อบ บลิคควิที่) ความเอียง
obliterate, *v.* (อ็อบ บลิทเทอเรท) ลบออก
obliteration, *n.* (อ็อบ บลิทเทอเรชั่น) ความลบเลือน
obliterative, *a.* (อ็อบ บลิทเทอเรทิฟวฺ) ซึ่งลบเลือน
oblivion, *n.* (อ็อบ บลีเวี่ยน) ความหลงลืม

oblivious, *a.* (อ็อบบลิเวียส) ขี้หลง ขี้ลืม

oblong, *a. n.* (อ็อบลอง) สี่เหลี่ยมผืนผ้ายาว

obloquy, *n.* (อ็อบ โบลควิ) คำพูดหยาบคาย

obnoxious, *a.* (อ็อบน็อคชัส) น่าเกลียดยิ่ง

oboe, *a.* (โอ โบ) ปี่โอโบ

obscene, *a.* (อ็อบซีน) สกปรก; หยาบช้าลามก

obscene literature, หนังสือประเภทลามกอนาจาร

obscenity, *n.* (อ็อบซีน นิที่) ความหยาบช้า อุลามก

obscure, *a.* (อ็อบซฺเคียวรฺ) มืด; ซึ่งไม่มีใครรู้จัก; ซึ่งซ่อนอยู่; *v.* ทำให้มืดมัว; ซ่อนอยู่

obscureness, *n.* (อ็อบสเคียวเน็ส) ความมืดมัว

obscurity, *n.* (อ็อบซฺเคียว ริที่) ความมืด; ความไม่มีใครรู้จัก

obsequies, *n. pl.* (อ็อบ ซีควิซ) การฌาปนกิจ

obsequy, *n.* (อ๊อบซีควิ) ฌาปนกิจ

observable, *a.* (อ็อบเซอฟวาเบิล) ซึ่งสังเกตเห็นได้; ซึ่งควรถือเป็นทางปฏิบัติ

observance, *n.* (อ็อบเซอฟ เวินทฺ) การสังเกตเห็น; การคร่ำเคร่งต่อ; การเชื่อฟัง

observant, *a.* (อ็อบเซอฟ เวินทฺ) ซึ่งรักษาระเบียบ

observation, *n.* (อ็อบเซอเวชั่น) ความสังเกตเห็น

observational, *a.* (อ็อบเซเวชันนัล) ซึ่งเกี่ยวกับความสังเกต

observatory, *n.* (ฮ็อบเซอวาทอรี่) หอดูดาว

observe, *v.* (อ็อบเซอวฺ) สังเกตดู; รักษาระเบียบ; ปฏิบัติ

observer, *n.* (อ็อบเซอเว้อ) ผู้สังเกต; ผู้รักษาระเบียบ

observing, *a.* (อ็อบเซอบวิ่ง) ซึ่งเฝ้าสังเกต

obsess, *v.* (อ็อบเซ็ส) เข้าครอบงำจิตใจ; เฝ้าพะวงถึง

obsession, *n.* (อ็อบเซ็ชชั่น) การครุ่นคิดไม่รู้จักหยุด (ในเมื่อใจพะวงถึงสิ่งใดสิ่งหนึ่ง)

obsolescent, *a.* (อ็อบโซเล็ส เซ็นทฺ) ซึ่งกำลังจะไม่ใช้กันแล้ว (เช่นคำโบราณ)

obsolete, *a.* (อ๊อบ โซลีท) ซึ่งไม่ใช้แล้ว

obstacle, *n.* (อ็อบสทาเคิล) อุปสรรค; สิ่งกีดขวาง

place no obstacle in the way of, ไม่มีขัดขวาง

obstetrics, *n.* (อ็อบสเท็ท ทริคซฺ) สูติกรรม

obstinacy, *n.* (อ็อบ สฺทินนาซี่) ความดื้อดึง

obstinate, *a.* (อ็อบ สฺทิเนท) ดื้อดึง

obstreperous, *a.* (อ็อบสฺเตร็พ เพอรัส) เสียงดัง

obstruct, *v.* (อ็อบสฺทรัคทฺ) ขัดขวาง; กีดกั้น

obstruction, *n.* (อ็อบสฺทรัคชั่น) การขัดขวาง

O

obstructive, *a.* (อ็อบสทรัค ทิฟวฺ) ซึ่งทำการขัดขวาง
obstructor, *n.* (อ็อบสฺทรัคเทอ) ผู้ขัดขวาง
obtain, *v.* (อ็อบเทน) ได้รับ; บรรลุ
obtainable, *a.* (ออบเทน นาเบิล) พอจะได้รับ; ซึ่งหาทางได้
obtainer, *n.* (อ็อบเทนเนอ) ผู้ได้รับ
obstrude, *v.* (อ็อบทรูด) สอดเข้ามา
obtrusion, *n.* (-ทรูชั่น) การสอดเข้ามา
obtruder, *n.* (-ทรูดเดอ) ผู้สอดเข้ามา
obtuse, *a.* (อ็อบทิวสฺ) ป้าน (มุม)
obverse, *n.* (อ็อบเวอซ) หัว (ตรงข้ามกับ **reverse:** ก้อย)
obviate, *v.* (อ็อบวีเอท) เลี่ยงไป
obvious, *a.* (อ็อบเวียส) ซึ่งปรากฏเห็นอยู่แน่ชัด
occasion, *n.* (อ็อคเคชั่น) โอกาส; คราว; สมัย
occasional, *a.* (อ็อคเคชันนัล) ซึ่งเป็นครั้งเป็นคราว
occasionally, *adv.* (อ็อคเคชันนัลลี่) เป็นคราว ๆ ไป
occident, *n.* (อ็อคซิเด็นทฺ) ทิศตะวันตก
occidental, *a.* (อ็อคซิเด็น ทัล) ทางตะวันตก; แห่งอัษฎงคตประเทศ
occiput, *n.* (อ็อค ซิพัท) ท้ายทอย
occipital, *a.* แห่งท้ายทอย
occlude, *v.* (อ็อคคลูด) ขังไว้; ขับออก
occlusion, *n.* (อ็อคคลูชั่น) การขังเก็บไว้; ขับออก
occult, *a.* (อ็อคคัลทฺ) มืด; ลี้ลับ; อาถรรพณ์; *v.* ซ่อนเร้น
occult powers, อำนาจวิเศษ
occupancy, *n.* (อ็อค คิวพันซี่) การเข้าครองครอง
occupant, *n.* (อ็อค คิวพันทฺ) ผู้ครอบครองในสถานที่
occupation, *n.* (อ็อคคิวเพชั่น) ธุระ; การงาน; อาชีพ
occupier, *n.* (อ็อคคิวพายเออ) ผู้ครอบครองอยู่
occupy, *v.* (อ็อค คิวพาย) ครอบครองอยู่; อยู่ในนั้น; ยุ่งอยู่; ไม่ว่าง
occur, *v.* (อ็อคเคอ) เกิดขึ้น; ปรากฏขึ้น
occurrence, *n.* (อ็อคเคอ เรินซฺ) สิ่งที่บังเกิดขึ้น; เหตุการณ์
occurrent, *n.* (อ็อคเคอเร็นทฺ) สิ่งที่บังเกิดขึ้น
ocean, *n.* (โอเชี่ยน) มหาสมุทร
oceanic, *a.* (โอเชียน นิค) แห่งมหาสมุทร
oceanographic, *a.* (โอเชียนโนแกรฟ ฟิค) แห่งสมุทรศาสตร์
oceanography, *n.* (โอเชียนน็อกกระฟี่) สมุทรศาสตร์
ocelot, *n.* (โอ ซีล็อท) เสือนก
ochre, *n.* (โอเคอ) รงค์ (สี)
o'clock, *n.* (โอคล็อค) นาฬิกา; โมงยาม
octagon, *n.* (อ็อค ทากอน) รูปแปดเหลี่ยม
octavo, *n.* (อ็อคเทโว้) กระดาษพับแปด
October, *n.* (อ็อคโทเบอ) ตุลาคม
octogenarian, *n. a.* (อ็อคโท จีแนเรียน) ผู้มีอายุแปดสิบ
octopus, *n.* (อ็อค โทพัส) ปลาหมึกยักษ์

octroi, *n.* (อ็อคทรัว) ภาษีผ่านด่านเมือง; ด่านภาษีตรวจสินค้าเข้าเมือง; ขนอน

octuple, *a.* (อ็อค ทิวเพิล) แปดเท่า

ocular, *a.* (อ็อค คิวล่า) แห่งนัยน์ตา

oculist, *n.* (อ็อค คิวลิสทฺ) หมอตา

odalisque, *n.* (โอ ดาลิสคฺ) ทาสผู้หญิง

odd, *a.* (อ็อด) คี่ (เลข); ประหลาด

oddity, *n.* (อ็อด ดิที่) ความแปลกแท้

odd-looking, *a.* (อ็อด ลุคคิ่ง) ท่าทางแปลก

oddly, *adv.* (อ็อดลี่) อย่างแปลกพิกล

oddness, *n.* (อ็อดเนิ็ส) ความแปลกประหลาด

odds, *n. pl.* (อ็อดซฺ) ความไม่เท่ากัน; ความได้เปรียบกัน

odds and ends, อะไรต่ออะไรจิปาถะ

ode, *n.* (โอ๊ด) โคลงชนิดหนึ่งซึ่งแสดงความรู้สึก

odious, *a.* (โอเดียส) น่าเกลียดน่าชังอย่างที่สุด

odiousness, *n.* (โอ เดียสเนิ็ส) ความน่าเกลียดชัง

odium, *n.* (โอเดี้ยม) ความชังน้ำหน้า

odontalgia, *n.* (ออด๊อนแทลเจีย) ปวดฟัน

odontology, *n.* (ออด๊อนท็อล ลอดจี้) ทันตวิทยา

odoriferous, *a.* (โอโดริฟเฟอรัส) มีกลิ่นหอม

odorous, *a.* (โอ ดอรัส) มีกลิ่นหอม

odour, *n.* (โอเดอ) กลิ่น

odourless, *a.* (โอเดอเลิ็ส) ไม่มีกลิ่น

oecumenic, *a.* (อี คิวเม็นนิค) แห่งคฤศตอาณาจักร

o'er, over, *pr. adv.* (โอเว่อ) หมดพ้นไป

oesophagus, *n.* (อีซ็อฟ ฟะกัส) หลอดอาหาร

of, *pr.* (ออฟ) ของ; แห่ง; ด้วย

off, *adv.* (ออฟ) จาก; ผละไป

off-hand, *a.* โดยไม่ได้เตรียมมาก่อน

off street, ถนนซอย

off duty, ออกจากเวร, ไม่อยู่งาน

hands off! เอามือไปให้พ้น; อย่าจับ

off and on, เปิดๆ ปิด; ใส่ๆ ถอดๆ; เป็นระยะๆ ไป

off he went, ออกเดินทางไป

far off, ไกลออกไป

offence, *n.* (ออฟเฟ็นซฺ) การทำให้ขัดเคืองใจ; ความผิด; การกระทำผิด

offenceless, *a.* (-เล็ส) ไม่มีภัยอะไร; ไม่มีข้อผิด

offend, *v.* (ออฟเฟ็นดฺ) ทำให้ขัดเคือง

offender, *n.* (-เดอ) ผู้กระทำให้ขัดเคือง

offending, *a.* (-ดิ้ง) เป็นที่ขัดเคือง

offensive, *a.* (ออฟเฟ็น ซิฟวฺ) ซึ่งรุกราน

offer, *v.* (อ็อฟ เฟอ) ยื่นให้; เชิญให้; *n.* คำขอ; คำเสนอ

offerer, *n.* (อ็อฟ เฟอเรอ) ผู้เสนอให้; ผู้ให้

offering, (-ริ่ง) การยื่นให้; พลีกรรม

office, *n.* (ออฟฟิซ) หน้าที่; ที่ทำงาน

office-bearer, (-แบเร้อ) ผู้อยู่ในตำแหน่ง

officer, *n.* (ออฟ ฟิเซ่อ) นายทหาร; เจ้าหน้าที่; พนักงาน

official, *a.* (ออฟฟิชัล) ตามทางราชการ; แห่งราชการ
officialdom, *n.* (ออฟฟิช เชียลด็อม) โลกของพวกข้าราชการ
officially, *adv.* ตามทางการ
officiate, *v.* (ออฟฟิช ชิเอท) ทำหน้าที่; รักษาการในตำแหน่ง
officious, *a.* (ออฟฟิชชัส) มีงานมาก; เคร่งต่องาน
offshoot, *n.* (ออฟ ชูท) เทือกเถา
off-side, *a. adv.* (ออฟไซดฺ) ผิดข้าง
offspring, *n.* (ออฟสปริง) ลูกหลาน
off-street, *n.* (ออฟ สทรีท) ถนนซอย
oft, *adv.* (ออฟทฺ) บ่อย
often, *adv.* (ออฟเฟิน) บ่อย
oftentimes, ofttimes, *adv.* (ออฟเฟิน-ไทมฺซฺ) บ่อยๆ ทีเดียว
ogive, *n.* (โอ ไจว) รูปโค้ง ยอดเหลี่ยม
ogle, *v.* (โอเกิล) ชะม้อยตา
ogre, *n.* (โอเกอ) ยักษ์; รากษส
ogress, *n.* (โอเกร็ส) นางยักขินี
oh, *i.* (โอ) โอ!
oil, *n.* (ออยลฺ) น้ำมัน; *v.* ใส่น้ำมัน
oil-cloth, *n.* (-คลอธ) ผ้าน้ำมัน
oil-colour, *n.* (-คัลเล่อ) สีน้ำมัน
oiliness, *n.* (ออยลิเน็ส) ความคิดเป็นน้ำมัน
oil-painting, *n.* (ออยลฺ เพนทิง) ภาพสีน้ำมัน
oil-well, *n.* บ่อน้ำมัน
oily, *a.* (ออยลี่) เป็นน้ำมัน
ointment, *n.* (ออยนฺทฺ เม็นทฺ) น้ำมันสีผึ้ง
O.K., okey, *adv.* (โอเค) ดีแล้ว; ถูกต้องแล้ว
old, *a.* (โอลดฺ) เก่า; แก่
 old age, วัยชรา
 old hand, ขาเก่า
olden, *a.* (โอลเดิ้น) เก่าแก่; แต่ก่อน
old-fashioned, *a.* (โอลดฺแฟชเชิ่นดฺ) เก่า; พ้นสมัย
oldish, *a.* (โอล ดิช) ค่อนข้างเก่า, แก่
old maid, *n.* (โอลดฺเมด) สาวทึมทึก
old master, ศิลปินที่เรืองนาม
old school, โรงเรียนเก่า (ที่เคยเรียน)
old-world, *a.* (โอลเลอลดฺ) เก่าแก่มาก
olive, *n.* (อ็อลลิฟว) ผลมะกอก
olive oil, *n.* (-ออยลฺ) น้ำมันมะกอก
omelet, omelette, *n.* (อ็อมเล็ท) ไข่เจียว
omen, *n.* (โอเม็น) ลาง
omninous, *a.* (อ็อม มินัส) ซึ่งเป็นลางร้าย
omissible, *a.* (โอมิส ซิเบิล) พอจะละทิ้งได้
omission, *n.* (โอ มิชชัน) การปล่อยทิ้งเสีย
omit, *v.* (โอมิท) ลืมทิ้งเสีย
omittance, *n.* (โอมิททันซฺ) การปล่อยทิ้งเสีย
omnibus, *n.* (อ็อมนิบัส) รถยนตร์ประจำทาง
omniscience, *n.* (ออมนิช เชียนซฺ) การรู้แจ้งเห็นจริงทุกอย่าง
omniscient, *a.* (ออม นิเชียนทฺ) รู้หมดทุกอย่าง
omnivorous, *a.* (ออมนิวอรัซ) กินได้

หมดทุกอย่าง
on, *pr.* (ออน) บน; ข้างบน; เรื่อยไป
once, *adv.* (วันซฺ) ครั้งหนึ่ง; เมื่อว่า
at once, ทันที; ในคราวเดียวกัน
once upon a time, ครั้งหนึ่งนานมาแล้ว
once for all, คราวนี้คราวเดียวแล้วเป็นเลิกกันที
once more, อีกครั้งหนึ่ง
on-coming, *a.* (ออนคัมมิ่ง) เข้ามาใกล้
oncost, *n.* (ออน คอสทฺ) ค่าโสหุ้ยทั้งสิ้น
one, *a. prn.* (วัน) หนึ่ง; ผู้หนึ่ง; ใครคนใดคนหนึ่ง
any one, ใครก็ได้
one and the same, อันเดียวกันนั่นเอง
every one, ทุกคน
some one, ใคร ๆ
onefold, *a.* (วัน โฟลดฺ) ทบเดียว
oneness, *n.* (วันเน็ส) ความเป็นอันเดียวกันหมด
onerary, *a.* (ออน เนอรแรรี่) แห่งการบรรทุก
onerous, *a.* (ออน เนอรัส) ซึ่งหนักมาก
oneself, *prn.* (วันเซ็ลฟฺ) ตนเอง
one-sided, *a.* (วันไซเด็ด) ซึ่งเป็นไปเสียทางเดียว; ข้างเดียว
one-sidedness, *n.* (วันไซ เด็ดเน็ส) ความหนักไปแต่ทางเดียว
one-storied, *a.* (วัน สฺทอรีดฺ) ชั้นเดียว (บ้าน)
on-gazer, *n.* ผู้มองดูอยู่
on-going, *n.* (ออน โกอิ้ง) ไปต่อไป
onion, *n.* (อัน เนี่ยน) หัวหอม
onlooker, *n.* (ออน ลุคเค่อ) ผู้มองดูอยู่
onlooking, *a.* (ออน ลุคคิ่ง) ซึ่งมองดูอยู่
only, *a.* (โอนลี่) อันเดียวเท่านั้น; *adv.* เท่านั้น; เพียง
not only...but also..., ไม่ใช่เท่านั้น... แต่ว่า ....อีกด้วย
only yesterday, เมื่อวานนี้เอง
onrush, *n.* (ออน รัช) การกระโจนเข้าใส่
onset, *n.* (ออน เซ็ท) การเข้าโจมตี
on-shore, *a.* (ออน ชอ) ไปยังฝั่ง
onslaught, *n.* (ออน สฺลอท) การเข้าโจมตี
onto, *pr.* (ออน ทู) เข้าใส่; เข้าหา; ยัง; สู่
onus, *n.* (โอนัส) ภาระหนัก
onward, onwards, *adv.* (อ็อนเวิรคซฺ) รุกไปข้างหน้า
onyx, *n.* (โอนิกซฺ) นิลชนิดหนึ่ง
ooze, *n.* (อูซ) โคลนท้องน้ำ; *v.* ค่อย ๆ ซึม
oozy, *a.* (อูซ ซี่) ซึ่งเป็นโคลนตม
opacity, *n.* (โอแพส ซิที่) ความทึบแสง
opal, *n.* (โอพัล) พลอยโอปอล
opaline, *a.* (โอ แพลลิ่น) คล้ายโอปอล
opaque, *a.* (โอเพค) ทึบแสง
ope, *v.* (โอพ) เปิด
open, *v. a.* (โอเพ็น) เปิด; อย่างเปิดเผย; ตรงไปตรงมา; กลางหาว
in the open air, กลางแจ้ง
opener, *n.* (โอเพ็นเนอ) ผู้เปิด; เครื่องเปิด
open-handed, *a.* อย่างมีใจกว้างขวาง
open-hearted, *a.* อย่างจริงใจ

opening, *n.* (โอเพินนิ่ง) รู; รอยเปิด
openly, *adv.* อย่างเปิดเผย
open-minded, *a.* อย่างไม่มีปิดบัง
openness, *n.* (โอเพินเน็ส) การเปิดเผย
opera, *n.* (ออพ เพอร่า) อุปรากรณ์
opera glass, กล้องส่องดูละคร
opera-hat, *n.* (-แฮท) หมวกกลมดำทรงสูงสำหรับใส่กับชุดราตรีสโมสร
operate, *v.* (ออพ เพอเรท) ผ่าตัด; กระทำ
operatic, *a.* (ออพเพอแร็ท ทิค) แห่งอุปรากรณ์
operation, *n.* (ออพ เพอเรชั่น) การผ่าตัด; ศัลยกรรม
operational, *a.* แห่งการปฏิบัติการ
operative, *a.* (ออพ เพอราทิฟวฺ) ซึ่งกระทำลงไป
operator, *n.* (ออพ เพอเรเทอ) ผู้กระทำ; ผู้กระทำการผ่าตัด; พนักงานโทรศัพท์
ophidian, *a.* (โอฟิดเดี้ยน) แห่งงู
ophthalmia, *n.* (ออฟแธลเมีย) นัยน์ตาบวม
ophthalmic, *a.* (ออฟแธล มิค) แห่งนัยน์ตา
opiate, *a.* (โอ พิเอท) ซึ่งมีฝิ่น
opine, *v.* (โอพายนฺ) ให้ความเห็น
opinion, *n.* (โอพีเนี่ยน) ความเห็น
to be of opinion, เห็นพ้องด้วย; เห็นว่า
opium, *n.* (โอเพี่ยม) ฝิ่น
opponent, *n.* (ออพโพเน็นทฺ) คู่ต่อสู้
opportune, *a.* (ออพ พอรฺชิวนฺ) ซึ่งเหมาะ
opportunism, *n.* แนวการฉวยโอกาส
opportunist, *n.* (ออพพอชูน นิสทฺ) นักฉวยโอกาส
opportunity, *n.* (ออพพอรฺชิวนิที่) โอกาส
opposable, *a.* (ออพโพซซาเบิล) พอต่อต้านได้
oppose, *v.* (ออพโพซ) เข้าต่อสู้; คัดค้าน
opposeless, *a.* (ออพโพซเล็ส) ไม่มีทางต่อสู้
opposer, *n.* (ออพโพเซ่อ) ผู้เข้าต่อสู้
opposite, *a.* (ออพ โพซิท) ตรงกันข้าม
opposition, *n.* (ออพโพซิชั่น) การเข้าต่อต้าน; คัดค้าน; ฝ่ายค้าน
oppress, *v.* (ออพเพร็ส) กดขี่
oppression, *n.* (ออพเพร็ชชั่น) การกดขี่
oppressive, *a.* (ออพเพร็ซ ซิฟว) ซึ่งกดขี่
oppressor, *n.* (ออพเพร็ส เซอ) ผู้กดขี่
opprobrious, *a.* (ออฟโพรเบรียส) น่าอดสู
opprobrium, *n.* (ออพโพรเบรียม) ความน่าอดสู
opt, *v.* (ออพทฺ) เลือกได้
optative, *a.* (ออพ ทาทิฟวฺ) ซึ่งแล้วแต่ประสงค์
optic, optical, *a.* (อ๊อพ ทิค; คัล) แห่งสายตา
optician, *n.* (ออพทิเชี่ยน) หมอตา
optics, *n.* (ออพทิคสฺ) ทรรศนศาสตร์
optimism, *n.* (ออพ ทิมมิสซึ่ม) ความเห็นไปในแง่ดี
optimist, *n.* (ออพ ทิมมิสทฺ) ผู้เห็นแต่แง่ดี

optimistic, *a.* (ออพทิมมิส ทิค) ซึ่งเห็นแต่แง่ดี
option, *n.* (ออพชั่น) การให้เลือก
optional, *a.* (ออพ ชันนัล) ซึ่งให้เลือกได้
optionally, *adv.* โดยมีให้เลือกได้ตามใจชอบ
opulence, *n.* (ออพ พิวเล็นซฺ) ความสมบูรณ์พูนสุข
opulent, *a.* (ออพ พิวเล็นทฺ) ซึ่งสมบูรณ์พูนสุข
or, *c.* (ออรฺ) หรือ
oracle, *n.* (ออ ราเคิล) คำพยากรณ์
oracular, *a.* (ออแรค คิวล่า) ซึ่งเป็นการพยากรณ์
oral, *a.* (ออ รัล) ปากเปล่า; เกี่ยวกับการสัมภาษณ์
orally, *adv.* (ออ รัลลี่) โดยทางสัมภาษณ์ปากเปล่า
orange, *n.* (ออ เร็นจฺ) ส้ม
orangeade, *n.* (ออเรน เจด) น้ำส้ม
orange-colour, *n.* (ออเร็นจ คัลเล่อ) สีส้ม
orangery, *n.* (ออเร็นเจอรี่) สวนส้ม
orang-outang, *n.* (ออแรงอูแทง) อุรังอุตัง (ลิงจำพวกหนึ่ง)
orator, *n.* (ออ เรเทอ) ผู้กล่าวสุนทรพจน์; นักพูดในที่ชุมชน
oratorical, *a.* แห่งการกล่าวสุนทรพจน์
oratory, *n.* (ออ ระเทอรี่) วาทศิลป
orb, *n.* (ออบ) วงโคจร
orbit, *n.* (ออ บิท) ทางโคจร; การบินไปรอบ ๆ
orbital, *a.* ซึ่งบินไปรอบ ๆ
orchard, *n.* (ออ เชอด) สวนผลไม้
orchestra, *n.* (ออ เค็สทร่า) วงมโหรี
orchestral, *a.* (ออ เค็สทรัล) แห่งมโหรี
orchid, *n.* (ออ คิด) ดอกกล้วยไม้
ordain, *v.* (ออเดน) ยังให้เป็นไป; บวชให้
ordeal, *n.* (ออ ดีล) พิธีกรรม; ความประสงค์ของพระเจ้า
order, *n.* (ออเดอ) คำสั่ง; ระเบียบ; อันดับ; ยศ; ความสงบเรียบร้อย; ตำแหน่ง; คณะ (สงฆ์); ตราตำแหน่ง; จำพวก
  in order, เรียบร้อย
  out of order, ไม่เรียบร้อย
  by order of โดยบัญชา
  postal order, ธนาณัติ
  to give orders for, สั่งของ
  in order that, -to, เพื่อว่า
  to take orders, คอยรับคำสั่ง
orderer, *n.* (ออ เดอเร่อ) ผู้สั่ง
order form, *n.* (ออ เดอฟอม) แบบฟอร์มสำหรับสั่ง
ordering, *n.* (ออ เดอริ่ง) การสั่ง
orderless, *a.* (ออ เดอเล็ส) ไม่มีระเบียบ
orderliness, *n.* (ออ เดอลิเน็ส) ความเป็นระเบียบ
orderly, *a.* (ออ เดอลี่) เป็นระเบียบ
ordinal, *a.* (ออ ดินัล) แห่งเลขลำดับที่
ordinance, *n.* (ออ ดินันซฺ) คำสั่ง; กฎ
ordinary, *a.* (ออ ดินแนรี่) ธรรมดา; สามัญ
ordination, *n.* (ออดิเนชั่น) อุปสมบท
ore, *n.* (ออเออ) แร่ดิบ

organ, *n.* (ออ เกิ้น) อินทรีย์; เครื่องมือ; อวัยวะ

organic, *a.* (ออแกนนิค) อินทรีย์

organic chemistry, อินทรีย์เคมีวิทยา

organism, *n.* (ออกันนิซึ่ม) อินทรียกรณ์

organist, *n.* (ออกันนิสทฺ) นักออรฺแกน

organizable, *a.* (ออกันไนซาเบิล) ซึ่งจัดได้

organization, *n.* (ออกันไนเซชั่น) การจัดระเบียบ; องค์การ

organize, *v.* (ออกันไนซฺ) จัดระเบียบ

organizer, *n.* (ออ กันไนเซ่อ) ผู้จัดระเบียบ

organ-pipe, *n.* (ออ เกิ้นไพพฺ) ท่อออรฺแกน

orgasm, *n.* (ออรฺ แกสซึ่ม) ความเสียว

orgy, *n.* (ออ จี้) การเลี้ยงกันอย่างเมามาย

oriel, *n.* (ออ เรียล) หน้าต่างยื่น

orient, *a.* (ออ เรียนทฺ) ทิศตะวันออก; *n.* บูรพประเทศ

oriental, *a.* (ออเรียนทัล) แห่งทิศตะวันออก

orientalist, *n.* (ออเรียน ทัลลิสทฺ) นักบุรพภาษา

orientation, *n.* (ออเรียนเทชั่น) การตระเตรียมลู่ทาง

orientate, *v.* (ออเรียนเททฺ) สำรวจและศึกษาลู่ทาง

orifice, *n.* (ออ ริฟิซ) ช่อง; รู

origin, *n.* (ออ ริจิน) ต้นเรื่อง; สาเหตุ; ที่เกิด

original, *a.* (ออริจินัล) ซึ่งเป็นตัวเดิม; *n.* ต้นฉบับ

originality, *n.* (ออริจิแนล ลิที่) สภาพอันเป็นต้นเดิม

originally, *adv.* (ออริจิแนลลี่) เดิมทีทีเดียว

originate, *v.* (ออริจิเนท) เกิดขึ้นจาก

origination, *n.* (ออริจิเนชั่น) การบังเกิดมีขึ้น

originator, *n.* (ออริจิเนเท่อ) ผู้เป็นต้นเรื่อง

oriole, *n.* (ออ ริโอล) นกขมิ้น

ornament, *n.* (ออนาเม็นทฺ) เครื่องประดับ; *v.* ประดับ

ornamental, *a.* (ออนาเม็นทัล) ซึ่งเป็นของประดับ

ornamentation, *n.* (ออนาเม็นเทชั่น) การตบแต่ง

ornamenter, *n.* (ออนาเม็นเท่อ) ผู้ประดับ

ornate, *a.* (ออเนท) ตบแต่งเสียหรู

ornithologist, *n.* (ออนิธอลลอดจิสทฺ) ผู้เชี่ยวชาญเรื่องนก

ornithology, *n.* (ออนิธอลลอดจี้) ความรู้เรื่องนก

orphan, *n.* (ออ เฟิ่น) เด็กกำพร้า; *a.* กำพร้า

orphanage, *n.* (ออ เฟิ่นเน็จ) สถานเด็กกำพร้า

orphancy, *n.* (ออ เฟิ่นซี่) ความกำพร้า

orphanhood, *n.* (ออ เฟิ่นฮูด) ความกำพร้า

orrery, *n.* (ออ เรอรี่) เครื่องมือแสดงการหมุนเวียนของดาวในจักรวาล

orthodox, *a.* (ออ โธด็อคสฺ) ซึ่งคล้อย

ตามลัทธิ

orthodoxy, *n.* (ออ โธด๊อคซี่) ความเชื่อมั่นในศาสนา; สัมมาทิฏฐิ

orthography, *n.* (ออธ็อกกราฟี่) ตำหรับการสะกดตัว

ortolan, *n.* (ออ โทลัน) นกชนิดหนึ่ง

ory, *a.* (ออ รี่) ซึ่งมีแร่

oscillate, *v.* (ออส ซิเลท) แกว่ง

oscillation, *n.* (ออสซิเลชั่น) ความแกร่ง

oscillatory, *a.* (ออสซิเลทอรี่) ซึ่งแกว่ง

ostensibility, *n.* (ออสเท็นซิเบิล ลิที่) การแสดงให้เห็น

ostensible, *a.* (อ็อสเท็น ซิเบิล) ซึ่งแสดงให้เห็นได้

ostensive, *a.* (ออสเท็นซิฟวฺ) ซึ่งแสดงให้เห็น

ostentation, *n.* (ออสเท็นเทชั่น) ความมักอวด

ostentatious, *a.* (ออสเท็นเทชัส) ขี้อวด

ostler, *n.* (ออสเล่อ) คนดูแลคอกม้าตามโรงแรม

ostracise, *v.* (ออสทราไซซฺ) ขับออกจากสังคม

ostrich, *n.* (ออส ทริช) นกกระจอกเทศ

ostrich-feather, *n.* ขนนกกระจอกเทศ

other, *a. prn.* (อาเธอ) อันอื่น; คนอื่น; อีก

somehow or other, อย่างไรก็ตาม

each other, ซึ่งกันและกัน

the other day, เมื่อวันก่อน

every other day, วันเว้นวัน

otherwise, *adv. c.* (-ไวซฺ) มิฉะนั้น; อย่างอื่น

other-world, *n.* (-เวอลดฺ) โลกอื่น; ปรโลก

otiose, *a.* (โอ ชิโอซ) ตามสบายใจ

otitis, *n.* (โอไททิส) โรคปวดหู

otter, *n.* (ออทเทอ) นาก

ottoman, *a.* (ออทโทมัน) แห่งอาณาจักรเติ๊ก

oubliette, *n.* (อู บลีแยท) คุกมืดใต้ดิน

ounce, *n.* (อาวนฺซฺ) ออนซฺ (มาตราน้ำหนัก)

our, *prn.* (อาวเออ) ของเรา

ours, *prn.* (อาวเออซฺ) อันของเรา

ourself, *prn.* (อาวเออเซ็ลฟฺ) ตัวของเราเอง

oust, *v.* (เอาซฺทฺ) กันออก

out, *adv. pr. a.* (อาวทฺ) ออกไป; ไม่อยู่; ข้างนอก

the fire is out, ไฟดับแล้ว

outbalance, *v.* (เอาทฺแบล ลันซฺ) หนักกว่า

outbid, *v.* (อาวทฺบิด) ให้ราคาสูงกว่า

outbidder, *n.* (อาวทฺบิด เด้อ) ผู้ให้ราคาสูงกว่า

outboard, *a.* (อาวทฺบอด) อยู่นอกตัวเรือ

outbreak, *n.* (เอาทฺ เบรค) *v.* (อาวทฺ เบรค) แตกออกมา; มีขึ้น; บังเกิดขึ้น

outburst, *n. v.* (อาวทฺ เบอสทฺ) ระเบิดออกมา

out-cast, *a.* (อาวทฺ คาสทฺ) สถุล; จัณฑาล

outcaste, *n.* (อาวทฺ คาสทฺ) คนจัณฑาล; *v.* (อาวทฺคาสทฺ) ขับไล่

outcome, *n.* (อาวทฺ คัม) ผล

outcry, *v. n.* (อาวทฺคราย) ร้องตะโกน

O

outdistance, *v.* (อาวทฺดิส ทันซฺ) ทิ้งเสียไกล
outdo, *v.* (อาวทฺดู) ทำดียิ่งกว่า
outdoer, *n.* (อาวทฺดูเออ) ผู้ทำได้ดียิ่งกว่า
out-door, *a.* (อาวทฺ ดอ) นอกบ้าน; กลางแจ้ง
outdoors, *adv.* (อาวทฺ ดอซฺ) ข้างนอก
outer, *a.* (อาว เทอ) อันข้างนอก
outermost, *a.* (-โมสทฺ) นอกสุด
outfit, *n.* (อาวทฺ ฟิท) เครื่องเครา
outflank, *v.* (อาวทฺแฟลงคฺ) โอบปีก
outgo, *v.* (อาวทฺโก) ไปจนพ้น
outgoing, *a.* (อาวทฺโกอิ้ง) ออกไป
outgrow, *v.* (อาวทฺโกร) โตไปกว่า
outlast, *v.* (อาวทฺลาสทฺ) มีไปนานยิ่งกว่า
outlaw, *n. a. v.* (อาวทฺ ลอ) อยู่นอกความคุ้มครองของกฎหมาย
outlay, *v.* (อาวทฺเล) เอาออกมาวางไว้; *n.* (อาวทฺเล) รายจ่าย
outlet, *n.* (อาวทฺ เล็ท) ทางออก; ร้านค้า
outline, *n.* (อาวทฺ ลายนฺ) สังเขป
outlive, *v.* (อาวทฺ ลิฟวฺ) มีชีวิตนานต่อไป
outlook, *n.* (อาวทฺ ลุค) ท่าทาง; ลักษณะ
outlying, *a.* (อาวทฺ ลายอิ้ง) อยู่ชานเมืองหรือปลายสุด
outmoded, *a.* (อาวทฺ โมดเด็ด) พ้นสมัยเสียแล้ว
outnumber, *v.* (อาวทฺนัมเบอ) มีจำนวนมากกว่า
out of, *pr.* (อาวทฺ ออฟ) ข้างนอก; ในจำนวน
  out of breath, หายใจหอบฮัก
  out of business, ปิดกิจการ
  out of doubt, ไม่มีที่สงสัย
  out of favour, ไม่โปรดปรานอีกแล้ว
  out of hearing, ไม่ได้ยิน
  out of heart, ไม่มีแก่ใจ
  out of humour, อารมณ์ไม่ดี
  out of luck, ไม่มีโชค
  out of money, เงินขาดมือลง
  out of order, เสีย; ใช้ไม่ได้
  out of print, หนังสือขาดตลาด
  out of proportion, ไม่ได้ส่วนกัน
  out of reach, เอื้อมไม่ถึง
  out of sight, พ้นสายตา
  out of temper, อารมณ์ร้าย
  out of time, ไม่ถูกเวลา
  out of tune, เสียงไม่เข้ากัน
out-of-date, *a.* (อาวทฺ-ออฟ-เดท) พ้นสมัย
out-of-door, *a.* (-ดอ) นอกบ้าน
out-of-doors, *a.* (-ดอสฺ) นอกบ้าน
out-of-fashion, *a.* (-แฟช เชิ่น) พ้นสมัย
out-of-the-way, *a.* (-เธอะเว) พ้นหูพ้นตา; นอกลู่นอกทาง
outpass, *v.* (อาวทฺพาส) ดีไปกว่า
out-patient, *n.* (อาวทฺ เพเชียนทฺ) คนไข้นอก
outpost, *n.* (อาวทฺ โพสทฺ) ด่านชั้นนอก; ด่านชายแดน
outpour, outpouring, *n.* (อาวทฺพอ; ริ่ง) สาดเทลงมา
output, *n.* (อาวทฺ พุท) ผลที่ได้รับ
outrage, *v. n.* (อาวทฺเรจ) การกระทำให้

เจ็บแค้น

outrageous, *a.* (อาวทฺเรดจัส) ซึ่งเป็นการกระทำให้เจ็บแค้น

outrance, *n.* (อู ทรองซฺ) สุดขีด

outride, *v.* (อาวทฺไรดฺ) ขี่ไปได้ไกลกว่า

outright, *adv.* (อาวทฺไรทฺ) ทีเดียว

outrun, *v.* (อาวทฺรัน) วิ่งเร็วกว่า

outset, *n.* (อาวทฺเซ็ท) แรกเริ่มเดิมที

outshine, *v.* (อาวทฺไชนฺ) โดดเด่น

outside, *n. adv. pr.* (อาวทฺ ไซ้ดฺ) ข้างนอก

outsider, *n.* (อาวทฺไซเด้อ) คนภายนอก

outsize, *a.* (อาวทฺ ไซซฺ) ขนาดใหญ่กว่าปรกติ

outskirt, *n.* (อาวทฺ สเกอท) ชายแดน; ขอบนอก

outspeak, *v.* (อาวทฺสฺปีค) พูดออกมา

outspan, *v.* (อาวทฺสแปน) ปลดออกจากเทียมรถ

outspoken, *a.* (อาวทฺ สโปคเคิน) อย่างจริงใจ; อย่างฉะฉาน

outspokenness, *n.* (อาวทฺ สโปคเคินเน็ส) การพูดอย่างจริงใจ

outspread, *v.* (อาวทฺสเปร็ด) แผ่กว้างออกไป; แพร่หลาย

outstand, *v.* (อาวทฺสแตนดฺ) เด่นออกมา; ต้านทาน

outstanding, *a.* (อาวทฺสฺแตนดิ้ง) เด่น; ค้างชำระอยู่

outstretch, *n.* (อาวท สเต็รช) *v.* (อาวทฺส-เต็รช) ยื่น; แผ่กว้างออกไป

outstretched, *a.* (อาวทฺ สเต็รชดฺ) แผ่กว้างขวาง

outstrip, *v.* (อาวทฺสตริพ) วิ่งทิ้งหลุด

outvote, *v.* (อาวทฺโวท) ชนะคะแนนเสียง

outward, *adv.* (อาวทฺ เวอด) ข้างนอก

outwardly, *a.* (อาวทฺ เวอดลี่) ภายนอก

outwards, *adv.* (อาวทฺ เวอดซฺ) ออกนอก

outweight, *v.* (อาวทฺเว) มีน้ำหนักมากกว่า

outwit, *v.* (อาวทฺวิท) ชนะกันด้วยเล่ห์เหลี่ยม

outwork, *n.* (อาวทฺ เวอค) กำแพงป้องกันชั้นนอก

oval, *a.* (โอวัล) รูปไข่

ovation, *n.* (โอเวชั่น) การเทอดเกียรติ

oven, *n.* (อัฟเวิน) เตาอบ

over, *pr.* (โอเวอ) ในเรื่อง; *adv.* ข้างบน; อีกครึ่งหนึ่ง; *a.* มากเกินไป; (หรือเติมหน้าคำใด คำนั้นมีความหมาย; มากเกินไป)

turn over, พลิก

over and again, อยู่แล้วอยู่เล่า

over and above, นอกจากนี้

to be over, หมดสิ้นลงแล้ว; หยุดแล้ว

overabundant, *a.* (โอเว่ออาบันดันทฺ) มากมายจนเหลือเฟือ

overact, *v.* (โอเว่อ แอ็คทฺ) แสดงมากไป

over-age, *a.* (โอเว่อ เอดจฺ) แก่, เก่าจนเกินไป; อายุเกิน

overall, *a.* (โอเว่อ ออล) ทั่วทุกหนทุกแห่ง; (โอเว่อออล) *n.* เสื้อนอก

overawe, *v.* (โอเว่อ ออ) ทำให้กลัวขนหยอง

overbalance, *v.* (โอเว่อแบลลันซฺ) หนักกว่า; ยั้งตัวไม่อยู่

O

overbearing, *a.* (โอเว่อแบริ่ง) แสดงอำนาจเสียเหลือกำลัง
overboard, *adv.* (โอเว่อบอด) ออกนอกเรือ (ลงทะเลไป)
overcast, *a.* (โอเว่อคาสทฺ) มืดทึบไปด้วยเมฆ
overcharge, *v.* (โอเว่อชาจ) บรรทุกหนักไป; คิดราคามากไป
overcoat, *n.* (โอเว่อโคท) เสื้อนอก; เสื้อโอเวอโค๊ท
overcome, *v.* (โอเว่อคัม) ชนะ
overdo, *v.* (โอเว่อดู) แสดงมากไป
overdone, *a.* (โอเว่อดัน) สุกเกินไป (เช่นเนื้อ)
overdose, *v.* (โอเว่อโดซ) วางยามากไป
overdraw, *v.* (โอเว่อดรอ) ถอนเงินเกินบัญชี
overdue, *a.* (โอเว่อดิว) ค้างชำระมาจนเกินกำหนด
overestimate, *v.* (โอเว่อเอ็ส ทิเมท) คำนวนสูงไป
overflow, *v.* (โอเว่อโฟล) ท่วม; นอง
overgrow, *v.* (โอเว่อโกร) โตจนคับตัว
overhang, *v.* (โอเว่อแฮง) แขวนอยู่
overhaul, *v.* (โอเว่อฮอล) ซ่อมเสียใหม่
overhead, *a.* (โอเว่อเฮด) เหนือศีรษะ
overhear, *v.* (โอเว่อเฮีย) แอบได้ยินเข้า
overjoy, *v.* (โอเว่อจอย) ดีใจเป็นล้นพ้น
overland, *a. adv.* (โอเว่อแลนดฺ) ทางบก
overlap, *v.* (โอเว่อแลพ) ทับกัน; ซ้อนกัน; เหลื่อม
overlay, *v.* (โอเว่อเล) วางทาบ; วางอยู่; ปกปิดอยู่
overleaf, *adv.* (โอเว่อลีฟ) พลิกไปอีกหน้าหนึ่ง
overlie, *v.* (โอเว่อลาย) นอนทับ
overload, *v.* (โอเว่อโลด) บรรทุกหนักมากไป
overlook, *v.* (โอเว่อลุค) มองข้ามไป; ไม่ทันเห็น; ทำเป็นไม่เห็นเสีย
overlord, *n.* (โอเว่อลอด) เจ้านายเหนือ
overmuch, *a. adv.* (โอเว่อมัช) มากไป
overnight, *adv.* (โอเว่อไนทฺ) ค้างคืน
overpower, *v.* (โอเว่อพาวเออ) เข้ายึดอำนาจ
overrate, *v.* (โอเว่อเรท) ตีราคาสูงไป
overreach, *v.* (โอเว่อรีช) สูงพ้น
overrule, *v.* (โอเว่อรูล) สั่งทับ โดยไม่ฟังเสียง
overrun, *v.* (โอเว่นรัน) ปราบปราม; วิ่งตาทัน
oversea, *adv.* (โอเว่อซี) ข้ามน้ำข้ามทะเล
overseas, *adv.* (โอเว่อซีซ) ข้ามทะเลไปทางโน้น
oversee, *v.* (โอเว่อซี) เฝ้าดูแล
overseer, *n.* (-เออ) ผู้ดูแล
overshine, *v.* (โอเว่อชายนฺ) เป็นแสงสว่างเด่น
overshoe, *n.* (โอเว่อชู) รองเท้าชั้นนอก (หุ้มเวลาหิมะตก)
oversight, *n.* (โอเว่อไซทฺ) เผลอไป
overstate, *v.* (โอเว่อสฺเตท) แถลงเกินขอบเขต

overstrain, *v.* (โอเว่อสฺเตรน) ทำจนเกินกำลัง
overstrung, *a.* (โอเว่อสฺตรัง) ตึงจนเกินไป
overtake, *v.* (โอเว่อเทค) ตามทัน
overtax, *v.* (โอเว่อแท็คซฺ) เก็บภาษีเกินไป
overthrow, *v.* (โอเว่อโธร); *n.* (โอเวอโธร) เข้ายึดอำนาจ; ล้ม; รื้อคว่ำทำลาย
overtime, *n. adv.* (โอเว่อไทมฺ) นอกเวลา; ล่วงเวลา; ค่าล่วงเวลา
overture, *n.* (โอเว่อเชอ) การเปิด; การเริ่มต้น; การโหมโรง
overturn, *v.* (โอเว่อเทอน) ล้มคว่ำ
overweight, *n.* (โอเว่อเวท) น้ำหนักเกิน
overwhelm, *v.* (โอเว่อเวึลมฺ) ครอบงำด้วยกำลังเหนือกว่า
overwork, *v.* (โอเว่อเวอค) ทำงานมากเกินไป
ovine, *a.* (โอวายนฺ) แห่งแกะ
ovum, *n.* (โอวัม) ไข่ในมดลูก
owe, *n.* (โอ) เป็นหนี้
owing, *a.* (โอวิ่ง) ซึ่งเป็นหนี้ค้างอยู่
owing to, โดยเหตุว่า
owl, *n.* (อาวลฺ) นกเค้าแมว; นกฮูก
owlet, *n.* (อาวเล็ท) ลูกนกฮูก
owlish, *a.* (-ลิช) เยี่ยงนกเค้าแมว
own, *a.* (โอน) ตนเอง; ของตนเอง; *v.* เป็นเจ้าของ; ยอมสารภาพว่า
owner, *n.* (โอนเน่อ) เจ้าของ
ownerless, *a.* (โอน เน่อเล็ส) ไม่มีเจ้าของ
ownership, *n.* (โอน เน่อชิพ) ความเป็นเจ้าของ; กรรมสิทธิ์
ox, *n.* (ออคซฺ) วัว (ตัวผู้)
oxen, *n. pl.* (ออคเซ็น) วัว (พหูพจน์ของ **'ox'**)
ox-hide, *n.* (ออคซฺ ไฮดฺ) หนังวัว
oxlip, *n.* (ออคซฺ ลิพ) ดอกไม้ชนิดหนึ่ง
Oxon, คำย่อของมหาวิทยาลัยออกซฺฟอร์ด
oxygen, *n.* (อ็อกซิเจ็น) อ็อคซิเจน
oyster, *n.* (ออยสฺเต้อ) หอยนางรม
oz., (อาวนฺซฺ ย่อมาจาก **'ounce'**: น้ำหนักเป็นออนซฺ)
ozone, *n.* (โอ โซน) อากาศชายทะเล

O

P

pace, *n.* (เพซ) ย่าง; ก้าว; ฝีเท้า
pacha, *n.* (พาช่า) ปาชา (ขุนนางผู้ใหญ่ในตุรกี)
pachyderm, *n.* (แพคคิเดอม) สัตว์หนังหนา เช่น ช้าง
pacific, *a.* (พาซีฟิค) ซึ่งสงบ; สันติ
pacification, *n.* (แพสซิฟิเคชั่น) การกระทำให้สงบลง
pacifier, *n.* (แพสซิฟายเอ้อ) ผู้ที่ทำให้เกิดความสงบ
pacify, *v.* (แพส ซิฟาย) ทำให้สงบ
pack, *n.* (แพค) ห่อ; ฝูง; สำรับ (ไพ่);

v. ห่อ; จับกลุ่มกันแน่น
package, *n.* (แพคเค็ดจ) ห่อ; การห่อของ
pack-animal, *a.* (-แอนนิมัล) สัตว์พาหนะ
pack-cloth, *n.* (-คลอธ) ผ้ากะสอบ
packer, *n.* (แพค เคอ) ผู้ห่อ
packet, *n.* (แพคเก็ท) ห่อเล็กๆ; *v.* ห่อ
packet-boat, *n.* (-โบท) เรือรับคนโดยสารประจำทาง
pack-horse, *n.* (แพคฮอส) ม้าต่าง
packing, *n.* (แพค คิ่ง) การห่อของ
pact, *n.* (แพคทฺ) กติกา (หนังสือสัญญา); การตกลงสัญญากัน
pad, *n.* (แพด) เบาะ; ที่รองกระดาษซับ; *v.* ยัด
padding, *n.* (แพคดิ้ง) การยัดนุ่น
paddle, *v. n.* (แพดเดิล) พาย (เรือ)
paddler, *n.* (แพดเลอ) ผู้ไม่มีจุดประสงค์อันแน่นอน
paddy, *n.* (แพดดี้) ข้าว; ข้าวเปลือก
padlock, *n.* (แพดล็อค) กุญแจ
padre, *n.* (พาเดร) คุณพ่อ (พระ)
padshah, *n.* (พาด ชา) ขุนนางผู้ใหญ่ตุรกี
paediatrics, *n.* (พีดิแอท ทริคซฺ) โรคเฉพาะเด็ก
pagan, *a. n.* (เพกัน) เดียรถี
paganism, *n.* (เพ กานิซึม) ลัทธิเดียรถี
page, *n.* (เพจ) หน้า (หนังสือ); มหาดเล็ก
pageant, *n.* (แพจันทฺ) กระบวนแห่
pageantry, *n.* (แพจันทรี่) แห่
paginate, *v.* (แพจิเนท) ใส่เลขหน้า
pagoda, *n.* (พาโกด้า) พระเจดีย์; วัด
paid, (เพด) อดีตและ *p.p.* ของ **'pay'**: ใช้แล้ว
pail, *n.* (เพล) ถังไม้
pailful, *n.* (เพลฟูล) เต็มถังหนึ่ง
pain, *n.* (เพน) ความเจ็บปวด; *v.* ทำให้ปวด
on pain of...., จะต้องได้รับโทษ
to take pains, เอาเป็นธุระ
painful, *a.* (เพนฟูล) เจ็บปวด
painless, *a.* (เพนเล็ส) ไม่ปวด
pains, *n. pl.* (เพนสฺ) ความลำบาก; ความเจ็บปวด
painstaking, *a.* (เพนซเทคคิ่ง) ซึ่งเอาเป็นธุระ; สู้ขับเคี่ยวต่อความลำบาก
paint, *v.* (เพนทฺ) ทาสี; *n.* สี
paint-box, *n.* (-บ็อคซฺ) กล่องใส่สี
painter, *n.* (เพน เทอ) ช่างทาสี; ช่างเขียน
painting, *n.* (เพนทิ่ง) รูปสี; การทาสี; ระบาย; จิตรกรรม
paintress, *n.* (เพนเทร็ส) ช่างทาสี; จิตรกรหญิง
pair, *n.* (แพ) คู่; *v.* (จับคู่กัน)
pal, *n.* (พาล) เพื่อนเอ๋ย
palace, *n.* (แพเล็ส) วัง
place-court, *n.* (-คอท) ลานสนามหน้าวัง
paladin, *n.* (แพลลาดิน) ขุนนางชั้นอัศวินในสมัยโบราณ
palankeen, palanquin, *n.* (แพลลังคีน) วอ; แคร่; เสลี่ยง
palatable, *a.* (แพลละทะเบิล) ถูกปาก (รส); **palatal,** *a.* (แพลลาทัล) แห่ง

เพดานปาก
palate, *n.* (แพลเล็ท) เพดานปาก
palatial, *a.* (พาแลทเชียล) แห่งพระราชวัง
pale, *a.* (เพล) ซีด; เซียว; จางๆ
turn pale, ซีดสลดลง
paleness, *n.* (เพลเน็ส) ความซีด
palette, *n.* (แพลเล็ท) ไม้ละเลงสี
palfrey, *n.* (พอลฟรี) ม้าสำหรับสตรีขี่
Pali, *n.* (พาลี) ภาษาบาลี
palisade, palisado, *n.* (แพลลิเซด) รั้วเสาไม้
palish, *a.* (เพลลิช) ค่อนข้างซีด
palm, *n.* (พาม) ฝ่ามือ; ต้นปาล์ม; (เช่น หมาก; มะพร้าว; ฯลฯ)
Palladium, *n.* (พาเลเดียม) ผู้คุ้มครอง (บ้านเมือง)
palliate, *v.* (แพลลิเอท) กระทำให้เบาบางลง
pallid, *a.* (แพลลิด) ซีด
palmate, *a.* (แพลเมท) ตีนติดเป็นพืด
palmist, *n.* (พามมิสทฺ) หมอดูลายมือ
palmistry, *n.* (พามมิสทรี่) การทำนายลายมือ
palm-leaf, *n.* (พามลีฟ) ใบลาน; ใบปาล์ม
palm-tree, *n.* (พามทรี) ต้นปาล์ม (เช่น หมาก, ตาล, มะพร้าว, จาก, ฯลฯ)
palpable, *a.* (แพลพาเบิล) แตะต้องดูได้
palpitate, *v.* (แพลพิเทท) เต้นติ๊กๆ
paltry, *a.* (พอลทรี่) ซึ่งไม่เป็นแก่นสาร
paludal, *a.* (พะลิวดัล) แห่งไข้มาลาเรีย
pampas, *n.* (แพม พัส) ทุ่งหญ้าในอเมริกาใต้
pamphlet, *n.* (แพม เฟล็ท) วรรณกรรมขนาดสั้น
pamphleteer, *n.* (แพมเฟล็ทเทียร์) นักเขียน หนังสือเล่มเล็กๆ
pan, *n.* (แพน) กะทะ
panacea, *n.* (แพนนะซีย่า) ยารักษา
panache, *n.* (พานาช) ขนนกประดับศีรษะ
panama, *n.* (แพนนาม่า) หมวกปานามา
pancake, *n.* (แพนเคค) ขนมเบื้อง
panchromatic, *a.* (แพนโครแมททิค) ฟีลม์สี
pancreas, *n.* (แพง เครียส) ตับอ่อน
pander, *n.* (แพนเดอ) ผู้หาผู้หญิงให้บำเรอ
pane, *n.* (เพน) แผ่นกระจก; *v.* ใส่แผ่นกระจก
panegyric, *n.* (แพนนีจีริค) คำพูดยกย่อง
panegyrist, *n.* (แพนนีจีริสทฺ) ผู้พูดสรรเสริญ
panel, *n.* (แพนเน็ล) แผ่น; ป้าย
panel of experts, รายชื่อผู้เชี่ยวชาญ
pang, *v. n.* (แพง) ความปวดร้าว
pangful, *a.* (แพงฟุล) ปวดร้าว
pangless, *a.* (แพงเล็ส) ไม่ปวดร้าว
panic, *n.* (แพนนิค) ความตกใจกลัวตัวสั่น
panicked, *a.* ตกใจกันอย่างอุตลุด
panicky, *a.* ซึ่งตกใจแบบพากันเอาตัวรอด
panic-stricken, panic-struck, *a.* (-สทริค เคิน;-สทรัค) ตกใจกลัวจนขวัญหนี
panoply, *n.* (แพน โนพลิ) เสื้อเกราะ
panorama, *n.* (แพนนอราม่า) ทรรศนีย

P

ภาพ

pansy, *n.* (แพนซี่) ชื่อดอกไม้ (ผีเสื้อ)

pant, *v.* (แพนทฺ) หายใจหอบฮัก; กระหายอยาก

pantaloons, *n.* (แพนทาลูนซฺ) กางเกงขายาว

panther, *n.* (แพนเธอ) เสือลายตลับ

pantheress, *n.* (แพนเธอเร็ส) นางเสือลายตลับ

panting, *a.* (แพนทิ่ง) ซึ่งหอบฮัก

pantomime, *n.* (แพนโทไมมฺ) ละครเงียบ

pantry, *n.* (แพนทรี่) ครัว

pants, *n. pl.* (แพนทฺสฺ) กางเกงใน

panzer, *n.* (แพนเซอ) กองรถหุ้มเกราะ

pap, *n.* (แพ็พ) อาหารอ่อนสำหรับเด็ก

papa, *n.* (พาพ่า) พ่อ

papacy, *n.* (เพพาซี่) พวกสันตะปาปา

papal, *a.* (เพพัล) แห่งสันตะปาปา

papaverous, *a.* (พาเพเวอรัส) แห่งดอกฝิ่น

papaw, papaya, *n.* (พะพอ, พาพายย่า) ต้นมะละกอ

paper, *n.* (เพเพอ) กระดาษ; หนังสือพิมพ์; *v.* ห่อกระดาษ

on paper, เป็นแต่ตัวอักษรบน

paper-clip, *n.* (เพเพอ-คลิพ) เข็มกลัดกระดาษ

paper cover, *n.* (-คัฟเวอ) ปกกระดาษ

paper-currency, *n.* (-เคอเรนซี่) ธนบัตร

paper-knife, *n.* (-ไนฟฺ) มีดตัดกระดาษ

paper-weight, *n.* (-เวท) ที่ทับกระดาษ

papier-mache, *n.* (ปาปีเย่ มาเช่) กระดาษอัดเป็นของใช้

papist, *n.* (เพพิสทฺ) พรรคของพวกสันตะปาปา

papyrus, *n.* (พะไพรัส) ต้นพะไพรัสสำหรับทำกระดาษ

par, *n.* (พารฺ) เสมอกัน

above par, ในร้อยราคาสูงกว่าร้อย

below par, ในร้อยราคาต่ำกว่าร้อย

parable, *n.* (แพ ระเบิล) นิทานสอนใจ

parachute, *n.* (แพ ราชูท) ร่มชูชีพ

parachutist, *n.* (แพ ราชู ทิสทฺ) นักกระโดดร่ม

parade, *n.* (พาเรด) การแสดงอย่างโอ้อวดกัน; การสวนสนาม

paradise, *n.* (พาราไดสฺ) สวรรค์สวนของมนุษย์คู่แรก

paradox, *n.* (แพ ราด็อคซฺ) ความเห็นดูค้านตัวเองแต่ก็เป็นความจริง

paraffin, *n. a.* (แพราฟิน) น้ำมันพาระฟิน

paragon, *n.* (แพรากอน) ของ, คนดีเลิศ

paragraph, *n.* (แพ รากราฟ) ตอนหนึ่งในหน้าหนังสือก่อนขึ้นบรรทัดใหม่; วรรค

parakeet, *n.* (แพ ราคีท) นกแก้วตัวเล็กๆ

parallel, *a.* (แพราเล็ล) ขนานกัน; *n.* เส้นขนาน

without parallel, หาที่เสมอเหมือนมิได้

parallelogram, *n.* (แพราเล็ลโลแกรม) สี่เหลี่ยมขนมเปียกปูน

paralyse, *v.* (แพราไลซ) เป็นง่อย

paralysis, *n.* (พาแรล ลิซิส) อัมพาต

paralyze, *v.* (แพราไลซ) เป็นง่อย

paramount, *a.* (แพราเมานฺทฺ) อันสำคัญยิ่ง

paramour, *n.* (แพรามัวรฺ) คู่ร่วมสวาท

parapet, *n.* (แพ ราเพ็ท) กำแพงปีกกา

paraphernalia, *n. pl.* (แพราเฟอเนเลีย) ข้าวของส่วนตัว; เครื่องประจำตำแหน่งสูง

paraphrase, *n. v.* (แพราเฟรซ) ถอดความให้ง่ายเข้า; ถอดคำประพันธ์

parasite, *n.* (แพ ราไซทฺ) ตัวกาฝาก; ปาราสิต

parasol, *n.* (แพ ราซ๊อล) ร่มกันแดด; ฉัตร์

paratroops, *n. pl.* (แพ ราทรูพซฺ) กองพลกระโดดร่ม

parcel, *n.* (พาเซ็ล) ห่อของ; ส่วน; ชิ้น; *v.* แบ่งออกเป็นส่วน ๆ

parcel-post, *n.* (-โพสทฺ) ไปรษณียภัณฑ์

parch, *v.* (พาช) แห้งผาก

parchment, *n.* (พาชเม็นทฺ) แผ่นหนังสำหรับเขียนหนังสือ

pardon, *n. v.* (พาด้อน) ขอโทษ; ยกโทษให้

pardonable, *a.* (พาดอนนาเบิล) พอจะยกโทษให้

pardoner, *n.* (พาดอนเนอ) ผู้ยกโทษให้

pare, *v.* (แพ) ปอกออก

paregoric, *a.* (แพรีกอ ริค) ช่วยให้บรรเทาความปวด

parent, *n.* (แพเร้น) พ่อหรือแม่

parentage, *n.* (แพ เร็นเท็จ) เทือกเถาเหล่ากอ

parental, *a.* (พาเร็นทัล) แห่งบิดามารดา

parenthesis, *n.* (พาเร็นธีสิส) วงเล็บ; นขลิขิต

parentless, *a.* (พะเร็นทฺ เล็ส) ไม่มีพ่อแม่

parents, *n. pl.* (แพ เร็นทฺสฺ) บิดามารดา

pariah, *n.* (แพ ริอ่า) สถุล

parish, *n.* (แพริช) ย่านในความดูแลของวัด

parishioner, *n.* (แพริช ชันเนอ) ชาวบ้านในย่านของวัด

parity, *n.* (แพริที่) การเสมอเท่ากัน

park, *n.* (พาค) สวนใหญ่ (อย่างเขาดินหรือสวนลุมพินี); อุทยาน; *v.* จอดรถ

parlance, *n.* (พาลันซฺ) วิธีพูด

parliament, *n.* (พาลิเม็น) สภา

parliamentary, *a.* (พาลิเม็น ทารี่) แห่งสภา

parlour, *n.* (พาเลอ) ห้องรับแขก

Parnassus, *n.* (พาแนสซัส) ชื่อของจินตกวีกลุ่มหนึ่งในฝรั่งเศส

parochial, *a.* (พาโรเคียล) แห่งชาวที่อยู่ในย่านของวัด

parodist, *n.* (แพโรดิสทฺ) ผู้แต่งล้อ

parody, *n.* (แพ โรดี้) โคลงแต่งล้อ; *v.* แต่งล้อ

parole, *n.* (พาโรล) คำพูดอันไว้ใจได้

paroxysm, *n.* (แพร็อคซิสซึ่ม) การทวีถึงสุดขีด (ความเจ็บปวด, โทษะ, ฯลฯ)

parquet, *n.* (พาเค่) พื้นไม้กระดาน

parr, *n.* (พา) ลูกปลาแซลมอน

parrakeet, *n.* (แพ ราคีท) นกแก้ว

parricide, *n.* (แพริไซดฺ) ปิตุฆาตก

parrot, *n.* (แพรอท) นกแก้ว; *v.* กระทำอย่างปราศจากความเข้าใจ

P

parry, *v.* (แพรี่) ค้านไว้; กันไว้

parse, *v.* (พาซ) กระจาย (คำ)

Parsee, Parsi, *n.* (พา ซี) แขกพาสี; แขกเจ้าเซ็นก็ร้องเรียก

parsimonious, *a.* (พาซิโมเนียส) กระเหม็ดกระแหม่

parsimony, *n.* (พาซิโมนี่) ความกระเหม็ดกระแหม่

parsing, *n.* (พาสซิ่ง) การกระจายคำ

parsley, *n.* (พาสลี่) ผักชีฝรั่ง

parsnip, *n.* (พาสนิพ) หัวผักกาด

parson, *n.* (พาซั่น) พระ

part, *n.* (พาท) ส่วน; บทบาท; *v.* แบ่งออกเป็นส่วนๆ; แยกออกจากกัน; แสก (ผม); ไปจากกัน

part of speech, คำส่วนต่างๆ ในไวยากรณ์; วจีวิภาค

component parts, ส่วนประกอบ

to take part in, มีส่วนร่วมอยู่ด้วย

for the most part, เป็นส่วนมาก

in part, เพียงส่วนหนึ่ง

on the part of ในนามของ

partake, *v.* (พาเทค); อดีต **partook,** *p.p.* **partaken:** เข้ามีส่วนอยู่ด้วย

partaker, *n.* (พาเทคเคอ) ผู้มีส่วนอยู่ด้วย

parterre, *n.* (พารฺแทรฺ) ชั้นในห้องโถงในโรงละคร

partial, *a.* (พาชัล) แต่เพียงส่วนเดียว; ซึ่งมีอคติ

partiality, *n.* (พาชิแอลลิที่) ความลำเอียง

partialize, *v.* (พาชะไลซ) มีความลำเอียง

participant, *a. n.* (พาทิส ซิพันทฺ) ผู้เข้ามีส่วนอยู่ด้วย; ร่วมวงด้วย

participate, *v.* (พาทิส ซิเพท) มีส่วนอยู่ด้วย

participation, *n.* (พาทิซิเพชั่น) การเข้าร่วมวงอยู่ด้วย, มีส่วนอยู่ด้วย

participator, *n.* (พาทิสซิเพเทอ) ผู้มีส่วนร่วมอยู่ด้วย

participle, *n.* (พาทิสซิเพิล) ส่วนของคำกริยาที่ลงท้ายด้วย -ing หรือ -ed

particle, *n.* (พาทิเคิล) เศษ; ชิ้น; อัน; อนุภาค

particular, *a.* (พะทิคคิวล่า) เฉพาะ; พิถีพิถัน

particularity, *n.* (พะทิคคิวแลริที่) ความพิสดาร

particularize, *v.* (พะทิค คิวละไรซฺ) บ่งเฉพาะ

particularly, *adv.* (พะทิค คิวละลี่) โดยเฉพาะทีเดียว

particulars, *n. pl.* (พะทิค คิวลาสฺ) รายละเอียด

parting, *a.* (พาททิ่ง) แยกจากกันไป; *n.* การจากกัน; แสกผม

partisan, *n.* (พาทิเซ็น) พรรคพวก; ลูกน้อง; สมุน; ลูกพรรค

partition, *n.* (พะทิชั่น) ฝากั้นห้อง; การแบ่ง; *v.* แบ่งออกเป็นส่วนๆ

partly, *adv.* (พาทลิ) แต่เพียงส่วนเดียว

partner, *n.* (พาทเนอ) คู่ (ในปัจจุบันมามีความหมายในทางผู้หญิงตามบาร์); ผู้มีส่วนด้วย; ผู้เข้าหุ้นกัน

partnership, *n.* (พาท เนอชิพ) หุ้นส่วน;

การช่วยกัน; คู่

partook, (พาทูค) อดีตของ **'partake':** เข้ามีส่วนอยู่ด้วย

part-owner, *n.* (พาท โอนเนอ) ผู้เป็นเจ้าของร่วมอยู่ด้วย

partridge, *n.* (พา ทริดจฺ) นกกะทาชนิดหนึ่ง

parturient, *a.* (พาทู เรียนทฺ) กำลังจะมีลูก

party, *n.* (พาที่) คู่กรณี; คณะ; พรรคการเมือง; วงสมาคม; ฝ่าย; งานสโมสร

pasha, *n.* (พาช่า) ท่านปาชา (ตำแหน่งขุนนางในตุรกี)

pass, *v.* (พาส) ผ่าน; ล่วงไป; พ้นไป; สอบได้; บังเกิดขึ้น; ออกคำสั่ง; เกิน; ส่งมาที; *n.* ทางแคบ

pass away, ล่วงไป; หมดไป (เวลา); ตาย

pass by, ผ่านมาทาง

pass on, ส่งต่อ ๆ ไป

pass over, ผ่านข้ามไป

pass roumd, ผ่านไปรอบ ๆ

pass through, ผ่านข้ามไป

passable, *a.* (พาสซาเบิล) ซึ่งผ่านข้ามไปได้; พอไปได้

passage, *n.* (แพส เซ็ดจ) ตอนที่ตัดมาจากในหนังสือ; เดินทางไป; การเดินทางข้ามไป; ทางทะลุลอดถึงกันหมด

passage-boat, *n.* (-โบท) เรือพาคนโดยสารข้ามไป

passage-money, *n.* (-มันนี่) ค่าโดยสารเรือข้าม

pass-book, *n.* (พาสบุ๊ค) สมุดบัญชีธนาคาร

passenger, *n.* (แพส เซ็นเจ้อ) ผู้โดยสาร

passenger-car, *n.* (-คา) รถคนโดยสาร

passenger-ship, *n.* (-ชิพ) เรือรับคนโดยสาร

passenger-train, *n.* (-เทรน) รถไฟรับคนโดยสาร

passe-partout, *n.* (พาสพาทู) ของประดิษฐ์จุก ๆ จิก ๆ; รูปภาพที่ใช้กระดาษพันหรือปะต่อติดกัน

passer, *n.* (พาสเซอ) ผู้ผ่านไป

passer-by, *n.* (ผู้สัญจรไปมา)

passing, *a.* (พาส ซิ่ง) ซึ่งผ่านไป; ชั่วครู่ชั่วยาม; *n.* การผ่านพ้นไป

passion, *n.* (แพชชั่น) โมหะ; ความเร่าร้อน; ราคะ; ความรักจนหลง; โทษะ

to be in a passion, กำลังมีโทษะ

to fly into a passion, บันดาลโทษะ

passionate, *a.* (แพชชันเนท) มีความรักรุนแรง

passive, *a.* (แพสซิฟวฺ) แห่งกรรมวาจก ซึ่งเฉยอยู่

passively, *adv.* (แพส ซิฟวลิ) โดยเฉยอยู่

passless, *a.* (พาสเล็ส) ไม่มีทาง

passport, *n.* (พาสพอท) หนังสือเดินทาง

password, *n.* (พาสเวอด) คำอาณัติสัญญาณเบิกทาง

past, *a.* (พาสทฺ) ล่วงพ้นไปแล้ว; ในกาลที่ล่วงแล้วมา; ในอดีตกาล; *pr.* ผ่านไปทาง

past all belief, เหลือเชื่อ

it is past my comprehension. เหลือ

P

ที่จะเข้าใจได้
he is past care, เหลือที่จะช่วยได้
past remedy, ไม่มีทางแก้ไข
he is past seventy, อายุเกิน ๗๐ แล้ว
to be past shame, ไม่มียางอายแล้ว
half past seven, ๗ นาฬิกา ๓๐ นาที
past master, คนฝีมือชั้นครู
paste, *n.* (เพสทฺ) ยาวเหนียวๆ (เช่นยาสีฟัน); *v.* ปะติด
pasteboard, *n.* (เพสทฺบอด) กระดาษแข็ง
pastel, *n.* (แพสเท็ล) ภาพเขียนด้วยสีชอล์ค
Pasteur Institute, สถานเสาวภา
pasteurize, *v.* ฆ่าเชื้อโรคตายหมดแล้ว
pastille, *n.* (แพสทิล) ลูกกลม; ยาเม็ด
pastime, *n.* (พาส ไทมฺ) การหย่อนอารมณ์
pasting, *n.* (เพสทิง) การปะติด
pastor, *n.* (พาสเทอ) ผู้นำฝูง (พระ); คนเฝ้าฝูงแกะ
pastoral, *a.* (พาสทอรัล) แห่งท้องทุ่งท้องนา; เกี่ยวกับชีวิตของพวกเลี้ยงแกะ
pastry, *n.* (เพส ทริ) ขนม (จำพวกปิ้ง)
pastry-cook, *n.* (-คุค) คนทำขนม (จำพวกปิ้ง)
pasture, *n.* (พาสเชอ) ทุ่งสำหรับใช้สัตว์กินหญ้า; *v.* กินหญ้า
pasty, *a.* (เพสทิ) ซึ่งเป็นแป้งเหนียว
pat, *n. v.* (แพท) ตบเบาๆ
patch, *n.* (แพทชฺ) ชิ้น; รอยปะ; *v.* ปะ
patcher, *n.* (แพทเชอ) คนปะ
patchwork, *n.* (แพทชเวอค) การปะ; การเอาผ้าสีต่างๆ มาเย็บติดกัน
parchy, *a.* (พาชี่) เป็นหย่อมๆ ไปไม่ทั่ว
pate, *n.* (เพท) หัวกะบาน
patent, *a.* (เพเท็นทฺ) ซึ่งมีสิทธิอยู่; *n.* สิทธิบัตร
patent leather, หนังมัน
paternal, *a.* (พาเทอนัล) อย่างฐานบิดา; แห่งบิดา
path, *n.* (พาธ) ทางเดิน
pathetic, pathetical, *a.* (พะเธ็ทิค;-คัล) ซึ่งมีจิตสมเพชด้วย; เห็นอกเห็นใจด้วย; ซาบซึ้งเข้าในใจ
pathless, *a.* (พาธ เล็ส) ไม่มีทางไป
pathology, *n.* (พะธ็อล ลอดจิ) พยาธิวิทยา
pathway, *n.* (พาธเว) ทางเดิน
patience, *n.* (เพ เชี่ยนซฺ) ความอดทน; ความเพียรสู้ทนต่อไป
to be out of patience, อดทนไม่ไหวแล้ว
to have no patience with, ไม่อดทน
to lose patience with, ทนไม่ไหวแล้ว
to take patience, สู้ทน
patient, *a.* (เพเชี่ยนทฺ) อดทน; สู้ทนต่อไป; *n.* คนเจ็บ
patriarch, *n.* (เพทริอาค มหาเถระ
the Supreme Patriarch, สมเด็จพระสังฆราชเจ้า
patrician, *a. n.* (พาทริชเชี่ยน) แห่งผู้เฒ่าในสมัยโรมัน
patricide, *n.* (แพทริไซดฺ) ปิตุฆาต
patrimonial, *a.* (แพ็ททริโมเนียล) แห่งมรดกที่รับมาจากพ่อ

patrimony, *n.* (แพท ทริโมนี่) มรดกที่รับมาจากพ่อ

patriot, *n.* (เพ ทริอ็อท) ผู้รักชาติ

patriotess, *n.* (เพ ทริอ็อทเท็ส) สตรีผู้รักชาติ

patriotic, *a.* (แพทริอ็อท ทิค) ซึ่งรักชาติ

patriotism, *n.* (แพทริอ็อททิซึ่ม) ความรักชาติ

patrol, *v.* (พาโทรล) เดินยามตรวจตรา; *n.* การเดินยาม

coastal patrol, ยามฝั่ง

patron, *n.* (เพทรัน) ผู้อุปถัมภ์

patron saint, พระผู้คุ้มครอง

patronage, *n.* (แพท ทรอนเน็ดจุ) ความอุปถัมภ์

patronize, *v.* (แพท ทรอนไนซฺ) อุปถัมภ์

patronymic, *a.* (แพ็ทโทรนิม มิค) ชื่อซึ่งสืบเนื่องมาจากพ่อ

patter, *v.* (แพทเทอ) เสียงหยดดังเผาะ ๆ

pattern, *n.* (แพทเทอน) แบบอย่าง; *v.* ทำตามแบบ

pattern-book, *n.* (-บุค) หนังสือแบบเสื้อ

paucity, *n.* (พอซ ซิทิ) ความยากจนข้นแค้น

paunch, *n.* (พอนชฺ) พุง

pauper, *n.* (พอเพอ) คนยากจน

pauper school, โรงเรียนอนาถา

pauperise, *v.* ทำให้ยากจนลง

pause, *n.* (พอซ) เวลาหยุด; *v.* หยุด

pave, *v.* (เพฟวฺ) ปู; ลาด; หาทางเตรียมไว้; ปูลาด

pavement, *n.* (เพฟวฺ เม็นทฺ) การปู; บาทวิถี

paver, *n.* (เพฟ เวอ) ผู้ปูพื้น

pavilion, *n.* (พาวีเลี่ยน) พลับพลา; ปะรำ

paving, *n.* (เพฟวิง) การปูพื้น

paving-stone, *n.* (-สโทน) หินปูพื้น

paving-tile, *n.* (-ไทลฺ) กระเบื้องปูพื้น

paw, *n.* (พอ) อุ้งเท้าสัตว์

pawn, *n. v.* (พอน) จำนำ

pawnbroker, *n.* (พอน โบรคเคอ) ผู้รับจำนำ

pawner, *n.* (พอนเนอ) ผู้จำนำ

pawnshop, *n.* (พอนช็อพ) โรงรับจำนำ; สถานธนานุเคราะห์

pawn-ticket, *n.* (พอน ทิคเค็ท) ตั๋วจำนำ

pax vobiscum, ขอความสงบจงมีแก่ท่าน

pay, *v.* (เพ); อดีต, *p.p.* **paid:** จ่ายเงิน; ตอบแทน; *n.* การใช้หนี้; เงินเดือน; ค่าจ้าง

pay a visit, เยี่ยมตอบ

pay attention, ตั้งใจฟัง

pay back, ใช้คืน

pay down, วางเงิน

pay for, ใช้หนี้

payable, *a.* (เพอยาเบิล) ซึ่งจะต้องใช้คืน

pay-day, *n.* (เพเด) วันจ่ายเงิน

payee, *n.* (เพยี) ผู้จ่ายเงิน

payer, *n.* (เพเยอ) ผู้ใช้เงิน

paymaster, *n.* (เพมาสเทอ) สมุหบัญชี

payment, *n.* (เพเม็นทฺ) การใช้เงิน; ชำระเงิน

payment by instalment, การชำระ

P

เป็นงวด ๆ
partial payment, ชำระเงินเพียงส่วนเดียว
to stop payment, หยุดจ่ายเงิน
pea, *n.* (พี) ถั่ว
cow pea, ถั่วฝักยาว
peace, *n.* (พีซ) ความสงบสุข; สันติสุข
to make peace, ทำสัญญาสงบศึก
peaceful, *a.* (พีซฟูล) สงบศึก
peaceless, *a.* (พีซ เล็ส) ไม่มีความสงบ
peacemaker, *n.* (พีซ เมคเคอ) ผู้นำความสงบมาให้
peach, *n.* (พีช) ผลท้อ; หมากคาย (ลาว); ต้นท้อ; *v.* ฟ้องร้อง
Peach Melba, ไอศกรีมใส่ลูกพีช
peacock, *n.* (พี ค็อค) นกยูง; *v.* เยื้องกราย
peahen, *n.* (พีเฮ็น) นกยูงตัวเมีย
peak, *n.* (พีค) ยอด; ยอดเขา
peal, *n.* (พีล) เสียงดังลั่น
peanut, *n.* (พีนัท) ถั่วลิสง
pea-pod, *n.* (พีพ็อด) ฝักถั่ว
pear, *n.* (แพ) ผลแพรฺ; หมากจอง (ลาว); ผลสาลี
pearl, *n. a.* (เพอล) ไข่มุก
pearl-colour, *a.* (-คัลเล่อ) สีไข่มุก
pearl-diver, *n.* (-ไดเว่อ) คนดำหาไข่มุก
pearl-fishery, pearl-fishing, *n.* (-ฟิชเชอรี่; -ฟิชชิ่ง) การดำหาไข่มุก
pearly, *a.* (เพอลลี่) เป็นไข่มุก
peasant, *n. a.* (เพ็สซันทฺ) ชาวนา
peasantry, *n.* (เพ็ส ซันทรี่) พวกชาวนา
pea-soup, *n.* (พีซุพ) ซุบถั่ว
peat, *n.* (พีท) ถ่านหินเลว ๆ
pebble, *n.* (เพ็บเบิล) ก้อนกรวดก้อนหิน
peccable, *a.* (เพ็คคาเบิล) อันอาจเป็นบาป
peccadillo, *n.* (เพ็คคาดิลโล) ความผิดเล็กน้อย
peck, *v.* (เพ็ค) จิก
pectoral, *a.* (เพ็ค ทอรัล) แห่งอก
peculiar, *a.* (พีคิวเลีย) แปลกประหลาด; แปลกชอบกล
peculiarity, *n.* (พีคีวลิแอริทิ) ความแปลกประหลาด
peculiarize, *v.* (พีคิวลิอะไรซฺ) ทำให้แปลกพิกล
pecuniary, *a.* (พีคิวนิอะริ) แห่งเงิน
pedagogic, *a.* (เพ็ดดะก็อดจิค) แห่งวิชาครู
pedagogics, *n.* (เพ็ดดะก็อด จิคสฺ) วิชาครู
pedagogue, *n.* (เพ็ด ดาก็อก) ครู; พี่เลี้ยงเด็กในสมัยโรมัน
pedagogy, *n.* (เพ็ดดาก็อดจี้) วิชาครู; คุรุศาสตร์
pedal, *a.* (เพ็ดดัล) แห่งเท้า; *n.* ที่ถีบรถ; *v.* ถีบรถ
pedant, *n.* (เพ็ด ดันทฺ) ผู้เห่อความรู้
pedantic, *a.* (พีแดนทิค) เห่อความรู้
pedantry, *n.* (เพ็ด ดันทรี่) ความเห่อความรู้
peddle, *v.* (เพ็ด เดิล) เร่ขาย
pedestal, *n.* (เพ็ด เดิสทัล) ฐาน
pedestrial, *a.* (พีเด็ส เทรียล) เหมาะ

สำหรับการเดิน

pedestrian, *a.* (พีเดิส เทรียน) แห่งเท้า; แห่งการเดิน; *n.* คนเดิน

pediatrics, *n.* (เพ็ดดิแอ็ททริคซฺ) การรักษาโรคเด็ก

pedicure, *n.* (เพ็ดดิเคียวรฺ) การแต่งเล็บเท้า

pedigree, *n.* (เพ็ด ดิกรี) ตระกูล

pedlar, *n.* (เพ็ดเลอ) พ่อค้าเร่

pedometer, *n.* (พีดือมมีเทอ) เครื่องวัดระยะฝีเท้า

peel, *n.* (พีล) เปลือก; *v.* ปอกเปลือก; ปล้นสะดม

peep, *v.* (พีพ) ร้องเจี๊ยบ ๆ; แอบดู; โผล่ออกมา

peer, *v.* (เพีย) ชะเง้อมอง; *n.* ที่เสมอเหมือน; ขุนนาง

peerage, *n.* (เพีย เร็ดจ) ขุนนาง

peeress, *n.* (เพีย เร็ส) ขุนนางหญิง

peerless, *a.* (เพีย เล็ส) หาที่เสมอเหมือนมิได้

peevish, *a.* (พี วิช) บึ้งบูด

peevishness, *n.* (พี วิชเน็ส) ความบึ้งบูด

peg, *n.* (เพ็ก) ขอ; หมุด; *v.* ตอกติดไว้

Peguan, *n.* (พีกวน) มอญ

Pekin, Peking, ปักกิ่ง (เมืองหลวงของจีน)

pelican, *n.* (เพ็ลลิคัน) นกกะทุง

pell, *n.* (เพ็ล) หนัง; เฟอรฺ

pell-mell *adv.* (เพ็ลเม็ล) สับสน; ปนกันยุ่ง

pellucid, *a.* (เพ็ลลิวซิด) โปร่งแสง

pellucidity, *n.* (เพ็ลลิวซิด ดิทิ) ความโปร่งแสง

pelt, *n.* (เพ็ลทฺ) หนัง; ขนสัตว์

pelvis, *n.* (เพ็ล วิส) กระดูกหัวเหน่า

pen, *n.* (เพ็น) คอกสัตว์; ปากกา; *v.* ล้อมรั้วไว้; เขียน

penal, *a.* (พีนัล) แห่งคดีอาชญา

penal code, ประมวลกฎหมายอาชญา

penal colony, ทัณฑนิคม

penal law, กฎหมายอาชญา

penal servitude, โทษจำคุก

penalty, *n.* (เพ็นนัลทิ) เบี้ยปรับ; การทำโทษ; การต้องโทษ

penance, *n.* (เพ็นนันซฺ) ความรู้สึกตัวว่าผิด

pence, *n. pl.* (เพ็นซฺ) เพ็น (เหรียญอังกฤษ)

penchant, *n.* (พ็องช็อง) ความโอนเอียง

pencil, *n.* (เพ็นซิล) ดินสอ

pendant, *n.* (เพ็นดันทฺ) ของห้อยคอ

pending, *a.* (เพ็นดิ้ง) ซึ่งยังไม่แน่ลงไป; *pr.* ในระหว่าง

pendulous, *a.* (เพ็นดิวลัซ) ซึ่งแขวนแกว่งอยู่

pendulum, *n.* (เพ็น ดิวลัม) ลูกตุ้มนาฬิกา

penetrable, *a.* (เพ็นเนทราเบิล) ซึ่งเข้าถึงได้

penetrate, *v.* (เพ็นเนเทรท) ผ่านเข้าไป; ทะลุเข้าไป; รุกเข้าไป

penetration, *n.* (เพ็นนีเทรชั่น) การผ่านเข้าไป

P

penguin, *n.* (เพ็น กวิน) นกเพ็นกวิน (ซึ่งอยู่แถบดินแดนน้ำแข็ง)

penholder, *n.* (เพ็น โฮลเดอ) ด้ามปากกา

penicillin, *n.* (เพ็นนิซิลลิน) เพนนิเซลิน (ยา)

peninsula, *n.* (พีนินซิวล่า) คาบสมุทร

peninsular, *a.* (พีนิน ซิวล่า) แห่งคาบสมุทร

penis, *n.* (พี นิส) อวัยวะเพศชาย

penitence, *n.* (เพ็น นิเท็นซฺ) ความรับผิด; รู้ตัวกลัวผิด; รู้สำนึกตัว

penitent, *a.* (เพ็นนิเท็นทฺ) ซึ่งรู้ตัวกลัวผิด

penitentiary, *a.* (เพ็น นิเท็นเชียรี่) แห่งความรู้สึกตัวกลัวผิด; *n.* ที่ดัดสันดาน

penknife, *n.* (เพ็นไนฟฺ) มีดพับ

penman, *n.* (เพ็นแม็น) เสมียนเขียนหนังสือ; นักเขียนหนังสือ

penmanship, *n.* (เพ็นแม็นชิพ) ฝีไม้ลายมือในเชิงเขียนหนังสือ

pen-name, *n.* (เพ็นเนม) นามแฝง; นามปากกา

pennant, *n.* (เพ็นนันทฺ) ธงชาย

penniless, *n.* (เพ็น นีเลิส) กระเป๋าแห้ง

penny, *n.* (เพ็นนี) เหรียญเพ็นนี

pensile, *a.* (เพ็นไซลฺ) แขวนอยู่

pension, *n.* (เพ็นชั่น) บำนาญ; บ้านสำหรับเช้ากินนอน; *v.* ให้ออกรับเบี้ยบำนาญ

pensioner, *n.* (เพ็นชันเนอ) ผู้ออกรับเบี้ยบำนาญแล้ว

pensive, *a.* (เพ็นซิฟวฺ) ซึ่งนั่งตรึกตรอง; ช่างคิด

penskmon, *n.* (เพ็นสฺ-คฺมอน) ดอกไม้ชนิดหนึ่ง

pentagon, *n.* (เพ็นทะกอน) รูปห้าเหลี่ยม; ตึกกระทรวงกลาโหมอเมริกัน

penthouse, *n.* (เพ็นทฺ ฮาวสฺ) บ้านบนหลังคา

pen-roof, *n.* (เพ็นทฺ รูฟ) หลังคาลาดออกไป

penultimate, *a.* (เพ็นอัลทิเมท) ก่อนสุดท้ายเพียงอันเดียว

penumbra, *n.* (พี นัมบร่า) เงาสลัว ๆ

penurious, *a.* (พีนิวเรียส) อัตคัด

penury, *n.* (เพ็นนิวรี่) ความขาดแคลน

peon, *n.* (พีออน) ภารโรง

peony, *n.* (พีออนิ) ชื่อดอกไม้

people, *n.* (พีเพิล) ราษฎร; ทวยราษฎร; ประชาชน; ประชาชาติ; *v.* เพาะพลเมือง; อาศัย

People's Party, คณะราษฎร

Representative of the People, ผู้แทนราษฎร

pepper, *n.* (เพ็พ เพอ) พริกไทย; *v.* โรยพริกไทย

peppermint, *n.* (เพ็พ เพอมินทฺ) สาระแหน่

peppery, *a.* (เพ็พ เพอรี่) ซึ่งมีรสเผ็ดแบบพริกไทย

per, *pr.* (เพอ) อันละ; โดย; ตาม; ต่อ

per annum, (-แอนนัม) ต่อปี

perai, *n.* (พีไร) ปลาชนิดหนึ่ง

perambulator, *n.* (เพอแอมบิวเลเทอ)

รถเข็นเด็ก

perceive, *v.* (เพอซีฟว) สังเกตเห็น; รู้สึก

percentage, *n.* (เพอเซ็นเท็ดจุ) ร้อยละ; เปอร์เซนต์

perception, *n.* (เพอเซ็พชั่น) การสังเกตเห็นได้

perch, *n.* (เพอช) ราวสำหรับเกาะ; ปลาเสือ; *v.* เกาะอยู่

perchance, *adv.* (เพอชานซฺ) บางทีว่า

percolate, *v.* (เพอ โคเลท) กรองน้ำ

percolator, *n.* (เพอ โคเลเทอ) หม้อต้มกรองกาแฟ

perdition, *n.* (เพอดิช ชั่น) ความหายนะ

percennial, *a.* (เพอเซ็นเนียล) ยืนต้น (ต้นไม้)

perfect, *a.* (เพอเฟ็คทฺ) เรียบร้อยทุกอย่าง; สมบูรณ์: อย่างแท้ทีเดียว; *v.* ทำให้เรียบ; ทำให้ดีขึ้น

practice makes perfect, การหัดทำให้ชำนาญ

perfection, *n.* (เพอเฟ็คชั่น) ความดีอย่างไม่มีที่ติ

perfectly, *adv.* (เพอเฟ็คลี่) อย่างแท้ทีเดียว

perfidious, *a.* (เพอฟิด เดียส) ซึ่งหักหลัง; ทรยศ; อสัตย์

perfidy, *n.* (เพอ ฟิดดี้) ความทรยศ; หักหลัง

perforated, *a.* (เพอฟอเรทเท็ด) ปรุเป็นรู

perforce, *adv.* (เพอฟอซ) โดยจำเป็น

perform, *v.* (เพอฟอม) กระทำ

performance, *n.* (เพอฟอมมันซฺ) การกระทำ; การจัดทำ; การเล่น; การแสดงละคร; การชำระหนี้

performer, *n.* (เพอฟอมเมอ) ผู้กระทำ; ผู้เล่น

perfume, *v.* (เพอ ฟิวมฺ) ส่งกลิ่นหอม; *n.* กลิ่นหอม; น้ำหอม; เครื่องหอม

perfumer, *n.* (เพอฟิวเมอ) คนขายน้ำหอม

perfumery, *n.* (เพอฟิวเมอริ) ร้านขายเครื่องหอม, น้ำหอม

perfunctory, *a.* (เพอฟังคฺ ทอริ) ทำตามหน้าที่

perhaps, *adv.* (เพอแฮพซฺ) บางที

peril, *n.* (เพริล) อันตราย; *v.* ฝ่าอันตราย

to be in peril of one's life, เป็นการเสี่ยงชีวิต

perils of the sea, สมุทรภัย

perilous, *a.* (เพริลัส) มีอันตรายมาก

perimeter, *n.* (เพริ มีเทอ) เส้นรอบนอก

period, *n.* (พีเรียด) ระยะ; สมัย; เวลา

periodic, *a.* (พีริอ็อดดิค) เป็นระยะ

periodical, *a.* (-คัล) เป็นระยะเวลา; *n.* หนังสือพิมพ์ที่ออกเป็นระยะ ๆ

periscope, *n.* (เพริส โคพ) ถ้ำมองสำหรับดูแห่

perish, *v.* (เพ ริช) ตาย

perishable, *a.* (เพริชะเบิล) ซึ่งเน่าได้; ซึ่งตายได้

periwinkle, *n.* (เพริวิ่งเคิล) ไม้ชนิดหนึ่ง

perjure, *n. v.* (เพอจัวรฺ) ให้พยานเท็จ

perjury, *n.* (เพอจุรี่) การเป็นพยานเท็จ

P

permanence, *n.* (เพอ มาเน็นซฺ) ความถาวร
permanent, *a.* (เพอมะเน็นทฺ) ถาวร
permanganate, *n.* (เพอแมง กาเนท) ด่างทับทิม
permeate, *v.* (เพอ มีเอท) ซึมเข้าไป
permissible, *a.* (เพอมิส ซิเบิล) ยอมให้ได้
permission, *n.* (เพอมิชชั่น) อนุญาต
permit, *v.* (เพอมิท) ยอมให้; อนุญาต; n. (เพอ มิท) ใบอนุญาต; อนุญาตบัตร
permute, *v.* (เพอมิวทฺ) สับเปลี่ยนอันดับ
pernicious, *a.* (เพอรฺนิ ชัส) ซึ่งทำให้ได้รับความเสียหาย; ซึ่งมีอันตราย
perpendicular, *a.* (เพอเพ็นดิค คิวล่า) ซึ่งตั้งได้ฉาก
perpendicularity, *n.* (เพอเพ็นดิค คิว-แลริทิ) ความตั้งได้ฉาก
perpetrate, *v.* (เพอ เพ็ทเทรท) กระทำลงไป
perpetrator, *n.* (เพอ พิเทรเทอ) ผู้กระทำการ
perpetual, *a.* (เพอเพ็ท ชวล) ตลอดไป; นิรันดร
perpetuate, *v.* (เพอเพ็ท ชูเอท) กระทำให้คงมีอยู่ตลอดกาล
perplex, *v.* (เพอเพล็คซฺ) ทำให้งง
perplexed, *a.* (เพอเพล็คซฺทฺ) งง
perplexingly, *adv.* (เพอเพล็คซิ่งลี่) อย่างฉงน
perplexity, *n.* (เพอเพล็ค ซิที่) ความงงไปหมด
persecute, *v.* (เพอ ซิคิวทฺ) ตามจองล้างจองผลาญ
persecution, *n.* (เพอซีคิวชั่น) การตามจองล้างจองผลาญ
persecutor, *n.* (เพอ ซีคิวเทอ) ผู้ตามจองล้างจองผลาญ, ข่มเหงกัน
perseverance, *n.* (เพอซีเวีย รันซฺ) ความอดทน; ความบากบั่น
persevere, *v.* (เพอซีเวีย) บากบั่น
persevering, *a.* ยืนยันไม่ลดละ
Persian, *a.* (เพอ เชียน) แห่งเปอร์เซีย
persimmon, *n.* (เพอซิมมัน) ลูกพลับ
persist, *v.* (เพอซิสทฺ) คะยั้นคะยอ; จะเอาให้จงได้
persistence, *n.* (เพอซิส เท็นซฺ) ซึ่งจะเอาให้จงได้
person, *n.* (เพอเซิน) บุคคล; ตัวเอง; คน
personage, *n.* (เพอซันเน็จ) ผู้มีชื่อ
personal, *a.* (เพอ ซันนัล) ส่วนตัว; เฉพาะตัว
personality, *n.* (เพอซันแนลลิที่) บุคคลิกลักษณะ
personally, *adv.* (เพอ ซันนัลลี่) โดยตนเอง
personnel, *n.* (เพอโซเนิล) ตัวบุคคลทั้งหมด; บุคคลากร
personify, *v.* (เพอซอนนิฟาย) ทำให้มีตัวมีตนขึ้น
perspective, *n.* (เพอซฺเพ็คทิฟว) ภาพเปอรสเป็คติฟ
perspicacious, *a.* (เพอสฺพิเคชัซ) เข้าใจได้รวดเร็ว

perspicuous, *a.* (เพอสพิค คิวอัซ) เข้าใจได้ชัดเจน
perspiration, *n.* (เพอสฺ พิเรชั่น) เหงื่อ; การถ่ายเหงื่อออก
perspire, *v.* (เพอซฺ ไพเออ) เหงื่อออก
persuade, *v.* (เพอซูเอด) ชักชวน
persuader, *n.* (เพอซูเอดเด้อ) ผู้ชักชวน
persuasion, *n.* (เพอซูเอชั่น) การชักชวน
persuasive, *a.* (เพอซิเอซิฟว) ซึ่งเป็นการชักชวน
pertinacious, *a.* (เพอทิเนชัซ) ถือดีในความคิดของตัว
pertinent, *a.* (เพอทิเน็นทฺ) อันเกี่ยวกับท้องเรื่อง
perturb, *v.* (เพอเทอบ) กวนใจ
peruke, *n.* (เพรูคฺ) ผมปลอม
peruse, *v.* (เพรูซ) อ่านดูโดยตลอด
Peruvian, *a.* (เพรูเวียน) แห่งประเทศเปรู
pervade, *v.* (เพอเวด) เข้าแทรกอยู่เต็มทั่ว
pervasion, *n.* (เพอเวชั่น) ความเข้าแทรกอยู่จนทั่ว
pervasive, *a.* (เพอเวซิฟวฺ) ซึ่งเข้าแทรกอยู่เต็มทั่ว
perverse, *a.* (เพอเวอซ) ลักเพศ; ผิดเพศ
pervasion, *n.* (เพอเวอชั่น) ความผิดเพศ
pervert, *v.* (เพอเวอท) กระทำอย่างผิดเพศ
pervious, *a.* (เพอเวียซ) ซึมผ่านได้
pessimism, *n.* (เพ็ส ซิมมิสซึม) การมองเห็นแต่ในแง่ร้าย
pessimist, *n.* (เพ็ส ซิมมิสทฺ) ผู้เห็นแต่แง่ร้าย
pessimistic, *a.* (เพ็สซิมมิสทิค) ซึ่งเห็นแต่ในแง่ร้าย
pest, *n.* (เพ็สทฺ) โรคห่า
pester, *v.* (เพ็สเทอ) รบกวนไม่รู้จักหยุด
pesticide, *n.* (เพ็สทิไซดฺ) ยาฆ่าโรคร้าย
pestilence, *n.* (เพ็ส ทิเล็นซฺ) โรคร้ายระบาด
pestilent, *a.* (เพ็ส ทิเล็นทฺ) ร้ายกาจต่อชีวิต
pestillential, *a.* (เพ็สทิเล็น ชัล) ซึ่งเต็มไปด้วยโรคร้าย
pestle, *n.* (เพ็ส เซิล) สาก; *v.* ตำด้วยสาก
pet, *n.* (เพ็ท) สัตว์เลี้ยง; *v.* หยอกเย้าเล่นด้วย
petal, *n.* (เพ็ท ทัล) กลีบดอกไม้
petition, *n.* (เพทิชชั่น) การยื่นคำร้อง
petitioner, *n.* (เพทิชชันเนอ) ผู้ยื่นคำร้อง
pet name, *n.* (เพ็ท เนม) ชื่อร้องเรียกเล่น
petrify, *v.* (เพ็ท ทริฟาย) กลายเป็นหิน
petrol, *n.* (เพ็ท ทรอล) น้ำมันรถ
petroleum, *n.* (พีโทรเลียม) น้ำมันปิโตรเลียม
petticoat, *n.* (เพ็ททิโคท) กะโปรงในผู้หญิง
pettifogger, *n.* (เพ็ท ทิฟอกเกอ) ทนายความชั้นต่ำ
petty, *a.* (เพ็ทที่) เล็กน้อย; ไม่สลักสำคัญอะไร
petulant, *a.* (เพ็ท ทิวลันทฺ) ใจคอหงุดหงิด
petunia, *n.* (พีทิวเนีย) ดอกไม้ชนิดหนึ่ง

P

pew, *n.* (พิว) ม้านั่งในโบสถ์
pewter, *n.* (พิว เทอ) ดีบุกปนตะกั่ว
phallic, *a.* (แฟลลิค) แห่งอวัยวะเพศชาย
phallus, *n.* (แฟลลัส) อวัยวะเพศชาย
phantasm, *n.* (แฟน แทสซึ่ม) ภาพลมๆ แล้งๆ
phantasy, *n.* (แฟน ทาซี่) ความคิดฟุ้งไป; ภาพในความฝัน
phantom, *n.* (แฟน ทัม) ผี
Pharaoh, *n.* (แฟโร) พระเจ้าฟาโรแห่งอียิปต์โบราณ
pharmaceutical, *a.* (ฟามาซีว ทิคัล) แห่งเภสัชกร
pharmacist, *n.* (ฟามาซิสตฺ) เภสัชกร
pharmacopeia, *n.* (ฟามะโคพียะ) ตำรายา
pharmacy, *n.* (ฟามาซี) เภสัชกรรม; ร้านขายยา
phase, *n.* (เฟซ) ขั้นตอน; สมัย
pheasant, *n.* (เฟส ซันทฺ) ไก่ฟ้า
phenomenal, *a.* (พีน็อม เม็นนัล) อย่างเด่นยิ่ง; แห่งปรากฏการณ์
phenomenon, *n.* (พีน็อม เม็นนอน) ปรากฏการณ์
phial, *n.* (ไฟอัล) ขวดยาฉีด
philanthropy, *n.* (ฟีแลน โธรพี่) ความรักเอ็นดูเพื่อนมนุษย์ด้วยกัน
philately, *n.* (ฟิลแลท ทีลี่) การเล่นแสตมป์
philologist, *n.* (ฟิลอ ลอดจิสทฺ) นักนิรุกติศาสตร์; นักภาษา
philology, *n.* (ฟีล็อล ลอดจิ) นิรุกติศาสตร์; ภาษาศาสตร์
philosopher, *n.* (ฟีล็อส โซเฟอ) นักปรัชญา
philosophic,-al *a.* (ฟีโลซ็อฟ ฟิค) แห่งปรัชญา
philosophy, *n.* (ฟีล็อส โซฟี) ปรัชญา
natural philosophy, ธรรมชาติปรัชญา
philtre, *n.* (ฟิลเทอ) น้ำเสน่ห์
phlegm, *n.* (เฟ็ลม) เศลษม์
phoenician, *n.* (ฟีนิเชียน) ชาวฟีนิเชียน
phone, *n.* (โฟน) เสียง; โทรศัพท์
phonetic, *a.* (โฟเน็ททิค) แห่งสำเนียง
phonetics, *n.* (โฟเน็ท ทิคซฺ) สำเนียงของภาษา; กรณาธิการ
phoney, phony, *a.* (โฟนี่) จอมปลอม
phonograph, *n.* (โฟโนกราฟ) ที่เล่นแผ่นเสียง
phosphorescence, *n.* (ฟ็อสฟอเร็สเซ็นซฺ) ความเรือง
phosphorescent, *a.* (ฟ็อสฟอเร็สเซ็นทฺ) เรือง
phosphorous, *a.* (ฟ็อส ฟอรัส) ซึ่งเรือง
phosphorus, *n.* (ฟอส ฟอรัส) ธาตุฟอสฟอรัส
photo, *n.* (โฟโท) รูปถ่าย
photogenic, *a.* (โฟโทจีนนิค) ถ่ายรูปขึ้น
photograph, *n.* (โฟโทกราฟ) รูปถ่าย; *v.* ถ่ายรูป
photographer, *n.* (โพท็อก กระเฟอ) ช่างถ่ายรูป
photographic, *a.* (โฟท็อกกราฟิค) แห่งการถ่ายรูป

photography, *n.* (โฟท็อกกราฟี่) การถ่ายรูป
photostat, *n. v.* เครื่องอัดสำเนาโดยการถ่ายรูป
phototelegraphy, *n.* (โฟโทเท็ลเล็กกราฟี่) การส่งรูปถ่ายทางโทรพิมพ์
phrase, *n.* (เฟรซ) ประโยค; วลี; สำนวนพูด
phraseology, *n.* (เฟรสซิอ็อล ลอดจี้) วิธีพูด; พจนวิลาศ
phrenetic, *a.* (ฟรี เน็ททิค) ซึ่งมีจิตฟุ้งซ่าน
physical, *a.* (ฟิสซิคัล) แห่งวิชาฟิสิกส์; แห่งร่างกาย; ธรรมชาติ; กายภาพ
physical education, พลศึกษา
physician, *n.* (ฟิซิชั่น) อายุรแพทย์
physicist, *n.* (ฟิซิซิสทฺ) นักฟิสิกส์
physics, *n.* (ฟิสิคส์) วิชาฟิสิกส์
physiognomy, *n.* (ฟิซิอ็อน นอมิ) หน้าตา
physiography, *n.* (ฟิวิอ็อก กราฟี่) วิชาฟิซิออกราฟี่ (ภูมิศาสตร์แผนกความเป็นไปแห่งดินฟ้าอากาศ)
physiological, *a.* (ฟิซิอ็อลลอด จิคัล) แห่งสรีรศาสตร์
physiologist, *n.* (ฟิซิอ็อล ลอดจิสทฺ) นักสรีรศาสตร์
physiology, *n.* (ฟิซิอ็อล ลอดจี้) สรีรศาสตร์
physique, *n.* (ฟีซีค) ความแข็งแรงของร่างกาย
pianist, *n.* (พีอะนิสทฺ) นักเปียนโน
piano, *n.* (เพียนโน) เปียนโน
piastre, *n.* (พิอาสเตอ) เงินเวียดนาม
picador, *n.* (พิคคาดอรฺ) นักต่อสู้วัวกะทิงบนหลังม้า
picaresque, *a.* (พิคคาเร็สคฺ) เรื่องพจญภัยของคนเลว
pick *v.* (พิค) เก็บ
pickaxe, *n.* (พิคแอคซฺ) ขวานถาก
picker, *n.* (พิคเคอ) คนเก็บ
picket, *n.* (พิคเค็ท) เสาแหลม
pickle, *n.* (พิคเคิล) ของดองไว้เป็นเครื่องชูรส
picklock, *n.* (พิคล็อค) คนขโมยแคะกุญแจ
pickpocket, *n.* (พิค พ็อคเค็ท) คนล้วงกระเป๋า
picnic, *n.* (พิคนิค) การไปเที่ยวโดยจัดอาหารไปเลี้ยงกัน
pictorial, *a.* (พิคทอเรียล) ซึ่งแสดงด้วยรูปภาพ
picture, *n.* (พิคเช่อ) รูปภาพ; ภาพยนต์; *v.* แสดงภาพ; มองเห็นภาพ
picture house, โรงภาพยนต์
picturesque, *a.* (พิคเชอเร็สคฺ) สวยเหมือนภาพ; เจริญตา
pie, *n.* (พาย) ขนมพาย
piece, *n.* (พีซ) ชิ้น; อัน; ก้อน; บทละคร; เหรียญ; *v.* แบ่งออกเป็นชิ้นๆ
little pieces, ชิ้นเล็กชิ้นน้อย
piecemeal, *adv.* (พีซ มีล) ทีละเล็กทีละน้อย
piecework, *n.* (-เวอค) งานเหมา

P

pier, *n.* (เพีย) สะพานท่าเรือ
pierce, *v.* (เพียซ) แทง
pietist, *n.* (ไพ เอ็ททิสทฺ) คนใจบุญ
piety, *n.* (ไพเอ็ททิ่) ความใจบุญ
pig, *n.* (พิก) หมู
pigeon, *n.* (พิดเจิน) นกพิลาบ
pigeon-English, *n.* (-อิงลิช) ภาษาอังกฤษงูๆ ปลาๆ
pigeon-hole, *n.* (-โฮล) กุฏินกพิลาบ; ช่องแจกเอกสาร
piggery, *n.* (พิกเกอริ) คอกหมู
pigheaded, *a.* (พิกเฮด เด็ด) หัวรั้น
pig-iron, *n.* (-ไอเอิน) ท่อนเหล็ก
pigment, *n.* (พิกเม็นทฺ) สี
pigmy, *n.* (พิกมี่) คนแคระในอัฟริกา
pigsticking, *n.* (พิกสฺทิคคิ่ง) การล่าหมูป่าด้วยหลาว
pigsty, *n.* (พิกสตาย) เล้าหมู
pigtail, *n.* (พิกเทล) หางเปีย
pike, *n.* (ไพคฺ) ปลายแหลม; หลาว; ปลาชนิดหนึ่ง
pile, *n. v.* (ไพลฺ) กอง; หม้อไฟฟ้า; เข็ม (ตึก)
pilfer, *v.* (พิลเฟ่อ) ลักเล็กลักน้อย
pilgrim, *n.* (พิลกริม) คนธุดงค์; ผู้แสวงบุญ
pilgrimage, *n.* (พิล กริมเม็ดจฺ) การเดินธุดงค์; การจาริกไปแสวงบุญ
pill, *n.* (พิล) ยาลูกกลอน; ของขมขื่นที่จำฝืน; *v.* ปล้นสดม
pillage, *n.* (พิลเล็ดจฺ) การปล้นสดม
pillar, *n.* (พิลล่า) หลัก; เสา
pillar-box, *n.* (-บ็อกซฺ) ตู้ไปรษณีย์ (รูปเสากลม)
pillion, *n.* (พิลเลียน) ที่นั่งซ้อนหลัง
pillory, *n.* (พิลลอรี่) คาใส่คอกับมือ
pillow, *n.* (พิล โล) หมอน
pillow-case, pillow-slip, *n.* (-เคส,-สลิพ) ปลอกหมอน
pilot, *n.* (ไพลอท) คนนำร่อง; การทดลองนำ
pilot light, ชะนวนจ่อจุดเตาแก๊ส
pilot officer, นายเรืออากาศตรี
pimento, *n.* (พีเม็นโท) พริก
pimpernel, *n.* (พิมเพอเน็ล) ดอกไม้ชนิดหนึ่ง
pimple, *n.* (พิมเพิล) เมล็ดผื่น; ฝี
pin, *n.* (พิน) เข็มตาปู; ปิ่น; *v.* กลัดติด
pins and needles, เหน็บชา
pinafore, *n.* (พินนาฟอรฺ) ผ้ากันเปื้อน
pince-nez, *n.* (แพงซฺเน) แว่นตาหนีบ
pincers, *n. pl.* (พินเซอซฺ) คีมปากนกแก้ว
pinch, *v. n.* (พินชฺ) หยิบ; ฉกลัก
pin-cushion, *n.* (พินคูชั่น) เบาะสำหรับปักเข็ม
pine, *n.* (ไพนฺ) ต้นสน; *v.* อยากนัก; ปวดร้าว
pine-apple, *n.* (ไพนฺ แอพเพิล) สับปะรด
pine-needle, *n.* (ไพนฺนีด เดิล) ใบสน
ping-pong, *n.* (พิงพอง) ปิงปอง
pink, *a. n.* (พิงคฺ) สีชมพู
pinnace, *n.* (พินเนซ) เรือเผ่น
pinnacle, *n.* (พิน นาเคิล) หอยอดตึก

pin-point, *v.* (พิน พอยนฺท) จี้จุด
pin-prick, *n.* (พินพริค) เข็มตำ; ของยั่วโมโห
pint, *n.* (ไพนฺทฺ) มาตราวัดของเหลว
pioneer, *n.* (ไพออเนีย) ผู้นำทาง; ทหารช่าง
pious, *a.* (ไพอัส) ใจบุญ
pip, *n.* (พิพ) เมล็ด
pipless, *a.* ไม่มีเม็ดใน
pipe, *n.* (ไพพฺ) ท่อ; กล้อง; ปี่
pipe-line, *n.* ท่อลำเลียงน้ำหรือน้ำมัน
piper, *n.* ท่อลำเลียงน้ำหรือน้ำมัน
piper, *n.* (ไพเพอ) คนเป่าปี่
pipette, *n.* (พิเพ็ท) หลอดแก้ว
piquant, *a.* (พีคันทฺ) เผ็ด
pique, *v.* (พีค) แหย่; ยั่วให้โกรธ
piracy, *n.* (ไพราซี่) การปล้นสดมทางทะเล
pirate, *n.* (ไพเรท) โจรสลัด
pirouette, *v. n.* (พีรูเอ็ท) เขย่งหมุนรอบตัว
piscatorial, *a.* (พิสคาทอเรียล) แห่งปลา
piscina, *n.* (พิสไซนา) อ่างปลา
piscine, *n.* (พิสไซนฺ) สระอาบน้ำ
piss, *n. v.* (พิส) ถ่ายปัสสาวะ; ฉี่
pist, *n.* (พิสทฺ) รอยเท้าม้า
pistachio, *n.* (พิสทาชิโอ) ผลไม้ชนิดหนึ่งมันๆ
pistol, *n.* (พิสทัล) ปืนพก
piston, *n.* (พิสทัน) ลูกสูบ
pit, *n.* (พิท) บ่อ; ขุมนรก; บ่อน; ที่นั่งในโรงละครแถวหลัง
pitapat, *adv.* (พิท อะแพท) ตุมๆ ต้อมๆ
pitch, *v.* (พิทชฺ) ตั้งค่ายลง; *n.* ระดับเสียง; น้ำมันดิน
pitch-dark, *a.* (-ดาค) มืดตื๋อ
pitcher, *n.* (พิทเชอ) เหยือกน้ำ; คนโท
pitchfork, *n.* (พิชฟอค) ซ่อมเสียง; คราดหญ้าฟาง
piteous, *a.* (พิท ชัส) น่าทุเรศ
pitfall, *n.* (พิท ฟอล) หลุม
pith, *n.* (พิธ) แก่นกลาง
pitiable, *a.* (พิททิอาเบิล) น่าสงสาร; ทุเรศ
pitier, *n.* (พิททิเออ) ผู้สมเพช
pitiful, *a.* (พิททิฟูล) น่าสมเพช
pitiless, *a.* (พิททิเล็ส) ไม่น่าสงสาร; ทุเรศ
pittance, *n.* (พิททันซฺ) เงินอุดหนุนเล็กน้อย
pitted, *a.* (พิทเท็ด) เป็นรอยฝีดาษ
pity, *n. v.* (พิทที่) สงสาร
  what a pity ! น่าเสียดาย
pivot, *n.* (พิบวัท) หลักสำหรับตั้งจักรหมุนได้; *v.* หมุนบนแกน
pixy, pixie, *n.* (พิคซี่) ผีพรายตัวเล็กๆ
placard, *n.* (แพลค คาด) กระดานป้าย; *v.* ปิดประกาศ
placate, *v.* (พลาเคท) ทำให้ใจสงบลงได้
place, *n.* (เพลซ) ที่; ตำแหน่งแห่งหน; *v.* วาง
  give place, ขยับที่ให้
  take place, มีขึ้น
  in the first place, ข้อแรกทีเดียว
  in place of, แทน
placenta, *n.* (พลาเซ็นทา) รก (ในครรภ์)
placid, *a.* (แพลส ซิด) เงียบสงบ

P

plagiarise, *v.* (แพลด จิอะไรซฺ) ขโมยบทความของเขาพิมพ์

plague, *n.* (เพลก) กาฬโรค

plaice, *n.* (เพลซ) ปลาลิ้นหมาชนิดหนึ่ง

plain, *a.* (เพลน) อย่างเรียบ ๆ; ง่าย ๆ; ไม่มีดอก (ลวดลาย); ราบ; เป็นที่เห็นจะแจ้ง; ตรงไปตรงมา; *n.* ที่ราบ

plainness, *n.* (เพลน เน็ส) ความราบ; ความเรียบ ๆ; ความตรงไปตรงมา

plain-sailing, *n.* ความไม่มีอะไรยอกย้อน

plain-speaking, *n.* (เพลนสปีคคิ่ง) การพูดกันอย่างตรงไปตรงมา

plaintiff, *n.* (เพลน ทิฟ) โจทย์

plaintive, *a.* (เพลน ทิฟวฺ) อย่างโอดครวญ

plait, *n.* (แพลท) รอยพับ; การถัก

plan, *n.* (แพลน) โครงการ; แผนการณ์; ผัง

plan, *v.* (แพลน) กะโครงการ; เขียนรูป; ออกแบบ

plane, *a.* (เพลน) ราบ; *n.* พื้นที่ราบ; กบ (ไสไม้); *v.* ไสกบ

planet, *n.* (แพลนเน็ท) ดาวนพเคราะห์

planetarium, *n.* (แพลนเน็ทแทเรียม) หอดูดาว; ท้องฟ้าจำลอง

planetary, *a.* (แพลน เน็ททารี่) แห่งดาวนพเคราะห์

planetoid, *n.* (แพลน เน็ททอยดฺ) ดาวดวงเล็ก

plank, *n.* (แพลงคฺ) ไม้กระดาน; *v.* ปูกระดาน

planless, *a.* (แพลน เล็ส) ไม่มีจุดมุ่งหมาย

planner, *n.* (แพลน เนอ) ผู้วางโครงการณ์

plant, *n.* (พลานทฺ) ต้นไม้เล็ก ๆ; *v.* ปลูกลง; ฝังลง; วางลง

plantable, *a.* (พลานทาเบิล) ปลูกได้

plantain, *n.* (แพลน เทน) ต้นไม้ชนิดหนึ่ง; (ลาวเรียก เอ็นยืด); ต้นกล้วยชนิดหนึ่ง

plantation, *n.* (พลานเทชั่น) การทำไร่; ไร่

planter, *n.* (พลานเทอ) ผู้ปลูก

planting, *n.* (พลานทิ่ง) การปลูก

plaque, *n.* (พลัค) แผ่นป้าย

plaster, *n.* (พลาส เทอ) ปูนหล่อรูป; ผ้ายางปิดแผล

plastic, *a.* (แพลสทิค) ซึ่งปั้นเป็นรูปขึ้น; ปลาสติค

plastic surgery, การเสริมสวยด้วยการผ่าตัด

plasticine, *n.* (แพลสทิซีน) ดินน้ำมัน

plate, *n.* (เพลท) แผ่น; จาน; แม่พิมพ์; *v.* ชุบ

photographic plate, กระจกถ่ายรูป

plateau, *n.* (แพ็ลท โท) ที่ราบสูง

platform, *n.* (แพลทฟอม) ชานชาลา

plating, *n.* (เพลททิ่ง) การชุบ

platinum, *n.* (แพลท ทินัม) ทองคำขาว

platitude, *n.* (แพลท ทิจิวดฺ) การพูดจาอันเลวทรามของบุคคลชั้นต่ำ

platonic, *a.* (พลาทอนนิค) รักกันในทางน้ำใจ (ไม่ใช่ทางสวาท)

platoon, *n.* (พลาทูน) หมวด (ทหาร)

plausible, *a.* (พลอซ ซิเบิล) มีเค้าความจริง

play 295 plot

play, *v.* (เพล) เล่น; หยอกเล่น; *n.* การเล่น; บทละคร
playboy, *n.* (-บอย) ผู้แสวงหาแต่ความสนุก
player, *n.* (เพล เออ) ผู้เล่น
playfellow, *n.* (-เฟ็ลโล) เพื่อนเล่น
playful, *a.* (เพลฟูล) ขี้เล่น
playground, *n.* (เพล กราวนฺด) ที่วิ่งเล่น; สนามวิ่งเล่น
playhouse, *n.* (เพลฮาวซฺ) โรงละคร
playing-card, *n.* (เพล อิ้งคาด) ไพ่
playmate, *n.* (เพลเมท) เพื่อนเล่น
play-pen, *n.* (เพลเพน) คอกสำหรับเด็ก
play-room, *n.* (เพลรูม) ห้องเล่น
playsome, *a.* (เพลซัม) ขี้เล่น
plaything, *n.* (เพล ธิง) เครื่องเล่น
playtime, *n.* (เพลไทม) เวลาเล่น
playwright, *n.* (เพล ไรทฺ) ผู้แต่งบทละคร
play-writer, *n.* (เพลไร เทอ) ผู้แต่งบทละคร
plea, *n.* (พลี) ข้อคดี; ข้ออ้าง
plead, *v.* (พลีด) สู้คดี; ต่อสู้; แก้คดี
pleader, *n.* (พลีดเด้อ) ทนายแก้ความ
pleading, *n.* (พลีดดิ้ง) การแถลงของทนาย
pleasant, *a.* (เพล็ส ซันทฺ) สนุกสบาย; ชวนชื่น
pleasantness, *n.* (เพล็ส ซันทฺเน็ส) ความสนุกสบาย; น่าชื่นชม
please, *v.* (พลีซ) โปรด; ทำให้ชอบใจ
pleased, *a.* (พลีซดฺ) ยินดี
pleasing, *a.* (พลีซซิ่ง) เป็นที่น่ายินดี
pleasurable, *a.* (เพล็ส ชัวราเบิล) สนุก; น่าชื่นชม
pleasure, *n.* (เพล็ชเชอ) ความสนุก; ความยินดี
pleasure-boat, *n.* (-โบท) เรือเที่ยว
pleasureless, *a.* (เพล็ส เชอเล็ส) หมดสนุก
pleat, *n.* (พลีท) รอยจีบ; *v.* จีบ
plebeian, *a.* (พลีบีอัน) แห่งบุคคลชั้นต่ำ
plebiscite, *n.* (เพล็บ บิไซทฺ) การออกเสียงลงคะแนนของราษฎรทั้งหมด
pledge, *n.* (เพล็ดจ) คำมั่นสัญญา; *v.* ให้สัญญา; จำนำ
pledger, *n.* (เพล็ด เจอ) ผู้ให้สัญญาไว้
plenary, *a.* (พลีนนารี่) เต็ม
plenipotentiary, *a. n.* (เพล็นนิโพเทนชะรี่) ผู้ได้รับมอบหมายอำนาจอย่างเด็ดขาด (ราชทูต)
plenish, *v.* (เพล็นนิช) ใส่เพิ่มเติม
plentiful, *a.* (เพล็นทิฟุล) อุดมสมบูรณ์
plenty, *a. n.* (เพล็นที่) มากมายหลายหลาก; อุดมสมบูรณ์
plenum, *n.* (พลีนัม) ที่ซึ่งเต็ม
pliable, *a.* (ไพลอาเบิล) ซึ่งดัดงอได้
pliant, *a.* (ไพลอันทฺ) ซึ่งดัดงอได้
plight, *n.* (ไพลทฺ) อาการ; ลักษณะ
plod, *v.* (พลอด) ย่างเหยียบ; สู้งานหนัก
plot, *n.* (พล็อท) ชิ้น; ที่แห่งหนึ่ง; ร่าง; โครงการ; *v.* ร่างโครง; คบคิดกันเพื่อประทุษร้าย

P

plot of ground, แปลงที่ดิน
plotter, *n.* (พล็อท เทอ) ผู้คิดมั่วสุม
plotting, *n.* (พล็อททิ่ง) การส้องสุมคิดร้าย
plough, *n.* (พลาว) คันไถ; *v.* ไถนา
ploughing, *n.* (พลาวอิ้ง) การไถนา
pluck, *v.* (พลัค) เด็ด; เก็บ; ดึง; ถอนขน
plucky, *a.* (พลัคคี่) กล้าจริง
plug, *n.* (พลัก) ลูกเสียบ (สำหรับต่อไฟฟ้า) *v.* เสียบปลั๊ก
plum, *n.* (พลัม) ลูกพุทราฝรั่ง
plumage, *n.* (พลู เม็ดจ) ขนนก
plumb, *n.* (พลัม) ลูกดิ่ง
plumbago, *n.* (พลัมเบโก) แร่ดินสอดำ
plumber, *n.* (พลัมเมอ) ช่างท่อ
plumb-line, *n.* (พลัมไลนฺ) สายดิ่ง
plumbing, *n.* (พลัมมิ่ง) การทำท่อ
plum-cake, *n.* ขนมเคคใส่ลูกเกด
plume, *n.* (พลูม) ขนนก; *v.* ปักขนนก
plumeless, *a.* (พลูมเล็ส) ไม่มีขน
plummet, *n.* (พลัมเม็ท) สายดิ่ง
plump, *a.* (พลัมพฺ) ท้วม; จ้ำม่ำ
plumpness, *n.* (พลัมพฺ เน็ส) ความอ้วนท้วม
plum-pudding, *n.* (พลัมพุดดิ้ง) ขนมพลัมพุดดิ้ง
plumpy, *a.* (พลัมพี่) อ้วนจ้ำม่ำ
plum-tree, *n.* (พลัมทรี) ต้นพุทราฝรั่ง
plunder, *n. v.* (พลันเดอ) ปล้นสะดม
plunderer, *n.* (พลันเดอเรอ) ผู้ปล้น
plunge, *n. v.* (พลันจฺ) โจนลง; ดำลง; จุ่ม
plunger, *n.* (พลันเจ้อ) ผู้ดำ
pluperfect, *n.* (พลูเพอ เฟ็คทฺ) อดีตกลางอย่างสมบูรณ์
plural, *n.* (พลูรัล) พหูพจน์; หลาย
plus, *adv.* (พลัส) บวก
plus-fours, *n. pl.* กางเกงรัดใต้หัวเข่า
Pluto, *n.* (พลูโท) ยมบาลฝรั่ง
plutocracy, *n.* (พลท็อคคราซี่) ระบบการปกครองโดยผู้มั่งมี
plutocrat, *n.* (พลูโทแครท) ผู้มั่งคั่ง
pluvial, *a.* (พลูวิอัล) ซึ่งมีฝนตกพรำ ๆ
ply, *v.* (ไพล) โอนเอียงไปตาม; ยอมตาม; ง่วนกับงาน; หมั่นทำงาน; วิ่งไปมา
plywood, *n.* (พลายวูด) ไม้อัด
p.m. = post meridiem, ล.ท.
pneumatic, *a.* (นิวแมททิค) อัดลม (เช่นยางล้อ)
pneumonia, *n.* (นิวโมเนีย) โรคปอดบวม
poach, *v.* (โพช) แทง; โจมแทง; ขโมยล่าสัตว์; ตีไข่ต้ม
poacher, *n.* (โพช เชอ) ผู้เข้ามาขโมยล่าสัตว์ในสวนหวงห้าม
poaching, *n.* (โพช ชิง) การล่าสัตว์ในสวนหวงห้าม
pochard, *n.* (พ็อคขาด) เป็ดป่า
pock, *n.* (พ็อค) ฝี
pocket, *n.* (พ็อคเก็ท) กระเป๋า; *v.* เอาใส่กระเป๋า
pocket-book, *n.* (-บุ๊ค) สมุดฉบับกระเป๋า; สมุดพก
pocket-edition, *n.* (-เอดิชั่น) หนังสือชนิดใส่กระเป๋าได้
pocketful, *n.* (-ฟูล) กระเป๋าหนึ่งเต็ม ๆ

pocket-handkerchief, *n.* (-แฮง-เคอชิฟ) ผ้าเช็ดหน้า

pocket-knife, n. (-ไนฟฺ) มีดพับ

pocket-money, *n.* (-มัน นี่) เงินประจำกระเป๋า; ค่าใช้สอยส่วนตัว

pockmark, *n.* (พ็อค มาค) รอยเป็นฝี

pocky, *a.* (พ็อคคี่) เป็นฝีเต็ม

P.O.D.- ชำระเงินปลายทาง **(payment on delivery)**

pod, *n.* (พ็อด) ฝัก

podgy, *a.* (พอด จี้) อ้วนเตี้ย

poem, *n.* (โพเอ็ม) โคลง

poet, *n.* (โพเอ็ท) จินตกวี

poet laureate, (โพเอ็ท โลรีเอท) รัตนจินตกวี

poetess, *n.* (โพเอ็ทเทส) จินตกวีสตรี

poetical, *a.* (โพเอ็ท ทิคัล) ซึ่งเป็นบทกลอน; แห่งบทกลอน

poetry, *n.* (โพ เอ็ททรี่) คำโคลง

point, *n.* (พอยนฺทฺ) ทิศ; จุด; จุดประสงค์; ปลายแหลม; *v.* เหลาให้แหลม; ชี้

point-blank, *adv.* (-แบลงคฺ) อย่างตรงไปตรงมา; อย่างโต้งๆ

pointed, *a.* (พอยนฺเท็ด) แหลม

pointer, *n.* (พอยนฺ เทอ) เครื่องชี้; เข็ม

pointless, *a.* (พอยนฺทฺ เล็ส) ไม่มีปลายแหลม; ไร้ความหมาย

poise, *n.* (พอยซ) การทรงตัว; น้ำหนัก; *v.* ถ่วงอยู่; ชั่งดู

poison, *n.* (พอยเซิน) ยาพิษ; *v.* ใส่ยาพิษ; เป็นพิษ

poisoner, *n.* (พอยเซินเน่อ) ผู้วางยาพิษ

poisoning, *n.* (พอยเซินนิ่ง) ความเป็นพิษ; การวางยาพิษ

poisonous, *a.* (พอยเซินนัส) มีพิษ

poke, *v.* (โพค) แยง; คลำดู

poker, *n.* (โพคเคอ) ไพ่โปคเก้อรฺ

poker-faced, *a.* ตีหน้าตาเฉย

polar, *a.* (โพล่า) แห่งขั้วโลก

polar bear, หมีขาวอยู่แถบขั้วโลก

pole, *n.* (โพล) ขั้วโลก; ไม้ยาว; หลัก;

Pole, *n.* ชาวโปแลนด์

pole-axe, *n.* ขวานด้ามยาว

pole-jump, *n.* การกระโดดสูงโดยใช้ไม้ถ่อ

polemics, *n.* (โพเลมิคซฺ) การโจมตีกันทางหนังสือ

pole-star, *n.* (โพลสทารฺ) ดาวเหนือ

police, *n.* (โพลิส) ตำรวจ; *v.* เฝ้าดูแลความเป็นระเบียบเรียบร้อย

police-constable, *n.* (-คันสฺ ทาเบิล) พลตำรวจ

policeman, *n.* (โพลีสแม็น) พลตำรวจ

police office, *n.* (โพลิส อ็อฟฟิซ) ที่ทำการตำรวจ

police officer, *n.* (-ออฟ ฟิสเซอ) นายตำรวจ

police station, *n.* (โพลิสสเทชั่น) สถานีตำรวจ

policy, *n.* (พ็อลลิซี่) นโยบาย

poliomyelitis, *n.* โพลิโอ (โรค)

Polish, *a.* (โพลิช) แห่งโปแลนด์

polish, *v.* (พ็อลลิช) ขัดมัน; *n.* ความเกลี้ยง

P

polished, *a* (พ็อลลิชดฺ) เป็นมัน; เกลี้ยงเกลา
polisher, *n.* (พ็อล ลิชเชอ) ผู้ขัดมัน
polishing, *n.* (พ็อลลิชชิ่ง) การขัดมัน
polite, *a.* (โพไลทฺ) สุภาพ
politely, *adv.* (โพไลทฺ ลี่) อย่างสุภาพ
politeness, *n.* (โพไลทฺเน็ส) ความสุภาพ
politic, political, *a.* (พ็อลลิทิค; โพลิทิ-คัล) แห่งการเมือง
political economy, เศรษฐกิจการเมือง
politician, *n.* (พ็อลลิทิเชี่ยน) นักการเมือง
politics, *n.* (พ็อลลิทิคซฺ) การเมือง; รัฐประศาสโนบาย; เล่ห์เหลี่ยม
poll, *n.* (พ็อล) หัว; รายตัว; รายชื่อผู้ออกเสียง
polling-booth, *n.* (โพลลิ่งบูธ) ที่ลงคะแนนเสียง
poll-tax, *n.* (-แทคซฺ) ภาษีรัชชูปการ
pollute, *v.* (พอลลีวทฺ) กระทำให้ขุ่นมัว, สกปรก, หรือ เสียไป
pollution, *n.* (พอลลีวชั่น) การเสียของอากาศหรือน้ำ
polo, *n.* (โพโล) การตีคลี
poltroon, *n.* (พอลทรูน) คนขี้ขลาดตาขาว
poltroonery, *n.* (พอลทรูน เนอรี่) ความขี้ขลาด
polyandry, *n.* (พอลลิแอน ดรี้) ลัทธิที่เมียมีผัวร่วมกันหลายคน (ในธิเบต)
polygamous, *a.* ซึ่งมีเมียมาก
polygamy, *n.* (พอลลิกกามี่) การมีเมียมาก
polyglot, *n.* (พอลลิกล็อท) ผู้พูดหลายภาษา
polygon, *n.* (พ็อล ลิกอน) รูปหลายเหลี่ยม
polygonatum, *n.* (พ็อล ลิโกเนทัม) ต้นไม้มีดอกสีขาวห้อยเป็นแถวจากใบ
Polynesia, *n.* (พอลลีนีเชีย) หมู่เกาะทะเลใต้
polysyllable, *n.* (พอลลิซิลาเบิล) คำหลายพยางค์
pomade, *n.* (พอมเมด) น้ำมันใส่ผม
pomegranate, *n.* (พ็อม แกรนเน็ท) ต้น, ผลทับทิม
pomelo, *n.* (พ็อมเม็ลโล) ส้มโอ
pommel, *n.* (พัมเม็ล) มือดาบ
pomp, *n.* (พ็อมพฺ) พิธีรีตอง
pompous, *a.* (พ็อม พัส) โออ่า
pond, *n.* (พ็อนดฺ) สระน้ำ
ponder, *v.* (พ็อน เดอ) ชั่งดู; ตรึกตรองดู
ponderous, *a.* (พ็อนเดอรัส) มีน้ำหนักมาก
pontiff, *n.* (พอน ทิฟ) สังฆราช, โป๊ป (สันตปาปา)
pontoon, *n.* (พอน ทูน) ทุ่นลอย
pony, *n.* (โพนี่) ลูกม้า
poodle, *n.* (พูเดิล) สุนัขเลี้ยงตัวเล็ก ๆ ชนิดหนึ่ง
pool, *n.* (พูล) บ่อน้ำ; แอ่งน้ำ; กองกลาง (เล่นไพ่)
poop, *n.* (พูพ) ท้ายเรือ
poor, *a.* (พัว) จน; น่าสงสาร; ชนิดเลว; เต็มที; ไม่สมบูรณ์ (ที่ดิน)
poorhouse, *n.* (พัวฮาวสฺ) โรงอนาถา;

โรงทาน

pop, *v.* (พ็อพ) เสียงดัง; ผลุบหายหัว; ผลุบโผล่มา; *n.* เสียงดัง; เพลงยอดนิยม **(top of the pop)**

pope, *n.* (โพพ) สันตะปาปา

pop-gun, *n.* (พ็อพกัน) ปืนลมสำหรับเด็กเล่น

poplar, *n.* (พ็อพ พล่า) ต้นไม้ชนิดหนึ่ง

poplin, *n.* ผ้าปอปปลิ้น

poppy, *n.* (พ็อพพี่) ดอกฝิ่น

populace, *n.* (พ็อพ พิวเล็ส) ประชาราษฎร; อาณาประชาราษฎร

popular, *a.* (พ็อพ พิวล่า) แห่งราษฎร; กว้างขวาง; เป็นที่รักใคร่แห่งคนทั่วไป

populate, *v.* (พ็อพ พิวเลท) ตั้งบ้านเรือนอยู่; สะสมพลเมือง

population, *n.* (พ็อพพิวเลชั่น) พลเมือง; ประชากร

populous, *a.* (พ็อพพิวลัส) มีพลเมืองมาก

porcelain, *n. a.* (พอส เลน) เครื่องลายคราม

porch, *n.* (พอช) ประตูใหญ่; ทางเข้าเป็นประตู

porcine, *a.* (พอรฺ ไซนฺ) แห่งหมู

porcupine, *n.* (พอรฺ คิวไพนฺ) เม่น

pore, *n.* (พอเออ) ขุมขน; *v.* **pore over:** ตั้งหน้าอ่าน

pork, *n.* (พอค) เนื้อหมู

pork-butcher, *n.* (-บุทเชอ) คนฆ่าหมู; คนขายหมู

porkling, *n.* (พอคลิ่ง) ลูกหมู

pork-pie, *n.* (-พาย) พายไส้หมู

pornographic, *a.* (พอรฺโนแกรฟ ฟิค) แห่งหนังสือลามกอนาจาร

pornography, *n.* (พอรฺน็อก กราฟี่) หนังสือลามกอนาจาร

porous, *a.* (พอ รัส) ซุย (เต็มไปด้วยรู)

porpoise, *n.* (พอ พัส) หมูทะเล

porridge, *n.* (พอ ริดจฺ) ข้าวต้มข้าวโอ๊ต

port, *n.* (พอท) ท่าเรือ; ท่างทาง; เหล้าปอด

portable, *a.* (พอท ทาเบิล) ซึ่งหิ้วได้; ถือเอาไปได้

portage, *n.* (พอเทจ) การส่งของ; การถือเอาไป

portal, *n.* (พอทัล) ประตูใหญ่

portative, *a.* (พอ ทาทิฟวฺ) สำหรับหิ้ว

port deck, *n.* (พอทเด็ค) กราบซ้าย

portend, *n.* (พอรฺเท็นดฺ) เป็นลาง

portent, *n.* (พอ เท็นทฺ) ลาง

portentous, *a.* (พอเท็น ชัส) เป็นลางบอกว่าอันตรายจะมาถึง

porter, *n.* (พอ เทอ) กุลีหาบของ; คนเฝ้าประตู

porterage, *n.* (พอเทอเร็ดจฺ) ค่าหาบหาม

portfolio, *n.* (พอทโฟลีโอ) กระเป๋าใส่แฟ้ม; **minister without portfolio,** รัฐมนตรีลอย

port-hole, *n.* (พอท โฮล) หน้าต่างใต้ท้องเรือ

portion, *v.* (พอชั่น) ส่วน; ชิ้น; *v.* แบ่งออกไป

portly, *a.* (พอทลี่) ท่าทางใหญ่โต, เป็นสง่า

portmanteau, *n.* (พอทแมน โท) กระเป๋าหิ้ว; ถุงย่าม

portrait, *n.* (พอเทรท) ภาพถ่าย; ภาพคน

portray, *v.* (พอเทร)จำลอง; วาดภาพให้เหมือน

portrayal, *n.* (พอเทรยัล) การวาดรูป

portress, *n.* (พอ เทร็ส) หญิงเฝ้าประตู

Portugal, *n.* (พอ จิวกัล) ประเทศโปรตุเกส

Portuguese, *n.* (พอจิวกีซ) ชาวโปรตุเกส

port-wine, *n.* (พอท ไวนฺ) เหล้าปอตไวนฺ

pose, *v.* (โพซ) ตั้ง (คำถาม); วางท่า; นั่งให้วาด; ท่าทาง

position, *n.* (โพซีชั่น) ที่; สถานที่; ตำแหน่ง; ธานะ

positive, *a.* (พ็อส ซิทิฟว) อย่างตระหนักแน่; แห่งทางบวก

positiveness, *n.* (-เนิส) ความถ่องแท้แน่นอน

possess, *v.* (โพเซ็ส) ครอบครอง; มี

possessed, *a.* (โพเซ็สทฺ) ผีเข้า; บ้าคลั่ง

possession, *n.* (โพเซ็สชั่น) การครอบครอง; ทรัพย์สมบัติในความครอบครอง; ดินแดน

possessive, *a.* (โพเซ็ส ซิฟวฺ) ซึ่งแสดงว่าปีนเจ้าของ; *n.* สัมพันธการก

possessor, *n.* (โพเซ็ส เซ่อ) เจ้าของ; ผู้ครอง

possibility, *n.* (พ็อสซิบิล ลิที่) ความซึ่งอาจจะเป็นไปได้

possible, *a.* (พ็อส ซิเบิล) ซึ่งอาจจะเป็นไปได้; เท่าที่จะสามารถ

as soon as possible, เร็วที่สุดที่จะเร็วได้

possibly, *adv.* (พ็อส ซิบลี่) อาจเป็นไปได้

post, *n.* (โพสทฺ) เสา; ตำแหน่ง; หน้าที่; สถานที่; ด่าน; สถานนี; ที่ทำการไปรษณีย์; ข่าว *v.* วางไว้; ประจำ; วางยาม; ส่งไปทางไปรษณีย์; เอาไปวางตามที่ต่าง ๆ

post-, ซึ่งตามมาภายหลัง

postage, *n.* (โพสเท็ดจฺ) ค่าไปรษณีย์; การไปรษณีย์

postage stamp, *n.* (-สแทมพฺ) ดวงตราไปรษณีย์

postal, *a.* (โพส ทัล) แห่งการไปรษณีย์

postal-order, *n.* ธนาณัติ

post-bag, *n.* (โพสทฺแบ๊ก) ถุงเมล์

postcard, *n.* (โพสทฺ คาด) ไปรษณีย์บัตร

post-date, *v.* (โพสทฺ เดท) ใส่วันที่ไว้ล่วงหน้า

poster, *n.* (โพสเทอ) ประกาศแจ้งความ

poste restante, *a.* (โพสทฺ-เร็ส ทันทฺ) มารับเองที่ไปรษณีย์

posterior, *a.* (พอสทีเรีย) ตามมาทีหลัง

posterity, *n.* (พอส เทริที่) ผู้อยู่ภายหลัง; คนชั้นหลัง ๆ

postern, *n.* (โพสเทอน) ประตูหลัง

post-free, *a.* (โพสทฺ ฟรี) ไม่ต้องเสียค่าไปรษณีย์

post-graduate, *a.* (โพสทฺแกร็ดดูเอท) เมื่อได้รับปริญญาแรกแล้ว

post-haste, *n.* การเดินทางอย่างรีบเร่ง

post-holder, *n.* (โพสทฺ โฮลเด้อ) ผู้

ครองตำแหน่ง; เจ้าหน้าที่ในทางราชการ

post-horse, *n.* ม้าสำหรับเช่าเดินทาง

posthumous, *a.* (พอสทิวมัส) พิมพ์ขึ้นเมื่อตายแล้ว

postilion, postillion, *n.* (โพสทิลเลี่ยน) คนขับรถม้าเมล์; คนส่งข่าวด่วน

postman, *n.* (โพสทฺ แม็น) บุรุษไปรษณีย์

postmark, *n.* (โพสทฺ มาค) รอยปะทับตรา

postmaster, *n.* (โพสทฺ มาสเทอ) นายไปรษณีย์

Postmaster-general, *n.* (-เจ็นเนอรัล) อธิบดีกรมไปรษณีย์

postmeridian, *a.* (-เมริเดียน) หลังเที่ยง

post-mortem, *a.* (-มอเท็ม) แห่งการชันสูตรพลิกศพ

post-natal, *a.* (โพสทฺ นาทาล) หลังจากคลอด

post-office, *n.* (โพสทฺ อ็อฟฟิส) ที่ทำการไปรษณีย์

General Post Office, *n.* ที่ทำการไปรษณีย์กลาง

postpone, *v.* (โพสทฺโพน) ผลัดไป; เลื่อนไป

postcript, *n.* (โพสทฺ สคริพทฺ) ป.ล.

postulant, *n.* (พ็อส จิวลันทฺ) ผู้ขอร้อง

postulate, *v. n.* (พ็อส จิวเลท) ขอร้อง

posture, *n.* (พ็อส เจียวรฺ) ท่าทาง

pot, *n.* (พ็อท) หม้อ; ไห; เบ้า

potato, *n.* (โพเทโท) มันฝรั่ง

pot-bellied, *a.* (พ็อท เบ็ลลีดฺ) ลงพุง

potent, *a.* (โพเท็นทฺ) มีอำนาจ

potential, *a.* (โพเท็นชัล) ศักยภาพ

potion, *n.* (โพชั่น) ยาน้ำ

pot-luck, *n.* (พอทลัค) โชคดีได้ข้าวกิน

potter, *n.* (พ็อทเทอ) ช่างปั้นหม้อไห

pottery, *n.* (พ็อทเทอรี่) เครื่องปั้น; การปั้น

poulterer, *n.* (โพลเทอเรอ) คนขายเป็ดไก่

poultice, *n.* (โพล ทิซ) ยาพอก

poultry, *n.* (โพลทริ) เป็ดไก่

pounce, *v.* (พาวนฺซฺ) โจนเข้าใส่; ทุบตี; เฉี่ยว; เอาฝุ่นประ ๆ

pound, *n.* (พาวนฺดฺ) ปอนด์; *v.* ทุบ; บด; โขลก

pound-foolish, *a.* (-ฟูล ลิช) ตระหนี่รอดตาช้าง

pour, *v.* (พอเออ) เท; เทลงมา; สาดลงมา; ชง; ไหลเทลงมา; หลั่งไหล

pout, *v.* (เพาทฺ) จีบปาก

poverty, *n.* (พาฟเวอที่) ความจน

poverty-stricken, *a.* (-สทริคเคินขัดสน

powder, *n.* (พาวเดอ) แป้ง; ผง; ฝุ่น; ดินปืน; *v.* บดเป็นผง; ผัดหน้า

powder-magazine, *n.* (-แม กาซีน) คลังดินปืน

powder-puff, *n.* ผ้าประแป้งหน้า

powdery, *a.* (พาวเดอรี่) เป็นแป้ง; ฝุ่น

power, *n.* (พาว เว่อ) กำลัง; อำนาจ; ภูวะ

by the powers ! พับผ่าซิ!

The Great Power, มหาอำนาจ; มหาประเทศ; มหาภูวะ

P

military power, กำลังทัพบก
naval power, มหาอำนาจทางทะเล
come into power, มีอำนาจขึ้น
powerful, *a.* (พาวเว่อฟูล) มีอำนาจมาก
powerless, *a.* (พาวเว่อเลิส) ไม่มีอำนาจ
power-station, *n.* (-สเทชั่น) โรงไฟฟ้า
pox, *n.* (พ็อคซฺ) ฝีดาษ
practicable, *a.* (แพรค ทิคาเบิล) ซึ่งปฏิบัติได้
practical, *a.* (แพรค ทิคัล) แห่งภาคปฏิบัติ; ใช้ได้จริงๆ
practice, *n.* (แพรคทิส) การฝึกหัด; ภาคปฏิบัติ; การกระทำงาน
practice makes perfect, การฝึกฝนทำให้ชำนาญ
practise, *v.* (แพรคทิส) ฝึกหัด; ฝึกหัดงาน; กระทำงาน
practiser, *n.* (แพรค ทิสเซอ) ผู้ฝึกหัด
practitioner, *n.* (แพรคทิชันเนอ) ผู้ใช้วิชาชีพ
pragmatic, *a.* (แพรกแมท ทิค) เอาผลประโยชน์ของรัฐบาลเป็นที่ตั้ง
prairie, *n.* (แพร ริ) ทุ่งหญ้า
praise, *n. v.* (เพรซฺ) ยกย่อง; สรรเสริญ; ชมเชย
praiser, *n.* (เพรซ เซอ) ผู้ชมเชย
praiseworthy, *a.* (เพรซ เวอธธี่) ซึ่งสมควรยกย่องสรรเสริญ
praline, *n.* (พราลีน) ถั่วชุบน้ำตาล
pram, *n.* (แพรม) รถเข็นเด็ก
prance, *v.* (พรานซฺ) ยกขาคู่หน้าขึ้น; (ยอ); ขับขี่วกเวียนไปมา
prandial, *a.* (แพรน เดียล) แห่งการเลี้ยงอาหาร
prank, *n.* (แพรงคฺ) ตลกโปกฮา
prate, *v.* (เพรท) พูดพลอด
prater, *n.* (เพรท เทอ) คนช่างพูด
prating, *n.* (เพรท ทิ่ง) การพูดพลอด
prattle, *v.* (แพรท เทิล) พูดมาก
prawn, *n.* (พรอน) กุ้ง
pray, *v.* (เพร) อ้อนวอน; สวดมนต์; โปรด
prayer, *n.* (แพรเย่อ) คำอ้อนวอน; การสวดมนต์
prayer-book, *n.* (-บุค) หนังสือสวดมนต์
praying, *n.* (เพรอิ้ง) การสวดมนต์; การอ้อนวอน
pre- คำนี้เติมหน้าคำใด ทำให้คำนั้นมีความหมายเพิ่มว่า : "ก่อน; ข้างหน้า"
preach, *v.* (พรีช) สั่งสอน; เทศน์
preacher, *n.* (พรีชเช่อ) ผู้สั่งสอน; ผู้เทศน์
preaching, *n.* (พรีช ชิ่ง) การสั่งสอน; การเทศน์
preamble, *n.* (พรี แอมเบิล) อารัมภบท
prearrange, *v.* (พรี อาเรนจฺ) จัดไว้ล่วงหน้า
precarious, *a.* (พรี แค เรียซฺ) แล้วแต่อารมณ์ของคนอื่น ไม่มีอะไรแน่
precaution, *n.* (พรีคอชั่น) ความระมัดระวัง; *v.* เตือนไว้
precautionary, *a.* (พรีคอชันนารี่) เป็นการระมัดระวัง; เป็นการเตือนไว้
precede, *v.* (พรีซีด) ล่วงหน้ามาก่อน; อยู่หน้า

precedence, *n.* (เพร็ส ซีเด็นซฺ) การมีมาก่อน; อยู่หน้า; กรณี; ตัวอย่าง

precedent, *a.* (เพร็ส ซีเด็นทฺ) ซึ่งอยู่ข้างหน้า

preceding, *a.* (พรีซีดดิ้ง) ซึ่งนำหน้า; อันก่อน

precept, *n.* (พรี เซ็พทฺ) คำสั่งสอน; กฎ; คำสั่ง; แบบแผน; ศีล

preceptor, *n.* (พรีเซ็พเทอ) ครู; ผู้ปกครองศิษย์; ผู้สั่งสอน

precinct, *n.* (พรี ซิงคฺทฺ) เขต; บริเวณ; เขตสถานีตำรวจ

in the precinct of, ในเขตใกล้เคียง

precious, *a.* (เพร็ชชัส) มีค่ามาก

precipice, *n.* (เพร็ส ซิพิส) เงื้อมผา

precipitate, *v.* (พรีซิพ พิเทท) เผ่นเข้าใส่; เร่งรัด; พรวดพราดรีบไป

precipitation, *n.* (พรีซิพิเทชั่น) ความรีบเร่งอย่างเหลือเกิน

precipitous, *a.* (พรีซิพ พิทัส) สูงชัน; รีบร้อนเหลือ

precis, *n.* (เพรซี) ย่อความ

precise, *a.* (พรีไซสฺ) แน่นอนลงไป

preciseness, *n.* (พรีไซสฺ เน็ส) ความแน่นอนลงไป

precision, *n.* (พรีซีชั่น) ความแน่นอน

precisive, *a.* (พรีไซ ซิฟวฺ) แน่นอนลงไป

preclude, *v.* (พรีคลูด) กันออกนอก

precocious, *a.* (พรีโค ชัส) ซึ่งมีก่อนกำหนดอันควร; แก่แดด

precocity, *n.* (พรีค็อส ซิที่) ความมีก่อนกาล

precursor, *n.* (พรีเคอซเซ่อ) ผู้ทำมาก่อน

predate, *v.* (พรีเดท) ใส่วันที่ไว้ก่อนเวลา

predecessor, *n.* (พรี ดีเซ็สเซอ) ผู้ที่อยู่มาก่อน; บรรพบุรุษ

predestination, *n.* (พรีเดสทิเนชั่น) ลัทธิที่เชื่อว่า ทุกสิ่งทุกอย่างต้องเป็นไปตามพรหมลิขิต

predestinate, *v.* (พลีเดสทิเนท) กำหนดไว้ล่วงหน้าว่าจะต้องเป็นอย่างนั้น

predestine, *v.* (พรีเด็สทิน) คาดการณ์ไว้ล่วงหน้า

predetermine, *v.* (พรีดีเทอมิน) กะไว้ล่วงหน้าแล้ว

predicable, *a.* (พรีดิก คาเบิล) บอกล่วงหน้าได้

predicament, *n.* (พรีคิด คาเม็นทฺ) อาการที่เอาเรื่องอยู่

predicant, *n.* (เพร็ด ดิคันทฺ) ผู้สอนศาสนา

predicate, *v.* (เพร็ดดิเคท) บอกเล่า; *n.* กริยา

predict, *v.* (พรีดิคทฺ) ทำนาย

predictable, *a.* (พรีดิคทาเบิล) ซึ่งทำนายไว้ล่วงหน้า

prediction, *n.* (พรีดิค ชั่น) การทำนายล่วงหน้า

predilection, *n.* (พรีดิเล็คชั่น) การนิยมเข้าข้าง

predispose, *v.* (พรีดิสโพซ) พร้อมที่จะเข้าช่วย

predominance, *n.* (พรีด็อม มินันซฺ) ความเด่นเหนืออยู่

predominant, *a.* (พรีด๊อม มินันทฺ) ซึ่งเด่นเหนือ

predominate, *v.* (พรีด๊อม มิเนท) อยู่ในสภาพเหนือกว่าผู้อื่น

pre-eminent, *a.* (พรีเอ็ม มิเน็นทฺ) เด่นกว่าผู้อื่น

pre-emption, *n.* (พรีเอ็ม ชั่น) สิทธิของพระมหากษัตริย์ที่ซื้อได้ก่อนคนอื่น

preen, *v.* (พรีน) ไซ้ขน

prefabricate, *v.* (พรีแฟบ บริเคท) ทำไว้สำเร็จล่วงหน้า

preface, *n.* (เพรี๊ฟ เฟซ) คำนำ

prefect, *n.* (พรี เฟ็คทฺ) หัวหน้านักเรียน

prefer, *v.* (พรีเฟอ) ชอบมากกว่า

preferable, *a.* (เพรี๊ฟเฟอราเบิล) ดีกว่า

preference, *n.* (เพรี๊ฟ เฟอเร็นซฺ) ความชอบมากกว่า

preferential, *a.* (เพรี๊ฟเฟอรเร็น เชียล) ซึ่งให้สิทธิดีกว่า

prefix, *n.* (พรีฟิคซฺ) อุปสรรค (คำใส่ข้างหน้า); *v.* ใส่เข้าข้างหน้า

pregnable, *a.* (เพร็ก นาเบิล) ตีหักเอาได้ (เมือง)

pregnant, *a.* (เพร็ก นันทฺ) ตั้งครรภ์

prehistoric, **prehistorical**, *a.* (พรีฮิสทอริค; -คัล) ก่อนประวัติกาล

prehistory, *n.* (พรีฮิส ทอรี่) สมัยก่อนประวัติศาสตร์

prejudice, *n.* (เพร็ด จุดิส) ความรังเกียจเดียดฉันท์

prejudicial, *a.* (เพร็ดจิวดิช ชัล) ซึ่งมีความรังเกียจ (ในเรื่องผิว)

prelate, *n.* (พรี เลท) พระผู้ใหญ่

preliminary, *a.* (พรีลิม มินนารี่) เบื้องต้น

prelude, *n.* (เพร ลิวดฺ) ฉากนำเรื่อง; *v.* นำต้นเรื่อง

premature, *a.* (พรี มาชัวรฺ) ก่อนกาลอันควร

premeditate, *v.* (พรีเม็ด ดิเทท) คิดนึกตรึกตรองไว้ก่อน

premeditation, *n.* (พรีเม็ดดิเทชั่น) การคิดนึกไว้ก่อนแล้ว

premier, *n.* (เพรี๊ม เมีย) อัครมหาเสนาบดี; นายกรัฐมนตรี

premiere, *n.* (เพรอมมิแอรฺ) รอบปฐมทัศน์

premises, *n. pl.* (เพรี๊ม มิสซิส) สถานที่ของ

premium, *n.* (พรีเมียม) เงินค่าธรรมเนียม; กำนล; เบื้อเกื้อกูล; เบี้ยประกันภัย

premonition, *n.* (พรี โมนิชชั่น) ลางบอกเหตุล่วงหน้า

pre-natal, *a.* (พรีเนทัล) ก่อนเกิด

preoccupied, *a.* (พรีอ๊อค คิวพายดฺ) มีธุระยุ่งอยู่แล้ว

preoccupy, *v.* (พรีอ๊อค คิวพาย) มีเรื่องด้วยอยู่ก่อนแล้ว; เข้าครอบงำอยู่ก่อน

preordain, *v.* (พรีออเดน) กำหนดไว้ล่วงหน้าอยู่แล้ว

prep, *n.* (เพร็พ) ชั่วโมง; เตรียมการบ้าน

prepaid, *a.* (พรีเพด) ชำระล่วงหน้าแล้ว

preparative, *a.* (พรีแพ ราทิฟวฺ) ซึ่งเป็น

การตระเตรียม

preparator, *n.* (พรีพาเรเทอ) ผู้ตระเตรียม

preparatory, *a.* (พรีแพราเทอรี่) ขั้นต้น; ซึ่งเป็นการเตรียม

prepare, *v.* (พรีแพ) จัดแจง; ตระเตรียม

prepay, *v.* (พรีเพ) ชำระเงินล่วงหน้า

preposition, *n.* (เพร็พโพซิชั่น) บุรพบท

preposterous, *a.* (พรีพอส เทอรัส) เหลือชื่อ

prerogative, *n.* (พรีร็อก กาทิฟวฺ) อำนาจ; อภิสิทธิ; สิทธิ

presage, *n.* (เพร็ส เซดจ) เครื่องลาง; ความรู้สึกสังหรณ์ในใจ

presage, *v.* (เพร็ส เซดจฺ) ทำนาย; พยากรณ์

Presbyterian, *a.* (เพร็สไบทีเรี่ยน) แห่งคณะคริศตนิกายหนึ่ง

prescribe, *v.* (พรีสไครบฺ) กำหนดให้; เขียนใบสั่งยา

prescription, *n.* (พรีสคริพชั่น) การกำหนดให้; คำสั่งยา; อายุความ

presence, *n.* (เพร็ส เซ็นซฺ) ปัจจุบันกาล; การมา (อยู่ที่นั่น)

in presence of, อยู่ต่อหน้า

presence of mind, ความไม่ลืมตัว

present, *a.* (เพร็สเซ็นทฺ) ซึ่งอยู่ที่นั่น; ปัจจุบัน; ณ บัดนั้น; *n.* ของให้

at present, ในขณะนี้

for the present, สำหรับในเวลานี้

present, *v.* (พรีเซ็นทฺ) ให้; แนะนำให้รู้จัก; แสดง; ยื่น; เสนอ

present arms, วันทยาวุธ

presentation, *n.* (พรีเซ็นเทชั่น) การแนะนำให้รู้จัก; การยื่น; การให้

presentiment, *n.* (พรีเซ็น ทิเม็นทฺ) ความรู้สึกเฉลียวใจ

presently, *adv.* (เพร็ส เซ็นทฺลี่) ณ.บัดนี้; ทันที

preservation, *n.* (เพร็สเซอเวชั่น) การเก็บรักษาไว้; การอนุรักษ์

preservative, *a.* (พรีเซอ เวทิฟวฺ) ซึ่งรักษา; *n.* เครื่องป้องกัน

preserve, *v.* (พรีเซฟอวฺ) สงวน; เก็บรักษาไว้; ป้องกัน; ใส่กระป๋อง (เครื่องกระป๋อง)

preserver, *n.* (พรีเซอเวอ) เครื่องผู้รักษา

preside, *v.* (พรีไซดฺ) อยู่เป็นประธานในที่ประชุม

presiding officer, ผู้เป็นประธาน

presidency, *n.* (เพร็ส ซิเด็นซี่) ตำแหน่งประธาน

persident, *n.* (เพร็ส ซิเด็นทฺ) ประธาน; ประธานาธิบดี

presidential, *a.* (เพร็สซิเด็นเชียล) แห่งประธาน หรือประธานาธิบดี

press, *v.* (เพร็ส) กด; คั้น; บีบ; อัด; เบียด; กระตือรือร้น

press for, *v.* (-ฟอ) เร่งรัด

press, *n.* (เพร็ส) การกด, บีบ; คณะหนังสือพิมพ์; เครื่องอัดกอปปี้

pressing, *a.* (เพร็ส ซิ่ง) รีบร้อน

pressure, *n.* (เพร็ช เช่อ) ความกด; ความเร่งร้อน

pressurise, *v.* (เพร็ชเชอไรซฺ) รักษา

P

ความกดดันของอากาศในเครื่องบินให้คงเดิม
prestige, *n.* (เพร็ส ทีดชฺ) อำนาจ; ความศักดิ์สิทธิ์; ความเชื่อถือ
presume, *v.* (พรีซิวมฺ) คาดคะเน; นึกเอา
presumption, *n.* (พรีซันชั่น) ความทะลึ่งอวดดี
presumptive, *a.* (พรีซัมทิฟ) ซึ่งเป็นที่เข้าใจกัน
presumptuous, *a.* (พรีซัม ชูอัส) ทะลึ่ง
presuppose, *v.* (พรีซัพ โพซ) นึกเอา; กะเอา
pretence, *n.* (พรีเท็นซฺ) การแกล้งทำ
pretend, *v.* (พรีเท็นดฺ) แสร้งทำ; แกล้งกล่าวอ้าง
pretender, *n.* (พรีเท็น เดอ) ผู้แอบอ้าง
preterit, preterite, *a.* (เพร็ท เทอริท) อดีตกาล
pretext, *n.* (พรี เท็คซฺทฺ) ข้ออ้าง
prettify, *v.* (พริท ทิฟาย) ทำให้สวย
prettiness, *n.* (พริท ทิเน็ส) ความสวย
pretty, *a.* (พริท ทิ) สวย; เก๋
I know pretty well, รู้ดีทีเดียว
prevail, *v.* (พรีเวล) กำความมีชัย; มีอยู่ตลอด
prevailing, *a.* (พรีเวลลิ่ง) ซึ่งมีอยู่เสมอ; ซึ่งมีอำนาจเหนือ
prevalence, *n.* (เพร็บ วาเล็นซฺ) ความมีอยู่ทั่ว
prevalent, *a.* (เพร็บ วาเล็นทฺ) ซึ่งมีอยู่ทั่ว
prevaricate, *v.* (พรีแว ริเคท) โกหก, หลีกเลี่ยงความจริง
prevent, *v.* (พรีเว็นทฺ) ป้องกัน; กีดกัน; ขัดขวาง
preventable, *a.* (พรีเว็น ทาเบิล) อันอาจป้องกันไว้ได้
prevention, *n.* (พรีเว็นชั่น) การป้องกัน
prevention is better than cure, กันดีกว่าแก้
preventive, *a.* (พรีเว็น ทิฟวฺ) ซึ่งเป็นการป้องกัน
pre-view, *n.* (พรี วิว) การดูกันล่วงหน้า (ก่อนนำออกแสดง)
previous, *a.* (พรีเวียส) แต่ก่อน; อันก่อน
previously, *adv.* ซึ่งมีมาก่อนแล้ว; แต่ก่อนนี้
prey, *n.* (เพร) เหยื่อ; *v.* ลงกินเหยื่อ
price, *n.* (ไพรซฺ) ราคา; ค่า
fixed price, ราคาขาดตัว
priceless, *a.* (ไพรซฺ เล็ส) อันคำนวณค่าไม่ได้; ไม่มีค่า
price-list, *n.* (ไพรซฺ ลิสทฺ) บัญชีราคาสิ่งของ
prick, *v.* (พริค) ตำ; แทงเอา; รอยตำ; แทงเอง
prick up the ears, หูผึ่ง
prickly, *a.* (พริค ลี่) ซึ่งมีหนามตำ
pride, *n.* (ไพรดฺ) ความพอใจ; ความอิ่มใจ; ความทะนงใจ; ความถือตัว
priest, *n.* (พรีสทฺ) พระ
priestess, *n.* (พรีสเท็ส) นักบวชผู้หญิง
priesthood, *n.* (พรีสทฺ ฮูด) สมณเพศ
priestlike, *a.* (พรีสทฺไลคฺ) เช่นพระ

prig, *n.* (พริก) คนเจ้าระเบียบ
prima donna, *n.* (พรี มา ดอนนา) นักร้องเสียงทองในโรงละคร
primarily, *adv.* (ไพร แมริลี่) แรกที่เดียว
primary, *a.* (ไพร แมรี่) แห่งขั้นแรก; เบื้องต้น; ประถม
primate, *n.* (ไพร เมท) พระผู้ดำรงตำแหน่งสูงสุด
prime, *a. n.* (ไพรมฺ) ยอดเยี่ยม; ยิ่ง
Prime Minister, นายกรัฐมนตรี
primer, *n.* (ไพรเมอ) แบบแรกเรียน; แบบสอนก่อน
primeval, *a.* (ไพรมี วัล) แห่งยุคแรกของโลก
primogeniture, *n.* (พรีโมเจ็น นิเชอ) สิทธิของบุตรหัวปี
primordial, *a.* (ไพรมอรฺ เดียล) แห่งยุคแรกที่เดียว
primrose, *n.* (พริม โรส) ชื่อดอกไม้
primus, *n.* (พรีมุส) พระผู้สูงสุด
prince, *n.* (พรินซฺ) เจ้าชาย
Prince Consort, พระสวามีของพระนาง
princelet, princeling, *n.* (พรินซฺ เล็ท-ลิ่ง) เจ้าชายองค์เล็ก ๆ
princely, *a.* (พรินซฺลี่) เช่นเจ้า
princess, *n.* (พรินเซ็นส) เจ้าหญิง
principal, *a.* (พริน ซิพัล) อันสำคัญ; *n.* ครูใหญ่; หัวหน้า; ต้นทุน; ตัวการ
principality, *n.* (พรินซิแพลลิที่) รัฐของเจ้าผู้ครอง
principally, *adv.* (พริน ซิพัลลี่) โดยมากที่เดียว
principle, *n.* (พริน ซิเพิล) หลัก; หลักการ
print, *v.* (พรินทฺ) พิมพ์; จารึก
out of print, ขาดตลาด (หนังสือ)
printer, *n.* (พริน เทอ) ช่างพิมพ์; ผู้พิมพ์
printing, *n.* (พรินทิ่ง) การพิมพ์
printing machine, *n.* (-มะชีน) เครื่องพิมพ์
printing-office, *n.* (-อ็อฟ ฟิซ) โรงพิมพ์
prior, *a.* (ไพรเออ) อันก่อน; *n.* อธิการวัด
priority, *n.* (ไพรออริที่) สิทธิของผู้มาก่อน
prism, *n.* (พริสซึ่ม) พริซึม (แก้วเหลี่ยม)
prison, *n.* (พริซเซิ่น) คุก
prisoner, *n.* (พริซ เซินเน่อ) นักโทษ; เชลยศึก
prisoner of war, เชลยศึก
pristine, *a.* (พริส ไทนฺ) แห่งระยะแรก
prithee, *i.* (พริธ ธี) ขอเสียเถอะ
private teacher, ครูสอนพิเศษ
privately, *adv.* (ไพร เวทลี่) โดยเฉพาะตัว
privation, *n.* (ไพรเวชั่น) ความขาดแคลน; การปราศจาก
privilege, *n.* (พริ วิเล็ดจ) สิทธิพิเศษ; เอกสิทธิ
diplomatic privileges, สิทธิทางการทูต
privy, *a.* (พริ วี่) แห่งส่วนตัว
Privy Council, สภาองคมนตรี
prize, *n.* (ไพรซฺ) รางวัล

prize-fighter, *n.* นักมวยชิงรางวัล

probable, *a.* (พร็อบ บาเบิล) ซึ่งอาจจะเป็นไปได้

probably, *adv.* (พร็อบ บาบลี่) บางทีจะ

probation, *n.* (โพรเบชั่น) ระยะทดลองดูนิสัย; ภาคทัณฑ์

probationary, *a.* (โพรเบ ชั่นแนรี่) ซึ่งอยู่ในระยะทดลอง

probationer, *n.* (โพรเบ ชันเนอ) ผู้อยู่ในระยะทดลอง (เพื่อดูว่าจะกลับนิสัยเป็นคนดีหรือไม่); ระยะภาคทัณฑ์

probity, *n.* (พร็อบบิที่) ความเป็นผู้มีนิสัยตรงไปตรงมา

problem, *n.* (พร็อบ เบลึ็ม) ปัญหา; โจทย์ (เลข)

proboscis, *n.* (โพรบอสซิส) งวงช้าง

procedure, *n.* (โพรซีดยัว) คดีความ

proceed, *v.* (โพรซีด) ดำเนินต่อไป

proceeding, *n.* (โพรซีดดิ้ง) การดำเนินต่อไป; การกระทำ

proceeds, *n. pl.* เงินที่ได้มาจากการขาย

process, *n.* (โพร เซ็ส) กรรมวิธี; การดำเนินต่อไป

in process of construction, กำลังก่อสร้าง

procession, *n.* (โพรเซ็สชั่น) กระบวนแห่

proclaim, *v.* (โพรเคลม) ป่าวประกาศ; ประกาศ

proclaimer, *n.* ผู้ป่าวประกาศ

proclamation, *n.* (พร็อค คลาเมชั่น) การป่าวประกาศ

proclivity, *n.* (โพรคลิฟวิที่) ความเอนเอียง

procrastinate, *v.* (โพรแครส ทิเนท) เลื่อนไป

procreate, *v.* (โพร ครีเอท) สืบพันธุ์

proctor, *n.* (พร็อค เทอ) อาจารย์ผู้รักษาวินัย

procurable, *a.* (โพรเคียว ราเบิล) พอหามาได้

procure, *v.* (โพรเคียวรฺ) หามา; เอามา

procurer, *n.* ผู้พาหญิงมาบำเรอ

prod, *v.* (พรอด) แยงดู; เขี่ยด้วยของแหลม

prodigal, *a.* (พร็อด ดิกัล) สุรุ่ยสุร่าย

prodigality, *n.* (พร็อดดิแกล ลิที่) ความสุรุ่ยสุร่าย

prodigious, *a.* (โพรดิดจัส) น่าพิศวง

prodigy, *n.* (พร็อด ดิดจี้) สิ่งน่าอัศจรรย์; ลางร้าย

produce, *v.* (โพรดิวซฺ) ยังให้มีขึ้น; เอาออกมา; ผลิต; มีผล; (พร็อดดิวซฺ) *n.* ผลที่มีขึ้น; ผลิตผล

producer, *n.* (โพรดิวเซอ) ผู้ประดิษฐ์ขึ้น; ผู้ผลิต

product, *n.* (พร็อด ดัคทฺ) ผลคูณ; ผลที่ได้; สินค้าที่ทำขึ้น; ผลิตภัณฑ์

production, *n.* (โพรดัคชั่น) การประดิษฐ์ออกจำหน่าย; ผลที่ได้จากการทำขึ้น, ผสมขึ้น หรือปลูกขึ้น

productive, *a.* (โพรดัค ทิฟวฺ) มีผลงอกงาม; ผลิต

productiveness, *n.* (-เน็ส) ความงอกงามมีผลมากมาย

profane, *a.* (โพรเฟน) หยาบ; *v.* ทำให้หมดความศักดิ์สิทธิ์
profanity, *n.* (โพรเฟน นิที่) ความหยาบคาย
profess, *v.* (โพรเฟ็ส) นับถือ; ยอมรับ
profession, *n.* (โพรเฟ็สชั่น) ศาสนา (ที่ตนนับถือ); อาชีพ
professional, *a.* (โพรเฟ็ช ชันนัล) โดยอาชีพ
professor, *n.* (โพรเฟ็สเซอ) ศาสตราจารย์
professorial, *a.* (โพรเฟ็สซอเรียล) เยี่ยงศาสตราจารย์
professorship, *n.* (โพรเฟ็ส เซอชิพ) ตำแหน่งศาสตราจารย์
proffer, *v.* (พรอฟ เฟอ) เสนอให้
proficiency, *n.* (พรอฟฟิช เชียนซี่) ความสามารถใช้การได้
proficient, *a.* (พรอฟฟิช เชียนทฺ) มีความสามารถใช้การได้
profile, *n.* (โพรไฟลฺ;-ฟีล), รูปด้านข้าง
profit, *n.* (พร็อฟ ฟิท) กำไร; ผลประโยชน์; *v.* ได้ผลประโยชน์; ฉวยโอกาส
profitable, *a.* (พร็อฟ ฟิททาเบิล) ซึ่งมีกำไร
profiteer, *v.* (พร็อฟ ฟิเทียรฺ) เอากำไรมากมาย; *n.* ผู้เอากำไรมากมาย
profitless, *a.* (พร็อฟ ฟิทเล็ส) ไม่มีกำไร
profligate, *a.* (พร็อฟ ฟลิเกท) ผู้มีชีวิตแบบสำมะเลเทเมา
profound, *a.* (โพรฟาวนฺดฺ) ลึก; ลึกซึ้ง
profoundly, *adv.* อย่างลึกซึ้ง
profoundness, *n.* ความลึกซึ้ง
profundity, *n.* (โพรฟันดิที่) ความลึก; ความลึกซึ้ง
program, programme, *n.* (โพรแกรม) โปรแกรม; สูจิบัตร
progress, *n.* (โพรเกร็ส) ความเจริญก้าวหน้า *v.* เจริญก้าวหน้า
in progress, กำลังดำเนินการอยู่
progression, *n.* (โพรเกรซ ชั่น) อันดับ; ความก้าวหน้า
progressive, *a.* (โพรเกร็ซ ซฟิวฺ) ซึ่งเจริญก้าวหน้า
prohibit, *v.* (โพรฮิบิท) ห้าม
prohibition, *n.* (โพรฮิบิชั่น) การห้าม; การห้ามเครื่องดองของเมา; ข้อห้าม
project, *v.* (โพรเจ็คทฺ) กะโครงการ; ทดลอง; *n.* (พร็อด เจ็คทฺ) โครงการ
projectile, *n.* (โพรเจ็ค ไทลฺ) อาวุธนำวิถี
proletarian, *a.* (โพรลีแทเรียน) แห่งกรรมกร
proletariat, *n.* (โพรบีแทริเอ็ท) กรรมกร
prologue, *n.* (โพรล็อก) บทนำ
prolong, *v.* (โพรล็อง) ทำให้ยาวต่อไป
prolongation, *n.* (โพรลองเกชั่น) การต่อให้ยาวเข้า, หรือนานขึ้น
promenade, *n.* (พร็อม เมอเนด) การเดินเที่ยวเล่น
prominence, *n.* (พร็อม มิเน็นซฺ) ความเด่น
prominent, *a.* (พร็อมนิเน็นทฺ) เด่น
promiscuous, *a.* (โพรมิสคิวอัส) ปนเปกันยุ่ง
promise, *v. n.* (พร็อม มิส) คำสัญญา;

P

ปฏิญญา

promiser, *n.* (พร็อม มิสเซอ) ผู้สัญญา

promising, *a.* (พร็อม มิสซิ่ง) เต็มไปด้วยความหวัง; มีหวังที่จะเป็นอะไรกับเขาได้

promissory, *a.* (โพรมิสซอรี่) ซึ่งสัญญา

promontory, *n.* (พร็อม ม็อนเทอรี่) คาบสมุทร

promote, *v.* (โพรโมทฺ) ส่งเสริม; เลื่อนขึ้น; เลื่อนชั้น

promoter, *n.* (โพรโมทเทอ) ผู้ส่งเสริม

promotion, *n.* (โพรโมชั่น) การเลื่อนชั้น; เลื่อนตำแหน่ง

prompt, *a.* (พร็อมพฺทฺ) ทันทีทันควัน

promulgate, *v.* (พร็อม มัลเกท) ออกกฎหมาย

prone, *a.* (โพรน) ชักจะ

prong, *n.* (พรอง) ง่าม

prompter, *n.* (พร็อมพฺเท่อ) ผู้บอกบท

promptness, *n.* ความรวดเร็วทันควัน

pronoun, *n.* (โพรนาวนฺ) สรรพนาม

pronounce, *v.* (โพรนาวนฺซฺ) ออกเสียง; บอก; ตัดสินความ

pronounceable, *a.* ออกเสียงได้

pronunciation, *n.* (โพรนันซิเอชั่น) การออกเสียง; สำเนียง

proof, *n.* (พรูฟ) ข้อพิสูจน์; การพิสูจน์

proof-reader, *n.* ผู้ตรวจแก้ปรูฟพิมพ์

prop, *v. n.* (พร็อพ) ค้ำจุน; ยันไว้

propaganda, *n.* (พร็อพพาแกนด้า) การโฆษณา

propagandist, *n.* (พร็อทพาแกนดิสทฺ) ผู้โฆษณา

propagate, *v.* (พร็อพ พาเกท) ขยายพืชพันธุ์; โฆษณา; แพร่หลายออกไป

propel, *v.* (โพรเพ็ล) พัด (ใบพัดเรือ)

propeller, *n.* (โพรเพ็ลเลอ) ใบพัด (เรือ, เรือบิน)

propensity, *n.* (โพรเพ็นซิที่) ความเอนเอียง

proper, *a.* (พร็อพเพอ) แท้; เอง; สมควร; เหมาะสม

proper noun, ชื่อเฉพาะ

properly, *adv.* (พร็อพ เพอลี่) โดยจริง; สมควร

property, *n.* (พร็อพ เพอที่) ทรัพย์สิน

prophecy, *n.* (พร็อฟเฟซี่) การทำนาย; พยากรณ์

prophesier, *n.* (โพรฟีไซเออ) หมดดู; ผู้ทำนายเหตุการณ์ล่วงหน้า

prophesy, *v.* (พร็อฟ ฟีไซ) ทำนาย

prophet, *n.* (พร็อฟ เฟ็ท) ผู้รับคำมอบหมายมาจากพระเจ้า; ผู้พยากรณ์; ศาสดาพยากรณ์

prophetic, *a.* (โพรเฟ็ททิค) ซึ่งมีลักษณะพยากรณ์

prophylactic, *a.* (พร็อฟฟีแล็ค ทิค) ซึ่งเป็นการป้องกันโรค

propinquity, *n.* (โพรพิงควิที่) ความใกล้ชิด

propitiate, *v.* (โพรพิชชิเอท) ทำให้หายโกรธ

proportion, *n.* (โพร พอชั่น) ปฏิภาค; ความได้ส่วนกัน

proportional, *a.* (โพร พอชันนัล) ซึ่งได้ส่วนกัน
proportionally, *adv.* โดยได้ส่วนกัน
proportionate, *a.* (โพร พอชันเนท) ซึ่งได้ส่วนกัน
proportionless, *a.* (โพร พอชันเล็ส) ไม่ได้ส่วนกัน
proposal, *n.* (โพรโพซัล) การเสนอความเห็น
propose, *v.* (โพรโพซ) เสนอความเห็น; ขอแต่งงาน
proposer, *n.* (โพรโพซ เซ่อ) ผู้เสนอความเห็น
proposition, *n.* (พร็อพโพซิชั่น) ความเห็นที่เสนอ; ทฤษฎีบท
propound, *v.* (โพรพาวนฺดฺ) เอามาให้พิจารณา
proprietary, *a.* (โพรไพร เอ็ททารี่) แห่งท่านเจ้าของ
proprietor, *n.* (โพรไพรเอ็ทเทอ) เจ้าสำนัก; เจ้าของ
proptietress, *n.* (โพรไพรเอ็ทเทร็ส) เจ้าสำนัก (หญิง)
propriety, *n.* (โพรไพรเอ็ทที่) สมบัติ; ความสมควร; เหมาะสม; ลักษณะส่วนตัว
propulsion, *n.* (โพรพัลชั่น) การแล่นไปข้างหน้า (โดยกำลังผลักดัน)
prorogation, *n.* (โพรโรเกชั่น) การเลื่อนการประชุมไป
prorogue, *v.* (โพรโรก) เลื่อนการประชุมไป
proscenium, *n.* (โพรซีเนียม) เวทีละครนอกม่าน
proscribe, *v.* (โพรสไครบฺ) เพิกถอนการคุ้มครองของบ้านเมือง
proscription, *n.* (โพรส คริพชั่น) การเพิกถอนการคุ้มครองของบ้านเมือง
prose, *n.* (โพรซ) ร้อยแก้ว
prosecute, *v.* (พร็อส ซีคิวทฺ) ต่อสู้ให้ถึงที่สุด; ตามจองล้างจองผลาญ
prosecution, *n.* (พร็อสซีคิวชั่น) การฟ้องร้องให้ถึงที่สุด
prosecutor, *n.* (พร็อสเซ็คคิวเทอ) อัยการ; ผู้ฟ้องร้อง
proselyte, *n.* (พร็อส เซ็ลไลทฺ) ผู้หันกลับมานับถือศาสนาอันใหม่
proselytise, *v.* (พรอส เซ็ลลิไทซ) ชวนให้มาเข้าศาสนาด้วย
prospective, *a.* (พร็อสเพ็ค ทิฟ) คาดว่ามีหวังได้; มีอนาคตอันรุ่งโรจน์
prospectus, *n.* (พร็อสเพ็ค ทัส) ระเบียบการ
prosper, *v.* (พร็อส เพอ) รุ่งเรือง; มั่งคั่งสมบูรณ์
prosperity, *n.* (พร็อสเพ ริที่) ความมั่งคั่งสมบูรณ์
prosperous, *a.* (พร็อส เพอรัส) มั่งคั่งสมบูรณ์
prostitute, *n.* (พร็อส ทิจิวทฺ) หญิงหากิน; โสเภณี
prostrate, *v.* (พร็อส เทรท) นอนหมอบลง; ลงนอนราบ; *a.* นอนราบกับพื้น
prostration, *n.* (พร็อสเทรชั่น) การหมอบลงกับพื้น

protagonist, *n.* (โพรแทก กอนนิสทฺ) ตัวนำ

protect, *v.* (โพรเท็คทฺ) ป้องกัน; ให้ความอารักขา

protection, *n.* (โพรเท็คชั่น) การป้องกัน; คุ้มครอง

protective, *a.* (โพรเท็ค ทิฟวฺ) ซึ่งเป็นการป้องกัน, ให้ความอารักขา

protector, *n.* (โพรเท็คเทอ) ผู้ป้องกัน, ผู้อารักขา, ผู้คุ้มครอง

protectorate, *n.* (โพรเท็ค ทอเรท) ความอารักขา; รัฐในอารักขา

protégé, *n.* (โพรเตเช่) ผู้อยู่ในความคุ้มครอง

protein, *n.* (โพรทีน) ธาตุโปรตีน

protest, *n.* (โพรเท็สทฺ) *v.* (โพรเท็สทฺ) คัดค้าน; ประท้วง

Protestant, *n. a.* (พร็อท เท็สทันทฺ) ผู้นับถือลัทธิโปรเตสแตนท์

protestantism, *n.* (พร็อท เท็สทันทิสซึ่ม) ลัทธิโปรแตสแตนท์

protestation, *n.* (โพรเท็สเทชั่น) การคัดค้าน

protester, *n.* (โพรเท็ส เทอ) ผู้คัดค้าน

protocol, *n.* (โพร โทค็อล) โปรโตคอล (เอกสารที่บันทึกข้อความลงไว้เป็นหลักฐาน); พิธีสาร; พิธีการ

prototype, *n.* (โพร โทไทพฺ) ตัวแบบฉบับเดิม

protract, *v.* (โพรแทร็คทฺ) เนิ่นนานออกไป

protracted, *a.* (โพรแทร็ค เท็ด) ยืดเยื้อ

protrude, *v.* (โพรทรูด) ยื่นออกมา

protuberant, *a.* (โพรทิว เบอรันทฺ) ยื่นออกมา; เด่น

proud, *a.* (พราวดฺ) หยิ่ง; พูมใจ; จองหอง

provable, *a.* (พรูฟ วาเบิล) ซึ่งพิสูจน์ได้

prove, *v.* (พรูฟวฺ) พิสูจน์; แสดงให้เห็นว่า

provender, *n.* (โพร เวนเดอ) อาหารแห้งสำหรับสัตว์ (พวกฟาง)

prover, *n.* (พรูฟเวอ) ผู้พิสูจน์; ข้อพิสูจน์

proverb, *n.* (พร็อบเวอบ) สุภาษิต

proverbial, *a.* (โพรเวอเบียล) เยี่ยงสุภาษิต; ดีเลิศถึงขั้นอ้างเป็นสุภาษิตได้

provide, *v.* (โพรไวดฺ) หาให้; จับจ่ายให้; กำหนด

provided that, เว้นแต่; หากว่า

Providence, *n.* (พร็อพ วิเด็นซฺ) พระผู้เป็นเจ้า

providential, *a.* (พร็อบวิเด็นชัล) อันสืบเนื่องมาจากพระผู้เป็นเจ้า

provider, *n.* (โพรไวเดอ) ผู้หาให้พร้อมแล้ว

province, *n.* (พร็อบ วินซฺ) จังหวัด; ขอบเขตความรับผิดชอบ

provincial, *a.* (โพรวินชัล) แห่งจังหวัด; บ้านนอก

provision, *n.* (โพรวิชั่น) สะเบียงพัสดุ; การจัดหาให้; บทบัญญัติ; ข้อกำหนด

provisional, *a.* (โพรวิช ชันนัล) ชั่วคราว; เฉพาะกาล

proviso, *n.* (โพรไวโซ) ข้อแม้

provocation, *n.* (พร็อบโวเคชั่น) การ

ท้าทาย, ยั่ว

provocative, *a.* (โพรว๊อค คาทิฟว) เป็นการท้าทาย; เร้าให้ออกมาสู้กัน

provoke, *v.* (โพรโวค) ท้าทาย; เร้าให้; ยั่ว

provost-marshal, *n.* (โพรวอสทฺ มาชัล) เจ้ากรมสารวัตรทหาร

prow, *n.* (พราว) หัวเรือ

prowess, *n.* (พราวเอ็ส) การกระทำอันกล้าหาญ; วีรกรรม

prowl, *v.* (พราวลฺ) เพ่นพ่านไปมาเพื่อหาเหยื่อ

proximate, *a.* (พร็อค ซิเมท) โดยใกล้เคียง

proximity, *n.* (พร็อคซิม มิที่) ความใกล้เคียง

prox, proximo, *adv.* (พร็อคซิโม) เดือนหน้า

proxy, *n.* (พร็อคซิ) ผู้ไปรับแทน

prude, *n.* (พรูด) หญิงขี้งอน

prudence, *n.* (พรูเด็นซฺ) ความเฉลี่ยวฉลาด; ความรอบคอบ

prudent, *a.* (พรู เด็นทฺ) เฉลี่ยวฉลาด

prudery, *n.* (พรูเดอรี่) แง่งอน

prudish, *a.* (พรูดิช) มีแง่งอนจัด

prune, *n.* (พรูน) ลูกปรุน; หมากหมั้น (ลาว); *v.* ลิด

pruning-hook, *n.* (พรูน นิ่งฮุค) ตะไกรตัดต้นไม้

pry, *v.* (พราย) สอดเข้าไปดู

prying, *a.* (พรายอิ้ง) อยากรู้นัก

P.S. *(post scriptum)* ป.ล.

psalm, *n.* (ซาม) บทสวด

psalmodist, *n.* (ซาม โมดิสทฺ) ผู้ร้องเพลงสวด

pseudonym, *n.* (ซิวโดนิม) นามแฝง

psychiatry, *n.* (ซิคไคอะทรี่) วิชาว่าด้วยการบำบัดโรคจิต

psychic, *a.* (ไซ คิค) แห่งจิต

psycho-analysis, *n.* (ไซโคแอนแนลลิซิส) การวิจัยทางจิต

psychological, *a.* (ไซโคล๊อด จิคัล) แห่งจิตวิทยา

psychologist, *n.* (ไซค๊อลล๊อดจิสทฺ) นักจิตวิทยา

psychology, *n.* (ไซค๊อล ลอดจี้) จิตวิทยา

psychotherapy, *n.* (ไซโคเธ ราพี่) การรักษาทางจิต

P.T.O. (please turn over) โปรดพลิก

pub, *n.* (พับ) ร้านขายเหล้า

puberty, *n.* (พิว เบอที่) ความแตกเนื้อหนุ่ม, เนื้อสาว, ดรุณวัย

pubescence, *n.* (พิวเบ็ส เซ็นซฺ) วัยแตกเนื้อหนุ่มสาว

pubescent, *a.* (พิวเบ็สเซ็นทฺ) ซึ่งแตกเนื้อหนุ่มสาว

public, *a.* (พับ ลิค) เปิดเผย; สาธารณะ; แห่งประเทศ; *n.* ประชาชน

publication, *n.* (พับลิเคชั่น) การพิมพ์ออกจำหน่าย

public house, *n.* (-ฮาวซฺ) โรงเหล้า

publicist, *n.* (พับลิซิสทฺ) นักเขียนข่าวการเมือง

publicise, *v.* (พับลิไซซฺ) พิมพ์โฆษณา

publicity, *n.* (พับลิสซิที่) การโฆษณา

publicly, *adv.* (พับลิคลี่) อย่างเปิดเผย

public prosecutor, *n.* (พับลิคพร็อสเซ็คคิวเทอ) อัยการ
public shool, โรงเรียนกินนอน
publish, *v.* (พับลิช) พิมพ์; พิมพ์โฆษณา
publisher, *n.* (พับลิชเชอ) ผู้พิมพ์โฆษณา; สำนักพิมพ์
pudding, *n.* (พุดดิ้ง) ขนมพุดดิ้ง
puddle, *n.* (พัดเดิล) บ่อขี้โคลน
puerile, *a.* (พิวเออไรลฺ) เหมือนเด็ก
puff, *n.* (พัฟ) เป่าโป่ง; สูบเป็นควัน; *n.* ควัน; ลมกะพือมา
puff-box, *n.* (-บ็อกซฺ) อับแป้ง
puffing, *a.* (พัฟฟิ่ง) โป่ง
puffy, *a.* (พัฟฟี้) โต; พอง
pug, *n.* (พัก) สุนัขตัวเล็ก
pugnacious, *a.* (พักเนชัช) ชอบหาเรื่องทะเลาะ
puissant, *a.* (พิวอิสซันทฺ) มีอำนาจมาก
pull, *v. n.* (พูล) ดึง; ฉุด; ลาก
puller, *n.* (พูลเล่อ) ผู้ดึง, ฉุด, ลาก
pulley, *n.* (พูลลี่) รอก
Pullman-car, *n.* รถไฟมีที่นั่งกับโต๊ะ
pulmonary, *a.* (พูลโมนารี่) แห่งปอด
pulp, *n.* (พัลพฺ) เยื่อทำกระดาษ
pullover, *n.* เสื้อยืดหนา
pulpit, *n.* (พุลพิท) เวที
pulsate, *v.* (พัล เซท) เต้น (แบบหัวใจ, ชีพจร)
pulse, *n.* (พัลซฺ) ชีพจร
pulseless, *a.* (พัลซฺ เล็ส) ชีพจรหยุดเต้น
pulverisation, *n.* (พูลเวอไรเซ ชั่น) การบดเป็นฝุ่น
pulverise, *v.* (พูลเวอไรซฺ) บดเป็นขี้ผง
puma, *n.* (พิวม่า) สัตว์จำพวกราชสิงห์มีในอเมริกา
pummel, *n.* (พัมเม็ล) หัวไม้เท้า
pump, *n.* (พัมพฺ) เครื่องสูบน้ำ; *v.* สูบน้ำ
pumpkin, *n.* (พัมพฺคิ่น) ฟักทอง
pun, *v. n.* (พัน) เล่นคำ
punch, *n.* เหล้า พันช์; *v.* เจาะรู
punctilious, *a.* (พังคฺทิลเลียซ) เคร่งมรรยาท
punctual, *a.* (พังคฺ ชูอัล) ตรงต่อเวลา
punctuality, *n.* (พังคฺ ชูอาลลิที่) ความตรงต่อเวลา
punctually, *adv.* (พังคฺชวลลี่) ตรงตามเวลา
punctuate, *v.* (พังคฺ ชิวเอท) ใส่เครื่องหมายวรรคตอน
punctuation, *n.* (พังคฺ ชิวเอชั่น) การใส่เครื่องหมายวรรคตอน
punctuation marks, เครื่องหมายวรรคตอน
puncture, *n. v.* (พังคฺ เชอ) ยางแตก
pundit, *n.* อาจารย์; บัณฑิต
pungent, *a.* (พันเจ็นทฺ) รสเผ็ดร้อน
punish, *v.* (พัน นิช) ทำโทษ
punishable, *a.* (พันนิชาเบิล) น่าทำโทษ
punisher, *n.* (พันนิชเชอ) ผู้ทำโทษ
punishment, *n.* (พันนิชเม็นทฺ) การทำโทษ; โทษ
capital punishment, การประหารชีวิต
punitive, *a.* (พิวนิทิฟวฺ) ซึ่งเป็นการทำโทษ
punkah, punka, *n.* (พังคา) พัดลม

เพดาล ที่ต้องใช้มือไกว

punt, *n.* (พันทฺ) เรือถ่อ; *v.* ถ่อเรือ

puny, *a.* (พิวนี่) เล็กไม่มีแรง; ตัวเล็กนิดเดียว

pup, *n.* (พัพ) ลูกสุนัข

pupa, *n.* (พิวพ่า) หนอนในรังไหม

pupil, *n.* (พิวพิล) ลูกศิษย์; นักเรียน; ลูกตา

pupilary, *a.* แห่งสภาพนักเรียน

pupil-teacher, *n.* (-ทีชเชอ) นักเรียนสอน

puppet, *n.* (พัพ เพ็ท) หุ่นกระบอก

puppy, *n.* (พัพพี่) ลูกสุนัข

purchasable, *a.* (เพอเช็สซาเบิล) ซึ่งหาซื้อกันได้

purchase, *v.* (เพอเช็ส) ซื้อ; *n.* การซื้อ

purchaser, *n.* (เพอเช็สเซอ) ผู้ซื้อ

purdah, *n.* (เพอ ด้า) ผ้าบังหน้าผู้หญิงแขก

pure, *a.* (เพียวเออ) แท้; บริสุทธิ์; สะอาด

purely, *adv.* โดยแท้จริง

pureness, *n.* (-เน็ส) ความแท้; บริสุทธิ์

purgative, *a. n.* (เพอ กาทิฟ) ยาถ่าย

purgatorial, *a.* (เพอ กาทอเรียล) แห่งไฟชำระ

purgatory, *n.* (เพอกาทอ รี่) ไฟชำระ

purification, *n.* (เพียวรีฟิเคชั่น) การฟอกให้สะอาด

purifier, *n.* (เพียว ริฟายเอ้อ) เครื่องฟอก

purify, *v.* (เพียว ริฟาย) ฟอก; ฟอกให้ขาวสะอาด

puritan, *n.* (เพียวริทัน) พวกเคร่งศาสนาอยากทำให้ศาสนาบริสุทธิ์ขึ้น

purity, *n.* (เพียว ริที่) ความบริสุทธิ์

purloin, *v.* (เพอลอยนฺ) ขโมย

purple, *n. v.* (เพอ เพิล) สีม่วงอ่อน; *v.* ย้อมสีม่วง

purport, *n.* (เพอ พอท) ท่าทาง

purpose, *n.* (เพอ เพิส) ความตั้งใจ; ความหมาย

purpose, *v.* (เพอเพิส) ตั้งใจ

on purpose, โดยเจตนา; แกล้ง

for what purpose? เพื่ออะไรกัน

purposeful, *a.* เต็มไปด้วยจุดมุ่งหมาย

purposeless, *a.* (เพอ พัสเล็ส) ไม่มีจุดหมาย

purr, *n.* (เพอรฺ) เสียงแมวขู่ฟ่อ ๆ

purse, *n.* (เพอซ) ถุงเงิน; กระเป๋าเงิน; *v.* เอาเงินใส่ถุง

purser, *n.* (เพอซเซอ) เจ้าหน้าที่การเงิน

purseful, *a.* (เพอซฟูล) เต็มถุง

purse-strings, *n. pl.* (เพอซ สฺทริงซฺ) เชือกรัดถุง; เงื่อนไขในการให้เงิน

pursue, *v.* (เพอซีว) ติดตาม

pursuer, *n.* (เพอซิวเออ) ผู้ติดตาม

pursuit, *n.* (เพอซีวทฺ) การติดตาม; การเที่ยวเสาะแสวงหา; ธุระที่จะต้องทำ; การประกอบกิจ; การแสดง

in pursuit of, ออกติดตาม

pursy, *a.* (เพอซซี่) อ้วนเตี้ย

purulent, *a.* (พิว ริวเล็นทฺ) กลัดหนอง

purvey, *v.* (เพอเว) ส่งให้

purview, *n.* (เพอวิว) เงื่อนไข

pus, *n.* (พัส) หนอง (ในแผล)

push, *n. v.* (พุช) ผลัก; ไส; ดัน
pusher, *n.* (พุช เชอ) ผู้ผลัก
pusillanimous, *a.* (พิวซิแลน นิมัส) ขี้ขลาด
puss, *n.* (พุส) ลูกแมว
Puss-in-the-Boots, นิยายที่มีแมวเป็นพระเอก
pussy, *n.* (พุส ซี่) ลูกแมว
pustular, *a.* (พัส ชิวล่า) แห่งฝี
pustule, *n.* (พัส ชิวลุ) ฝี
put, *v.* (พุท) วาง; ใส่; สวม
put off, ถอด; บอกเลิก; เลื่อนไป
put on, ใส่
putrefaction, *n.* (พิวทรีแฟคชั่น) ความเน่าเปื่อย
putrefy, *v.* (พิวทริไฟ) เน่าเปื่อย
putrid, *a.* (พิวทริด) เหม็นเน่า
putridity, *n.* (พิวทริด ดิที่) ความเน่าเปื่อย
putsch, *n.* (พุช) การยึดอำนาจการปกครอง
puttee, *n.* (พัทที) ผ้าพันแข้ง
puzzle, *n.* (พัซเซิล) ความสนเท่ห์; ปัญหายุ่งยาก; *v.* ทำให้สนเท่ห์
pygmy, *n.* (พิก มี่) คนแคระในอัฟริกา
pyjamas, *n. pl.* (พิดจาม่าสฺ) ชุดนอน
pyramid, *n.* (พีรามิด) รูปกรวยเหลี่ยม; อนุสาวรีย์รูปกรวยเหลี่ยมของไอยคุปต์โบราณ
pyre, *n.* (ไพเออ) กองเพลิง; เชิงตะกอน
python, *n.* (ไพธอน) งูเหลือม

Q

quack, *v. n.* (แควค) ร้องเสียงก้าบ ๆ (อย่างเป็ด); ร้องเสียงดังอย่างไม่ได้ประสาอะไร; ผู้รู้อย่างเป็ด ๆ
quadrangle, *n.* (ควอดแดรงเกิล) รูปสี่เหลี่ยมมุมฉาก; ตึกยาวโอบรอบสนามทั้งสี่ด้าน
quadrant, *n.* (ควอด ดรันทฺ) ซีกของวงกลม
quadrennial, *a.* (ควอดเดรีน เนียล) ทุกรอบสี่ปี
quadrilateral, *n.* (ควอดดริลแลทเทอรัล) รูปสี่เหลี่ยม
quadrille, *n.* (ควอดดริล) การเต้นรำ จับมือเป็นสี่ด้าน
quadruped, *a. n.* (ควอด ดรูเพ็ด) สัตว์สี่เท้า; จตุบาท
quadruple, *a. n.* (ควอด ดรูเพิล) สี่เท่า; มีสี่ส่วน; *v.* เพิ่มขึ้นเป็นสี่เท่า
quadruplet, *n.* (ควอด ดรูเพล็ท) ฝาแฝดทั้งสี่
quag, *n.* (แควก) ที่เป็นโคลน
quagmire, *n.* (แควก ไมเออ) ขี้โคลนขี้ตม
quail, *n.* (เควล) นกคุ่ม

quaint, *a.* (เควนทฺ) แปลกหูแปลกตา
quake, *v.* (เควค) สั่น; ไหว
earthquake, แผ่นดินไหว
qualification, *n.* (ควอลลิฟิเคชั่น) คุณวุฒิ
qualify, *v.* (ควอลลีฟาย) มีคุณวุฒิเพียงพอ; มีสิทธิเพียงพอ
qualitative, *a.* (ควอลลิเททิฟวฺ) แห่งคุณลักษณะ
quality, *n.* (ควอลลิที่) คุณภาพ
qualm, *n.* (ควัม) หัววิงเวียนคลื่นเหียน
quantitative, *a.* (ควอน ทิเททิฟวฺ) แห่งจำนวน, แห่งปริมาณ
quantity, *n.* (ควอน ทิที่) จำนวน; ปริมาณ
quarantine, *n.* (ควอ รันทีน) ด่านกักกันโรคติดต่อ
quarrel, *n.* (ควอเรีล) ข้อพิพาท; การทะเลาะวิวาท; *v.* ทะเลาะ
quarreller, *n.* (ควอ เรีลเลอ) ผู้ทะเลาะ
quarrelsome, *a.* (ควอเรีลซั่ม) ชอบหาเรื่องทะเลาะวิวาท
quarry, *n.* บ่อขุดขิน
quart, *n.* (ควอท) น้ำหนักควอท (1/4 แกลลอน)
quarter, *n.* (ควอเทอ) หนึ่งในสี่; ภาค; 15 นาที; ย่าน; ถิ่นฐาน; ที่อยู่; ที่ตั้งฐานทัพ
quarter, *v.* (ควอ เทอ) แบ่งออกเป็นสี่ส่วน; เข้าตั้งมั่นอยู่
quarterly, *a. adv.* (ควอ เทอลี่) ออกปีละสี่ครั้ง; *n.* หนังสือพิมพ์ฉบับออกปีละสี่หน
quartermaster, *n.* (ควอ เทอมาสเทอ) พลาธิการ
quartet, -ette, *n.* (ควอเท็ท) คณะดนตรีสี่ชิ้น
quarto, *a.* (ควอโท) กระดาษพับสี่
quartz, *n.* (ควอทซฺ) หินเขี้ยวหนุมาน; แก้วโป่งคำ
quash, *v.* (ควอช) บดขยี้
quasi, *a. adv.* แทบจะ; เสมือนว่า
quaver, *v.* (เควฟ เว่อ) สั่น
quay, *n.* (คี) ท่าเรือ
queen, *n.* (ควีน) พระราชินี
beauty queen, นางงาม
queen-bee, *n.* (ควีน บี) ผึ้งตัวนางพญา
queen-dowager, *n.* พระนางแห่งพระเจ้าอยู่หัวในพระบรมโกษ
queenly, *a.* (ควีนลี่) มีลักษณะเป็นพระราชินี
queen-mother, *n.* พระบรมราชชนนี
queer, *a.* (เควีย) ออกจะแปลก; พิกล
queerish, *a.* (เควีย ริช) ค่อนข้างประหลาด
queerness, *n.* (เควียเน็ส) ความประหลาด
quell, *v.* (เควีล) ระงับ; ปราบ
quench, *v.* (เคว็นชฺ) ดับ (ไฟ); แก้ความกระหาย
querulous, *a.* (เคว รูรัส) ใจคอหงุดหงิด
query, *n.* (เคว รี่) คำถาม; *v.* ตั้งปัญหาถาม
quest, *n.* (เคว็สทฺ) การเที่ยวเสาะหา; การซักถาม; *v.* เที่ยวเสาะหา
question, *n.* (เคว็สชั่น) ปัญหา; คำถาม; *v.* ถาม

Q

question mark, *n.* (-มาค) ปรัศนี (?)
beg the question, ทึกทักเอาว่าจริง
beyond all question, out of question, ไม่มีปัญหาอะไร
out of the question, นอกประเด็น
the person in question, คนที่เรากำลังถกถึง
questionable, *a.* (เครส ชันนาเบิล) ยังเป็นปัญหาอยู่
questionnaire,' *n.* (เค็วสเจินแน) ข้อถาม
queue, *n.* (คิว) การเข้าอันดับ (ตามที่มาก่อนหลังตามลำดับ)
quibble, *v.* (ควิบเบิล) เล่นคำ
quick, *a.* (ควิค) เร็ว; ว่องไว
quicken, *v.* (ควิคเคิน) ทำให้เร็วเข้า; ทำให้มีชีวิตเข้า; รีบ
quickly, *adv.* (ควิค ลี่) เร็ว; อย่างรวดเร็ว
quickness, *n.* (ควิค เน็ส) ความรวดเร็ว; ความว่องไว
quicksand, *n.* (ควิค แซนดฺ) หล่ม
quickstep, *n.* (ควิค สเท็พ) การเต้นรำชนิดหนึ่ง
quicksilver, *n.* (ควิค ซิลเวอ) ปรอท
quid, *n.* (ควิด) เงินปอนด์
quiesce, *v.* (ไควเอ็ส) เงียบลง
quiet, *a.* (ไควเอ็ท) เงียบ; *n.* ความสงบ; *v.* สงบลง; เงียบลง
quietness, *n.* (ไควเอ็ทเน็ส) ความเงียบ, สงบ
quill, *n.* (ควิล) ขน (ชนิดที่เอามาทำปากกา) ปากกาขนนก
quilt, *n.* (ควิลทฺ) นวมสำหรับคลุมเตียง
quinary, *a.* (ไคว นารี่) ทีละห้า
quincentenary, *n.* (ควินฺเซ็นทีน นารี่) ครบรอบห้าร้อยปี
quinine, *n.* (ควินนีน; -ไนนฺ) ควินนิน
quinquennial, *a.* (ควิงเคว็น เนียล) ทุก ๆ ระยะห้าปี
quintessence, *n.* (ควินเท็ส เซ็นซฺ) แก่นกลาง
quintet,-ette, *n.* (ควินเท็ท) คณะดนตรีทั้งห้า
quintuple, *v. a.* (ควิน ทิวเพิล) ห้าเท่า
quintuplet, *n.* (ควิน ทิวเพล็ท) ฝาแฝดทั้งห้า
quit, *v.* (ควิท) ปล่อยไป; พ้นกันไป; เสมอกันไป
to be quits, เสมอกัน, หายกัน
quite, *adv.* (ไค้วทฺ) ทีเดียว
quiver, *v.* (ควิบ เวอ) สั่น; *n.* กระบอกใส่ลูกศร
quiz, *n.* (ควิซ) ปัญหาสำหรับแก้, ทาย
quod, *n.* (ควอด) คุก, ตะราง
quoit, *n.* (คอยทฺ) ห่วงโยน
quota, *n.* (โคว ท่า) ส่วนกฎเกณฑ์; อัตราปันส่วน
quotation, *n.* (โควเทชั่น) คำอ้าง
quotation-marks, *n. pl.* เลขนอกเลขใน
quote, *v.* (โควท) อ้างถึง
quoth, *v.* (โควธ) กล่าว
quotidian, *a.* (โควทิดเดี้ยน) ประจำวัน
quotient, *n.* (โคว เชียนทฺ) ผลหาญ

R

rabbi, *n.* (แรบบิ) หมอสอนศาสนายิว
rabbit, *n.* (แรบ บิท) กระต่าย
rabbit hutch, *n.* กรงกระต่าย
rabble, *n.* (แรบ เบิล) ฝูงคนพาล
rabies, *n.* (เร บีซ) โรคหมาบ้า
raccoon, *n.* (แรคคูน) หมีกะรอก
race, *n.* (เรซ) เชื้อชาติ; ผิว (ชาติ); ชาติพันธุ์; การวิ่งแข่ง; *v.* วิ่งแข่ง; ชิงวิ่งออกมา
race-course, *n.* (-คอส) สนามแข่งม้า
race-hatred, *n.* (เรซเฮท เทร็ด) ความเกลียดชังระหว่างผิว
race-horse, *n.* (ฮอส) ม้าแข่ง
racer, *n.* (เรส เซอ) ผู้แข่ง
race-track, *n.* ทางวิ่งแข่ง
racial, *a.* (เร เชียล) แห่งเชื้อชาติ; พันธุ์; ผิว
racing, *n.* (เรส ซิ่ง) การวิ่งแข่ง
rack, *v.* (แรค) ทรมาน; ขึงพืด; *n.* เครื่องสำหรับขึงพืด; เครื่องทรมาน
racket, *n.* (แรค เค็ท) ไม้ตี; แร็กเก็ต; เสียงกึกก้องอลหม่าน; เสียงสับสน
racket, *v.* (แรคเค็ท) ทำเสียงกึกก้องอลหม่าน; การรีดไถเงิน
racketeer, *n.* (แร็คเค็ทเทีย) พวกไถมนุษย์
rack-rent, *n.* ค่าเช่าเรียกเก็บแบบไถเอา
radar, *n.* (เร ดา) เครื่องเรดาร์
raddle, *n.* (แรดเดิล) รงค์สีแดง
radial, *a.* (เร เดียล) แห่งแสง, รัศมี
radian, *n.* (เรเดียน) มุมที่จุดศูนย์กลางของวงกลม ซึ่งอยู่ตรงกันข้ามกับส่วนโค้งที่มีความยาวเท่ากับรัศมี
radiance, *n.* (เรเดียนซฺ) ความสุกใส; หน้าตาเบิกบาน
radiancy, *n.* (เรเดียนซี่) ความมีแสงสุกใส
radiant, *a.* (เร เดียนทฺ) เบิกบาน; ส่องแสง
radiate, *v.* (เร ดิเอท) ส่องแสง; เป็นแสงสุกใส
radiation, *n.* (เรดิเอชั่น) การส่องแสง
radiator, *n.* (เรดิเอเทอ) ท่อน้ำร้อน
radical, *a.* (แรดดีคัล) แห่งรากเง่า; จนถึงรากเง่า
radii, (เรดิไอ) พหูพจน์ของ 'radius': รัศมีวงกลม
radio, *n.* (เรดิโอ) วิทยุ
radiology, *n.* (เรดิอ็อล ลอดจี้) รังสีวิทยา
radiogram, *n.* (เรดิโอแกรม) โทรเลขวิทยุ
radish, *n.* (แรด ดิช) หัวผักกาดแดงเล็ก ๆ กลม ๆ
radium, *n.* (เรเดียม) แร่เรเดียม
radius, *n.* (เรเดียส) รัศมีวงกลม
raffia, *n.* (แรฟ เฟีย) ปอ
raffle, *n.* (แรฟเฟิล) การเล่นจับสลากรางวัล
raft, *n.* (ราฟทฺ) แพ
raftsman, *n.* (ราฟทซฺ แม็น) คนล่องแพ
rag, *n.* (แรก) ผ้าขี้ริ้ว; *v.* แกล้งเล่นเพื่อ

ความสนุก

rage, *n.* (เรจ) ความโกรธจัด; *v.* โกรธมาก

ragged, *a.* (แรกเก็ด) ขาดวิ่นเป็นผ้าขี้ริ้ว

raid, *n. v.* (เรด) โจมตี

rail, *n.* (เรล) รางรถ; ราง; นกกวัก; *v.* เย้ยหยัน;

railery, *n.* (เรลเลอรี่) การเยาะเย้ย

rail-head, *n.* (เรล-เฮด) สุดทางรถไฟ

railroad, *n.* (เรล โรด) รางรถไฟ

railway, *n.* (เรลเว) รถไฟ; ทางรถไฟ

railway-line, *n.* (-ไลนฺ) สายรถไฟ

railway-station, *n.* (-สเทชั่น) สถานีรถไฟ

railway-ticket, *n.* (-ทิคเก็ท) ตั๋วรถไฟ

railway-traffic, *n.* (-แทร็ฟฟิค) การเดินรถไฟ

railway-train, *n.* (-เทรน) รถไฟ

raiment, *n.* (เรเม็นทฺ) เสื้อผ้า

rain, *n.* (เรน) ฝน; *v.* ฝนตก

it rains cats and dogs, ฝนตกเป็นพายุบุแคม

rainbow, *n.* (เรนโบ) รุ้ง

raincoat, *n.* (เรน โคท) เสื้อฝน

raindrop, *n.* (เรน ดร็อพ) เมล็ดฝน

rainfall, *n.* (เรน ฟอล) ฝนตก

rain-gauge, *n.* (เรน เกจ) เครื่องวัดน้ำฝน

raininess, *n.* ความมีฝนตกมาก

rainless, *a.* (เรน เล็ส) ไม่มีฝน

rain-pour, *n.* (เรน พอ) ห่าฝน

rain-proof, *a.* (เรน พรูฟ) กันฝน

rain-storm, *n.* (เรน สทอม) พายุฝน

rain-water, *n.* (เรน วอเทอ) น้ำฝน

rainy, *a.* (เรน นี่) แห่งฝน; มีฝนมาก

rainy day, วันฝนตก; ยามอัตคัด

raisable, *a.* (เรซ ซาเบิล) ยกขึ้นได้; เลี้ยงได้

raise, *v.* (เรซ) ยก; ยกขึ้นมาอ้าง; ชูขึ้น; ตั้งขึ้น; ขึ้นเสียง; ก่อขึ้น; ลุกขึ้น; เก็บภาษี; หากู้เงิน; หาเงิน; เงยขึ้น; เลี้ยง (สัตว์)

raise money, หาเงิน

raise a siege, เลิกทัพที่มาล้อม

raise the wind, หาเงินได้เหนาะ ๆ

raisin, *n.* (เร ซิน) ลูกเกด

raising, *n.* (เรส ซิ่ง) การเลี้ยง (สัตว์); การตั้งขึ้น

raja, rajah, *n.* (ราชา) พระราชา (แขก)

rake, *n. v.* (เรค) คราด; คนเสเพล

rally, *v.* (แรลลาย) รวบรวมพล, รวมกำลัง

ram, *n.* (แรม) แกะตัวผู้

Ramadan, *n.* เทศกาลรัมมะฑันของมะหะหมัด

ramble, *v.* (แรมเบิล) ท่องเที่ยวไป

ramification, *n.* (แรมมิฟิเคชั่น) การแตกกิ่งก้านออกไป

ramify, *v.* (แรมมิฟาย) แตกกิ่งก้านสาขา

ramose, *a.* (ราโมซ) มีกิ่งก้าน

ramp, *v.* (แรมพฺ) ไต่ (กิ่งไม้)

rampart, *n.* (แรม พาท) เชิงเทิน; กำแพงป้อม

ramshackle, *v.* (แรมแชคเคิล) ค้นหากระจุยกระจาย; *a.* พังทะลาย

ran, (แรน) อดีตของ '**run**': วิ่ง

ranch, *n.* (รานชฺ) ทุ่งเลี้ยงวัวควายใน

อเมริกา; ไร่

rancid, *a.* (แรน ซิด) เหม็นเปรี้ยว

rancour, *n.* (แรงเคอ) ความคุมแค้นขมขื่น

rand, *n.* (แรนดฺ) ริม, ขอบ

random: (แรน ดัม) **at random,** ตามยถากรรม

randy, *a.* (แรน ดี้) ความมีความต้องการทางเพศจัด

ranee, rani, *n.* (รานี) นางพญา

rang, (แรง) อดีตของ **'ring':** สั่นกระดิ่ง

range, *n.* (เรนจฺ) วิถี; แนว; ระยะ; แถว; พืด (ภูเขา); สนามเป้า

range, *v.* (เรนจฺ) จัดเป็นแถว

ranger, *n.* (เรน เจ้อ) ผู้รักษาป่า; เนตรนารี (ลูกเสือหญิง)

range-finder, *n.* (เรนจฺ ไฟนฺเด้อ) เครื่องวัดระยะ (กล้องถ่ายรูป)

rank, *n.* (แรงคฺ) แถว; แนว; แถวทหาร; บรรดาศักดิ์

rank, *v.* (แรงคฺ) จัดเข้าแถว; จัดเป็นชั้น ๆ

rank, *a.* (แรงคฺ) เลว; เหม็น; น่าเกลียด

ransack, *v.* (แรน แซ็ค) ค้นกระเจิดกระเจิง

ransom, *n.* (แรน ซัม) เงินค่าถ่าย; *v.* เสียค่าไถ่

rant, *v.* (แรนทฺ) พูดเอ็ดตะโร

rap, *v.* (แรพ) เคาะ (ประตู)

rapacious, *a.* (ระเพ ชัซ) แสวงหาเหยื่ออย่างไม่รู้จักอิ่ม

rape, *v.* (เรพ) ข่มขืน (ชำเรา)

rapid, *a.* (แรพพิด) รวดเร็ว

rapidity, *n.* (แพรพิด ดิที่) ความรวดเร็ว

rapidly, *adv.* (แรพ พิดลี่) อย่างรวดเร็ว

rapier, *n.* (เรเพีย) กระบี่

rapine, *n.* (แรพ ไพนฺ) การปล้นสดมภ์

rapt, *a.* (แรพทฺ) ยินดีจนฝันเพลิน

rapture, *n.* (แรพ เช่อ) ความปีติ

raptured, rapturous, *a.* (แรพ ชัวรัส) มีความปีติ

rare, *a.* (แร) หายาก

rarebit, *n.* (แรบิท) อาหารก่อนถึงจานเนื้อ

rarify, *v.* (แร ริไฟ) หายาก; จางลง

rarely, *adv.* (แรลี่) แทบจะไม่มี

rareness, *n.* (แรเน็ส) ความหายาก

rascal, *n.* (ราส คัล) คนพาล

rascality, *n.* (ราสแคล ลิที่) สันดานที่เป็นพาล

rash, *a.* (แรช) พรวดพราด; เร็วด่วนได้; ผด; ผื่นคัน

rasher, *n.* (แรชเช่อ) หมูเค็มชิ้นบาง ๆ

rasp, *v.* (ราสพฺ) ตะไบถู

raspberry, *n.* (ราสเบอรี่) ผลราสเบรี่; หมากทุ่ม (ภาษาลาว)

rat, *n.* (แรท) หนู

rate, *n.* (เรท) อัตรา; อากร

local rate, ภาษีท้องถิ่น (เทศบาล)

at any rate, อย่างไรก็ดี

rate, *v.* (เรท) ตีราคา; ถือว่า; ดุเดือด

rate payer, ผู้เสียภาษี

rather, *adv.* (ราเธอ) ค่อนข้างจะ; ดูเหมือนว่า; แน่ละซิ

rather die, ตายเสียดีกว่า

ratification, *n.* (แรททิฟิเคชั่น) สัตยาบัน

ratify, *v.* (แรททิฟาย) ให้สัตยาบัน

ratio, *n.* (เรชิโย) เรโช; เปรียบส่วน
ration, *n. v.* (แรชชัน) ปันส่วน
rational, *a.* (แรชชันนัล) อันมีเหตุผล
rationalise, *v.* (-ไลซฺ) ทำให้มีหลักในแง่เหตุผล
rationalistic, *a.* (-ลิสทิค) ซึ่งมีเหตุผล
rationing card, บัตรปันส่วน
rattan, *n.* (แรททัน) หวาย
rattle, *v.* (แรท เทิล) เสียงดังวี้ดๆ; ทำเสียงก๊อกๆ, กร่งๆ
ravage, *v.* (แรบ เว็ดจ) ล้างทำลายป่นปี้
rave, *v.* (เรฟว) พูดเพ้อ
raven, *n.* (เรเวิน) นกดุเหว่า
ravine, *n.* (ราวีน) ทางน้ำเซาะระหว่างภูเขา
ravish, *v.* (แรบวิช) ยินดี, ทำลายพรหมจรรย์
ravisher, *n.* (แรบ วิชเช่อ) ผู้ทำลายสาว
ravishment, *n.* การทำลายหญิง
raw, *a.* (รอ) ดิบ
ray, *n.* (เร) แสง; รัศมี; ปลากะเบน
rayon, *n.* (เรยอน) ไหมเทียม
raze, *v.* (เรซ) ทำลายลงเตียน
razor, *n.* (เรเซอ) มีดโกน
re-, อีกครั้งหนึ่ง
reach, *v.* (รีช) เอื้อม; มาถึง; ระยะที่เอื้อมถึง
react, *v.* (รีแอคทฺ) ปฏิกิริยา
reactionary, *a.* (รีแอค ชันนารี่) ซึ่งชอบถอยหลัง; ล้าสมัย
reactor, *n.* (รีแอคเทอ) เครื่องทำเนิดพลังปรมาณู
readable, *a.* (รีด ดาเบิล) น่าอ่าน
readdress, *v.* (รีแอดเดร็ส) จ่าหน้าซองใหม่
reader, *n.* (รีดเดอ) ผู้อ่าน; แบบสอนอ่าน; อาจารย์มหาวิทยาลัย
readily, *adv.* (เร็ดดิลี่) อย่างเต็มใจ
readiness, *n.* (เร็ดดิเน็ส) ความเต็มใจทุกเมื่อ; ความพร้อมแล้ว
reading, *n.* (รีดดิ้ง) วิชาอ่าน; การอ่าน
reading room, ห้องอ่านหนังสือ
readjust, *v.* (รีแอ็ดจัสทฺ) ปรับให้เข้ารูป
ready, *a.* (เร็ดดี้) เสร็จแล้ว; พร้อมแล้ว
ready=made, *a.* (เรด ดี้เมด) สำเร็จรูป
ready money, (-มันนี่) เงินสด
reagent, *n.* (รีเอเจ็นทฺ) ยาซัด
real, *a.* (เรียล) จริง; แท้; มีจริง
realise, *v.* (รีอะไลซฺ) มองเห็นว่า; หมุนเป็นเงิน
realism, *n.* (รีอัลลิสซึม) ความเป็นจริง; ตัถยธรรม
realistic, *a.* (รีอัลลิส ทิค) ซึ่งเป็นจริง; เหมือนจริง
reality, *n.* (รีแอล ลิที่) ความจริง
realize, *v.* (รีอาไรซฺ) รู้สึกแล้วว่า; ตระหนักในใจ
really, *adv.* (รีอัลลิ) จริงๆ นา
realm, *n.* (เร็ลมฺ) อาณาจักร
ream, *n.* (รีม) ริม (๔๐ โหล)
reanimate, *v.* (รีแอนนิเมท) มีชีวิตจิตใจขึ้น; ฟื้นกลับคืนมา
reap, *v.* (รีพ) เก็บเกี่ยว
reappear, *v.* (รีอัพเพีย) ปรากฏ; โผล่ขึ้นมาอีก

reappearance 323 recharge

reappearance, *n.* (รีอัพเพีย รันซฺ) การมาปรากฏตัวขึ้นอีก

rear, *n.* (เรีย) ตอนท้าย; ตอนข้างหลัง; *v.* ตั้งขึ้น; เลี้ยง

rear-admiral, *n.* (เรีย แอดมิรัล) พลเรือตรี

rearguard, *n.* (เรีย กาด) ทัพหลัง

rearm, *v.* (รีอาม) สะสมอาวุธใหม่

rearmament, *n.* (รีอามาเม็นทฺ) การสะสมอาวุธ; ปรับปรุงกำลัง

rearmost, *a.* (เรีย โมสทฺ) หลังสุด

rearrange, *v.* (รีอาเรนจฺ) จัดใหม่

rearrangement, *n.* (รีอาเรนจ เม็นทฺ) การจัดเสียใหม่

reason, *n.* (รีเซิน) เหตุผล; *v.* ให้เหตุผล; โต้แย้ง

reasonable, *a.* (รี เซินนาเบิล) สมเหตุผล

reasonableness, *n.* ความมีเหตุผลที่สมควร

reasonably, *adv.* อย่างมีเหตุผล

reassemble, *v.* (รีอัซเซ็ม เบิล) มารวมกลุ่มกันเข้าอีก

reassurance, *n.* (รีอัชชัวรันซฺ) การกระทำให้เชื่อมั่น

reassure, *v.* (รีอัชชัว) ขอให้เชื่อมั่น

rebate, *v. n.* (รีเบท) ลดราคาให้

rebel, *n.* (เร็บ เบิล) กบฏ (คน)

rebel, *v.* (รีเบิล) เป็นกบฏ; ให้เดือดในใจ

rebellion, *n.* (รีเบิลเลี่ยน) การกบฏ

rebellious, *a.* (รีเบิล เลียซ) ซึ่งเป็นกบฏ; ซึ่งเดือดแค้น

rebind, *v.* (รีไบนฺด) เย็บปกเสียใหม่

rebirth, *n.* (รีเบอธ) การเกิดใหม่; ชาดก

rebound, *v.* (รีบาวนฺด) กะเด้งขึ้น; กระท้อนกลับ

rebuff, *v.* (รีบัฟ) ไม่เอาด้วย

rebuild, *v.* (รีบิลดฺ) สร้างขึ้นใหม่

rebuke, *v.* (รีบิวคฺ) ขนาบ

rebut, *v.* (รีบัท) ไม่เอาด้วย

recalcitrant, *a.* (รีคัล ซิทรันทฺ) ดื้อถือดี

recall, *v.* (รีคอล) ร้องเรียกกลับมา; ระลึกได้; เรียกตัวกลับ

recant, *v.* (รีคานทฺ) บอกเลิก

recapitulation, *n.* (รีแคพพิทชิวเลชั่น) การสรุปเรื่อง

recapitulate, *v.* (รีคแคพพิท ชิวเลท) สรุปเรื่องโดยย่อ

recapture, *n. v.* (รีแคพเชอ) การจับตัวกลับมาอีก; การยึดคืนมาได้

recast, *v.* (รีคาสทฺ) หล่อขึ้นอีก; ร่างขึ้นอีก

recede, *v.* (รีซีด) ถอย

receipt, *n.* (รีซีท) ใบเสร็จรับเงิน; การรับ

receivable, *a.* (รีซีฟ วาเบิล) รับได้

receive, *v.* (รีซีฟวฺ) ได้รับ; รับไว้

receiver, *n.* (รีซีฟ เวอ) ผู้รับ; เครื่องรับ

recension, *n.* (รีเซ็นชั่น) การตรวจทาน

recent, *a.* (รี เซ็นทฺ) ใหม่; เมื่อเร็ว ๆ นี้เอง

recently, *adv.* (รี เซ็นทฺลี่) เมื่อเร็ว ๆ นี้เอง

reception, *n.* (รีเซ็พชั่น) การต้อนรับ

reception, room, (-รูม) ห้องรับรองแขก

recess, *n.* (รีเซ็ส) การหยุดพัก

recharge, *v.* (รีชาจ) บรรจุอีก

R

recipe, *n.* (เร็ส ซิพี่) ส่วนประกอบของอาหาร

recipient, *n.* (รีซิพเพียนทฺ) ผู้รับ

reciprocal, *a.* (รีซิพ โพรคัล) ต่อกันและกัน; ซึ่งกลับส่วนกัน (เช่น 4 กับ 1/4)

reciprocate, *v.* (รีซิพ โพรเคท) ตอบแทนให้ทัดเทียมกัน

reciprocity, *n.* (รีซิพพรอส ซิที่) การตอบแทนให้ทัดเทียมกัน

recision, *n.* (รีซิชชั่น) การตัดออก

recital, *n.* (รีไซ ทัล) การบอกเล่า; อ่านดังๆ ให้ฟัง

recitation, *n.* (เร็สซิเทชั่น) การท่องโคลง; การบอกเล่า; อ่านดังๆ ให้ฟัง

recite, *v.* (รีไซทฺ) ท่อง; ว่าปากเปล่า

reckless, *a.* (เร็ค เล็ส) อย่างคอขาดบาดตาย; อย่างไม่กลัวอันตราย, หวาดเสียว (เช่นการขับรถ)

reckon, *v.* (เร็ค ค่อน) คิดว่า; กะว่า

reclaim, *v.* (รีเคลม) ร้องเรียกคืน; ขอกลับคืน

recline, *v.* (รีไคลนฺ) ทอดกายลง

recluse, *n.* (รี คลูซ) นักพรต

reclusion, *n.* (รีคลูชัน) การอยู่ป่าผู้เดียว

recognisable, *a.* (เร็ค คอกไนซาเบิล) พอจำได้

recognise, *v.* (เร็ค คอกไนซฺ) จำได้; รับรอง

recognition, *n.* (รีคอกนิชั่น) การยอมรับรอง; รู้จัก

recognize, *v.* (เร็ค คอกไนซฺ) จำได้ยอมรับรอง

recoil, *v.* (รีคอยลฺ) ม้วนกลับ; ถอยกลับ

recollect, *v.* (รีคอลเล็คทฺ) ระลึกได้ว่า

recollection, *n.* (รีคอลเล็คชั่น) ความระลึกได้; การเก็บรวบรวมอีก

recommend, *v.* (เร็คคอมเม็นดฺ) ขอแนะนำว่าดี; รับรอง

recommendation, *n.* (เร็คคอมเม็นเดชั่น) การรับรองว่าดี; ใบรับรอง

recommender, *n.* (เร็คคอมเม็นเดอ) ผู้รับรองว่าดี

recompense, *n. v.* (เร็คคอมเพ็นซฺ) รางวัล; สินน้ำใจ

reconcilable, *a.* (เร็คคอนไซลาเบิล) คืนดีกันได้

reconcile, *v.* (เร็คคอนไซลฺ) คืนดีกัน; ปรองดองกัน

reconciliation, *n.* (เร็คคอนซิลลิเยชั่น) การคืนดีกันแล้ว

recondition, *n.* (รีคอนดิชชั่น) การปรับปรุงให้ดี

reconnaissance, *n.* (รีคอนเน็สซันซฺ) การสำรวจตรวจดู

reconnoitre, *v.* (เร็คคอนนอยเทอ) สำรวจภูมิประเทศ

reconsider, *v.* (รี คอน ซิดเด้อ) พิจารณาใหม่

reconstitute, *v.* (รี คอนสฺ ทิจิวทฺ) สร้างกลับคืนมา

reconstruct, *v.* (รี คอนสฺทรัคทฺ) สร้างขึ้นอีก

reconstruction, *n.* (รี คอนสฺทรัค ชั่น) การสร้างขึ้นตามเดิม; การบูรณะ

record, *v.* (รี คอด) บันทึกไว้; *n.* (เร็ค

คอด) ข้อความที่บันทึกไว้; ประวัติ
off the record, ซึ่งนำไปอ้างไม่ได้
recorder, *n.* (รี คอดเดอ) ผู้บันทึกเหตุการณ์ไว้
recount, *v.* (รีเคานฺทฺ) นับใหม่; เล่าเรื่อง
recover, *v.* (รีคับเว้อ) ปิดไว้อีก; ได้กลับคืน; หายเจ็บ; ฟื้น
recovery, *n.* (รีคับเวอรี่) การได้กลับคืนมา; การหายเจ็บ
recreate, *v.* (เร็ค ครีเอท) ฟื้นฟูกำลัง
recreation, *n.* (เร็คครีเอชั่น) การหยุดพัก; การหย่อนอารมณ์; การสร้างขึ้นใหม่; การเล่นกีฬา
recriminate, *v.* (รีคริม มิเนท) แย้งกลับ
recrimination, *n.* (เร็คคริมมิเนชั่น) การแย้งกลับไป
recruit, *n.* (รีครูท) ทหารเกณฑ์ใหม่; *v.* เกณฑ์ทหาร; เพิ่มกำลัง; แข็งแรง: สบายขึ้น; บรรจุรับ; รุ่นใหม่
recruitment, *n.* (รีครูท เม็นทฺ) การเกณฑ์ทหาร
rectangle, *n.* (เร็ค แทงเกิล) สี่เหลี่ยมผืนผ้า
rectangular, *a.* (เร็คแทง กิวล่า) เป็นรูปสี่เหลี่ยมผืนผ้า
rectifiable, *a.* (เร็คทิฟายอาเบิล) พอแก้ไขได้
rectification, *n.* (เร็คทิฟิเคชั่น) การแก้เสียให้ถูกต้อง
rectifier, *n.* (เร็ค ทิฟายเอ้อ) ผู้แก้ไขให้ถูก
rectify, *v.* (เร็ค ทิฟาย) แก้ไขให้ถูก
rectilineal, *a.* (เร็คทิลินีอัล) เป็นเส้นตรง
rectitude, *n.* (เร็ค ทิจิวดฺ) ความเถรตรง
recto, *n.* (เร็คโท) ด้านหน้า
rector, *n.* (เร็ค เทอ) ผู้จัดการ; อาจารย์ใหญ่; พระ; อธิการบดี
rectory, *n.* (เร็ค ทอรี่) วัด; สำนักของท่านพระ
rectum, *n.* (เร็ค ทัม) รูก้น
recumbent, *a.* (รีคัมเบ็นทฺ) นอนลง
recuperate, *v.* (รีคิวเพอเรท) ฟื้นกับคืนมา; หายเจ็บไข้
recuperative, *a.* (รีคิวเพอเรทิฟ) ซึ่งช่วยให้ฟื้นจากไข้
recur, *v.* (รีเคอ) ซึ่งกลับมีมา; มีต่อเนื่องกันไป
recurrence, *n.* (รีเคอเร็นซฺ) การเกิดซ้ำมา
recurrent, *a.* (รีเคอเร็นทฺ) ซึ่งเกิดซ้ำ ๆ กัน
recurve, *v.* (รีเคอฟ) งอกลับ
recusant, *a.* (รีคิวซันทฺ) ดื้อไม่ยอมตาม
red, *a. n.* (เร็ด) สีแดง
redact, *v.* (รีแด็คทฺ) เรียบเรียง
redbreast, *n.* (เร็ดเบรสทฺ) นกกางเขนอกแดง
red-cheeked, *a.* (เร็ด ชีคดฺ) แก้มแดง
Red-Cross, *n.* (เร็ค ครอส) กาชาด
Red-Cross Society, *n.* (-โซไซเอ็ทที่) สภากาชาด
Junior Red Cross, อนุสภากาชาด
redden, *v.* (เร็ดเดิ้น) แดงขึ้น
reddish, *a.* (เร็ดดิช) แดงเรื่อ ๆ; ชักแดง
reddishness, *n.* (เร็ดดิชเน็ส) ความแดง

R

เรื่อๆ

reddition, *n.* (เร็ดดิชชั่น) การส่งคืนให้

redeem, *v.* (รีดีม) ถ่ายคืน; กู้หน้า

redeemable, *a.* (รีดีม มาเบิล) ซึ่งถ่ายคืนได้

redeemer, *n.* (รีดีมเมอ) ผู้ถ่ายคืน; ผู้กู้หน้า; ผู้ล้างบาปให้

redemption, *n.* (รีเด็มพฺชัน) การถ่ายคืน

red-handed:

to be taken red-handed, จับได้คาหนังคาเขา

red-hot, *a.* (เร็ด ฮ็อท) ยังร้อนอยู่; ร้อนระอุ

redirect, *v.* (รีไดเร็คทฺ) ส่งไปใหม่

redistribute, *v.* (รีดิส ทริบ บิวทฺ) แจกใหม่

redistribution, *n.* (รีดิส ทริบบิวชั่น) การแจกใหม่

redness, *n.* (เร็ดเน็ส) สีแดง

redolent, *a.* (เร็ด โดเล็นทฺ) หอมกรุ่น

redouble, *v.* (รีดับเบิล) ทบอีกสองเท่า

redoubtable, *a.* (รีเดาทาเบิล) อันเป็นที่น่าหวาดกลัว

red pepper, *n.* (-เพ็พ เพอ) พริกป่น

redraft, *v.* (รีดราฟทฺ) ร่างขึ้นใหม่

redress, *v.* (รีเดร็ส) จัดเสียใหม่ให้ดี; แก้ตัว; แก้ไข

redskin, *n.* (เร็ดสคิน) พวกผิวแดง

red-tape, *n.* (เร็ดเทพ) การเล่นตัวอักษรกัน

reduce, *v.* (รีดิวซฺ) ลดให้น้อยลง; บั่นทอนลง; ลดราคา

reduction, *n.* (รีดัคชั่น) การทอนลง; การลดให้น้อยลง

redundant, *a.* (รีดัน ดันทฺ) เกินต้องการ

re-echo, *v.* (รีเอ็คโค) สะท้อนกลับ (เสียง)

reed, *n.* (รีด) ต้นอ้อ

reef, *n.* (รีฟ) หน้าผา

reel, *n.* (รีล) หลอด; ม้วน; *v.* เซ

refection, *n.* (รีเฟ็คชั่น) อาหารเบา

refectory, *n.* (รีเฟ็คทอรี่) ห้องอาหาร (ของโรงเรียน)

refer, *v.* (รีเฟอ) อ้างถึง; อ้างอิง

referee, *n.* (เร็ฟเฟอรี) ผู้ตัดสิน

reference, *n.* (เร็ฟเฟอเร็นซฺ) การอ้างถึง

reference books, หนังสืออุทเทศ

refine, *v.* (รีฟายนฺ) ฟอกให้สะอาด

refined, *a.* (รีฟายนฺดฺ) ซึ่งฟอกแล้ว; สง่างาม

refiner, *n.* (รีฟายเน่อ) ผู้ฟอก

refinery, *n.* (รีฟายเนอรี่) โรงฟอก (เช่นฟอกน้ำตาล); ความสง่า

reflect, *v.* (รีเฟล็คทฺ) สะท้อนกลับ; เป็นเงา; นึกคิดดู

reflection, *n.* (รีเฟล็ค ชั่น) การสะท้อนกลับของแสง; การคิดดู

reflective, *a.* (รีเฟล็ค ทิฟวฺ) ซึ่งสะท้อนกลับ; คิดดู

reflector, *n.* (รีเฟล็ค เทอ) แก้วฉายแสงกลับ; กระจกฉายแสงกลับ

reflex, *v.* (รีเฟล็กซฺ) สะท้อนกลับ

reflexion, *n.* (รีเฟล็ค ชั่น) การสะท้อนกลับของแสง; เงา (เช่นในน้ำหรือในกระจก)

reflexive, *a.* (รีเฟล็คซิฟวฺ) ซึ่งสะท้อนกลับ; ซึ่งทำให้ต้องคิด

reflux, *n.* (รี ฟลักซฺ) การไหลกลับ

reform, *v. n.* (รีฟอม) เปลี่ยนรูป; ปฏิรูป; การเปลี่ยนแปลง; กลับตัว; ดัดสันดาน

reformation, *n.* (เร็ฟฟอเมชั่น) การเปลี่ยนรูป หรือสภาพเสียใหม่; ปฏิรูป; การเปลี่ยนศาสนาจากคาธอลิค เป็นโปรเต๊สแต็นท์

reformative, *a.* (รีฟอม มาทิฟวฺ) ซึ่งเป็นการเปลี่ยนรูป; เป็นการดัดสันดาน

reformatory, *n.* (รีฟอมมาทอรี่) โรงเรียนดัดสันดาน

reformed, *a.* (รีฟอมดฺ) กลับนิสัยเป็นคนดี

reformer, *n.* (รีฟอมเมอ) ผู้ดัดแปลงรูปหรือสภาพการณ์

reformist, *n.* (รีฟอม มิสทฺ) พวกเข้าอยู่ในลัทธิใหม่ที่ดัดแปลงขึ้นจากของเก่า

refract, *v.* (รีแฟรคทฺ) หักเหออกไป (แสง)

refraction, *n.* (รีแฟรคชั่น) การหักของแสง

refractory, *a.* (รีแฟรค ทอรี่) ดื้อด้าน

refrain, *v.* (รีเฟรน) ละเว้นจาก; ทำนองลูกคู่

refresh, *v.* (รีเฟ๊รช) สดชื่นขึ้น; ชื่นใจขึ้น

refreshful, refreshing, *a.* (รีเฟร๊ช ฟูล) ซึ่งทำให้สดชื่น; ชื่นใจ

refreshment, *n.* (รีเฟร๊ชเม็นทฺ) เครื่องดื่ม; ความสดชื่น

refrigerate, *v.* (รี ฟริด เจอเรท) เก็บในตู้น้ำแข็ง

refrigeration, *n.* (รีฟริดเจอเรชั่น) การเก็บในตู้น้ำแข็ง

refrigerator, *n.* (รีฟริด เจอเรเทอ) ตู้เย็น

refuge, *n.* (เร็ฟ ฟิวจฺ) ที่พำนักอาศัย; ที่พึ่งพาอาศัย

refugee, *n.* (เร็ฟฟิวจี) ผู้อพยพหลบภัย

refund, *v.* (รีฟันดฺ) คืนเงินให้

refurbish, *v.* (รีเฟอบิช) ขัดถูเสียอีก

refusable, *a.* (รีฟิว ซาเบิล) น่าปฏิเสธ

refusal, *n.* (รีฟิวซัล) การปฏิเสธ

refuse, *v.* (รีฟิวซฺ) ปฏิเสธ; ไม่ยอม; *a.* (เร็ฟ ฟิวซฺ) เศษ; ไม่มีค่า; ทิ้งแล้ว; *n.* ขยะ; ของทิ้ง

refuser, *n.* (รีฟิวเซอ) ผู้ปฏิเสธ

refute, *v.* (รี ฟิวทฺ) ไม่เห็นด้วย (แย้ง)

regain, *v.* (รีเกน) ได้คืนมา

regal, *a.* (รีกัล) แห่งกษัตริย์

regale, *v. n.* เลี้ยงกันอย่างขนานใหญ่

regalia, *n. al.* (รีเก เลีย) เครื่องสูงของกษัตริย์

regard, *n.* (รีกาด) ความเอาใจใส่; มองดู; นับถือ; เห็นแก่; ลักษณะที่เห็น; มิตรภาพ

regard, *v.* (รีกาด) มองดู; เห็นว่า; ถือว่า; เอาใจใส่; เกี่ยวกับ

regardless of, โดยไม่พักคำนึงถึง

regatta, *n.* (รีแกทท่า) การแข่งเรือ

regency, *n.* (รีเจ็นซี่) การสำเร็จราชการแทนพระองค์

Council of Regency, คณะผู้สำเร็จราชการแทนพระองค์

regenerate, *v.* (รีเจ็น เนอเรท) เกิดใหม่

R

regent, *n.* (รี เจ็นทฺ) ผู้สำเร็จราชการแทนพระองค์

regicide, *n.* (เร็ด จิไซดฺ) การปลงพระชนม์ชีพพระเจ้าอยู่หัว

regild, *v.* (รีกิลดฺ) ปิดทอง ชุบทองเสียใหม่

regime, *n.* (เรจีม) การปกครอง; รัฐบาล

regimen, *n.* (เร็ด จิเม็น) การลดอาหาร

regiment, *n.* (เร็ด จิเม็นทฺ) กรม (ทหาร)

regimental, *a.* (เร็ดจิเม็นทัล) แห่งกรม (ทหาร)

region, *n.* (รีเจิ้น) ย่าน; ขอบเขต; แห่ง; ท้องที่

regional, *a.* (รี เจินนัล) แห่งท้องที่; ภูมิภาค

register, *n.* (เร็ด จิสเทอ) บัญชีชื่อ; *v.* ลงชื่อ; ลงทะเบียน

registrar, *n.* (เร็ดจิสทร่า) เลขาธิการมหาวิทยาลัย; นายทะเบียน

registration, *n.* (เร็ดจิสเทรชั่น) การลงทะเบียน; การจดไว้

registry, *n.* (เร็ด จิสทรี่) การลงทะเบียนไว้

registry office, *n.* (-ออฟฟิซ) สำนักงานทะเบียน

regress, *v. n.* (รีเกร็ส) ลดลง; ถอยกลับ

regressive, *a.* (รีเกร็ส ซิฟวฺ) ซึ่งเป็นการถอยหลัง

regret, *n. v.* (รีเกร็ท) เสียใจ

regretful, *a.* (รีเกร็ทฟูล) น่าเสียใจ

regrettable, *a.* (รีเกร็ท ทาเบิล) น่าเสียดาย; น่าเสียใจ

regular, *a.* (เร็กกิวล่า) ปกติ; สม่ำเสมอ; เสมอไป; ธรรมดา

regularity, *n.* (เร็กกิวแล ริที่) ความเป็นปกติ

regularize, *v.* (เร็กกิวลาไรซฺ) ทำให้เป็นไปอย่างปรกติ

regulate, *v.* (เร็กกิวเลท) จัดระเบียบ

regulation, *n.* (เร็กกิวเลชั่น) กฎ; ระบียบ; ข้อบังคับ; การจัดวางระเบียบ

regulator, *n.* (เร็ก กิวเลเท่อ) เครื่องหรือผู้จัดระเบียบ; ที่บังคับน้ำ

rehabilitate, *v.* (รีฮาบิลลิเทท) ปรับนิสัยให้คืนเดิม

rehabilitation, *n.* (รีฮาบิลลิเทชั่น) การอบรมให้นิสัยคืนเดิม

rehearsal, *n.* (รีเฮอสซัล) การซ้อมละคร

rehearse, *v.* (รีเฮอส) ซ้อมละคร

Reich, *n.* (ไรฆฺ) อาณาจักรเยอรมัน

reign, *n.* (เรน) รัชสมัย; *v.* ปกครองบ้านเมือง

reimburse, *v.* (รีอิมเบอซ) คืนเงินให้

reimbursement, *n.* การคืนเงินให้

reimburser, *n.* ผู้คืนเงินให้

rein, *n.* (เรน) บังเหียน; *v.* ถือบังเหียน

reincarnate, *v.* (รีอิน คาเนท) เกิดใหม่; จุติ; เกิดชาติหน้า; มาเกิดเป็น

reincarnation, *n.* การไปจุติใหม่, เกิดใหม่

reindeer, *n.* (เรนเดีย) กวางเรนเดียร์

reinforce, *v.* (รีอินฟอซ) ส่งกำลังไปเพิ่มเติม

reinforcement, *n.* (-เม็นทฺ) กำลังเพิ่มเติม; กองส่งมาช่วย; ทัพหนุน

reins, *n. pl.* (เรนซฺ) ไต
reinstate, *v.* (รีอินสฺเตท) คืนเข้าตำแหน่งเดิม
reinstatement, *n.* (รีอินสฺเตท เม็นทฺ) การแต่งตั้งให้เข้าอยู่ตามตำแหน่งเดิม
reissue, *v.* (รีอิชชู) พิมพ์ออกมาใหม่
reiterate, *v.* (รีอิทเทอเรท) ย้ำแล้วย้ำอีก
reject, *v.* (รีเจ็คทฺ) ทิ้งเสีย; ปัดเสียไม่รับ
rejection, *n.* (รีเจ็คชั่น) การทิ้งเสีย
rejoice, *n. v.* (รีจอยซฺ) ปลาบปลื้มยินดี
rejoicing, *n.* (รีจอยซิ่ง) ความร่าเริงยินดี
rejoin, *v.* (รีจอยนฺ) เข้ามาร่วมด้วยอีก; เข้ามาหาอีก
rejoint, *v.* (รีจอยนฺทฺ) ต่อเข้าด้วยกัน
rejuvenate, *v.* (รีจูเวอเนท) ทำให้อ่อนวัยขึ้น
rejuvenation, *n.* (รีจูเว็นเนชั่น) การทำให้อ่อนวัยขึ้น
rejuvenator, *n.* (รีจูเว็นเนเทอ) สิ่งที่ทำให้อ่อนวัยขึ้น
relapse, *v. n.* (รีแลพสฺ) ถอยกลับเข้าสู่; ถดถอย
relate, *v.* (รีเลท) เล่าให้ฟัง; เกี่ยวกับ
related to, เกี่ยวกับ; เกี่ยวข้องด้วย
relation, *n.* (รีเลชั่น) การบอกเล่า; การเกี่ยวข้อง; ญาติพี่น้อง; ความสัมพันธ์
relationship, *n.* (รีเลชั่นชิพ) ความเกี่ยวดองกัน
relative, *a.* (รีเลทิฟวฺ) ซึ่งเกี่ยวข้องกัน; สัมพันธ์; *n.* ญาติ
relax, *v.* (รีแลคซฺ) หย่อนลง; พักผ่อน; เพลาลง
relaxation, *n.* (รีแลคเซชั่น) ความหย่อนลง
relaxing, *a.* (รีแล็กซิ่ง) ซึ่งปล่อยตามสบาย
relay, *n.* (รีเล) การผลัดกันเป็นทอด ๆ; *v.* ส่งต่อเป็นทอด ๆ; ถ่ายทอด
relay race, วิ่งผลัด
release, *v. n.* (รีลีส) ปล่อยตัวไป; ปลดเปลื้อง
relent, *v.* (รีเล็นทฺ) คลายลง; อ่อนลง; ผ่อนให้
relenting, *a.* (รีเล็นทิ่ง) ชักอ่อนข้อ
relentless, *a.* (รีเล็นทฺ เล็ส) ไม่มีย่อมอ่อนข้อ
relet, *v.* (รีเล็ท) ให้เช่าต่อ
relevance, *n.* (เร็ลเลอวันซฺ) ความสำคัญเกี่ยวกับกรณี
relevant, *a.* (เร็ล เลอวันทฺ) เกี่ยวกับกรณี
reliability, *n.* (รีลายอะบิล ลิที่) ความเชื่อได้
reliable, *a.* (รีลายอาเบิล) ไว้ใจได้
reliance, *n.* (รีไลอันซฺ) ความไว้ใจได้
reliant, *a.* (รีไลอันทฺ) ไว้ใจ
relic, *n.* (เร็ลลิค) ที่ระลึก
relics, *n. pl.* พระธาตุ
relief, *n.* (รีลีฟ) การช่วยให้บรรเทาเบาบางลง; ความโล่งใจ; การช่วยบรรเทาทุกข์; การช่วยให้พ้นภัย; การปลดเปลื้องภาระ; การเปลี่ยนยาม; การเปลี่ยน เวร; ภาพนูน
relieve, *v.* (รีลีฟวฺ) ช่วยให้เบาใจลง; โล่งหัวอก; ปลดเปลื้อง

R

religion, *n.* (รีลิดเจิ้น) ศาสนา
religious, *a.* (รีลิดเจิส) เคร่งศาสนา; แห่งศาสนา
relinquish, *v.* (รีลิง ควิช) ทอดทิ้ง
relish, *n.* (เร็ลลิช) รสอร่อย; ชูรส
reluctance, *n.* (รีลัค ทันซฺ) ความไม่เต็มใจ
reluctant, *a.* (รีลัค ทันทฺ) ไม่เต็มใจ; ลังเลไม่แน่ใจ
rely, *v.* (รีลาย) ไว้ใจ
remain, *v.* (รีเมน) เหลืออยู่; คงเป็น
remainder, *n.* (รีเมนเดอ) เศษ; ที่เหลืออยู่
remains, *n. pl.* (รีเมนสฺ) อัฏฐิ; สิ่งที่เหลืออยู่; ซาก;
remark, *n.* (รีมาค) ข้อสังเกต; *v.* ตั้งข้อสังเกต; กล่าว
remarkable, *a.* (รีมาคคาเบิล) ควรสังเกต; อย่างพิเศษ
remarkably, *adv.* อย่างเป็นที่น่าสังเกต
remedy, *n.* (เร็ม มิดี้) ยา; ของแก้
remember, *v.* (รีเม็นเบอ) จำ
rememberable, *a.* (-ราเบิล) ควรจำ
remembrance, *n.* (รีเม็มบรันซฺ) ความจำ; รำลึกได้; ที่ระลึก
in remembrance of, เป็นเครื่องให้ระลึกถึง
remind, *v.* (รีไมนดฺ) เตือน
reminder, *n.* (รีไมนฺเด้อ) เครื่องเตือนใจ
remindful, *a.* (รีไมนฺดฺ ฟูล) ซึ่งเตือนใจ
reminiscence, *n.* (เร็มมินิส เซ็นซฺ) เครื่องนำให้ระลึกถึงความหลัง; ความระลึกถึง
remiss, *a.* (รีมิส) หละหลวมในหน้าที่
remission, *n.* (รีมิชชั่น) การยกโทษให้; การผ่อนปรน
remit, *v.* (รีมิท) ส่งไป; ยกบาปให้
remittance, *n.* (รีมิททันซฺ) การส่งไปให้; ของหรือเงินที่ส่งไปให้
remnant, *n.* (เร็มนันทฺ) ที่เหลืออยู่
remonstrance, *n.* (รีม็อนสฺ ทรันซฺ) การคัดง้าง
remonstrate, *v.* (รีม็อน สเทรท) คัดง้าง
remorse, *n.* (รีมอส) ความรู้สำนึกตัว
remorseless, *a.* (รีมอส เล็ส) ไม่รู้สำนึกผิด
remote, *a.* (รีโมท) ห่างไกล; ในครั้งกระโน้น
remoteness, *n.* (รีโมท เน็ส) ความห่างไกล
remould, *v.* (รีโมลดฺ) ปั้นขึ้นใหม่
remount, *v.* (รีมาวนฺท) ขึ้นอีก (ขี่)
removable, *a.* (รีมูฟ วาเบิล) เอาเคลื่อนไปได้
removal, *n.* (รีมูฟวัล) การย้ายไป, เคลื่อนที่ไป
remove, *v.* (รีมูฟว) ย้ายที่ไป; เอาเคลื่อนที่ไป; เอาออก; ไถ่ถอน
remover, *n.* (รีมูฟเว้อ) สิ่งที่เอาออก
remunerable, *a.* ซึ่งควรได้รับรางวัลตอบแทน
remunerate, *v.* (รีมิวเนอเรท) ให้รางวัล
remuneration, *n.* (รีมิวเนอเรชั่น) รางวัลตอบแทน

remunerative, *a.* ซึ่งเป็นการตอบแทน

Renaissance, *n.* (รีเนส ซันสฺ) สมัยฟื้นฟูวิทยาการกันใหม่

renascent, *a.* (รีนาส เซ็นทฺ) เกิดใหม่

rend, *v.* (เร็นดฺ) ฉีก, แตกแยกออก

render, *v.* (เร็นเดอ) กระทำให้; คืนให้คัดแปลง; ช่วยเหลือ

render assistance, render service, ช่วยเหลือ

render homage, เคารพนบนอบ

rendering, *n.* (เร็น เดอริ่ง) การแปลความให้เหมาะสม

rendez-vous, *n.* (เร็นเดวู; รองเด้วู) นัดพบกัน

renegade, *n.* (เร็น นีเกด) คนเลวชาติ; คนขายพวก

renew, *v.* (รีนิว) ทำกันขึ้นใหม่อีก; ต่ออายุ

renewable, *a.* (รีนิววาเบิล) ทำกันใหม่ได้อีก; ต่ออายุใหม่ได้

renewal, *n.* (รีนิววัล) การทำกันใหม่; ขุดขึ้นมาทำกันอีก

renewer, *n.* (รีนิวเว่อ) ผู้รือขึ้นมาทำใหม่

renounce, *v.* (รินาวนฺซฺ) เลิกทิ้ง; บอกเลิก

renovate, *v.* (เร็นโนเวท) ทำขึ้นให้ดีใหม่; ซ่อมแซม

renovation, *n.* (เร็นโนเวชั่น) การซ่อมแซมให้ใหม่

renown, *v.* (รินาวนฺ) มีชื่อเสียง; *n.* ชื่อเสียง

renowned, *a.* (รินาวนฺดฺ) มีชื่อเสียง

rent, อดีตของ **'rend'**: ทำให้แตก; ฉีก; ขาดออกจากกัน

rent, *n.* (เร็นทฺ) รอยแตก; ค่าเช่า; *v.* ให้เช่า

rentable, *a.* (เร็นทาเบิล) เช่าได้

renter, *n.* (เร็นเทอ) ผู้ให้เช่า

rent-free, *a.* (เร็นฟรี) ไม่เก็บค่าเช่า

renunciation, *n.* (รีนันซิเอชั่น) การสละ (โสด)

reorganize, *v.* (รีออ กาไนซฺ) จัดเสียใหม่

repair, *v.* (รีแพ) ซ่อมแซม; ไปยัง; กลับ; *n.* การซ่อมแซม

repairer, *n.* (รีแพเรอ) ผู้ซ่อมแซม

reparable, *a.* (เร็พพาราเบิล) ซึ่งแก้ไขได้

reparation, *n.* (เร็พพาเรชั่น) การซ่อมแซม; การแก้ไข; ค่าปฏิกรรมสงคราม

reparative, *a.* (รีแพ ราทิฟวฺ) ซึ่งเป็นการซ่อมแซม

repartee, *n.* (เร็พพาที) การตอบให้อย่างทันควัน

repast, *n.* (รีพาสทฺ) อาหาร; *v.* รับประทานอาหาร

repatriate, *v.* (รีแพท ทรีเอท) ส่งกลับภูมิลำเนาเดิม

repay, *v.* (รีเพ) ใช้คืนให้

repayable, *a.* (รีเพยาเบิล) ซึ่งใช้หนี้คืนให้

repayment, *n.* (รีเพ เม็นทฺ) การใช้หนี้คืน

repeal, *v.* (รีพีล) ประกาศยกเลิก

repeat, *v.* (รีพีท) ซ้ำ; ว่าซ้ำ

repeatedly, *adv.* (รีพีท เท็ดลี่) ซ้ำๆ

R

ซากๆ

repeater, *n.* (รีพีทเทอ) ผู้ซ้ำชั้น

repel, *v.* (รีเพ็ล) ต้านทานไว้; ขับไป

repeller, *n.* (รีเพ็ลเลอ) ผู้ขับไป

repent, *v.* (รีเพ็นทฺ) รู้สำนึกตัว

repentance, *n.* (รีเพ็น ทันซฺ) ความรู้สำนึกตัว

repentant, *a.* (รีเพ็น ทันทฺ) รู้สำนึกตัว

repercussion, *n.* (รีเพอคัชชั่น) ผลที่มีตามมา

repetition, *n.* (เร็พพิทิชั่น) การกระทำซ้ำ

replace, *v.* (รีเพลซ) เอามาวางแทนที่; แทนตัว

replaceable, *a.* (รีเพลซ ซาเบิล) ซึ่งหามาแทนได้

replacement, *n.* (รีเพลซ เม็นทฺ) การวางไว้ในที่เดิม; การนำมาใช้แทน

replenish, *v.* (รีเพล็นนิช) เอามาเติมให้เต็ม

replete, *a.* (รีพลีท) เต็มแล้ว

replica, *n.* (เร็พ พลิคค่า) แบบ; ภาพถอดแบบ, ภาพจำลอง

replier, *n.* (รีพลายเอ้อ) ผู้ตอบ

reply, *v.* (รีพลาย) ตอบ; *n.* คำตอบ

report, *v. n.* (รีพอท) รายงาน; ยื่นเรื่องราว

weather report, รายงานอากาศ

reported speech คำพูดที่อ้าง

reporter, *n.* (รีพอทเทอ) ผู้รายงาน; ผู้สื่อข่าว (หนังสือพิมพ์)

reporting, *n.* (รีพอททิ่ง) การรายงาน

repose, *v.* (รีโพซ) หยุดพักผ่อน; วางลง; เอนกาย

repose, *n.* (รีโพซ) นอนพักผ่อน

repousse, *a.* (เรพพูเซ) ตอกนูน

reprehend, *v.* (เร็พ พรีเฮ็นดฺ) ตำหนิติเตียน

represent, *v.* (เร็พพรีเซ็นทฺ) แทน; แทนตัว; แสดง

representable, *a.* (เร็พพรีเซ็นทาเบิล) พอจะแทนกันได้

representation, *n.* (เร็พพรีเซ็นเทชั่น) การแสดง; การแทนกัน

representative, *n.* (เร็พพรีเซ็น เทอ ทิฟวฺ) ผู้แทน; *a.* ซึ่งเป็นการแทน

representative of the people, ผู้แทนราษฎร

repress, *v.* (รีเพร็ส) กดไว้

repression, *n.* (รีเพร็สชั่น) การกดไว้; กดขี่; การเลิกล้ม

repressive, *a.* (รีเพร็ส ซิฟวฺ) กดขี่

reprieve, *v.* (รี พรีฟวฺ) วงโทษไว้ ขนาบ; ภาคทัณฑ์

reprint, *v.* (รีพรินทฺ) พิมพ์อีก; *n.* (รีพรินทฺ) การพิมพ์ครั้งใหม่

reprisal, *n.* (รีไพร ซัล) การแก้เผ็ด

reproach, *v. n.* (รีโพรช) ติเตียน; ตัดพ้อต่อว่า

reproachable, *a.* (รีโพรช ชาเบิล) น่าติเตียน

reproachless, *a.* (รีโพรช เล็ส) ไม่มีที่ติ

reprobate, *v.* (เร็พโพรเบท) ติเตียน

reproduce, *v.* (รีโพรดิวซฺ) ถ่ายไว้; สืบพันธุ์; ถอดแบบไว้

reproducer, *n.* (รีโพรดิวเซ่อ) ผู้ถ่ายไว้; ผู้ถอดแบบไว้

reproducible, *a.* (รีโพรดิวซิเบิล) ซึ่งถ่ายไว้ได้

reproduction, *n.* (รีโพรดัคชั่น) การถ่ายทอดไว้; การสืบพันธุ์; การถอดแบบ; การจำลองแบบ

reproductive, *a.* (รีโพรดัค ทิฟว) แห่งการถ่ายทอดไว้; แห่งการสืบพันธุ์

reproductive organ, อวัยวะสืบพันธุ์

reproof, *n.* (รีพรูฟ) คำติเตียน

reprove, *v.* (รีพรูฟวฺ) ติเตียน

reptile, *n.* (เร็พ ไทลฺ) สัตว์เลื้อยคลาน; ทีฆชาติ

reptilian, *a.* (เร็พทีเลียน) แห่งสัตว์เลื้อยคลาน

republic, *n.* (รีพับบลิค) สาธารณรัฐ

republican, *a.* (รีพับบลิคัน) ซึ่งนิยมลัทธิสาธารณรัฐ; *n.* ผู้นิยมลัทธิสาธารณรัฐ

republicanism, *n.* ลัทธิสาธารณรัฐ

republication, *n.* (รีพับบลิเคชั่น) การพิมพ์ออกจำหน่ายอีก

republish, *v.* (รีพับบลิช) พิมพ์ออกจำหน่ายอีก

repudiate, *v.* (รีพิวดิเอท) หย่าร้าง; เลิกร้าง; ยกเลิก

repudiation, *n.* (รีพิวดิเอชั่น) การยกเลิก

repugnance, *n.* (รีพักนันซฺ) ความเกลียดชัง

repulse, *v. n.* (รีพัลซฺ) ผลักไสไป; ทำให้ถอยไป

repulsion, *n.* (รีพัลชั่น) การขับให้ถอยไป; การขับไล่

repulsive, *a.* (รีพัลซิฟวฺ) น่าสะอิดสะเอียน

reputation, *n.* (เร็พพิวเทชั่น) ชื่อเสียง

repute, *v.* (รีพิวทฺ) นับถือ; ยกย่อง; *n.* ชื่อเสียง

reputed, *a.* (รีพิวเท็ด) มีชื่อ

request, *v.* (รีเคว็สทฺ) ร้องขอให้; *n.* การขอร้อง

requiem, *n.* (เร็ค ควิเอ็ม) การสวดให้ผู้ตาย

requirable, *a.* (รีไคว ราเบิล) เป็นที่ต้องการ

require, *v.* (รีไควเออ) ต้องการ

requirement, *n.* (รีไควเออ เม็นทฺ) ความต้องการ; ข้อกำหนดกฎเกณฑ์

requirer, *n.* (รีไควเรอ) ผู้ต้องการ

requisite, *a.* (เร็ค ควิซิท) ซึ่งจำเป็น

requite, *v.* (รีไควทฺ) ตอบแทน

rescind, *v.* (รีซินดฺ) ตัดออก

rescuable, *a.* (เร็ส คิวอาเบิล) ซึ่งช่วยให้รอดได้

rescue, *v. n.* (เร็ส คิว) ช่วยชีวิต

rescuer, *n.* (เร็ส คิวเออ) ผู้ช่วยชีวิต

research, *n.* (รีเซอช) การค้นคว้า; การถามหา; *v.* เที่ยวหา; ค้นคว้า

researcher, *n.* (รีเซอช เชอ) นักค้นคว้า

resemblance, *n.* (รีเซ็ม บลันซฺ) ความคล้ายคลึงกัน

resemble, *v.* (รีเซ็ม เบิล) คล้ายกับ

resembling, *a.* (รีเซ็ม บลิ้ง) คล้ายคลึง

resent, *v.* (รีเซ็นทฺ) ขัดเคือง

resenter, *n.* (รีเซ็นเท่อ) ผู้ขัดเคือง

resentful, *a.* (รีเซ็นทฺ ฟูล) มีความขัดเคือง

resentingly, *adv.* (รีเซ็น ทิงลี่) อย่างขัดเคือง

resentment, *n.* (รีเซ็นทฺ เม็นทฺ) ความขัดเคือง

reservation, *n.* (เร็สเซอเวชั่น) การเก็บรักษาไว้; จัดไว้เฉพาะ

reserve, *v.* (รีเซอฟวฺ) เก็บรักษาไว้; จัดไว้เฉพาะ; สงวน; สำรองไว้; จองไว้ล่วงหน้า; *n.* ทุนสำรอง

reserved, *a.* (รีเซอฟวดฺ) จองไว้แล้ว; เฉพาะ; ท่าทางไม่เล่นกับใคร; สงวนท่าที

reserved seat, ที่นั่งจองแล้ว

reservist, *n.* (รีเซอ วิสทฺ) พวกกองเกิน; กองหนุน

reservoir, *n.* (เร็ส เซอวั้ว) อ่างเก็บน้ำ

reside, *v.* (รีไซดฺ) อาศัยอยู่

residence, *n.* (เร็ส ซิเด็นซฺ) ที่พัก; จวน (ข้าหลวง); ถิ่นที่อยู่

resident, *a.* (เร็ส ซิเด็นทฺ) ซึ่งมาตั้งบ้านเรือนอยู่; *n.* ที่พัก

residential, *a.* (เร็สซิเด็นชัล) แห่งที่พัก

residential area, ย่านที่พัก (ตรงกันข้ามกับย่านอุตสาหกรรม)

resider, *n.* (รีไซเด้อ) ผู้อยู่

resign, *v.* (รีไซนฺ) ขอลาออก

resignation, *n.* (เร็สซิกเนชั่น) การลาออก; การยอมตามผลกรรมที่จะเป็นไป

resigned, *a.* (รีไซนฺดฺ) ยอมแล้วแต่ผลกรรม

resin, *n.* (เรซิน) ยาง

resinous, *a.* (เร ซินัส) เป็นยาง

resist, *v.* (รีซิสทฺ) ต่อต้าน

resistance, *n.* (รีซิสทันซฺ) ความต้านทาน

resistance movement, หน่วยต่อต้านศัตรูที่เข้ามาครอง

resistant, *a.* (รีซิส ทันทฺ) ซึ่งต้านทานไว้

resister, *n.* (รีซิส เทอ) ผู้ต่อต้าน

resistible, *a.* (รีซิสทิเบิล) ซึ่งต้านทานไว้ได้

resisting, *a.* (รีซิสทิ่ง) ซึ่งต้านทานไว้

resolute, *a.* (เร็ส โซลิวทฺ) แน่วแน่; มั่นคง

resolution, *n.* (เร็สโซลีวชั่น) ความตั้งใจอย่างแน่วแน่; การแก้ปัญหา; มติ

resolvable, *a.* (รีซอลวาเบิล) แก้ตก

resolve, *v.* (รีซ็อลวฺ) แก้ปัญหา; ตั้งใจ; แยกออก

resonance, *n.* (เร็ส โซนันซฺ) เสียงกังวาล

resonant, *a.* (เร็สโซนันทฺ) ซึ่งมีเสียงกังวาล

resort, *v.* (รีซอท) ไปยัง; หันเข้าหา; *n.* ที่พักตากอากาศ; เครื่องช่วย

resound, *v.* (รีซาวนฺดฺ) เสียงก้องไป; ตีระฆังอีก

resource, *n.* (รีซอส) เครื่องช่วย; โภคทรัพย์ของประเทศ

as a last resource, ไว้เป็นไม้สุดท้าย

natural resources, ทรัพย์ในดินสินในน้ำ; ทรัพยากรธรรมชาติ

respect, *n.* (เร็สเพ็คทฺ) ความนับถือ; *v.* นับถือ; เคารพ

in all respects, ทุกอย่าง

in many respects, หลายอย่าง
with respect to, ส่วน...
respectable, *a.* (เร็สเพ็ค ทาเบิล) น่านับถือ; ผู้ดี
respectful, *a.* (เร็สเพ็คทฺ ฟูล) เต็มไปด้วยความเคารพนับถือ
respecting, *pr.* (เร็สเพ็ค ทิ่ง) ในส่วนที่เกี่ยวกับ
respective, *a.* (เร็สเพ็ค ทิฟวฺ) ซึ่งเกี่ยวกันตามลำดับ; มีความเคารพ
respectively, *adv.* (เร็สเพ็ค ทิฟวลี่) ตามลำดับ
respiration, *n.* (เร็สพีเรชั่น) การหายใจ
respiratory, *a.* (รีสไพเออ ระเทอรี่) แห่งการหายใจ
respire, *v.* (เร็สไพเออ) หายใจ
respite, *n.* (เร็สพิท; -ไพทฺ) การพัก; เวลาที่ผ่อนให้
resplendence, *n.* (เร็สเพล็นเด็นซฺ) แสงสุกใส
resplendent, *a.* (เร็สเพล็น เด็นทฺ) เป็นแสงสุกใสว ชัชวาล
respond, *v.* (เร็สพ็อนดฺ) ตอบ
respondence, *n.* (เร็สพ็อน เด็นซฺ) การตอบ
response, *n.* (เร็สพ็อนซฺ) คำตอบ
responsibility, *n.* (เร็สพ็อน ซิบิลิที่) ความรับผิดชอบ
responsible, *a.* (เร็สพ็อนซีเบิล) มีความรับผิดชอบ
responsive, *a.* (เร็สพ็อน ซิฟวฺ) แห่งการตอบ
rest, *n. v.* (เร็สทฺ) หยุดพักผ่อน; หยุด; เหลืออยู่; ที่พักผ่อน; ที่รอง
restaurant, *n.* (เร็ส ทอรันทฺ; เร็สโทรอง) ภัตตาคาร
restaurant-car, *n.* (-คารฺ) รถเสบียง
restful, *a.* (เร็สทฺ ฟูล) นิ่งอยู่เฉยๆ; ซึ่งได้รับความสงบ
resting-place, *n.* (เร็สทิ่ง เพลซ) ที่พักอาศัย
restitute, *v.* (เร็ส ทิจิวทฺ) คืนให้
restitution, *n.* (เร็สทิจิวชั่น) การคืนให้
restless, *a.* (เร็สทฺ เล็ส) หาความสงบมิได้; ทุรนทุราย; กระสับกระส่าย
restlessness, *n.* (เร็สทฺ เล็สเน็ส) ความไร้ความสงบ; อาการกระสับกระส่าย
restorable, *a.* (เร็ส ทอ ราเบิล) คืนได้
restoration, *n.* (เร็สทอเรชั่น) การกลับคืนให้เป็นดังเดิม; การสถาปนาราชวงศ์เดิม; การซ่อมให้เป็นอย่างเดิม
restore, *v.* (เร็สทอ) คืน; ฟื้น; ซ่อมแซมขึ้น
restrain, *v.* (เร็สเทรน) ละเว้นจาก; ยับยั้ง
restraint, *n.* (เร็สเทรนทฺ) การงดเว้น; ความอดกลั้น; การกักขังไว้; บังคับใจไว้
restrict, *v.* (เร็ส ทริคทฺ) จำกัด
restriction, *n.* (เร็ส ทริคชั่น) การจำกัด
result, *v.* (รีซัลทฺ) ผล; ผลลัพธ์; *v.* เป็นผล
resultant, *a.* (รีซัล ทันทฺ) อันเป็นผลสืบเนื่องมา
resume, *v.* (รีซีวมฺ) ตั้งต้นทำงานกันใหม่; จับทำต่อไป

resume, *n.* (เรซูเม่) สรุปความ
resurrect, *v.* (เร็สซาเร็คทฺ) ฟื้นคืนชีวิต
resurrection, *n.* (เร็สซาเร็คชั่น) การฟื้นคืนชีวิต (เช่นพระเยซู)
resuscitate, *v.* (รีซัส ซิเทท) คืนชีพ
retail, *n.* (รีเทล) ค้าปลีก; *v.* ขายย่อย; ขายปลีก
retailer, *n.* (รีเทลเล่อ) พ่อค้าปลีก
retain, *v.* (รีเทน) เก็บไว้ได้; ยึดหน่วง
retainable, *a.* (รีเทนนาเบิล) ซึ่งเก็บไว้ได้
retaliate, *v.* (รีแทลลิเอท) โต้; แก้เผ็ด
retaliation, *n.* (รีแทลลิเยชั่น) การแก้เผ็ด
retard, *v.* (รีทาด) เนิ่นช้า; สายไป
retardation, *n.* (รีทาเดชั่น) การชักช้าไป
retention, *n.* (รีเท็นชั่น) การกักตัวเอาไว้; การยึดหน่วง
retentive, *a.* (รีเท็น ทิฟวฺ) ซึ่งยึดตัวไว้; แม่นยำ (ความจำ)
retinue, *n.* (เร็ท ทินิว) บริวาร
retire, *v.* (รีไทเออ) ออกจากงาน; ปลีกตัวออก
retired, *a.* (รีไทเออดฺ) ออกจากงานแล้ว
retirement, *n.* (รีไทเออเม็นทฺ) การออกจากงานแล้ว
retiring, *a.* (รีไทเออริ่ง) ซึ่งออกจากงานแล้ว
retort, *v.* (รีทอท) ถ้อยทีโต้ตอบอย่างทันกัน; สวนคำ; ย้อนให้; โยนกลับไปให้; *n.* หลอดแก้วสำหรับกลั่นน้ำ
retrace, *v.* (รีเทรซ) เดินย้อนรอย
retract, *v.* (รีแทรคทฺ) ถอนคำ
retranslate, *v.* (รีทราวนซฺ เลท) แปลกลับ; แปลอีก
retreat, *n. v.* (รี ทรีท) ล่าถอย; *n.* ที่พักสงบ
retrench, *v.* (รีเทร็นชฺ) ตัดค่าใช้จ่ายลง; ดุล
retribution, *n.* (เร็ททริบบิวชั่น) การใช้หนี้ความผิด
retrieve, *v.* (รีทรีฟวฺ) หาชดเชย; หาคืนมาได้; กลับฟื้นตัว
retroactive, *a.* (เร็ทโทรแอ็ค ทิฟ) ย้อนหลัง; ถอยหลังเข้าคลอง
retrocede, *v.* (เร็ทโทรซีด) ย้อนหลัง
retrogressive, *a.* (เร็ทโทรเกร็สซิฟวฺ) ถอยหลังเข้าคลอง (เจริญถอยหลัง)
retrospect, *n.* (รีโทรส เพ็คทฺ) มองดูที่ผ่านมาแล้ว
return, *v.* (รีเทอน) กลับ; กลับไป; คืนให้; ตอบ; วางกลับที่; โต้กลับ
return, *n.* (รีเทอน) การกลับมา
to return visit, เยี่ยมตอบ
to return a call, ไปหาตอบ
to return thanks, ขอบใจ
to return home, กลับบ้าน
in return, เป็นการตอบแทน
returnable, *a.* (รีเทอน นาเบิล) ยอมให้คืนได้
return-match, *n.* การเล่นแก้ตัว
return-ticket, *n.* (-ทิคเก็ท) ตั๋วไปกลับ
reunion, *n.* (รียูเนี่ยน) การมารวมพร้อมกันอีก; การเจอพร้อมหน้ากัน
reunite, *v.* (รียูไนทฺ) มารวมพร้อมกันอีก; คืนดีกันใหม่; มาพร้อมหน้ากัน

Rev. (Reverend) คำนำหน้าพระ (นักบวช)
reveal, *v.* (รีวีล) แสดง; แสดงให้เห็น; เผย
revealable, *a.* (รีวีลลาเบิล) ซึ่งแสดงกันได้
revealed, *a.* (รีวีลดฺ) เปิดเผยให้เห็น
revelation, *n.* (เร็บเวิ็ลเลชั่น) การแสดงให้เห็น
revenge, *v. n.* (รีเว็นจฺ) แก้แค้น; เล่นแก้ตัวใหม่
revengeful, *a.* (รีเว็นจฺฟูล) ผูก พยาบาท
revenger, *n.* (รีเว็นเจอ) ผู้แก้แค้น
revenue, *n.* (เร็บเว็นนิว) ผลประโยชน์; รายได้; สรรพากร
revenue-officer, *n.* (-อ็อฟฟิซเซ่อ) พนักงานสรรพากร
reverberate, *v.* (รีเวอเบอเรท) ส่งกลับ; สะท้อนกลับ
revere, *v.* (รีเวีย) นับถือ; บูชา
reverence, *n.* (เร็บ เวอเร็นซฺ) ความนับถือ; *v.* ทำความเคารพ; บูชา
reverend, *a. n.* (เร็บเวอเร็นดฺ) ผู้ที่ควรนับถือ; คำนำหน้าพระ (นักบวช)
reverse, *a.* (รีเวอซ) กลับ; ตรงกันข้าม; *v.* กลับ; ลบล้างกันไป; *n.* ตรงกันข้าม; โชคอับ; ด้านหลัง
reversible, *a.* (รีเวอซซิเบิล) กลับเอาข้างในออกนอกได้
revert, *v.* (รีเวอทฺ) กลับไปตามเดิม
review, *v.* (รีวิว) ตรวจดูอีก; *n.* การสวนสนาม; การตรวจดู; หนังสือพิมพ์ข่าวรีวิว; วิวิธทรรศนา
revile, *v.* (รีไวลฺ) ทำให้เลวทราม; ชั่วช้า
revise, *v.* (รีไวซ) ทวน; สอบทาน; ปรับปรุงแก้ไข
revised edition, ฉบับแก้ไขเพิ่มเติม
revision, *n.* (รีวิชชั่น) การทวน; การแก้ไขเพิ่มเติม
revival, *n.* (รีไววัล) การฟื้นฟู
revive, *v.* (รีไววฺ) ฟื้นฟูกันใหม่; กลับคืนมา
revocation, *n.* (รีโวเคชั่น) การสั่งเลิกล้มไป
revoke, *v.* (รีโวค) เพิกถอน; ยกเลิก; บอกถอน
revolt, *v.* (รีโวลทฺ) เป็นกบฏ; แข็งเมือง; ให้เดือดดาล; *n.* การเป็นกบฏ
revolting, *a.* (รีโวลทิ่ง) มันน่าเดือด
revolution, *n.* (เร็บวอลลิวชั่น) การกบฏ; การปฏิวัติ; การหมุนเวียน; การผันผวน
revolutionary, *a.* (เร็บวอลลิวชันนะรี่) แห่งการปฏิวัติ; แห่งการหมุนเวียน; *n.* ผู้ก่อการปฏิวัติ
revolutionist, *n.* (เร็บวอลลิว ชันนิสทฺ) ผู้ก่อการปฏิวัติ
revolutionize, *v.* (เร็บวอลลิว ชันไนซฺ) ปฏิวัติ
revolve, *v.* (รีว็อลว) หมุนรอบๆ; ตรึกตรองดู
revolver, *n.* (รีว็อลเวอ) ปืนพก
revue, *n.* (รีวิว) ละครรีวิวสลับฉาก
revulsion, *n.* (รีวัลชั่น) ความรู้สึกขยะแขยง
reward, *n. v.* (รีวอด) รางวัล

R

rewarder, *n.* (รีวอดเดอ) ผู้ให้รางวัล
rewardful, *a.* (-ฟูล) ซึ่งเป็นบำเหน็ดรางวัล
rex, *n.* (เร็กซฺ) พระมหากษัตริย์
rhapsody, *n.* (แร็พโซดี้) ดนตรีบรรเลงเพลงตามอารมณ์อิสระ
rhetoric, *n.* (เร็ททอริค) วาทศิลป
rheumatic, *a.* (รูแมททิค) แห่งโรคปวดตามข้อ
rheumatism, *n.* (รูมาทิซึ่ม) โรคปวดตามข้อ
rhinoceros, *n.* (ไรน็อส เซอรัส) แรด
rhododendron, *n.* (โรโดเด็นดร็อน) ดอกโรโดเด็นดร็อนต้นไม้พุ่มใหญ่ดอกสีต่าง ๆ เป็นพวงระย้าขาว, เหลือง, ม่วง, หรือชมพู
rhombus, *n.* (รอมบัส) รูปสี่เหลี่ยมมุมไม่เท่ากัน
rhone, *n.* (โรน) รางรองน้ำชายคา
rhubarb, *n.* (รูบาบ) ผัก รูบาร์บ
rhyme, rime, *n.* (ไรมฺ) สัมผัสโคลง; *v.* สัมผัสกัน
rhythm, *n.* (ริธธึ่ม) จังหวะ
rhythmic, rhythmical, *a.* (ริธ มิค; -คัล) เป็นจังหวะ
rib, *n.* (ริบ) ซี่โครง
ribald, *a.* (ริบบัลดฺ) หยาบคาย
ribbon, *n.* (ริบเบิน) ริบบิ้น; แถบ
rice, *n.* (ไรซฺ) ข้าว
  rice-field, *n.* นาข้าว
  rice-paper, *n.* กระดาษฟาง
rich, *a.* (ริช) รวย; มั่งมี; มากมาย; ซึ่งมีประโยชน์ต่อร่างกายมาก (อาหาร)
riches, *n. pl.* (ริชเช็ซ) ทรัพย์สมบัติ; ความมั่งมี
richly, *adv.* (ริช ลี่) อย่างมั่งมี; มากมาย
richness, *n.* (ริชเน็ส) ความมั่งมี; ความมากมาย
rickets, *n.* (ริคเค็ทซฺ) โรคกระดูกอ่อน
rickshaw, *n.* (ริค ชอ) รถเจ๊ก; รถลาก
rid, *v.* (ริด) เอาไปให้พ้น
ridden, *p.p.* ของ **'ride'**; ขี่ม้า
riddle, *n.* (ริดเดิล) ปริศนา; *v.* ทำนายปริศนา; เป็นปริศนา
ride, *v.* (ไรดฺ) ขี่; *n.* การขี่ม้า
rider, *n.* (ไรเดอ) คนขี่ม้า
ridge, *n.* (ริดจฺ) หน้าผา; เทือกเขา; สันหลังคา
ridicule, *n.* (ริดดิคิวล) ความน่าหัวเราะ
ridiculous, *a.* (ริดดิคิวลัส) น่าหัวเราะ
riding, *n.* (ไรดิ้ง) การขี่ม้า
riding-whip, *n.* (-วิพ) แซ่ม้า
rifle, *v.* (ไรเฟิล) ยึดเอาโดยพลการ; ปล้นเอา; ตีชิง
rifle, *n.* (ไร เฟิล) ปืน ร.ศ.
rift, *v.* (ริฟทฺ) ปริออก; แยกแตกออกจากกัน
rigging, *n.* (ริก กิ้ง) นบปรัน (เชือกเสากระโดง)
right, *a.* (ไรทฺ) ขวา; ถูกต้อง *v.* ทำให้ถูก; *n.* สิทธิ; *adv.* ทีเดียว
  right-about turn, กลับหลังหัน
right angle, *n.* (ไรทฺ แองเกิล) มุมฉาก;
  right-angled, *a.* ซึ่งเป็นมุมฉาก

righteous, *a.* (ไรทฺ ชัส) ยุติธรรม; ตรงไปตรงมา
righteousness, *n.* (ไรทฺ ชัสเน็ส) ความเที่ยงธรรม
rightful, *a.* (ไรทฺ ฟูล) โดยถูกต้อง; ซึ่งมีสิทธิบริบูรณ์
rightfully, *adv.* (ไรทฺ ฟุลลี่) อย่างถูกต้องบริบูรณ์; โดยชอบ
rightly, *adv.* (ไรทฺ ลี่) อย่างถูกแท้ทีเดียว
rigid, *a.* (ริด จิด) เข้มงวด; แข็งทื่อ; จัด, กระด้าง
rigidity, rigidness, *n.* (ริจิด ดิที่; ริด จิดเน็ส) ความแข็งทื่อ; ความเข้มงวด; ความเกร็ง
rigorous, *a.* (ริก กอรัส) เข้มงวด; เอาจริง
rigour, *n.* (ริกเก้อ) ความแข็งทื่อ; ความเข้มงวด; ความหนาวจัด
rim, *n.* (ริม) ริม; ขอบ; *v.* ใส่ขอบ
rinderpest, *n.* (ริน เดอเพ็สทฺ) โรครินเดอเพ็สท์ (โรควัวควาย)
ring, *n.* (ริง) แหวน; วง; สังเวียน; ห่วง; การสั่นระฆัง; *v.* ล้อมวง; สั่นระฆัง
ringleader, *n.* (ริงลีดเด้อ) หัวหน้าคณะเหล่าร้าย
ringlet, *n.* (ริงเล็ท) แหวนวงเล็ก ๆ
ringworm, *n.* (ริงเวิม) ขี้กลาก
rinse, *v.* (รินซฺ) ชำระล้าง; กลั้วปาก
riot, *n.* (ไรอัท) ความยุ่งเหยิง; จลาจล
rioter, *n.* (ไร อัทเทอ) ผู้ก่อการจลาจล
riotous, *n.* (ไร อัททัส) วุ่นวาย
rip, *v.* (ริพ) แตกออก
riparian, *a.* (ริพแพเรียน) แห่งริมแม่น้ำ
ripe, *a.* (ไรพฺ) สุก; แก่แล้ว
ripen, *v.* (ไรเพ็น) สุกแล้ว; บ่ม
ripeness, *n.* (ไรพเน็ส) สภาพซึ่งสุกแล้ว
ripping, *a.* (ริพพิ่ง) วิเศษจริง
ripple, *v. n.* (ริพเพิล) เป็นริ้ว (บนผิวน้ำ)
rise, *v.* (ไรซฺ) (อดีต; **rose**; *p.p.* risen) ขึ้น
rise, *n.* (ไรซฺ) การลุกขึ้น; การทวีขึ้น
rising, *n.* (ไร ซิ่ง) การลุกขึ้น; การขึ้น
risk, *n.* (ริสคฺ) ภัย; *v.* เสี่ยง
risky, *a.* (ริสคี่) ซึ่งเป็นการล่อแหลม; เสี่ยง; น่ากลัวอันตราย
rite, *n.* (ไรทฺ) พิธี
ritual, *a.* (ริท ชวล) แห่งพิธี; *n.* พิธีกรรม
rival, *n.* (ไร วัล) คู่แข่งขัน; คู่วิวาท; *a.* ซึ่งชิงดีกัน; *v.* แข่งขันกัน
rivalry, *n.* (ไร วัลรี่) การแข่งขันกัน; ชิงดีชิงเด่นกัน
river, *n.* (ริเว่อ) แม่น้ำ
river-basin, *n.* (ริบเวอ-เบซิน) ลุ่มแม่น้ำ
river-bed, *n.* (-เบ็ด) ร่องก้นแม่น้ำ
river-head, *n.* (-เฮ็ด) ต้นน้ำ
river-horse, *n.* (-ฮอส) ม้าน้ำ
riverine, *a.* (ริเวอไรนฺ) ซึ่งอยู่ตามลำน้ำ
river-side, *n.* (-ไซดฺ) ริมฝั่งน้ำ
rivet, *n.* (ริเว็ท) ตาปูตรึงแผ่นเหล็กเข้าด้วยกัน; *v.* บุติดกัน
rivulet, *n.* (ริวิวเล็ท) ลำธาร; ห้วย
roach, *n.* (โรช) ปลาชนิดหนึ่ง
road, *n.* (โรด) ถนน; ทาง

road-roller, *n.* (-โรลเลอ) ลูกกลิ้งบดถนน

roadside, *n.* (โรด ไซดฺ) ริมถนน

roam, *v.* (โรม) ท่องเที่ยวไป

roar, *v. n.* (รอรฺ) แผดเสียง; คำราม

roast, *v.* (โรสทฺ) ปิ้ง; ย่าง

roasted pork, หมูย่าง (มักพูดย่อ ๆ ว่า **roast pork**)

rob, *v.* (ร็อบ) ขโมย

robber, *n.* (ร็อบเบอ) ขโมย

robbery, *n.* (ร็อบเบอรี่) โจรกรรม

robe, *n.* (โรบ) เสื้อคลุม; ผ้าคลุม; *v.* เอาผ้าคลุม

robin, *n.* (ร็อบบิ้น) นกกางเขน

robot, *n.* (โรบ็อท) หุ่นยนตร์

robust, *a.* (โรบัสทฺ) แข็งแรง; กำยำ

roc, *n.* (ร็อค) นกมหายักษ์ซึ่งมีในเทพนิยาย

rock, *n.* (ร็อค) หิน; *v.* แกว่ง; ไกว; เซ; กล่อม

rocking-chair, *n.* (ร็อค คิ่งแช) เก้าอี้โยก

rocket, *n.* (ร็อค เค็ท) พลุ; จรวดยาน

rocket bomb, ลูกระเบิด; จรวด

rocket plane, เครื่องบินจรวด

rock-garden, สวนพรรณไม้ที่ขึ้นตามหินผา

rock-plants, *n.* (-พลานทฺซฺ) พืชที่ขึ้นตามหิน

rock-salt, *n.* (-ซอลทฺ) เกลือสินเธาว์

rocky, *a.* (ร็อค คี่) เต็มไปด้วยหิน

rod, *n.* (ร็อด) ไม้เรียว; ไม้เท้า; ไม้; คันเบ็ด; ระยะยาว 17 ฟุตครึ่ง

rode, อดีตของ **'ride'**: ขี่ม้า

rodent, *a.* (โรเด็นทฺ) สัตว์แทะเช่น หนู กระต่าย

roe, *n.* (โร) แม่กวาง

roebuck, *n.* (โรบัค) กวางตัวผู้

rogue, *n.* (โรก) คนโกง

roguery, *n.* (โรกเกอรี่) ความโกง

roguish, *a.* (โรก กิช) ขี้โกง; พาล

role, *n.* (โรล) บทบาท

roll, *v.* (โรล) ม้วน; กลิ้ง; โคลง (เรือ); *n.* การกลิ้งไป; ขนมเคกอันม้วนกลม; การรัวกลอง; รายชื่อ; ม้วนกระดาษ

roll-call, *n.* (โรล คอล) การเข้าแถวเรียกชื่อ

roller, *n.* (โรล เลอ) ลูกกลิ้ง

roller-skate, *n.* (-สเคท) สเก็ต (สี่ล้อ)

ice-skating สเก็ตน้ำแข็ง

roll-film, *n.* ฟิล์มม้วน

rolling, *n.* (โรลลิ่ง) การกลิ้งไป

rolling stone gathers no moss, หินที่กลิ้งอยู่เสมอตะไคร่ไม่จับ

Roman, *a. n.* (โรมานซฺ) แห่งโรมัน; ชาวโรมัน

Roman Catholic, ศาสนาคาทอลิค

romance, *n.* (โรแมนซฺ) เรื่องรักใคร่

romanise, *v.* เขียนตามตัวอักษรโรมัน

romantic, *a.* (โรแมน ทิค) ซึ่งมีในความฝัน; แห่งเรื่องรักใคร่

Roneo, *n.* (โรเนโอ) โรเนียว; เครื่องอัดสำเนา

rood, *n.* (รูด) กางเขน; 1 ใน 4 เอเคอรฺ

roof, *n.* (รูฟ) หลังคา; เพดานปาก
roof, *v.* (รูฟ) มุงหลังคา
roof-garden, *n.* สวนบนหลังคาตึก
rook, *n.* (รุค) นกชนิดหนึ่ง; *v.* โกง
room, *n.* (รูม) ห้อง; ที่
roominess, *n.* (รูมมีเน็ส) ที่อันกว้างขวาง
roomy, *a.* (รูมมี่) มีที่กว้างขวาง
roost, *n.* (รูสทฺ) คานไม้ให้นกเกาะ
rooster, *n.* (รูสเทอ) ไก่ (ตัวผู้)
root, *n.* (รูท) ราก; รากเง่า; *v.* ออกราก; เกาะแน่น; ฝังอยู่ในใจ
rope, *n.* (โรพ) เชือก
rosary, *n.* (โรซารี่) สวนกุหลาบ; ลูกประคำ
rose, *n.* (โรซ) กุหลาบ *v.* อดีตของ 'rise': ลุกขึ้น
rosemary, *n.* (โรซแมรี่) ชื่อดอกไม้ชนิดหนึ่ง
rosery, *a.* (โรซเซอรี่) เพาะชำสำหรับกุหลาบ
rosiness, *n.* (โรซิเน็ส) สีแบบดอกกุหลาบ
roster, *n.* (รอสเทอ) รายชื่อ; ผู้มีชื่อ, ผู้เชี่ยวชาญ ฯลฯ
rostrum, *n.* (รอส ทรัม) เวทีผู้พูด
rosy, *a.* (โรซี่) สีกุหลาบ; ชมพู
rotary, *a.* (โร ทารี่) ซึ่งหมุนไป
rot, *v.* (ร็อท) เน่า; เปื่อย
rotate, *v.* (โรเทท) หมุน; ปั่น; หมุนเวียน
rotation, *n.* (โรเทชั่น) การหมุน
rote, *n.* (โรท) การท่องจำ
rotten, *a.* (ร็อท เทิน) เน่า; เลวจริง
rottenness, *n.* (ร็อท เทินเน็ส) ความเน่า; ความเลวไม่เป็นรส
rotund, *a.* (โรทันดฺ) กลมนูน แต่งตั้ง
rotundity, *n.* (โรทันดิที่) ความกลมนูน
rouble, *n.* รูเบิ้ล (เงินรัสเซีย)
rouge, *n.* (รูจ) ชาดฺทาปาก; *v.* ทาปาก
rough, *a.* (รัฟ) หยาบ; ขรุขระ; ไพร่; ปั่นป่วน (ทะเล, ลม)
rough diamond, เพชรยังมิได้เจียระไน
rough usage, การใช้อย่างไม่ปราณีปราศรัย
roughen, *v.* (รัฟเฟิน) ทำให้หยาบ, ขรุขระ, ปั่นป่วน
roughly, *adv.* (รัฟลี่) อย่างหยาบ ๆ
roughness, *n.* (รัฟเน็ส) ความหยาบ; ขรุขระ, ปั่นป่วน
roulette, *n.* (รูลเล็ท) การพนันไม้หมุน
round, *a.* (ราวนฺดฺ) กลม; พี; *n.* รอบ; วง; หน; ยาม; *v.* ทำให้กลม; ขัดเกลา
in a roundabout way, อ้อมค้อม
round the back, อ้อมไปทางข้างหลัง
roundness, *n.* (ราวนฺดฺ เน็ส) ความกลม, ลักษณะกลม ๆ
in round numbers, โดยเป็นประมาณ; ตัวเลขลงตัว; เลขปัดเศษ
round and round, หมุนไปรอบ ๆ
round-table conference, การประชุมโต๊ะกลม
rouse, *v.* (ราวซ) ปลุก; ตื่น; *n.* การเลี้ยงกันอย่างมากมาย
route, *n.* (รูท) ทางเดิน
routine, *n.* (รูทีน) กิจประจำวัน
rove, *v.* (โรฟว) ท่องเที่ยวไป; ระเหระหนไป; ปล้นแบบโจรสลัด

R

rover, *n.* (โรฟ เว้อ) ลูกเสือ; โจรสลัด
roving, *n.* (โรฟวิ่ง) การปล้นเรือในท้องทะเล
row, *n.* (โร) แถว; (ราว) ความเจี๊ยวจ๊าว; ก่อความยุ่งยาก; การเป็นปากเป็นเสียงกัน; *v.* (โร) แจวเรือ
rowboat, rowing-boat, *n.* (โรโบท) เรือแจว
rowdy, *a.* (เรา ดี้) เกะกะอึงคะนึง
rower, *n.* (โรเว่อ) ผู้แจวเรือ
royal, *a.* (รอยัล) ราช; แห่งพระเจ้าแผ่นดิน
Royal Highness, สมเด็จพระเจ้าบรมวงศ์เธอ, ฝ่าพระบาท
royalist, *n.* (รอยัลลิสทฺ) ผู้รักเจ้า
royally, *adv.* (รอยัลลี่) อย่างกษัตริย์
royalty, *n.* (รอยัลที่) ราชย์; ภาษี; ส่วนให้; ค่าภาคหลวง; เงินส่วนแบ่ง
rub, *n. v.* (รับ) ถู; เฉียดไป; เสียดสีกัน
rub shoulders, ชนไหล่กัน
rubber, *n.* (รับเบ้อ) ยาง; ผู้ถู; จบเกมไพ่บริดจ์
rubber shoes, รองเท้ายาง
rubber sole, ส้นยาง (ของรองเท้า)
rubber stamp, ตรายาง (สำหรับประทับ)
rubbish, *a.* (รับบิช) เรื่องเหลวไหลไม่ได้เรื่อง; เศษทิ้ง; ขยะ
don't talk rubbish, อย่างพูดเหลวไหล
ruby, *n.* (รูบี้) ทับทิม
rudder, *n.* (รัดเด้อ) หางเสือเรือ; ที่ถือหางเสือ
ruddy, *a.* (รัดดี้) สีแดงก่ำ
rude, *a.* (รูด) หยาบช้า; ไม่สุภาพ
rude manners, กิริยาหยาบคาย
rudeness, *n.* (รูดเน็ส) ความไม่สุภาพ
rudiment, *n.* (รู ดิเม็นทฺ) ขั้นต้น; เบื้องต้น
rudimentary, *a.* (รูดีเม็น แทรี่) เบื้องต้น
rue, *v.* (รู) รู้สึกเสียใจ
rueful, *a.* (รู ฟูล) เสียอกเสียใจ
ruffian, *n.* (รัฟ เฟี่ยน) กุ๊ย
ruffle, *v.* (รัฟ เฟิล) เป็นรอยยับไป
rug, *n.* (รัก) ผ้าขนสัตว์หยาบ ๆ; ผ้าปู
rugby, *n.* เกมฟุตลอลล์รักบี้
rugged, *a.* (รักเก็ด) หยาบ; ไม่เรียบ
ruin, *n.* (รูอิน) ความฉิบหาย; ความหายนะ; ความเสื่อมหราม; ความสลักหักพัง; ที่ร้าง
ruin, *v.* (รูอิน) ทำลาย; เสื่อมทราม
ruinate, *v.* (รูอิเนท) ทำให้ฉิบหาย
ruinous, *a.* (รูอินัส) ซึ่งสลักหักพังอยู่
ruins, *n. pl.* (รูอินสฺ) ที่ร้าง; ที่สลักหักพัง; โบราณสถาน
in a ruinous state, อยู่ในสภาพสลักหักพัง
rule, *n.* (รูล) การปกครอง; กฎ; ข้อบังคับ; ข้อระเบียบ
rule, *v.* (รูล) ตีเส้นบรรทัด; ครอบครอง
ruler, *n.* (รูลเลอ) ไม้บรรทัด; ผู้ครอบครองประเทศ
rum, *n.* (รัม) เหล้ารัม
rumba, rhumba, *n.* (รุมบ้า) การเต้นรำ
rumble, *n.* (รัม เบิล) เสียงล้อรถดังโคร่ง ๆ

rumex, *n.* (ริวเม็กซฺ) ต้นไม้ขึ้นติดกับดิน ใบยาวค่อนข้างกว้าง
ruminant, *n.* (รูมินันทฺ) สัตว์เคี้ยวเอื้อง
ruminate, *v.* (รูมิเนท) เคี้ยวเอื้อง
rummage, *v.* (รัมเม็จ) ค้นหาจนทั่ว
rummy, *n.* ไพ่รัมมี่
rumour, *n.* (รูเมอ) กิตติศัพท์; *v.* เลื่องลือ
ill rumour, ข่าวร้ายที่แพร่สะพัดไป
rump, *n.* (รัมพฺ) เนื้อสะโพก
rumple, *v.* (รัมเพิล) ขยี้
run, *v. n.* (รัน) วิ่ง; ไหล
run a race, วิ่งแข่ง
in the long run, ในที่สุด
run the risk, เสี่ยงภัย; เสี่ยงอันตราย
run a school, ตั้งโรงเรียน
run a shop, ตั้งร้าน
run a show, จัดงานมหรสพ
run about, วิ่งไปมา
run after, วิ่งตาม
run one's head against the wall, เอาหัวชนฝา
run aground, เกยหาด
run along, วิ่งต่อไป
run away, วิ่งหนี; วิ่งไปเสีย
run for one's life, วิ่งเอาชีวิตรอด
run his sword through, จ้วงแทงด้วยดาบ
run into debt, ก่อความเป็นหนี้ขึ้น
run off, วิ่งไป
run off the rails, ตกราง
run out, ลานหมด
run out of cash, เงินขาดมือ
run over, ทับ (รถ)
run down, โทรมลง
run short, หมดสิ้นลง; ขาดมือลง
runagate, *n.* (รัน นาเกท) คนทรยศ
runaway, *n.* (รัน อาเว) ผู้วิ่งหนี; *a.* หนีไป
rung of a ladder, ขั้นบันได
runner, *n.* (รัน เน่อ) ผู้วิ่ง
running, *a.* (รัน นิ่ง) กำลังวิ่ง; ไหล; ติด ๆ กันไป; *n.* การดัน; การวิ่ง
rupee, *n.* (รูพี) เหรียญรูปี
rupture, *n. v.* (รัพเช่อ) แตกหักจากกัน
rural, *a.* (รู รัล) แห่งชนบท; บ้านนอก
rural areas, ชนบท
ruse, *n.* (รูซ) เล่ห์เหลี่ยมของคนโกง
rush, *v. n.* (รัช) เผ่นเข้าใส่; จู่โจมไปยัง; รีบเร่งไปยัง
rush, *n.* (รัช) ต้นกก
Russia, *n.* (รัช เชีย) ประเทศรัสเซีย
russian, *a. n.* (รัชเชียน) ชาว, ภาษารัสเซีย
russet, *a.* (รัส เซ็ท) สีดินแดง
rust, *n.* (รัสทฺ) สนิม; *v.* สนิมขึ้น; ชักขึ้นหม้อ (วิชา)
rustic, *a.* (รัส ทิค) บ้านนอก; *n.* คนบ้านนอก
rustiness, *n.* (รัส ทิเน็ส) ความเป็นสนิม
rustle, *v.* (รัส เซิล) เสียงกรอบแกรบ (อย่างใบไม้แห้งหรือผ้าแพร)
rustling, *n.* (รัส ลิ่ง) เสียงกรอบแกรบ
rust-proof, *a.* (รัสทฺ พรูฟ) สนิมไม่ขึ้น

rusty, *a.* (รัส ที่) เป็นสนิม; ขึ้นหม้อ (เช่นวิชาที่เรียนมา)

rut, *n.* (รัท) รอยเกวียน; หน้าสัตว์

ruthless, *a.* (รูธ เล็ส) อย่างไม่มียางอาย

rye, *n.* (ราย) ข้าวไร

S

Sabbath, *n.* (ซับ บาธ) วันพระ

sable, *n.* (เซ เบิล) สัตว์ชนิดหนึ่งขนสำหรับทำเฟอรฺ

sabotage, *n.* (ซา โบทาจ) จารกรรม

sabre, *n.* (เซเบอ) กะบี่; *v.* ฟาดฟันลงด้วยกะบี่

sac, *n.* (แซ็ค) ถุง

saccharine, *n.* (แซ็ค คารีน) น้ำตาลเทียม; ขรรค์ทศกร

sacerdotal, *a.* (แซสเซอโดทัล) แห่งพระ

sachet, *n.* (แซช เช็ท) ถุงน้ำหอม

sack, *n.* (แซค) ถุง; กระสอบ; ย่าม; การเข้าทำลายเมือง; *v.* ใส่ถุง; ทำลายเมือง; ไล่ออกจากงาน

  give the sack, ไล่ออกจากงาน

  sack of rice, กระสอบข้าว

sack cloth, *n.* (แซ็ค คลอธ) ผ้ากระสอบ

sack-race, *n.* (-เรซ) การวิ่งกระสอบ

sackful, *n.* (แซคฟูล) กระสอบหนึ่งเต็มๆ

sacrament, *n.* (แซค คราเม็นทฺ) ศีล

sacred, *a.* (เซ เคร็ด) ศักดิ์สิทธิ์

  sacred oath, การสาบานซึ่งถือว่าเป็นสิ่งศักดิ์สิทธิ์

sacredness, *n.* (เซ เคร็ดเน็ส) ความศักดิ์สิทธิ์

sacrifice, *n.* (แซค ครีไฟซฺ) พลีกรรม; การเสียสละ; การบวงสรวง; เครื่องบวงสรวง

sacrifice, *v.* (แซค ครีไฟซฺ) ยอมเสียสละให้; บวงสรวง; พลี

sacrificer, *n.* (แซค ครีไฟเซ่อ) ผู้เสียสละ; ผู้บวงสรวง

sacrilege, *n.* (แซ็ค ครีเล็จ) การดูหมิ่นศาสนา

sad, *a.* (แซด) เศร้าใจ; หน้าเศร้า

sadden, *v.* (แซดเดิ้น) ทำให้เศร้า; เศร้าลง

saddle, *n.* (แซด เดิล) อานม้า; *v.* ใส่อาน

saddle-horse, *n.* (-ฮอส) ม้าสำหรับขี่ (ไม่ใช่ลากรถ)

saddler, *n.* (แซด เดลอ) ช่างทำอาน

sadly, *adv.* (แซด ลี่) อย่างเศร้าใจ; อย่างเต็มทีแล้ว

sadism, *n.* (ซาดิสซึ่ม) กามารมณ์วิตถารที่ชอบทำให้เจ็บปวด

sadness, *n.* (แซดเน็ส) ความเศร้าใจ

safari, *n.* (ซาฟารี) การล่าสัตว์

safe, *a.* (เซฟ) ปลอดภัย; *n.* ที่พ้นภัย; ตู้กันภัย

safe and sound, โดยปลอดภัย
safe-conduct, *n.* (เซฟ คอนดัคทฺ) ใบเบิกทาง
safeguard, *n.* (เซฟกาด) การป้องกัน; พิทักษ์รักษา
safely, *adv.* (เซฟ ลี่) อย่างปลอดภัย; โดยสวัสดิภาพ
safety, *n.* (เซฟตี้) ความปลอดภัย
in safety, โดยปลอดภัย
safety-belt, *n.* (-เบ็ลทฺ) เข็มขัดนิรภัย
safety-lamp, *n.* (-แลมพฺ) โคมกันภัยใช้ในบ่อถ่านหิน
saga, *n.* (ซา ก้า) นิยายปรำปรา
sagacious, *a.* (ซาเกชัส) ชาญฉลาด
sagacity, *n.* (ซะ แกส ซิที่) ความเฉลียวฉลาด
sage, *n.* (เซจ) มุนี; นักปราชญ์ *a.* รู้มาก
sagitta, *n.* (ซากิตต้า) ราศีธนู
sago, *n.* (เซ โก้) สาคู
sahib, *n.* (ซา ฮิบ) นาย (คำแขก)
said, (เซด) อดีต และ *p.p.* ของ 'say': พูด; *a.* ที่กล่าวมาแล้วนั้น
sail, *n.* (เซล) ใบเรือ; *v.* แล่นใบ
sailable, *a.* (เซล ลาเบิ้ล) เรือแล่นใบได้
sailing, *n.* (เซล ลิ่ง) การแล่นใบ; การเดินเรือ
sailing-boat, *n.* (-โบท) เรือใบ
sailing-vessel, *n.* (-เว็ส เซิล) เรือใบ
sailor, *n.* (เซล เล่อ) กลาสี; ลูกเรือ
I am a bad sailor, ขี้เมาคลื่น
sainfoin, *n.* (เซน ฟอยนฺ) ต้นหญ้าชนิดหนึ่ง
saint, *a.* (เซนทฺ) ศักดิ์สิทธิ์; *n.* นักบุญ
All-Saint's Day, มาฆบูชา
sake, *n.* (เซค) เหตุ
for the sake of, เพื่อเห็นแก่
sake, *n.* (แซคเค) เหล้าสาเก
salaam, *n.* (ซาลาม) สะลาม (คำแขก); การนบไหว้
salad, *n.* (แซลลัด) ผักสลัด; ยำ
salad days, ยามอ่อนวัยและอ่อนความรู้อยู่
salad-oil, *n.* น้ำมันสลัด
salamander, *n.* (แซล ลามานเด้อ) กิ้งก่าไฟ
salary, *n.* (แซล ลารี) เงินเดือน; ค่าจ้าง
sale, *n.* (เซล) การขาย; การขายลดราคา
saleable, *a.* (เซล ลาเบิล) ขายได้
sale-room, *n.* (เซล รูม) ห้องขายของ
salesman, *n.* (เซลซฺ แม็น) คนขายของ
saleswoman, *n.* (เซลซฺ วูมัน) ผู้หญิงขายของ
salient, *a.* (เซ เลียนทฺ) เด่น (เช่นจุดเด่นของเรื่อง)
saliferous, *a.* (ซาลิฟ เฟอรัส) ซึ่งมีเกลือ
sally, *v.* (แซลลี) จู่โจมออกมา
salmon, *n.* (แซล มัน) ปลาแซลมอน
saloon, *n.* (ซาลูน) ห้องรับแขก; ห้องนั่งเล่น; ห้องใหญ่
saloon car, รถเก๋ง
salt, *n. a.* (ซอลทฺ) เกลือ; *v.* ใส่เกลือ
salt-duty, *n.* (-ดิวที่) ภาษีเกลือ
salted, *a.* (ซอลเท็ด) เค็ม; ใส่เกลือ; หมักเกลือ
salt-marsh, *n.* (ซอลทฺ มาช) แหล่งน้ำ

S

ทะเลท่วมได้

saltpetre, *n.* (ซอลทฺพีเทอ) ดินประสิว

salt-pit, *n.* (ซอลทฺ พิท) บ่อเกลือ

salt water, *n.* (ซอลทฺ วอเทอ) น้ำเค็ม

salt-works, *n.* (ซอลทฺ เวอคสฺ) การทำนาเกลือ; นาเกลือ

salty, *a.* (ซอล ที่) เค็ม

salubrious, *a.* (ซาลิว เบรียส) เหมาะกับอนามัย

salutary, *a.* (แซล ลิวทารี่) ไม่มีไข้เจ็บ; ปลอดภัย

salutation, *n.* (แซลลิวเทชั่น) การคำนับ

salute, *v. n.* (ซาลิวทฺ) คำนับ

salvage, *n.* (แซล เว็จ) การกู้เรือ

salvation, *n.* (แซลเวชั่น) การช่วยให้พ้นภัย (ทางใจ)

salver, *n.* (แซลเวอ) ถาด

salvo, *n.* (แซล โว) การยิงปืนพร้อมๆ กันเพื่อการสดุด

samaritan, *n.* (ซาแมริทัน) ผู้มีใจบุญ

samba, *n.* (แซม บ้า) การเต้นรำชนิดหนึ่ง

same, *a.* (เซม) อันเดียวกัน; คนเดียวกัน; เหมือนกัน

all the same, เหมือนกันน่ะแหล่ะ

at the same time, ในเวลาเดียวกัน

it's all the same to me, อย่างไรก็ช่าง

the very same, อันเดียวกันทีเดียว

sameness, *n.* (เซม เน็ส) ความเหมือนกัน

sampan, *n.* (แซม แพน) เรือสำปั้น

sample, *n.* (ซาม เพิล) ตัวอย่าง (สินค้า)

samurai, *n.* (แซม มูไร) พวกนักรบของญี่ปุ่น (ซามูไร)

sanatorium, *n.* (แซนนะทอเรี่ยม) เรือนพยาบาล

sanatory, *a.* (แซน นะทอรี่) ซึ่งรักษาให้หาย

sanctify, *v.* (แซงคฺ ทิฟาย) ทำให้ศักดิ์สิทธิ์, หรือขลัง

sanction, *n. v.* (แซงคฺ ชั่น) อนุมัติ; ให้อำนาจ; *pl.* การแซ็งชั่น คือห้ามติดต่อค้าขายด้วย

sanctuary, *n.* (แซงคฺ ชิวอารี่) แท่นที่บูชาในโบสถ์

sand, *n.* (แซนดฺ) ทราย

sandal, *n.* (แซนดัล) รองเท้าแตะ; ไม้จันทน์

sandal-wood, *n.* ไม้จันทน์, ไม้หอม

sand-bag, *n.* กระสอบทราย

sand-bank, *n.* (แซนดฺแบ็งคฺ) ตลิ่ง

sand-dune, *n.* (-ดิวนฺ) เนินทราย

sand-glass, *n.* (-กลาซ) นาฬิกาทราย

sandiness, *n.* สภาพซึ่งเต็มไปด้วยทราย

sand-paper, *n.* (-เพเพอ) กระดาษทราย

sand-storm, *n.* (-สทอม) พายุทราย

sandwich, *n.* (แซนดฺ วิช) ขนมปังสองอัน ประกบใส่ไส้ตรงกลาง

sandy, *a.* (แซนดี้) เต็มไปด้วยทราย (เช่น **sandy beach,** หาดทราย

sane, *a.* (เซน) จิตใจปกติดี

sang, อดีตของ 'sing'; ร้องเพลง

sanguinary, *a.* (แซง กวินนารี่) อย่างกระหายเลือด, นองเลือด

sanguine, *a.* (แซง กวิน) แดงเป็นเลือด; เลือดแดงฉาน กระหายเลือด
sanitary, *a.* (แซน นิทารี่) แห่งอนามัย, สุขาภิบาล
sanitary towel, (-ทาวเอิ้ล) ผ้าอนามัย
sanitation, *n.* (แซนนิเทชั่น) อนามัย; การสุขาภิบาล
sanitorium, *n.* (แซนนิทอเรี่ยม) เรือนพยาบาล
sanity, *n.* (แซน นิที่) ความปกติแห่งใจ
sank, อดีตของ 'sink': จมลง
Sanskrit, *a.* (แซนซฺ คริท) ภาษาสังสกฤต
Santa Claus, *n.* (แซน ตา คลอส) ตาพ่อคริสต์มาส
sap, *n.* (แซพ) ยางต้นไม้; *v.* ขุดช้อนลงไปข้างใต้
sapient, *a.* (เซ เพียนทฺ) ฉลาด
sapless, *a.* (แซ็พ เล็ส) ไม่มียาง (ไม้)
sapper, *n.* (แซ็พ เพอ) ทหารช่าง
sapphire, *n.* (แซฟ ฟายเอ้อ) นิลสีครามอ่อน
sarcasm, *n.* (ซารฺ แคสซึ่ม) การว่ากระทบกระเทียบ
sarcastic, *a.* (ซารฺแคสทิค) ซึ่งเป็นการกระทบกระเทียบ
sardine, *n.* (ซารฺดีน) ปลาซาร์ดีน
sardonic, *a.* (ซาดอน นิค) ซึ่งเยาะเย้ย; เหนือบแนม
sari, *n.* ผ้าส่าหรี
sarong, *n.* ผ้าสะโหร่ง
Sartorial, *a.* (ซาทอเรียล) แห่งช่างตัดเสื้อ
sash, *n.* (แซช) ผ้าคาดพุง; สายสพาย

sat, อดีต และ *p.p.* ของ sit: นั่ง
Satan, *n.* (เซทัน) ปีศาจแห่งความชั่ว
satchel, *n.* (แซท เชิ่ล) กระเป๋าหนังสือ
sateen, *n.* (ซาทีน) ด่วน
satellite, *n.* (แซท เท็ลไลทฺ) ดาวบริวาร
artificial satellite, ดาวเทียม
satiate, *v.* (เซ ชิเอท) อิ่ม; อิ่มใจ
satire, *n.* (แซท ไทเออ) บทประพันธ์เปรียบเปรยเสียดสี
satirical, *a.* (ซะทิ ริคัล) ซึ่งเปรียบเปรยเสียดสี
satirist, *n.* (แซท ทีริสทฺ) ผู้แต่งบทประพันธ์เสียดสีว่า
satirize, *v.* (แซท ทิไรซฺ) แต่งบทประพันธ์เสียดสีว่า
satisfaction, *n.* (แซททิสแฟคชั่น) ความพอใจ
satisfactory, *a.* (แซททิสแฟค เทอรี่) ซึ่งเป็นที่พอใจ
satisfiable, *a.* (แซท ทิสฟายอะเบิล) ซึ่งอาจเป็นที่พอใจได้
satisfier, *n.* (แซท ทิสฟายเอ้อ) ผู้กระทำความพอใจให้
satisfy, *v.* (แซท ทิสฟาย) ให้ได้ความพอใจ; อิ่ม
satisfying, *a.* (แซท ทิสฟายอิ้ง) เป็นที่พอใจ
saturate, *v. a.* (แซท ชิวเรท) อิ่มตัว; เปียกโชก
saturation, *n.* (แซทชิวเรชั่น) ความอิ่มตัว
Saturday, *n.* (แซท เทอเด) วันเสาร์

S

saturn, *n.* (แซท เทิน) ดาวพระเสาร์
sauce, *n.* (ซอส) น้ำซอส;
fish sauce, น้ำปลา
sauce-boat, sauce-tureen, *n.* (-โบท,-ทิวรีน) ถ้วยใส่ซอส
saucily, *adv.* อย่างทะลึ่งอวดดี
sauciness, *n.* (ซอส ซิเน็ส) ความทะลึ่งอวดดี
saucy, *a.* (ซอส ซี่) ทะลึ่ง
sauerkraut, *n.* (เซาเออ เคราทฺ) กระหล่ำดอง (ของเยอรมัน)
saunter, *v.* (ซอนเทอ) เดินท่องๆ ไป
sausage, *n.* (ซ็อส เซ็ดจฺ) ไส้กรอก
saute, *a.* (โซเท) ผัด
savable, saveable, *a.* (เซฟ วาเบิล) ช่วยได้
savage, *a.* (แซฟ เว็ดจ) ป่าเถื่อน; *n.* คนป่า
savagery, *n.* (แซฟ เว็ดจารี่) ความป่าเถื่อน; ความทารุณอย่างป่าเถื่อน
savannah, *n.* (ซาแวน น่า) ป่าหญ้า; สะวานนา
save, *v.* (เซฟวฺ) ช่วยให้พ้นภัย; ช่วยชีวิต; เก็บหอมรอมริบ; ประหยัด
save appearances, กู้หน้า
save, *pr.* (เซฟวฺ) นอกจาก
saver, *n.* (เซฟ เว่อ) ผู้ช่วยให้พ้นภัย
saving, *n.* (เฟซวิ่ง) การช่วยให้พ้นภัย; การช่วยไว้; เงินที่เก็บไว้ได้
savings bank, *n.* (-แบ็งคฺ) คลังออมสิน
saw, *n. v.* (ซอ) เลื่อย
saw, อดีตของ **'see'**: มองเห็น; เห็น
sawdust, *n.* (ซอ ดัสทฺ) ขี้เลื่อย
sawer, *n.* (ซอเอ้อ) ผู้เลื่อยไม้
sawfish, *n.* (ซอ ฟิช) ปลาฉนาก
sawmill, *n.* (ซอ มิล) โรงเรื่อย
saw-toothed, *a.* มีฟันเป็นซี่เลื่อย; จักๆ
sawyer, *n.* (ซอเยอ) ผู้เลื่อยไม้
Saxophone, *n.* (แซ็กโซโฟน) แตรแซ็กโซโฟน
say, *v.* (เซ) บอก; พูดว่า
mean to say, หมายว่า
it is said that, เล่ากันว่า
I say! นี่แน่ะ; ให้ตายซิ
sayer, *n.* (เซ เอ้อ) ผู้พูด
saying, *n.* (เซ อิ้ง) การพูด; คำพูด; คำพังเพย
scab, *n.* (สแคบ) สะเก็ดแผลเป็น
scabbard, *n.* (สแคบบาด) ฝัก (ดาบ)
scaffold, *n.* (สแคฟ โฟลดฺ) ตะแลงแกง; ร้านสำหรับนั่งเวลาสร้างตึก
scald, *v.* (สกอลดฺ) ไฟลวก
scale, *n.* (สเกล) สะเก็ด; เกล็ด; ขี้รังแค; มาตราส่วน; ตาชั่ง; พะอง; บันได; อัตรา *v.* เอาบันไดพาดไต่ขึ้นไป
scallop, *n.* (สแกลล็อพ) หอย
scalp, *n.* (สแก้ลพฺ) ขี้รังแค
scamp, *n.* (สแก้มพฺ) กุ๊ย
scandal, *n.* (สแกน ดัล) เรื่องอื้อฉาวโฉ่; *v.* กล่าวร้าย
Scandinavia, *n.* (สแกนดิเนเวีย) ภาคพื้นสแกนดิเนเวีย ได้แก่ สวีเดน, นอร์เวย์ และเดนมาร์ก
scant, *a.* (สแก้นทฺ) อดอยาก; ขาดแคลน

scanty, *a.* (สแกน ที่) ขาดแคลน; หาได้น้อย

scar, *n.* (สการฺ) แผลเป็น; เงื้อมผา

scarab, *n.* (สแก รับ) แมงปีกแข็ง

scarce, *a.* (สแฎซ) หายาก; แร้นแค้น

scarcely, *adv.* (สแกซ ลี่) แทบจะไม่; เกือบจะ

scarceness, *n.* (สแกซ เนิส) ความอัตคัต

scarcity, *n.* (สแกส ซิที่) ความอัตคัต; ความขาดแคลน

scare, *v.* (สแก) ทำให้ตกใจ; ตะเพิด

scarecrow, *n.* (สแกโคร) หุ่นแพ้วนกแพ้วกา

scarf, *n.* (สก๊าฟ) ผ้าพันคอ

scarlet, *a. n.* (สกาเล็ท) สีแดง

scarlet fever, *n.* (-ฟีเว่อ) ไข้อีดำอีแดง

scatheless, *a.* (สเก้ธ เล็ซ) ไม่ได้รับอันตราย

scatter, *v.* (สแก้ท เท่อ) กระจัดกระจ่าย; โปรยไปทั่ว ๆ

scavenger, *n.* (สแก้เวิ่นเจ้อ) คนกวาดถนน

scene, *n.* (ซีน) ฉาก; ที่เกิด

scenery, *n.* (ซีนเนอรี่) วิวทิวทัศน์

scent, *v.* (เซ็นทฺ) ได้กลิ่น; *n.* กลิ่น; น้ำหอม

sceptic, *a.* (สเก็พ ทิค) สงสัย; *n.* ผู้สงสัย

sceptical, *a.* (สเก็พ ทิคัล) ซึ่งสงสัย, ไม่เชื่อ

scepticism, *n.* (สเก็พ ทิซิสซึม) ความไม่เชื่อ

sceptre, *n.* (เซ็พเทอ) คทา

hold a sceptre, มีอำนาจเหนือ

schedule, *n.* (เช็ด ดิวลฺ) บัญชี; รายการ; พิกัด; *v.* กำหนดไว้ว่า

time schedule, กำหนดเวลา (ไปไหนบ้าง)

scheme, *n.* (สกีม) รูปการณ์; แผนการณ์; *v.* กะแผนการ

schemer, *n.* (สกีม เม่อ) ผู้กะแผนการณ์ไว้

schism, *n.* (ซิสซึม) สังฆเภท

scholar, *n.* (สก็อลล่า) นักเรียน; นักปราชญ์; นักเรียนผู้ได้รับทุนที่มหาวิทยาลัย; ผู้คงแก่เรียน

scholarly, *a.* (สก็อลลารี่) อย่างนักปราชญ์

scholarship, *n.* (สก็อลลาชิพ) ทุนเล่าเรียน

scholastic, *a.* (สโกแลสทิค) แห่งโรงเรียน, สำนักเรียน, การเรียน, ความรู้

school, *n.* (สกูล) โรงเรียน; วิทยาลัย

boarding school, โรงเรียนกินนอน

day school, โรงเรียนเช้าไปเย็นกลับ

elementary school, โรงเรียนประถมศึกษา

government school, โรงเรียนรัฐบาล

municipal school, โรงเรียนเทศบาล

nursery school, โรงเรียนอนุบาล

primary school, โรงเรียนชั้นประถม

private school, โรงเรียนราษฎร์

public school, โรงเรียนประจำในประเทศอังกฤษ

recognised school, โรงเรียนที่รัฐบาลรับรองวิทยฐานะ

S

secondary school, โรงเรียนมัธยมศึกษา
vocational school, โรงเรียนอาชีวะ
schoolboy, *n.* (สกูล บอย) นักเรียนชาย
school fees, *n. pl.* (สกูล ฟีสฺ) ค่าเล่าเรียน
schoolgirl, *n.* (สกูล เกอล) นักเรียนหญิง
schooling, *n.* (สกูล ลิ่ง) การฝึก, อบรม
schoolmaster, *n.* (สกูล มาสเต้อ) ครู (ชาย)
schoolmate, *n.* (สกูลเมท) เพื่อนนักเรียน
schoolmistress, *n.* (สกูล มิสเตร็ส) ครู (สตรี)
schoolroom, *n.* (สกูล รูม) ห้องเรียน
school-teacher, *n.* (สกูล ทีชเช่อ) ครู
schooner, *n.* (สกูน เน่อ) เรือใบ
science, *n.* (ไซ อันซฺ) วิทยาศาสตร์
domestic science, เคหศาสตร์
science of agriculture, เกษตรศาสตร์
sciences, *n.* (ไซ อันซิส) ศิลปศาสตร์
scientific, *a.* (ไซอันทิฟิค) แห่งวิทยาศาสตร์
scientist, *n.* (ไซอันทิสทฺ) นักวิทยาศาสตร์
scimitar, *n.* (ซิมมิท่า) ดาบของชาวเปอร์เซีย
scissor, *v.* (ซิสเซ่อ) เอากรรไกรตัด
scissors, *n. pl.* (ซิส เซ่อสฺ) กรรไกร
scoff, *n. v.* (สก๊อฟ) หัวเราะเยาะ
scoffer, *n.* (สก๊อฟ เฟ่อ) ผู้หัวเราะเยาะ
scoffingly, *adv.* (สคอฟ ฟิงลี่) อย่างเยาะเย้ย
scold, *v. n.* (สโกลดฺ) ดุ
scolder, *n.* (สโกลเด้อ) ผู้ดุ, ด่าว่า
scoop, *v.* (สกู๊พ) ตัก, วิด
scooter, *n.* (สคูท เทอ) รถถีบ; สกู๊ตเตอร์
scope, *n.* (สโคพ) แนว; ระยะ; จุด (เท่าที่จะมองถึง หรือเกี่ยวข้องด้วย); ขอบข่าย
scorbutic, *a.* (สคอบิว ทิค) ซึ่งเป็นโรคลักปิดลักเปิด
scorch, *v. n.* (สคอช) ไหม้เกรียม
scorched-earth policy, นโยบายให้ได้แต่ปถพีไม่มีคน
score, *v.* (สกอ) ทำแต้ม
score, *n.* (สกอ) แต้มที่ทำได้; ยี่สิบ; วิธีบันทึกบทเพลง
scorer, *n.* (สกอ เร่อ) ผู้ทำคะแนน
scorn, *n. v.* (สกอน) หยามน้ำหน้า
scornful, *a.* (สกอนฟูล) ซึ่งหยามน้ำหน้า
scornfully, *adv.* (สกอน ฟูลลี่) อย่างหยามน้ำหน้า
scorpio, *n.* (สกอพีโอ) ราศีกุมภ์
scorpion, *n.* (สกอเพี่ยน) แมลงป่อง
Scot, Scotchman, *n.* (สก็อท) ชาวสกอตแลนด์
Scotch, *a. n.* (สกอทฺช) แห่งสกอตแลนด์
scotch tape, *n.* สก๊อตเทป
scot-free, *a.* (สก็อทฟรี) หนีไปได้อย่างลอยนวล
Scotland Yard, กองตำรวจสันติบาล
Scotsman,-woman, *n.* ชาวสก็อต
Scottish, *a.* (สก็อท ทิช) แห่งสกอต-แลนด์
scoundrel, *n.* (สกาวนฺ เดร็ล) คนวายร้าย
scour, *v.* (สกาวรฺ) ขัดถูให้เกลี้ยง; ค้นหา

scourge, *v.* (สเกอจ) โรคร้าย
scout, *v.* (สกาวทฺ) ออกลาดตระเวน; *n.* ผู้ออกลาดตระเวน
boy scout, ลูกเสือ
scout-master, *n.* (สกาวทฺ มาสเต้อ) ผู้กำกับลูกเสือ
scowl, *v.* (สเกาลฺ) ขมวดหน้าด้วยความไม่พอใจ
scramble, *v.* (สแกรมเบิ้ล) ลงคลานไป; ตีไข่แล้วต้ม
scrap, *n.* (สแกรพ) เศษ; ชิ้น
scrape, *v.* (สเกรพ) ขูดออก
scrape through, พอผ่านพ้นไปได้ (สอบไล่)
scrap-metal, *n.* (สแกร็พ เม็ททัล) เศษโลหะ
scratch, *v.* (สแกรช) ข่วน; ขีด; ขีดๆ เขียนๆ; ขีดออก
scrawl, *v.* (สกรอล) เขียนเป็นไก่เขี่ย
scream, *v. n.* (สกรีม) ร้องกรี๊ด
screech, *v.* (สกรีช) ร้องเอ็ด
screen, *n.* (สกรีน) ฉากกั้น; จอ; ลับแล
smoke-screen, *n.* ม่านควัน
screw, *n.* (สกรู) ตาปูควง; *v.* ขันเกลียว
scribble, *v. n.* (สคริบเบิ้ล) เขียนหวัดๆ ลงไป
scribe, *n.* (สไครบฺ) เสมียน; เจ้าหน้าที่อาลักษณ์
script, *n.* (สคริพทฺ) ฉบับเขียน; ตัวเขียน; ลายมือ
scripture, *n.* (สคริพเชอ) พระคัมภีร์
scrotum, *n.* (สโครทัม) หนังหุ้มลูกอัณฑะ
scrub, *v.* (สครับ) เอาแปรงขัด
scrum, *v.* (สครัม) กอดคอกันเข้าแย่งลูกฟุตบอล (รักบี้)
scruple, *n. v.* (สครู เพิล) ตะขิดตะขวงใจ; ลังเลใจ
scrupulous, *a.* (สครู พิวลัส) ซึ่งตะขิดตะขวงใจ
scrutinize, *v.* (สครู ทีไนซฺ) เพ่งดู
scrutiny, *n.* (สครู ทินี่) การเพ่งดู
scuffle, *v.* (สคัฟ เฟิล) เข้าตะลุมบอน
sculptor, *n.* (สคัลพฺ เทอ) ช่างแกะสลัก (ชาย)
sculptress, *n.* (สคัลพฺ เทร็ส) ช่างแกะสลัก (หญิง)
sculpture, *n.* (สคัลพฺเช่อ) การแกะสลัก; ปฏิมากรรม
scurvy, *n.* (สเคอ วี่) โรคลักปิดลักเปิด
scuttle, *v.* (สคัล เทิล) จมตัวเอง (เรือ)
scythe, *n.* (ไซธฺ) พร้าหวด; *v.* เกี่ยวด้วยพร้าหวด
sea, *n.* (ซี) ทะเล
put to sea, ออกทะเล
arm of the seas, อ่าว
at sea, งงไปหมด
the high seas, ทะเลลึก
inland sea, ทะเลสาบ
beyond, over the sea, ซึ่งอยู่พ้นทะเล; ซึ่งอยู่ข้ามน้ำข้ามทะเลไป
sea-breeze, *n.* (ซี บรีซ) ลมทะเล
seafarer, *n.* (ซีแฟเรอ) ผู้ท่องเที่ยวทางทะเล
sea-faring, *a.* (ซีแฟริ่ง) ซึ่งท่องเที่ยวไป

S

ทางทะเล

sea-fight, *n.* (ซีไฟทฺ) การต่อสู้กันทางทะเล

seal, *n.* (ซีล) แมวน้ำ; ตราประทับ; *v.* ปิดประทับตรา; ผนึก

affix a seal, ประทับตรา

sealing-wax, ครั่ง

seam, *n.* (ซีม) ตะเข็บ; ชายผ้า; ชั้น; *v.* เย็บติดกัน

seamless, *a.* (ซีมเลิ็ส) ไม่มีตะเข็บ

seaman, *n.* (ซีเม็น) กลาสี

seamster, seamstress, *n.* (ซีมสฺ-เทอ-เทร็ส) ช่างเย็บ

sea-plane, *n.* (ซี เพลน) เครื่องบินทะเล

sea-port, *n.* (ซี พอท) ท่าเรือ

sea power, (-พาวเว่อ) มหาอำนาจทางทะเล

search, *n. v.* (เซอช) ค้นหา

make a search, ค้นหา

searcher, *n.* (เซอชฺเชอ) ผู้ค้นหา

searching, *n.* (เซอช ชิ่ง) การค้นหา

searchlight, *n.* (เซอชฺ ไลทฺ) โคมฉาย

search-warrant, *n.* (-วอรันทฺ) หมายค้น

sea-rover, *n.* (ซีโรเว่อ) โจรสลัด

sea-shell, *n.* (-เช็ล) หอยทะเล

sea-shore, *n.* (ซีชอ) ฝั่งทะเล

sea-sick, *a.* (ซี ซิค) เมาคลื่น

sea-sickness, *n.* (ซี ซิคเน็ส) โรคเมาคลื่น

seaside, *n.* (ซีไซดฺ) ชายทะเล

season, *n.* (ซี เซิน) ฤดู; เวลาอันเหมาะ; เทศกาล; *v.* ปรุงรส

dry season, ฤดูแล้ง

rainy season, ฤดูฝน

cold season, ฤดูหนาว

hot season, ฤดูร้อน

out of season, ทวาย (นอกฤดู)

season-ticket, *n.* ตั๋วตีตลอดฤดู; ตั๋วผูก

seat, *n.* (ซีท) ที่นั่ง; ที่ตั้ง; ที่ว่าการ; *v.* ลงนั่ง

secede, *v.* (ซีซีด) แยกออกไปตั้งอยู่ต่างหาก

seceder, *n.* (ซีซีด เดอ) ผู้แยกตัวไปตั้งต่างหาก

secession, *n.* (ซีเซ็ชชั่น) การแบ่งแยกออกไปตั้งอยู่อีกต่างหาก; การแยกพวกออกไป

seclude, *v.* (ซี คลูด) แยกไปอยู่แต่ลำพังคนเดียว; ขังตัวเอง

secluded, *a.* (ซี คลูด เด็ด) อยู่อย่างโดดเดี่ยว

seclusion, *n.* (ซี คลูชั่น) การไปอยู่เงียบ ๆ แต่ผู้เดียว

second, *a.* (เซ็ค คันดฺ) ที่สอง; *n.* วินาที; วิลิปดา; *v.* สนับสนุน; รับรอง

second to none, ไม่เป็นที่สองรองใคร

secondary, *a.* (เซ็ค คันดารี่) รองลงไป; ถัดไป; มัธยม

seconder, *n.* (เซ็ค เคินเด้อ) ผู้รับรอง

second fiddle, เล่นเป็นตัวรอง

second-hand, *a.* (เคินดฺแฮนดฺ) เก่า; ใช้แล้ว

secondly, *adv.* (เซ็ค เคินดฺลี่) ประการที่สอง

second-rate, *a.* (-เรท) ชั้นรองลงมา
secrecy, *n.* (ซี เคร็สซี่) การเก็บไว้เป็นความลับ; การปิดบัง
secret, *n.* (ซี เคร็ท) ความลับ; *a.* ลับ; ลึกลับ; ซ่อนเร้น; ปิดบัง; ไม่เปิดเผย
keep a secret, ปิดไว้เป็นความลับ
secretary, *n.* (เซ็ค เครทแทรี่) เลขานุการ
secretly, *adv.* (ซี เคร็ทลิ) อย่างลี้ลับ; ด้วยอาการซ่อนเร้น
sect, *n.* (เซ็คทฺ) นิกาย
section, *n.* (เซ็ค ชั่น) มาตราส่วน; ส่วน; แผนก; ตอน; ด้าน (ด้านตรง; ด้านตั้ง; ด้านยาว; ด้านราบ ฯลฯ); *v.* แบ่งออกเป็นส่วนๆ
sector, *n.* (เซ็คเท่อ) ส่วนหนึ่งของวงกลม; ภูมิภาค
secular, *a.* (เซ็ค คิวล่า) ชั่วกัลป์ชั่วกาล; แห่งทางโลก; ฆราวาส
secularize, *v.* (เซ็ค คิวลาไรซฺ) โอนเป็นเรื่องของทางโลก
secure, *v.* (ซีเคียว) หามา; *a.* ปลอดภัย; อย่างแน่นอน; อยู่ในที่อันมั่นคง
securities, *n.* (ซีเคียว ริทีซฺ) หลักฐานประกันรับรอง; หลักทรัพย์
security, *n.* (ซีเคียว ริที่) ความปลอดภัย; ความแน่ใจอย่างเหลือเกินแล้ว; เครื่องประกัน; หลักทรัพย์อันเป็นประกันอยู่
security council, สภาความมั่นคง
sedan, sedan chair, *n.* (ซีแดน) แคร่; วอ
sedate, *a.* (ซีเดท) สงบ
sedentary, *a.* (เซ็ค เด็นทารี่) นั่งอยู่กับที่
sediment, *n.* (เซ็ค ดิเม็นทฺ) ขี้ตะกอน
sedition, *n.* (ซีดิชชั่น) การก่อความเป็นปฏิปักษ์ต่อรัฐบาล
seditious, *a.* (ซิดิช เชียส) เป็นปฏิปักษ์ต่อรัฐบาล
seduce, *v.* (ซีดิวซฺ) ยั่วยวนให้หลง; พาเขว; ล่อพาไป
seducer, *n.* (ซีดิวเซอ) ผู้ล่อพาไป
see, *v.* (ซี) ดู มองเห็น; เห็น; ไปหา
I see, อือ!
has seen better days, เคยสพโชคดีมาก่อนแล้ว
to see one home, พากลับบ้าน
see that it is done, ทำให้เสร็จ
see to it that, คอยระวังดูให้ดีว่า
we shall see about it, เราได้เห็นกัน
seed, *n.* (ซีด) เมล็ด; *v.* หว่านเมล็ด
seedless, *n.* (ซีดเล็ส) ไม่มีเมล็ด
seedling, *n.* ต้นที่เพิ่งงอกขึ้น
seedy, *a.* (ซีด ดี้) เต็มไปด้วยเมล็ดใน
seeing, *n.* (ซี อิ้ง) จักขุสัมผัส; การเห็น
seeing that, เมื่อมองเห็นแล้วว่า
seek, *v.* (ซีค) เที่ยวหา
seeker, *n.* (ซีค เค่อ) ผู้หา
seem, *v.* (ซีม) ดูเหมือนว่า; คล้ายกับว่า
seemingly, *adv.* (ซีม มิ่งลี่) ดูเหมือนกับว่า
seemly, *a.* (ซีม ลี่) เหมาะสม
seen, (ซีน) *p.p.* ของ 'see': มองเห็นแล้ว
seep, *v.* (ซีพ) ไหลซึม
seeer, *n.* (ซีเออ) ผู้มองเห็น; ผู้ทำนายกาลล่วงหน้า

see-saw, *n.* (ซี ซอ) ไม้กระดานหก

seethe, *v.* (ซีธ) ต้ม; เดือด

segment, *n.* (เซ็กเม็นทฺ) ส่วนหนึ่ง; ตอนหนึ่ง

segregate, *v.* (เซ็ก กรีเกท) เอาแยกออก

seine, *n.* (เซน) แห

seism, *n.* (ซีอิส ซึม) แผ่นดินไหว

seizable, *v.* (ซีส ซาเบิ้ล) จับ; ฉวยได้; ยึดได้

seize, *v.* (ซีซ) จับฉวย; ยึดเอา; ถือ (โอกาส); ยึดแน่น; เข้าใจ

seize away from him, เข้ายื้อแย่ง

seizure, *n.* (ซี้เช่อ) การยึดไว้

seldom, *a.* (เซ็ล ดัม) แทบจะไม่; ยากนัก; น้อยมาก

select, *v.* (ซีเล็คทฺ) เลือกเฟ้น

selection, *n.* (ซีเล็ค ชั่น) การเลือก; สิ่งที่เลือกไว้; ของมีให้เลือกมากมาย

selective, *a.* (ซีเล็ค ทิฟวฺ) ซึ่งเลือกเฟ้นไว้

self, *prn. a.* (เซ็ลฟฺ) ตัวเอง; เอง; *n.* ตนของตนเอง

self-absorbed, *a.* (-แอบซอบดฺ) นั่งนึกอยู่แต่คนเดียว; เพลิน

self-centred, *a.* มองเห็นแต่ตัวเอง

self-confidence, *n.* (-คอน ฟิเด็นซฺ) ความมั่นใจในตนเอง

self-confident, *a.* (-ค็อน ฟิเด็นทฺ) มีความมั่นใจในตนเอง

self-conscious, *a.* (-ค็อน ชัส) รู้สึกตัว; มีสติ

self-consciousness, *n.* (-ค็อน ชัสเน็ส) ความมีสติ

self-contained, *a.* (-คอนเทนดฺ) มีอยู่ในตัวเอง

self-contradictory, *a.* (-คอนทราดิคเทอรี่) ซึ่งเป็นการขัดกับตนเอง

self-control, *n.* (-คอนโทรล) การสะกดใจไว้; ความอดกลั้น

self defence, *n.* (-ดีเฟ็นซฺ) การป้องกันตัวเอง

self-governed, *a.* (-กัฟเวอนดฺ) ปกครองตนเอง

self-governing, *a.* ปกครองตัวเอง

self-government, *n.* (-กัฟ เวอนเม็นทฺ) การปกครองตนเอง

self-help, *n.* (เซ็ลฟฺเฮ็ลพฺ) การช่วยตนเอง

self-interest, *n.* การเห็นแต่ประโยชน์ส่วนตัว

selfish, *a.* (เซ็ลฟิช) เห็นแก่ตัว

selfishness, *n.* (เซ็ล ฟิชเน็ส) ความเห็นแก่ตัว

selfless, *a.* (เซ็ลฟฺเล็ส) ไม่มีเห็นแก่ตัวเลย

self-made, *a.* (เซ็ลฟฺเมด) ก่อร่างสร้างตัวมาเอง

self-reliant, *a.* (-รีไลอันทฺ) เชื่อตัวเอง

self-sacrifice, *n.* (-แซ็ค ครีไฟซฺ) การพลีตน, เสียสละ

self-same, *a.* (-เซม) อันเดียวกันนี้เอง

self-satisfaction, *n.* ความพอใจในตัวของตัวเอง

self-styled, *a.* ว่ากันเอง (ไม่มีใครตั้ง)

self-supporting, *a.* เลี้ยงตัวเอง

self-taught, *a.* (เซ็ลฟฺ ทอท) สอนตัวเอง

sell, *v.* (แซล) ขาย
seller, *n.* (แซลเล่อ) ผู้ขาย
semblance, *n.* (เซ็ม บลันซฺ) ความละม้ายคล้ายคลึง
semen, *n.* (ซีเม็น) ตัวอสุจิ
semester, *n.* (เซ็ม เม็สเทอ) ภาคเรียน (ชนิดปีแบ่งเป็นสองภาค)
semi-circle, *n.* (เซ มิเซอเคิล) กึ่งวงกลม
semi-circumference, *n.* (-เซอคัม เฟอเร็นซฺ) เส้นรอบวงกึ่งหนึ่ง
semi-colon, *n.* (เซมีโคล็อน) อัฒภาค (;)
semi-final, *a.* (-ไฟ นัล) ก่อนรอบสุดท้าย
seminar, *n.* (เซ็ม มินา่) สัมมนา (การประชุม)
seminary, *n.* (เซ็ม มินแนรี่) โรงเรียน (ฝึกพระสอนศาสนา)
seminate, *v.* (เซ็ม มิเนท) หว่านพืช
semi-official, *a.* (เซ็มมิออฟฟิชัล) กึ่งราชการ
senate, *n.* (เซ็น เนท) สภาสูง; สภาที่ปรึกษาราชการ
senate-house, *n.* (-ฮาวซฺ) ที่ประชุมสภาสูง
senator, *n.* (เซ็น นาเท่อ) สมาชิกสภาสูง
send, *v.* (เซ็นดฺ) ส่ง; ส่งไป
send for, ตามตัว
sender, *n.* (เซ็น เด้อ) ผู้ส่ง; เครื่องส่ง
sengreen, *n.* (เซ็น กรีน) หญ้าจับตามกำแพง
senile, *a.* (ซีไนลฺ) แห่งวัยชรา
senior, *a. n.* (ซีเนีย) ผู้สูงอายุกว่า; ผู้อาวุโส
senior officer, นายทหารชั้นผู้ใหญ่
seniority, *n.* (ซีนีออ ริที่) ความเป็นผู้มีอาวุโสกว่า
sensation, *n.* (เซ็นเซชั่น) ความรู้สึก; ความอึกทึกครึกโครม
sensational, *a.* ซึ่งเป็นเรื่องอึกทึกครึกโครม
sense, *n.* (เซ็นซฺ) ความรู้สึก; ความเข้าใจ; ความหมาย; สัมผัส
common sense, เป็นของธรรมดาที่ใครๆ ก็ต้องรู้; ไหวพริบ
it does not have any sense, ไม่มีความหมายอะไร
senseless, *a.* (เซ็นซฺ เล็ซ) ไร้ความหมาย
sensible, *a.* (เซน ซิเบิล) ดูสมเหตุผล ดูเข้าที
sensitise, *v.* (เซ็น ซิไทซฺ) อาบยาเตรียมไว้อัดรูปได้
sensitive, *a.* (เซ็น ซิทิฟวฺ) ใจน้อยเก่ง; มีความรู้สึกเร็ว
sensory, *a.* (เซ็น เซอรี่) แห่งความรู้สึก
sensual, *a.* (เซ็น ชวล) ชอบกามารมณ์
sensuality, *n.* (เซ็นซูแอลลิที่) การที่ชอบกามารมณ์
sensuous, *a.* (เซ็น ซูอัส) บำเรอกามารมณ์
sent, อดีตของ **'send'**: ส่งไป
sentence, *n.* (เซ็น เท็นซฺ) ประโยค; คำตัดสิน; *v.* ตัดสิน (ศาล)
sentiment, *n.* (เซ็น ทิเม็นทฺ) ความรู้สึกทางใจ
sentimental, *a.* (เซ็นทิเม็นทัล) ซึ่งเป็นการแสดงความรู้สึกอย่างรุนแรงภาย

ใน; โอดครวญ

sentinel, *n.* (เซ็นทิเน็ล) ทหารยาม

sentry, *n.* (เซ็น ทรี่) ยาม

sentry-box, *n.* (-บ็อคซฺ) ซุ้มทหารยาม

separable, *a.* (เซ็พ พาราเบิล) ซึ่งแยกกันได้

separate, *v. a.* (เซ็พ พาเรท) แยกอยู่ต่างหาก; แบ่งแยก

separately, *adv.* โดยอยู่ต่างหาก

separation, *n.* (เซ็พพาเรชั่น) การแยกจากกัน

Sepoy, *n.* (ซี พอย) ทหารซีป่ายในอินเดีย

September, *n.* (เซ็พเท็มเบอ) เดือนกันยายน

septuple, *a.* (เซ็พทิวเพิล) เจ็ดเท่า

sepulchre, *n.* (เซ็พพัลเคอ) หลุมฝังศพ; สุสาน

sequel, *n.* (ซี เคิวล) ผลที่ตามมา; เรื่องต่อ; กิ่ง

sequence, *n.* (ซี เคิวนซฺ) ผลที่ตามกันมา; อันดับตามกัน

sequent, *a.* (ซี เคิวนทฺ) ซึ่งตามกันตามอันดับ

sequester, *v.* (ซีเคิวสเทอ) แยกไป; ยึดทรัพย์

serenade, *n.* (เซ รีเนด) เพลงรัก

serene, *a.* (เซอรีน) สงบเงียบ

serf, *n.* (เซอฟ) ทาส

serfdom, *n.* (เซอฟ ด็อม) ความเป็นทาส

serge, *n.* (เซอดจฺ) ผ้าเสิต

sergeant, *n.* (ซารฺ เจินทฺ) นายสิบเอก

sergeant-major, *n.* (-เมเจ้อ) จ่านายสิบ

serial, *a.* (ซีเรียล) เป็นชุด; เรียงเป็นลำดับไป; *n.* เรื่องยาวมีต่อเรื่อยๆ

series, *n.* (ซี รีซ) อันดับ; ชุดอนุกรม

serious, *a.* (ซี เรียส) เคร่งขรึม; เอาจริงเอาจัง; จริงจังไม่พูดเล่นเลย; ร้ายแรง; อาการหนัก

seriously, *adv.* (ซี เรียสลี่) อย่างจริงจัง; อย่างหนักมาก

seriousness, *n.* (ซี เรียสเน็ส) ความเอาจริงเอาจัง; เคร่งขรึม; อาการหนัก

serjeant, *n.* (ซารฺเจ็นทฺ) นายสิบเอก

serjeant-major, *n.* (-เมเจอ) จ่านายสิบ

sermon, *n.* (เซอ มัน) คำสั่งสอน; เทศน์

sermonize, *v.* (-มันไนซฺ) สั่งสอน; เทศน์

sermonizer, *n.* (เซอมันไนเซ่อ) ผู้เทศน์

serpent, *n.* (เซอ เพ็นทฺ) งู

serpent-charmer, *n.* (-ชามเมอ) หมองู

serpentine, *a.* (เซอ เพ็นทายนฺ) คดเคี้ยวไปมาแบบงูเลื้อย

serrate, *a.* (เซอ เรท) เป็นซี่ๆ จักๆ

serum, *n.* (ซี รัม) เชื้อเซรุ่ม (สำหรับฉีด)

servant, *n.* (เซอเวอนทฺ) คนใช้

civil servant, (ซีวิล-) ข้าราชการ

serve, *v.* (เซอฟวฺ) รับใช้; ใช้สำหรับ; ตีลูกเท็นนิส

it serves him right, สมน้ำหน้า

server, *n.* (เซอฟ เวอ) ผู้คอยรับใช้

service, *n.* (เซอ วิซ) บริการ; ระเบียบการที่บำรุงความสุขของประชาชน; งาน; ราชการ; หิตประโยชน์; การสวดมนต์ของพระ; เครื่องถ้วยชาม; การรับใช้;

การเดินทางไปมา (รถ, เรือ ฯลฯ)
active service, ประจำการ
civil service, ราชการ
Civil Service Commission, ก.พ.
military service, การรับราชการทหาร
secret service, ราชการลับ
tea-service, เครื่องถ้วยชามสำหรับการเลี้ยงน้ำชา

serviette, *n.* (เซอเวียท) ผ้าเช็ดมือ; ผ้าเช็ดชาม

servile, *a.* (เซอ ไวลฺ) แห่งทาส; ซึ่งเป็นทาส

servitude, *n.* (เซอ วิชิวดฺ) ความเป็นทาส; ภาระจำยอม
penal servitude, โทษจำคุก

sesame, *n.* (เซ็ส ซามี่) ต้นงา

session, *n.* (เซ็ช ชั่น) การนั่งประชุม; สมัยเรียน

set, *v.* (เซ็ท) วาง; ตั้งต้น; ตกดิน (เช่นพระอาทิตย์); นั่งลง; *n.* ชุด; ชนิด; เกมเทนนิส; สำรับ
set about to work, ลงมือทำงาน
set back, หันกลับ
set free, ปล่อยไป
set an example, ทำเป็นตัวอย่าง
set the fashion, นำสมัย
set afoot, เริ่มงาน
set a person a task, กำหนดงานให้
set a dog at, ยุหมาให้กัด
set to music, ทำโน้ตเพลงประกอบ
set out, ออกเดินทาง; ตั้งต้น
set sail, แล่นเรือออก
set the table, จัดโต๊ะอาหาร
set up, ตั้งขึ้นตรง ก่อตั้ง
set to work, เริ่มลงมือทำงาน

settee, *n.* (เซ็ทที) เก้าอี้ยาว

setting, *n.* (เซ็ท ทิ่ง) ลักษณะที่มองเห็น

settle, *v.* (เซ็ท เทิล) มาตั้งภูมิลำเนาอยู่; จัดให้เรียบร้อย; ตกลงกัน; ชำระเงิน; ค่อยๆ ตกลง (พระอาทิตย์); ให้แน่กันเสียที; ตั้งหลักแหล่ง; ระงับ

settle down, (เซ็ทเทิล ดาวนฺ) ตั้งหลักฐาน; มีเหย้ามีเรือนกันเสียทีให้เสร็จไป

settlement, *n.* (เซ็ท เทิลเม็นทฺ) การมาตั้งภูมิลำเนาอยู่; การตั้งมั่นลง; การตกลงกัน; นิคม

settler, *n.* (เซ็ท เทลอ) ผู้มาตั้งภูมิลำเนาอยู่

seven, *a. n.* (เซ็ฟ เวิน) เจ็ด

sevenfold, *a.* (เซ็ฟเวินโฟลดฺ) เจ็ดเท่า

seventeen, *a.* (เซ็ฟเวินทีน) สิบเจ็ด

seventeenth, *a.* (เซ็ฟ เวินทีนธ) ที่สิบเจ็ด

seventh, *a.* (เซ็ฟ เวินธฺ) ที่เจ็ด

seventh heaven, สวรรค์ชั้นเจ็ด

seventhly, *adv.* (ซีฟเวินธลี่) ประการที่เจ็ด

seventy, *n.* (เซ็ฟเวินที่) เจ็ดสิบ

sever, *v.* (เซ็ฟ เว่อ) ตัดออก; แยกออกจากกัน

several, *a.* (เซ็ฟ เวอรัล) หลาย; เป็นคนๆ, อันๆ ไป

severance, *n.* (เซ็ฟ เวอรันซฺ) การแยกออก

severe, *a.* (ซีเวียรฺ) หนักมาก; อย่างร้าย

แรง; เข้มงวดมาก

severely, *adv.* (ซีเวียรฺ ลี่) อย่างหนักมาก

severity, *n.* (ซีเว รีที่) ความร้ายแรง; อาการหนักมาก

sew, *v.* (โซ) เย็บ

sewage, *n.* (ซิวเอ็ดจฺ) น้ำโสโครกที่ถ่ายออกตามท่อใต้ดิน

sewer, *n.* (โซเออ) ผู้เย็บ

sewer, *n.* (ซิวเออ) ท่อระบายของโสโครกไปตามใต้ดิน

sewerage, *n.* (ซิวเออเรดจ) การระบายน้ำโสโครก

sewing, *n.* (โซ อิ้ง) เย็บผ้า

sewing-machine, *n.* (-มาชีน) จักรเย็บผ้า

sewing-needle, *n.* (นีล เดิ้ล) เข็มเย็บผ้า

sewn, (โซน) *p.p.* ของ **'sew'**: เย็บ

sex, *n.* (เซ็คซฺ) เพศ; กามารมณ์

the fair sex, สตรีเพศ

the sterner sex, ผู้ชาย

sexual, *a.* (เซ็ก ชวล) ทางเพศ

sexuality, *n.* (เซ็กชูแอล ลิที่) ลักษณะทางเพศ

sexually, *adv.* (เซ็ค ชวลลี่) ในทางเพศ

shabbiness, *n.* (แชบบิเนิส) ความมอซอ

shabby, *a.* (แชบ บี้) มอซอ; ยับเยิน; ยู่ยี่

shack, *n.* (แช็ค) กระท่อมชั่วคราว

shaddock, *n.* (แช็ด ด็อค) ส้มโอ

shade, *n.* (เชด) เงา; ร่ม; ผี; *v.* ระบายเงา

shaded, *a.* ในที่ร่ม; แรเงา

shadeless, *a.* (เชด เล็ส) ไม่มีเงา

shadow, *n.* (แชดโด้) เงา

shadow cabinet, คณะรัฐบาลของฝ่ายค้าน

shadowy, *a.* (แชด โดอี้) เป็นเงา

shady, *a.* (เชด ดี้) อยู่ในที่มืด

shaft, *n.* (ชาฟทฺ) ลูกศร; เสา; ปล่องเหมืองแร่

shaggy, *a.* (แชก กี้) เต็มไปด้วยขนหยาบ ๆ

Shah, *n.* (ชา) พระเจ้าชาแห่งเปอรฺเซีย

shake, *v. n.* (เชค) เขย่า; สั่น; ไหว

shake hands, จับมือ (ตามประเพณีฝรั่ง)

shake one's head, สั่นหัว

shaken, (เชค เคิน) *p.p.* ของ **'shake'**: เขย่า; สั่นสะเทือน

shaker, *n.* (เชคเค่อ) ผู้เขย่า

shako, *n.* หมวกทหารออสเตรีย

shaky, *a.* (เชค คี่) สั่นคลอน

shale, *n.* (เชล) เปลือก

shall, *v.* (แชล) จะ

shallop, *n.* (แชลล๊พ) เรือ

shallow, *a.* (แชลโล่) ตื้น; *n.* ที่น้ำตื้น

shallowness, *n.* ความตื้นเขิน

shalt, จะ

sham, *a.* (แชม) จอมปลอม; หลอก; ไม่แท้; *n.* ความหลอก; *v.* หลอกไว้

sham fight, รบกันหลอก ๆ

shaman, *n.* (ชามั่น) หมอเวทมนตร์

shamble, *v.* (แชม เบิล) เดินปัดเท้าตัวเอง

shame, *n.* (เชม) ความละอายใจ; ความขายหน้า; *v.* ละอายแก่ใจ; ขายหน้า

shameful, *a.* (เชม ฟูล) น่าอับอายขาย

หน้า

shamefulness, *n.* (เชม ฟูลเน็ส) ความอับอายขายหน้า

shameless, *a.* (เชม เล็ส) ไม่มีความละอายใจ; หน้าด้าน

shamelessness, *n.* (เชม เล็สเน็ส) ความหน้าด้าน

shampoo, *v.* (แชมพู) สระผม

Shan, *n.* (ชาน) พวกไทยใหญ่ (ฉาน)

Shanghai, (แชงไฮ) เซี่ยงไฮ้

shan't, (ชานทฺ) จะไม่; ต้องไม่

shape, *v.* (เชพ) ทำเป็นรูปขึ้น; *n.* รูปร่าง; ร่าง; รูป; แบบ

shapeless, *a.* (เชพ เล็ซ) ไม่มีรูป

share, *n.* (แช) ส่วนแบ่ง; แชร; ใบหุ้น; *v.* แบ่ง; แบ่งปัน

to have a share in the profits, มีส่วนได้รับผลกำไร

shareholder, *n.* (แชโฮลเด้อ) ผู้ถือหุ้น

sharer, *n.* (แชเร่อ) ผู้แบ่ง; ผู้มีส่วนอยู่ด้วย

shark, *n.* (ชาค) ปลาฉลาม

shark fins, หูปลาฉลาม

sharkskin, *n.* ผ้าชากสกิน

sharp, *a.* (ชาพ) แหลม; คม

at five o'clock sharp, ๕ นาฬิกาตรง

sharpen, *v.* (ชาพเพิน) เหลา; ลับ (มีด); คมขึ้น

sharpener, *n.* (ชาพเพินเน่อ) ผู้เหลา; ผู้ลับ

sharpness, *n.* (ชาพ เน็ส) ความคม

sharpshooter, *n.* (ชาพ ชูทเทอ) ผู้แม่นปืน

sharpshooting, *n.* (ชาพ ชูททิ่ง) การยิงปืนได้แม่นยำ

shatter, *v.* (แชทเทอ) แตกละเอียด; สั่นสะเทือน; ล้มละลาย

shave, *v.* (เชฟว) โกน; *n.* การโกน

close shave, หลุดพ้นมาอย่างหวุดหวิด

shaven, *a.* (เชฟ เวิ่น) *p.p.* ของ 'shave': โกนแล้ว; โกนเสียเกลี้ยงเกลา

shaver, *n.* (เชฟเว่อ) ผู้โกน

shaving, *n.* (เชฟวิ่ง) การโกน

shawl, *n.* (ชอล) ผ้าพันคอ

she *prn.* (ชี) เขาผู้หญิง; ตัวเมีย เช่น **she-goat,** แพะตัวเมีย

sheaf, *n.* (ชีฟ) ฟ่อน; *v.* มัดเป็นฟ่อนๆ

shear, *v.* (เชีย) ตัด

shears, *n. pl.* (เชียซฺ) กรรไกร

she-ass, *n.* (ชี แอส) ลาตัวเมีย

sheath, *n.* (ชีธ) ฝัก (ดาบ); ปลอก

sheathe, *v.* (ชีธ) เอาใส่ฝัก; แทง

shed, *v.* (เช็ด) ร่วง; ไหลริน; ลอกคราบ; *n.* โรง (เช่นโรงเก็บรถยนต์)

sheep, *n.* (ชีพ) แกะ

black sheep, *n.* แกะดำ (ตัวที่ทรยศต่อฝูง)

sheep-dog, *n.* หมาเลี้ยงแกะ

sheepish, *a.* (ชีพพิช) เขียงแกะ

sheer, *a. adv.* (เชีย) ทีเดียวเชียว; แท้จริง; *v.* เห ออก

sheet, *n.* (ชีท) แผ่น; ผ้าปูที่นอน; พื้น

sheikh, *n.* (เชค; ชีค) เจ้าแขก; ชีค

S

shelf, *n.* (เช็ลฟฺ) หิ้ง; ชั้น

shell, *n.* (เช็ล) เปลือก; ลูกแตก; ลูกปืนใหญ่; *v.* ระดมยิง

shellac, *n.* (เช็ลแลค) ชะแล็ค

shell-fish, *n.* (เช็ล ฟีช) หอย

shelter, *n.* (เช็ลเท่อ) ที่กำบัง; ที่พักอาศัย; *v.* กำบัง

shelterless, *a.* (เช็ล เทอเล็ส) หาที่กำบังมิได้

shelve, *v.* (เช็ลวฺ) เก็บเข้าแฟ้ม

shepherd, *n.* (เช็พ เพอด) คนเลี้ยงแกะ *v.* เลี้ยงแกะ

shepherdess, *n.* (เช็พ เพอดเด็ส) หญิงเลี้ยงแกะ

sheriff, *n.* (เช รีฟ) นายอำเภอ

sherry, *n.* (เช รี่) เหล้าองุ่นเชอรี่

shield, *n.* (ชีลดฺ) โล่ห์; *v.* ป้องกัน; กำบังไว้

shift, *v. n.* (ชิฟทฺ) ร่นไป; เปลี่ยน; ผลัด; รอบ

night shift, ผลัดกลางคืน

shilling, *n.* (ชิลลิ่ง) เหรียญชิลลิ่ง (เดี๋ยวนี้เปลี่ยนเป็นห้าเพ็นนี ในเมื่อเงินปอนด์เปลี่ยนเป็น 100 เพ็น)

shimmer, *n.* (ชิม เม่อ) แสงสลัว ๆ; *v.* ส่องแสงสลัว ๆ

shin, *n.* (ชิน) หน้าแข้ง

shine, *v.* (ชายนฺ) (อดีตและ *p.p.* **shone**): ส่องแสง; เป็นมัน; *n.* แสง; ความเป็นมันเลื่อม

Shinto, *n.* ศาสนาชินโต (ในญี่ปุ่น)

shiny, *a.* (ชาย นี่) เป็นมัน

ship, *n.* (ชิพ) เรือ; *v.* ขนลงเรือ; ส่งไปทางเรือ

battle-ship, เรือประจัญบาน

sailing-ship, เรือใบ

sister ship, เรือสร้างคู่กัน

ship of the desert, อูฐ

shipbuilder, *n.* (-บิลเด้อ) ผู้ต่อเรือ

shipbuilding, *n.* (-บิลดิ้ง) การต่อเรือ

ship-master, *n.* (-มาสเท่อ) กัปตันเรือ

shipmate, *n.* (ชิพ เมท) ลูกเรือ

ship-owner, *n.* (ชิพโอนเน่อ) เจ้าของเรือ

shipwreck, *n.* (ชีพเร็ค) เรืออับปาง

shipwright, *n.* (-ไรทฺ) ช่างต่อเรือ

shipyard, *n.* (-ยาด) อู่ต่อเรือ

shirk, *v.* (เชอค) หลีกเลี่ยง

shirt, *n.* (เชอท) เสื้อเชิ้ต

shiver, *n. v.* (ชิฟเวอ) สั่นสะท้าน; หนาวสั่น

shoal, *a.* (โชล) ตื้นเขิน; *n.* เขินทราย; ที่น้ำตื้น

shoal of fish, ฝูงปลา

shock, *n. v.* (ช็อค) สะดุ้งเฮือก

shocking, *a.* (ช็อค คิ่ง) น่าตกใจ

shod, *p.p.* (ชอด) ใส่รองเท้า

shoe, *n.* (ชู) รองเท้าหุ้มส้น; *v.* ใส่เกือกม้า

shoe-black, *n.* (ชูแบล็ค) คนขัดรองเท้า

shoe-brush, *n.* (-บรัช) แปรงปัดรองเท้า

shoe-horn, *n.* (ชู ฮอน) ช้อนรองเท้า

shoe-lace, shoe-string, *n.* (ชู เลซ; -สตริง) เชือกผูกรองเท้า

shoe-maker, *n.* (-เมค เค่อ) ช่างตัดรอง

เท้า

shoe-string, *n.* (-สตริง) เชือกผูกรองเท้า

shogun, *n.* (โชกุน) โชกุน (ผู้บัญชาการทหารญี่ปุ่น)

shone, (ชอน) อดีตของ 'shine'; ส่องแสง

shook, (ชุค) อดีตของ 'shake': เขย่า; สั่น

shoot, *v.* (ชูท) ยิง; พุ่ง; ผุด (หน่อ)

shooter, *n.* (ชูท เท่อ) ผู้ยิง

shooting star, ผีพุ่งใต้

shop, *n.* (ช็อพ) ร้าน; *v.* จ่ายตลาด; ซื้อของ

talk shop, พูดแต่เรื่องงาน

shop-lifter, *n.* (ลิฟเต้อ) คนแอบขโมยของตามร้าน

shopping, *n.* (ช็อพ พิ้ง) การซื้อของ

shore, *n.* (ชอ) ฝั่งทะเล

short, *a.* (ชอท) สั้น; ไม่นาน

run short, ขาดมือลง

in short, พูดกันอย่างสั้นๆ ก็คือ

stop short, หยุดกึกลง

short cut, ทางลัด

short of, ขาด; ขาดแคลน

short-circuit, *n.* (ชอท เซอคิท) ไฟช็อท

shortage, *n.* (ชอท เท็ดจฺ) ความขาดมือลง; มีไม่พอใช้

shorten, *v.* (ชอท เทิน) ตัดสั้น; สั้นลง; ย่นย่อ

shorthand, *n.* (ชอท แฮนดฺ) ชวเลข

shorthand-typist, *n.* (-ไท พิสทฺ) นักชวเลขพิมพ์ดีด

shortly, *adv.* (ชอท ลี่) ในไม่ช้า; เมื่อไม่นานมานี้เอง; พูดกันอย่างสั้นๆ ก็คือ

shortness, *n.* (ชอท เนิส) ความสั้น; ห้วน

short-sighted, *a.* สายตาสั้น

short waves, *n. pl.* (-เวฟวซฺ) คลื่นสั้น

shot, *n.* (ช็อท) การยิง; ทีที่ยิง; นัด (กระสุน)

shot, อดีตและ *p.p.* ของ 'shoot': ยิง

shot-gun, *n.* (ช็อท กัน) ปืนลูกซอง

should, (ชู้ด) อดีตของ 'shall': ควรจะ

shoulder, *n.* (โชลเด้อ) ไหล่; บ่า; *v.* (เอาไหล่กะแทก; เอาขึ้นไหล่แบกไป

shoulder-belt, *n.* (โชล เด้อ เบ็ลทฺ) สายรัดทึบ

shoulder-blade, *n.* (-เบลด) กระดูกไหปลาร้า

shout; *v. n.* (ชาวทฺ) ตะโกน; ตะโกนร้องเรียก; แผดเสียง

shove, *v. n.* (ชัฟวฺ) ผลักไป

shovel, *n. v.* (ชัฟ เวิล) พลั่ว

show, *v.* (โช) (อดีต **showed;** *p.p.* **shown**): แสดง; พิสูจน์ให้เห็น; *n.* งานแสดง; การแสดง

show off, อวด

shower, *n. v.* (ชาวเว่อ) โปรยลงมา; อาบน้ำจากฝักบัว

shower bath, การอาบน้ำจากฝักบัว

showy, *a.* (โช อี้) ขี้อวด

shrapnal, *n.* (ชแรพ เนิ็ล) ลูกแตกอากาศ

shred, *n.* (เชร็ด) เส้นฝอย

shrew, *n.* (ชรู) หนูหริ่ง; หญิงจัดจ้าน

shrewd, *a.* (ชรูด) ฉลาดโดยมีชั้นเชิง

S

shriek, *v. n.* (ชรีค) ร้องกรี๊ด
shrill, *a.* (ชริล) แหลมเย็นเยือก (เสียง)
shrimp, *n.* (ชริมพฺ) กุ้งฝอย
shrine, *n.* (ชรายนฺ) สถูป; เจดียสถาน; วัด; สถานที่ศักดิ์สิทธิ์ทางศาสนา
shrink, *v.* (อดีต **shrank**; *p.p.* **shrunk**) (ชริงคฺ) หด; หดหนี
shroud, *n.* (ชราวดฺ) ผ้าบังสกุล
shrub, *n.* (ชรับ) พุ่มไม้
shrug, *n. v.* (ชรัก) ยักไหล่
shudder, *v.* (ชัด เด้อ) สั่น; สั่นเทิ้ม; ตัวสั่น
shuffle, *v.* (ชัฟ เฟิล) สับไพ่; เดินขาปัด
shun, *v.* (ชัน) กันออกไป; หลีกเลี่ยง
shunt, *v.* (ชันทฺ) หลีกหนทาง; *n.* ทางหลีกรถไฟ
shut, *v. a.* (ชัท) ปิด
  shut in, ขังไว้; ล้อมไว้
  shut out, ทิ้งอยู่ข้างนอก
  shut off, ปิดก๊อก
  shut up, ปิดปากเสียที
shutter, *n.* (ชัทเท่อ) บานเกล็ด (หน้าต่าง)
shuttle, *n.* (ชัท เทิล) กะสวย
shuttle-boat, เรือข้ามฟาก
shuttlecock, *n.* (ชัท เทิลค็อค) ลูกขนไก่ (แบดมินตัน)
shy, *a.* (ชาย) กะมิดกะเมี้ยน; ขี้อาย
shyness, *n.* (ชาย เน็ส) ความขี้อาย
Siamese, *n. a.* (ไซแอมมีซ) คนไทย; ภาษาไทย; ไทย (เดี๋ยวนี้เปลี่ยนเป็น **Thai**)
Siamese twins, ฝาแฝดชนิดตัวติดกัน
sick, *a.* (ซิค) เจ็บ; ไม่สบาย
  sick-leave, การลาป่วย
  sick of, เบื่อเหลือทน; เหม็นเบื่อ
  feel sick, รู้สึกสะอิดสะเอียน อยากอาเจียน
sicken, *v.* (ซิคเคิน) เจ็บลง; รู้สึกไม่สบาย; ให้รู้สึกสะอิดสะเอียน
sickening, *a.* (ซิค เคินนิ่ง) เป็นที่น่าเอือมเสียจริงๆ
sickle, *n.* (ซิคเคิล) เคียว
  hammer and sickle, ค้อนกับเคียว
sickly, *a.* (ซิค ลี่) เจ็บออดแอด
sickness, *n.* (ซิค เน็ส) ความเจ็บไข้
side, *n.* (ไซดฺ) ข้าง; สีข้าง; หน้า (กระดาษ); ด้าน; *v.* เข้าข้าง
  side by side, เคียงข้างกัน
  side line, ทำงานพิเศษ
  look on all sides, มองดูรอบข้าง
  come from all sides, มาจากทุกหนทุกแห่ง
  on both sides, ทั้งสองข้างหรือฝ่าย
  take sides, เข้าข้าง
sideline, *n.* (ไซดฺ ไลนฺ) แนวประกอบ; งานพิเศษ
sidewards, *adv.* (ไซดฺ เวิดซฺ) ไปทางข้างๆ
sideways, *adv.* (ไซดฺ เวซ) ทางข้างๆ
siege, *n. v.* (ซีดจฺ) ล้อมไว้; การล้อมเมืองด้วยทหาร
sierra, *n.* (ซิเอ ร่า) ทิวภูเขา
siesta, *n.* (ซิเอ็ส ต้า) พักผ่อนตอนบ่าย (ในประเทศสเปน)
sieve, *v.* (ซีฟว) ร่อน, *n.* ตะแกรง

sift, *v.* (ซิฟทฺ) ร่อน
sigh, *v. n.* (ซาย) ถอนหายใจ; โหยหา
make a deep sigh, ถอนหายใจใหญ่
sight, *n.* (ไซทฺ) จักษุประสาท; มองดู; สิ่งที่ปรากฏให้เห็น; ทัศนียภาพ; ภาพที่เห็น
short-sighted, สายตาสั้น
at sight, เพียงแต่มองเห็นอย่างไวๆ
in sight, มองเห็น
out of sight, พ้นสายตา
out of my sight ! ไปให้พ้น
sightless, *a.* (ไซทฺ เล็ซ) มองไม่เห็น
sight-seeing, *n.* (ไซทฺ ซีอิ้ง) การทัศนาจร
sight-seer, *n.* (-ซีเออ) ผู้ทัศนาจร
sign, *n.* (ไซนฺ) เครื่องหมาย; *v.* เซ็นชื่อ
signal, *n.* (ซิกนัล) สัญญาณ; *v.* สำคัญยิ่ง; *v.* ส่งอาณัติสัญญาณ
signalize, *v.* (ซิก นัลไลซฺ) แสดง; เป็นเครื่องหมาย
signatory, *n.* (ซิค นาทอรี่) คู่เซ็นสัญญา
signature, *n.* (ซิก นาเช่อ) ลายเซ็น
sign-board, *n.* (ซายนฺ บอด) ป้าย
signer, *n.* (ซายเน่อ) ผู้ลงนาม
signet, *n.* (ซิก เน็ท) ตราสำหรับใช้ในการประทับ
signet-ring, *n.* แหวนตรา
significance, *n.* (ซิก นิฟิคันซฺ) ความสำคัญ
signify, *v.* (ซิก นิฟาย) แสดงให้เห็นว่า
sign-post, *n.* (ซายนฺ โพสทฺ) เสาป้าย
Sikh, *n.* (ซิค; ซีค) แขกซีค
silence, *n.* (ไซเล็นซฺ) ความเงียบ; *v.* ทำให้เงียบ
in silence, อย่างเงียบๆ
keep silence, เงียบอยู่
silent, *a.* (ไซเล็นทฺ) เงียบ
silhouette, *n.* (ซิลลูเอ็ท) เงา
silhouette show, หนังตะลุง
silk, *n.* (ซิลคฺ) ไหม; แพร
artificial silk, ไหมเทียม
silken, *a.* (ซิลเคิน) ทำด้วยไหม, แพร
silkworm, *n.* (ซิลคฺเวอม) ตัวไหม; ดักแด้
silky, *a.* (ซิลคี่) เป็นไหม; คล้ายไหม
sill, *n.* (ซิล) รากตึก; ธรณีประตู
silliness, *n.* (ซิล ลี่เน็ส) ความโง่เขลา
silly, *a.* (ซิลลี่) โง่เขลา
silo, *n.* (ไซโล) ฉางข้าว
silt, *n.* (ซิลทฺ) ขี้ตม
silvan, sylvan, *a.* (ซิล วัน) แห่งป่า
silver, *n. a.* (ซิลเว่อ) เงิน; *v.* ชุบเงิน
silver voice, เสียงแจ๋ว
silver wedding, รัชตวิวาห์ (ครบ 25 ปี)
silverer, *n.* (ซิลเวอเร่อ) ช่างชุบเงิน
silver-plated, *a.* (ซิล เว่อ เพลท เท็ด) ชุบเงิน
silversmith, *n.* (ซิล เว่อ สมิธ) ช่างเงิน
silverware, *n.* (ซิลเว่อแว) เครื่องเงิน
silver-white, *a.* (ซิลเว่อ ไวทฺ) ขาวเป็นเงินยวง
silvery, *a.* (ซิลเวอรี่) สีเป็นเงิน; เหมือนเงิน
similar, *a.* (ซิม มีล่า) เหมือนกันทุกอย่าง; คล้ายกัน
similarity, *n.* (ซิมมีแลรีที่) ความเหมือน

S

กัน, ละม้ายคล้ายคลึง

similarly, *adv.* (ซิม มีลาลี่) อย่างเดียวกัน; ในทำนองเดียวกัน

simile, *n.* (ซิม มีลี่) ความเปรียบเทียบ

similitude, *n.* (ซิมมิล ลิชิวดฺ) ความมีลักษณะคล้ายคลึงกัน

simmer, *v.* (ซิมเม่อ) เดือดปุดๆ

simple, *a.* (ซิม เพิล) ชั้นเดียว; เดี่ยว; อย่างง่าย; ง่ายดาย; ทึ่ม; เชิงเดี่ยว

simple interest, ดอกเบี้ยชั้นเดียว

simpleton, *n.* (ซิม เพิลทัน) คนบัดซบ

simplicity, *n.* (ซิมพลิส ซีที่) ความง่ายดาย; ความเชื่องซื่อๆ

simplification, *n.* (ซิมพลิฟิเคชั่น) การกระทำให้ง่ายลง

simplify, *v.* (ซิม พลิฟาย) ทำให้ง่ายลง; ทอนลง (เลข)

simply, *adv.* (ซิม พลี่) เท่านั้นเอง

simular, *a.* (ซิม มิวล่า) ซึ่งเป็นการแสร้งทำ

simulate, *v. a.* (ซิม มิวเลท) แสร้งทำ; แกล้งว่า

simulation, *n.* (ซิมมิวเลชั่น) การแสร้งทำ

simultaneous, *a.* (ซิมมัลเท เนียส) ซึ่งประจวบเหมาะพร้อมกัน

sin, *n.* (ซิน) บาป; *v.* ทำบาป

since, *adv.* (ตั้งแต่นั้นมา; *pr. c.* ตั้งแต่; โดยเหตุที่ว่า

sincere, *a.* (ซินเซีย) มีน้ำใสใจจริง; ซื่อสัตย์; มีความจริงใจ

sincerely, *adv.* (ซินเซีย ลี่) อย่างน้ำใสใจจริง; อย่างซื่อสัตย์

sincerity, *n.* (ซินเซ รีที่) ความจริงใจ; ความซื่อสัตย์

sinew, *n.* (ซิ นิว) เอ็น

sinewy, *a.* (ซิ นิวอี้) แข็งแรง

sinful, *a.* (ฟูล) บาปนัก

sing, *v.* (ซิง) ร้องเพลง

singe, *v.* (ซินจฺ) ไหม้เกรียมไป

singer, *n.* (ซิงเงอ) นักร้อง

Singhalese, *a. n.* (ซิงกาลีซ) ชาวสิงหล

singing, *n.* (ซิง งิ่ง) การร้องเพลง

single, *a.* (ซิง เกิล) เดี่ยว; โสด; *v.* แยกออกเป็นอันๆ

single-breasted, *a.* (-เบรส เท็ด) มีลูกกระดุมแถวเดียว

single-handed, *a.* (-แฮนเด็ด) แต่ผู้เดียว; โดยลำพังตนเอง

singly, *adv.* (ซิง กลี้) โดยตามลำพัง

singular, *a.* (ซิงกิวล่า) เอกพจน์; ออกจะแปลกมากอยู่

singularity, *n.* (ซิง กิวแล รีที่) เอกพจน์; ความพิกล

sinicise, *v.* (ซิน นิไซซฺ) ดัดแปลงให้เป็นจีน

sinister, *a.* (ซิน นิสเท่อ) มืดมัว; อับโชค

sink, *v.* (ซิ๊งคฺ) (อดีต **sank**, *p.p.* **sunk**): จม; ลดลง; ถอยลง; ล่ม (เรือ)

sinking, *n.* (ซิงคิ่ง) การจมลง

sinner, *n.* (ซินเน่อ) ผู้กระทำบาป

sinologist, *n.* (ซินน็อล ลอดจิสทฺ) นักปราชญ์ภาษาจีน

sinology, *n.* (ซินน็อล ลอดจี้) ความรู้

เกี่ยวกับจีน
sinuous, *a.* (ซิน นิวอัส) คดเคี้ยว
sinus, *n.* (ไซนัส) อักเสบในช่องจมูก
sip, *v.* (ซิพ) ชิม, ลิ้มรส
siphon, *n.* (ไซ เฟิน) ขวดโซดาฉีด; ท่อคอห่าน
sir, *n.* (เซอ) ขอรับ; ยศขุนนาง (Sir)
sire, *n.* (ไซเออ) ขอเดชะ
siren, *n.* (ไซเร็น) นางพรายน้ำ; หวูด; แตรสัญญาณฉุกเฉิน
sirloin, *n.* (เซอ ลอยนฺ) เนื้อสัน
sisal, *a.* (ซิส ซัล) ไหมป่าน
sister, *n.* (ซิส เต้อ) พี่สาว; น้องสาว; นางชี
sisterhood, *n.* (ซิส เต้อฮูด) ความเป็นพี่หรือน้องสาวกัน
sister-in-law, *n.* (ซิส เต้อ-อิน-ลอ) พี่หรือน้องสะใภ้
sisterlike, sisterly, *a.* (ซิส เต้อลี่) อย่างฐานพี่หรือน้องสาวกัน
sit, *v.* (ซิท) นั่ง
sit for an examination, เข้าสอบไล่
site, *n.* (ไซทฺ) ที่; สถานที่
sitter, *n.* (ซิทเทอ) ผู้นั่ง
sitting, *n.* (ซิททิ่ง) การนั่ง
sitting-place, *n.* (ซิท ทิ่งเพลซ) ที่นั่ง
sitting-room, *n.* (ซิท ทิ่งรูม) ห้องนั่งเล่น
situate, *v.* (ซิท ชิวเอท) ตั้งอยู่
situation, *n.* (ซิทชิวเอชั่น) ที่; สถานะการ; ฐานะ
six, *a. n.* (ซิคซฺ) หก
sixfold, *a.* (ซิคซฺ โฟลดฺ) หกเท่า
sixpence, *n.* (ซิคซฺ เพ็นซฺ) เหรียญหกเพ็น (เลิกใช้แล้ว)
sixteen, *n. a.* (ซิคซฺ ทีน) สิบหก
sixteenth, *a.* (ซิคซฺ ทีนธ) ที่สิบหก
sixth, *a.* (ซิคซฺธ) ที่หก
sixthly, *adv.* (ซิคซฺธลิ) ประการที่หก
sixtieth, *a.* (ซิคซฺ ทิเอ็ธ) ที่หกสิบ
sixty, *a. n.* (ซิคซฺ ตี้) หกสิบ
size, *n.* (ไซซฺ) ขนาด
of great size, ขนาดใหญ่โต
sizable, *a.* (ไซ ซาเบิล) ขนาดพอดูทีเดียว
skate, *n.* (สเคท) สเก็ต; รองเท้าวิ่งขนน้ำแข็ง; *v.* เล่นวิ่งบนน้ำแข็ง
skating, *n.* (สเคท ทิ่ง) การวิ่งบนน้ำแข็ง; การวิ่งบนสเก็ต
skeleton, *n.* (สเค็ล เลอเทิน) โครงกระดูก; โครงร่าง; ร่าง
sketch, *n.* (สเค็ทช) ภาพร่าง; ภาพหวัด; ภาพสะเก็ตส์; *v.* ร่าง; ดาว; สะเก็ตส์ภาพ
sketchy, *a.* (สเก็ท ชี่) เป็นภาพร่างอย่างหยาบ ๆ
ski, *n. v.* (สคี) วิ่งบนหิมะ, เล่นสกี
skiff, *n.* (สคีฟ) เรือเพรียว
skilful, *a.* (สกิลฟูล) มีทักษะ; ชำนาญ; ฉลาด; ฝีมืดดี
skill, *n.* (สกิล) ทักษะ; ความเฉลียวฉลาดในเชิงงาน; ฝีมือ
skilled, *a.* (สกิลดฺ) มีทักษะ; ฉลาดนัก; คล่อง
skim, *v.* (สกิม) ช้อนฝาออก; *n.* นมจับเป็นฝา
skin, *n.* (สกิน) หนัง; ผิวหนัง; หนังกำพร้า; เปลือก

S

skin-deep, *a.* เพียงใต้ผิวหนัง; ตื้นๆ
skin-flint, *n.* คนขี้ตืด
skinny, *a.* (สกินนี่) ผอม, มีแต่หนังหุ้มกระดูก
skin-tight, *a.* (สกินไททฺ) คับตัว
skip, *v. n.* (สกิ๊พ) กระโดด; กระโดดข้ามไป
skipper, *n.* (สกิ๊พ เพ่อ) กัปตันเรือ ค้าขาย; นายกำปั่น
skirmish, *n. v.* (สเกอ มิช) รบกันประปราย
skirt, *n.* (สเกอท) กะโปรง; ริม; ขอบ; ชาย; *v.* ล้อมรอบ; เฉียดตรงริมไป
skull, *n.* (สกัล) กะโหลกศีรษะ
skunk, *n.* (สกังคฺ) สัตว์ชนิดหนึ่ง มีกลิ่นเหม็น
sky, *n.* (สกาย) ฟ้า; ท้องฟ้า
under the open sky, กลางหาว
sky-blue, *a. n.* (-บลู) สีฟ้า
sky-high, *a.* สูงเทียมฟ้า
skylark, *n.* (สกายลาค) นกต้นลม
sky-scraper, *n.* (สไค สเครพเพ่อ) ตึกระฟ้า
slab, *n.* (สแลบ) แผ่น
slabber, *v.* (สแลบเบ้อ) น้ำลายฟูมปาก
slack, *a.* (สแลค) ช้า; อืด; เกียจคร้าน; หย่อน; *n.* กางเกงผู้หญิง
slacken, *v.* (สแลคเคิน) หย่อน; คลายลง; อ่อนลง; อืดช้าลง
slacker, *n.* (สแล็ค เค่อ) คนเกียจคร้าน
slackness, *n.* ความเกียจคร้านต่อการงาน
slacks, *n. pl.* กางเกงผู้หญิง
slain, (สเลน) *p.p.* ของ **'slay':** ฆ่า
slam, *v.* (สแลม) ปิดดังปัง
slander, *n. v.* (สลานเด้อ) ป้ายร้าย; นินทา
slanderer, *n.* (สลาน เดอเร่อ) ผู้ป้ายร้าย
slanderous, *a.* (สลาน เดอรัส) ช่างป้ายร้าย
slang, *n.* (สแลง) ภาษาแผลงๆ
slant, *v.* (สลานทฺ) เอียง; ลาด; เท
slantwise, *adv.* (สลานทฺ ไวซฺ) เอียงๆ
slap, *n. v.* (สแลพ) ตบหน้า
slate, *n.* (สเลท) หินชนวน
slate-pencil, *n.* ดินสอชนวน
slaughter, *n. v.* (สลอท เท่อ) การฆ่า; ฆ่า
slaughterer, *n.* (สลอท เทอเร่อ) ผู้ฆ่า
slaughter-house, *n.* (สลอทเทอ อาวซฺ) โรงฆ่าสัตว์
Slav, *a. n.* (สลาฟว; สแลฟว) พวกสลาฟ
slave, *n.* (สเลฟ) ทาส; ขี้ข้า; *v.* ทำงานอย่างทาส
slave-driver, *n.* (-ไดรเว่อ) คนเร่งรัดเอาแต่งาน
slave-market, *n.* ตลาดค้าทาส
slavery, *n.* (สเลฟว เวอรี่) ความเป็นทาส
white slavery, การค้าผู้หญิง เพื่อการประเวณี
slave-trade, *n.* (สเลฟว เทรด) การค้าทาส
slave-trader, *n.* (สเลฟว เทรดเด้อ) คนค้าทาส
slavish, *a.* (สเล วิช) อย่างทาส
Slavonic, *a.* (สละว็อนนิค) แห่งภาษา

สลาฟ

slay, *v.* (สเล) ฆ่า

slayer, *n.* (สเลเย่อ) ผู้ฆ่า

sledge, *n.* (สเล็ดจ) รถเลื่อน

sleep, *v. n.* (สลีพ) (อดีตและ *pp* : **slept**) หลับ

sleep very lightly, เคลิ้มหลับ

sleep very soundly, หลับสนิท

go to sleep, ไปนอน

sleeper, *n.* (สลีพเพ่อ) ผู้หลับ; รถนอน

sleepily, *adv.* (สลีพ พีลี่) โดยอาการง่วงเหงาหาวนอน

sleepiness, *n.* (สลีพ พิเน็ส) ความง่วง

sleeping-car, *n.* (สลีพ พิ่งคา) รถนอน

sleeping-draught, *n.* (-ดราฟทฺ) ยานอนหลับ

sleepless, *a.* (สลีพ เล็ส) นอนไม่หลับ

sleep-walker, *n.* (-วอคเค่อ) คนละเมอเดินเวลานอนหลับ

sleepy, *a.* (สลีพพี่) ง่วงนอน

sleet, *n.* (สลีท) น้ำฝนปนหิมะ

sleeve, *n.* (สลีฟวฺ) แขนเสื้อ

slender, *a.* (สเล็น เด้อ) เอวบางร่างน้อย; สะโอดสะอง

slept, (สเล็พทฺ) อดีตของ **'sleep'**: หลับ

slew (สลู) อดีตของ **'slay'**: ฆ่า

slice, *n.* (สไลซฺ) ชิ้นฝานบางๆ; *v.* ฝานชิ้นบางๆ; เฉือน

slide, *v.* (สไลดฺ) อดีต **slid**; *p.p.* **slidden:** เลื่อนไป

slight, *a.* (สไล้ทฺ) เบา; เล็กน้อย; น่าดูถูก *n. v.* ดูถูก

slightly, *adv.* (สไล้ทฺลี่) อย่างเบาๆ

slightness, *n.* (สไล้ทฺ เน็ส) ความเบาๆ

slim, *a.* (สลิม) รูปร่างเอวเล็กเอวบาง

slime, *n.* (สไลมฺ) ดินเลนที่ลื่น

slimy, *a.* (สไลมฺมี่) ตัวเหนี่ยวลื่น

sling, *v.* (สลิง) เหวี่ยง; ขว้าง; *n.* หนังสติ๊ก

slink, *v.* (สลิงคฺ) ย่อง; ดอดหนีไป

slip, *v.* (สลิพ) เลื่อนหลุดไป; พลาดผิดไป; แอบส่งให้; สอดเข้าไป

slip, *n.* (สลิพ) การเลื่อนไป; เลื่อนหลุดไป; ความพลาดผิดไป; เศษกระดาษ

slipper, *n.* (สลิพเพอ) รองเท้าอยู่บ้าน

slippery, *a.* (สลิพ เพอรี่) ลื่น

slip-shod, *a.* (สลิพชอด) อย่างสับพร่าว

slit, *n.* (สลิท) ช่องโหว่เล็กๆ

sloe, *n.* (สโล) ลูกไม้ชนิดหนึ่ง

slogan, *n.* (สโลเกิ้น) คำขวัญของประชาชน

sloop, *n.* (สลูพ) เรือใบ ชนิดหนึ่ง

slope, *adv. a.* (สโลพ) เอียง; ลาด

slope, *n.* (สโลพ) ที่ลาด; ส่วนลาด

sloppy, *a.* (สล็อพพี่) ปอนๆ

slot, *n.* (สล็อท) ช่องสำหรับทิ้งจดหมาย, สำหรับหยอดสตางค์

sloth, *n.* (สโลธ) ลิงลมชนิดหนึ่ง; ความเฉื่อยชา

slothful, *a.* (สโลธฟูล) เฉื่อยชา

sloven, *a.* (สโลฟเวิน) แต่งตัวปอนๆ

slow, *a.* (สโล) ช้าไม่ทันกาล; เงื่องหงอย; อืด

slow, *v.* (สโล) ช้าลง

S

slow but sure, ช้าๆ ได้พร้าเล่มงาม
to be slow, เดินช้า (นาฬิกา)
slowly, *adv.* (สโลลี่) อย่างช้าๆ
slowness, *n.* (สโลเน็ส) ความช้า; การกระทำอย่างช้าๆ
slow-witted, *a.* (สโล วิทเท็ด) ปัญญาเฉื่อยชา
sluggard, *n.* (สลัก กาด) คนขี้เกียจหลังยาว; *a.* ขี้เกียจ
sluggish, *a.* (สลักกิช) ขี้เกียจ; ชักช้า
sluice, *n.* (สลูซ) เขื่อน; ประตูระบายน้ำ
slum, *n.* (สลัม) แหล่งเสื่อมโทรม
slumber, *n. v.* เคลิ้มหลับไป; ม่อยหลับ
slumberer, *n.* (สะลัม เบอเร่อ) คนที่งีบหลับไป
slump, *v.* (สลัมพฺ) ทรุดลง; *n.* การลดต่ำลง
slur, *v.* (สะเลอ) ออกเสียงไม่ชัด; รัวลิ้น
slut, *n.* (สะลัท) หญิงชาติชั่ว
sly, *a.* (สะลาย) เจ้าเล่ห์
smack, *v.* (สะแม็ค) จูบดังฟอด; ตบหลังดังเพียะ; กินจ๊วบจ๊าบ
small, *a.* (สมอล) เล็ก; เล็กน้อย; น้อย
small change, (-เชนจฺ) เงินปลีกเศษสตางค์
smallish, *a.* (สมอลลิช) ค่อนข้างเล็ก
smallness, *n.* (-เน็ส) ขนาดเล็กๆ
smallpox, *n.* (สมอล พ็อคซฺ) ฝีดาษ
smart, *v.* (สมาท) โก้
smartness, *n.* (-เน็ส) ความโก้หรูหรา
smash, *v.* (สแมช) ทุบแตก; แตกละเอียด
smear, *a.* (สเมีย) ทา; ป้าย
smell, *v.* (สเม็ล) ดม; *n.* กลิ่น
bad smell, กลิ่นเหม็น
good smell, กลิ่นหอม
smelling-salts, (-ซอลทฺซ) ยาดม
smelly, *a.* (สเม็ลลี่) ชักมีกลิ่น
smelt, *v.* (สเม็ลทฺ) หอม; อดีตของ 'smell': ดม
smile, *v. n.* (สไมลฺ) ยิ้ม
smite, *v.* (สไมทฺ) ตีเอาแรงๆ; ทุบตี
smith, *n.* (สมิธ) ช่างเหล็ก
smithery, *n.* (สมิธเธอรี่) โรงตีเหล็ก
smithy, *n.* (สมิธ ธี่) โรงตีเหล็ก
smog, *n.* (สมอก) หมอก ที่เกิดจากควันด้วย
smoke, *v.* (สโมค) สูบ (บุหรี่); รมควัน; *n.* ควัน
smokeless, *a.* (สโมค เล็ส) ไม่มีควัน
smoker, *n.* (สโมค เค่อ) นักสูบ; ห้องสูบบุหรี่ได้
smoke-room, *n.* (สโมค รูม) ห้องสูบบุหรี่
smoking, *n.* (สโมคคิ่ง) การสูบบุหรี่; ชุดราตรี
smoking not allowed, ห้ามสูบบุหรี่
smoking-room, *n.* (สโมค คิ่งรูม) ห้องสูบบุหรี่
smoking-suit, *n.* (สโมค คิ่งซูทฺ) ชุดราตรี
smoky, *a.* (สโมคคี่) เป็นควัน; เต็มไปด้วยควัน
smooth, *a.* (สมูธ) เกลี้ยง; เรียบๆ; อ่อนๆ; *v.* รีดให้เรียบ
smoothness, *n.* (สมูธ เน็ส) ความเกลี้ยง

เกลา

smother, *v.* (สมัธ เธอ) หายใจไม่ออก; อดกลั้นไว้ สำลักควัน

smuggle, *v.* (สมักเกิล) ลักลอบหลบหนีภาษีเอาเข้ามา; ลอบนำ

smuggler, *n.* (สมัก เกล้อ) คนค้าของเถื่อน

smuggling, *n.* (สมักกลิ้ง) การลักลอบเอาเข้ามา

snack, *n.* (สแนค) อาหารเบา ๆ

snack-bar, *n.* ร้านขายอาหารสำเร็จรูป

snail, *n.* (สเนล) หอยโข่ง; หอยทาก

snake, *n.* (สเนค) งู

snap, *v.* (สแนพ) เคาะ; ทำอย่างเร็ว; หักออก; ฉวย; กดกล้องถ่ายรูป; ดีด (นิ้ว)

snapper, *n.* (สแนพ เพ่อ) หมาที่กำลังจะงับ

snap-shot, *n.* (สแนพ ช็อท) ภาพถ่ายเร็ว

snare, *n.* (สแน) กับดักสัตว์; แร้ว; บ่วง; เหยื่อล่อ; *v.* ดัก

snarl, *v.* (สะนาล) คำราม

snatch, *v. n.* (สแนทช) ฉวยเอา; ยื้อแย่ง

sneak, *v.* (สนีค) แอบหนีออกไป

sneer, *v. n.* (สเนีย) ยิ้มเยาะ

sneerer, *n.* (สเนียเร่อ) ผู้ยิ้มเยาะ

sneeze, *v. n.* (สนีซ) จาม

sniff, *v.* (สนิฟ) ใช้จมูกดม

snipe, *n.* (สไนพฺ) นกปากซ่อม

snob, *n.* (สน็อบ) คนวางก้ามเป็นผู้ดี; คนถือตัว

snobbish, *a.* (สน็อบ บิช) วางท่าเป็นผู้ดีเหลือเกิน

snooze, *v.* (สนูซ) นอนพอได้งีบหนึ่ง

snore, *v. n.* (สนอ) กรน

snorer, *n.* (ส นอเร่อ) คนกรน

snout, *n.* (สเนาทฺ) จมูกสัตว์

snow, *n.* (สโน) หิมะ; *v.* หิมะตก

snowball, *n.* (สโนบอล) ก้อนหิมะปั้นกลม

snowdrop, *n.* (สโน ดร็อพ) ดอกไม้ชนิดหนึ่ง

snowfall, *n.* (สโน ฟอล) หิมะตก

snow-field, *n.* (-ฟีลดฺ) ลานหิมะ

snowflake, *n.* (สโนเฟลค) เกล็ดหิมะ

snow-line, *n.* (สโนไลนฺ) แนวที่เหนือนั้นขึ้นไป หิมะไม่รู้จักละลาย

snow-man, *n.* (สโน แมน) รูปหิมะปั้นเป็นคน

snow-plough, *n.* (-พลาว) เครื่องกวาดหิมะ

snowstorm, *n.* (-ส ตอม) พายุหิมะ

snow-white, *a.* (สโนไวทฺ) ขาวเป็นหิมะ

snowy, *a.* (สโนอี้) เต็มไปด้วยหิมะ

snub, *v.* (สะนับ) ปฏิเสธ เอาหน้าหงาย

snuff, *v.* (สนัฟ) นัตถุยา; *n.* ยานัตถุ

snuff-box, *n.* (สนัฟ บ็อคซฺ) กล่องยานัตถุ

snug, *a.* (สะนัก) แสนสำราญ

so, *adv.* (โซ) ดังนั้น; มากมาย; เหลือเกิน; เหมือนกัน

so...that, มากจนกระทั่ง

so called, อย่างที่เรียกกันว่า

and so forth; and so on, และอื่น ๆ อีก

S

so long! ไปก่อนนะ
so much the better, ยิ่งดีใหญ่
I hope so, ฉันหวังใจว่าจะเป็นดังนั้น
quite so, จริงทีเดียว
a week or so, อาทิตย์หนึ่งหรืออะไรราวๆ นั้น
soak, *v.* (โซค) จุ่ม; แช่; เปียกชุ่ม
soaking wet, เปียกโชค
soap, *n.* (โซพ) สบู่
soap-sud, *n.* (โซพ ซัด) ฟองสบู่
soar, *v. n.* (ซอ) โผขึ้น
sob, *v. n.* (ซ็อบ) ร้องไห้สะอึกสะอื้น
so-called, *a.* (โซ คอลดฺ) ตามที่ร้องเรียกกัน
sober, *a.* (โซเบ้อ) สร่างเมา
soccer, *n.* (ซ็อคเค่อ) ฟุตบอล
sociable, *a.* (โซ ชาเบิล) เก่งสมาคม; คบค้าด้วยได้
social, *a.* (โซ ชัล) แห่งการสมาคม; แห่งสังคม
socialism, *n.* (โซ ชัลลิส) ลัทธิสังคมนิยม
socialist, *n.* (โซ ชัลลิสทฺ) พวกสังคมนิยม; *a.* แห่งลัทธิสังคมนิยม
socialistic, *a.* (โซชัลลิส ทิค) แห่งลัทธิสังคมนิยม
society, *n.* (โซไซ.เอ็ททิ่) สังคม; สมาคม; การสมาคมด้วย
sock, *n.* (ซ็อค) ถุงเท้าสั้น
socket, *n.* (ซ็อค เค็ท) โพรง; ช่อง; รู; ที่เสียบไฟฟ้า
soda, *n.* (โซ ดา) โซดา
soda-water, *n.* (-วอเทอ) น้ำโซดา
sofa, *n.* (โซฟา) เก้าอี้ยาว
soft, *a.* (ซอฟทฺ) อ่อน; อ่อนนุ่ม; อย่างอ่อนโยน
soft landing, การลงจอดอย่างนิ่มนวล
soften, *v.* (ซอฟ เฟิน) ทำให้อ่อนลง
soft-headed, *a.* (-เฮ็ดเด็ด) หัวอ่อน
softness, *n.* (ซอฟทฺ เน็ส) ความอ่อนนุ่ม; อ่อนโยน
soil, *n.* (ซอยลฺ) ดิน; *v.* ทำให้เปื้อน
sojourn, *n. v.* (ซอ เจิน) พักอยู่ด้วย; ยับยั้งอยู่; พำนักอาศัย
solace, *n.* (ซอเล็ส) ความคลายใจ; *v.* ปลอบโยน
solar, *a.* (โซ ล่า) แห่งดวงอาทิตย์
solar system, อาทิตย์และบริวาร
solarium, *n.* (โซแลเรียม) ห้องอาบแดด
sold, (โซลดฺ) *p.p.* และอดีตของ 'sell': ขายไปแล้ว
sold up, sold out, ขายหมดแล้ว
solder, *v.* (ซ็อลเดอ; โซลเดอ) บุติดกัน; บัดกรี
soldier, *n.* (โซล เจ้อ) ทหาร
soldier-like, soldierly, *a.* (-ไลคฺ; โซลเจอลี่) อย่างทหาร
sole, *n.* (โซล) ส้นเท้า; ส้นรองเท้า; ปลาลิ้นหมา; *a.* แต่ผู้เดียว; อยู่คนเดียว
sole right to trade, มีสิทธิที่จะจำหน่ายได้แต่ผู้เดียว (ผูกขาด)
solely, *adv.* (โซลลี่) แต่คนเดียวเท่านั้น
solemn, *a.* (ซ็อลเล็ม) อย่างเต็มพิธี; อย่างเคร่งขรึม; อันขลัง
solemnise, *v.* (ซ็อลเล็มไนซฺ) กระทำพิธี

ฉลอง

solicit, *v.* (ซ็อลลิส ชิท) ขอร้อง

solicitor, *n.* (โซลิสซิเทอ) ทนายความ; ผู้ขอร้อง

solid, *a.* (ซ็อลลิด) ตัน; แน่น; แข็ง; เป็นตัน; มีเนื้อมีหนัง; *n.* ของแข็ง

solidarity, *n.* (ซ็อลลิแดริที่) การร่วมมือกันอย่างแน่นแฟ้น

solidify, *v.* (ซอล ลิดดิฟาย) จับเป็นก้อนแข็ง

soliloquy, *n.* (โซลิโลควี่) การพูดคนเดียว

solitaire, *n.* (ซอลลิแทรฺ) เพชรเม็ดเดียว

solitary, *a.* (ซ็อลลิทารี่) ซึ่งอยู่แต่ผู้เดียว; วิเวก

solitude, *n.* (ซ็อลลิทิวดฺ) ความเปล่าเปลี่ยว; ความอ้างว้าง

solo, *a.* (โซโล) เดี่ยว; คนเดียว

Solomon's seal, *n.* (ซ็อล โลมอนซฺ ซีล) รูปดาวหกแฉก (อันเป็นตราของพวกยิว)

soluble, *a.* (ซอลลิวเบิล) ละลายได้

solution, *n.* (โซลีวชั่น) การแก้ปัญหา; น้ำยา

solve, *v.* (ซ็อลว) แก้ปัญหา

solvent, *a.* (ซอลเว็นทฺ) ซึ่งทำให้ละลายได้

sombre, *a.* (ซอมเบอ) มืด, เศร้า

some, *a. prn.* (ซัม) บ้าง; บางอัน; บางคน

somebody, *prn.* (ซัม บอดี้) ใครๆ; คนสำคัญ

somehow, *adv.* (ซัม ฮาว) ด้วยวิธีใดวิธีหนึ่ง

some-one, *n.* (ซัม วัน) ใครคนหนึ่ง

somersault, *n.* (ซัม เมอ ซอลทฺ) ตีลังกา

something, *n. prn. a.* (ซัมธิ่ง) อะไรบ้าง; บางสิ่งบางอย่าง; อะไร

sometime, *adv.* (ซัม ไทมฺ) บางที; ในกาลครั้งก่อน

sometimes, *adv.* (ซัมไทมซฺ) บางที; บางครั้งบางคราว

somewhat, *adv.* (ซัม วอท) ค่อนข้างจะ; คล้ายๆ กับว่า

somewhere, *adv.* (ซัมแว) คงอยู่ที่ไหนๆ เข้าแห่งหนึ่ง

somewhere else, ที่อื่น

somnambulate, *v.* (ซอมแนมบิวเลท) เดินขณะที่หลับอยู่

somnolent, *a.* (ซ็อม โนเล็นทฺ) ทำให้ง่วงนอน

son, *n.* (ซัน) บุตรชาย

song, *n.* (ซอง) เพลง

for a mere song; for an old song, แทบได้เปล่า

song-thrush, *n.* (ซอง ธรัช) นกชนิดหนึ่ง

son-in-law, *n.* (ซัน อินลอ) ลูกเขย

sonless, *a.* (ซัน เล็ส) ไม่มีลูก

sonnet, *n.* (ซ็อนเน็ท) เพลงยาวชนิดหนึ่ง

sonny, *n.* (ซันนี่) ลูกรัก

sonorous, *a.* (ซอน นอ รัส) เสียงไพเราะ

She will come back soon, เดี๋ยวเขาก็กลับมา

as soon as possible, เร็วที่สุดที่จะเร็วได้

as soon as he has said it, พอเขา

พูดเสร็จ

how soon? เมื่อไร; เร็วได้สักแค่ไหน

the sooner the better, ยิ่งเร็วยิ่งดี

no sooner....than, ไม่ทันจะ...ดี

sooner or later, ไม่ช้าก็เร็ว

soon got,soon gone, หาง่ายใช้ง่าย

I would sooner die, ตายเสียดีกว่าที่จะ

soot, *n.* (ซูท) ขี้เขม่า; *v.* รมเขม่า

soot-black, *a.* (-แบล็ค) สีดำเป็นขี้เขม่า

sooth, *n.* (ซูธ) จริงๆ

soothe, *v.* (ซูธ) เอาใจ; พูดประเล้าประโลม

soothing, *a.* (ซูธ ธิ่ง) ทำให้บรรเทา; คลายลง; คลายใจ

soothsay, *v.* (ซูธ เซ) ทำนาย

soothsayer, *n.* (ซูธ เซเย่อ) หมอดู

soothsaying, *n.* (-เซ อิ้ง) การทำนาย

sooty, *a.* (ซูท ที่) เป็นขี้เขม่าจับ; ดำอย่างขี้เขม่า

S.O.S. สัญญาณบอกภัย; ขอความช่วยเหลือ

sophisticated, *a.* (โซฟิส ทิเคทเท็ด) ฉลาดแต่เชื่อไม่ได้; ดีแต่ทางทฤษฎี

soprano, *n.* (โซพรา โน่) เสียงนักร้องหญิง (เสียงสูงแหลม)

sorcerer, *n.* (ซอส เซอเร่อ) หมอผี

sorceress, *n.* (ซอส เซอเร็ส) แม่มด

sorcery, *n.* (ซอส เซอรี่) อาคม

sordid, *a.* (ซอ ดิด) ไม่สมกับเนื้อหา

sore, *a.* (ซอ) เจ็บ; ปวด; *n.* บาดเจ็บ

sore afflicted, (ซอ อัฟฟลิคเท็ด) ปวดร้าวหัวใจเป็นที่อย่างยิ่ง

soreness, *n.* (ซอเน็ส) ความเจ็บปวด

sorghum, *n.* (ซอ กัม) ข้าวฟ่าง

sorrel, *n.* (ซอ เร็ล) ต้นไม้ชนิดหนึ่ง

sororal, *a.* (ซอรอรัล) แห่งน้องสาว, พี่สาว

sorrow, *n.* (ซอ โร่) ความเสียใจ; ความเศร้าโศก

sorrow, *v.* (ซอ โร่) เศร้าโศก

sorrowful, *a.* (ซอ โร่ฟูล) มีความเศร้าโศก; ระทมใจ

sorry, *a.* (ซอรี่) เสียใจ; น่าเศร้าสลดใจ

sort, *n.* (ซอท) ชนิด; *v.* จำแนกออก; จัดเป็นพวกๆ

all sorts of, ทุกชนิด

sorter, *n.* (ซอท เท่อ) ผู้จัดเป็นพวกๆ

sortie, *n.* (ซอรฺที) การโจมตีออกไป

sorting, *n.* (ซอท ทิ่ง) การจัดเป็นพวกๆ

sought, (ซอท) อดีต และ *p.p.* ของ **'seek'**: แสวงหา

soul, *n.* (โซล) วิญญาณ; จิตใจ

soulless, *a.* (โซล เล็ส) ไม่มีจิตใจ; ไร้วิญญาณ

sound, *a.* (ซาวนฺดฺ) เรียบร้อย; ปลอดภัย; สนิท (หลับ); แข็งแรงมั่นคง

safe and sound, โดยสวัสดิภาพ

in sound condition, เรียบร้อยทุกอย่าง

sound, *n.* (ซาวนฺดฺ) เสียง; สำเนียง; ช่องแคบ; *v.* ตี; สั่น (ระฆัง); มีเสียง; เป่า (แตร); ลองทาบทามดู; ฟังเสียงดู; หยั่งดู; ออกเสียง

soundness, *n.* (ซาวนฺดฺ เน็ส) ความเรียบร้อย เชื่อได้

soup, *n.* (ซูพ) ซุบ; แกงจืด
to be in the soup, เข้าปิ้งเข้าให้แล้ว
soup-ladle, *n.* (-เลเดิล) ช้อนซุบ
soup-plate, *n.* (-เพลท) จานซุบ
sour, *a.* (ซาวเออ) เปรี้ยว
source, *n.* (ซอส) ต้น; ต้นเหตุ; เค้าเดิม; ที่มา
the source of the river, ต้นน้ำ
south, *a. n. adv.* (ซาวธฺ) ทิศใต้
south-east, *n. a. adv.* (ซาวธฺ อีสทฺ) ทิศตะวันออกเฉียงใต้
south-easterly, *a. adv.* (ซาวธฺ อีสทฺ-เทอลี่) ไปทางทิศตะวันออกเฉียงใต้
south-eastern, *a.* (ซาวธฺ อีสเทอน) ทางทิศตะวันออกเฉียงใต้
southerly, *a.* (ซาวธฺ เธอลี่) ทางใต้
southern, *a.* (ซาวธฺ เธอน) ทางทิศใต้
southerner, *n.* (ซาวธฺ เธอนเน่อ) ชาวบ้านใต้; พวกอยู่ทางใต้
southernmost, *a.* (ซาวธฺ เธอนโมสทฺ) อยู่สุดทางใต้
South Sea, *n.* (ซาวธฺ ซี) ทะเลใต้
southward, *adv. a. n.* (ซาวธฺเวิด) ทางใต้
south-west, *a. adv. n.* (ซาวธฺเว็สทฺ) ทิศตะวันตกเฉียงใต้
south-westerly, *a. adv.* (ซาวธฺเว็ส-เทอลี่) ไปทางทิศตะวันตก เฉียงใต้
south-western, *a.* (ซาวธ เว็ส เทอน) ทางทิศตะวันตกเฉียงใต้
souvenir, *n.* (ซูเวอเนีย) ที่ระลึก; ของระลึก; ความหลัง
sovereign, *a.* (ซ็อฟ เวริ่น) สูงยิ่ง; สำคัญยิ่ง; ซึ่งเป็นใหญ่ยิ่ง
sovereign, *n.* (ซ็อฟเวริ่น) เจ้าผู้มีอำนาจ; พระเจ้าแผ่นดิน; เหรียญซอฟวริน (เหรียญปอนด์); รัฐาธิบดี; ราชาธิบดี
sovereignty, *n.* (ซ้อฟเวริ่นที่) อำนาจสูงสุดในการปกครอง; อธิปไตย
Soviet, *n.* โซเวียต
sow, *v.* (โซ) หว่าน
sow, *n.* (ซาว) หมูตัวเมีย
sower, *n.* (โซ เออ) ผู้หว่าน
sowing, *n.* (โซอิ้ง) การหว่าน
sown, (โซน) *p.p.* ของ 'sow': หว่านแล้ว
soy, soya, *n.* (ซอย; ซอย่า) ซีอิ๊ว; ถั่วเหลือง
soya-bean, *n.* (-บีน) ถั่วเหลือง
spa, *n.* (สปา) ที่อาบน้ำแร่
space, *n.* (สเปส) ช่องว่าง; ช่องไฟ; ช่อง; ที่ว่าง; ระยะเวลา; อวกาศ
space, *v.* (สเปส) วางระยะ
a space of time, ระยะเวลา
within a short space, ในเวลาอันเร็วต่อมา
in space comes grace, ถึงเวลาก็นึกออกเอง
spacecraft, *n.* (สเปซ คราฟทฺ) เครื่องบินอวกาศ
unmanned spacecraft, เครื่องบินอวกาศที่ไม่มีคน
space shot, การยิงขึ้นสู่อวกาศ
spacious, *a.* (สเปชัส) กว้างขวาง
spade, *n.* (สเปด) จอบ; โพดำ (ไพ่);

v. เอาจอบขุด

spade work, งานแผ้วถางเตรียมทาง

spaghetti, *n.* สปาเก็ตตี้

spam, *n.* (สแปม) ไส้กรอกหมูแฮมชิ้นใหญ่

span, *v.* (สแปน) ขึง; วางข้าม; *n.* ช่วง; ส่วนกาง

span, (สแปน) อดีตของ 'spin': ปั่นฝ้าย

spaniard, *n.* (สแปนเนียด) ชาวสเปญ

spaniel, *n.* (สแปนเนียล) สุนัขชนิดหนึ่ง

Spanish, *a.* (สแปนนิช) แห่งสเปญ; *n.* ภาษาสเปน

spank, *v.* (สะแป้งคฺ) ตบหน้า

spare, *a.* (สแป) มัธยัสถ์; ใช้น้อย; จัดไว้เฉพาะ; ว่าง; *v.* สละให้ได้; ถนอมใช้; ไว้ (ชีวิต); ผ่อนผันให้; มีเหลือพอจะให้ได้

spare parts, เครื่องอะไหล่

sparing, *a.* (สแปริ่ง) มัธยัสถ์; น้อย

spark, *n.* (สปาค) ลูกไฟ; ประกาย; *v.* เป็นประกาย

sparkle, *v. n.* (สปา เคิล) แลบ; เป็นประกาย

sparkling, *a.* (สปา คลิ่ง) เป็นฟอง

sparrow, *n.* (สแปโร่) นกกระจอก

sparrow-hawk, *n.* (สแปโรฮอค) เหยี่ยวนกเขา

sparse, *a.* (สปาส) เบาบาง; กระจัดกระ-จายไป; หายาก

spat, *n.* (สะแป๊ท) ผ้าหุ้มข้อเท้า

spathe, *n.* (สเปธ) กาบ

spatial, *a.* (สเปเชียล) แห่งอวกาศ

spatter, *v.* (สแปท เท่อ) เหยียบโคลนกระเซ็น

spawn, *n.* (สะปอน) ไข่ปลา; ไข่กบ

speak, *v.* (สปีค) (อดีต **spoke,** *p.p.* **spoken**): พูด

speak for, พูดแทน; พูดให้

speak forth, พูดออกมา

speak ill, พูดร้าย

speak in favour of, พูดเอาใจช่วย

speak low, พูดค่อยๆ

speak of, พูดถึง

speak on, พูดเรื่อยๆ; พูดต่อไป

speak one's mind, พูดสิ่งที่อยู่ในใจ

speak out, พูดออกมาดังๆ

speak to, พูดกับ

speak up, พูดออกมาซิ

speak with, พูดกับ

speaker, *n.* (สปีคเค่อ) ผู้พูด

Speaker, *n.* ประธานสภา

speaking, *n.* (สปีคคิ่ง) การพูด

spear, *n.* (สเปีย) หอก; *v.* แทงด้วยหอก

spear-head, *n.* (-เฮ็ด) หัวหอก

spearman, *n.* (สเปียแม็น) พลถือหอก

special, *a.* (สเปชัล) พิเศษ

specialist, *n.* (สเป ชัลลิสทฺ) ผู้ชำนาญ

speciality, *n.* (สเปชิแอลลิที่) ชนิดพิเศษ

specialize, *v.* (สเป ชัลไลซ) เรียนเป็นพิเศษเฉพาะ

specialty, *n.* (สเป ชัลที่) ชนิดพิเศษ; ของทำขึ้นพิเศษ

species, *n.* (สปีชีซ; สปีชีอีซ) การระบุรายละเอียด

specify, *v.* (สเปซิฟาย) เจาะจงลงไป; ระบุ

specimen, *n.* (สเปซิเม็น) ตัวอย่าง
speck, *n.* (สเป็ค) จุดเล็ก ๆ
speckled, *a.* (สเป็คเคิลดฺ) เป็นจุด ๆ
spectacle, *n.* (สเป็ค ทาเคิล) ภาพทัศนา; การมหรสพ
spectacle-case, *n.* (-เคส) กล่องแว่นตา
spectacled, *a.* ใส่แว่นตา
spectacles, *n. pl.* (สเป็ค ทาเคิลซฺ) แว่นตา
spectacular, *a.* (สะเป็คแทค คิวล่า) เป็นที่ตระการตา
spectator, *n.* (สเป็คเทเทอ) ผู้มองดู; ผู้ทัศนา
spectre, *n.* (สเป็คเทอ) ภูตผี
spectrum, *n.* (สะเป็ค ทรัม) แสงที่แยกกระจายเป็นสีรุ้ง (เวลาผ่านแก้วสามเหลี่ยม)
speculate, *v.* (สเป็คคิวเลท) หมุนเงิน; กะการ; คำนวณดู
speculation, *n.* (สะเป็คคิวเลชั่น) การหมุนเงิน
speculative, *a.* (สะเป็คคิว ลาทิฟวฺ) เกี่ยวกับการหมุนเงิน
speculator, *n.* (สเป็ค คิวเลเทอ) ผู้หมุนเงิน; ผู้คิดนึกดู
speech, *n.* (สปีช) คำพูด; สุนทรพจน์; การพูด
speechless, *a.* (สปีชเล็ส) พูดไม่ออก
speechlessly, *adv.* อย่างพูดไม่ออก
speechlessness, *n.* การที่พูดไม่ออก
speech-maker, *n.* (สปีช เมคเคอ) ผู้กล่าวสุนทรพจน์
speed, *n.* (สปีด) ความเร็ว; ฝีเท้า; *v.* (อดีตของและ *p.p* **sped**) เร่ง
at full speed, อย่างเต็มฝีเท้า
speedily, *adv.* (สปีดดิลี่) อย่างรวดเร็ว
speediness, *n.* (สปีด ดิเน็ส) ความรวดเร็ว; เร่งรีบ
speedy, *a.* (สปีดดี่) รวดเร็ว; รีบรัดเต็มที่
spell, *v.* (สแป็ล) สะกดตัว; เป็นเสน่ห์ผูกหัวใจไว้; *n.* เสน่ห์; อาคม
spellbound, *a.* (-บาวนฺดฺ) เหมือนถูกเวทมนต์จังงังไป
spelling, *n.* (สแป็ลลิ่ง) การสะกดตัว
spelt, (สแป็ลทฺ) อดีตและ *p.p.* ของ **'spell'**: สะกดตัว
spend, *v.* (สเป็นดฺ) (อดีตและ *p.p.* **spent**) จับจ่าย; ไปหยุดอยู่; ใช้เงิน; ใช้เวลา ค้าง (คืน)
spender, *n.* (สเป็น เด้อ) ผู้จับจ่ายใช้สอย
spendthrift, *n.* (สเป็นดฺ ธริฟทฺ) คนสุรุ่ยสุร่าย
spent, (สเป็นทฺ) *p.p.* และอดีตของ **'spend'**: หมดเปลืองไป; เหนื่อยอ่อน
spermatozoa, *n.* (สเปอมาโทโซอ้า) ตัวน้ำอสุจิ
spheral, *a.* (สเฟีย รัล) ซึ่งเป็นทรงกลม
sphere, *n.* (สเฟีย) รูปทรงกลม
spherical, *a.* (สเฟ ริคัล) ทรงกลม
sphinx, *n.* (สฟิงซฺ) เทวรูปของชาวไอยคุปตโบราณ เป็นรูปสิงห์โต
spice, *n.* (สไปซฺ) เครื่องเทศ; *v.* ปรุงรส; ใส่เครื่องเทศ
spicer, *n.* (สไปเซ่อ) คนขายเครื่องเทศ

spicery, *n.* (สไป เซอรี่) เครื่องเทศ

spiciness, *n.* (สไป ซิเน็ส) ความออกรสเผ็ดร้อน

spicily, *adv.* อย่างเผ็ดร้อน (เพราะใส่เครื่องเทศจัด)

spicy, *a.* (สไปซี่) มีรสแรงกล้า; เผ็ดร้อน

spider, *n.* (สไปเด้อ) แมงมุม

spider-web, *n.* (สไป เด้อเว็บ) ใยแมลงมุม

spike, *n.* (สไปคฺ) เหล็กแหลม; ตาปูยาว; เหล็กแยง; รวงข้าว; *v.* แทงด้วยเหล็กแหลม

spill, *v.* (สปิล) ทำหก

spilt, (สปิลทฺ) *p.p.* และอดีตของ **'spill'**: หก

spin, *v. n.* (สปิน) ปั่นฝ้าย; หมุนติ้ว; ปั่น; ค้นหูก

spinach, *n.* (สปิน เน็จ) ผักโขม

spinal, *a.* (สไปนัล) แห่งกระดูกสันหลัง

spinal column, *n.* (-คือลลั่ม) กระดูกสันหลัง

spindle, *n.* (สปินเดิล) เครื่องปั่นฝ้ายด้วยมือ, ค้นหูก

spine, *n.* (สไปนฺ) หนาม; สันหลัง

spinner, *n.* (สปิน เน่อ) ผู้ปั่นฝ้าย

spinning, *n.* (สปินนิ่ง) การปั่นฝ้าย

spinning-jenny, *n.* (-เจ็น นิ) เครื่องจักรปั่นฝ้าย

spinning-wheel, *n.* (-วีล) เครื่องปั่นฝ้ายอยู่กับบ้าน

spinster, *n.* (สปินสฺเต้อ) สาวทึมทึก

spiral, *a.* (สไปรัล) วนเวียนไปมาเป็นวงๆ; เป็นกลียว; *n.* ลาน

spire, *n.* (สไปเออ) ยอดโบสถ์แหลม

spirit, *n.* (สปิริท) เหล้า; ผี; วิญญาณ; ชีวิตจิตใจ; ความกล้า; กำลังใจ; น้ำใจ; เจตนารมณ์

spiritual, *a.* (สปิริทจวล) แห่งทางใจ; แห่งปัญญา; แห่งจิตใจ; แห่งทางพระ

spiritualism, *n.* ลัทธิที่เชื่อว่ามีผี

spit, *n.* (สปิท) เหล็กเสียบย่าง; น้ำลาย; *v.* เสียบย่างไฟ; ถ่มน้ำลาย

spite, *n.* (สไป้ทฺ) ความขึ้งเคียด; *v.* ขึ้งเคียด

in spite of, แทนที่จะ; ถึงกระนั้นก็ตาม

spiteful, *a.* (สไป้ทฺ ฟูล) ถือโกรธ

spitfire, *n.* (สปิท ไฟเอ้อ) เครื่องบินไอพ่น

spitter, *n.* (สปิท เท่อ) ผู้ถ่มน้ำลาย

spittle, *n.* (สปิท เทิล) น้ำลายที่ถ่ม

spittoon, *n.* (สปิททูน) กะโถน

splash, *v.* (สแปลช) กระเด็นถูกเอา; เอาน้ำสาด

spleen, *n.* (สปลีน) ม้าม; ความโกรธ

splendid, *a.* (สเปล็นดิด) ดีจริง; งามสง่า; วิเศษจัง

splendour, *n.* (สเปล็น เด้อ) ความงามสง่า

splint, *n.* (ส ปลิ้นทฺ) เสี้ยน; เฝือก

splinter, *v.* (ส ปลินเท่อ) แตก; *n.* เสี้ยน; เศษของแตก

split, *v.* (สปลิท) ผ่าออก; แตกแยกออก; *n.* รอยปริ

spoil, *v.* (ส ปอยลฺ) ทำให้เสีย; ตามใจจน

เหลิง; ปลัน; *n.* การปล้น; ของปล้น

spoilt, (ส ปอยลฺทฺ) อดีตและ *p.p.* ของ 'spoil': เสียเสียแล้ว; เหลิง

spoke, (สโปค) อดีตของ 'speak': พูด

spoke, *n.* (สโปค) ซี่ล้อรถ

spoken, (สโปค เคิน) *p.p.* ของ 'speak': พูดแล้ว

generally spoken, ว่ากันโดยทั่ว ๆไป แล้ว

well spoken, พูดถูกแล้ว

spokesman, *n.* (สโปคซฺแม็น) ผู้พูดแทน คณะ; โฆษก

sponge, *n.* (สปันจฺ) ฟองน้ำ; *v.* เอาฟอง น้ำเช็ด

sponge-gourd, *n.* (-ก๊อด; -โกเอ๊อด) บวบ

sponsor, *n.* (สปอน เซอ) ผู้รับรอง

spontaneous, *a.* (สปอนเท เนียซ) เกิด เอง มาเองตามธรรมชาติ

spook, *n.* (สปุ๊ค) ผี

spool, *n.* (สปูล) หลอดม้วนด้าย

spoon, *n.* (สปูน) ช้อน

spoonbill, *n.* (สปูนบิล) นกช้อนหอย

spponfeed, *v.* (สปูน ฟีด) ป้อนก้นแบบ เด็กทารก

spoonful, *n.* (สปูนฟูล) ช้อนหนึ่งเต็ม ๆ

spoor, *n.* (สปัวรฺ) รอยเท้าสัตว์

sporadic, *a.* (สปอแรดดิค) เกิดขึ้นตาม บุญตามกรรม

sport, *n.* (สปอท) การกีฬา; การเล่นสนุก; *v.* เล่นสนุก; ตลกเล่น; เล่นกีฬา

in sport, ยั่วเล่น

sporting, *n.* (ส ปอททิ่ง) การเล่น; *a.* ใจ นักเลง

sportive, *v.* (สปอทิฟวฺ) แห่งกีฬา

sportsman, *n.* (ส ปอทสฺ แม็น) นักกีฬา

sportsmanlike, *a.* (สปอทสฺ แม็นไล้คฺ) เชิงนักกีฬา; มีใจเป็นนักกีฬา

sportsmanship, *n.* (-ชิพ) น้ำใจนักกีฬา; เล่ห์เหลี่ยมในเชิงกีฬา

sportswoman, *n.* (สปอทซฺ วูมั่น) หญิง นักกีฬา

spot, *n.* (สป๊อท) จุด; ที่; แห่ง; *v.* เป็น จุด ๆ

spotless, *a.* (สป๊อท เล็ส) ไม่มีที่ติ; ไม่มี ตำหนิเลย

spot-light, *n.* (-ไล้ทฺ) ไฟส่องเป็นลำแสง

spotted, *a.* (สป๊อท เท็ด) เป็นจุด ๆ

spotted salamander, *n.* จิ้งเหลนด่าง

spouse, *n.* (สเป๊าซฺ) ภริยา; คู่ครอง

spout, *v.* (สป๊าวทฺ) น้ำพุ่งออกมา; ฉีดน้ำ

spout, *n.* (สป๊าวทฺ) ปากกะบอกฉีด; พวยกา

sprain, *v. n.* (สเปรน) เคล็ด

sprang, อดีตของ 'spring': กระโดด; กระโจน

spray, *n.* (สเปร) น้ำพ่น; *v.* พ่นน้ำ

spread, *v.* (ส่เปรด) แผ่ออกไป; ปู; ทา ให้ทั่ว (เนย); กางออก; กระจายข่าว

spring, *v.* (สปริง) กระโดด; กระโจน; เผ่น; ผุดขึ้น; เกิดขึ้น

spring, *n.* (ส ปริง) น้ำพุ; ลาน (เช่นลาน นาฬิกา); การเผ่น; กระโดด; ฤดูใบไม้ผลิ; วสันตฤดู; สปริง

spring after, กระโดดตาม
spring at, กระโจนเข้าใส่
spring forth, กระโดดออกมา
spring from, เกิดมาจาก
spring into, เข้าไป
spring over, กระโดดข้าม

springboard, *n.* (-บอด) ไม้กระโดด

springer, *n.* (สปริงเง่อ) ผู้กระโดด

sprinkle, *v.* (ส ปริงเคิล) พรม

sprite, *n.* (สไปร้ทฺ) ภูตผีปีศาจ

sprout, *v.* (ส ปราวทฺ) งอก; งอกงาม; แตกกิ่งแตกก้าน; *n.* กิ่งหรือช่อที่งอกออก; หน่อ; ลูกหลาน

sprung, (สปรั้ง) *p.p.* ของ **'spring'**: กระโดด

spun, (สปั้น) *p.p.* ของ **'spin'**: ปั่น; ทอ
home-spun, ทอพื้นเมือง

spur, *n.* (สเปอ) เดือยไก่; สะเปอร์ (รองเท้า); เครื่องเร้าใจให้

spur, *v.* (สเปอ) เร้าใจให้; ลงเดือย; ลงสเปอร์; รีบเร่งไป
on the spur of the moment, กระทำกันอย่างหุนหันพลันแล่น

sputnik, *n.* (สปู๊ทนิค) ดาวเทียมของรัสเซีย

sputum, *n.* (สปิ๊ว ทั่ม) น้ำลาย

spy, *n.* (สปาย) คนสืบข่าว; จารบุรุษ; *v.* สืบข่าว; มองเห็น

spyglass, *n.* (สปาย กลาส) กล้องส่องทางไกล

squabble, *v.* (สกว๊อบเบิล) โต้แย้งกัน

squad, *n.* (สกว๊อด) กองร้อย

squadron, *n.* (สกว๊อด ดรั่น) ทหารกองหนึ่ง

squadron-leader, *n.* (-ลีดเด้อ) นายนาวาอากาศตรี

squalid, *a.* (สกวอลลิด) สกปรกมอมแมม

squalor, *n.* (สกวอลเล่อ) ความสกปรกมอมแมม

squall, *a.* (สกวอล) ลมพายุ; เสียงร้องกรีด; *v.* ร้องกรี๊ด

squally, *a.* (สกวอลลี่) พายุกล้า

squander, *v.* (สกวอน เด้อ) ผลาญทรัพย์

squanderer, *n.* (สกวอน เอดเร่อ) คนผลาญทรัพย์

square, *n.* (สแกว) จตุรัส; *a.* จตุรัส; หายกัน; เสมอกัน; ตาราง... (เนื้อที่); *v.* กำลังสอง (พีชคณิต)
square mile, ตารางไมล์
square root, กรณฑ์

square-dealing, *n.* (สแกว ดีลลิ่ง) เล่นกันอย่างยุติธรรม

squash, *v.* (สกว๊อช) คั้น; *n.* ฟักทอง
lemon squash, น้ำมะนาวคั้นใส่น้ำรับประทาน

squat, *v.* (สกวอท) หมอบลง

squaw, *n.* (ส กวอ) เมียชาวอินเดียนแดง

squeak, *v. n.* (ส กวีค) ร้องจี๊ด

squeal, *v.* (ส กวีล) ส่งเสียงร้อง

squeeze, *v. n.* (ส กวีซ) บีบ; รัด; คั้น

squeezer, *n.* (ส กวิซ เซ่อ) เครื่องคั้น

squid, *n.* (ส กวิด) ปลาหมึก

squint, *a.* (ส กวินทฺ) ตาเหล่

squire, *n.* (สไกวเอ้อ) คุณ (คน);

เจ้าของที่ดิน

squirm, *v.* (ส เกวิม) บิดไปบิดมา

squirrel, *n.* (สกวิเริล) กะรอก; กะแต

squirt, *v.* (สกวิท) ฉีดน้ำใส่

stabilise, *v.* (สเตบบิไล้ซฺ) อยู่มั่นคงกับที่

stab, *n. v.* (สแตบ) แทง

stabber, *n.* (สแตบ เบ้อ) ผู้แทง

stable, *n.* (สเต เบิ้ล) คอกม้า; *v.* เอาใส่คอก; *a.* คงที่; ไม่คลอนแคลน

stack, *n.* (สแตค) กองฟาง

stadium, *n.* (สเตเดี้ยม) กรีฑาสถาน

national stadium, กรีฑาสถานแห่งชาติ

staff, *n.* (สตาฟ) ไม้ถือ; เจ้าหน้าที่; คณะทหาร; คณะครู ฯลฯ

staff officer, *n.* (-ออฟฟิซ เซอ) นายทหารชั้นนายพัน

stag, *n.* (สแตก) กวาง

stag party, การเลี้ยงเฉพาะผู้ชาย

stage, *n.* (สเตจ) เวที; ขั้น

stage-coach, *n.* (สเตจ โคช) รถม้าประจำทาง

stage-fright, *n.* (-ไพรทฺ) ประหม่าเวที

stagger, *v. n.* (สแตก เก้อ) เซ; ซวดเซ

staggerer, *n.* ผู้ซวดเซ

staggering, *a.* (-ริ่ง) ซึ่งเซไป

stagnant, *a.* (สแตกนันทฺ) หยุดนิ่ง; ขังอยู่ (น้ำ); ไม่มีทางไหลออก; ไม่เจริญ

stagnation, *n.* (สแตกเนชั่น) ความขังอยู่จนเหม็นอับ; ค้าง

stain, *n.* (สเตน) รอยเปื้อน; ความเป็นราคี; *v.* เปื้อน

stainless, *a.* (สเตนเล็ส) ไม่เปื้อน; สนิมไม่ขึ้น

stained-glass, *n.* กระจกสี

stair, *n.* (สแต) ขั้นบันได

staircase, *n.* (สแต เคส) บันได

stake, *n.* (สเต๊ค) หลัก; ไม้เสียบ; เงินเดิมพัน; *v.* วางเงินเดิมพัน

stake one's life, เอาชีวิตเข้าแลก

stalactite, *n.* (สแตแล๊ค ไท้ทฺ) หินย้อยในถ้ำ

stalagmite, *n.* (สแตแล๊ก ไม้ทฺ) หินตั้งขึ้นเป็นลำยาวในถ้ำ

stale, *a.* (สเตล) จืดชืด; เหม็นอับ; *n.* ความจืดชืด

stalemate, *n.* (สเตลเมท) การชะงักงัน

stalk, *v.* (สต๊อค) เดินกรีดกราย; ซุ่มตามจับสัตว์; *n.* ลำต้น

stall, *n.* (ส ตอล) ร้าน; คอก; ร้านข้างถนน

book-stall, ร้านขายหนังสือแบบแผงลอย

stalwart, *a.* (สตอล-; สแตลเวอท) แข็งแรง

stamen, *n.* (สเต เม็น) เกสรตัวผู้

stammer, *n. v.* (สแตมเม้อ) ติดอ่าง; พูดตะกุกตะกัก

stamp, *n.* (สแตมพฺ) ดวงตราไปรษณีย์; การประทับตรา; ตราตอก

stamp-duty, *n.* ภาษีอากร

stamp, *v.* (สแตมพฺ) กระทบ; ประทับตรา; ฝังอยู่ในหัวใจ

S

stampede, *v. n.* (สแตมพีด) เหยียบย่ำแย่งกันออกไป

stanch, *v.* (สตานชฺ) คัดเลือก; ดับความกระหาย

stand, *v.* (สแตนดฺ) ยืนตั้งอยู่; วางอยู่; คงที่; *n.* ที่ตั้ง; ที่วาง

stand against, ต่อสู้

stand aloof; stand apart; stand aside, ปลีกตัวอยู่ต่างหาก

stand back, ถอยหลัง

stand by, ยืนอยู่ข้าง ๆ; คอยช่วย

stand for แทน

stand forth, เดินออกมา

stand on end ขนลุกชัน

stand out, เห็นเด่น

stand still, ยืนนิ่ง ๆ; หยุดนิ่งอยู่

stand up, ลุกขึ้น

I cannot stand it any longer, ทนต่อไปไม่ไหวแล้ว

standard, *n.* (สแตน ดาด) มาตรฐาน; ชั้น; ธง; *a.* แห่งมาตรฐาน

standard-bearer, *n.* (-เบอเร่อ) คนถือธง

standardize, *v.* (สแตน ดาดได๊ซฺ) เอาเข้ามาตรฐาน; เอาให้เข้าแบบ

stander-by, *n.* (สแตน เดอบาย) ผู้ยืนดูอยู่

standing, *a.* (สแตนดิ้ง) ยืนอยู่; ทน; ไม่ตก (สี); มีอยู่ประจำ

we are of the same standing, มีฐานะเท่ากันหมด

stang, (สแตง) อดีตของ **'sting'**: ต่อยเอา (แมลง)

stank, (สแตงคฺ) อดีตของ **'stink'**: ส่งกลิ่นเหม็น

staple, *n.* (สเต เพิล) ตลาด; โภชน์สำคัญ; วัตถุดิบ; *a.* ซึ่งเป็นปัจจัยสำคัญ

star *n.* (สตา) ดาว; ดารา; เครื่องหมาย*; *v.* เต็มไปด้วยดาว

sixed star, ดาวประจำ

lucky star, โชคดี

shooting star, ผีพุ่งใต้

starboard, *n.* (สตาบอด) กราบขวา (ของเรือ)

starch, *n.* (สตาช) แป้งซักเสื้อ; *v.* ใส่แป้ง

starchy, *a.* (สตาช ชี่) เป็นแป้งเหนียว

stare, *v.* (สแต) จ้องมองดูตาเป๋ง; *n.* การจ้องดูหน้า

starer, *n.* (สแตเร่อ) ผู้จ้องดูหน้า

staring, *a.* (สแตริ่ง) ซึ่งจ้องดูเป๋ง

stark, *a.* (สต๊าค) แข็งแรง; อย่างเต็มที่

starling, *n.* (สตาลิ่ง) นกกะหรอด

starlit, *a.* (สตาลิท) มีดวงดาวสว่างไสว

start, *v.* (สตาท) ตั้งต้น; สะดุ้ง; ออกเดินทาง

start, *n.* (สตาท) ที่ตั้งต้น; การกระโดด; สะดุ้ง; การออกเดินไป

to get the start of a person, ขึ้นหน้าไป

from the start, ตั้งแต่ต้นมา

to make a new start, ตั้งต้นใหม่

starting, *a.* (สตาททิ่ง) สะดุ้ง

starting-place, *n.* (-เพลซ) ที่ตั้งต้น

starting-point, *n.* (-พอยนฺท) จุดเริ่มต้น
startle, *v.* (สตาทเทิล) สะดุ้งตกใจ; ทำให้ตกใจ; *n.* ความสะดุ้งตกใจ
startling, *a.* (สตาทลิ่ง) สะดุ้งตกใจ
starvation, *n.* (สตาเวชั่น) ความอดตาย; ทุพภิกขภัย
starve, *v.* (สตาฟวฺ) อดตาย
state, *n.* (สเตท) สถานะ; รัฐ; ชั้น; ขั้น; ความสง่า
state, *v.* (สเตท) บอกกล่าว; *a.* อย่างโอ่อ่า
state-council, *n.* (คาวนฺ ซิล) สภาองคมนตรี
stately, *a.* (สเตท ลี่) โอ่อ่า
statement, *n.* (สเตท เม็นทฺ) การบอกกล่าว; คำกล่าวไว้; การแสดงรายการ; ข้อความ; รายการ
stater, *n.* (สเตท เทอ) ผู้บอกกล่าว
statesman, *n.* (สเตทซฺ มัน) รัฐบุรุษ
static, *a.* (สแตททิค) สถิต
station, *n.* (สเตชั่น) สถานี; ด่าน; ที่; ที่ตั้ง; *v.* เข้าตั้งอยู่; หยุดอยู่; เข้าตั้งมั่น
stationary, *a.* (สเต ชันนารี่) อยู่กับที่; ตรึงกับที่
stationer, *n.* (สเตชันเนอ) คนขายเครื่องเขียน
stationery, *n.* (สเต ชันเนอรี่) เครื่องเขียน
stationmaster, *n.* (สเต ชันมาสเต้อ) นายสถานี
statistic, statistical, *a.* (สแตททิสทิค; -คัล) แห่งสถิติ
statistician, *n.* (สแททิสทิ เชี่ยน) นักสถิติ
statistics, *n.* (สแตททิส ทิคซฺ) สถิติ
statue, *n.* (สแตท ชิว) รูปปั้น
statuette, *n.* (สแตทชิวเอ็ท) ตุ๊กตาหิน
stature, *n.* (สแตท เชียวรฺ; -เชอ) ความสูง
status, *n.* (สเตทัส) สถานภาพ; ฐานะของบุคคล
statute, *n.* (สแตท ทิวทฺ) ข้อบัญญัติ; มาตรา
staunch, *v.* (สตอนซฺ) คัดเลือด; *a.* แข็งแรง; เด็ดเดี่ยว
stay, *n.* (สเต) การหยุดอยู่ด้วย; การหยุด; *v.* ให้หยุด; รั้งรอ; พักอาศัย
 stay away, ไม่อยู่
 stay behind, อยู่กับบ้าน; อยู่เบื้องหลัง
 stay up, ตื่นอยู่
 stay with, อยู่ด้วย; มาค้างอยู่ด้วย
stead, *n.* (สเต็ด) ที่
 in his stead, แทนเขา
steadfast, *a.* (สเต็ด ฟาสทฺ) ไม่มีถดถอย
steady, *a.* (สเต็ดดี้) มั่นคง; แน่วแน่; เรื่อยไป; *v.* ยึดมั่นไว้
steak, *n.* (สเตค) เนื้อสเตค
steal, *v.* (สตีล) ขโมย; ลอบลัก
 steal away, แอบหนีไป
stealer, *n.* (สตีลเลอ) ขโมย
stealing, *a.* (สตีลลิ่ง) อย่างลักซ่อน; *n.* การขโมย
stealthily, *adv.* อย่างเงียบกริบ
steam, *n.* (สตีม) ไอน้ำ; *v.* เป็นไอ; แล่น

S

ไป (ด้วยกำลังไอ)

steamboat, *n.* (สตีม โบท) เรือกลไฟ

steam-boiler, *n.* (สตีม บอยเล่อ) หม้อน้ำ

steam-engine, *n.* (สตีม เอ็นจิ้น) เครื่องจักร (ใช้ไอน้ำ)

steamer, *n.* (สตีม เม่อ) เรือกลไฟ

steam-roller, *n.* (สตีม โรลเล่อ) รถบดถนน

steamship, *n.* (สตีม ชิพ) เรือกลไฟ

steamy, *a.* (สตีม มี่) เป็นไอน้ำ

steed, *n.* (สตีด) ม้า

steel, *n. a.* (สตีล) เหล็กกล้า

steel-clad, *a.* (-แคลด) หุ้มเหล็กกล้า

steel-manufactory, *n.* (-แมนนิวแฟคทอรี่) โรงทำเครื่องเหล็กกล้า

steel-ore, *n.* (-ออเออ) สินแร่เหล็กกล้า

steelyard, *n.* (สตีลยาด) ตาชั่งจีน

steep, *a.* (สตีพ) สูงชัน; *n.* ที่สูงชั้น; *v.* จุ่ม; อาบ; แช่

steeple, *n.* (สตีพเพิล) หอระฆัง

steer, *v.* (สเตีย) คัดท้ายเรือ; นำ; *n.* วัวหนุ่ม

steering-wheel, *n.* (สเตีย ริ่ง-วีล) พวงมาลัย

steersman, *n.* (สเตียซแม็น) คนคัดท้ายเรือ; ผู้ถือหางเสือ; นายท้าย

stellar, *a.* (สเต็ลล่า) รูปเป็นดาว

stellated, *a.* (สเต็ล เลทเท็ด) รูปเป็นดาว

stellular, *a.* (สเต็ลลูล่า) รูปเป็นดาวเล็ก ๆ

stem, *n.* (สเต็ม) ลำต้น; กิ่ง; รากของคำ; กล้อง *v.* ยันกั้นไว้

stench, *n.* (สเต็นช) กลิ่นเหม็น

stencil, *n.* (สเต็นซิล) แม่พิมพ์ลายฉลุ; กระดาษไข; *v.* เขียนรูปลายฉลุ

stenograph, *n.* (สเต็น โนกราฟ) ชวเลข; *v.* จดชวเลข

stenographer, *n.* (สตีน็อกกราเฟ่อ) นักชวเลข

stenographic, *a.* (สเต็นโนแกรฟฟิค) แห่งชวเลข

stenographist, *n.* (สเต็นน็อกกราฟิสท) นักชวเลข

stenography, *n.* (สตีน็อก กราฟี่) ชวเลข

stenotype, *n.* (สเต็นโน ไทพ) เครื่องบันทึกชวเลข

step, *v.* (สเต็พ) ย่างก้าว; ก้าวหน้า; *n.* ก้าว; ขั้น; ขั้นบันได

  step across, ข้ามไป

  step aside, หลีกข้าง

  step back, ก้าวถอยหลัง

  step by step; by steps, ทีละก้าว; ทีละเล็กทีละน้อย

stepbrother, *n.* (สเต็พ บราเธ่อ) พี่บุญธรรม (ชาย)

stepchild, *n.* (สเต็พ ไชลุด) ลูกเลี้ยง

stepdaughter, *n.* (สเต็พ ดอเท่อ) ลูกเลี้ยง (หญิง)

stepfather, *n.* (สเต็พฟาเธ่อ) พ่อเลี้ยง

stepmother, *n.* (สเต็พมาเธ่อ) แม่เลี้ยง

steppe, *n.* (สเต็พ) ทุ่งกว้างในรัสเซียและไซบีเรีย

stepping-stone, *n.* (สเต็พพิ่ง สโตน) ที่พักอาศัยชั่วคราว เพื่อก้าวหน้าต่อไป

stepsister, *n.* (สเต๊พ ซิสเต้อ) พี่บุญธรรม (หญิง)

stepson, *n.* (สเต๊พ ซัน) ลูกเลี้ยง (ชาย)

stereoscope, *n.* (สเต รีโอสโคพ) ถ้ำมองดูเห็นภาพนูน

stereotype, *n.* (สเตรีโอไทพฺ) แบบตายตัว

sterile, *a.* (สเต ไรลฺ; -ริล) หมัน; ไม่มีผล; แห้งแล้ง

steriliser, *n.* (สเต ริไลเซ่อ) เครื่องฆ่าเชื้อให้หมดไป

sterility, *n.* (สเต ริล ลิที่) ความเป็นหมัน

sterilize, *v.* (สเต ริไล้ซฺ) ทำให้เป็นหมัน

sterling, *n.* (สเตอลิ่ง) เหรียญปอนด์

stern, *a.* (สเตอน) โหดเหี้ยม; เข้มงวด

stern, *n.* (สเตอน) ท้ายเรือ; หางเสือ

sternness, *n.* (สเตอนเน็ส) ความเข้มงวด

sternutation, *n.* (สเตอนิวเทชั่น) การจามดังฟิต ๆ

stew, *v.* (สติว) กวน (เช่นผลไม้กวน)

steward, *n.* (สจ๊วด) คนใช้ในเรือ; คนใช้; หัวหน้าแผนกบัญชีของมหาวิทยาลัย

stewardess, *n.* (สจ๊วด เด็ส) แอร์โฮสแตส

stick, *v.* (สติค) เสียบ; แทง; ปิดแน่น; หยุดชงัก; ติดอยู่กับ

stick, *n.* (สติค) ไม้; ไม้เรียว; ไม้เท้า; ราว; ฟืน

walking-stick, (วอค คิ่ง-) ไม้เท้า

stick to, ซื่อสัตย์ต่อ; ยึดไว้; เอาให้ได้

stick together, รวมอยู่ด้วยกันไม่ยอมแยก

sticker, *n.* (สติ๊คเค่อ) ใบสำหรับเอาไปปะติดเข้า

stickiness, *n.* (สติค คิเน็ส) ความเหนียวเหนอะหนะ

sticking, *n.* (สติค คิ่ง) การติด; การปะ; การถัก

stickle, *v.* (สติค เคิล) สู้อย่างทรหด

stickleback, *n.* (สติค เคิลแบค) ปลาชนิดหนึ่ง

stickler, *n.* (สติค เคลอ) คนจู้จี้จุกจิกในสิ่งเล็ก ๆ น้อย ๆ

sticky, *a.* (สติค คี่) เหนียวเหนอะหนะ

stiff, *a.* (สติฟ) ยากแท้; กระด้าง; เจ้าพิธีรีตอง; ดื้อดึง; แข็งทื่อ

stiffen, *v.* (สติฟเฟิน) ชักแข็งทื่อ; ทำให้แข็ง

stiffness, *n.* (สติฟเน็ส) ความแข็งทื่อ, อยากมาก

stifle, *v.* (สไตเฟิล) หายใจไม่ออก

stigma, *n.* (สติ๊กม่า) ความด่างพร้อย

stiletto, *n.* (สทิเล็ท โท่) กระบี่สั้น; เข็มถักผ้า

still, *a.* (สติล) นิ่ง; เงียบ; *n.* ความเงียบสงัด; *v.* ทำให้สงบลง; เงียบลง; หยุด; *c.* ถึงกระนั้นก็ตาม; *adv.* อยู่อีก

still waters run deep, น้ำนิ่งไหลลึก

still-born, *a.* (สติล บอน) ตายแต่กำเนิด

still life, (-ไลฟฺ) ภาพของจริง (สำหรับเขียน)

stilt, *n.* (สติลทฺ) ไม้ต่อขาเดิน

stimulant, *a. n.* (สติม มิวลันทฺ) เครื่องชูกำลัง

S

stimulus, *n.* (สติม มิวลัส) เครื่องยั่วให้เกิดความคิด

sting, *v.* ต่อยเอา (แมลง); *n.* รอยถูกแมลงต่อย; ขนคันๆ (ของต้นไม้)

stinger, *n.* (สติง เง่อ) เหล็กใน (ของแมลง)

stingy, *a.* (สติน จี้) ขี้เหนียว

stink, *v.* (สติงคฺ) (อดีต; **stank,** *p.p.* **stunk**): ส่งกลิ่นเหม็น; *n.* กลิ่นเหม็น

stinker, *n.* (สติงเค่อ) ผู้มีกลิ่นเหม็น

stinking, *a.* (สติงคิ่ง) ส่งกลิ่นเหม็น

stipend, *n.* (สไต เพ็นดฺ) เงินอุดหนุนการเรียน

stipendiary, *n.* (สไตเพ็น เดียรี่) ผู้รับทุน

stipulate, *v.* (สติพ พิวเลท) กำหนดเงื่อนไขไว้ให้

stipulation, *n.* (สติพ พิวเลชั่น) การกำหนดเงื่อนไขไว้

stipulator, *n.* (สติพพิวเลเท่อ) ผู้กำหนดเงื่อนไขไว้

stir, *v.* (สเตอ) ก่อกวน; เคลื่อน; ขยับ; กวน (ของน้ำ); *n.* การขยับ; เคลื่อนที่; ความยุ่งยาก

stirring, *a.* (สเตอริ่ง) ซึ่งก่อให้ตื่นเต้น; ขยับเคลื่อนที่ไปมา; ยุ่งยาก; *n.* การขยับเคลื่อนที่; การกวน; ความตื่นเต้น

stirrup, *n.* (สตีรัพ) โกลน

stitch, *n. v.* (สติช) เย็บ

stock, *n.* (สต๊อค) ลำต้น; เสาไม้; ไม้; พันธบัตร; สต๊อคของ; สายตระกูล; ทุน; *v.* เก็บรวบรวมไว้

in stock, มีเก็บไว้

stockade, *n. v.* (สตอคเคด) รั้วเสาไม้

stocking, *n.* (สต๊อคคิ่ง) ถุงเท้ายาว

stocky, *a.* (สต๊อคคี่) อ้วนเตี้ย

stoic, *n.* (สโตอิค) ผู้ทนต่อความลำบาก; ความเจ็บ; โดยเฉยอยู่

stoke, *v.* (สโตค) แยงๆ (ไฟด้วยไม้)

stole, (สโตล) อดีตของ "**steal**": ขโมย; *n.* ผ้าคลุม

stolen, (สโตลเล็น) *p.p.* ของ '**steal**': ขโมยไปแล้ว; ถูกขโมยเสียแล้ว

stomach, *n.* (สตัม มัค) ท้อง; กระเพาะอาหาร

stomach-ache, *n.* (สตัม มัคเอค) ปวดท้อง

stone, *n.* (สโตน) ก้อนหิน; หินเมล็ดใน; *v.* ทุ่มด้วยหิน

Stone Age, สมัยหิน

stone-blind, *a.* (สโตน บลายนฺดฺ) บอดไม่เห็นเลย

stone-dead, *a.* (-เดด) ตายเด็ดขาด

stone-deaf, *a.* (-เด็ฟ) หูหนวกอย่างไม่มีวันได้ยิน

stone-hard, *a.* (-ฮาด) แข็งเป็นหิน

stone-pavement, *n.* (-เพฟวเม็นทฺ) บาทวิถีปูหิน

stone's-throw, *n.* (-โธร) แค่ก้อนหินขว้างถึง

stone-wall, *n.* (-วอล) กำแพงหิน

stoneware, *n.* (สโตนแว) เครื่องหิน

stoneway, *n.* (สโตนเว) ทางหิน

stony, *a.* (สโตน นี่) เป็นหิน; แข็งเป็นหิน

stood, (สตู๊ด) อดีตและ *p.p.* ของ '**stand**':

ยืน

stooge, *n.* (สตู๊จ) คนยืนให้เขาหัวเราะเล่น; ตัวตลก

stool, *n.* (สตูล) ม้านั่งสามขา

stoop, *v.* (สตูพ) ก้มลง; *n.* การก้มลง

stop, *v.* (สต๊อพ) หยุด; จุกไว้; ปิด; กั้นไว้; ทำให้หยุด; *n.* หยุด; หยุดพัก

stop the thief, จับขโมย

stop short, หยุดกึกลง

full stop, มหัพภาค

stop-cock, *n.* (สต๊อพ ค็อค) ก๊อกปิดน้ำ

stop-gap, *n.* แทนที่ชั่วคราว

stoppage, *n.* (สต๊อพ เพ็ดจ) การจุกไว้; การกีดขวาง; การหยุดกึกลง; การบอกงด

stopper, *n.* (สต๊อพ เพ่อ) จุก (ขวด)

stopping-place, *n.* (สต๊อพพิ่ง เพลซ) ที่หยุด

stop-watch, *n.* (สต๊อพ ว็อช) นาฬิกาจับเวลา

storage, *n.* (สตอ เร็ดจ) การนำไปเก็บไว้; คลังเก็บของ

store, *v.* (สตอ) เก็บไว้; *n.* คลังสินค้า; ห้าง; ร้าน; กองใดๆ; มูลี่

storehouse, *n.* (สตอ ฮาวซฺ) ร้าน; ห้าง

store-room, *n.* (สตอ-รูม) คลังเก็บของ

stork, *n.* (สตอค) นกกะสา

storm, *n.* (สตอม) พายุ; ห่าฝน; ความเดือดร้อนโกลาหล; *v.* เข้าปล้นเมืองหรือค่าย; เดือดพล่าน (โกรธจัด); พายุจัด

stormy, *a.* (สตอมมี่) พายุแรง

story, *n.* (สตอ รี่) เรื่อง; เรื่องราว; ชั้น (ของบ้าน); *v.* เล่าเรื่อง

nursery story, นิทานเด็กๆ

to make a long story short, เพื่อตัดบทให้สั้นลง

tell stories, โกหกให้ฟัง

story-teller, *n.* (สตอรี่เท็ลเล่อ) ผู้เล่านิยาย; ผู้ชักนิยาย

stout, *a.* (สต๊าวทฺ) อ้วนใหญ่; กล้าแข็ง; *n.* เหล้าเบียร์ชนิดหนึ่ง

stout-hearted, *a.* (-ฮาท เท็ด) ใจกล้า

stove, *n.* (สโตฟว) เตา

stow, *v.* (สโต) ห่อเก็บไว้

straddle, *v.* (สแตรดเดิ้ล) คล่อม

strafe, *v.* (สตราฟ) ระดมทิ้งระเบิด

straggle, *v.* (สแตรกเกิ้ล) พเนจรไป

straggler, *n.* (สแตรกเกล้อ) ผู้ซัดเซไปเรื่อยๆ

straight, *a.* (สเตรท) ตรง; ตรงไป; ซื่อตรง

go straight on, เดินตรงไป

straighten, *v.* (สเตรทเทิ่น) ยืดตรง

straightaway, *adv.* (สเตรท อาเว) ว่าไปเลย; ตรงๆ ไป

straightforward, *adv.* (สเตรทฟอเวิด) ตรงไป; ตรงไปตรงมา

straightness, *n.* (ส เตรท เน็ส) แนวเป็นเส้นตรง

strain, *v.* (สเตรน) ขึงให้ตึง; หักโหมกำลัง; เคล็ด; *n.* ความพยายามจนเกินกำลัง; เคล็ด; ความเครียด

strain one's eye, ปวดตา; เคืองตา

strainer, *n.* (สเตรน เน่อ) ที่กรอง; ตะแกรง

strait, *n.* (สเตรท) ช่องแคบ; *a.* แคบ

S

in great straits, เข้าตาจน
straiten, *v.* (สเตรทเทิ่น) ทำให้แคบ; ยืดให้ตรง
strand, *n.* (สแตรนดฺ) หาดทราย; *v.* เกยหาด
strange, *a.* (สเตรนจฺ) แปลก; แปลกหน้า
strangely, *adv.* (สเตรนจลี่) ซึ่งแปลกอยู่
strangeness, *n.* (สเตรนจ เน็ส) ความแปลกประหลาด
stranger, *n.* (สเตรนเจ้อ) คนแปลกหน้า; ชาวต่างประเทศ
strangle, *v.* (สแตรงเกิล) เค้นคอหอย
strangler, *n.* (สแตรง เกล้อ) ผู้บีบคอ
strangulate, *v.* (สแตรงกิวเลท) บีบคอ
strangulation, *n.* (ส แตรงกิวเลชั่น) การบีบคอหอยให้ตาย
strap, *n.* (สแตรพ) สายหนัง; *v.* เอาสายหนังคาด
strategem, *n.* (สแตรท ทะเจ็ม) กลวิธี; เล่ห์เหลี่ยม; ยุทธวิธี; กลศึก
strategy, *n.* (สแตรทเทอจี้) ยุทธศาสตร์
stratum, *n.* (สเตรทั่ม) ดินหรือหินแต่ละชั้น
straw, *n. a.* (ส ตรอ) หญ้าแห้ง; ฟาง; ปล้องหญ้า; ของนิดหน่อย
strawberry, *n.* (สตรอ เบอรี่) ผลสะ-ตรอเบรี่; ลางเรียกหมากกลางตม; หมากฮู้; หมากทุ่ม
straw hat, *n.* (สตรอแฮท) หมวกฟาง
straw-mat, *n.* (สตรอ แมท) เสื่อสาน
stray, *v.* (สเตร) เตร่ไป; ไถล; *a.* จรจัด; หลงมา
streak, *n.* (ส ตรีค) เส้นยาวๆ; ริ้ว
stream, *n.* (ส ตรีม) ลำธาร; กระแส; กระแสน้ำ; *v.* หลั่งไหลมา; ห้อยลงมา (ผม); วิ่งชู้ด (ดาว)
against the stream, ทวนน้ำ
down stream, ตามน้ำ
stream of air, กระแสลม
stream of light, ลำแสง
streamer, *n.* (ส ตรีม เมอ) ธงหางยาว
streamlet, *n.* (สตรีมเล็ท) ลำธารเล็กๆ
streamline, *n.* (สตรีม ไลนฺ) เพียวลม
street, *n.* (สตรีท) ถนน
in the street, กลางถนน
strength, *n.* (สเตร็งธ) กำลัง; กำลังวังชา; ความแข็งแรง; กำลังต่อสู้; กำลังทหาร
strengthen, *v.* (ส เตร็ง เธิน) ทำให้แข็งแรงขึ้น; เพิ่มกำลัง
strenuous, *a.* (สเตร็น นิวอัส) อย่างแข็งแรง; ซึ่งต้องใช้กำลังมาก
stress, *n.* (สเตร็ส) น้ำหนัก; *v.* ลงน้ำหนัก; ย้ำน้ำหนัก
stretch, *v.* (สเตร็ช) แผ่หรือยืดออกไป; กางออก; ยื่นออก; กินกว้าง; ยืดตัว; ขึง
stretch, *n.* (สเตร็ช) ระยะหนทาง; ความแผ่กว้างออกไป
at a stretch, พักเดียวรวด
stretch one's legs, ยืดแข้งยืดขา
to stretch out one's hand, ยื่นมือ
stretcher, *n.* (ส เตร็ช เช่อ) แคร่หามคนเจ็บ
strew, *v.* (สตรู) หว่านไปทั่วๆ
strewn, (สตรูน) อดีตของ 'strew':

หว่าน; โปรย

stricken, (สตริคเคิน) *p.p.* ของ **'strike':** ตี; ถูก; โดน

well stricken in years, แก่มากแล้ว

strict, *a.* (ส ตริคทฺ) เข้มงวด

strictly, *adv.* (ส ตริคทฺลี่) อย่างเข้มงวด (ไม่มีการผ่อนผันให้)

strictness, *n.* (ส ตริคทฺเน็ส) ความเข้มงวด

stride, *v.* (สไตร๊ดฺ) ก้าว; สาวเท้า; *n.* ก้าว

strident, *a.* (สไตรเด็นทฺ) เฉียบขาด

strife, *n.* (สไตร๊ฟฺ) ความพยายาม; การแตกร้าวกัน

strike, *v.* (สไตร๊คฺ) ตี; ทุบ; กระทบ; นัดกันหยุดงานหมด; พากันฮือเฮี้ยว; ยังให้รู้สึก; *n.* การเฮี้ยวพากันหยุดงานหมด; การขีด; ตี; กระทบ

striker, *n.* (สไตร๊ เค่อ) ผู้ก่อการนัดหยุดงาน

striking, *a.* (สไตร๊ คิ่ง) อย่างเป็นที่สะดุดตา

string, *n.* (สตริง) เชือก; สายซอ; สาย; เส้น; เป็นแถวๆ; ฝูง; จำนวน

string, *v.* (สตริง) ผูกเชือก; ขึงสายซอ

stringent, *a.* (สตริน เจ็นทฺ) เข้มงวด

strip, *v.* (สตริพ) เอาออก; ปอกออก; ถอดออก; *n.* ชิ้นยาวๆ

stripe, *n.* (สไตร๊พฺ) ริ้ว; ขีด; บั้ง

strive, *v.* (สไตร๊วฺ) (อดีต **strove,** *p.p.* **striven):** พยายาม; ขันสู้; กะตือรือร้น

striven, *p.p.* ของ **'strive':**

striver, *n.* (สไตร๊เว่อ) ผู้พยายาม

stroke, *n.* (สโต๊รค) ที; ทีที่ทุบ; ตี; กระทบ; ตีกรรเชียง; ฯลฯ; ล้มเจ็บ; *v.* ลูบ; ลูบไล้

sunstroke, พิษแดด

not a stroke of work, ไม่ได้ทำงานจนนิดเดียว

a stroke of luck, โชคบังเอิญ

stroll, *v. n.* (สโตรล) เดินเที่ยวเล่น; เตร่

stroller, *n.* (สโตรลเล่อ) ผู้เตร่ไปมา

strong, *a.* (สตร๊อง) แข็งแรง; แรง

strong-box, *n.* หีบนิรภัย

strong drink, เหล้า

stronghold, *n.* (สตร๊อง โฮลดฺ) ที่มั่นคง; ป้อม

strong-room, *n.* ห้องนิรภัย

strop, *n.* (สตร๊อพ) หนังลับมีดโกน

strove, (สโตร๊ฟว) อดีตของ **'strive':** พยายาม

struck, (สตรั๊ค) อดีตและ *p.p.* ของ **'strike':** ตี; โดน

structure, *n.* (ส ตรัคเจอ) โครงสร้าง

struggle, *v. n.* (ส ตรั๊กเกิ้ล) ดิ้นรน; พยายาม; ต่อสู้

struggler, *n.* (ส ทรัก เกลอ) ผู้ดิ้นรน

strung, (ส ตรัง) อดีตของ **'string':** ขันเชือก; ขึงเชือก

strut, *v.* (สตรัท) ค่อยๆ ย่างไปอย่างมีสง่า

strychnine, *n.* (สตริค นีน;-นิน) ยาเบื่อสุนัข

stub, *n.* (สตับ) ตอ; ท่อนที่เหลืออยู่

stubble, *n.* (สตับเบิ้ล) ตอฟาง; หนวดเคราที่เพิ่งขึ้น

stubby, *a.* (สตับบี้) สั้นเตี้ย

S

stubborn, *a.* (สตับ เบอน) ดื้อดึง; ดันทุรัง; ต้านสู้

stubbornly, *adv.* อย่างดื้อด้าน

stubbornness, *n.* (สตับ เบินเน็ส) ความดื้อด้าน

stucco, *n.* (ส ตัค โค่) ปูนปั้นเป็นภาพนูน

stuck, (สตัค) อดีตและ *p.p.* ของ **'stick'**: ติดแน่น

stud, *n.* (สตัด) กระดุมคอเสื้อเชิ้ต

student, *n.* (สติว เด็นทฺ) นักเรียน; นักศึกษา

studentship, *n.* (สติวเด็นทฺชิพ) ความเป็นนักศึกษา; ทุนศึกษา

studio, *n.* (สติว ดิโอ) ห้องศิลป; ห้องทำงาน

studious, *a.* (สติว เดียส) ขยัน

study, *v.* (สตัด ดี้) เล่าเรียน; ตรวจดู; ศึกษา; *n.* ห้องเรียนหนังสือ; ห้องทำงาน; การเล่าเรียน

stuff, *n.* (สตัฟ) เนื้อผ้า; สิ่งของ; ภาชนะ; เนื้อเรื่อง; *v.* ยัด; ยัดใส่; ใส่ไส้

stuffing, *n.* (สตัฟฟิ่ง) การยัด

stuffy, *a.* (สตัฟฟี่) อากาศอบอ้าว

stultify, *v.* (สตัล ทิฟาย) ทำให้เห็นขัน

stumble, *v.* (สตัม เบิ้ล) เดินสะดุด; ถลา

stumbler, *n.* (สตัม เบล้อ) ผู้เดินสะดุด

stumbling-block, *n.* (สตัม บลิ้ง บล็อค) อุปสรรคที่ทำให้ชะงัก

stump, *n.* (สตัมพฺ) ตอไม้; *v.* เดินกึกกัก; สะดุด; เดินทางเที่ยวโฆษณาในการเลือกตั้ง

stun, *v.* (สตัน) ทุบหมดสติแน่นิ่งไป

stung, (สตัง) *p.p.* ของ **'sting'**: ต่อยเอา (แมลง)

stunk, (สตังคฺ) *p.p.* ของ **'stink'** ส่งกลิ่นเหม็น

stunt, *v.* (สตันทฺ) แกร็น (ต้นไม้)

stupefaction, *n.* (สติวพีแฟคชั่น) ความงง (หมดความรู้สึก)

stupefy, *v.* (สติว พีฟาย) ทำให้งง

stupendous, *a.* (สติวเพ็นดัส) ใหญ่มหึมา

stupid, *a.* (สติวพิด) โง่เง่า; มึนดื้อ

stupidity, stupidness, *n.* (สติว พิด ดิ ที่; สทิว พิดเน็ส) ความโง่เง่า

stupify, *v.* (สติวพีฟาย) ทำให้งง

stupor, *n.* (สติว เพอ) ความงงงันไป

sturdily, *adv.* (สเตอดีลี่) อย่างแข็งแรงมั่นคง

sturdiness, *n.* (สเตอ ดิเน็ส) ความแข็งแรงมั่นคง

sturdy, *a.* (สเตอ ดี้) แข็งแรงมั่นคง

stutter, *v. n.* (สฺตัท เทอ) พูดติดอ่าง

stuttering, *a.* ซึ่งพูดติดกุกกัก

stutterer, *n.* (สตัท เทอเร่อ) คนติดอ่าง

sty, *n.* (สตาย) เล้าหมู; ตาเป็นกุ้งยิง

style, *n.* (สไตลฺ) วิธีเขียน; ทำนองแต่ง; แบบ; วิธี; เครื่องขีดเป็นตัวหนังสือ; การเกสรเมีย; *v.* มีฉายาว่า

stylish, *a.* (สตาย ลิช) สวยสง่า; เข้าที่ดี

stylist, *n.* (สตาย ลิสทฺ) นักออกแบบเสื้อ

subaltern, *n. a.* (ซับอัลเทิน) ซึ่งอยู่ใต้บังคับบัญชา

subcommittee, *n.* (ซับ คอมมิทที)

อนุกรรมการ

subconscious, *a.* (ซับคอน ชัช) แน่นิ่งไป; หมดสติ

subdistrict, *n.* (ซับ ดิซ ทริคทฺ) กิ่งอำเภอ

subdivide, *v.* (ซับดิไวดฺ) แบ่งย่อยออกไปอีก

subdivision, *n.* (ซับดิวิชชั่น) ส่วนย่อยลงไป; ส่วนหนึ่งของส่วนใหญ่; ส่วนย่อยของภาค หรือมณฑล

subdue, *v.* (ซับดิว) ปราบปราม; ชนะ

subdued light, แสงซึ่งลดน้อยลง

subduer, *n.* (ซับดิวเอ้อ) ผู้ชนะ

sub-editor, *n.* (ซับเอ็ดดิเท่อ) ผู้ช่วยบรรณาธิการ

sub-heading, *n.* (-เฮด ดิ้ง) หัวข้อย่อย

subject, *n.* (ซับเจ็คทฺ) ประธาน (ของประโยค); วัตถุ; เรื่อง; คนในบังคับ (ชาติใด)

subject, *a.* (ซับ เจ็คทฺ) อยู่ในอำนาจ; *v.* (ซับเจ็คทฺ) เอาไว้ใต้อำนาจ

subjection, *n.* (ซับเจ็ค ชั่น) การเอาไว้ใต้อำนาจ

subjective, *a.* (ซับเจ็ค ทิฟวฺ) แห่งประธาน (ผู้ทำ); เกี่ยวกับตัวของตัวเอง

subject-matter, *n.* (ซับเจ็คทฺ-แมทเท่อ) เนื้อเรื่อง

subjoin, *v.* (ซับจอยนฺ) เพิ่มเข้าไป

subjugate, *v.* (ซับ จูเกท) ปราบไว้ในอำนาจ

subjugation, *n.* (ซับจูเกชัน) การปราบไว้ใต้อำนาจ

subjunctive, *a. n.* (ซับ จังคฺ ทิฟวฺ) ปริกัลปมาลา

sublease, *n. v.* (ซับลีซ) ให้เช่าช่วง

sublet, *v.* (ซับเล็ท) ให้เช่าช่วง

sub-lieutenant, *n.* (ซับเล้ฟเท็นนันทฺ) นายร้อยตรี; นายเรือตรี

sublimate, *v.* (ซับ บลิเมท) ครบถ้วนตามสภาพของสามีภรรยา

sublime, *a.* (ซับไบลมฺ) ดีเลิศ; *n.* ระเหิด

sub-machine-gun, *n.* (ซับ มาชีนกัน) ปืนกลเบา

submarine, *a.* (ซับ มารีน) ใต้น้ำ; *n.* เรือดำน้ำ

submerge, *v.* (ซับเมอจฺ) ดำลงใต้น้ำ

submerse, *v.* (ซับเมอซฺ) ลงใต้น้ำ

submission, *n.* (ซับมิช ชั่น) การยอมจำนน, ยอมอยู่ใต้อำนาจ

submissive, *a.* (ซับมิสซิฟวฺ) ซึ่งยอมอยู่ใต้อำนาจ

submit, *v.* (ซับมิท) มอบ; ยื่นต่อ; ยอมจำนน

submitted, *a., p.p.* (ซับมิทเท็ด) ยอมอ่อนน้อมต่อ

subnormal, *a.* (ซับนอมัล) ใต้ขั้นปกติ

sub-officer, *n.* (ซับอ๊อฟฟิสเซ่อ) นายสิบ

subordinate, *v. a.* (ซับ บอรฺ ดิเนท) เอาไว้ใต้บังคับบัญชา; *a.* ซึ่งอยู่ใต้บังคับบัญชา; *n.* ผู้ใต้บังคับบัญชา; ผู้น้อยกว่า; อนุประโยค

subordination, *n.* (ซับบอดิเนชั่น) การยอมอยู่ใต้อำนาจ

subpoena, *n.* (ซับพีน่า) หมายเรียกตัวของศาล

S

subscribe, *v.* (ซับ สไครบฺ) อุดหนุนเงิน; บอกรับหนังสือ; ออกให้
subscriber, *n.* (ซับ สฺไครเบ้อ) ผู้ลงชื่อรับหนังสือ; ผู้อุดหนุนเงิน
subscription, *n.* (ซับ สกริพชั่น) การเรี่ยไร; การบอกรับหนังสือ; การอุดหนุนเงิน
subsequent, *a.* (ซับ ซีเคว็นทฺ) ซึ่งมีตามมา; ณ ภายหลัง; ครั้งต่อ ๆ มา
subsequently, *adv.* (ซับ ซีเคว็นทฺลี่) อันเป็นผลสืบเนื่องต่อไป; ดังนั้น-จึง
subserve, *v.* (ซับเซอฟวฺ) รับใช้
subservience, *n.* (ซับเซอ เวียนซฺ) การรับใช้
subservient, *a.* (ซับเซอ เวียนทฺ) ซึ่งเป็นการรับใช้
subside, *v.* (ซับไซดฺ) จมลง; เหือดหายไป
subsidiary, *a.* (ซับซิดเดียรี่) ซึ่งอนุเคราะห์; *n.* ผู้ช่วย
subsidize, *v.* (ซับซีไดซ) คอยช่วย; อนุเคราะห์
subsidy, *n.* (ซับ ซิดี้) เงินอุดหนุนจุนเจือ; เงินอนุกูล
subsist, *v.* (ซับซิสทฺ) เหลืออยู่; มีชีวิตอยู่ต่อไป
subsistence, *n.* (ซับซิส เท็นซฺ) การยังชีพ
subsoil, *n.* (ซับ ซอยลฺ) ดินชั้นรองลงไป
substance, *n.* (ซับสฺตันซฺ) ภาชนะ; เนื้อเรื่อง; สิ่งของ; ทรัพย์สมบัติ
substantial, *a.* (ซับสฺแตน ชัล) มีตัวมีตน; มีเนื้อมีหนัง; จริง; ถาวร; ทน
substantive, *a.* (ซับสฺ ตันทิฟว) มีจริง; *n.* คำนาม
substitute, *v.* (ซับสฺ ติทิวทฺ) เปลี่ยนตัว; แทนกัน; *n.* ตัวแทน
substitution, *n.* (ซับ สฺติทิวชั่น) การแทนตัวกัน
subtenant, *n.* (ซับเท็น นันทฺ) ผู้เช่าช่วง
subterfuge, *n.* (ซับเทอฟิวจฺ) ข้อเลี่ยงวุ้นไป
subterranean, *a.* (ซับเทอเรเนี่ยน) ใต้ดิน
sub-title, *n.* (ซับ ไทเทิล) ชื่อย่อยลงไป; คำแปลบทหนัง
subtle, *a.* (ซัทเทิล) เฉลี่ยวฉลาด; โกง
subtlety, *n.* (ซัท เทิลที่) ความฉลาด; เหลี่ยมคนโกง
subtract, *v.* (ซับแทรคทฺ) ลบออก
subtropical, *a.* (ซับทร็อพ พี่คัล) กึ่งเขตร้อน
suburb, *n.* (ซับเบิบ) ตำบลชานเมือง
suburban, *a.* (ซับเบอเบิน) แห่งตำบลชานเมือง
subvention, *n.* (ซับเว็นชัน) เงินช่วยเหลือ, เงินอุดหนุน
subvert, *v.* (ซับเวิท) คิดแอบทำลาย
subway, *n.* (ซับ เว) ทางเดินลอดใต้ดิน
succeed, *v.* (ซัคซีด) สืบต่อ; เป็นผลสำเร็จ
succeeder, *n.* (ซัคซีคเด้อ) ผู้สืบต่อมา; รัชทายาท; ผู้สืบตระกูล
succeeding, *a.* (ซัคซีดดิ้ง) อันต่อ ๆ ไป
success, *n.* (ซัคเซ็ส) ความสำเร็จ
successful, *a.* (ซัคเซ็สฟูล) ซึ่งเป็นผล

สำเร็จดี

succession, *n.* (ซัคเซ็ช ชั่น) การสืบต่อ; การรับช่วง; การสืบราชสมบัติ; ลำดับ; การรับมรดกต่อไป

in succession, ต่อกันไปตามลำดับ

successive, *a.* (ซัคเซ็ส ซิฟวฺ) ซึ่งมีต่อ ๆ กันไป; เป็นลำดับกัน

successively, *adv.* (ซัคเซ็ส ซิฟวลี่) ความลำดับไปเรื่อย ๆ

successor, *n.* (ซัคเซ็ส เซ่อ) ผู้สืบราชสมบัติ; ผู้รับงานต่อไป; ผู้มาภายหลัง

succinct, *a.* (ซัคซิงคทฺ) ย่อ ๆ; รวบรัดตัดความให้น้อยลง

succour, *n.* (ซัคเค่อ) การช่วยเหลือ; การจุนเจือ; *v.* ช่วยเหลือ; สนับสนุน

succulent, *a.* (ซัค คิวเล็นทฺ) ฉ่ำน้ำ

succumb, *v.* (ซัคคัม) ยอมจำนนต่อ

such, *prn. a.* (ซัช) เช่นนั้น

no such thing, ไม่เคยเห็นเช่นนั้น

such is the case, มันเป็นอย่างนั้นแหล่ะ

such is life, ชีวิตคนเราก็เป็นอย่างนั้นแหล่ะ

such as...., เช่น

such like, ทำนองนั้น

suck, *v.* (ซัค) ดูด; ดูดนม; *n.* การดูด

sucker, *n.* (ซัค เค่อ) ผู้ดูด

sucking, *a.* (ซัค คิ่ง) ซึ่งดูด; *n.* การดูด

sucking baby, เด็กกินนม

suckle, *v.* (ซัค เคิล) ให้กินนม

suckling, *n.* (ซัค คลิ่ง) เด็กกินนม

suction, *n.* (ซัค ชั่น) การดูด

sudden, *a.* (ซัด เดิ้น) อย่างไม่รู้เนื้อรู้ตัว; อย่างปัจจุบันทันด่วน; ทันที

all of a sudden, ทันทีทันใด

suddenly, *adv.* (ซัดเดินลี่) ทันใดนั้น; อย่างเร็วปัจจุบันทันด่วน

suddenness, *n.* (ซัด เดินเน็ส) ความเร็วอย่างไม่รู้ตัว

suds, *n. pl.* (ซัดซฺ) ฟองสบู่

sue, *v.* (ซีว) ร้องขอ; ต้องการ; ฟ้องร้องยังศาล

sue for peace, ขอเจรจาสงบศึกด้วย

suer, *n.* (ซีวเอ้อ) ผู้ฟ้องเอาความ

suffer, *v.* (ซัฟเฟอ) ทนทุกขเวทนา; ทนทรมาน; รับความเจ็บปวด; ทนรับโทษ; ได้รับ (บาป; โทษ; ความอยุติธรรม; ความเจ็บปวด ฯลฯ) ปล่อยให้ทำ

sufferable, *a.* (ซัฟ เฟอราเบิ้ล) พอยอมให้ได้; ทนลำบาก

sufferance, *n.* (ซัฟ เฟอรันซฺ) ความลำบากจำทน

sufferer, *n.* (ซัฟ เฟอเร่อ) ผู้ได้รับหรือจำทนความลำบาก, ความเจ็บปวด, ความเดือดร้อน ฯลฯ

suffering, *a.* (ซัฟ เฟอริ่ง) ซึ่งต้องทนความลำบาก; ความเจ็บปวด; ฯลฯ; *n.* ความลำบาก; ความทุกข์; ความเจ็บปวดที่จำทน

suffice, *v.* (ซัฟไฟซฺ) มีพอเพียง

sufficient, *a.* (ซัฟฟีเชียนทฺ) พอเพียงแล้ว

sufficiently, *adv.* (ซัฟฟี่ เชียนทฺลี่) อย่างพอเพียง

suffix, *n.* (ซัฟ ฟิคซฺ) วิภัตติ; *v.* เอาใส่เข้าข้างท้ายทำ

S

suffocate, *v.* (ซัฟ โฟเคท) หายใจหายคอไม่ออก

suffrage, *n.* (ซัฟ เฟ็รดจฺ) คะแนนออกเสียงคัดเลือก

sugar, *n.* (ชูเก้อ) น้ำตาล; *v.* ใส่น้ำตาล

sugar-cane, *n.* (-เคน) อ้อย

sugariness, *n.* (ชูเกอริเน็ส) ความหวานเป็นน้ำตาล

sugar-plantation, *n.* (-พลานเทชั่น) ไร่อ้อย; การทำไร่อ้อย

sugar-refinery, *n.* (-รีฟาย เนอรี่) โรงฟอกน้ำตาล

sugar-tongs, *n.* (-ทองซฺ) คีมคีบน้ำตาล

sugar-works, *n.* (-เวอคซฺ) โรงทำน้ำตาล

sugary, *a.* (ชูเกอรี่) หวานเป็นน้ำตาล

suggest, *v.* (ซัคเจ็สทฺ) แนะ; ขอแนะว่า; ขอเสนอว่า

suggestion, *n.* (ซัคเจ็ส ชั่น) การแนะนำ

suicidal, *a.* (ซูอิไซ ดัล) ซึ่งเป็นการฆ่าตัวตาย

suicide, *n.* (ซิว อิไซดฺ) การฆ่าตัวตาย; อัตตวินิบาตกรรม

commit suicide, ฆ่าตัวตาย

suit, *n.* (ซูท) บริวาร; ข้าราชบริพาร; ชุด; การฟ้องร้อง (ยังโรงศาล); คดี; หน้าไพ่; การเกี้ยว; เสื้อกางเกงทั้งชุด; ทั้งสำรับ

suit, *v.* (ซูท) เหมาะสมกัน; คู่ควรกัน

suitable, *a.* (ซูททาเบิล) เหมาะกัน; สมควรแล้ว

suit-case, *n.* (ซูท เคซ) หีบเสื้อผ้า

suite, *n.* (สวีท) บริวาร; ข้าราชบริพาร; อันดับ; ห้องทั้งชุด

suited, *a.* (ซูทเท็ด) เหมาะกันแล้ว

suitor, *n.* (ซูทเท่อ) ผู้ยื่นคำขอ; ผู้มั่นหมายผู้หญิง

sulkily, *adv.* (ซัล คิลี่) อย่างบึ้งบูด

sulkiness, *n.* (ซัล คิเน็ส) สีหน้าอันบูดบึ้ง

sullen, *a.* (ซัลเล็น) เงียบและเคร่งขรึม

sulky, *a.* (ซัล คี่) หน้าตาบึ้งบูด

sulphur, *n. a.* (ซัลเฟ่อ) กำมะถัน; *v.* โรย, ใส่กำมะถัน

sulphuric, *a.* (ซัลเฟียว ริค) แห่งกำมะถัน

sulphuric acid, กรดกำมะถัน

sulphurous, *a.* (ซัล เฟอรัส) มีกำมะถัน

sultan, *n.* (ซัล ทัน) สุลต่าน (เจ้าแขก)

sultana, *n.* (ซัล ทาน่า) ชายาสุลต่าน

sultriness, *n.* (ซัล ทริเน็ส) ความอบอ้าวของอากาศ

sultry, *a.* (ซัล ทรี่) อ้าว (อากาศ)

sum, *n.* (ซัม) จำนวน; จำนวนเงิน; ผลบวก; *v.* บวก; คิดเลข; สรุปผล

summarize, *v.* (ซัมมาไร้ซฺ) สรุปรวมความ

summary, *a.* (ซัมมารี่) ซึ่งรวบยอด; *n.* สรุปความ

summer, *n.* (ซัมเม่อ) ฤดูร้อน; *v.* ค้างฤดูร้อน

summer-house, *n.* (-ฮาวซฺ) บ้านพักในฤดูร้อน

summing, *n.* (ซัมมิ่ง) การรวมกัน; การสรุปความ

summit, *n.* (ซัม มิท) ยอดสูงสุด

summit meeting, การประชุมสุดยอด

summon 393 superintendence

summon, *v.* (ซัมเมิ่น) ร้องเรียกตัวมา
summoner, *n.* (ซัม เมินเน่อ) ผู้ร้องเรียกตัวหรือเชิญตัวมา
summons, *n. pl.* (ซัม เมินซฺ) หมายเรียก
sumptuous, *a.* (ซัมพฺ ชูอัส) ฟุ่มเฟือย; โอ่อ่า
sun, *n.* (ซัน) แดด; พระอาทิตย์ *v.* ตากแดด; ผิงแดด
sunbathe, *v.* (ซันเบธ) อาบแดด
sunbeam, *n.* (ซันบีม) แสงพระอาทิตย์
sun-blaze, *n.* (ซันเบลซ) ความร้อนของพระอาทิตย์
sun-blind, *n.* (ซัน ไบลนฺดฺ) มู่ลี่
sun-browned, *a.* (ซัน บราวนฺดฺ) ตัวดำเหี้ยมเกรียมเนื่องจากตากแดด
sunburn, *v.* (ซันเบอน) แดดเผาเสียตัวดำ
sunburnt, *a.* (ซัน เบอนทฺ) ตัวดำไปเพราะถูกแดด
Sunday, *n.* (ซันเด) วันอาทิตย์
sunder, *v.* (ซันเด้อ) แยกจากกัน
sun-dial, *n.* (ซัน ไดอัล) นาฬิกาแดด
sun-dried, *a.* (ซัน ดรายดฺ) ตากกับแดดให้แห้ง
sundries, *n. pl.* (ซัน ดรีซ) ของจิปาถะเล็กๆ น้อยๆ
sundry, *a.* (ซัน ดรี้) ต่างๆ; หลายอย่าง
sunflower, *n.* (ซัน ฟลาวเว่อ) ดอกทานตะวัน
sung, (ซัง) *p.p.* ของ '**sing**': ร้องเพลง
sun-hat, *n.* (ซันแฮท) หมวกกันแดด
sunk, (ซังคฺ) *p.p.* ของ '**sink**': จมน้ำ
sunken, (ซังเคิน) *a.*: *p.p.* ของ '**sink**': ถูกจมน้ำ; จมลึก
sunlight, *n.* (ซัน ไลทฺ) แสงอาทิตย์
sunlit, *a.* (ซัน ลิท) แดดจับสว่าง
sunny, *a.* (ซัน นี่) แดดแจ๋
sunrise, *n.* (ซัน ไร้ซฺ) พระอาทิตย์ขึ้น
sunset, *n.* (ซันเซ็ท) พระอาทิตย์ตกดิน
sunshade, *n.* (ซัน เชด) ร่มกันแดด
sunshine, *n.* (ซัน ไชนฺ) แสงแดด
sun-spot, *n.* (ซัน สป็อท) จุดในดวงอาทิตย์
sunstroke, *n.* (ซัน สโตร๊ค) พิษแดด
sunstruck, *a.* (ซัน สตรั๊ค) ต้องพิษแดด
sun-worship, *n.* (-เวอชิพ) การบูชาพระอาทิตย์
sup, *v.* (ซัพ) จิบน้ำ; รับประทานอาหารค่ำ
superable, *a.* (ซุพ เพอราเบิล) เอาชนะได้
superabundant, *a.* (ซุพเพออาบันดันทฺ) มากมายจนเหลือล้น
superb, *a.* (ซุพเพอบ) วิเศษนัก
superficial, *a.* (ซุพเพอฟิเชียล) ตามผิว; แต่ผิวๆ
superfluous, *a.* (ซุพเพอ ฟลูอัส) มากมายจนเหลือ; เกินความต้องการ
superhuman, *a.* (ซุพเพอฮิวมัน) เหลือมนุษย์ธรรมดา
superintend, *v.* (ซุพเพอรินเท็นดฺ) จัดการควบคุมดูแล; อำนวย
superintendence, *n.* (-เด็นซฺ) การควบคุมดูแล

S

superintendent, *n.* (-เด็นทฺ) ผู้ดูแล; บรรยเวกษก์

superior, *a.* (ซุพพีเรีย) เหนือกว่า; ดีกว่า; สูงกว่า; *n.* ผู้เป็นนายเหนือ; ผู้มีอาวุโสกว่า; ผู้ใหญ่; ผู้บังคับบัญชา

superiority, *n.* (ซุพพีรอออริที่) ความดีเลิศ

superlative, *a.* (ซุพเพอ ลาทิฟวฺ) ที่สุด; เป็นเยี่ยมแล้ว; *n.* อุตตมขั้นประมาณ; ขั้นเยี่ยม

superman, *n.* (ซุพ เพอแมน) อัจฉริยบุคคล; เหนือมนุษย์

supernatural, *a.* (ซุพเพอแนท เชอรัล) เหลือธรรมดา; มหัศจรรย์จริง; เหลือวิสัยมนุษย์

supernumerary, *a.* (ซุพเพอนิวเมอแรรี่) เกินจำนวนที่ต้องการ

supersede, *v.* (ซุพเพอซีด) นำมาใช้แทน (ของเก่า)

superstition, *n.* (ซุพเพอ สติชั่น) ลาง

superstitious, *a.* (ซุพเพอ สติ ชัส) ชอบถือลาง

supertax, *n.* (ซุพ เพอแท็กซฺ) ภาษีเสริม

supervise, *v.* (ซุพ เพอไว้ซฺ) คอยควบคุมตรวจตราดูอยู่

supervision, *n.* (ซุพ เพอวิชั่น) การควบคุมตรวจตรา; การควบคุมงาน

supervisor, *n.* (ซุพ เพอไว้เซ่อ) ครูผู้ควบคุมงาน; ผู้ควบคุมตรวจตรา; ผู้กำกับการ

supine, *a.* (ซุพ ไพนฺ) นอนหงาย

supper, *n.* (ซัพเพ่อ) อาหารว่าง; กลางคืน; อาหารค่ำ; *v.* รับประทานอาหารว่างกลางคืน; รับประทานอาหารค่ำ

supplant, *v.* (ซัพ พล้านทฺ) เข้าแทนที่; แย่งที่

supple, *a.* (ซัพ เพิล) โอนอ่อน; อ่อนไปมาได้

supplement, *n.* (ซัพ พลีเม็นทฺ) บทแทรก; ใบแทรก; ภาคผนวก; คิดค่าเพิ่มเติม; *v.* แทรกเพิ่มเติม; เสริม

supplementary, *a.* (ซัพ พลีเม็นแทรี่) ซึ่งเป็นการแทรกเพิ่มเติม

supplicate, *v.* (ซัพ พลีเคท) อ้อนวอน; วิงวอน

supplication, *n.* (ซัพ พลีเคชั่น) การอ้อนวอน

supplier, *n.* (ซัพพลายเอ้อ) ผู้จำหน่ายให้

supply, *v.* (ซัพพลาย) จัดหา; จ่ายให้; จำหน่าย; *n.* การแจกจ่าย; จำหน่าย
demand and supply, เสนอและสนอง

support, *v.* (ซัพพอท) อุดหนุน; เจือจาน; ค้ำจุน; เลี้ยง (ครอบครัว); ค้ำไว้

support, *n.* (ซัพพอท) เครื่องจุน; ค้ำ; รองไว้; เครื่องช่วย; เครื่องประทังตัว

supporter, *n.* (ซัพพอทเท่อ) ผู้อุดหนุน; ผู้เจือจาน; ผู้เลี้ยงดู (ครอบครัว); ผู้สนับสนุน

suppose, *v.* (ซัพโพซ) นึก; คาดคะเนดู; สมมุติว่า

supposition, *n.* (ซัพ โพซิชั่น) การสมมุติดู; คาดคะเนเอา

suppress, *v.* (ซัพเพร็ส) เลิก; เพิกถอน; กดไว้; รั้งรอไว้; ปราบปราม; ระงับ; กดขี่

suppression, *n.* (ซัพเพรืชชั่น) การเพิกถอน; การกดขี่; การปราบปราม; การระงับ

supremacy, *n.* (ซุพเพรีม มาซี่) ความมีอำนาจสูงเด่น

supreme, *a.* (ซุพพรีม) สูงสุด

surcharge, *n.* (เซอ ชาจ) ค่าเพิ่มพิเศษ

sure, *a.* (ชัว) แน่; แน่ใจ; แน่นอน; เชื่อแน่

surely, *adv.* (ชัวลี่) อย่างแน่นอน

surety, *n.* (ชัวที่) ผู้ค้ำประกัน; ความแน่นอน; เครื่องแสดง; เครื่องประกัน

surf, *n.* (เซอฟ) ฟองน้ำกระทบฝั่ง

surface, *n.* (เซอเฟ้ส) ผิว; พื้นนอก

surface of the moon, ผิวพระจันทร์

surf-riding, *n.* (-ไร้ดิ้ง) การขี่ไม้กระดานให้เรือจูงวิ่งไป

surge, *v.n.* (เซอจ) เป็นระลอกคลื่นตีเข้าฝั่ง

surgeon, *n.* (เซอเจิ้น) ศัลยแพทย์

surgery, *n.* (เซ๊อด เจอรี่) การผ่าตัด; ศัลยศาสตร์

surly, *a.* (เซอลี่) บึ้งบูด

surmise, *v.* (เซอไม๊ซ) นึกเอาเอง

surmount, *v.* (เซอม๊าวนฺท) ชนะต่ออุปสรรค; ดีกว่า; สูงกว่า

surname, *n.* (เซอ เนม) นามสกุล

surpass, *v.* (เซอพาส) ดีกว่า; ผ่านพ้นไป

surplice, *n.* (เซอ พลิส) ผ้าขาวคลุมเสื้อของพระฝรั่ง

surplus, *n.* (เซอ พลัส) จำนวนที่ล้นเหลือ

surprise, *n.* (เซอ ไพรซฺ) ความประหลาดใจ; การจู่โจมเอาโดยไม่ทันรู้ตัว

surprise, *v.* (เซอไพรซฺ) ประหลาดใจ; เข้าจู่โจมเอาโดยไม่ทันรู้ตัว

surprising, *a.* (เซอไพรซิ่ง) ซึ่งเป็นที่น่าประหลาดใจ

surrender, *n. v.* (เซอเร็น เด้อ) ยอมยกให้; ยอมแพ้; เวนคืน

surrenderer, *n.* (เซอเร็น เดอ เร่อ) ผู้ยอมแพ้

surreptitious, *a.* (เซอเร็พทิช ชัส) ลับ ๆ ล่อ ๆ

surround, *v.* (เซอราวนฺด) ล้อมรอบ

surrounding, *n.* (เซอราวนฺดิ้ง) ที่แวดล้อม; *a.* ซึ่งแวดล้อมอยู่

surtax, *n.* (เซอ แท็กซฺ) ภาษีเสริม

surveillance, *n.* (เซอเวล ลันซฺ) การระแวดระวัง

survey, *v.* (เซอเว) สำรวจ; ตรวจดู; สำรวจพื้นที่; รังวัด; *n.* การสำรวจดู

surveyor, *n.* (เซอรฺเวเย่อ) ผู้สำรวจ

survival, *n.* (เซอไววัล) การที่มีเหลืออยู่

survive, *v.* (เซอ ไววฺ) มีเหลืออยู่; ยังคงมีชีวิตอยู่

survivor, *n.* (เซอ ไว เวอ) ผู้ที่รอดพ้นกลับมา

susceptible, *a.* (ซัสเซ็พทิเบิ้ล) ไวต่อความรู้สึก

suspect, *v.* (ซัสเป็คทฺ) สงสัย; ระแวง

suspected, *a.* (ซัสเป็ค เท็ด) ซึ่งต้องสงสัย

suspecter, *n.* (ซัสเป็คเทอ) ผู้สงสัย

suspend, *v.* (ซัสเป็นดฺ) หยุดค้างไป; แขวนอยู่

suspenders, *n. pl.* (ซัสเป็น เด้อสฺ) สายโยงกางเกง
suspense, *n.* (ซัส เป็นสฺ) การหยุดค้างไป
suspension, *n.* (ซัสเป็นชั่น) การแขวน; ลอยอยู่; การสั่งงด
suspicion, *n.* (ซัสปิชชั่น) ความสงสัย
suspicious, *a.* (ซัสปิชัส) เป็นที่น่าสงสัย
sustain, *v.* (ซัสเตน) ได้รับ; ประคองไว้ไม่ให้ล้ม; ช่วยเหลือ; แสดงว่า; กระทำ
sustain no injury, ไม่ได้รับบาดเจ็บ
suttee, *n.* (ซัทที) พิธีเข้าสู่เชิงตะกอนของหญิงแขก
suzerain, *n.* (ซิว เซอเรน) อธิราช; พระเจ้าแผ่นดิน
suzerainty, *n.* (ซิว เซอเรนที่) อธิราชย์
swagger, *v.* (สแว๊กเก้อ) ช่างคุยโต; เดินส่ายไปส่ายมา
swaggerer, *n.* (สแว๊ก เกอเร่อ) คนคุยโต
swallow, *n.* (สวอลโล่) นกนางแอ่น
swallow, *v.* (ส วอล โล่) กลืน
swam, อดีตของ **'swim'**: ว่ายน้ำ
swamp, *n.* (ส ว๊อมพฺ) หนอง; บึง
swampy, *a.* (ส ว๊อมพี่) เป็นที่เฉอะแฉะ
swan, *n.* (ส วอน) ห่าน; หงส์
swang, อดีตของ **'swing'**: แกว่ง
swan-like, *a.* (สวอนไลคฺ) เหมือนหงส์
swan-song, *n.* (ส วอน-ซอง) เพลงส่งท้ายแห่งชีวิต
swanky, *a.* (สแว๊ง คี่) โก้
swarm, *n.* (ส วอม) ฝูง (ผึ้ง); *v.* จับกลุ่มเป็นฝูง
swarthy, *a.* (ส วอธ ธี่) สีคล้ำ
swastika, *n.* (สแว๊ส ทีก้า) เครื่องหมายสวัสดิกะของฮิตเลอร์
sway, *v.* (สเว) เอนลง; เซลง; ปกครอง; ครองอำนาจ; กวัดแกว่ง
sway, *n.* (สเว) การแกว่ง; การเอียงข้าง; อำนาจราชศักดิ์
swear, *v.* (สแว) สาบาน; สบถ; ปฏิญญา; *n.* คำสาบาน; คำปฏิญญา
swearer, *n.* (สแวเร่อ) ผู้สบถ
swearword, *n.* (สแวเวอด) คำสบถ
sweat, *n.* (สเว็ท) เหงื่อ; *v.* เหงื่อออก
sweater, *n.* (สเว็ท เทอ) เสื้อยืด
sweaty, *a.* (สเว็ท ที่) เหงื่อชุ่ม
Swede, *n.* (สวีด) ชาวสวีเดน
Swedish, *a.* (สวี ดิช) แห่งสวิเด็น; *n.* ภาษาสวีเดน
sweep, *v.* (สวีพ) กวาด; *n.* การกวาด
sweeper, *n.* (สวีพเพ่อ) ผู้กวาด; คนกวาดถนน; คนกวาดปล่องไฟ
sweeping, *n.* (สวีพพิ่ง) การกวาด
sweepstake, *n.* (สวีพ สเทค) การแทงม้า
sweet, *a.* (ส วีท) หวาน; หวานน่ารัก
sweet music ดนตรีที่ไพเราะ
sweeten, *v.* (ส วีทเทิน) ทำให้หวาน; ใส่น้ำตาล; หวานขึ้น
sweetheart, *n.* (สวีทฮาร์ท) ที่รัก
sweetness, *n.* (สวีท เน็ส) ความหวานฉ่ำ
sweets, *n. pl.* (สวีทซฺ) ลูกอม; ขนม
swell, *v.* (สแว็ล) บวมเอ่อ; พองขึ้น; โตขึ้น; ฟูขึ้น; มากขึ้น
swell, *n.* (สแว็ล) การบวมขึ้น; เอ่อขึ้น; มากขึ้น

swelling, *n.* (สแว็ล ลิ่ง) การบวมขึ้น; รอยบวม
swept, (สเว็พทฺ) อดีตและ *p.p.* ของ **'sweep'**: กวาดไป
swift, *a.* (สวิฟทฺ) รวดเร็ว
swiften, *v.* (สวิฟเท็่น) เร่งรีบ
swim, *v.* (สวิม) (อดีต **swam**, *p.p.* **swum**) ว่ายน้ำ; วิงเวียนศีรษะ; ลอยอยู่; *n.* การว่ายน้ำ
swimmer, *n.* (สวิม เม่อ) ผู้ว่ายน้ำ
swimming, *n.* (สวิมมิ่ง) การว่ายน้ำ
swimming-bath, *n.* (-บาธ) ที่อาบและว่ายน้ำ
swimming-place, *n.* (-เพลซ) ที่ว่ายน้ำ
swindle, *v.* (สวิน เดิ้ล) ฉ้อเอา; *n.* การฉ้อเอา
swindler, *n.* (สวิน เดล้อ) คนขี้ฉ้อ
swine, *n.* (สไวนฺ) หมู; อ้ายสัตว์ (คำด่า)
swineherd, *n.* (-เฮอด) คนเลี้ยงหมู
swing, *v.* (สวิง) แกว่ง; หมุนแคว้งกลับ; แกว่งโตงเตง; *n.* การแกว่ง; ชิงช้า
to be in full swing กำลังมีกันอย่างเต็มที่
swing-door, *n.* (สวิง ดอ) ประตูบานพับ
swinging, *n.* (สวิง งิ่ง) การแกว่ง
Swiss, *a.* (สวิส) แห่งสวิสเซอแลนด์; *n.* ชาวสวิส
switch, *n.* (สวิช) ไม้เรียว; ทางหลีกรถไฟ; ไกไฟฟ้า; *v.* เฆี่ยน; เอารถไฟหลีกกัน
swollen, (สโวลเล็่น) *p.p.* ของ **'swell'** : บวมขึ้น; โน
swoon, *v. n.* (สวูน) เป็นลม
swooning, *a.* (สวูนนิ่ง) เป็นลมไป; *n.* เป็นลม
swoop, *v.* (สวูพ) โผลงโฉบ; บินถลาลงมา
swop, swap, *v.* (สว็อพ) แลกกัน
sword, *n.* (ซอด) กะบี่; ดาบ; *v.* ฟันดาบ
to cross swords, ประดาบกัน
swordfish, *n.* (ซอด ฟิช) ปลาฉนาก
sword-handle, *n.* (ซอด แฮนเดิ้ล) ด้ามกระบี่
sword-hilt, *n.* (ซอด ฮิลทฺ) กะบัง กระบี่
swordless, *a.* (ซอดเล็ส) ไม่มีกระบี่
sword play, *n.* (ซอด เพล) การฟันดาบ
swordsman, *n.* (ซอดซ แม็น) นักฟันดาบ
swore, (สวอ) อดีตของ **'swear'**: สบถ; สาบาน
sworn, (สวอน) *p.p.* ของ **'swear'**: สบถ; สาบานไว้
swum, (สวัม) *p.p.* ของ **'swim'**: ว่ายน้ำ
swung, (สวัง) *p.p.* ของ **'swing'**: แกว่ง
syllabic, *a.* (ซิลแลบ บิค) แห่งพยางค์
syllable, *n.* (ซิล ลาเบิ้ล) พยางค์
syllabus, *n.* (ซิล ลาบัส) หลักสูตร
symbol, *n.* (ซิม บอล) สัญญลักษณ์
symbolize, *v.* (ซิม โบไลซฺ) แสดง
symmetrical, *a.* (ซิมเม็ท ทริคัล) เหมือนกันทุกส่วน
symmetry, *n.* (ซิม เม็ททรี่) ความได้ส่วนกัน
sympathetic, *a.* (ซิมพาเธ็ท ทิค) ด้วยความเห็นใจ; เข้าอกเข้าใจกันดี; สมเพช

S

sympathize, *v.* (ซิม พาไธ้ซฺ) สงสารด้วย; เห็นอกเห็นใจกัน; เวทนา

sympathy, *n.* (ซิม พาธี่) ความรู้สึกด้วย; ความเข้าอกเข้าใจกัน

symphony, *n.* (ซิมโฟนี่) เสียงไพเราะ

symposium, *n.* (ซิมโพเซี่ยม) การประชุมแลกเปลี่ยนความเห็น

symptom, *n.* (ซิมพฺ ทัม) สมุฏฐานของโรค

synagogue, *n.* (ซิน นากอก) โบสถ์ยิว

synchronise, *v.* (ซิน โครไนซฺ) พร้อม ๆ กันไป

syndicate, *n.* (ซิน ดิเคท) คณะกรรมการ; สังคมอาชีพ (สังคมรักษาผลประโยชน์ของผู้ร่วมอาชีพ)

synonym, *n.* (ซิน โนนิม) ไวพจน์

synopsis, *n.* (ซิน น็อพซิส) สรุปเรื่อง

syntax, *n.* (ซินแทคซฺ) วากยสัมพันธ์

synthesis, *n.* (ซินธีซิส) การสังเคราะห์

syphilis, *n.* (ซิฟฟิลิส) กามโรค

syringe, *n.* (ซิรินจฺ) กระบอกฉีด; *v.* ฉีดเข้าไป

syrup, *n.* (ซิรัพ) น้ำเชื่อม

system, *n.* (ซิสเต็ม) ระบบ; แนวการจัดการ

systematic, *a.* (ซิสเต็มแมท ทิค) ซึ่งว่ากันโดยมีระเบียบ

T

table, *n.* (เทเบิล) โต๊ะ; ตาราง; สูตร
- **multiplication table,** สูตรคูณ
- **time-table,** ตารางบอกเวลา
- **table of contents,** สารบัญ

table-land, *n.* (เทเบิลแลนดฺ) ที่ราบสูง

table-spoon, *n.* (เทเบิล สปูน) ช้อนโต๊ะ

tablet, *n.* (แท็บ เบล็ท) โต๊ะเล็ก ๆ, ก้อน

taboo, tabu, *n.* (ทาบู) ห้ามเกี่ยวข้องด้วย

tabulate, *v.* (แท็บ บิวเลท) ทำเป็นตาราง

tacit, *a.* (แทสซิท) เงียบกริบ

taciturn, *a.* (แทส ซิเทอน) หงิม

tackle, *v.* (แทค เคิล) ต่อสู้; ลองขบปัญหาดู

tact *n.* (แทคทฺ) ไหวพริบ

tactful, *a.* (แทคทฺ ฟูล) มีไหวพริบ

tactic, *n.* (แทค ทิค) ไหวพริบ

tactician, *n.* (แทคทิเชี่ยน) ผู้ชำนาญยุทธวิธี

tactics, *n.* (แทค ทิคซฺ) ยุทธวิธี

tactless, *a.* (แทคทฺ เล็ส) ขาดไหวพริบ

tadpole, *n.* (แทค โพล) ลูกกบ

tag, *n.* (แทก) ป้ายผูกกับหีบห่อ
tail, *n.* (เทล) หาง
  head or tail, หัวหรือก้อย
tailless, *a.* (เทลเล็ส) ไม่มีหาง
tailor, *n.* (เทล เล่อ) ช่างตัดเสื้อ
tailoress, *n.* (เทล เลอเร็ส) ช่างตัดเสื้อ (ผู้หญิง)
tailoring, *n.* (เทล เลอริ่ง) การตัดเสื้อ
taint, *v.* (เทนทฺ) ทำให้ด่างพร้อย
take, *v.* (เทค) เอา; หยิบ
take after, เอาตามแบบอย่าง
  take away, เอาไป
  take medicine, กินยา
  take food, รับประทานอาหาร
  take in hand, เข้าจัดทำเสียเอง
  take for, สำคัญผิด
  take into account, ยกขึ้นพิจารณา
  to be taken ill, ล้มเจ็บลง
  take time, ใช้เวลานาน
  take a walk, ไปเดินเล่น
  take him to be, สำคัญผิด
taken, *p.p.* ของ 'take': เอาไปแล้ว; หยิบไปแล้ว
talc, *n.* (แทลคฺ) ดินสอพอง
talcum, *n.* (แทลฺ คัม) แป้งเด็ก
tale, *n.* (เทล) เรื่อง; นิทาน
  to tell tales, โกหก
tale-bearer, *n.* (เทล แบเร่อ) ผู้คอยใส่ความเขา
talent, *n.* (แทล เล็นทฺ) ปัญญา
talented, *a.* (แทล เล็นเท็ด) มีปัญญา
talisman, *n.* (แทล ลิซมั่น) ตะกรุด
talk, *v.* (ทอค) พูด; *n.* การพูด; การสนทนา
  to talk shop, พูดแต่งาน
talkative, *a.* (ทอค คาทิฟวฺ) ช่างพูด
talkativeness, *n.* (ทอค คาทิฟเน็ส) นิสัยช่างพูด
talker, *n.* (ทอคเค่อ) ผู้พูด
talkie, *n.* (ทอค คี่) หนังพูด
tall, *a.* (ทอล) สูง
tallness, *n.* (ทอลเน็ส) ความสูง
tallow, *n.* (แทลโล่) ไข (สำหรับทำเทียนไข)
talon, *n.* (แทลลัน) เท้าสัตว์หรือนก
tamarind, *n.* (แทม มารีนดฺ) ต้นมะขาม
tambourine, *n.* (แทมบูรีน) กลองเล็ก
tame, *v.* (เทม) ปราบพยศ; เลี้ยงไว้ให้เชื่อง; *a.* เชื่อง
tameness, *n.* (เทม เน็ส) ความเชื่อง
tamer, *n.* (เทม เม่อ) ผู้ฝึกหัดสัตว์; ผู้ปราบพยศ
Tamil, *n.* (แทม มิล) ชาวทมิฬ; ภาษาทมิฬ
tangerine, *n.* (แทน เจอรีน) ส้มจีน
tamper, *v.* (แทม เพอ) ยุ่งยิ่งด้วย
tan, *v.* (แทน) ฟอกหนัง; ตากแดดจนผิวจับดำ
tangent, *n.* (แทน เจ็นทฺ) เส้นสัมผัสวง
tangible, *a.* (แทน จาเบิล) อันเป็นแก่นสาร
tangle, *v.* (แทงเกิล) ยุ่งด้วย
tango, *n.* (แทงโก) เต้นรำแทงโก

T

tank, *n.* (แท็งค) ถังเก็บน้ำ; ถังใหญ่
tankard, *n.* (แท็ง ขาด) ถ้วยมีฝาปิด
tanner, *n.* (แทนเน่อ) ช่างฟอก
tannery, *n.* (แทน เนอรี่) โรงฟอกหนัง
tanning, *n.* (แทน นิ่ง) การฟอกหนัง
tantamount, *a.* (แทน ทาเม้านทฺ) คิดราคาได้เทียบเท่ากับ
taoism, *n.* (เทา อิสซึ่ม) ลัทธิเต๋า
tap, *n. v.* (แทพ) เคาะ; ตีด
tape, *n.* (เทพ) สายแบนๆ; ริบบิ้น; แถบ
taper, *n.* (เทพ เพ่อ) เทียนไข
tape-recording, *n.* การอัดเสียงเทป
tapestry, *n.* (แทพ เพ็ส ทรี่) พรม; พรมห้อยฝา
tapeworm, *n.* (เทพ เวอม) ตัวตืด
tapioca, *n.* (แทพพีโยค่า) มันสำโรง
tapir, *n.* (เท เพอ) สมเสร็จ
tar, *n.* (ทารฺ) น้ำมันดิบ
tardiness, *n.* (ทา ดิเน็ส) ความชักช้า
tardy, *a.* (ทา ดี้) มัวชักช้า
target, *n.* (ทาเก็ท) เป้าหมาย
tariff, *n.* (แทริฟ) พิกัดอัตรา; อัตราภาษี; ภาษี
tarnish, *v.* (ทานิช) ทำให้มัวหมองเปื้อนสกปรก
taro, *n.* (ทาโร; แท โร) เผือก
tarpaulin, *n.* (ทาพอลิน) ผ้าน้ำมัน
tarry, *v.* (แท รี่) ชักช้าอยู่
tart, *n.* (ทาท) ขนมชนิดหนึ่ง
Tartar, *n.* (ทาท่า) พวกตาต้า หรือตราด
task, *n.* (ทาสคฺ) ภาระ; งาน
taskmaster, *n.* (ทาสคฺ มาสเท่อ) ผู้เขี้ยวเข็ญลูกน้อง เร่งรัดการงาน
tassle, *n.* (แทส เซิล) พู่ห้อย
taste, *v.* (เทสทฺ) ชิม; *n.* รส
tasteful, *a.* (เทสทฺ ฟูล) มีรสอร่อย
tasteless, *a.* (เทสทฺ เล็ส) ไม่มีรสชาด
tasty, *a.* (เทส ตี้) มีรสดี
tatter, *v.* (แทท เท่อ) ขาดกะรุ่งกะริ่ง
tattle, *v.* (แทท เทิล) พูดมาก
tattoo, *n.* (แทททู) งานสวนสนาม
taught, (ทอท) อดีตและ *p.p.* ของ **'teach'**: สอน
taunt, *v.* (ทอนทฺ) เยาะเย้ย
taunter, *n.* (ทอน เท่อ) ผู้เยาะเย้ย
taurus, *n.* (ทอรัส) ราศีฉลู
taurine, *a.* (ทอรีน) แห่งวัว
taut, *a.* (ทอท) ตึง
tauten, *v.* (ทอท เทิน) ขึงให้ตึง
tavern, *n.* (แทฟ เวอน) ร้านขายเหล้า
tawdry, *a.* สะดุดนัยน์ตาด้วยลักษณะสีสันอันสด
tawny, *a. n.* (ทอน นี่) สีน้ำตาลอ่อน
tax, *v.* (แทคซฺ) เก็บภาษี; *n.* ภาษี
taxable, *a.* (แทค ซาเบิล) ต้องเสียภาษี
taxation, *n.* (แทคเซชั่น) การเก็บภาษี; ภาษีอากร
tax-collector, *n.* (แท็กซฺคอลเล็คเท่อ) คนเก็บภาษี
taxer, *n.* (แท็ก เซ่อ) ผู้เรียกเก็บภาษี
tax-free, *n.* (แทคซฺ ฟรี) ไม่เสียภาษี
taxi, *n.* (แทค ซี่) รถแท็กซี่
taxi-driver, *n.* (แท็ค ซี่ ไดรเว่อ) คน

ขับรถแท็กซี่
taxi-meter, *n.* (-มีเทอ) มีเตอร์วัดระยะทางของแท็กซี่
tea, *n.* (ที) ชา; น้ำชา
tea-caddy, *n.* (ที-แคด ดี้) ถ้ำขา
teach, *v.* (ทีช) สอน
teachable, *a.* (ทีช ชาเบิล) พอสอนได้; เวไนย
teacher, *n.* (ทีช เช่อ) ครู
teaching, *n.* (ทีช ชิ่ง) การสอน
tea-cloth, *n.* (ที คลอธ) ผ้าปูโต๊ะน้ำชา
tea-cup, *n.* (ที-คัพ) ถ้วยชา
teak, *n.* (ทีค) ไม้สัก
tea-kettle, *n.* (ที-เค็ท เทิล) กาน้ำชา
teal, *n.* (ทีล) นกเป็ดน้ำ
team, *n.* (ทีม) ทีม; ชุด
teamwork, *n.* (ทีม เวอค) การทำงาน, หรือเล่นเป็นคณะ
tea-party, *n.* (ที-พาที่) การเลี้ยงน้ำชา
tea-pot, *n.* (ที พ็อท) กาน้ำชา
tear, *v.* (แท) (อดีต **tore,** *p.p.* **torn**) ฉีก; ขาด; ดึงผม; *n.* รอยฉีก; รอยขาด **wear and tear,** เก่าไปโดยการใช้; ความสึกหรอ
tear, *n.* (เทีย) น้ำตา
tearer, *n.* (แท เรอ) ผู้ฉีก
tearful, *a.* (เทีย ฟูล) น้ำตานอง **tear-gas,** *n.* แก๊สน้ำตา
tearing, *n.* (แท ริ่ง) การฉีก
tearless, *a.* (เทีย เล็ส) ไม่มีน้ำตา
tea-room, *n.* (ที รูม) ห้องน้ำชา
tease, *v. n.* (ทีส) ยั่วเล่น; สัพยอก
teaser, *n.* (ทีส เซ่อ) ผู้ยั่ว
tea-service, *n.* (ทีเซอ วิซ) ชุดน้ำชา (ถ้วย, ชาม, ช้อน, ซ่อม, ผ้าปู)
tea-spoon, *n.* (ที สปูน) ช้อนชา
teat, *n.* (ทีท) หัวนม
tea-time, *n.* (ทีไทมฺ) เวลาน้ำชา
tea-tray, *n.* (ที เทร) ถาดน้ำชา
technic, technical, *a.* (เท็ค นิค; คัล) แห่งวิชาเท็คนิค; ทางหลักวิชา **technical education,** การศึกษาเฉพาะวิชา; การศึกษาวิชาเท็คนิค **technical expression,** คำเฉพาะ **technical school,** โรงเรียนเท็คนิค **technical term,** ศัพท์เฉพาะ
technician, *n.* (เท็คนิเชี่ยน) ผู้ชำนาญในวิชาช่าง
technicolour, *n.* (เท็ค นิคัลเล่อ) สีเทคนิค
technique, *n.* (เท็ค นีค) กลวิธี
teddy-bear, *n.* (เท็ด ดี้แบ) ตุ๊กตาหมีสำหรับเด็กเล่น
tedious, *a.* (ที เดียส) แสนเบื่อ
tedium, *n.* (ทีเดี้ยม) ความน่าเบื่อ
teeming, *a.* (ทีมมิ่ง) เต็มเปี่ยม
tean-ager, *n.* (ทีน-เอจเจ้อ) เด็กวัยรุ่น
teeny, *a.* (ทีน นี่) เล็กมาก
teeth, (ทีธ) พหูพจน์ของ **'tooth'**: ฟัน
teetotaller, *n.* (ที โท แทลเล่อ) ผู้ดื่มแต่น้ำชา (กินเหล้าไม่เป็น)
telecast, *v.* (เทเลคาสทฺ) ส่งภาพ

T

โทรทัศน์

telecommunication, *n.* (เทเลคอม-มิวนิเคชั่น) โทรคมนาคม

telecontrol, *n. v.* (เทเลค็อนโทรล) การบังคับทางวิทยุ

telegram, *n.* (เทเลแกรม) โทรเลข

telegraph, *n.* (เทเลกร๊าฟ) เครื่องส่งโทรเลข; *v.* ส่งโทรเลข

telegraph-cable, *n.* (-เค เบิล) สายโทรเลข

telegrapher, *n.* (เทเลกร๊าฟเฟอ) พนักงานโทรเลข

telegraphic, *a.* (เทเลแกรฟ ฟิค) แห่งโทรเลข

telegraphy, *n.* (เทเลกราฟี่) โทรเลข

telepathy, *n.* (เท็ลเล็พพะธิ) การส่งกระแสจิต

telephone, *n.* (เทเลโฟน) โทรศัพท์; *v.* พูดโทรศัพท์

telephonist, *n.* (เทเล โฟนิสทฺ) พนักงานโทรศัพท์

telephony, *n.* (เทเล็ฟ โฟนี่) การโทรศัพท์

teleprinter, *n.* (เทเล พรินเทอ) โทรพิมพ์

telescope, *n.* (เทเล สโคพ) กล้องโทรทรรศน์

telescopic, *a.* (เทเลค็อพ พิค) แห่งกล้องโทรทรรศน์; ซึ่งเล็กจนต้องใช้กล้องโทรทรรศน์

teletypewriter, *n.* (เทเลไทพฺ ไรเท่อ) เครื่องส่งสาส์นทางโทรพิมพ์

televiewer, *n.* (เทเลวิวเว่อ) ผู้ดูโทรทัศน์

televise, *v.* (เทเลไวซฺ) ส่งโทรทัศน์

television, *n.* (เทเลวิชชั่น) โทรภาพ

tell, *v.* (แท็ล) บอก; บอกเล่า

teller, *n.* (แท็ล เล่อ) ผู้เล่า

telling, *n.* (แท็ลลิ่ง) การบอกเล่า

tell-tale, *n.* (แท็ล เทล) คนชอบพูดส่อเสียดยุยง

temerity, *n.* (ทีเมริที่) ความกล้าอย่างไม่ตรึกตรอง; ความมุทะลุ

temper, *n.* (เท็ม เพ่อ) นิสัย; อารมณ์; *v.* ทำให้อ่อนลง

temperament, *n.* (เท็ม เพอราเม็นทฺ) อารมณ์; ใจคอ

temperamental, *a.* (เท็มเพอราเม็น-ทัล) แห่งอารมณ์; ซึ่งมีอารมณ์ไม่แน่นอน

temperance, *n.* (เท็ม เพอรันซฺ) ความพอควร

temperate, *a.* (เท็ม เพอเรท) ปานกลาง

temperate zone, *n.* เขตอบอุ่นของโลก

temperature, *n.* (เท็ม เพอเรเช่อ) อุณหภูมิ

tempest, *n.* (เท็ม เพ็สทฺ) พายุ

tempestuous, *a.* (เท็มเพ็ส ชิวอัส) ซึ่งรุนแรง; มีพายุกล้า

Templar, *n.* (เท็ม พล่า) ขุนนางคณะหนึ่งในสมัยกลาง ผู้คุ้มครองศาสนา

temple, *n.* (เท็ม เพิล) โบสถ์; วัด; ขมับ

tempo, *n.* (เท็ม โพ่) จังหวะเวลาของดนตรี

temporal, *a.* (เท็ม พอรัล) แห่งเวลา;

ชั่วเวลา; แห่งทางโลก; แห่งขมับ
temporal power, อำนาจในทางคดีโลกของโป๊ป

temporanious, *a.* (เท็มพอเร เนียซ) มีอยู่ชั่วขณะหนึ่ง

temporary, *a.* (เท็ม พอรารี่) ชั่วคราว

temporise, *v.* (เท็ม พอไรซ) ทำเพื่อรอเวลา

tempt, *v.* (เท็มพฺทฺ) ยั่วยวนให้นึกอยาก; ล่อ; ยั่วใจ

temptation, *n.* (เท็มเทชั่น) เครื่องยั่วยวน

tempter, *n.* (เท็มเทอ) ผู้ยั่วยวน (ชาย); ผู้มาเร้าให้เกิดความสนุก

tempting, *a.* (เท็มทิ่ง) ซึ่งเร้าให้เกิดอยาก

temptress, *n.* (เท็ม เทร็ส) ผู้ยั่วยวน (หญิง)

ten, *a. n.* (เท็น) สิบ

tenable, *a.* (เท็น นาเบิล) เอาไว้อยู่

tenacious, *a.* (ทีเน เชียซ) ยึดแน่น; เกาะแน่น; เหนียว; มั่น

tenant, *n.* (เท็น นันทฺ) ผู้เช่า

tend, *v.* (เท็นดฺ) ชักจะ; รับใช้

tendencious, *a.* (เท็นเด็น เชียซ) มีความเห็นลำเอียง

tendency, *n.* (เท็น เด็นซี่) ความเอนเอียง; ความมีแนวชักจะ

tender, *a.* (เท็น เด้อ) อ่อนนุ่ม; นุ่มเนื้อ; อ่อนโยน; *v.* ใช้หนี้; ขนส่งไป; ขอปฏิบัติการ; ขอให้รับ; กำหนดจะให้; *n.* เครื่องใช้หนี้ได้ตามกฎหมาย เช่น ธนบัตร; ผู้คอยเฝ้ารักษา; รถขนถ่าน; เรือรับคนโดยสาร; การประมูล
legal tender, (ลี เกิล เท็น เด้อ) สิ่งใช้หนี้ได้ตามกฎหมาย

tenderly, *adv.* (เท็น เดอลี่) อย่างน่ารักใคร่; ด้วยความอ่อนโยน

tenderness, *n.* (เท็น เดอเน็ส) ความอ่อนโยน

tendon, *n.* (เท็น เด้น) เอ็น

tendril, *n.* (เท็น ดริล) มือตำลึง

tenebrous, *a.* (เท็นเน บรัซ) มืดครึ้ม

tenement, *n.* (เท็น เนเม็นทฺ) อาคาร; การครอบครอง

tenet, *n.* (เท็นเน็ท) หัวข้อศีล

tenfold, *a.* (เท็น โฟลดฺ) สิบเท่า

tennis, *n.* (เท็น นิส) เท็นนิส

tennis-court, *n.* (เท็น นิส-คอท) สนามเล่นเท็นนิส

tennis-racket, *n.* (เท็นนิส-แรคเค็ท) ไม้ตีลูกเท็นนิส

tenor, *n.* (เท็น นอ) เสียงสูงของผู้ชาย

tense, *n.* (เท็นซฺ) กาล; *a.* ตึงเครียด

tenseness, *n.* (เท็นซฺเน็ส) ความตึงเครียด

tension, *n.* (เท็นชั่น) ความตึง; ความดึง; ความดึงเหนี่ยว

tent, *n.* (เท็นทฺ) เต็นท์; กระโจม

tentacle, *n.* (เท็น ทาเคิล) หนวดปลา

tentative, *a. n.* (เท็น ทาทิฟวฺ) การทดลองดู

tentatively, *adv.* (เท็น ทาทิฟวลี่) เป็นแต่เพียงลองๆ ดูก่อน

T

tenth, *a.* (เท็นธ) ที่สิบ

tenthly, *adv.* (เท็นธ ลี่) ประการที่สิบ

tenure, *n.* (เท็นเนียวรฺ) การครองตำแหน่ง อยู่

tepefaction, *n.* (เท็พพีแฟ็ค ชั่น) การทำให้อุ่น

tepefy, *v.* (เท็พพีฟาย) ทำให้อุ่น ๆ

tapid, *a.* (เท็พ พิด) อุ่น ๆ

tepidity, *n.* (เท็พพิด ดิที่) ความร้อนอุ่น ๆ

tercentenary, *a. n.* (เทอเซ็นทีนแนรี่) ระยะสามร้อยปี

teredo, *n.* (เทรีโด้) เพรียง

tergiversate, *v.* (เทอจิเวอเซท) เลี้ยงวุ้น

term, *n.* (เทอม) ภาคเรียน; เขตจำกัด; จำกัดเวลา; ข้อตกลง; ข้อกำหนด

technical term, คำเฉพาะ คำบัญญัติ

on reasonable terms, คิดราคาพอสมควร

to come to terms, ยอมตกลงกัน

on friendly terms, อย่างฐานเพื่อน

terminal, *a.* (เทอ มินัล) แห่งสุดทาง; *n.* สถานีในเมือง (ของบริษัทการบิน)

terminology, *n.* (เทอมี นอล ลอดจี้) คำศัพท์ทางเทคนิค

termination, *n.* (เทอมิเนชั่น) การจบลง

terminus, *n.* (เทอ มีนัซ) สถานีปลายทาง

terminus, *n.* (เทอ มินัส) ตอนปลายทาง

termite, *n.* (เทอ ไมทฺ) ปลวก

tern, *n.* (เทอน) นกนางนวล

ternal, ternary, *a.* (เทอ นัล-แนรี่) จำนวนสาม

ternate, *a.* (เทอ เนท) มีสามข้อ; สามแฉก

terrace, *n.* (เทอเร็ส) ชั้น; ลาน; *v.* ตั้งเป็นชั้น

terra-cotta, *n.* ดินเผา

terrain, *n.* (เทอ เรน) ที่ดิน

terrapin, *n.* (เท ราพิน) เต่านา

terrestrial, *a.* (แทเร็ส เทรียล) แห่งพื้นดิน

terrible, *a.* (แทราเบิล) น่ากลัว

terribly, *adv.* (แทรีบลี่) อย่างน่ากลัว

terrier, *n.* (แทรีเย่อ) สุนัขล่าเนื้อชนิดหนึ่ง

terrific, *a.* (แทริฟ ฟิค) น่าหวาดกล้า

terrify, *v.* (แทรีฟาย) ทำให้ตกใจกลัว

territorial, *a.* (แทริ ทอเรียล) แห่งดินแดน

territorial army, กองอาสารักษาดินแดน

territory, *n.* (แทริ ทอรี่) ดินแดน; อาณาเขต

terror, *n.* (แทเร่อ) ความหวาดกลัว

terrorist, *n.* (แท รอริสทฺ) ผู้ก่อความหวาดกลัว

terrorize, *v.* (แท รอไรซฺ) ทำให้หวาดกลัว

terror-stricken, *a.* (-ส ทริคเคิน) ตกใจด้วยความกลัว

terse, *a.* (เทอซ) ห้วนๆ
terseness, *n.* (เทอซ เน็ส) การพูดอย่างห้วนๆ
tertiary, *a.* (เทอ เชียรี่) ขั้นที่สาม
test, *n.* (เท็สทฺ) การทดสอบ; การสอบซ้อม; *v.* ทดลองดู
testament, *n.* (เท็ส ทาเม็นทฺ) พินัยกรรม
Testament, *n.* (เท็ส ทาเม็นทฺ) พระคัมภีร์
testate, *a.* (เท็ส เทท) ซึ่งทิ้งพินัยกรรมไว้ให้
testator, *n.* (เท็สเทเท่อ) ผู้ทำพินัยกรรมไว้ให้
test-case, *n.* (เท็สทฺ เคซ) คดีตัวอย่าง
tester, *n.* (เท็ส เต้อ) ผู้ทดลอง; ผู้สอบดู
testicle, *n.* (เท็ส ทิเคิล) ลูกอัณฑะ
testify, *v.* (เท็ส ติฟาย) แสดงให้เห็นว่า
testimonial, *a.* (เท็สติโมเนียล) แห่งใบสุทธิ; *n.* ใบสุทธิ
testimony, *n.* (เท็ส ตีโมนี่) การรับรองยืนยัน
testing, *n.* (เท็ส ติ้ง) การทดลองดู
testis, *n.* (เท็ส ติซ) ลูกอัณฑะ
test-match, *n.* (เท็สทฺ แม็ช) การแข่งขันระหว่างทีมคริกเก็ท
test-paper, *n.* (เท็สทฺ เพเพ่อ) กระดาษสอบซ้อม
test-tube, *n.* (เท็สทฺ ทิวบฺ) หลอดทดลอง
testy, *a.* (เท็ส ที่) อารมณ์ฉุนเฉียว
tetanus, *n.* (เท็ท ทานัส) บาดทะยัก
tether, *n.* (เท็ธ เธ่อ) เชือกผูกกับหลัก
text, *n.* (เท็กซฺทฺ) ตัวหนังสือ; ตำรา; ตัวบท
text-book, *n.* (เท็คซฺทฺ บุค) แบบเรียน; ตำรา
textile, *a.* (เท็คซฺ ไทลฺ;-ทิล) ซึ่งทอ; *n.* สิ่งทอ
texture, *n.* (เท็คซฺ เจ้อ; -เชอ) ผ้าทอ
Thailand, *n.* (ไท แลนดฺ) ประเทศไทย
than, *c.* (แธน) กว่า
than ever before, อย่างไม่เคยเป็นมาก่อน
thank, *n. v.* (แธงคฺ) ขอบใจ
thankful, *a.* (แธงคฺ ฟูล) รู้สึกขอบใจ; กตัญญู
thankfully, *adv.* (แธงคฺ ฟูลลี่) ด้วยความขอบใจ
thankfulness, *n.* (แธงคฺ ฟูลเน็ส) ความกตัญญู
thanklessness, *n.* (แธงคฺ เล็สเน็ส) อกตัญญู; ความไม่รู้จักคุณ
thank-offering, *n.* (แธงคฺ-ออฟเฟอริง) การแก้บล
Thanksgiving, Day, วันขอบคุณพระเจ้า
that, *prn.* (แธท) อันนั้น; ที่; ซึ่ง; *c.* ว่า; เพื่อว่า *a.* นั้น
only that, ถ้าหากว่า
in order that เพื่อว่า
thatch, *n.* (แธช) จากมุงหลังคา; *v.* มุงจาก

T

thatch roof, หลังคามุงจาก
thaw, *v.* (ธอ) หิมะละลาย
the, *article,* (เธอะ; ธิ) (ใช้สำหรับนำหน้านาม)
the ...the.... ยิ่ง... ยิ่ง....
so much the better, ยิ่งดีใหญ่
the sooner the better, ยิ่งเร็วยิ่งดี
thearchy, *n.* (ธี อาคี่) การปกครองโดยเทพ
theatre, *n.* (เธีย เท่อ) ละคร; โรงมหรสพ; ที่เกิด
theatre of war, สถานสงคราม
theatrical, *a.* (ธีแอท ทริคัล) แห่งการแสดงละคร
thé dansant, *n.* (เตด้องซอง) ที่กินน้ำชาและมีเต้นรำ
thee, *prn.* (ธี) กรรมการกของ 'thou': เจ้า; เธอ; ท่าน
theft, *n.* (เธ็ฟทฺ) การขโมย; โจรกรรม
their, *prn.* (แธ) ของเขาทั้งหลาย
theism, *n.* (ธี อิสซึ่ม) นับถือเทวดา
theist, *n.* (ธี อิสทฺ) ผู้นับถือพระเจ้า
theistic, theistical, *a.* (ธีอีส ติค; -คัล) ซึ่งนับถือพระเจ้า
them, *n.* (เธ็ม) *prn.* กรรมการกของ 'they': เขาทั้งหลาย
theme, *n.* (ธีม) เรื่อง
themselves, *prn.* (เธ็มเซ็ลวฺซฺ) ตัวของเขาทั้งหลายเอง
then, *adv.* (เธ็น) แล้วก็; *v.* เพราะว่า; ดังนั้น; *a.* ในกาลนั้น
now and then, ชั่วครั้งชั่วคราว
thence, *adv.* (เธ็นซฺ) จากที่นั้น; ตั้งแต่นั้นมา
thenceforth, *adv.* (เธ็นซฺฟอธ) ตั้งแต่นั้นมา
thenceforward, *adv.* (เธ็นซฺฟอเวิด) นับแต่บัดนั้นมา
theodolite, *n.* (ธีโอโดไลทฺ) กล้องส่องระยะทางทำแผนที่
theologian, *n.* (ธีโอโลเจี้ยน) หมอศาสนา
theology, *n.* (ธีอ๊อล ลอดจี้) ศาสนาศาสตร์; ปรมรรถวิทยา
theorem, *n.* (ธี ออเร็ม) ทฤษฎีบท
theoretic, theoretical, *a.* (ธีออเร็ททิค;-คัล) แห่งทฤษฎี
theoretically, *adv.* (ธี ออเร็ททิคัลลี่) ตามทางทฤษฎี
theorist, *n.* (ธี ออริสทฺ) นักทฤษฎี
theorize, *v.* (ธี ออไรซฺ) คิดหาแนวทฤษฎี
theory, *n.* (ธี ออรี่) ทฤษฎี
therapeutic, *a.* (เธ ราพิวทิค) แห่งการบำบัดรักษา
therapy, *n.* (เธ ราพี่) การบำบัดรักษา
there, *adv.* (แธ) ที่นั่น
here and there, ที่นี่บ้างที่นั่นบ้าง
down there, ข้างล่างนั่น
out there, ข้างนอกนั่น
there it is, นั่นยังไงล่ะ
there is; there are, มี
thereabout, *adv.* (แธอาบ้าวทฺ) แถว ๆ นั้นแหล่ะ

thereafter, *adv.* (แธอ๊าฟเต้อ) ภายหลังต่อมา

thereby, *adv.* (แธบาย) โดยทางนั้น

therefore, *adv.* (แธฟอ) เพราะฉะนั้น

therefrom, *adv.* (แธ ฟรอม) เนื่องจากนั้น

therein, *adv.* (แธ อิน) ในเรื่องนี้

thereupon, *adv.* (แธ อัพพ็อน) แล้วก็; จึง

therm, *n.* (เธอม) หน่วยความร้อน

thermal, *a.* (เธอ มัล) อุ่น; แห่งความร้อน

thermometer, *n.* (เธอ มอมีเท่อ) (วัดความร้อน)

thermos, *n.* (เธอ ม็อส) หม้อเก็บความร้อน; กระติกน้ำแข็ง

thesaurus, *n.* (ธี ซอรัส) คลังวิทยา

these, *prn.* (ธีซ) พหูพจน์ของ **'this'**: สิ่งเหล่านี้; *a.* เหล่านี้

theses, (ธี ซีซ) พหูพจน์ของ **'thesis'**: เรื่องที่แต่ง

thesis, *n.* (ธี ซิส) เรื่องที่แต่ง; วิทยานิพนธ์

they, *prn.* (เธ) เขาทั้งหลาย

tick, *a.* (ธิค) หนา; หนาแน่น; ข้น

through thick and thin, ฝ่าอุปสรรคมาจนตลอด; บุกบั่นมา

in the thick of the fight, ในท่ามกลางแห่งการต่อสู้

thicken, *v.* (ธิคเคิน) หนาขึ้น; ข้นขึ้น; หนาแน่นขึ้น

thicket, *n.* (ธิค เค็ท) กอไม้

thick-headed, *a.* (ธิคเฮด เด็ด) หัวทึบ

thickish, *a.* (ธิค คิช) ค่อนข้างจะหนา

thickly, *adv.* (ธิคลี่) อย่างหนาแน่น

thickness, *n.* (ธิค เน็ส) ความหนา, ข้น, หนาแน่น

thick-set, *a.* (ธิค เซ็ท) หนาทึบ; อ้วนม่อต้อ

thief, *n.* (ธีฟ) ขโมย

thieve, *v.* (ธีฟวฺ) ขโมย

thieves, พหูพจน์ของ **'thief'**: ขโมย

thigh, *n.* (ธาย) ขาอ่อน

thimble, *n.* (ธิมเบิล) ปลอกนิ้ว

thin, *a.* (ธิน) บาง; เบาบาง; ผอม

thine, *prn.* (ธายนฺ) อันของเจ้า

thing, *n.* (ธิง) สิ่งของ; สิ่ง; ทรัพย์

think, *v.* (ธิงคฺ) คิด; นึก

thinkable, *a.* (ธิง คาเบิล) พอจะนึกได้

thinker, *n.* (ธิงเค่อ) ผู้ใช้ความคิด; ผู้คิด

thinking, *n.* (ธิง คิ่ง) การคิด

thinkly, *adv.* (ธินลี่) อย่างเบาบาง

thinner, *a.* (ธิน เน่อ) ผอมลง; ผอมหรือบางกว่า

thinness, *n.* (ธิน เน็ส) ความบาง; ผอม

third, *a.* (เธอด) ที่สาม

third-rate, ชั้นเลว

thirdly, *adv.* (เธอดลี่) ประการที่สาม

thirst, *n.* (เธอสทฺ) ความกระหาย; *v.* กระหาย

thirsty, *a.* (เธอสตี้) กระหายน้ำ

thirteen, *a. n.* (เธอทีน) สิบสาม

thirteenth, *a.* (เธอทีนธ) ที่สิบสาม
thirtieth, *a.* (เธอ ทิเอ็ธ) ที่สามสิบ
thirty, *a.* (เธอ ที่) สามสิบ
this, *a. prn.* (ธิส) นี้; อันนี้
thither, *adv.* (ธิ เธ่อ) ตรงไป ณ ที่นั้น
thong, *n.* (ธอง) สายหนัง
thorn, *n.* (ธอน) หนาม
thornless, *a.* (ธอน เล็ส) ไม่มีหนาม
thorny, *a.* (ธอน นี่) มีหนามเต็มไปหมด
thorough, *a.* (ธอโร่) โดยตลอด; อย่างเต็มที่
thoroughbred, *a.* (ธา โรเบร็ด) ตระกูลดี
thoroughfare, *n.* (ธา โรแฟ) ทางเดินได้ตลอด
thoroughly, *adv.* (ธาราลี่) โดยตลอด
thoroughness, *n.* (ธอ โรเน็ส) ความช่ำชองจนตลอด; ความละเอียดละออ
those, *prn. a.* (โธซ) พหูพจน์ของ **'that'**: เหล่านั้น
thou, *prn.* (ธาว) เจ้า; ท่าน
though, *c.* (โธ) ถึงแม้ว่า
as though, คล้ายๆ กับว่า
thought, *n.* (ธอท) ความคิด; อดีต และ *p.p.* ของ **'think'**: คิด
on second throughts, นึกดูอีกทีหนึ่ง
thoughtful, *a.* (ธอทฟูล) ชอบคิด; รอบคอบ
thoughtfully, *adv.* (ธอท ฟูลลี่) อย่างรอบคอบ; อย่างคิดมาก
thoughtfulness, *n.* (ธอท ฟูลเน็ส) ความรอบคอบ; ความช่างคิด
thoughtless, *a.* (ธอท เล็ส) ไม่ทันคิด; ปราศจากความยั้งคิด
thoughtlessly, *adv.* (ธอท เล็สลี่) อย่างไม่ใช้ความคิด
thoughtlessness, *n.* (ธอท เล็สเน็ส) ความไร้ความคิด
thousand, *a. n.* (ธาว ซันดฺ) พัน (๑๐๐๐)
thousandfold, *a.* (ธาว ซันดฺ โฟลดฺ) พันเท่า
thousandth, *a.* (ธาว ซันดฺธ) ที่พันหนึ่ง; *n.* หนึ่งในพัน
thrash, *v.* (แธรช) สี (ข้าว); เฆี่ยนตี
thrash out, โต้เถียงเอาเรื่องราวกัน
thrasher, *n.* (แธรชเช่อ) เครื่องสีข้าว
thread, *n.* (เธร็ด) ด้าย; เส้นด้าย
threadbare, *a.* (เธร็ดแบ) เป็นขุยๆ (ผ้า)
threadworm, *n.* (เธร็ด เวิ่ม) พยาธิเส้นด้าย
threat, *n.* (เธร็ท) การขู่; ขู่เข็ญ
threaten, *v.* (เธร็ท เทิน) ขู่; คุกคาม
threatener, *n.* (เธร็ท เทินเน่อ) ผู้ขู่
three, *a. n.* (ธรี) สาม
threefold, *a.* (ธรี โฟลดฺ) สามเท่า
thresh, *v.* (เธร็ช) สีข้าว
threshold, *n.* (เธร็ช โฮลดฺ) ธรณีประตู
threw, (ธรู) อดีตของ **'throw'**: ขว้าง
thrice, *adv.* (ไธรซฺ) สามครั้ง
thrift, *n.* (ธริฟทฺ) ความตระหนี่

thriftiness, *n.* (ธริฟ ตีเน็ส) ความตระหนี่
thrifty, *a.* (ธริฟ ตี้) ตระหนี่
thrill, *v. n.* (ธริล) เสียวซ่าน; สนุกถึงใจ
thrilling, *a.* (ธริล ลิ่ง) สนุกโลดโผน
thrive, *v.* (ไธรวฺ) เจริญ
thriving, *a.* (ไธร วิ่ง) มั่งคั่งสมบูรณ์
throat, *n.* (โธรท) คอหอย
throb, *v.* (ธร็อบ) เต้นตุ้บ ๆ
throe, *n.* (โธร) ความเจ็บปวด
throne, *n.* (โธรน) บัลลังก์
Throne Hall, พระที่นั่งอนันตสมาคม
throne-room, *n.* (โธรน รูม) ท้องพระโรง
throng, *n.* (ธร็อง) ฝูงชน; *v.* จับกลุ่มกันแน่น
through, *pr.* (ธรู) ตลอด; โดย; ทาง
to be wet through, เปียกโชก
throughout, *pr. adv.* (ธรูอ้าวทฺ) โดยตลอด
throw, *v. n.* (โธร) ขว้าง; โยน; สบัด; ทิ้ง
thrower, *n.* (โธร เอ้อ) ผู้ทิ้ง; ผู้โยน
thrown, (โธรน) *p.p.* ของ 'throw': ขว้าง; โยน
thrush, *n.* (ธรัช) นกพวกกะเต็นเขา
thrust, *v. n.* (ธรัสทฺ) โจมแทง
thud, *n.* (ธัด) เสียงดังตุ้บ
thug, *n.* (ธัก) พวกอันธพาล
thumb, *n.* (ธัม) หัวแม่มือ
thump, *n.* (ธัมพฺ) เสียงตุ้บตั้บ
thunder, *n.* (ธัน เด้อ) ฟ้าผ่า; *v.* แผดเสียงดังลั่น; ฟ้าผ่า
by thunder ! พับผ่าซิ
thunderbolt, *n.* (ธัน เดอโบลทฺ) อสนีบาต
thunderer, *n.* (ธัน เดอเร่อ) ยักษ์รามสูร ผู้ทำให้เกิดฟ้าผ่า
thunderous, *a.* (ธัน เดอรัซ) เสียงดังฟ้าผ่า
thunder-storm, *n.* (-สตอม) พายุมีฟ้าร้อง
thunderstruck, *a.* (ธัน เดอ สตรัค) งงจังงัง
thundery, *a.* (ธัน เดอรี่) อันมีฟ้าร้อง
Thursday, *n.* (เธอซเด) วันพฤหัสบดี
thus, *adv.* (ธัส) ดังนั้น; เช่นนั้น
thus far, มากันได้ถึงแค่นี้แล้ว
thwack, *v.* (ธแว็ค) เฆี่ยนตี
thwart, *v.* (ธ วอท) กีดกั้นไว้
thy, *prn.* (ธาย) ของเจ้า; ของท่าน
thyme, *n.* (ไธมฺ) ต้นหญ้าชนิดหนึ่ง
thyself, *prn.* ตัวของเจ้าเอง
tiara, *n.* (ไท ออร่า) มงกุฎเพชร
tibia, *n.* (ที เบีย) หน้าแข้ง
tick, *n.* (ทิค) ปลอกหมอน; ปลอกที่นอน; การขอยืม; เสียงดังต๊อก ๆ (นาฬิกา); *v.* เดินดังต๊อก ๆ (นาฬิกา); ขอยืม; ขีดชื่อออก; กาไว้
ticket, *n.* (ทิค เก็ท) ตั๋ว; บัตร
return ticket, ตั๋วไปกลับ
season ticket, ตั๋วผูกทั้งฤดู
single ticket, ตั๋วไปเที่ยวเดียว
ticket-office, *n.* (-ออฟฟิซ) ที่ขายตั๋ว

tickle, *v.* (ทิค เคิล) จี้
tickler, *n.* (ทิค เคล่อ) ผู้จี้
ticklish, *a.* (ทิค คลิช) จักจี้
tidal, *a.* (ไท ดัล) แห่งน้ำขึ้นน้ำลง
tide, *n.* (ไทดฺ) กระแสน้ำ; น้ำขึ้นน้ำลง
high tide, น้ำขึ้น
low tide, น้ำลง
neap tide, น้ำลดต่ำสุด
spring tide, น้ำขึ้นสูงสุด
tidily, *adv.* (ไท ดิลี่) อย่างประณีต, เรียบร้อย
tidiness, *n.* (ไท ดิเน็ส) ความประณีต, เรียบร้อย
tidings, *n. pl.* (ไทดิ้งสฺ) ข่าวคราว
tidy, *a.* (ไท ดี้) เรียบร้อย; ประณีต; หมดจดเรียบร้อย; *v.* จัดให้เรียบร้อย
tie, *v.* (ทาย) ผูก; มัด; ผูกมัด; *n.* เงื่อนปม; การเกี่ยวดอง
bow tie, ผ้าผูกคอหูกระต่าย
neck tie, เน็คไท
tier, *n.* (เทีย) ชั้น
tiffin, *n.* (ทิฟ ฟิน) อาหารกลางวัน
tiger, *n.* (ไท เก้อ) เสือ
tiger-cat, *n.* เสือปลา
tigerish, *a.* (ไท เกอริช) เยี่ยงเสือ
tiger-shark, *n.* (-ชาค) ฉลามเสือ
tight, *a.* (ไททฺ) แน่น; รัดแน่น; คับ; เมาเหล้า (สะแลง)
tighten, *v.* (ไท เทิน) รัด; รัดเข้าให้แน่น; ผูกแน่น
tightly, *adv.* (ไททฺ ลี่) อย่างแน่น
tightness, *n.* (ไททฺ เน็ส) ความแน่น; ตึง; คับ
tigress, *n.* (ไท เกร็ส) เสือตัวเมีย
tile, *n.* (ไทลฺ) กระเบื้อง; *v.* มุงกระเบื้อง
tiler, *n.* (ไท เล่อ) ช่างเผากระเบื้อง; ช่างมุงหลังคากระเบื้อง
tile-roof, *n.* (ไทลฺ รูฟ) หลังคากระเบื้อง
till, *v.* (ทิล) ไถดิน; *pl.* จนกระทั่ง; *n.* ลิ้นชัก
tillable, *a.* (ทิล ลาเบิล) ซึ่งกระทำการเขตกรรมได้
tillage, *n.* (ทิล เล็ดจ) การเขตกรรม
tiller, *n.* (ทิลเล่อ) ผู้ทำไร่พรวนดิน
tilt, *v.* (ทิลทฺ) เอียงข้าง; ตะแคง; เอาหอกแทง; *n.* ประทุนรถ
timber, *n.* (ทิม เบ้อ) ไม้ขอนสัก
time, *n.* (ไทมฺ) เวลา; กาล; จังหวะ; ครั้ง; *v.* กะเวลา; ให้จังหวะ
all the time, ตลอดเวลา
in good time, ถูกต้องตามเวลา
a long time ago, นานมาแล้ว
in the meantime, ในระหว่างนี้
at times, เป็นครั้งเป็นคราว
at sometime or other, เมื่อไรๆ ก็ได้
by that time, กว่าจะถึงเวลานั้นก็
for a time, ชั่วเวลาหนึ่ง
for the time being, สำหรับชั่วเวลานี้
from time to time, เป็นครั้งเป็นคราว; เสมอๆ
in time, ทันเวลา
in his time, ในสมัยเขา
in no time, เร็วทันใจ

the time is up, หมดเวลาแล้ว
to keep time, เดินเที่ยง (นาฬิกา)
to waste time, เสียเวลา
I have had a good time, สนุกจัง
to take time, กินเวลา
lost time is never found again, เวลาที่ล่วงไปแล้วย่อมไม่ได้กลับคืนมา
take time while time serves, เมื่อมีโอกาสก็ให้ฉวยๆ เอาเสีย
time and tide wait for no man, เวลาไม่รอใคร
time is money, เวลาเป็นเงินเป็นทอง
what is the time? how goes the time? เวลาเท่าไรแล้ว?
some other time, เอาไว้ครั้งอื่นเถอะ
every time, ทุกครั้ง
many a time, หลายครั้งหลายคราว
to beat time, เคาะจังหวะ

time-bomb, *n.* (ไทมฺ บ็อม) ระเบิดเวลา
time-honoured, *a.* เก่าแก่ (ชำนาญการ)
timekeeper, *n.* (ไทมฺ คีพเพ่อ) ผู้จับเวลา
time-lag, *n.* เวลาที่ผ่านไปในระหว่างนั้น
timeless, *a.* ไม่มีขอบเขตเรื่องเวลา
time-limit, *n.* เวลาที่กำหนดให้
timeliness, *n.* (ไทมฺ ลีเน็ส) ความควรแก่เวลา
timely, *a.* (ไทมฺ ลี่) ทันเวลา; ได้เวลาดี; ถึงเวลาอันสมควร
time-piece, *n.* (-พีซ) นาฬิกา
timer, *n.* (ไทเม่อ) ผู้จับเวลา; นาฬิกาจับเวลา
time-table, *n.* ตารางบอกเวลา
time-worn, *a.* (-วอน) เก่าเพราะนาน
timid, *a.* (ทิม มิด) ขี้ขลาด; ตาขาว
timidity, *n.* (ทิมมิดดีที่) ความขี้ขลาด
timidly, *adv.* (ทิม มิดลี่) อย่างขี้ขลาด
timidness, *n.* (ทิม มิดเน็ส) ความขี้ขลาด
timing, *n.* (ไทมฺ มิ่ง) กำหนดเวลา
timothy grass, *n.* หญ้าชนิดหนึ่ง
tin, *n. a.* (ทิน) ดีบุก; *n.* เครื่องสังกะสี; กระป๋อง
tincture, *n.* (ทิงคฺเช่อ) สี; ทิงเจอร์; *v.* ย้อมสี
tinder, *n.* (ทินเด้อ) ดินชนวน
tinfoil, *n.* (ทินฟอยลฺ) แผ่นตะกั่ว
tinge, *n.* (ทินจ) สี; *v.* ทาสี; ย้อมสี
tingle, *v.* (ทิงเกิ้ล) รู้สึกเสียวใจ
tinker, *n.* (ทิงเค่อ) ช่างบัดกรี
tinkle, *v.* (ทิงเคิ้ล) เสียงเหง่งหง่าง
tin-mine, *n.* (ทิน ไมนฺ) เหมืองแร่ดีบุก
tin-plate, *n.* (ทิน เพลท) แผ่นสังกะสี
tinsel, *n.* (ทิน เซ็ล) แผ่นกระดาษเป็นเงาแบบโลหะ
tinsmith, *n.* (ทิน สมิธ) ช่างสังกะสี; ช่างบัดกรี
tint, *n.* (ทินทฺ) สี; *v.* ย้อมสี
tintless, *a.* (ทินทฺ เล็ส) ไม่มีสี
tinware, *n.* (ทินแว) เครื่องสังกะสี
tiny, *a.* (ไทนี่) เล็กนิดเดียว
tip, *n.* (ทิพ) ปลาย; รางวัลบ๋อย; *v.* เคาะ; ดีด; ให้รางวัลบ๋อย

T

tipped, *a.* ปลายชุบหรือหุ้มกระดาษ (เช่นบุหรี่ที่มีปลอกตรงปากคาบ)
tipple, *v.* (ทิพ เพิล) พลาดหกล้ม
tipsy, *a.* (ทิพ ซิ) เมา
tiptoe: (ทิพ โท) **to walk on tiptoe,** เดินเขย่งเท้า
tiptop, *n. a.* (ทิพ ท็อพ) ดีเลิศ
tire, *v.* (ไท เออ) เหนื่อย; เบื่อหน่าย; *n.* ยางรถ
tired, *a.* (ไทเออดฺ) เหนื่อย; เบื่อแล้ว
tiredness, *n.* (ไทเออดฺ เน็ส) ความเหนื่ย; ความเบื่อ
tireless, *a.* (ไทเออเล็ส) ไม่รู้จักเหนื่อย
tirelessly, *adv.* (ไทเออ เล็สลี่) อย่างไม่รู้จักหนื่อย
tiresome, *a.* (ไทเออ ซัม) น่าเบื่อ
tissue, *n.* (ทิช ชู; ทิส ซิว) เนื้อ (ผ้า, กระดาษ)
tissue-paper, *n.* (-เพ เพ่อ) กระดาษชำระ
Titan, *n. a.* (ไท ทั่น) ยักษ์ใหญ่มีกำลังมาก
titbit, *n.* (ทิท บิท) ชิ้นที่เลือกแล้ว
tithe, *n.* (ไทธ) ภาษีร้อยชักสิบ
titillate, *v.* (ทิท ทิลเลท) จักจี้
title, *n.* (ไท เทิล) ชื่อ; ยศ; ชื่อเรื่อง; ลักษณะกฎหมาย; *v.* ตั้งชื่อ
titled, *a.* (ไท เทิลดฺ) มียศ
title-deed, *n.* (ไท เทิลดีด) โฉนดที่ดิน
title-page, *n.* (-เพจ) หน้าปกหนังสือ
titmouse, *n.* (ทิท ม๊าวสฺ) นกชนิดหนึ่ง
titular, *a.* (ทิท ทิวล่า) แต่ในนาม; แห่งยศฐาบรรดาศักดิ์
to, *pr.* (ทู) ยัง; ถึง; จน; เพื่อจะต่อ; สำหรับ
to and fro, ไปๆ มา
toad, *n.* (โทด) คางคก
toad-flax, *n.* (โทดแฟลคซฺ) ต้นหญ้ามีพิษชนิดหนึ่ง
toast, *n. v.* (โทสทฺ) ดื่มให้พร; ปิ้ง
toaster, *n.* (โทส เต้อ) ผู้ดื่มอวยพรให้
toastmaster, *n.* (-มาส เต้อ) ผู้จัดการดื่มอวยพร
tobacco, *n.* (โทแบค โค่) ยาสูบ
tobacconist, *n.* (โทแบค โคนิสทฺ) พ่อค้ายาสูบ
tobacco-pipe, *n.* (โทแบค โค่ไพพฺ) กล้องยาสูบ
tobacco-pouch, *n.* (โทแบค โค่พาวชฺ) กระเป๋ายาสูบ
toboggan, *n.* (โทบ๊อกเกิ้น) รถเลื่อนไปบนหิมะ
toby, *n.* (โทบี้) ถ้วยเบียร์ทำเป็นรูปคนใส่หมวกสามหยิบ
today, *n. adv.* (ทูเด) วันนี้
toddle, *v.* (ท็อดเดิ้ล) เดินเตาะแตะ
toddy, *n.* (ท็อด ดี้) น้ำตาลเมา
toe, *n.* (โท) นิ้วเท้า
toffee, toffy, *n.* (ท็อฟฟี่) ลูกอม
toga, *n.* (โทก้า) ผ้าคลุมกาย
together, *adv.* (ทูเก็ดเธอ) ด้วยกัน; พร้อมกัน; รวมหมดด้วยกัน
toil, *n.* (ทอยลฺ) งานหนัก; *v.* บากบั่นทำงาน

toiler, *n.* (ทอยฺเล่อ) ผู้ตั้งหน้าทำงาน
toilet, *n.* (ทอยเล็ท) เครื่องแต่งตัว; เครื่องสำอาง; ห้องน้ำ; ที่ล้างหน้า
toilet-paper, *n.* (-เพเพอ) กระดาษชำระ
toilet-table, *n.* (-เทเบิล) โต๊ะล้างหน้า
toilsome, *a.* (ทอยลฺ ซัม) เป็นที่เหน็ดเหนื่อย
toilworn, *a.* (ทอยลฺ วอน) เหนื่อยงาน
token, *n.* (โท เคิน) เครื่องหมาย; อาณัติสัญญาณ; เครื่องแสดง; *v.* แสดงเป็นเครื่องหมาย
token-payment, *n.* เงินมัดจำ
told, (โทลดฺ) อดีตและ *p.p.* ของ **'tell'**: บอก; เล่า; สั่ง
tolerable, *a.* (ท็อล เลอราเบิล) พอทนได้; พอยอมให้ได้; พอควร
tolerate, *v.* (ท็อลเลอเรท) ปล่อยให้; ยอมให้
toll, *n.* (ทอล) ภาษี; ค่าขนอน; การสั่นระฆัง; *v.* เก็บภาษี; สั่นระฆัง
toll gate, ประตูเก็บค่าผ่านถนน
tomato, *n.* (โทมาโท) มะเขือเทศ (อเมริกัน; โทเมโท)
tomb, *n.* (ทูม) หลุมศพ
tombola, *n.* (ทอม โบล่า) รางวัลจับฉลาก
tombstone, *n.* (ทูม สโตน) ศิลาจารึกหลุมฝังศพ
tom-cat, *n.* (ทอม แค็ท) แมวตัวผู้
tomorrow, *adv. n.* (ทูมอโร่) พรุ่งนี้
tomtit, *n.* (ท็อมทิท) นกชนิดหนึ่ง
tom-tom, *n.* (ท็อม ท็อม) กลองแขก
ton, *n.* (ทัน) ตัน (น้ำหนัก 2240 ปอนด์)
tone, *n.* (โทน) เสียง; สำเนียง; น้ำเสียง; สี; *v.* เป็นเสียง
tong, *n.* (ทอง) คณะอั้งยี่
tongs, *n. pl.* (ท็องซฺ) คีม
tongue, *n.* (ทัง) ลิ้น; ภาษา
tongue-tied, *a.* (ทัง ทายดฺ) พูดไม่ออก
tonic, *n. a.* (ท็อน นิค) ยาบำรุงธาตุ
tonight, *adv. n.* (ทูไนทฺ) คืนนี้
tonnage, *n.* (ทัน เน็ดจ) ระวางน้ำหนักเป็นตัน
tonsil, *n.* (ทอนซิล) ต่อมน้ำลาย
tonsure, *n.* (ทอนเชอ) หัวล้าน; ข้าวเย็น
too, *adv.* (ทู) ด้วย; เกินไป; ด้วยเหมือนกัน
took, (ทุค) อดีตของ **'take'**: เอา; หยิบ; กิน
tool, *n.* (ทูล) เครื่องมือ
toot, *v.* (ทูท) บีบแตรรถยนต์
tooth, *n.* (ทูธ) ฟัน
toothache, *n.* (ทูธ เอค) ปวดฟัน
tooth-brush, *n.* (ทูธ บรัช) แปรงสีฟัน
toothless, *a.* (ทูธ เล็ส) ไม่มีฟัน
toothpick, *n.* (ทูธ พิค) ไม้จิ้มฟัน
top, *n.* (ท็อพ) ยอด; ยอดสูงสุด; ลูกข่าง
to be at the top of the class, เป็นที่หนึ่งในชั้น
at the top of the street, หัวถนน
topaz, *n.* (โท แพซ) พลอยสีเหลือง; บุษราคำ

T

top-boot, *n.* (ท็อพบูท) รองเท้าบู๊ต
topee, *n.* (โท พี) หมวกกะโล่
top-hat, *n.* (ท็อพ แฮ็ท) หมวกทรงสูงสำหรับราตรีสโมสร
topic, *n.* (ท็อพพิค) หัวข้อสนทนา
topical, *a.* (ท็อพ พิคัล) แห่งที่
topmost, *a.* (ท็อพ โมสทฺ) ยอดสุด
topnotch, *a.* (ท็อพ น็อช) ดีที่สุด
topping, *a.* (ท็อพพิ่ง) ดีจริง
topple, *v.* (ท็อพ เพิล) ล้มคว่ำ
top-soil, *n.* (ท็อพ ซอยลฺ) ผิวดินขั้นบน
topsy-turvy, *adv.* (ท็อพ ซิเทอวี่) คว่ำหงายท้อง; *n.* ความยุ่งเหยิง
torch, *n.* (ทอช) ไต้; คบเพลิง
electric torch, ไฟฉาย
torch-bearer, *n.* (ทอช แบเร่อ) ผู้ถือคบเพลิง
tore, (ทอ) อดีตของ **'tear'**: ฉีก
toreador, *n.* (ทอ รีอาดอ) คนสู้วัวกะทิง
torment, *n.* (ทอ เม็นทฺ) ความทรมานกาย
torment, *v.* (ทอ เม็นทฺ) ทรมาน
tormenter, tormentor, *n.* (ทอเม็น-เทอ) ผู้ทรมาน
torn, (ทอน) *p.p.* ของ **'tear'**: ขาดเสียแล้ว
tornado, *n.* (ทอเน โด้) ลมทอรฺนาโด
torpedo, *n.* (ทอพีโด้) ลูกตอรปิโด
torpedo boat, *n.* (-โบท) เรือตอรฺปิโด
torpedo-destroyer, *n.* (-ดีส ทรอยเย่อ) เรือพิฆาตตอรฺปิโด
torpid, *a.* (ทอ พิด) งงงันไป
torpor, *n.* (ทอเพอ) ความงงงัน
torrefy, *v.* (ทอรีฟาย) คั่ว
torrent, *n.* (ทอ เร็นทฺ) กระแสน้ำเชี่ยว
torrential, *a.* (ทอเร็นเชียล) เป็นกระแสน้ำเชี่ยว; ซึ่งไหลบากลงมา
torrid, *a.* (ทอ ริด) ร้อน
torso, *n.* (ทอ โซ่) ลำตัว
tort, *n.* (ทอท) กฎหมายว่าด้วยเรื่องความเสียหาย
tortoise, *n.* (ทอ ทัส) เต่า
tortoise-shell, *n.* (ทอ ทัสเชิล) กะดองเต่า
tortuous, *a.* (ทอ ทิวอัส) บิด; คดเคี้ยวไปมา
torture, *n.* (ทอ -เช่อ) ความทรมาน; *v.* ทรมาน
torturer, *n.* (ทอ เชอเร่อ) ผู้ทรมาน
torturous, *a.* (ทอ เชอรัส) ซึ่งเป็นการทรมาน
Tory, *n.* (ทอรี่) ชื่อคณะการเมืองในอังกฤษ
toss, *n. v.* (ทอส) โยนไปมา; โคลงเคลง; พลิก
toss up, โยนหัวโยนก้อยกัน
tosser, *n.* (ทอส เซ่อ) ผู้โยน
tot, *n.* (ท็อท) เด็กแดง
total, *a.* (โท ทัล) ทั้งหมดรวมกัน; *n.* ผลรวมทั้งหมด; รวบยอด; *v.* รวมเข้าด้วยกันทั้งหมด
totalitarian, *a.* (โทแทลลิแทเรี่ยน) รวบอำนาจเสียแต่ผู้เดียว

totality, *n.* (โทแทลลิที่) ทั้งหมด
totally, *adv.* (โท ทัลลี่) โดยสิ้นเชิง; ทั้งหมด
totem, *n.* (โทเท็ม) เครื่องหมายที่คนป่านับถือ
totem-pole, *n.* (-โพล) เสาบูชาของคนป่า
totter, *v.* (ท็อท เท่อ) เดินแกว่งไปมา
totterer, *n.* (ท็อท เทอเร่อ) ผู้เดินแกว่ง
tottering, *a.* (ท็อท เทอริ่ง) ซึ่งเดินแกว่ง
toucan, *n.* (ทูกัน) นกเงือก
touch, *n. v.* (ทัช) สัมผัส; แตะต้อง; ถูกตัว; จับต้อง; เห็นใจ
touchable, *a.* (ทัช ชาเบิล) แตะต้องได้
toucher, *n.* (ทัช เช่อ) ผู้จับต้อง
touching, *a.* (ทัช ชิ่ง) อย่างเห็นใจ
touchy, *a.* (ทัช ชี่) ขี้ใจน้อย
tough, *a.* (ทัฟ) เหนียว; ยาก
toughen, *v.* (ทัฟเฟิน) เหนียวขึ้น
toughish, *a.* (ทัฟฟิช) ค่อนข้างเหนียว; รุนแรง
toughness, *n.* (ทัฟ เน็ส) ลักษณะที่เหนียว (แบบเนื้อ); ความยาก (เช่นข้อสอบ); การเล่นกันรุนแรง
tour, *n. v.* (ทัว) เดินทางเที่ยวดูรอบ ๆ
tourism, *n.* (ทัว ริสซึม) การท่องเที่ยว
tourist, *n.* (ทัว ริสทฺ) นักท่องเที่ยว
tournament, *n.* (ทัว นาเม็นทฺ) การแข่งขัน
tourney, *n.* (ทัว นี่; เทอนี่) การแข่งขัน; *v.* เข้าแข่งขัน
tow, *v.* (โท) ลาก; โยง; พ่วง
take in tow, ลากจูง
toward, *pr.* (ทูวอด) ตรงไปยัง
towards, *pr.* (ทูวอดซฺ) ตรงไปยัง; ต่อ; ใกล้ ๆ จะถึง
towel, *n.* (ทาวเวิล) ผ้าเช็ดตัว; *v.* เอาผ้าเช็ดตัว
tower, *n.* (ทาว เว่อ) หอคอย; *v.* ชูสูงขึ้นมา
towering, *a.* (ทาวเวอริ่ง) ชูยอดสูงขึ้นมา
town, *n.* (ทาวนฺ) เมือง
town-council, *n.* (-คาวนฺ ซิล) คณะกรรมการเมือง
town hall, *n.* (-ฮอล) ศาลากลางจังหวัด
townsfolk, *n.* (ทาวนฺซฺ โฟค) ชาวเมือง (ทั้งหมด)
township, *n.* (ทาวนฺชิพ) เขตเมือง
townsman, *n.* (ทาวนฺซ แม็น) ชาวเมือง
townspeople, *pl.* (ทาวนฺซ พีเพิล) ชาวเมือง
town-wall, *n.* (ทาวนฺ วอล) กำแพงเมือง
toxic, *a.* (ท็อค ซิค) ซึ่งเป็นยาพิษ
toxicology, *n.* (ท็อก ซิค็อล ลอดจี้) วิชาว่าด้วยยาพิษ
toy, *n.* (ทอย) เครื่องเล่น; *v.* เล่นด้วย
trace, *v.* (เทรซ) ค้นหารอย; ขีดตามรอย; ลากเส้น; *n.* รอย
traceable, *a.* (เทรซ ซาเบิล) พอค้นหารอยได้
traceless, *a.* (เทรซ เล็ส) ไม่มีร่องรอย

T

tracer, *n.* (เทรสเซ่อ) ผู้ตามหารอย

trachea, *n.* (ทราเคีย) หลอดลม

tracing, *n.* (เทรส ซิ่ง) การเขียนตามรอย; รอย; ทาง

tracing paper, กระดาษแก้ว

track, *v.* (แทรค) โยงเรือขึ้นลำน้ำ; สะกดตามรอย; *n.* รอยเท้า; ทางเดินเท้า; ทาง

trackless, *a.* (แทรค เล็ส) ไม่มีทางเดิน

tract, *n.* (แทรคทฺ) ทาง; เรื่อง; ที่

tractable, *a.* (แทรค ทาเบิล) หัวอ่อนว่าง่าย

tractor, *n.* (แทรค เท่อ) รถแทร็กเตอร์สำหรับไถดิน

trade, *n.* (เทรด) การค้าขาย; *v.* กระทำ การค้าขาย

trade-mark, *n.* (เทรดมาค) เครื่องหมายการค้า

trader, *n.* (เทรด เด้อ) พ่อค้า

tradesman, *n.* (เทรดซแม็น) พ่อค้า

tradespeople, *n.* (เทรดซ พีเพิล) พวกพ่อค้า

trade-union, *n.* (เทรด ยูเนี่ยน) สหบาลการค้า

trade-wind, *n.* (เทรด วินดฺ) ลมสินค้า

tradition, *n.* (ทราดิชั่น) ประเพณีซึ่งมีมาแต่โบราณ; โบราณจารีต

traditional, *a.* (ทราดิชันนัล) ตามโบราณประเพณี

traffic, *n.* (แทรฟ ฟิค) การจราจร; การไปมาค้าขาย; การติดต่อ; *v.* ติดต่อกัน; ค้าของเถื่อน

traffic lights, (-ไลทฺซฺ) ไฟจราจร

trafficker, *n.* (แทรฟ ฟิค เค่อ) ผู้ค้าของต้องห้าม; ของเถื่อน

trafficking, *n.* (แทรฟ ฟิค คิ่ง) การค้าของต้องห้าม; ของเถื่อน

tragedian, *n.* (ทราจีเดี้ยน) ผู้เล่นละครโศก

tragedy, *n.* (แทรด จีดี้) ละครกำสรวล

tragic, tragical, *n.* (แทรด จิก;-คัล) กำสรวล; โศกเศร้า

trail, *v.* (เทรล) ลากไป; *n.* ทางตามรอย

trailer, *n.* (เทรล เล่อ) รถยนต์พ่วง

train, *v.* (เทรน) ฝึกหัด; *n.* รถไฟ; ชายผ้าที่ลากกับพื้น; ชุด; บริวาร

trainee, *n.* (เทรน นี) ผู้รับการฝึกอบรม

trainer, *n.* (เทรนเน่อ) ผู้ฝึกอบรม (ผู้ให้การอบรม)

training, *n.* (เทรนนิ่ง) การฝึกอบรม

Training College, *n.* โรงเรียนฝึกหัดครู

training ship, *n.* (-ชิพ) เรือฝึกหัด

trainless, *a.* (เทรนเล็ส) ไม่มีชายลากกับดิน

trait, *n.* (เทรท) ลักษณะ; หน้าตา

traitor, *n.* (เทรเท่อ) คนขายชาติ; ผู้คิดทรยศ

traitorous, *a.* (เทร เทอ รัส) ขายชาติ; ทรยศ

traitress, *n.* (เทร เทร็ส) หญิงขายชาติ; หญิงทรยศ

traject, *v.* (ทรา เจ็คทฺ) ข้ามไป; *n.* เรือ

ข้ามฟาก

trajection, *n.* (ทรา เจ็คชั่น) การข้ามฟาก

trajectory, *n.* (ทรา เจ็ค ทอรี่) แนววิ่งของกระสุน

tram, *n.* (แทรม) รถราง

tram-car, *n.* (แทรมคา) รถราง

tramp, *v.* (แทรมพฺ) เหยียบย่ำ; *n.* คนจรจัด; ขอทาน

trample, *v.* (แทรม เพิล) เหยียบย่ำ

trance, *n.* (ทรานซฺ) การหลับเข้าฌาณไป

tranquil, *a.* (แทรง ควิล) เงียบสงบ

tranquility, *n.* (แทรง ควิล ลิที่) ความเงียบสงบ

transact, *v.* (ทราน แซคทฺ) กระทำการติดต่อกัน

transaction, *n.* (ทราน แซค ชั่น) การติดต่อกัน

transatlantic, *a.* (ทรานซฺ แอทแลนทิค) ซึ่งข้ามมหาสมุทรแอตแลนติคไป

transcend, *v.* (ทรานซฺ เซ็นดฺ) ข้ามเลยไป; ดีกว่า

transcontinental, *a.* (ทรานซฺ คอนทิเน็นทัล) ข้ามทวีป

transcribe, *v.* (ทรานซฺ ไครบฺ) คัดลอกออกมา

transcription, *n.* (ทรานซฺ คริพ ชั่น) การลอกออกมา

transect, *v.* (ทรานซฺ เซ็คทฺ) ตัดข้าม

transfer, *v.* (ทรานสฺ เฟอ) โอน; โยกย้าย; *n.* การโยกย้าย

transferable, *a.* (ทรานซฺ เฟอ ราเบิล) เปลี่ยนมือได้

transfigure, *v.* (ทรานซฺ ฟิกเก้อ) เปลี่ยนรูป

transfix, *v.* (ทรานซฺ ฟิกซฺ) ปักติด

transform, *v.* (ทรานซฺฟอม) เปลี่ยนร่าง; เปลี่ยนนิสัย; แปรสภาพ

transformation, *n.* (ทรานสฺฟอเมชั่น) การเปลี่ยนร่าง; แปรสภาพ

transfuse, *v.* (ทรานซฺ ฟิวซฺ) ถ่าย (เช่นเลือด)

transfusion, *n.* (ทรานซฺ ฟิวชั่น) การถ่าย (เช่น เลือด)

transgress, *v.* (ทรานซฺ เกร็ส) บุกรุกเข้ามา

transgression, *n.* (ทรานซฺ เกร็ช ชั่น) การบุกรุก

tranship, *v.* (ทราน ชิพ) ถ่ายลงเรืออีกลำหนึ่ง

transient, *a.* (ทราน เชียนทฺ) มีอยู่ได้ชั่วคราว

transit, *v. n.* (ทราน ซิท) เดินทางผ่านข้ามไป

in transit, เดินทางผ่าน

transition, *n.* (ทราน ซิชั่น) เวลาหัวต่อหัวเลี้ยว; การเปลี่ยนแปลงจากสิ่งหนึ่งไปหาอีกสิ่งหนึ่ง

transitive, *a. n.* (ทราน ซิทิฟวฺ) สกรรมกริยา

translate, *v.* (ทราน สฺเลท) แปล

translation, *n.* (ทรานสฺ เลชั่น) การแปล

T

translator, *n.* (ทรานสฺเลเท่อ) ผู้แปล; ล่าม

transliterate, *v.* (ทรานซิ ลิทเทอ เรท) แปลตามตัวอักษร

translucent, *a.* (ทรานซฺ ลูเซ็นทฺ) โปร่งแสง

transmigrate, *v.* (ทรานซฺ ไม เกรท) อพยพเข้ามาอยู่อีกประเทศหนึ่ง

transmigration, *n.* (ทรานซฺไมเกรชั่น) การอพยพเข้ามา

transmission, *n.* (ทรานซฺ มิชชั่น) การส่งมา

transmit, *v.* (ทราน สมิท) ส่งไป

transmitter, *n.* (ทรานซฺ มิทเท่อ) เครื่องส่งต่อไป

transparent, *a.* (ทรานสฺ แพ เร็นทฺ) โปร่งตา

transplant, *v.* (ทรานสฺ พล้านทฺ) ย้ายที่ปลูก; ดำนา

transport, *v.* (ทรานสฺ พอท) ขนส่ง; ปลาบปลื้มเหลือล้น; *n.* การขนส่ง; ความปลาบปลื้มเหลือล้น

transportation, *n.* (ทรานสฺ พอเทชั่น) การขนส่ง

trap, *n.* (แทรพ) กับสำหรับดัก; *v.* ดัก

trap-door, *n.* (-ดอ) ประตูกล

trapezium, *n.* (ทราพีเซี่ยม) รูปสี่เหลี่ยมคางหมู

trappings, *n.* (แทร็พ พิ่งซฺ) เครื่องประดับ (ม้า)

trash, *n.* (แทรช) ของไร้ค่า

travel, *v.* (แทรบเวิล) เดินทาง; *n.* การเดินทาง

traveller, *n.* (แทรบ เวิลเลอ) ผู้เดินทาง

traveller's cheque, เช็คเดินทาง

traversable, *a.* (แทรบ เวอสซาเบิล) ข้ามไปได้

traverse, *a. adv.* (แทรบเวอสฺ) ตัดกัน; *v.* ข้ามตลอด; ตัดข้าม

travesty, *a. v. n.* (แทรบ เว็ส ตี้) ปลอมแปลง

trawl, *n.* (ทรอล) อวน

tray, *n.* (เทร) ถาด

treacherous, *a.* (เทร็ท เชอรัส) หักหลัง; ทรยศ; ซึ่งซ้อนกล

treacle, *n.* (ทรี เคิล) น้ำตาลเคี่ยว

treachery, *n.* (เทร็ช เชอรี่) การหักหลัง; ทรยศ

tread, *v.* (เทร็ด) ย่างเท้า; เหยียบ; *n.* ก้าวเท้า; ทางเดิน

treason, *n.* (ทรี เซิน) การทรยศ

high treason, การทรยศต่อชาติหรือพระมหากษัตริย์

treasonous, *a.* (ทรี ซันนัส) ซึ่งทรยศ

treasure, *n.* (เทร็ชเช่อ) สมบัติ; *v.* รวบรวมสมบัติไว้

treasurer, *n.* (เทร็ชเชอเร่อ) เหรัญญิก

treasury, *n.* (เทร็ช เชอรี่) คลัง

treasury-note, *n.* (-โนท) ธนบัตร

treat, *v.* (ทรีท) กระทำต่อ; บรรยาย; เรื่อง; เลี้ยงดู; รับการปฏิบัติ

treatise, *n.* (ทรี ไทซฺ) บทความที่ค้นคว้าแต่ง

treatment, *n.* (ทรีทเม็นทฺ) การกระทำ;

การรักษา; การปฏิบัติ; การบำบัด
treaty, *n.* (ทรี ที่) สนธิสัญญา
treble, *a.* (เทรึบเบิล) สามเท่า; *v.* เพิ่มเป็นสามเท่า
tree, *n.* (ทรี) ต้นไม้; ต้น
family tree, สายตระกูล
treeless, *a.* (ทรี เล็ซ) ไร้ต้นไม้
tree top, *n.* (ทรี ท็อพ) ยอดต้นไม้
trefoil, *n.* (ทรีฟอยลฺ) ต้นไม้ใบสามแฉกชนิดหนึ่ง
trek, *v.* (เทร็ค) เดินทางเกวียน
trekker, *n.* (เทร็ค เค่อ) ผู้เดินทางไกลโดยเกวียน
trellis, *n.* (เทร็ล ลิซ) ลูกรงต้นไม้
tremble, *v.* (เทร็ม เบิล) สั่นสะเทือน
trembler, *n.* (เทร็ม เบล้อ) ผู้สั่นสะเทือน
trembling, *a.* (เทร็ม บลิ้ง) ซึ่งสั่นสะเทือน
tremendous, *a.* (ทรี เม็นดัส) ใหญ่โตเหลือเกิน
tremor, *n.* (เทร็ม เม่อ) ความสั่นสะเทือน
tremulous, *a.* (เทร็ม มิวลัส) ซึ่งสั่นสะเทือน; มีตัวสั่น
trench, *v.* (เทรนชฺ) ขุดสนามเพลาะ; *n.* สนามเพลาะ; คู
trenchant, *a.* (เทร็น ชันทฺ) คม
trend, *n. v.* (เทร็นดฺ) แนวชักจะไปทาง
trepid, *a.* (เทร็พ พิด) สั่น
trepidation, *n.* (เทร็พ พิเดชั่น) หวาดกลัว
trespass, *v.* (เทร็ส พาส) บุกรุกเข้ามา; ละเมิด; *n.* การละเมิดสิทธิของคนอื่น
trespasser, *n.* (เทร็ส พัสเซ่อ) ผู้บุกรุกเข้ามา; ผู้ละเมิด
tress, *n.* (เทร็ส) ลอนผม
triad, *n.* (ไทร อัด) คณะบุคคลทั้งสาม
trial, *n.* (ไทร อัล) การทดลอง; การสอบสวน
trialogue, *n.* (ไทร อาล็อก) การคุยกันสามคน
triangle, *n.* (ไทร แองเกิ้ล) รูปสามเหลี่ยม
triangular, *a.* (ไทรแอง กิวล่า) ซึ่งเป็นรูปสามเหลี่ยม
tribe, *n.* (ไทรบฺ) ชาติ; พวกชน
hill tribe, ชาวเขา
tribesman, *n.* (ไทรบ ซ มัน) คนที่อยู่ในชาวเหล่าใดเหล่าหนึ่ง
tribulation, *n.* (ทริบ บิวเลชั่น) ความระทมทุกข์
tribunal, *n.* (ไทรบิวนัล) ศาล
tribune, *n.* (ไทร บิวนฺ) ผู้แทนประชาชนในสมัยโรมัน
tributary, *a. n.* (ทริบ บิวทารี่) ซึ่งต้องส่งเครื่องบรรณาการ; สาขา (ของแม่น้ำ; แคว)
tribute, *n.* (ทริบ บิวทฺ) ส่วย; เครื่องบรรณาการ; ยกย่อง; อภินันทนาการ
trice, *n.* (ไทรซฺ) ขณะประเดี๋ยวใจ
tricennial, *a.* (ไทร เซ็น เนียล) แห่งรอบสามสิบปี
tricentenary, *n.* (ไทรเซ็น ทีนแนรี่) ที่

T

ระลึกรอบสามร้อยปี

trick, *n.* (ทริค) กลอุบาย; เล่ห์เหลี่ยม; ตอง (ไพ่); อุบาย; *v.* โกงเอา; หลอกเอา

tricker, *n.* (ทริค เค่อ) คนโกง

trickery, *n.* (ทริค เคอรี่) เล่ห์เหลี่ยม การโกง

trickiness, *n.* (ทริค คีเน็ส) ความขี้โกง

trickish, *a.* (ทริค คิช) ขี้โกง

trickster, *n.* (ทริคซฺ เท่อ) คนขี้โกง

trickle, *v.* (ทริค เคิล) ไหล; หยดย้อย

tricky, *a.* (ทริค คี่) เต็มไปด้วยอุบาย โกงหรือหลอกเอา

tricolor, tricolour, *a. n.* (ไทรคัลเลอ) ไตรรงค์

tricycle, *n.* (ไทร ซิเคิล) รถสามล้อ

trident, *n.* (ไทร เด็นทฺ) สามง่าม (อาวุธ)

triennial, *a.* (ไทร เอ็น เนียล) ครบรอบสามปี

triennially, *adv.* (ไทร เอ็น เนียล ลี่) ทุก ๆ ระยะสามปี

trier, *n.* (ไทร เอ้อ) ผู้พยายาม

trifle, *n.* (ไทร เฟิล) ของเล็กน้อย; เล็กน้อย; ขนมเคกใส่หน้าคัสตาด; *v.* หลอกล้อ; เล่นด้วย

trifling, *a.* (ไทร ฟลิ่ง) เล็กน้อย

trifurcate, *a.* (ไทร เฟอ เคท) สามง่าม

trigamous, *a.* (ทริก กามัส) มีผัวหรือเมียสามคน

trigamy, *n.* (ทริก กามี่) ลัทธิที่มีผัวหรือเมียสามคน

trigger, *n.* (ทริกเก้อ) ไก; นกสับ

trigonometry, *n.* (ทริก กอ น็อมเม็ททรี่) ตรีโกณมิติ

trim, *a.* (ทริม) ประณีตเรียบร้อย

trinket, *n.* (ทริง เค็ท) เครื่องประดับเล็กน้อย

trio, *n.* (ทรีโอ้) สามคน

trip, *v.* (ทริพ) ย่างก้าวไป; พลาดหกล้ม; *n.* การเดินทางไป; ความเผลอเรอ; การก้าวเท้า

triple, *a.* (ทริพเพิล) สามฝ่าย; สามเท่า

triplet, *n.* (ทริพเพล็ท) แฝดสาม

tripod, *n.* (ไทร พ็อด) สามขา

tripos, *n.* (ไทร พ็อส) การสอบไล่ปริญญาเกียรตินิยมในเคมบริดจ์

trisect, *v.* (ไทร เซ็คทฺ) ตัดออกเป็นสามส่วนเท่า ๆ กัน

trisyllable, *n.* (ไทร ซิลลาเบิล) สามพยางค์

trite, *a.* (ไทรทฺ) เลวไร้ค่า

triturate, *v.* (ทริท ทิวเรท) บดละเอียด

triumph, *n. v.* (ไทร อัมฟฺ) ชัยชนะ

triumphal arch, *n.* (ไทร อัม ฟัลอาช) ประตูชัย

triumphant, *a.* (ไทร อัม ฟันทฺ) มีชัยชนะ

triumvir, *n.* (ไทร อัมเวอ) คณะสามคนที่ปกครองประเทศ

trivet, *n.* (ทริเว็ท) สามขาหยั่ง

trivial, *a.* (ทริ เวียล) เล็กน้อย; สามัญ; ไม่มีราคาค่างวดอันใด

troika, *n.* (ทรอย ค่า) สามเส้า

Trojan, *a.* (โทร จัน) แห่งเมืองทรอย

trolly-bus, *n.* (ทรอล ลี่บัส) รถประจำทางที่ใช้สายไฟฟ้าแล่น

trombone, *n.* (ทร็อม โบน) แตร ทรอมโบน

trombonist, *n.* (ทร็อม โบนิสทฺ) นักเป่าแตรทรอมโบน

troop, *n.* (ทรูพ) กองทัพ; กอง; หมู่; ฝูง; *v.* รวมเข้า

trooping the colours, สวนสนามทหารรักษาวัง

trooper, *n.* (ทรูพเพ่อ) ทหารม้า

troop-ship, *n.* (ทรูพ ชิพ) เรือขนทหาร

trophy, *n.* (โทรฟี่) ของระลึกจากการฉลองชัยชนะศัตรู

tropic, *a.* (ทร็อพ พิค) ร้อน; *n.* เขตอากาศร้อน

tropical, *a.* (ทร็อพ พิคัล) แห่งเมืองร้อน

trot, *v. n.* (ทร็อท) วิ่งต๊อกๆ ไป

troth, *n.* (ทร็อธ) ความจริงใจ

troubadour, *n.* (ทรู บาดูรฺ) นักร้องลูกทุ่งของยุโรปสมัยกลาง

trouble, *n.* (ทรับเบิล) ความร้อน; ความยุ่งยาก; การรบกวน; *v.* ก่อความยุ่งยาก; รบกวน; กวนให้ขุ่น; ยุ่งด้วย; เดือดร้อน

troubled, *a.* (ทรับ เบิลดฺ) เดือดร้อน; ปั่นป่วน

troubler, *n.* (ทรับ เบล้อ) ผู้รบกวน

troublesome, *a.* (ทรับ เบิลซัม) เป็นที่สำคาญใจ

troublous, *n.* (ทรับ บลัส) ยุ่งยาก; ปั่นป่วน

trough, *n.* (ทรอฟ) รางหญ้าเลี้ยงสัตว์

trounce, *v.* (ทราวนฺซฺ) เฆี่ยนตีอย่างหนัก

troupe, *n.* (ทรูพ) คณะละคร

trousers, *n. pl.* (ทราว เซอซฺ) กางเกง

trousseau, *n.* (ทรู โซ่) ชุดวิวาห์

trout, *n.* (ทราวทฺ) ปลาเทราท์

trow, *v.* (โทร) เชื่อว่าจริง

trowel, *n.* (ทราวเอ็ล) เกรียง (สำหรับถือปูน

truant, *n.* (ทรู อันทฺ) เกเร

truce, *n.* (ทรูซ) สงบศึก

truck, *v.* (ทรัค) แลกเปลี่ยนกัน; *n.* รถบรรทุกของหนัก

truculent, *a.* (ทรัค คิวเล็นทฺ) ดุเดือด

trudge, *v.* (ทรัดจ) เดินดุรัดทุเรไป

true, *a.* (ทรู) จริง; ซื่อสัตย์

truffle, *n.* (ทรัฟเฟิล) เห็ดชนิดหนึ่ง

trug, *n.* (ทรัก) ปุ้งกี๋

truly, *adv.* (ทรูลี่) จริงๆ นา; อย่างซื่อสัตย์

trump, *n.* (ทรัมพฺ) ไพ่ตัวที่เป็นใหญ่, ตัวเก็ง

trump up, เสกสรรปั้นขึ้น

trumpet, *n.* (ทรัม เพ็ท) แตร; *v.* เป่าแตร

trumpeter, *n.* (ทรัม เพ็ท เท่อ) คนเป่าแตร

truncate, *v.* (ทรัง เคท) ตัดออกเป็นท่อนๆ

truncheon, *n.* (ทรัน เชิ่น) ตะบองตำรวจ

trundle, *n.* (ทรัน เดิล) ล้อกลม

trunk, *n.* (ทรังคฺ) ลำต้น; ท่อนตัว; หีบ

T

เดินทางใหญ่; งวงช้าง
trunk-call, *n.* โทรศัพท์ทางไกล
trunk-fish, *n.* (ทรังคฺ ฟิช) ปลาชนิดหนึ่ง
truss, *n.* (ทรัส) สายโยงไส้เลื่อน
trust, *n.* (ทรัสทฺ) ความไว้ใจ; ความเชื่อถือ; *v.* เชื่อถือ; ไว้ใจ
trustee, *n.* (ทรัส ตี) ผู้จัดการทรัพย์
truster, *n.* (ทรัส เต้อ) ผู้ไว้ใจ
trustful, *a.* (ทรัสทฺฟูล) เป็นที่ไว้ใจได้
trusty, *a.* (ทรัส ตี้) ไว้ใจได้
trustworthy, *a.* (ทรัสทฺ เวอด ธิ) เป็นผู้ที่ควรไว้วางใจ
truth, *n.* (ทรูธ) ความจริง
truthful, *a.* (ทรูธ ฟูล) มีความสัตย์
truthfully, *adv.* (ทรูธ ฟูล ลี่) อย่างมีความสัตย์
truthfulness, *n.* (ทรูธ ฟูลเน็ส) ความจริงใจ
truthless, *a.* (ทรูธเล็ส) ไม่มีความจริง
trier, *n.* (ท-ราย เอ้อ) ผู้พยายาม
try, *v.* (ท-ราย) พยายาม; ทดลอง; ไต่สวน; *n.* การพยายาม; การทดลอง; การไต่สวน
try one's best, พยายามดีที่สุดแล้ว
trying, *a.* (ทรายอิ้ง) ยากอยู่
tryst, *n.* (ทรายซฺทฺ) ที่นัดพบ
Tsar, *n.* (ซารฺ) พระเจ้าซาร์
tsetse, *n.* (เซ็ท ซี่) แมลงชนิดหนึ่งเป็นอันตรายต่อสัตว์พาหนะ มีในอาฟริกา
tub, *n.* (ทับ) ถัง
tubby, *a.* (ทับบี้) รูปเป็นถัง
tube, *n.* (ทิวบฺ) หลอด
tuber, *n.* (ทิวเบ้อ) หัวมัน (ที่ขึ้นอยู่ใต้ดิน)
tuberculosis, *n.* (ทิว เบอ คิวโลซิส) วัณโรค
tubular, *a.* (ทิว บิวล่า) รูปเป็นหลอดแก้ว
tuck, *v.* (ทัค) รั้งขึ้น; พับขึ้น
tuberous, *a.* (ทิวเบอ รัส) เป็นหัวกลมอยู่ใต้ดิน
Tuesday, *n.* (ทีวซฺ เด) วันอังคาร
tuft, *n.* (ทัฟทฺ) พุ่ม; ช่อ; พวง
tug, *v.* (ทัก) ดึง; ชัก
tug of war, ชักคะเย่อ
tuition, *n.* (ทิวชั่น) การสอน
tulip, *n.* (ทิวลิพ) ดอกทิวลิพ
tumble, *v.* (ทัม เบิ้ล) ล้มลง; หกคะเมน
tumble down, พังลงมา
tumbler, *n.* (ทัมเบล้อ) แก้ว; ตัวตลก
tumid, *a.* (ทิวมิด) บวม
tumour, *n.* (ทิวเม่อ) เนื้องอก
tumult, *n.* (ทิวมัลทฺ) การจลาจลวุ่นวาย; สับสน
tumultuous, *a.* (ทิว มัลทฺ ทิวอัส) ซึ่งอึกทึกวุ่นวาย
tundra, *n.* (ทุน ดร้า) ทุ่งไร้พืชพรรณ
tune, *n.* (ทีวนฺ) เสียง; ทำนองเพลง; *v.* ขึ้นเสียง (ดนตรี); ค้นหาสถานีวิทยุ
out of tune, เสียงไม่เข้ากันเลย
tungsten, *n.* แร่ทังสเท็น
tunic, *n.* (ทิว นิค) เสื้อ
tunnel, *n.* (ทัน เนิ้ล) อุโมงค์

tunny, *n.* (ทันนี่) ปลาโอ
turban, *n.* (เทอเบิ้น) ผ้าโพกหัว
turbid, *a.* (เทอรฺ บิด) ขุ่น
turbine, *n.* (เทอรฺ บายนฺ) หม้อน้ำ
turbot, *n.* (เทอบ็อท) ปลาเทอบ็อท
turbulent, *a.* (เทอบิวเล็นทฺ) ทะลึ่งตึงตัง; วุ่นวายโกลาหล
tureen *n.* (ทูรีน) ชามเปล
turf, *n.* (เทอฟ) สนามหญ้า; สนามม้า
turgent, *a.* (เทอ เจ็นทฺ) บวมขึ้น
turgid, *a.* (เทอจิด) บวมโต
Turk, *n.* (เทอค) แขกเติ๊ก
turkey, *n.* (เทอ คี่) ไก่งวง
Turkish, *a.* (เทอ คิช) แห่งชาวเติ๊ก *v.* ภาษาเติ๊ก
turmeric, *n.* (เทอ เมอ ริค) ขมิ้น
turmoil, *n.* (เทอ มอยลฺ) ความปั่นป่วน
turn, *v.* (เทอน) หันหลัง; กลับ; หมุน; หัน; เปลี่ยนไป; กลายเป็น; ไขลาน; พลิก; เลี้ยว; *n.* การเปลี่ยน; การเลี้ยวกลับ; การหมุน; การหัน; คราว; ที; รอบ
turn aside, เลี่ยงไป
turn back, หักหลับ; กลับไป
turn forth, ไล่ไป
turn into, เปลี่ยนเป็น; กลายเป็น
turn of, ปิด (ก๊อกน้ำ)
turn on, เปิด (ก๊อกน้ำ)
turn out of doors, ไล่ออกจากบ้าน
turn over, พลิก **(please turn over)**
turn round, หันกลับ; หมุนรอบ ๆ
turn up, ถลกขึ้น; โผล่หน้ามา
turncoat, *n.* (เทอนโคท) คนทรยศต่อพวก
turner, *n.* (เทอน เน่อ) ช่างกลึง
turnery, *n.* (เทอน เนอรี่) วิชาช่างกลึง
turnip, *n.* (เทอ นิพ) หัวผักกาด
turnkey, *n.* (เทอน คี) ผู้ถือกุญแจคุก
turpentine, *n.* (เทอ เพ็น ไทนฺ) น้ำมันสน
turpitude, *n.* (เทอ พิทิวดฺ) ความเลวทราม
turquoise, *n.* (เทอ คอยซฺ) พลอย ไข่นกการเวก
turret, *n.* (เทอเร็ท) หอคอย; ป้อมปืน
turtle, *n.* (เทอ เทิล) เต่า
turtle-dove, *n.* (เทอ เทิลดัฟวฺ) นกเปล้า
turtle-shell, *a.* (เทอ เทิลเช็ล) กะดองเต่า
tusk, *n.* (ทัสคฺ) งาช้าง
tusker, *n.* (ทัส เค่อ) ช้างมีงา
tutelage, *n.* (ทิว ทิเล็จ) การอบรมสั่งสอน
tutor, *n.* (ทิวเท่อ) ครู; ครูผู้ดูแลนักเรียน; อาจารย์ประจำหอ
tutorial, *a.* (ทิว ทอเรียล) ซึ่งสอน
tuxedo, *n.* (ทัค ซีโด้) เสื้อสโมคคิ่งสีขาว
twaddle, *n.* (ทว็อค เดิล) การพูดจาไร้สาระ
twain, *n.* (ทเวน) สองคน
twang, *n.* (ท แวง) เสียงอู้อี้
twas, (ทวอซ) ย่อมาจาก **'it was'**
'tween, (ทวีน) ย่อมาจาก **'between'**
tweezers, *n.* (ทวีซ เซ่อซ) แหนบ

T

twelfth, *a.* (เทว็ลฟธฺ) ที่สิบสอง
twelve, *a.* (ทเว็ลวฺ) สิบสอง
twentieh, *a.* (ทเว็น ทิเอ็ธ) ที่ยี่สิบ
twenty, *a. n.* (ทเว็นที่) ยี่สิบ
twice, *adv.* (ทไวซฺ) สองครั้ง
twice as much, สองเท่านั้น
twice the sum, จำนวนสองเท่านั้น
twiddle, *v.* (ทวิด เดิล) ทำเล่นๆ
twig, *n.* (ทวิก) แขนง; กิ่งไม้
twilight, *n.* (ทไว ไลทฺ) ตะวันยอแสง; ตะวันกำลังจะตกดิน
'twill, (ทวิล) ย่อมาจาก **'it will'**
twin, *a. n.* (ทวิน) แฝด
twin-brother, *n.* (-บราเธ้อ) พี่, น้องฝาแฝด (ชาย)
twin-sister, *n.* (-ซิส เต้อ) พี่, น้องฝาแฝด (หญิง)
twine, *v.* (ทไวนฺ) ขวั้นเข้าด้วยกัน
twinkle, *v. n.* (ทวิงเคิล) กระพริบ; แสงยิบๆ
twirl, *v.* (ทเวอล) หันกลับ
twist, *v.* (ทวิสทฺ) บิด
twisted, *a.* (ทวิสเท็ด) บิดเบี้ยว
twister, *n.* (ทวิส เต้อ) ผู้ปั่นด้าย
twitter, *v.* (ทวิทเท่อ) ร้องเจี๊ยบจ๊าบ
twitch, *v.* (ทวิช) บิด
twit, *v.* (ทวิท) เย้ยหยัน
'twixt, (ทวิคซฺทฺ) ย่อมาจาก **betwixt:** ระหว่าง
two, *a. n.* (ทู) สอง
by twos, in twos, ทีละสอง
in a day or two, อีกสองสามวัน
two-decker, *n.* (ทูเด็คเค่อ) มีสองชั้น (เช่นรถบัสอังกฤษ)
two-edged, *a.* (ทู เอ็ดจดฺ) สองคม
two-faced, *a.* (ทูเฟซดฺ) มีสองหน้า
twofold, *a.* (ทูโฟลดฺ) สองเท่า
twopence, *n.* (ทัพเพ็นสฺ) สองเพ็น
two-seater, *n.* (ทูซีทเท่อ) รถสองที่นั่ง
two-sided, *a.* (ทูไซเด็ด) มีสองข้าง
tycoon, *n.* (ไท คูน) พ่อค้าใหญ่; เจ้าของธุรกิจอันมหาศาล
tympanum, *n.* (ทิม แพน นัม) แก้วหู
type, *n.* (ไทพฺ) ชนิด; แบบ; ตัวพิมพ์
type-founder, *n.* (ไทพฺ เฟานฺ เด้อ) ผู้หล่อตัวพิมพ์
type-metal, *n.* (ไทพฺ เม็ท ทัล) โลหะผสมสำหรับหล่อตัวพิมพ์
type-script, *n.* (ไทพฺ สคริพทฺ) ต้นฉบับพิมพ์ดีด
type-setter, *n.* (ไทพฺ เซ็ท เท่อ) ผู้เรียงพิมพ์
type-setting, *n.* (ไทพ เซ็ท ทิ่ง) การเรียงพิมพ์
typewrite, *v.* (ไทพูไรทฺ) ดีดพิมพ์
typewriter, *n.* (ไทพฺ ไร เท่อ) เครื่องพิมพ์ดีด
typewriting, *n.* (ไทพฺ ไรทิ่ง) การดีดพิมพ์
typewritten, *a.* (ไทพุริท เทิน) ซึ่งดีดพิมพ์
typhoid, *n. a.* (ไทฟอยดฺ) ไข้รากสาดน้อย
typhoon, *n.* (ไทฟูน) ลมใต้ฝุ่น

typhus, *n.* (ไท ฟัส) ไข้รากสาดใหญ่
typic, *a.* (ทิพ พิค) อย่างแบบ
typical, *a.* (ทิพ พิคัล) อย่างแบบ
typify, *v.* (ทิพพิฟาย) ทำเป็นแบบ
typist, *n.* (ไท พิสทฺ) นักพิมพ์ดีด
tyrannic, *a.* (ทิ-; ไท แรนนิค) ซึ่งกดขี่
tyrannical, *a.* (ทิ; -ไท แรน นิคัล) ซึ่งกดขี่
tyrannize, *v.* (ที ราไนซฺ) ใช้อำนาจกดขี่; ตั้งอำนาจ
tyrannous, *a.* (ที รานัส) กดขี่
tyranny, *n.* (ที รานี่) การปกครอง; อย่างกดขี่; อย่างตั้งอำนาจ
tyrant, *n.* (ไท รันทฺ) ผู้ปกครองอย่างใช้อำนาจกดขี่
tyre, *n.* (ไท เอ้อ) ยางรถ
Tzer, *n.* (ซารฺ) พระเจ้าซาร์

U

ubiquitous, *a.* (ยู บิค ควิ ทัส) มีอยู่ทุกหนทุกแห่ง
ubiquity, *n.* (ยู บิค ควิ ที่) ความมีอยู่ได้ทุกหนทุกแห่ง
U-boat, *n.* (ยูโบท) เรือใต้น้ำ
ugliness, *n.* (อัก กลีเน็ส) ความน่าเกลียด
ugly, *a.* (อัก กลี้) น่าเกลียด
uhlan, *n.* (อูลัน; ยูลัน) ทหารอุหล่าน
ukelele, *n.* (ยูเคอเลลี่) เครื่องดนตรีเป็นรูปซอ
ulcer, *n.* (อัล เซ่อ) แผลเป็นหนอง
ulcerous, *a.* (อัล เซอ รัส) แห่งแผลอมหนอง
ulterior, *a.* (อัล ทีเรีย) อันมีเหตุผลอยู่หลังฉาก
ultimate, *a.* (อัล ทิเมท) สุดท้าย
ultimately, *adv.* (อัล ทิเมท ลี่) ในที่สุด
ultimatum, *n.* (อัล ทิเมทัม) คำขาด
ultimo, *adv.* (อัล ทิโม่) เดือนที่แล้ว
ultra, *a. adv.* (อัล ทร่า) จนสุดขีด
ultramarine, *a.* (อัล ทร่ามารีน) ซึ่งมีสีเขียวทะเล
ultramontane, *a.* (อัล ทร่า มือนเทน) อยู่คนละฟากภูเขา
ultra-violet, *a.* (อัล ทร่า ไวโอเล็ท) แสงพิเศษที่มองไม่เห็นด้วยตา
umbilic, *a.* (อัมบิลลิค) แห่งสะดือ
umbra, *n.* (อัม บร่า) เงามืดทั่ว
umbrage, *n.* (อัมเบ็รจ) เงา; ร่ม
umbrella, *n.* (อัม เบร็ล ล่า) ร่ม
umbrose, *a.* (อัมโบรซ) เป็นเงาร่ม
umpire, *n.* (อัมไพเออ) ผู้ชี้ขาด

un- (อัน), (เติมเข้าข้างหน้านาม, คุณศัพท์และวิเศษณ์ แปลว่า "ไม่" ถ้าเติมเข้าข้างหน้ากริยา ทำให้การกระทำนั้นเปลี่ยนเป็นตรงกันข้าม)

unabashed, *a.* (อันอาแบชดฺ) ไม่มีอาย

unabated, *a.* (อันอาเบทเท็ด) ไม่มีถดถอย; ลดน้อยลง

unable, *a.* (อันเนเบิล) ไม่สามารถ

unabridged, *a.* (อัน อาบริดจดฺ) มิได้ตัดทอนให้สั้นลง

unaccented, *a.* (อันแอ็คเซ็นเท็ด) มิได้ลงเสียงหนัก

unacceptable, *a.* (อันแอ็คเซ็พ ทาเบิล) รับไม่ได้

unaccommodating, *a.* (อัน อัคค็อมโมเดททิ่ง) ไม่เอาธุระหรือเอื้อเฟื้อ

unaccompanied, *a.* (อันอัคคัมพานีด) ไม่มีใครไปด้วย

unaccountable, *a.* (อันอัคเคานฺทาเบิล) ให้เหตุผลไม่ได้

unaccustomed, *a.* (อันอัคคัสตอมดฺ) ไม่เคยกับ

unadorned, *a.* (อันอาดอนดฺ) ไม่มีอะไรประดับ, ตกแต่ง

unadulterate, *a.* (อันอาดัลเทอเรท) ปราศจากสิ่งเจือปน

unaffected, *a.* (อันอัฟเฟ็คเท็ด) ไม่กระทบกระเทือน

unaffected, *a.* (อันอัฟเฟ็คเท็ด) ไม่กระทบกระเทือน

unaffectedly, *adv.* (อันอัฟเฟ็คเท็ดลี่) ไม่มีจริตเสแสร้งเลย

unalterable, *a.* (อัน ออล เทอ ราเบิล) เปลี่ยนแปลงมิได้

unamiable, *a.* (อันเอม มิอาเบิล) ไม่น่ารักใคร่

unanimous, *a.* (ยูแนน นิมัส) เห็นพร้อมกันหมด; เป็นน้ำหนึ่งใจเดียวกัน

unanimously, *adv.* (ยูแนน นิมัส ลี่) เป็นเอกฉันท์

unanswerable, *a.* (อัน อาน เซอราเบิล) ไม่ยอมรับผิดชอบ

unappetising, *a.* (อัน แอ็พ พิไท ซิ่ง) ไม่มีรสชาดเสียเลย

unappreciated, *a.* (อัน อัพพรีชิเอทเท็ด) มิได้รับการยกย่อง

unapproachable, *a.* (อัน อัพโพรช-ชาเบิล) เข้าไม่ถึง

unarm, *v.* (อัน อาม) ปลอดอาวุธ

unarmed, *a.* (อัน อามดฺ) ไม่มีอาวุธ

unarmoured, *a.* (อัน อาเมอดฺ) มิได้หุ้มเกราะ

unashamed, *a.* (อัน อัชเชมดฺ) ไม่มีอาย

unasked, *a.* (อัน อาสคฺดฺ) โดยไม่ได้ขอร้อง

unassailable, *a.* (อัน อัซเซล ลาเบิล) โจม ตีไม่ได้, ตีไม่แตก

unassailed, *a.* (อัน อัซเซลดฺ) มิได้เข้าตี

unassimilated, *a.* (อัน อัซซิม มิเลท-เท็ด) เข้ากันไม่ได้

unassuming, *a.* (อัน อัชซิวมิ่ง) ไม่มีการยกตัว

unattached, *a.* (อัน แอทแทชดฺ) ไม่มีติดอยู่ด้วย

unattainable, *a.* (อัน แอทเทนนาเบิล) เอื้อม ไม่ถึง
unattended, *a.* (อัน แอทเท็น เต็ด) ไม่มีผู้รับใช้
unattested, *a.* (อัน แอทเท็สเท็ด) ไม่มีที่อ้างอิง
unattractive, *a.* (อัน แอทแทร็คทิฟวฺ) ไม่น่าดู
unauthorised, *a.* (อัน ออ ธอไรซดฺ) โดยมิได้รับอนุมัติ
unavailing, *a.* (อัน อาเวลลิ่ง) โดยไม่ได้ประโยชน์อันใด
unavoidable, *a.* (อัน อาวอย ดาเบิล) โดยหลีกเลี่ยงไม่พ้น
unaware, *a.* (อัน อาแว) ไม่ทันรู้ตัว
unbaked, *a.* (อัน เบคดฺ) ไม่ได้ปิ้ง; ไม่ได้เผา
unbalance, *n.* (อัน แบลลันซฺ) ไม่ได้ส่วนสมดุลย์กัน
unbearable, *a.* (อันแบ ราเบิล) เหลือที่จะทนทานได้
unbeaten, *a.* (อัน บีท เทิน) ไม่ได้เฆี่ยน; ยังไม่แพ้ ยังไม่ได้ใช้เดิน
unbecoming, *a.* (อัน บีคัมมิ่ง) อันไม่เหมาะสม; ไม่เป็นการสมควร
unbelief, *a.* (อัน บีลิฟ) ความไม่เชื่อ
unbelt, *v.* (อันเบ็ลทฺ) ปลดเข็มขัด
unbend, *v.* (อันเบ็นดฺ) ดัดของโค้งให้ตรง
unbent, *a.* (อันเบ็นทฺ) มิได้คดงอ
unbias, *n.* (อันไบอัส) ความไม่ลำเอียง
unbidden, *a.* (อัน บิดเดิ้น) มิได้สั่งเสีย
unbind, *v.* (อัน ไบนฺดฺ) แก้ออก (จากที่ผูกมัด)
unbleached, *a.* (อัน บลีชดฺ) มิได้ฟอกให้ขาว
unblemished, *a.* (อันเบลิม มิชดฺ) ไม่มีด่างพร้อย
unbolt, *v.* (อัน โบลทฺ) ถอดกลอน
unborn, *a.* (อัน บอน) ยังไม่เกิด
unbosom, *v.* (อัน บูซัม) เปิดอก
unbound, *a.* (อัน บาวนฺดฺ) ยังมิได้เย็บเล่ม
unbounded, *a.* (อัน เบานฺ เด็ด) ไม่มีขอบเขตจำกัด
unbowed, *a.* (อันเบาดฺ) ไม่มีก้มหัวให้
unbreakable, *a.* (อัม เบรค คาเบิล) ไม่แตก
unbridle, *v.* (อัน ไบรเดิล) ปลดบังเหียนออก
unbridled, *a.* (อัน ไบรเดิลดฺ) สะกัดกั้นไว้ไม่อยู่
unbroken, *a.* (อัน โบรคเคิน) มิได้แตกหักเสียหาย
unburden, *v.* (อัน เบอ เดิ้น) ปลดเปลื้องความหนักใจ
unbusinesslike, *a.* (อัน บิซซิเน็สไล้คฺ) ไม่เป็นระเบียบทางธุรการงาน
unbutton, *v.* (อัน บัทเทิ่น) ปลดกระดุม
uncage, *v.* (อัน เคจ) ปล่อยออกจากกรง
uncalculated, *a.* (อัน แคลคิวเลทเท็ด) ไม่ได้คาดถึง
uncalled for, มิได้นึกฝันเลย
uncanny, *a.* (อัน แคน นี่) พิกลแบบทำให้นึกสยองขน

U

unceasing, *a.* (อัน ซีส ซิ่ง) ไม่มีหยุดยั้ง
unceremonious, *a.* (อัน เซรีโมเนียส) ไม่ต้องมีพิธีรีตองกัน; ว่ากันตามสบาย
uncertain, *a.* (อัน เซอเทิน) ไม่แน่นอน; เลื่อนลอย
uncertainty, *n.* (อัน เซอเทินที่) ความไม่แน่นอน
unchain, *v.* (อันเชน) ปลดโซ่ออก
unchangeability, *n.* (อันเชนจะบิลลิที่) ลักษณะซึ่งจะเปลี่ยนแปลงมิได้
unchangeable, *a.* (อัน เชน จาเบิล) ไม่เปลี่ยนแปลง
unchanged, *a.* (อัน เชนจดฺ) ไม่มีเปลี่ยนแปลง
unchanging, *a.* (อัน เชนจิ้ง) ซึ่งไม่เปลี่ยนแปลง
unchangingly, *adv.* (อัน เชน จิ้งลี่) โดยมิได้มีการเปลี่ยนแปลง
uncharitable, *a.* (อัน แช ริททาเบิล) ไม่ใช่เป็นเรื่องใจบุญ
uncharted, *a.* (อัน ชาทเท็ด) อันไม่ปรากฏบนแผนที่
unchristian, *a.* (อัน คริสเชียน) มิใช่เยี่ยงของชาวคริสตัง
uncivil, *a.* (อัน ซิฟวิล) ไม่สุภาพ
uncivilized, *a.* (อับ ซิซ วิไลซดฺ) ป่าเถื่อน
uncle, *n.* (อัง เคิล) ลุง; อา (ผู้ชาย)
unclean, *a.* (อัน คลีน) ไม่สะอาด
uncleanliness, *n.* (อัน เคล็น ลิเน็ส) ความไม่สะอาด
uncleanly, *adv.* (อัน คลีนลี่) อย่างไม่สะอาด
unclench, *v.* (อัน เคล็นชฺ) แบกำหมัดออก
unclothe, *v.* (อัน โคลธ) แก้ผ้าออก
unclothed, *a.* (อัน โคลธดฺ) มิได้ใส่เสื้อผ้า
uncock, *v.* (อัน ค็อค) ง้างไกออก
uncoil, *v.* (อัน คอยลฺ) แก้ม้วนออก
uncomely, *a.* (อัน คัมลี่) ไม่สวยเอาเสียเลย
uncomfortable, *a.* (อัน คัม ฟัท ทาเบิล) ไม่สบายกาย
uncomfortably, *adv.* (อันคัมฟัททาบลี้) อย่างไม่สบายกาย
uncommercial, *a.* (อัน ค็อมเมอชัล) ไม่ใช่การค้า
uncommon, *a.* (อันคอมม็อน) ไม่ใช่ของมีกันทั่วไป
uncommonness, *n.* (อันคอมม็อนเน็ส) ลักษณะซึ่งมิได้มีอยู่โดยทั่ว ๆไป
uncommunicative, *a.* (อัน คอมมิวนิคเคทิฟวฺ) ขาดการสื่อสารให้ทราบ
uncomplaining, *a.* (อัน คอมเพลนนิ่ง) ไม่มีร้องทุกข์กับเขา
uncompleted, *a.* (อัน ค็อม พลีทเท็ด) ยังไม่เสร็จ
uncomplimentary, *a.* (อัน คอม พลิเม็น แทรี่) ซึ่งไม่มีการยกย่องกัน
uncompromising, *a.* (อัน ค็อม โพรไมซิ่ง) ไม่มียอมตกลงด้วยได้
unconcealed, *a.* (อัน คอน ซีลดฺ) ไม่มีอะไรปิดบัง

unconcern, *n.* (อัน คอนเซอน) ความไม่เอาธุระสนใจด้วย

unconcerned, *a.* (อัน คอน เซอนดฺ) ไม่เกี่ยวข้อง

unconditioned, *a.* (อัน คอน ดิชชันดฺ) ไม่มีเงื่อนไขบังคับไว้

unconditional, *a.* (อันคอนดิชชันนัล) ซึ่งไม่มีเงื่อนไขใด ๆ

unconditionally, *adv.* (อัน คอนดิชันนัลลี่) โดยปราศจากเงื่อนไข

unconditioned, *a.* ไม่มีข้อพิกัด

unconfessed, *a.* ยังไม่ยอมรับ

unconfident, *a.* ยังไม่ไว้ใจ

unconfirmed, *a.* (อัน คอนเฟอมดฺ) อันมิได้ยืนยัน

unconfirmed report, รายงานที่ไม่ได้รับการยืนยัน

uncongenial, *a.* (อัน คอน จีเนียล) ซึ่งเข้ากันมิได้

unconnected, *a.* (อัน คอนเน็ค เท็ด) ไม่ติดต่อกัน

unconquerable, *a.* (อัน คอนเคอราเบิล) ซึ่งไม่มีทางรบชนะได้

unconscious, *a.* (อัน ค็อน ชัส) ไม่รู้สึกตัว; แน่วแน่ไป; ไม่ได้สติ

unconstitutional, *a.* (อัน คอนสฺ ทิ ทิว-ชันนัล) ขัดกับรัฐธรรมนูญ

unconsitutionally, *adv.* (อัน คอนสฺ ทิทิวชันนัลลี่) โดมไม่ถูกตามวิถีทางแห่งรัฐธรรมนูญ

unconstrained, *a.* (อัน ค็อน สเตรนดฺ) อันไม่มีอะไรบังคับกั้นไว้

uncontrollable, *a.* (อัน ค็อน โทรล-ลาเบิล) บังคับไว้ไม่อยู่

uncontrolled, *a.* (อัน ค็อน โทรลดฺ) มิได้บังคับไว้

unconventional, *a.* (อัน คอน เว็นชันนัล) มิได้มีอะไรถือเป็นข้อกำหนด

unconversant, *a.* (อัน ค็อนเวอซันทฺ) ซึ่งยังไม่คุ้นต่อ

unconverted, *a.* (อัน ค็อนเวอทเท็ด) ซึ่งมิได้กลับใจไปถือศาสนาอื่น

unconvinced, *a.* (อัน ค็อน วินซฺดฺ) ยังไม่แน่ใจนัก

uncork, *v.* (อัน คอค) เปิดจุกขวด

uncouth, *a.* (อันคูธ) อันมีลักษณะหยาบไม่ละมุนละม่อม

uncover, *v.* (อันคัฟเว่อ) เปิดออกเช่นเปิดฝา, เปิดเผยให้เห็น

unction, *n.* (อังคฺ เชิ่น) การเจิมน้ำมนต์

uncultivable, *a.* (อัน คัล ทิฟวาเบิล) ซึ่งจะเอาไปเพาะปลูกไม่ได้

uncultivated, *a.* (อัน คัล ทิเวทเท็ด) ซึ่งมิได้ทำการเพาะปลูก

uncultured, *a.* (อัน คัลเจอด) ไร้การอบรมสั่งสอน

uncurb, *v.* (อันเคอบ) พ้นจากการสะกดกลั้น

uncurbed, *a.* (อัน เคอบดฺ) อย่างปราศจากการสะกดกลั้นเอาไว้

uncut, *a.* (อันคัท) ยังไม่ได้ตัด

undamped, *a.* (อัน แด็มพฺทฺ) ไม่เปียกชื้น

undated, *a.* (ฮัน เดทเท็ด) ไม่ได้ลงวันที่

U

undaunted, *a.* (อันดอนเท็ด) ไม่มีย่นย่อต่ออันตรายใด ๆ

undecided, *a.* (อัน ดี ไซเด็ด) ไม่ตกลงใจ

undecipherable, *a.* (อัน ดีไซเฟอราเบิล) ยากที่จะอ่านออกได้

undeclared, *a.* (อัน ดีแคลดฺ) อันมิได้ประกาศ

undefended, *a.* (อัน ดีเฟ็น เด็ด) โดยไม่มีข้ออ้างเพื่อป้องกันตัว

undefined, *a.* (อัน ดีฟายนฺดฺ) โดยมิได้จำกัดความไว้

undemocratic, *a.* (อัน เด็ม โมแครตติค) ไม่มีลักษณะเป็นประชาธิปไตย

undemonstrative, *a.* (อัน ดีม็อนสฺทราทิฟวฺ) ซึ่งมิได้ชี้ลักษณะให้เห็น

undeniable, *a.* (อันดีนายอะเบิล) อันจะปฏิเสธไม่ได้

undependable, *a.* (อัน ดีเพ็น ดาเบิล) อันเชื่อถือไม่ได้

under, *p.p.* (อันเด้อ) ข้างใต้; ใต้; น้อยกว่า

under age, อายุยังไม่บรรลุนิติภาวะ

underbid, *v.* (อัน เดอ บิด) เสนอราคาน้อยไป

underbred, *a.* (อัน เดอ เบร็ด) อบรมไม่ถึงขนาด

undercharge, *v.* (อันเดอ ชาจ) เรียกเก็บน้อยไป

underclothes, *n. pl.* (อันเดอโคลธซ) เสื้อผ้าชั้นใน

undercut, *v.* (อันเดอคัท) ตัดราคากัน

underdeveloped, *a.* (อันเดอ-ดีเว็ลลอพ) ด้อยพัฒนา

underdone, *a.* (อันเดอดัน) สุกๆ ดิบๆ

underdose, *v.* (อันเดอโดซ) ให้ยาน้อยไป

underestimate, *v.* (อันเดอเอ็ส ทิเมท) ตีค่าน้อยไป

under-exposed, *a.* (อันเดอเอ็กซฺโพซดฺ) เปิดกล้องถ่ายเร็วไป, ให้เวลาไม่พอ

underfeed, *v.* (อันเดอฟีด) ให้อาหารน้อยไป

undergarment, *n.* (อัน เดอกาเม็นทฺ) เสื้อผ้าชั้นใน

undergo, *v.* (อันเดอโก) ทน; ได้รับ

undergraduate, *n.* (อันเดอแกรดดิวเอ็ท) นิสิต

undergraduette, *n.* (อันเดอแกรดดิวเอ็ท) นิสิตา

underground, *adv.* (อันเดอกราวนฺดฺ) ใต้ดิน; *n.* รถไฟใต้ดิน

undergrowth, *n.* (อันเดอโกรธ) ต้นไม้เกิดขึ้นใต้ต้นไม้ใหญ่

underhand, *adv.* (อันเดอแฮนดฺ) ลับหลัง

underlay, *v.* (อันเดอเล) อยู่ข้างใต้

underlie, *v.* (อันเดอลาย) อยู่ข้างล่าง

underline, *v.* (อันเดอลายนฺ) ขีดสัญญประกาศ

underling, *n.* (อัน เดอลิ่ง) ผู้น้อย; คนอยู่ใต้บังคับ

underman, *v.* (อันเดอแมน) มีคนน้อยไป; มีเจ้าหน้าที่ไม่พอกับงาน

undermentioned, *a.* (อันเดอเม็นชันดฺ)

ซึ่งกล่าวไว้ข้างล่างนี้

undermine, *v.* (อันเดอมายนฺ) ทำลาย (ความเชื่อถือ)

undermost, *a. adv.* (อันเดอโมสทฺ) อยู่ภายใต้สุด

underneath, *adv. pr.* (อันเดอนีธ) ข้างใต้

undernourished, *a.* (อันเดอเนอริชดฺ) ได้รับการเลี้ยงดูไม่พอ

under-officer, *n.* (อันเดอ อ็อฟฟิซเซ่อ) นายสิบ

underpay, *v.* (อันเดอเพ) ได้รับค่าแรงงานต่ำไป

under-populated, *a.* (อันเดอพ็อพพิว-เลทเท็ด) ยังมีพลเมืองน้อยอยู่

underrate, *v.* (อันเดอเรท) ตีค่าต่ำไป

under-secretary, *n.* (อัน เดอเซ็คเคร็ท-แทรี่) ปลัดกระทรวง

undersell, *v.* (อัคเดอแซ็ล) ขายราคาถูกกว่า

underseller, *n.* (อันเดอแซ็ลเล่อ) ผู้ขายราคาถูกกว่า

undersign, *v.* (อันเดอซายนฺ) ลงนามไว้ข้างล่างนี้

under-sized, *a.* (อันเดอไซซดฺ) ขนาดเล็กกว่าปรกติ

underskirt, *n.* (อันเดอสเคอท) กระ-โปรงชั้นใน

understand, *v.* (อันเดอ สฺแตนดฺ) เข้าใจ

understanding, *n.* (อันเดอสฺแตนดิ้ง) ความเข้าใจ

understate, *v.* (อันเดอสเตท) กล่าวไว้น้อยกว่าความจริง

understudy, *n.* (อันเดอ สตัดดี้) ตัวหัดไว้สำรอง

undertake, *v.* อดีต **undertook,** *p.p.* **undertaken,** (อันเดอเทค) จับทำ; ลงมือทำ

undertaker, *n.* (อันเดอเทคเค่อ) ผู้รับจัดการปลงศพ; ผู้จับทำ; สัปเหร่อ

undertaking, *n.* (อันเดอเทคคิ่ง) การจัดทำ; ภารธุระ

undertone, *n.* (อันเดอโทน) สีหรือเสียงที่น้อยลงไป

undervalue, *v.* (อันเดอแวลลิว) ตีค่าน้อยไป

underwear, *n.* (อันเดอแว) เสื้อผ้าชั้นใน

underwent, (อดีตของคำว่า **undergo**) ได้ผ่านการ....

underwood, *n.* (อัน เดอวูด) ต้นไม้เล็กๆระหว่างต้นไม้ใหญ่

underwork, *v.* (อันเดอเวอค) ทำงานน้อยกว่า; เรียกค่าแรงงานน้อยกว่า

underworld, *n.* (อันเดอเวอลดฺ) บาดาล; ที่ซ่องสุมของเหล่าร้าย

underwrite, *v.* (อันเดอไรทฺ) เขียนไว้ข้างใต้

underserved, *a.* (อันดีเซอฟดฺ) ไม่สมควรที่จะได้รับ

underserving, *a.* (อันดีเซอฟวิ่ง) ไม่น่าจะได้รับ (เพราะดีไม่พอ)

undersirable, *a.* (อันดีซายราเบิล) ไม่พึงปรารถนา

undeveloped, *a.* (อัน ดีเว็ล ล็อพทฺ) ยัง

U

ไม่ได้ทำประโยชน์; ยังไม่เจริญพัฒนา

undeviating, *a.* (อันดีวิเอทติ้ง) ไม่มีหันเหไป

undigested, *a.* (อัน ดิเจ๊สเท็ด) ยังไม่ย่อย

undiluted, *a.* (อัน ดิลิวเท็ด) ไม่ได้เติมน้ำให้ใส; หรือจางไป

undine, *n.* (อัน ดีนฺ) นางพรายน้ำ

undisciplined, *a.* (อัน ดิส ซิพ พลินดฺ) ไม่มีวินัยกัน

undiscriminating, *a.* (อันดิสคริมมิเนท-ทิ่ง) ไม่เลือกเข้าข้างหนึ่งข้างใด

undisposed, *a.* (อันดิสโพซดฺ) ยังมิได้ยำหน่ายจ่ายแจก; ยังไม่สบายใจ

undisputed, *a.* (อันดิสพิวเท็ด) อย่างไม่มีทางเถียงได้

undistinguishable, *a.* (อัน ดิสทิง-กวิชชาเบิล) ดูไม่ออกว่าอันไหนเป็นอันไหน

undistinguished, *a.* (อันดิสทิงกวิชดฺ) ไม่มีชื่อเสียงอันใด

undo, *v.* (อันดู) แก้

undomesticate, *v.* (อันโดเม็สทิเคท) ไม่ได้เอามาเลี้ยงไว้กับบ้าน

undoubtable, *a.* (อันเดา ทาเบิล) ไม่น่าจะต้องสงสัย

undoubted, *a.* (อันเดาเท็ด) ไม่ต้องสังสัย

undress, *v.* (อันเดร๊ส) เปลื้องผ้า

undrinkable, *a.* (อันดริงคาเบิล) ดื่มไม่ได้

undue, *a.* (อันดิว) ไม่เหมาะสม

undulate, *v.* (อันดิวเลท) เป็นลูกคลื่น

undulating, *a.* (อัน ดิวเลททิ่ง) ขึ้นๆ ลงๆ เป็นลอนลูกคลื่น

undulation, *n.* (อันดิวเลชั่น) ลักษณะเป็นลูกคลื่น

undulatory, *a.* (อันดิวแลททอรี่) ซึ่งมีลักษณะเป็นลูกคลื่น

unduly, *adv.* (อันดิวลี่) อันไม่สมควร

undying, *a.* (อันไดอิ้ง) ไม่รู้จักตาย

unearned, *a.* (อันเออนดฺ) ซึ่งมิได้หามาด้วยน้ำพักน้ำแรง

unearth, *v.* (อันเออธ) ขุดค้นออกจากดิน

uneasy, *a.* (อันอีซี่) ไม่รู้สึกสบายใจ

uneatable, *a.* (อันอีททาเบิล) กินไม่ได้

uneconomic, *a.* (อันเอ็ด คอน นอมมิค) ไม่ถูกหลักเศรษฐกิจ

unedifying, *a.* (อันเอ็ดดิฟายอิ้ง) ไม่เป็นการสร้างเสริมให้ดีขึ้น

uneducated, *a.* (อันเอ็ด ดิวเคทเท็ด) ไม่ได้รับการศึกษา

unemployed, *a.* (อันเอ็ม พลอยดฺ) ไม่มีงานทำ

unending, *a.* (อันเอ็นดิ้ง) ไม่รู้จักจบ

unenlightened, *a.* (อันเอ็นไล้ เท็นดฺ) ไม่มีแจ่มกระจ่างขึ้นในความเข้าใจเลย

unequal, *a.* (อัน อีควัล) ไม่เท่ากัน

unequivocal, *a.* (อัน อี ควิฟ โวคัล) ไม่มีความเข้าใจได้หลายทาง

Unesco, *n.* (ยูเน็สโค่) องค์การศึกษาฯ สหประชาชาติ; ยูเนสโก้

uneven, *a.* (อัน อีเวิ่น) ไม่เท่ากัน; ขรุขระ

unexceptionable, *a.* (อันเอ็กเซ็พชันนาเบิล) ไม่มียกเว้น
unexceptional, *a.* (อันเอ็กเซ็พชันนัล) ไม่ใช่พิเศษแต่อย่างใด
unexecuted, *a.* (อันเอ็ก เซ็คคิวเท็ด) ยังมิได้จัดทำ
unexpected, *a.* (อันเอ็คซฺเพ็คเท็ด) ไม่ได้นึกไม่ได้ฝัน
unextirpated, *a.* (อันเอ็คซฺ เทอ เพทเท็ด) ไม่ได้ศูนย์สิ้นชาติ
unfadable, *a.* (อันเฟดดาเบิล) ไม่ได้โรยรา; หรือร่วงหมดไป
unfaded, *a.* (อันเฟด เด็ด) ไม่ร่วงโรย; สีไม่ตก
unfailing, *a.* (อัน เฟลลิ่ง) ไม่มีพลาด; ไม่มีหย่อนคลาย
unfair, *a.* (อันแฟ) ไม่ยุติธรรม
unfaithful, *a.* (อันเฟธฟูล) ไม่ซื่อสัตย์
unfamiliar, *a.* (อันแฟมมิลเลีย) ไม่คุ้นหน้ากัน
unfashionable, *a.* (อันแฟช ชันนาเบิล) ล้าสมัย
unfasten, *v.* (อันฟาซ เซิน) แก้ที่ผูกออก
unfastened, *a.* ไม่ได้ผูกไว้
unfathomable, *a.* (อันแฟธ ธอมมาเบิล) หยั่งไม่ได้
unfavorable, *a.* (อันเฟ วอราเบิล) โอกาสไม่อำนวย
unfeeling, *a.* (อันฟีลลิ่ง) ไม่มีความรู้สึกช่วยเหลือ
unfeigned, *a.* (อันเฟนดฺ) ไม่ได้แกล้งทำ
unfetter, *v.* (อันเฟ็ทเท่อ) แก้โซ่จองจำออก
unfilial, *a.* (อันฟิลเลียล) ไม่ใช่เยี่ยงลูก
unfinished, *a.* (อันฟินนิชดฺ) ยังไม่เสร็จ
unfit, *a.* (อันฟิท) ไม่เหมาะสมกับ
unfitly, *adv.* อย่างไม่เหมาะสม
unfitness, *n.* ความไม่เหมาะสม
unfitting, *a.* (อันฟิททิ่ง) อันไม่เหมาะสม
unfittingly, *adv.* อย่างไม่เหมาะสม
unfledged, *a.* (อันเฟล็ดจดฺ) ยังไม่มีขน (ลูกนก)
unflinching, *a.* (อันฟลินชิ่ง) ไม่มีถดถอย
unflinchingly, *adv.* อย่างไม่ถดถอย, ลดละ
unfold, *v.* (อันโฟลดฺ) กางออก
unforeseeable, *a.* (อันฟอซียาเบิล) ซึ่งมองไม่เห็นกาลล่วงหน้าได้
unforeseen, *a.* (อันฟอซีน) ซึ่งคาดฝันไม่ถึง
unforgettable, *a.* (อัน ฟอรฺเก็ททาเบิล) ซึ่งจะลืมเสียมิได้
unforgivable, *a.* (อัน ฟอรฺกิฟวาเบิล) ซึ่งยกโทษให้ไม่ได้
unformed, *a.* (อันฟอมดฺ) ยังไม่ได้เป็นรูปขึ้น
unfortunate, *a.* (อันฟอชิวเนท) เคราะห์ร้าย
unfounded, *a.* (อันเฟาวนฺเด็ด) ไม่มีหลักฐาน
unfrequented, *a.* (อัน ฟรีเคว็น เท็ด) ไม่มีใครมา
unfriendly, *a.* (อันเฟร็นดฺลี่) อย่างปราศจากไมตรี

U

unfrock, *v.* (อันฟร็อค) จับพระสึก
unfulfilled, *a.* (อันฟูลฟิลดฺ) ยังไม่สำเร็จผล
unfunded, *a.* (อันฟันเด็ด) ไม่มีทุน
unfurl, *v.* (อันเฟอล) คลี่ออก
unfurnished, *a.* (อันเฟอนิชดฺ) ไม่มีเครื่องเรือน
ungainly, *a.* (อันเกนลี่) งุ่มง่าม, ไม่น่าดู
ungarnished, *a.* (อันกานิชดฺ) ไม่ได้ใส่เครื่อง
unglaze, *v.* (อันเกลซ) ไม่ได้เคลือบ
ungodly, *a.* (อันกอดลี่) เยี่ยงคนใจบาป ไม่รู้จักพระรู้จักเจ้า
ungovernable, *a.* (อันกัฟเวอน นาเบิล) ปกครองไม่ได้
ungracious, *a.* (อันแกรเชียส) ขาดความมีมารยาทดี, ขาดความกรุณา
ungrammatical, *a.* (อันแกรมเมททิคัล) ไม่ถูกต้องตามหลักไวยากรณ์
ungrateful, *a.* (อันเกรท ฟูล) อกตัญญู
ungratefully, *a.* อย่างไร้ความกตัญญู
ungratefulness, *n.* ความอกตัญญู
unhappy, *a.* (อันแฮพ ปี้) ไม่มีความสุข
unhealthy, *a.* (อันเฮ็ลธี่) ไม่เหมาะกับสุขภาพ
unheard, *a.* (อันเฮอด) ไม่เคยได้ยิน
unhesitating, *a.* (อันเฮซ ซิเททิ่ง) ไม่มีความลังเลใจ
unhinge, *v.* (อันฮินจฺ) ถอดออกจากบานพับ; ฟั่นเฟือน
unholy, *a.* (อันโฮลี่) ไม่ศักดิ์สิทธิ์
unhook, *v.* (อันฮุค) เอาลงจากขอเกี่ยว
unhorse, *v.* (อันฮอส) ตกจากหลังม้า
unhurt, *a.* (อันเฮอท) ไม่ได้รับบาดเจ็บ
unhygienic, *a.* (อันไฮจีนนิค) ไม่ถูกอนามัย
unicorn, *n.* (ยูนิคอน) สัตว์ในโบราณนิยายมีเขาเดียว; กิเลน
uniform, *a.* (ยูนิฟอม) เป็นแบบเดียวกันตลอด; *n.* เครื่องแบบ
uniformity, *n.* (ยูนิ ฟอมมิที่) ความสม่ำเสมอ
unify, *v.* (ยูนิฟาย) รวมเข้าด้วยกัน
unilateral, *a.* (ยูนิแลทเทอรัล) ข้างเดียว
uniliteral, *a.* (ยูนิลิท เทอรัล) มีตัวอักษรเดียว
unimaginable, *a.* (อันอิมแมจจินนาเบิล) เหลือท่จะนึกคาดถึงได้
unimaginative, *v.* (อันอิมแมจจินนา-ทิฟวฺ) ขาดความคิดคำนึง
unimpaired, *a.* (อันอิมแพดฺ) ไม่เสียหาย
unimpeachable, *a.* (อันอิมพีชชาเบิล) ไม่มีที่ติได้
unimportance, *n.* (อันอิมพอทันซฺ) ความไม่สำคัญ
unimportant, *a.* (อันอิมพอทันทฺ) ไม่สำคัญ
uninformed, *a.* (อันอิน ฟอมดฺ) ไม่รู้เรื่อง; ไม่มีใครบอก
uninhabitable, *a.* (อันอินแฮบบิททาเบิล) อยู่อาศัยไม่ได้
uninhabited, *a.* (อันอินแฮบ บิทเท็ด) ไม่มีคนอยู่เลย

uninspired, *a.* (อัน อิน สไพเออดฺ) ไม่มีความดลใจ, นึกไม่ออกว่าจะทำอย่างไรดี
uninsured, *a.* (อันอินชัวดฺ) ไม่ได้ประกัน
unintelligent, *a.* (อันอินเท็ลลิเจ็นทฺ) ไม่ฉลาด
unintelligible, *a.* (อันอินเท็ล ลิจจาเบิล) ไม่ทำให้เขาเข้าใจได้
unintentional, *a.* (อันอินเท็น ชันนัล) ไม่ตั้งใจ
uninterested, *a.* (อันอินเทอเร็สเต็ด) ไม่สนใจ
uninteresting, *a.* (อันอินเทอเร็สติ้ง) ไม่สนุก
uninterestingly, *adv.* (อันอินเทอเร็ส-ติ้งลี่) อย่างไม่น่าสนใจ, ไม่สนุก
uninterrupted, *a.* (อันอินเทอรัพเท็ด) ไม่ชะงักงัน
uninvited, *a.* (อันอินไวเท็ด) ไม่ได้เชิญมา
union, *n.* (ยูเนี่ยน) สมาคม; สหภาพ
Union Jack, ธงอังกฤษ
unionist, *n.* (ยูเนียนนิสทฺ) สมาชิกสหภาพกรรมกร
uniparous, *a.* (ยูนิพ พารัส) มีลูกโทน
unique, *a.* (ยูนีค) หนึ่ง; หาที่เสมออีกไม่ได้
unison, *n.* (ยูนิซัน) การรวมกันเข้า
unit, *n.* (ยูนิท) หน่วย; หน่วยกิจ
unite, *v.* (ยูไนทฺ) รวมเข้าด้วยกัน
united, *a.* (ยูไนเท็ด) รวมกัน
United Nations, (-เนชั่นซฺ) สหประชาชาติ
United States of America, สหรัฐ-อเมริกา
unity, *n.* (ยูนิที่) หน่วย; ความเป็นหนึ่ง; ความพร้อมเพรียงกัน
universal, *a.* (ยูนิเวอซัล) แห่งจักรวาล; สากลทั่วตลอดไป
universally, *adv.* (ยูนิเวอซัลลี่) โดยทั่วไป
universalness, *n.* (ยูนิเวอ ซัลเน็ส) ลักษณะซึ่งมีอยู่ทั่วไป
universe, *n.* (ยูนิเวอซ) จักรวาล
university, *n.* (ยูนิเวอซิตี้) มหาวิทยาลัย
univocal, *a.* (ยูนิโวคัล) มีความหมายได้อย่างเดียว
unjust, *a.* (อันจัสทฺ) ไม่ยุติธรรม
unjustifiable, *a.* (อันจัสตีฟายยาเบิล) ไม่ถูกต้องตามหลัก ความยุติธรรม
unkempt, *a.* (อันเค็มทฺ) ยุ่ง; ไม่ได้หวี
unkind, *a.* (อันไคนฺดฺ) โหดร้ายใจร้าย
unkindliness, *n.* (อันไคนดฺ ลิเน็ส) ความไม่กรุณา
unkindly, *a.* (อันไคนฺดฺลี่) อย่างไม่มีใจกรุณา
unkindness, *n.* (อันไคนฺดฺเน็ส) ความไม่มีใจกรุณา
unknowable, *a.* (อันโนวาเบิล) ไม่มีทางทราบได้
unknowingly, *adv.* (อันโนวิ่งลี่) โดยไม่รู้อะไรกับเขา
unknown, *n.* (อันโนน) ไม่มีใครรู้จัก; ไม่ทราบกัน; ไม่ปรากฏ

unlawful, *a.* (อันลอฟูล) ไม่ชอบด้วยกฎหมาย

unlawfully, *adv.* (อันลอฟูลลี่) โดยไม่ถูกต้องตามกฎหมาย

unleash, *v.* (อันลีช) ปล่อยออก

unless, *c.* (อันเล็ส) นอกจากว่า

unlettered, *a.* (อันเล็ทเทอด) อ่านหนังสือไม่ออก

unlicensed, *a.* (อันไลเซ็นซฺด) ไม่ได้รับใบอนุญาต

unlike, *a.* (อันไลคฺ) ไม่เหมือน

unlikelihood, *n.* (อันไลคฺ ลีฮูด) ดูไม่มีทางที่จะเป็นไปได้

unlikely, *adv.* (อันไลคฺลี่) ไม่น่าจะเป็นไปได้

unlimited, *a.* (อันลิมมิเท็ด) ไม่จำกัด

unload, *v.* (อันโลด) ขนลง

unlock, *v.* (อันล็อค) ไขกุญแจกออก

unloose, *v.* (อันลูซ) ปล่อยออก

unlovable, *a.* (อันเลิฟวาเบิล) ไม่น่ารัก

unloveliness, *n.* (อันเลิฟ ลิเน็ส) ความไม่น่ารัก

unlovely, *a.* (อันเลิฟลี่) ไม่น่ารัก

unloving, *a.* (อันเลิฟวิ่ง) ไม่รัก

unluckily, *adv.* (อันลัคคิลี่) อย่างเคราะห์ร้าย

unluckiness, *n.* (อันลัคคิเน็ส) เคราะห์ไม่ดี

unlucky, *a.* (อันลัคคี่) เคราะห์ร้าย

unmake, *v.* (อันเมค) รื้อทำลายสิ่งที่เขาทำเอาไว้

unmanliness, *n.* (อันแมนลิเน็ส) ลักษณะไม่เป็นผู้ชาย

unmanned, *a.* ไม่มีคนขับ (เช่น **unmanned spacecraft** หมายถึงยานอวกาศที่ไม่มีคนประจำ)

unmannerly, *a.* (อันแมน เนอลี่) ไม่สุภาพ

unmarriageable, *a.* (อันแม เร็จจาเบิล) ยังไม่ถึงวัยแต่งงาน

unmarried, *a.* (อันแม รีด) ยังไม่ได้แต่งงาน

unmeaning, *a.* (อันมีนนิ่ง) ไม่มีความหมาย; ไม่ได้ตั้งใจ

unmeant, *a.* (อันเม็นทฺ) ไม่ได้ตั้งใจ

unmeasureable, *a.* (อันเมเชอราเบิล) วัดไม่ได้

unmeasured, *a.* (อันเม็ชเชอด) ไม่ได้วัด

unmentionable, *a.* (อันเม็นเชินนาเบิล) ไม่ควรกล่าวถึง

unminded, *a.* (อันไมนฺเด็ด) ไม่ได้นึกถึง

unmindful, *a.* (อันไมนฺดฺ ฟูล) ไม่ค่อยนึกถึง

unmistakable, *a.* (อันมิสเทคาเบิล) ไม่มีทางผิดไปได้

unmistakably, *adv.* (อันมิสเทคาบลิ) อย่างไม่มีทางผิดไปได้

unmoor, *v.* (อันมัว) ถอนเรือจากที่ทอดสมอ

unmoral, *a.* (อัน มอรัล) ไม่ถูกศีลธรรม

unmounted, *a.* (อันเมานฺ เท็ด) ไม่ได้ขี่; ยังไม่ได้ฝังเพชร; ยังไม่ได้ใส่กรอบ (รูป)

unmoved, *a.* (อันมูฟวดฺ) ไม่ขยับเขยื้อน

unmusical, *a.* (อันมิวซิคคัล) ไม่เพราะ (ทางดนตรี)

unnatural, *a.* (อันแนท ชิวรัล) ผิดธรรมดา
unnavigable, *a.* (อันแนฟ วิกกาเบิล) เดินเรือไม่ได้
unnecessarily, *adv.* (อันเนเซ็สแซริลี่) โดยไม่มีความจำเป็น
unnecessary, *a.* (อันเน็ส เซ็สแซรี่) ไม่จำเป็น
unnerve, *v.* (อันเนอฟว) ทำลายประสาท
unnoticed, *a.* (อันโนทิสดฺ) ไม่ทันสังเกต
UNO, (ยูโน) สหประชาชาติ
unobserved, *a.* (อันอ็อบเซอฟวดฺ) ไม่ทันได้เห็น
unobtrusive, *a.* (อันอ็อบ ทรูซิฟ) ไม่เป็นที่กีดขวางหน้า
unoccupied, *a.* (อันอ็อคคิวพายดฺ) ว่าง
unofficial, *a.* (อันอ็อฟฟิชัล) ไม่ใช่ราชการ
unopposed, *a.* (อันอ็อพโพซดฺ) ไม่มีใครคัดค้าน
unostentatious, *a.* (อัน ออส เท็นเทเชียส) ไม่แสดงอวด
unpack, *v.* (อันแพค) แก้ห่อออก; เอาของออก
unpaid, *a.* (อันเพด) ยังไม่ได้ให้เงิน
unpalatable, *a.* (อันแพลแลททาเบิล) ไม่ถูกปาก
unparallel, *a.* (อันแพราเล็ล) ไม่มีใครเปรียบได้
unpardonable, *a.* (อันพาเดินนาเบิล) ยกโทษให้ไม่ได้
unparliamentary, *a.* (อันพาลิเม็นทารี่) ไม่ถูกต้องตามวิธีการสภา
unpeople, *v.* (อันพีเพิล) กวาดเอาพลเมืองไป
unperturbed, *a.* (อันเพอเทอบดฺ) ไม่มีสะดุ้งสะเทือน
unplaced, *a.* (อันเพลซดฺ) ไม่ได้ตำแหน่ง; ไม่ได้ที่
unpleasant, *a.* (อันเพล็ส ซันทฺ) ไม่ชื่นชอบใจ
unpolished, *a.* (อันพอลลิชดฺ) ไม่ได้ขัด
unpopular, *a.* (อันพ็อพพิวล่า) ไม่กว้างขวาง
unprecedented, *a.* (อันเพร็สซีเด็นเท็ด) ไม่มีตัวอย่างมาก่อน
unpremeditated, *a.* (อันพรีเม็ดดิเทท-เท็ด) ไม่ได้ไตร่รองมาก่อน
unprepared, *a.* (อันพรีแพดฺ) ไม่ได้เตรียมการมา; ไม่พร้อม
unpreparedness, *n.* (อันพรีแพ็ดเน็ส) ความไม่พร้อม
unprepossessing, *a.* (อันพรีพ็อสเซ็สซิ่ง) ไม่เป็นที่ติดตาติดใจ
unprincipled, *a.* (อันพริน ซิเพิลดฺ) ไม่มีหลักการ
unprintable, *a.* (อันพริ้น ทาเบิล) พิมพ์ไม่ได้; ไม่ควรพิมพ์
unproductive, *a.* (อันโพรดัคทิฟวฺ) ไม่บังเกิดผล
unprofessional, *a.* (อันโพรเฟ็ชชันนัล) ไม่มีลักษณะเป็นอาชีพ
unprofitable, *a.* (อัน พรอฟ ฟิททาเบิล)

U

ไม่ได้กำไร; ไม่ได้ผลประโยชน์

unqualified, *a.* (อัน ควอลลิฟายดฺ) ไม่มีวุฒิ

unquestionable, *a.* (อันเค๊วสชัน นาเบิล) ไม่มีปัญหา

unquestionably, *adv.* (อันเค๊วสชันนา-บลี้) อย่างไม่มีปัญหา

unravel, *v.* (อันแรบเวิ็ล) คลี่คลายความลับ

unread, *a.* (อันเร็ด) ยังมิได้อ่าน

unreal, *a.* (อันเรียล) ไม่แท้; ไม่จริง

unrealisable, *a.* (อันเรียไล้ซาเบิล) ยังไม่กลายเป็นความจริงได้

unrealised, *a.* (อันเรียอาไล้ซดฺ) ยังไม่เป็นความจริง

unreality, *n.* (อันรีแยล ลิที่) ความไม่แท้จริง

unreasonable, *a.* (อันรีเซินนาเบิล) ไม่สมเหตุผล

unreasonable, *adv.* (อันรี เซินนาบลี้) โดยไม่เป็นการสมเหตุผล

unrecognized, *a.* (อันเร็ค คอกไน้ซดฺ) ไม่รับรอง

unrectified, *a.* (อันเร็คทีฟายดฺ) ไม่ถูกต้อง

unrefined, *a.* (อันรีฟายนุดฺ) ไม่ได้ฟอกให้บริสุทธิ์ (เช่นน้ำตาล)

unrelated, *a.* (อันรีเลทเท็ด) ไม่เกี่ยวข้อง

unrelenting, *a.* (อันรีเล็นทิ่ง) ไม่มีลดละ

unreliable, *a.* (อันรีลายยาเบิล) เชื่อถือไม่ได้

unremitting, *a.* (อันรีมิททิ่ง) ไม่มีหยุดหย่อน

unrequited, *a.* (อันรีไควเท็ด) ไม่ได้ตอบแทนกัน

unrest, *n.* (อันเร็สทฺ) ความไม่ได้พักผ่อน

unrestricted, *a.* (อันรีส ทริค เท็ด) ไม่ได้จำกัดไว้

unrighteous, *a.* (อันไรทฺ ชัส) ไม่ถูกต้องคลองธรรม

unripe, *a.* (อันไรพฺ) ไม่สุก

unrobe, *v.* (อันโรบ) เปลื้องผ้าออก

Unrra, *n.* (อันร่า) องค์การช่วยผู้ประสบภัยของสหประชาชาติ

unruffled, *a.* (อันรัฟเฟิลดฺ) ไม่ยับ

unruled, *a.* (อันรูลดฺ) ไม่ได้ตีเส้นบรรทัด; ไม่ได้ปกครอง

unsafe, *a.* (อันเซฟ) ไม่ปลอดภัย

unsatisfied, *a.* (อันแซ็ท ทิสฟายดฺ) ซึ่งไม่ได้รับความพอใจ

unsatisfactory, *a.* (อันแซททิสแฟ็คทอรี่) ไม่เป็นที่พอใจ

unsavoury, *a.* (อันเฟซ เวอรี่ ไม่เอร็ดอร่อย

unsay, *v.* (อันเซ) ถอนคำพูด

unscathed, *a.* (อันสเคธดฺ) ไม่ได้รับอันตราย

unscrupulous, *a.* (อันสุครูพิวลัส) ไม่มีความตะขิดตะขวงใจ

unseal, *v.* (อันซีล) เอาตราออก

unseasonable, *a.* (อันซีเซินนาเบิล) ไม่เหมาะกาล; ไม่ใช่เวลาอันควร

unseat, *v.* (อันซีท) เอาออกจากที่นั่ง;

ดุนลงจากหลังม้า

unseemliness, *n.* (อันซีม ลิเน็ส) ความไม่เหมาะสม

unseemly, *a.* (อันซีมลี่) ไม่เหมาะสม

unseen, *a.* (อันซีน) ที่ยังไม่เคยเห็น; มองไม่เห็น

unselfconscious, *a.* (อันเซ็ลฟคอนชัส) ไม่รู้สึกตัว; ไม่มีสติ

unselfish, *a.* (อันเซ็ลฟิช) ไม่เห็นแก่ตัว

unselfishness, *n.* (อันเซ็ลฟิชเน็ส) ความไม่เห็นแก่ตัว

unsettled, *a.* (อันเซ็ท เทิลดฺ) ไม่คงที่; ยังไม่ได้ชำระเงิน

unshackle, *v.* (อันแชคเคิล) ปล่อยออกจากเครื่องผูกมัด, จำจอง

unship, *v.* (อันชิพ) เอาลงจากเรือ

unshod, *a.* (อันชอด) ไม่ใส่รองเท้า

unsighted, *a.* (อันไซเท็ด) ยังมองไม่เห็นจุด

unsightly, *a.* (อันไซทฺลี่) ไม่น่าดู

unskilful, *a.* (อัน สกิลฟูล) ไม่มีความชำนาญทางฝีมือ (ไม่มีทักษะ)

unskilfully, *adv.* (อันสกิลฟูลลี่) อย่างไม่มีความชำนาญทางฝีมือ

unskilfullness, *n.* (อัน สกิลฟูลเน็ส) ความไม่มีความชำนาญทางฝีมือ (ไร้ทักษะ)

unsling, *v.* (อันสลิง) เอาออกจากที่สพายบ่า

unsmirched, *a.* (อัน สเมอชดฺ) ไม่เปื้อน

unsociable, *a.* (อันโซชาเบิล) ไม่เข้าสมาคม

unsocial, *a.* (อันโซเชียล) ไม่มีการติดต่อทางสังคม

unsolicited, *a.* (อันโซลิสซิเท็ด) โดยไม่ได้ร้องขอ

unsophisticated, *a.* (อันโซฟิส ทิเคท-เท็ด) ไม่เจือปนของเลว

unsound, *a.* (อันซาวนฺดฺ) ไม่เรียบร้อยใช้ไม่ได้; ไม่ปรกติ (จิตใจ)

unspeakable, *a.* (อันสปีคคาเบิล) พูดไม่ออก

unspeakable, *adv.* อย่างพูดไม่ออก

unspoiled, *a.* (อัน สปอยลฺทฺ) ไม่เสีย

unsporting, *a.* (อัน สปอททิ่ง) ไม่ใช่เชิงนักกีฬา

unsprung, *a.* (อัน สปรัง) ไม่ได้ติดลาน

unstable, *a.* (อัน สเตเบิล) คลอนแคลนไม่คงที่

unsteady, *a.* (อันสฺเตดี้) ไม่แน่วแน่ตลอด

unstop, *v.* (อันสต๊อพ) เอาจุกออก

unsuccessful, *a.* (อันซัคเซ็สฟูล) ไม่สมผล

unsuitable, *a.* (อันซูททาเบิล) ไม่เหมาะ

unsupported, *a.* (อันซัพพอท เท็ด) ไม่มีการสนับสนุน

unsure, *a.* (อัน ชัว) ไม่แน่

unswerving, *a.* (อัน สเวอฟวิ่ง) ไม่มีเอนเอียงไป

unsympathetic, *a.* (อันซิมพาเธ็ททิค) ไม่มีจิตใจเห็นด้วย

unsympathy, *n.* (อันซิม พาธี่) ความไม่

U

มีใจสมเพท

untamable, *a.* (อันเทม มาเบิล) เอามาเลี้ยงให้เชื่องไม่ได้

untamed, *a.* (อันเทมฺดฺ) ไม่เชื่อง

unthankful, *a.* (อันแธงคฺ ฟูล) ไม่รู้จักคุณ

unthankfulness, *n.* (อันแธงคฟูลเนีส) ความไม่รู้จักคุณ

unthinkable, *a.* (อันธิงคาเบิล) นึกไม่ถึง

untidy, *a.* (อัน ไทดี้) ไม่เรียบร้อย

untie, *v.* (อันทาย) แก้ออก

until, *pr. c.* (อันทิล) จนกระทั่ง

untimely, *a. adv.* (อันไทมฺลี่) ยังไม่ถึงเวลา; ยังไม่ถึงกาลอันควร

untiring, *a.* (อันไทริ่ง) ไม่รู้จักเหนื่อย

unto, *pr.* (อันทู) จนถึง; แต่

untold, *a.* (อันโทลดฺ) ไม่ได้เล่า; ไม่ได้บอก

untouchable, *a.* (อันทัช ชาเบิล) แตะต้องไม่ได้; คนชั้นเลวในอินเดีย ซึ่งจะแตะต้องไม่ได้

untried, *a.* (อันไทรฺดฺ) ยังมิได้ทดลองดู

untrue, *a.* (อันทรู) ไม่จริง

untrustworthy, *a.* (อัน ทรัสทฺ เวอดธิ) ไม่น่าไว้วางใจ

untruth, *n.* (อัน ทรูธ) ความไม่จริง

untruthful, *a.* (อัน ทรูธ ฟูล) ไม่จริง; ไม่ซื่อสัตย์

untutored, *a.* (อัน ทิวเทอดฺ) ไม่มีคนสั่งสอน

unused, *a.* (อันยูซดฺ) ยังไม่ได้ใช้

unusual, *a.* (อันยูชวล) ผิดธรรมดา

unusually, *adv.* (อันยูชวลลี่) โดยผิดธรรมดา

unutterable, *a.* (อัน อัทเทอราเบิล) พูดไม่ออก

unvarnished, *a.* (อัน วานิชดฺ) มิได้ทาน้ำมันชักเงา

unveil, *v.* (อันเวล) รูดม่านออก; เปิดป้าย; ฯลฯ

unwarrantable, *a.* (อันวอรันทาเบิล) ไม่ได้เหตุผลอันควร

unwarranted, *a.* (อัน วอรันเท็ด) ไม่ได้รับอนุญาต

unwary, *a.* (อันแวรี่) ไม่ระมัดระวังให้ดี

unwashed, *a.* (อัน วอชทฺ) ยังไม่ได้ล้าง

unwell, *a.* (อันแว็ล) ไม่สบาย

unwept, *a.* (อันเว็พทฺ) ไม่มีใครร้องไห้

unwholesome, *a.* (อัน โฮลซัม) ไม่ถูกอนามัย; เลวทราม

unwieldy, *a.* (อัน วีลดี้) เก้งก้าง

unwilling, *a.* (อันวิลลิ่ง) ไม่เต็มใจ

unwind, *v.* (อันไวนฺดฺ) ไขออก

unwise, *a.* (อันไวซฺ) ไม่ฉลาด; เซ่อ

unwittingly, *adv.* (อันวิททิ่งลี่) โดยมิได้รู้

unwonted, *a.* (อันโวนเท็ด) ไม่เคย

unworldly, *a.* (อันเวิลดฺลี่) ไม่ใช่ทางโลก

unworthy, *a.* (อันเวอดธี่) ไม่คู่ควรกัน

unwrap, *v.* (อันแรพ) แก้ห่อออก

unwritten, *a* (อันริทเทิ่น) ไม่ได้เขียนไว้

unyielding, *a.* (อันยีลดิ้ง) ไม่ยอมตาม

up, *adv. pr. a.* (อัพ) บน, ข้างบน (ในที่สูง); ยืนขึ้น; หมดเวลา; ขึ้นไป

up to, จนถึง

hard up, สิ้นท่า; จน; กระเป๋าแห้ง
up and down, ขึ้นๆ ลงๆ
to be up, อยู่ข้างบน; ตื่นแล้ว
up there, ข้างบนนั้น
my blood is up, เลือดซักเดือดพล่าน
what's up? อะไรกัน
it's all up with him, หมดทางที่จะช่วยเหลือได้แล้ว
time is up, หมดเวลาแล้ว
it's up to you, แล้วแต่ท่าน
up to date, ทันสมัย
up stream, ขึ้นทวนน้ำ
up the country, ขึ้นไปเมืองเหนือ

upas, *n.* (ยู พัส) ยางน่อง
upbraid, *v.* (อัพ เบรด) ดุว่า; ตัดพ้อต่อว่า
upbringing, *n.* (อัพ บริง งิ่ง) การเลี้ยงดูมา
up-country, *adv.* (อัพ คัน ทรี่) บ้านนอก; ต่างจังหวัด
upheaval, *n.* (อัพ ฮีฟวัล) การเปลี่ยน-แปลงอย่างกลับหน้ามือเป็นหลังมือ
upheave, *v.* (อัพฮีฟวฺ) ยกขึ้น
uphill, *adv.* (อัพฮิล) ขึ้นเขา
uphold, *v.* (อัพโฮลดฺ) อดีตและ *p.p.* **upheld:** ยกขึ้นสูง; สนับสนุน
upholder, *n.* (อัพโฮล เด้อ) ผู้สนับสนุน; ผู้ค้ำจุน
upholsterer, *n.* (อัพโฮล สเทอเร่อ) ผู้ยัดเบาะนุ่นสำหรับเก้าอี้
upholstery, *n.* (อัพโฮล สเทอรี่) การยัดเบาะนุ่นสำหรับเก้าอี้
upkeep, *n.* (อัพคีพ) การทะนุบำรุง
upland, *n.* (อัพแลนดฺ) ในที่สูง
unplift, *v.* (อัฟ ลิฟทฺ) ยกขึ้น
upmost, *a.* (อัพ โมสทฺ) สูงสุด
upon, *pr.* (อัพพ็อน) ข้างบน; เมื่อตอน
once upon a time, ครั้งหนึ่ง
upper, *a.* (อัพเพ่อ) สูงกว่า; อันบน
uppermost, *a.* (อัพเพอโมสทฺ) อยู่บนสุด
upright, *a.* (อัพไรทฺ) ตรง; รักความยุติธรรม
uprise, *v. n.* (อัพไรซ) ลุกขึ้น
uprising, *n.* (อัพไรซิ่ง) การขึ้นสูง; การก่อการจลาจล
uproar, *v. n.* (อัพรอ) เสียงร้องอึกทึก
upset, *v.* (อัพเซ็ท) ทำหกคว่ำ; โค่น; *a.* ร้อนอกร้อนใจ; เสียใจ
upshot, *n.* (อัพ ช็อท) ผลสุดท้าย
upside, *n.* (อัพไซดฺ) ด้านบน
upside down, คว่ำ
upstairs, *adv.* (อัพ สฺแตซ) ข้างบน
up to date, *a.* (อัพ ทูเดท) ทันสมัย
upstart, *n.* (อัพสตาท) ผู้เริ่มต้นใหม่
upstream, *adv.* (อัพ สตรีม) เหนือต้นน้ำ
uptown, *adv.* (อัพ ทาวนฺ) ในเมือง
upturn, *v.* (อัพเทอน) กลับเอาข้างล่างขึ้นข้างบน; คว่ำ
upward, *a.* (อัพ เวอด) ข้างบน
unpwards, *adv.* (อัพ เวอดซฺ) ขึ้นข้างบน; ขึ้นไป
uranium, *n.* (ยูเรเนี่ยม) แร่ยูเรเนียม
Uranus, *n.* (ยูรานัส) ดาวมฤตยู

urban, *a.* (เออ เบิ้น) แห่งตัวเมือง
urbane, *a.* (เออ เบน) สุภาพอ่อนโยน
urbanise, *v.* (เออ บันไนซ) ทำเป็นตัวเมืองใหญ่
urchin, *n.* (เออ ชิ่น) เด็กซน; เม่นทะเล
Urdu, *n.* (อูรฺดู) ภาษาแขกอูร์ดู
urge, *v.* (เออดจฺ) เร่าเร้าใจ
urgency, *n.* (เออ เจ็นซี่) ความด่วน
urgent, *a.* (เออ เจ็นทฺ) ด่วน; เร่งร้อน
urger, *n.* (เออดเจ้อ) ผู้เร่งเร้าให้
urinate, *v.* (ยูริเนท) ถ่ายปัสสาวะ
urine, *n.* (ยูรีน) ปัสสาวะ
urn, *n.* (เออน) โกศ
ursine, *a.* (เออซายนฺ) แห่งหมี
us, *prn.* (อัส) กรรมการกของ **'we'**: เรา
U.S.A. สหรัฐอเมริกา
usable, *a.* (ยู ซาเบิล) ใช้ได้
usage, *n.* (ยูเซ็ดจ) การใช้; ความเคยกัน
use, *v.* (ยูซ) ใช้; *n.* (ยูส) ประโยชน์
used to, มักจะ; เคย
useful, *a.* (ยูส ฟูล) มีประโยชน์
usefully, *adv.* (ยูสฟูลลี่) อย่างมีประโยชน์
usefulness *n.* (ยูส ฟูลเน็ส) ประโยชน์
useless, *a.* (ยูส เล็ส) ไม่มีประโยชน์
uselessly, *adv.* (ยูสเล็สลี่) อย่างไม่มีประโยชน์
uselessness, *n.* (ยูส เล็ส เน็ส) ความไม่มีประโยชน์
user, *n.* (ยูสเซ่อ) ผู้ใช้
usher, *n.* (อัชเช่อ) ผู้นำไปนั่ง; ผู้นำแขกเข้ามา; ผู้เบิกตั๋ว
usherette, *n.* (อัชเชอเร็ท) หญิงนำคนเข้านั่งในโรงหนัง
usual, *a.* (ยูชวล) เช่นเคย
usually, *adv.* (ยู ชวล ลี่) ตามธรรมดา
usufruct, *n.* (ยูซิว ฟรัคทฺ) สิทธิเก็บเงิน
usurp, *v.* (ยูเซอพ) ชิงอำนาจเขา
usurpation, *n.* (ยูเซอเพชั่น) การยึดอำนาจของคนอื่น
usurper, *n.* (ยูเซอพเพ่อ) ผู้ชิงเอาอำนาจเขามา
usurer, *n.* (ยูเซอเร่อ) ผู้ให้กู้เอาดอกเบี้ยแพง ๆ
usurious, *a.* (ยูซีวเรียซ) ซึ่งให้กู้ดอกเบี้ยแพง ๆ
usury, *n.* (ยูซีวรี่) การให้กู้เอาดอกเบี้ยแพง ๆ
utensil, *n.* (ยูเท็น ซิล) เครื่องใช้
uterine, *a.* (ยูเทอรีน) แห่งมดลูก
utilitarian, *a.* (ยูทิลลิแทเรียน) อันได้ประโยชน์
utility, *n.* (ยูทิลลิที่) อรรถประโยชน์
utilize, *v.* (ยูทิไลซ) ก่อให้เกิดประโยชน์
utmost, *a.* (อัทโมสทฺ) อย่างจริง; อย่างสุดซึ้ง
to the utmost of my power, ด้วยความพยายามจนสุดขีดแล้ว
utopia, *n.* (ยูโทเพีย) ดินแดนแห่งความเปรมสุข; แผ่นดินสมัยพระศรีอาริย์; สุขาวดี
utter, *v.* (อัทเท่อ) เอ่ยปาก; ออกเสียง; กล่าวออกมา; *a.* อย่างยิ่ง; ทีเดียว
utterly, *adv.* (อัทเทอลี่) อย่างที่สุดทีเดียว
uttermost, *a.* (อัทเทอโมสทฺ) อย่างยิ่ง

V

vacancy, *n.* (เวคันซี่) ที่ว่าง, ตำแหน่งว่าง
vacant, *a.* (เว คันทฺ) ว่าง
vacate, *v.* (วาเคท) ย้ายไปจากที่; ทำให้ว่าง
vacation, *n.* (วาเคชั่น) หยุดภาคเรียน; เวลาหยุดงาน
vaccinate, *v.* (แวค ซิเนท) ปลูกฝี
vaccination, *n.* (แวคซิเนชั่น) การปลูกฝี
vaccine, *n.* (แวค ซีน) เชื้อวัคซีน
vacillate, *v.* (แวส ซิเลท) แกว่ง
vacuity, *n.* (วะคิวอิที่) ความว่างเปล่า
vacuum, *n.* (แวค คิวอัม) สูญญากาศ
vaccuum-flask, *n.* (-ฟลาสคฺ) กระติกน้ำแข็ง
vade-mecum, *n.* (เวดีมีคัม) สมุดคู่มือ
vagabond, *a.* (แวก กาบอนดฺ) จรจัด; *n.* คนเร่ร่อน; กุ๊ย
vagina, *n.* (วาไจนา) อวัยวะของสตรีเพศ
vagrancy, *n.* (เวกรันซี่) ความเร่ร่อน
vagrant, *a.* (เว กรันทฺ) เร่ร่อน; *n.* คนเร่ร่อน
vague, *a.* (เวก) คลุมเครือ; ไม่แน่ชัด
vaguely, *adv.* (เวกลี่) อย่างคลุมเครือ; พอเป็นลางๆ
vagueness, *n.* (เวก เนิส) ความไม่แน่ชัด
vain, *a.* (เวน) ไร้ประโยชน์; มักอวด
in vain, อย่างไร้ประโยชน์
vainglorious, *a.* (เวน กลอเรียส) ขี้คุยโผง; เมายศ
vainglory, *n.* (เวน กลอรี่) ความฟุ้งเฟ้อ
vainly, *adv.* (เวนลี่) อย่างไร้ประโยชน์
valediction, *n.* (แวล ลีคิดชั่น) การลาจากไป
valedictory, *a.* (แวล ลีดิคเทอรี่) ซึ่งเป็นการลาจากไป
valentine, *n.* (แวลเล็นไทนฺ) คู่รัก
St. Valentine's day, วันของคู่รัก ตรงกับ 14 กุมภาพันธ์
valet, *n.* (แวล เล็ท; แวลเล) คนใช้
valetudinarian, *a.* (แวล ลีทิวดิแนเรี่ยน) เจ็บออดๆ แอดๆ
valiant, *a.* (แวลเลียนทฺ) กล้าหาญ
valid, *a.* (แวลลิด) ใช้ได้; สุดประมาณ; สมบูรณ์
validate, *v.* (แวล ลิเดท) ต่ออายุใหม่
validity, *n.* (วาลิด ดิที่) ความยังมีค่าใช้ได้; ความสมบูรณ์
valise, *n.* (วาลีซ) กระเป๋าเดินทาง
valley, *n.* (แวล ลี่) หุบเขา
vallota, *n.* (แวลโลท่า) ชื่อดอกไม้
valour, *n.* (แวล เล่อ) ความกล้าหาญ
valuable, *a.* (แวล ลิวอาเบิล) มีค่า
valuate, *v.* (แวล ลิวเอท) ตีราคา
value, *n.* (แวล ลิว) ค่า; ราคา; *v.* ตีราคา; นับถือ
valueless, *a.* (แวล ลิวเล็ส) ไม่มีค่า
valve, *n.* (วาลวฺ) ลิ้น; หลอด
vamp, *n.* (แวมพฺ) หญิงที่ล่อผู้ชายให้เป็น

เหยื่อ

vampire, *n.* (แวม ไพเออ) ค้างคาวแม่ไก่; ผีสูบเลือดมนุษย์

van, *n.* (แวน) เครื่องฝัดข้าว; ทัพหน้า; รถกระบะ

vandal, *n.* (แวน ดัล) ผู้ทำลายศิลปวัตถุ

vandalism, *n.* (แวน ดัลลิสซึ่ม) การทำลายศิลปวัตถุ (แบบคนป่าไม่รู้ค่าของวัฒนธรรม)

vane, *n.* (เวน) กังหันลม

vanguard, *n.* (แวน กาด) ทัพหน้า

vanilla, *n.* (แวนนิลลา) ต้นกล้วยไม้ชนิดหนึ่งมีกลิ่นหอม (วะนิลา)

vanish, *v.* (แวน นิช) หายไป; อันตรธาน

vanity, *n.* (แวน นิที่) ความฟุ้งเฟ้อ; ความผยองเกียรติ

vanquish, *v.* (แวน ควิช) ชนะ; ปราบปราม

vaporization, *n.* (แวพ พอไรเซชั่น) การบังเกิดไอ

vaporize, *v.* (แวพ เพอไรซฺ) กลายเป็นไอ

vaporous, *a.* (แว เพอรัส) เป็นละอองไอน้ำ

vapour, *n.* (เวเพ่อ) ไอ

vapoury, *a.* (เว เพอรี่) เต็มไปด้วยละอองไอน้ำ

variable, *a.* (แวริยาเบิล) ซึ่งเปลี่ยนแปลงได้

variance, *n.* (แว เรียนซฺ) ความแตกต่างถึงขั้นขัดกัน

at variance, ซึ่งขัดกัน

variation, *n.* (แว ริเยชั่น) การแตกต่างกันออกไป; การเปลี่ยนไป

varicoloured, *a.* (แวริคัลเลอดฺ) ซึ่งมีหลายสี

varicose, *a.* (แว ริโคซ) เส้นพองโต

varied, *a.* (แว รีดฺ) แตกต่าง; หลายอย่าง

variegate, *v.* (แว ริเกท) มีหลายสี

variety, *n.* (วาไร เอ็ทที่) ชนิดต่าง ๆ

variety-show, *n.* (-โช) ละครพิพิธ-ทรรศนา

various, *a.* (แว เรียส) หลายอย่าง; ต่าง ๆ

varlet, *n.* (วาเล็ท) มหาดเล็กรับใช้

varnish, *v.* (วานิช) ทาน้ำมันชักเงา; *n.* น้ำมันทาชักเงา

vary, *v.* (แว รี่) เปลี่ยนไป

vase, *n.* (วาซ) แจกัน

vassal, *n.* (แวสซัล) เจ้าเมืองขึ้น; ข้าทาส

vast, *a.* (วาสทฺ) กว้างใหญ่

vastly, *adv.* (วาสทฺลี่) อย่างมากมาย

vastness, *n.* (วาสทฺ เน็ส) ความใหญ่โต; ความกว้างใหญ่

vat, *n.* (แว็ท) ถังใหญ่

Vatican, *n.* (แวท ทิคัน) พระราชวังของสันตะปาปา (แล้วก็หมายถึงรัฐของโป๊ปเอง)

vault, *n.* (วอลทฺ) หลังคากลม; ห้องใต้ดิน

vaulting horse, หีบกระโดด

veal, *n.* (วีล) เนื้อลูกวัว

veda, *n.* (เวด้า) พระเวท

vedic, *a.* (เวดิค) แห่งพระเวท

veer, *v.* (เวีย) เหทางเรือ

vegetable, *a. n.* (เว็ดจฺ ทาเบิล) ผัก

vegetal, *a.* (เว็ด จีทัล) แห่งผัก

vegetarian, *n.* (เว็ดจีแทเรี่ยน) ผู้กินผัก
vegetarianism, *n.* (เว็ดจีแทเรียนนิสซึ่ม) การกินเจ
vegetate, *v.* (เว็ด จีเทท) ขึ้นแบบผักหญ้า
vegetation, *n.* (เว็ดจีเทชั่น) ผักหญ้า
vehemence, *n.* (วีฮีเม็นซฺ) ความรุนแรง
vehement, *a.* (วีฮีเม็นทฺ) รุนแรง
vehicle, *n.* (วี ฮีเคิล) ยวดยาน; ล้อเลื่อน
vehicular, *a.* (วีฮีค คิวล่า) แห่งยวดยาน
veil, *n.* (เวล) ผ้าคลุมหน้า; ม่านบาง; *v.* คลุมหน้า; ชักม่านปิด
take to the veil, บวชเป็นชี
veiling, *n.* (เวลลิ่ง) การปกคลุมด้วยผ้า
vein, *n.* (เวน) เส้นเลือด; หูใบ (ใบไม้)
vellum, *n.* (เวลั่ม) แผ่นหนัง
velocity, *n.* (วีล็อส ซิที่) อัตราเร็ว
velvet, *n. a.* (เว็ล เว็ท) กำมะหยี่
velveteen, *n.* (เว็ลเว็ททีน) กำมะหยี่เทียม
velvety, *a.* (เว็ล เว็ทที่) เช่นกำมะหยี่; นุ่ม
venal, *a.* (วีนัล) แห่งการเรียกเอาเงิน
venatic, *a.* (เว็นแน็ททิค) แห่งการล่าเนื้อ
vend, *v.* (เว็นดฺ) ขาย
vendible, *a.* (เว็น ดิเบิล) ขายได้
vendor, *n.* (เว็นเด้อ) ผู้ขาย
vendetta, *n.* (เว็นเด็ทท่า) การล้างแค้นด้วยการฆ่า
veneer, *n.* (เวเนียรฺ) ไม้ลวดลายดีปู่ติดกับโต๊ะ
venerable, *a.* (เว็น เนอราเบิล) อันเป็นที่นับถือบูชา (พระ)
venerate, *v.* (เว็น เนอเรท) นับถือบูชา
venerator, *n.* (เว็นเนอเรเท่อ) ผู้นับถือ
veneration, *n.* (เว็นเนอเรชั่น) การนับถือบูชา
venereal, *a.* (วีนีเรียล) แห่งกามโรค
venetian blind, (วีนีเชียน บลายนฺดฺ) มู่ลี่
vengeance, *n.* (เว็นจันซฺ) การแก้แค้น
vengeful, *a.* (เว็นชฟูล) ซึ่งแก้เผ็ด
vengefully, *adv.* (เว็นช ฟูลลี่) โดยอาการแก้เผ็ด
vengefulness, *n.* (เว็นช ฟูลเน็ส) ความคุมแค้นคิดแก้เผ็ด
venial, *a.* (วีเนียล) ซึ่งควรได้รับอภัย
venison, *n.* (เว็น นิเซิ่น) เนื้อกวาง
venom, *n.* (เว็นนั่ม) พิษ (เช่นของงู)
venomous, *a.* (เว็น นั่มมัส) มีพิษ
venous, *a.* (วีนัส) แห่งเส้นเลือด
vent, *n.* (เว็นทฺ) ช่องเล็ก ๆ
ventilate, *v.* (เว็น ทีเลท) ระบายอากาศ
ventilation, *n.* (เว็นทิเลชั่น) การถ่ายเทอากาศ
ventilator, *n.* (เว็น ทิเลเท่อ) ทางถ่ายให้ลมออก; เครื่องระบายลม
ventral, *a.* (เว็น ทรัล) แห่งท้อง
ventriloquism, *n.* (เว็น ทริโล ควิสซึ่ม) การพูดทำให้คล้ายมาจากตัวหุ่นที่อุ้มอยู่
ventriloquist, *n.* (เว็น ทริ โล ควิสทฺ) ผู้พูด ทำให้ดูเหมือนหุ่นที่ตนอุ้มพูดได้
venture, *n.* (เว็นเช่อ) ความกล้า; *v.* กล้า; เสี่ยง
at a venture, ตามบุญตามกรรม
venturesome, *a.* (เว็น เชอซั่ม) เป็นการเสี่ยง

venturous, *a.* (เว็น เชอรัซ) ซึ่งเป็นการเสี่ยง
Venus, *n.* (วีนัส) วีนัส; พระนางแห่งความงาม; ดาวพระศุกร์
veracious, *a.* (เวอเรชัซ) ซึ่งเป็นความจริง
veracity, *n.* (เวอแรสซิที่) ความจริง
veranda, verandah, *n.* (เวแรน ด้า) ระเบียง
verb, *n.* (เวอบ) คำกริยา
verbal, *a.* (เวอเบิล) แห่งคำพูด; ด้วยวาจา
verbally, *adv.* (เวอบัลลี่) โดยปากคำ
verbatim, *adv.* (เวอเบทิ่ม) ทุกคำพูด
verbena, *n.* (เวอบีน่า) ดอกไม้ชนิดหนึ่งต้นเตี้ยติดดิน
verbiage, *n.* (เวอบิเอ็จ) การใช้คำพูดมากเกินไป
verbose, *a.* (เวอ โบซ) ใช้คำพูดมากไป
verbosity, *n.* (เวอโบซ ซิที่) การที่มีคำพูดมากเกินไป
verdant, *a.* (เวอดันทฺ) เขียวชะอุ่ม
verdict, *n.* (เวอดิคทฺ) คำตัดสิน
verge, *n.* (เวอจ) ริม; ไม่ประจำตำแหน่ง; *v.* ชักจะ; เอียงไปทาง
verger, *n.* (เวอด เจ้อ) ผู้ถือไม้ประจำตำแหน่ง
verification, *n.* (เวรีฟิเคชั่น) การตรวจสอบ
verify, *v.* (เวรีฟาย) แสดงให้เห็นว่าจริง; พิสูจน์
verily, *adv.* (เว ริลี่) จริง ๆ นา
verisimilar, *a.* (เว รีซิมมี่ล่า) มีลักษณะแห่งความจริง
verisimilitude, *n.* (เว ริซิมมิลลิจิวดฺ) ความมีลักษณะแห่งความจริง
veritable, *a.* (เว ริททาเบิล) จริงแท้
vermicelli, *n.* (เวอมิเซ็ลลี่) วุ้นเส้น
vermicide, *n.* (เวอ มิไซดฺ) ยาฆ่าหนอน
vermiform, *a.* (เวอ มิฟอม) รูปเป็นตัวหนอน
vermilion, *n.* (เวอมิลเลี่ยน) สีแดงสด
vermin, *n.* (เวอ มิน) สัตว์สกปรกที่มีแต่นำโรคมาให้ เช่นหนู
vernacular, *a.* (เวอแน็ค คิวล่า) แห่งภาษาท้องถิ่น
vernal, *a.* (เวอ นัล) แห่งฤดูใบไม้ผลิ
veronica, *n.* (เว ร็อน นีค่า) ดอกเวโร-นิคา
versatile, *a.* (เวอ ซาไทลฺ) เก่งรอบด้าน
verse, *n.* (เวอซ) บทโคลง
versed, *a.* (เวอซดฺ) ชำนาญ
version, *n.* (เวอชั่น) พากย์
verso, *n.* (เวอโซ่) กระดาษด้านซ้าย; ด้านหลัง
versus, *pr.* (เวอ ซัส) ต่อ; ต่อสู้กับ
vertebra, *n.* (เวอ ทีบร้า) กระดูกสันหลัง
vertical, *a.* (เวอ ทิคัล) ซึ่งตั้งตรง
vertically, *adv.* (เวอ ทิคัลลี่) ซึ่งตั้งตรง
very, *adv.* (เว รี่) จริง; แท้; มาก; เองทีเดียว
  in the very act, กำลังทำอยู่ทีเดียว
  the very idea, เพียงแต่คิดเท่านั้น
  very well, ดีแล้ว
  the very best, ดีที่สุดเท่าที่จะดีได้
  the very day, วันเดียวกันนั้นเอง

the very last, สุดกู่ทีเดียว
vespers, *n. pl.* (เว็สเพอซฺ) สวดมนต์เย็น
vessel, *n.* (เว็ส เซิล) เรือ; ขัน; เส้นเลือด
vest, *n.* (เว็สทฺ) เสื้อยืด; เสื้อกั๊ก; *v.* ใส่เสื้อ; อยู่ในความครอบงำของ; ตกเป็น
vestibule, *n.* (เว็ส ทิบูล) ห้องโถงหน้าบ้าน
vestige, *n.* (เว็สทีจ) รอยทิ้งอยู่
vet, *n.* (เว็ท) สัตวแพทย์
veteran, *a. n.* (เว็ท เทอรัน) ทหารผ่านศึก; ผู้เก่ากับงาน
veterinary, *a.* (เว็ท เทอรินแนรี่) แห่งสัตว์แพทย์
veto, *n.* (วี โท) สิทธิยับยั้งกฎหมาย
vex, *v.* (เว็คซฺ) รบกวน; กวนใจ
vaxation, *n.* (เว็คเซ ชั่น) การรบกวน; ความเดือดร้อนใจ
vexatious, *a.* (เว็คเซชัส) ซึ่งเป็นที่กวนใจ
via, *pr.* (ไวอ้า) โดยทาง
viaduct, *n.* (ไวอาดัคทฺ) สะพานหินข้ามน้ำ
vial, *n.* (ไว อัล) ขวดเล็ก ๆ
vibration, *n.* (ไว เบรชั่น) การสั่นสะเทือน
vibratory, *a.* (ไว บราเทอรี่) ซึ่งทำให้สั่นสะเทือน
vibrate, *v.* (ไว เบรท) สั่น
vicar, *n.* (วิคค่า) ตำแหน่งพระในโบสถ์-คริสตัง
vicarage, *n.* (วิค คาเร็จ) นิวาสสถานของพระ
vice, *n.* (ไวซฺ) ความชั่ว; อกุศลกรรม; อุปกิเลส
corame vice, เหล็กสกรู
vice-admiral, *n.* (ไวซฺแอดมิรัล) นายพลเรือโท
vice-chairman, *n.* (ไวซฺแชแม็น) รองประธาน
vice-president, *n.* (ไวซฺเพร็สซิเด็นทฺ) รองประธาน
viceroy, *n.* (ไวซฺ รอย) อุปราช
vice versa, (ไวซฺเวอซ่า) ฉันใดกลับกันก็ฉันนั้น; ในทางตรงกันข้าม
vicinity, *n.* (วิสซินนิทิ) ที่ใกล้เคียง; บริเวณ
vicious, *a.* (วิช ชัซ) ชั่วร้าย
vicious circle, เหตุการณ์ซึ่งสืบเนื่องกันไม่รู้จักจบ
vicissitude, *n.* (วิซิส ซิซิวดฺ) ความผันแปรเปลี่ยนไป
victim, *n.* (วิค ทิม) เหยื่อ; ผู้รับเคราะห์; สัตว์บูชายัญญ์
victimise, *v.* (วิค ทิไมซ) เป็นตัวผู้รับเคราะห์
victor, *n.* (วิค เท่อ) ผู้มีชัยชนะ
Victoria Cross, เหรียญกล้าหาญ
Victorian, *a.* แห่งสมัยพระนางวิกตอเรีย
victorious, *a.* (วิคทอเรียส) ซึ่งมีชัยชนะ
victory, *n.* (วิคทอรี่) ความมีชัย
victual, *n.* (วิท ชวล) อาหาร; *v.* ให้อาหาร
vie, *v.* (วาย) ต่อสู้เพื่อความเป็นใหญ่
view, *n.* (วิว) ภาพ; การมองดู; สิ่งที่มองเห็น; แนวความเห็น; ปริทรรศน์; การตรวจดู; *v.* มองดู; ตรวจดู; ตรองดู

to take a view of, มองดู
with a view to, โดยความประสงค์ที่จะ
to have in view, มุ่ง
viewer, *n.* (วิว เวอ) ผู้ดู
view-finder, *n.* (วิว ฟายนฺเด้อ) เครื่องวัดระยะถ่ายรูป
vigil, *n.* (วิด จิล) การเฝ้า
vigilance, *n.* (วิด จิลันซฺ) ความระแวดระวัง
vigilant, *a.* (วิค จิลันทฺ) ซึ่งค่อยระแวดระวัง
vignette, *n.* (วินแย็ท) รูปทำเทียม สแตมป์สำหรับติดสวยๆ งามๆ
vigorous, *a.* (วิก กอ รัส) แข็งแรง
vigour, *n.* (วิก เก้อ) ความแข็งแรง
Viking, *n.* พวกไวกิ้ง ซึ่งเป็นโจรสลัดในสแกนดิเนเวียโบราณ
vile, *a.* (ไวล) เลวเหลือ; สารเลว
villa, *n.* (วิลล่า) คฤหาสน์
village, *n.* (วิลเล็ดจฺ) หมู่บ้าน
villager, *n.* (วิลเล็ดเจ้อ) คนในหมู่บ้าน
villain, *n.* (วิล เล็น) คนชั่วช้า; ตัวผู้ร้ายในเรื่อง
villainous, *a.* (วิล ลันนัส) ช่างชั่วช้า
villainy, *n.* (วิลลานี่) ความชั่วช้า
vincible, *a.* (วิน ซีเบิล) ซึ่งรบเอาชนะได้
vindicate, *v.* (วินดิเคท) อ้างแก้คดี
vindication, *n.* (วินดิเคชั่น) การอ้างเพื่อล้างข้อหา
vindictive, *a.* (วินดิค ทิฟวฺ) พยาบาท
vine, *n.* (ไวนฺ) องุ่น
vinegar, *n.* (วินเนก้า) น้ำส้ม (สายชู)
vineyard, *n.* (วินยาด) ไร่องุ่น
viniculture, *n.* (วินนิคัลเจ้อ) การทำไร่องุ่น
vinose, vinous, *a.* (ไว โนส, ไวนัส) แห่งองุ่น
vintage, *n.* (วินเท็ดจ) เวลาเก็บผลองุ่น; จำนวนองุ่นที่เก็บได้ประจำปี
viol, *n.* (ไว อัล) ซอชนิดหนึ่ง
viola, *n.* (ไว โอล่า) ซอชนิดหนึ่ง
violate, *v.* (ไว โอเลท) หักล้าง; ข่มขืน; ใช้กำลังอำนาจ; ล่วงละเมิด
violation, *n.* (ไวโอเลชั่น) การหักล้าง, ข่มขืน, ใช้กำลังอำนาจ โดยพลการ; การทำร้ายร่างกาย
violator, *n.* (ไว โอเลเท่อ) ผู้ล่วงละเมิด; ผู้ข่มขืน
violence, *n.* (ไว โอเล็นซฺ) ความรุนแรง; ความเกรี้ยวกราด; การใช้กำลังอำนาจหักโหม
violent, *a.* (ไว โอเล็นทฺ) ซึ่งรุนแรง; หักโหม; เกรี้ยวกราด
violet, *n.* (ไว โอเล็ท) ดอกไวโอเล็ท; *a.* สีเม็ดมะปราง
violin, *n.* (ไว โอลิน) ซอไวโอลิน
violinist, *n.* (ไว โอลิน นิสทฺ) นักไวโอลิน
violoncello, *n.* (ไวโอลอนเซ็ล โล่) ซอใหญ่
viper, *n.* (ไว เพ่อ) งูพิษ (แมวเซา; กะบะ)
viperous, *a.* (ไว เพอรัส) มีพิษ
virago, *n.* (วิเรโก้) หญิงเยี่ยงผู้ชาย
virgin, *n.* (เวอจิน) หญิงสาวพรหมจารี;

a. ซึ่งยังเป็นสาวพรหมจารี

virginal, *a.* (เวอ จินัล) แห่งสาวพรหมจารี

virginity, *n.* (เวอจินนีที่) ความเป็นสาวบริสุทธิ์

virgo, *n.* (เวอรฺโก้) ราศีกันยา

virid, *a.* (วีริด) เขียวชะอุ่ม

viridescent, *a.* (วีริเด๊ส เซ็นทฺ) มีสีเขียวชะอุ่ม

virile, *a.* (วิไรลฺ) แห่งความเป็นผู้ชายกำยำ

virility, *n.* (วีริล ลิที่) ความเป็นผู้ชายกำยำ

virtual, *a.* (เวอ ชวล) เสมือน

virtually, *adv.* ดูเสมือนหนึ่งว่า; แทบจะว่า

virtue, *n.* (เวอ ชิว) คุณธรรม; คุณงามความดี

virtuoso, *n.* (เวอ ทิวโอโซ่) ศิลปินผู้ชำนาญ

virulent, *a.* (วี ริวเล็นทฺ) ร้ายกาจ

virtuous, *a.* (เวอ ชิวอัส) ซึ่งบำเพ็ญแต่ความดี

visa, *n.* (วี ซ่า) การประทับตราหนังสือเดินทาง

visage, *n.* (วิซ เซ็ดจฺ) หน้าตา

vis-a-vis, *adv.* (วีซาวี) การหันหน้าเข้าหากัน; ตรงหน้ากันสองต่อสอง

viscid, *a.* (วิส ซิด) เป็นยางเหนียว

viscous, *a.* (วิส คัส) เป็นยางเหนียว

viscount, *n.* (ไว คาวนฺทฺ) ท่านไวเคานฺท์ (ยศขุนนาง)

viscountess, *n.* (ไว คาวนฺเท็ส) ภรรยาท่านไวเคานฺท์

visible, *a.* (วิส ซิเบิล) ซึ่งมองเห็นได้; ซึ่งปรากฏให้เห็นในมโนภาพ

vision, *n.* (วิชชั่น) การที่เห็นไปได้ไกล ๆ; ภาพในความฝัน; *v.* มองเห็นภาพในความฝัน

visionary, *a.* (วิช ชันนารี่) ซึ่งมองเห็นแต่ภาพ

visit, *n.* (วิส ซิท) การเยี่ยมเยียน; ไปเยี่ยม

visitation, *n.* (วิส ซิเทชั่น) การเยี่ยม, มาหา

visiting-card, *n.* (วิซ ซิททิ่ง-คาด) นามบัตร

visitor, *n.* (วิซซิทเท่อ) ผู้มาหา (แขก)

visor, *n.* (ไว เซ่อ) กะบังหมวกแก๊ป

vista, *n.* (วิสท่า) ภาพทิวทรรศน์

visual, *a.* (วิช ชวล) แห่งจักษุประสาท; แห่งการมองเห็น

vital, *a.* (ไว ทัล) สำคัญยิ่ง; เกี่ยวกับเป็นตาย

vitamin, *n.* (ไวทามิน) วิตามิน

vitiate, *v.* (วิช ชิเอท) ทำให้เสียไป

vitreous, *a.* (วิเทรียซ) แห่งกระจก

vitrify, *v.* (วิท ทริฟาย) ทำเป็นแก้ว

vituperate, *v.* (ไวทีวเพอเรท) ใช้วาจาหยาบ

viva voca, (ไว ว่าวอคค่า) ปากเปล่า

vivacious, *a.* (ไว เวเชียฺส) ซึ่งมีชีวิตจิตใจ

vivarium, *n.* (ไว แวเรียม) โรงเลี้ยงสัตว์

vivid, *n.* (วิฟ วิด) มีชีวิตจิตใจ; เห็นชัดจริง

vivisection, *n.* (วิวิเซ็ค ชั่น) การผ่าตัด

V

สัตว์ทั้งเป็น

vixen, *n.* (วิก เซ็น) นางหมาจิ้งจอก; หญิงปากจัดใจร้าย

viz, *adv.* (วิซ) คือว่า

vizier, *n.* (วิเซียรฺ) ขุนนางผู้ใหญ่ในตุรกี

vocable, *n.* (โวคาเบิล) คำพูด

vocabulary, *n.* (โวแค็บ บิวแลรี่) ศัพทานุกรม

vocal, *a.* (โวคัล) แห่งเสียง

vocation, *n.* (โวเคชั่น) ความถนัดใจ; อาชีพ

vocative, *a. n.* (ว็อค คาทิฟว) อาลปนะ

vociferate, *v.* (โวซิฟ เฟอเรท) ออกเสียงดัง

vodka, *n.* เหล้าวอดก้า

vogue, *n.* (โวก) สมัย

voice, *n.* (วอยซฺ) เสียง; วาจก; *v.* ออกเสียง

active voice, กรรตุวาจก

passive, voice, กรรมวาจก

void, *a.* (วอยดฺ) ว่างเปล่า; ไร้ค่า; โมฆะ; ไม่สำเร็จผล; *n.* ที่ว่างเปล่า

voidable, *a.* (วอย ดาเบิล) โมฆียะ

voidance, *n.* (วอย ดันซฺ) ความเป็นโมฆะ

volatile, *a.* (วอล ลาไทลฺ) ระเหยแห้งได้เร็ว

volcanic, *a.* (ว็อลแคนนิค) แห่งภูเขาไฟ

volcano, *n.* (ว็อลเคโน่) ภูเขาไฟ

volition, *n.* (โวลิชชั่น) ความตั้งใจมั่น

volitional, *a.* (โวลิชชันนัล) ซึ่งมีความตั้งใจมั่น

volley, *n.* (ว็อลลี่) การกราดยิง; *v.* กราดยิง; ตีลูกกลับ (เทนนิส)

volt, *n.* (โวลทฺ) หน่วยแรงไฟฟ้า

volume, *n.* (ว็อลลิวมฺ) ปริมาตร

voluntary, *a.* (ว็อล ลันทารี่) สมัครใจ; *n.* ทหารอาสา; *v.* อาสา; สมัคร

volunteer, *n.* (ว็อล ลันเทีย) ผู้อาสาสมัคร

voluptuous, *a.* (โว ลัพชิวอัส) ซึ่งชอบสนุกทางกามารมณ์

vomit, *v.* (ว็อม มิท) อาเจียน; ปล่อยออกมา

voodoo, *n.* (วู ดู) พิธีไสยศาสตร์ของพวกนิโกร

voracious, *a.* (วอ เรชัส) กินหมดกินสิ้น

vote, *n.* (โวท) การออกเสียงเลือกตั้ง; *v.* ออกเสียงลงคะแนน

votive. *a.* (โว ทิฟว) แก้บล

voucher, *n.* (เว้า เช่อ) ใบเสร็จ

vouchsafe, *v.* (เว้าซฺเซฟ) ประทานพร

vow, *n. v.* (วาว) สัญญา; ปฏิญญา

vowel, *n.* (วาว เอ็ล) สระ

voyage, *n.* (วอย เย็ดจฺ) การเดินทาง; *v.* เดินทาง

voyager, *n.* (วอย เย็ดเจอ) ผู้เดินทาง

vulgar, *a.* (วัล ก้า) หยาบช้า

vulnerability, *n.* (วัลเนอ ราเบิล ลีที่) ความคงกะพันชาตรี

vulnerable, *a.* (วัล เนอราเบิล) ซึ่งบาดเจ็บได้

vulpine, *a.* (วัลไพนฺ) แห่งสุนัขจิ้งจอกเจ้าเล่ห์

vulture, *n.* (วัล-เชอ) อีแร้ง

W

waddle, *v.* (วอด เดิล) เดินต้วมเตี้ยมแบบเป็ด
wade, *v.* (เวด) ลุยน้ำ; ท่องน้ำ
wader, *n.* (เวด เด้อ) ผู้ลุยน้ำ
wag, *n.* (แวก) คนขี้ตลก, แกล้งยั่ว; *v.* พัดโบก; ปัดไปมา; กระดิก
wage, *n.* (เวจ) ค่าจ้าง; *v.* กระทำการ
wage war, กระทำสงคราม
wager, *n.* (เวด เจ้อ) การพนันกัน; เงินพนันกัน; *v.* พนันกัน
waggon, wagon, *n.* (แวก เกิ้น) รถ
wagtail, *n.* (แวกเทล) นกมูลไถ
waif, *n.* (เวฟ) เด็กกลางถนน
wail, *v. n.* (เวล) ร้องไห้
wailer, *n.* (เวล เลอ) คนร้องไห้
waist, *n.* (เวสทฺ) เอว
waistcoat, *n.* (เวสทฺ โคท) เสื้อกั๊ก
wait, *v.* รอท่า; คอย; คอยรับใช้สอย
 to lie in wait, ซุ่มดักรอ
 keep waiting, ทำให้ต้องคอย
 wait for, รอท่า (เวท ฟอ)
waiter, *n.* (เวท เท่อ) คนเสริฟอาหาร
waiting-list, *n.* (เวททิ่ง ลิซทฺ) บัญชีรอ
waiting-room, *n.* (เวททิ่ง-รูม) ห้องพักคอย
waitress, *n.* (เวท เทร็ส) สาวเสริฟอาหาร
waive, *v.* (เวฟวฺ) เลิกล้มสิทธิ; ยกเว้นให้
wake, *v. n.* (เวค) ตื่นขึ้น; ปลุก
wakeful, *a.* (เวค ฟูล) ตื่นอยู่
waken, *v.* (เวคเคิน) ตื่นขึ้น
wakener, *n.* (เวค เคินเน่อ) ผู้ปลุก
waker, *n.* (เวคเค่อ) ผู้ปลุก; ผู้ตื่นขึ้น
wale, *n.* (เวล) รอยถูกเฆี่ยน
walk, *v.* (วอค) เดิน; *n.* การเดิน; ถนนใต้ร่มไม้; ทางเดิน
 take a walk, ไปเดินเที่ยวเล่น
 go for a walk, ไปเดินเที่ยวเล่น
 walk about, เดินไปเดินมา
 walk along, เดินไป
 walk away, เดินหนี
 walk by, เดินเลาะไป; เดินผ่านไป
 walk into, ไปเจอ; บังเอิญไปเจอ
 walk off, เดินหนีไป
 walk over, เดินข้าม; ชนะอย่างง่ายดาย (กีฬา)
 walk round, เลี้ยว
 walk up to, เดินตรงไปยัง
walker, *n.* (วอค เค่อ) ผู้เดิน
walkie-talkie, *n.* (วอค คี่ ทอค คี่) วิทยุรับส่งแบบถือติดตัวได้
walking-stick, *n.* (วอค คิ่ง สติค) ไม้เท้า
wall, *n.* (วอล) กำแพง; ฝาผนัง; *v.* เอากำแพงล้อม
wall-creeper, *n.* (-ครีพ เพ่อ) นกชนิดหนึ่ง
walled, *a.* (วอลดฺ) มีกำแพงล้อม
wallet, *n.* (วอล เล็ท) ย่าม; กระเป๋าสตางค์
wallow, *v.* (วอล โล่) เกลือกกลิ้งไปมา

walnut, *n.* (วอลนัท) มันฮ่อ
walrus, *n.* (วอล รัส) ช้างน้ำ
waltz, *n.* (วอลซฺ) เพลงเต้นรำวอลส์
wand, *n.* (วอนดฺ) ไม้เท้า
wander, *v.* (วอน เดอ) ท่องเที่ยวไป
wanderer, *n.* (วอน เดอเร่อ) ผู้ท่องเที่ยว
wandering, *n.* (วอน เดอริ่ง) การท่องเที่ยว
wane, *v.* (เวน) โรยรา; ข้างแรม
wangle, *v.* (แวง เกิล) บิดเบือนหาทางล่อให้ตกลง
want, *n.* (วอนทฺ) ความต้องการ; ความขาดแคลน; *v.* ต้องการ
  want of confidence, ขาดความไว้วางใจ
wanter, *n.* (วอน เท่อ) ผู้ต้องการ
wanting, *a.* (วอน ทิ่ง) ขาดไป
wanton, *a.* (วอน ทัน) เตร็จเตร่เอาแต่ความสนุก; **wanton soup:** เกี๊ยวน้ำ
war, *n.* (วอ) สงคราม; *v.* ทำสงคราม
  man-of-war, เรือรบ
  prisoner of war, เชลยศึก
  to make war on, กระทำสงครามกับ
  to wage war against, กระทำสงครามกับ
warble, *v. n.* (วอบ เบิล) ร้องเจี๊ยบจ๊าบ
warbler, *n.* (วอบเบลอ) นกกระจิบ
ward, *n.* (วอด) การคุ้มครองรักษา; ผู้อยู่ในความปกครอง; ท้องที่; *v.* ปกปักรักษา; ปัดเป่า; ปัดไป
warden, *n.* (วอ เดิ้น) ผู้ดูแล; อนุสาสก
wardrobe, *n.* (วอด โดรบ) ตู้, ห้องเก็บเสื้อผ้า
ware, *n.* (แว) พาณิชยภัณฑ์; สิ่งที่ค้าขาย; ข้าวของ; เครื่อง; ภาชนะ
  warehouse, *n.* (แว ฮาวซฺ) คลังสินค้า
warfare, *n.* (วอแฟ) การรบพุ่ง
war-horse, *n.* (วอ ฮอส) ม้าศึก
warlike, *a.* (วอ ไลคฺ) ชอบสงคราม; เชิงนักรบ
war-lord, *n.* (วอ ลอด) ขุนศึก
warm, *a.* (วอม) อุ่น; อบอุ่น; ชักร้อนขึ้นมา; *v.* อุ่น; ทำให้ร้อน
warm-hearted, *a.* (-ฮาท เท็ด) หัวใจอบอุ่น
warmly, *adv.* (วอม ลี่) อย่างอบอุ่น
war-monger, *n.* (วอ ม๊องเก้อ) ผู้แสวงสงคราม
warmth, *n.* (วอมธฺ) ความอบอุ่น
warn, *v.* (วอน) เตือนให้ระวังตัว
warner, *n.* (วอน เน่อ) เตือนให้ระวัง
warning, *n.* (วอน นิ่ง) ผู้ตักเตือนให้ระวัง; คำเตือน
war office, กระทรวงกลาโหม
warpath, *n.* (วอ-พาธ) การดำเนินสงคราม
warrant, *v.* (วอรันทฺ) ให้อำนาจ; รับประกัน; *n.* ใบประกัน; ใบมอบอำนาจ; ใบประทวนสินค้า
  warrant officer, นายดาบ
warrior, *n.* (วอ ริเอ้อ) นักรบ
war-ship, *n.* (วอ ชิพ) เรือรบ
wart, *n.* (วอท) หูด
was, (วอซ) อดีตของกริยา **'to be'** :

เป็น; อยู่; คือ
wash, *v.* (วอช) เซาะ; ล้าง; ซัก; ชำระ; *n.* การซัก/การล้าง
washable, *a.* (วอช ชาเบิล) ซักได้
washer, *n.* (วอชเช่อ) คนซักผ้า
washerman, *n.* (วอช เช่อเม็น) คนซักผ้า
washerwoman, *n.* (วอช เช่อ วูมัน) หญิงซักผ้า
washing, *n.* (วอช ชิ่ง) การซักผ้า; การล้างถู
washing-basin, *n.* (วอช ชิ่ง-เบ ซีน) อ่างล้างหน้า
washman, *n.* (วอช แม็น) คนซักผ้า
wash-stand, *n.* (วอช สแทนดฺ) ที่ล้างหน้า
wasp, *n.* (วอสพฺ) ตัวต่อ
wastage, *n.* (เวส เท็ดจ) ความเปลือง; ความศูนย์เสียไปเปล่า ๆ
waste, *a.* (เวสทฺ) โล่งเตียน; ใช้ไม่ได้; เสีย; ร้าง; *n.* การหมดเปลืองเปล่า; ที่โล่งเตียน; ที่ร้างอยู่เปล่า ๆ; *v.* หมดเปลืองไปเปล่า ๆ;
lay waste, ทำลาย
waste away the time, ผลาญเวลาให้หมดไป
wasteful, *a.* (เวสทฺ ฟูล) ซึ่งเป็นการเปลือง
waste-pipe, *n.* (-ไพพฺ) ท่อน้ำทิ้ง
watch, *n.* (วอทช) การเฝ้า; การอยู่ยาม; การเฝ้าดูอยู่; นาฬิกาพก; ยาม (เวลา); *v.* เฝ้า; ยืนยาม
to be on the watch, คอยระวัง
the watch is down, นาฬิกาหมดลาน
watcher, *n.* (วอท เช่อ) ผู้เฝ้าดูอยู่
watchful, *a.* (วอช ฟูล) คอยระวังอยู่
watchfully, *adv.* (วอช ฟูลลี่) โดยความระมัดระวัง
watchfulness, *n.* (วอช ฟูลเน็ส) ความระแวดระวัง
watchmaker, *n.* (วอช เมคเค่อ) ช่างทำนาฬิกา
watchman, *n.* (วอช แม็น) ยาม
watchword, *n.* (วอช เวอด) คำเบิกทาง
watchwork, *n.* (วอช เวอค) ลาน
water, *n.* (วอ เท่อ) น้ำ; น่านน้ำ; *v.* รดน้ำ; ทดน้ำ; ให้กินน้ำ
fresh water, น้ำจืด
water-buffalo, *n.* (-บัฟ ฟัลโล่) ควาย
water-chestnut, *n.* (-เช็สทฺ นัท) กระจับ
water-cistern, *n.* (-ซิส เทิน) ถังเก็บน้ำ
water-closet, *n.* (-โคลส เซ็ท) ส้วม
water-colour, *n.* (-คัล เล่อ) สีน้ำ
watercourse, *n.* (-คอซ) ทางน้ำไหล
water-cress, *n.* (-เคร็ส) ผักแพงพวย
waterfall, *n.* (วอ เท่อ ฟอล) น้ำตก
waterless, *a.* (วอ เทอเล็ซ) ไม่มีน้ำ
water-level, *n.* (-เล็บเวิล) ระดับน้ำ
water-lily, *n.* (-ลิล ลี่) บัวเผื่อน
water-logged, *a.* (-ลอกดฺ) ติดอยู่กลางน้ำ
water-main, *n.* (-เมน) ท่อประปา
water-mark, *n.* (-มาค) ลายน้ำ
water-melon, *n.* (-เม็ลล่อน) แตงโม
water-power, *n.* (-พาวเว่อ) กำลังน้ำ
water-pressure, *n.* (-เพร็ช เช่อ) ความดันของน้ำ

waterproof, *a.* (วอ เท่อ พรูฟ) น้ำไม่เข้า
water-supply, *n.* (-ซัพพลาย) การประปา
water-tank, *n.* ถังเก็บน้ำ
watertight, *a.* (วอเท่อ ไทฑุ) น้ำไม่รั่ว
waterway, *n.* (วอเทอเว) ทางน้ำ
water-wheel, *n.* (วอ เท่อ วีล) ระหัส
waterworks, *n.* (วอ เท่อ เวอคซฺ) การประปา
watery, *a.* (วอ เทอรี่) เป็นน้ำ
wave, *n.* (เวฟวฺ) คลื่น; ลูกคลื่น; การโบก; *v.* เป็นลูกคลื่น; ตัดคลื่น; โบก; ปลิวสบัด
wave frequency, (-ฟรีเควึนซี่) ความถี่ของคลื่น
wave length, ช่วงยาวคลื่น
waver, *v.* (เวฟ เว่อ) ลังเลใจ
wavy, *a.* (เวฟ วี่) เป็นลูกคลื่น
wax, *v.* (แวคซฺ) โตขึ้น; ข้างขึ้น; ชักจะ; ทาขี้ผึ้ง; ขัดมัน; *n.* ขี้ผึ้ง
wax-candle, *n.* (-แคน เดิล) เทียนขี้ผึ้ง
waxcloth, *n.* (-คลอธ) ผ้าน้ำมัน
waxen, *a.* (แวค เซิน) ทำด้วยขี้ผึ้ง; ทาขี้ผึ้ง
waxwork, *n.* (-เวอค) รูปปั้นจากขี้ผึ้ง
waxy, *a.* (แว็ก ซี่) ทำด้วยขี้ผึ้ง
way, *n.* (เว) ทาง; หนทาง; วิธี
on the way, กำลังเดินทางมา; กลางทาง
have his own way, เอาตามใจเขา
by way of, โดย
make way, ถอยที่ให้
right of way, สิทธิในการไปก่อน (รถ)
under way, กำลังดำเนินการอยู่
ways and means, วิถีทาง
where there is a will, there is a way, ความตั้งใจมีที่ไหน ช่องทางย่อมมีที่นั่น
wayfarer, *n.* (เว แฟ เร่อ) ผู้เดินทาง
wayfaring, *a.* (เว แฟ ริ่ง) เดินทาง; *n.* ชื่อต้นไม้
waylay, *v.* (เว เล) ดักโจมตี
wayside, *n.* (เว ไซดฺ) ข้างทาง
wayward, *a.* (เว เวอด) ดื้อดึง; ถือดี
W.C. (water-closet), *n.* ห้องน้ำ
we, *prn.* (วี) เรา
weak, *a.* (วีค) อ่อน; อ่อนเพลีย
weaken, *v.* (วีค เคิน) ทำให้อ่อนลง
weaker sex, เพศที่อ่อนแอ
weakling, *n.* (วีคลิ่ง) คนอ่อนแอ
weakly, *a.* (วีคลี่) อ่อนแอ
weakness, *n.* (วีค เน็ส) ความอ่อนแอ
wealth, *n.* (เว็ลธ) ความมั่งมี; ทรัพย์สมบัติ; เศรษฐสมบัติ
wealthiness, *n.* (เว็ล ธิเน็ส) ความมั่งคั่งสมบูรณ์
wealthy, *a.* (เว็ล ธี่) มั่งมี
wean, *v.* (วีน) อดนม
weapon, *n.* (เว็พเพิ่น) อาวุธ
wear, *v.* (แว) อดีต, **wore,** *p.p.* **worn:** ใส่; เก่าจากการใช้; เหนื่อยลง
wear and tear, ความสึกหรอ
wearer, *n.* (แว เร่อ) ผู้ใส่
wearied, *a.* (เวีย รีดฺ) ชักเบื่อ; เหนื่อย

wearily, *adv.* (เวีย รีลี่) อย่างเหนื่อยแท้
weariness, *n.* (เวีย รีเน็ส) ความเหนื่อยอ่อน
wearisome, *a.* (เวีย รีซัม) น่าเหนื่อยใจ
weary, *a.* (เวีย รี่) เหนื่อย; *v.* ทำให้เหนื่อย
weasel, *n.* (วี เซิล) พังพอน; อีเห็น
weather, *n.* (เว็ด เธ่อ) อากาศ; ฝนฟ้าอากาศ
weathercock, *n.* (เว็ท เธ่อ ค็อค) กังหันลม
weather-forecast, *n.* (-ฟอ คาสทฺ) การพยากรณ์อากาศ
weather report, *n.* รายงานอากาศ
weather-vane, *n.* (-เวน) กังหันลม
weave, *v.* (วีฟว) อดีต; **wove;** *p.p.* **woven,** ทอผ้า
weaver, *n.* (วีฟ เว่อ) ช่างทอผ้า
weaving, *n.* (วีฟ วิ่ง) การทอผ้า
web, *n.* (เว็บ) ใย
wed, *v.* (เว็ด) แต่งงาน
wedding, *n.* (เว็ด ดิ้ง) การแต่งงาน
wedding ceremony, พิธีแต่งงาน
wedding ring, แหวนแต่งงาน
wedge, *n.* (เว็ดจฺ) ลิ่ม
wedlock, *n.* (เว็ด ล็อค) ความเป็นสามีภรรยากัน
Wednesday, *n.* (เว็นซเด) วันพุธ
wee, *a.* (วี) กระจิริด; นิดเดียว
weed, *n.* (วีด) วัชพืช; เครื่องไว้ทุกข์
weed out, สางออก
weedy, *a.* (วี ดี้) มีแต่หญ้ารก
week, *n.* (วีค) สัปดาห์
a week, ต่อสัปดาห์
weekday, *n.* (วีค เด) วันทำงาน
week-end, *n.* (วีค เอ็นดฺ) สุดสัปดาห์อันเป็นเวลาไปหย่อนอารมณ์
weekly, *a.* (วีค ลี่) เป็นรายสัปดาห์; ทุก ๆ สัปดาห์; *n.* หนังสือรายสัปดาห์
weep, *v.* (วีพ) ร้องไห้
weeper, *n.* (วีพเพ่อ) ผู้ร้องไห้
weeping, *n.* (วีพ พิ่ง) การร้องไห้
weeping willow, *n.* ต้นหลิว
weepy, *a.* (วีพ พี่) ขี้ร้องไห้
weevil, *n.* (วีฟ วิล) เพลี้ย
weigh, *v.* (เว) ชั่งดู; ชั่งน้ำหนัก
weigh anchor, ถอนสมอ
weigher, *n.* (เวเอ้อ) ผู้ชั่ง
weight, *n.* (เวท) น้ำหนัก
weighty, *a.* (เวท ที่) มีน้ำหนักมาก
welcome, *n. a. v.* (เว็ล คัม) ต้อนรับ; เชื้อเชิญ
weld, *v.* (เว็ลดฺ) เชื่อมโลหะ
welfare, *n.* (เว็ลแฟ) ประโยชน์; ความสวัสดี
social welfare, สังคมสงเคราะห์
welkin, *n.* (เว็ล คิ่น) ท้องฟ้า
well, *n.* (เว็ล) บ่อ; *v.* ไหล; *adv.* ดีแล้ว; สบายดีแล้ว
as well, เหมือนกัน
as well as, ด้วยเหมือนกัน
well done, ดีแล้ว
full well, ดีทีเดียว
very well, เออ; ดีละ
well and good, ดีทีเดียว

well off, สมบูรณ์; มั่งมี
well-behaved, *a.* (เว็ล บีเฮฟวดฺ) ประพฤติดี
well-being, *n.* (เว็ล บีอิ้ง) ประโยชน์แก่คนทั่ว ๆ ไป
well-beloved, *a.* (เว็ล บีลัฟเว็ด) รักยิ่ง
well-born, *a.* (เว็ล-บอน) เกิดมาในตระกูลดี
well-bred, *a.* (เว็ล เบร็ด) อบรมกันมาอย่างดี
well-built, *a.* (เว็ล บิลทฺ) ร่างกายกำยำ
well-contented, *a.* (เว็ล คอนเท็นเท็ด) พอใจแล้ว
well-deserving, *a.* (เว็ล ดีเซอฟวิ่ง) สมควรอย่างยิ่งแล้ว
well-doer, *n.* (เว็ล ดูเอ้อ) ผู้ปฏิบัติดี
well-doing, *n.* (เว็ล ดูอิ้ง) การกระทำดี
well-done, *a.* (เว็ล ดัน) ทำอย่างสุกดี; ดีจริง
well-dressed, *a.* (เว็ล เดร็ซดฺ) แต่งตัวดี
well-educated, *a.* (-เอ็ดดิวเคท เท็ด) ได้รับการศึกษามาอย่างดี
well-fed, *a.* (เว็ล เฟ็ด) กินอิ่มหนำสำราญ
well-governed, *a.* (เว็ลกัฟ เวอนดฺ) ปกครองกันดี
well-grounded, *a.* (เว็ล กรานวฺเด็ด) มีเหตุผลดี
well-informed, *a.* (เว็ล อินฟอมดฺ) ทราบดีตลอด
wellingtonia, *n.* (เว็ลลิงโทเนีย) ต้นไม้ชนิดหนึ่ง
well-known, *a.* (เว็ล โนน) มีชื่อ; รู้จักกันทั่ว; โด่งดัง
well-meaning, *a.* (เว็ล มีนนิ่ง) มีความหวังดี
well-meant, *a.* (เว็ล เม็นทฺ) ซึ่งหวังดี; ด้วยความหวังดี
wellnigh, *a.* (เว็ล นาย) เกือบจะ; แทบจะ
well-off, *a.* (เว็ล ออฟ) มั่งคั่งสมบูรณ์
well-read, *a.* (เว็ล เร็ด) ซึ่งได้อ่านมาก; พหูสูต
well-respected, *a.* (เว็ล เรสเพ็คทฺเต็ด) เป็นที่เคารพทั่ว
well-to-do, *a.* (เว็ล-ทู-ดู) มีฐานะ
Welsh, *a.* (เว็ลช) แห่งแคว้นเวลส์; *n.* ชาวเวลส์
wench, *n.* (เว็นชฺ) เด็กผู้หญิง
wend, *v.* (เว็นดฺ) มุ่งไปยัง
went, (เว็นทฺ) อดีตของ 'go' : ไป
wept, อดีตและ *p.p.* ของ weep: ร้องไห้
were, (เวอ) *pl.* อดีตของ 'to be': เป็น
werewolf, *n.* (เวีย วูลฟ) มนุษย์ที่กลายเป็นหมาป่าได้
west, *n. a.* (เว็สทฺ) ทิศตะวันตก; ทางตะวันตก
westerly, *a.* (เว็ส เตอลี่) ทางตะวันตก
western, *a.* (เว็ส เทอน) ทางด้านตะวันตก
westerner, *n.* (เว็ส เทอนเน่อ) ชาวตะวันตก
westernmost, *a.* (เว็ส เทอนโมสทฺ) สุดทางตะวันตก

westward, *a. adv.* (เว็สทฺ เวอด) ไปทางตะวันตก

wet, *a.* (เว็ท) เปียก; เฉอะแฉะ; *n.* ความเปียก; อากาศชื้นแฉะ; *v.* ทำให้เปียก; เอาน้ำลูบ; เสียปาก

wet through, เปียกโชก

wether, *n.* (เว็ด เธ่อ) แกะตอน

wet-nurse, *n.* (เว็ท เนอซ) แม่นม

we've = we have, เรามี

whale, *n.* (เวล) ปลาวาฬ; *v.* ตี

whaler, *n.* (เวล เล่อ) เรือจับปลาวาฬ

wharf, *n.* (วอฟ) ท่าจอดเรือ

what, *prn.* (วอท) อะไร

what not, อะไรต่ออะไร

what's up? อะไรกัน

whatever, *prn.* (วอทเอเว่อ) อะไร ๆ ก็ตาม

whatsoever, *prn.* (วอท โซเอเว่อ) อะไร ๆ ก็ตาม

wheat, *n.* (วีท) ข้าวสาลี

wheel, *n.* (วีล) ล้อ; *v.* กลิ้งไป; หมุนไป

wheelbarrow, *n.* (วีล แบโร่) รถเข็น มีล้อเดียว

wheelwright, *n.* (วีล ไรทฺ) ช่างทำล้อรถ

whelp, *n.* (เว็ลพฺ) ลูกหมา; ลูกสิงห์โต

when, *adv.* (เว็น) เมื่อไร; *c.* เมื่อ

whence, *adv. c.* (เว็นซฺ) ตั้งแต่เมื่อไร; จากไหน; ดังนั้น

whenever, *c.* (เว็นเอเว่อ) เมื่อไรก็ตาม

where, *a.* (แว) ที่ไหน; *c.* ที่ซึ่ง

whereabout, *c.* (แวอาบาวทฺ) ประมาณสักที่ไหน; *n.* ที่อยู่

whereas, *c.* (แว แอซ) ในขณะที่

whereby, *adv. c.* (แวบาย) ด้วยเหตุนั้น

wherefore, *adv.* (แวรฺ ฟอรฺ) ทำไม

wherein, *adv. c.* (แว ริน) ในที่นั้น

whereupon, *adv. c.* (แวอัพพ็อน) ต่อจากนั้นมา

wherever, *adv.* (แวเอเว่อ) ณแห่งใดก็ตาม

whet, *v.* (เว็ท) ลับให้คม

whether, *prn. c.* (เว็ดเธ่อ) หรือไม่

whetstone, *n.* (เว็ท สโทน) หินลับมีด

which, *prn.* (วิช) อันไหน; ที่; ซึ่ง

I don't know which is which, ไม่รู้ว่าอันไหนเป็นอันไหน

whichever, *prn.* (วิชเอเว่อ) อันไหนก็ตาม

while, *n.* (ไวลฺ) เวลาชั่วครู่หนึ่ง; *c.* ในขณะที่

a while after, ต่อมาประเดี๋ยว

a long while ago, นานมาแล้ว

a little while ago, เมื่อตะกี้นี้เอง

for a while, ชั่วประเดี๋ยวหนึ่ง

all the while, ตลอดเวลา

in the mean while, ในระหว่างนั้น

it is not worth while, ไม่คุ้มเหนื่อย

whilst, *c.* (ไวลฺสฺทฺ) ในขณะที่

whim, *n.* (วิม) ความคิดชั่วแล่น

whimsical, *a.* (วิม ซิค คัล) มีแต่ความคิดฟุ้งฝันไป

whimper, *v.* (วิมเพ่อ) ร้องคราง

whine, *v.* (ไวนฺ) ร้องคราง; ร้องหงิง ๆ

whip, *v.* (วิพ) ลงแซ่; ตี (เช่นตีไข่); *n.* แซ่

whirl, *v.* (เวอล) หมุนเป็นวงกลม

whirlpool, *n.* (เวอล พูล) กระแสน้ำวน

W

whirlwind, *n.* (เวอล วินดฺ) ลมบ้าหมู
whisper, *v. n.* (วิส เพ่อ) กระซิบ
whisperer, *n.* (วิส เพอเร่อ) ผู้กระซิบ
whist, *n.* ไพ่วิสท์
whistle, *v.* (วิส เซิล) เป่านกหวีด; ผิวปาก; *n.* นกหวีด; เสียงเป่านกหวีด; ผิวปาก
whistler, *n.* (วิสเลอ) ผู้เป่านกหวีด; ผู้ผิวปาก
whit, *n.* (วิท) นิดเดียว
white, *a.* (ไวทฺ) สีขาว; ซีด; *n.* สีขาว
white ant, *n.* (ไวทฺ แอนทฺ) ปลวก
white elephant, *n.* (ไวทฺ เอ็ล เลเฟิน) ช้างเผือก
white flag, *n.* ธงขาว (ยอมแพ้)
whiten, *v.* (ไว้เทิน) ทำให้ขาว; ขาวขึ้น
white slave, *n.* (-สเลฟวฺ) โสเภณี
whitethorn, *n.* (ไวทฺ ธอน) ต้นไม้ชนิดหนึ่ง
whitewash, *v.* (ไวทฺ วอช) ทาสีขาว; โบกปูน
whither, *adv.* (วิด เธ่อ) ไปไหนกัน
whiting, *n.* (ไวทิ่ง) ปลาชนิดหนึ่ง; ดินสอพอง
whizz, *v.* (วิซ) เสียงหวีด
who, *prn.* (ฮู) ใคร; ผู้ซึ่ง
whoever, *prn.* (ฮูเอเว่อ) ใครก็ตาม
whole, *a.* (โฮล) ทั้งหมด
wholesale, *n.* (โฮลเซล) ขายเหมา; ค่าส่ง
wholly, *adv.* (โฮล ลี่) โดยทั้งหมด
whom, *prn.* (ฮูม) กรรมการกของ 'who': ใคร; ผู้ที่
whore, *n.* (ฮอรฺ) โสเภณี
whorl, *n.* (วอล) ขอกันหอย
whortle, whortleberry, *n.* (เวอ เทิล; แบรี่) ต้นไม้ชนิดหนึ่งมีผลแดงเล็ก
whose, *prn.* (ฮูซ) ของใคร
whosesover, *prn.* (ฮูซ โซเอเว่อ) ของใครก็ตาม
why, *adv.* (วาย) ทำไม
that is why, ด้วยเหตุนี้เอง
why! อ้าว
wick, *n.* (วิค) หมู่บ้าน; อ่าว; ไส้ตะเกียง; ไส้เทียน
wicked, *a.* (วิค เค็ด) ชั่วร้าย; โหดร้าย
wickedly, *adv.* (วิค เค็ดลี่) อย่างใจร้าย
wickedness, *n.* (วิค เค็ดเน็ส) ความโหดร้าย
wicker, *a.* (วิค เค่อ) สานด้วยหวาย; *n.* เครื่องสาน
wickerwork, *n.* (วิค เค่อเวอค) เครื่องสาน
wide, *a.* (ไวดฺ) กว้าง
wide-awake, *a.* (ไวดฺ อาเวค) ตื่นเต็มตัว
widely, *adv.* (ไวดฺ ลี่) อย่างกว้างขวาง
widen, *v.* (ไว เดิน) ขยายให้กว้างเข้า
wideness, *n.* (ไวดฺ เน็ส) ความกว้าง
wide-spread, *a.* (ไวดฺ สเปร็ด) แพร่หลาย
widow, *n.* (วิด โด้) แม่หม้าย
grass widow, แม่หม้ายผัวห่าง
widower, *n.* (วิด โดเอ้อ) พ่อหม้าย
width, *n.* (วิดธ) ส่วนกว้าง

wield, *v.* (วีลดฺ) กวัดแกว่ง; กำอำนาจ
wield power, ยังคงใช้อำนาจอยู่
wife, *n.* (ไวฟฺ) ภรรยา; เมีย
wifeless, *a.* (ไวฟฺ เล็ส) ไม่มีภรรยา
wig, *n.* (วิก) วิกผม; ผมปลอม; ช้องผม
wight, *n.* (ไวทฺ) เจ้าหมอนั่น
wigwam, *n.* (วิกแวม) กระท่อมชาวอินเดียแดง
wild, *a.* (ไวลดฺ) ป่าเถื่อน
wild-goose chase, งมหาเข็มกลางมหาสมุทร
wild life, สัตว์ในป่า
wilder, *v.* (วิลเด้อ) ทำให้หลวงทาง; งง
wilderness, *n.* (วิล เดอเน็ส) ที่ป่า; ที่อ้างว้าง
wilful, *a.* (วิล ฟูล) จงใจ
wilfully, *adv.* (วิล ฟูลลี่) โดยจงใจ
will, *v.* (วิล) จะ; ประสงค์; จงใจ; ต้องการให้; *n.* ความประสงค์; ความจงใจ; พินัยกรรม
free will, ความปลงใจสมัคร
at will, ตามใจ
good will, ความหวังดี
ill will, ใจมุ่งร้าย
willing, *a.* (วิล ลิ่ง) เต็มใจ; ตกลงปลงใจ
willingly, *adv.* (วิล ลิ่งลี่) อย่างเต็มใจ
willingness, *n.* (วิลลิ่งเน็ส) ความเต็มใจ
will-o'-the-wisp, *n.* (วิล เลอ เธอะวิสพฺ) โขมด
willow, *n.* (วิลโล่) ต้นไม้ชนิดหนึ่ง (พวกสนุ่น)
will-power, *n.* (-พาว เว่อ) อำนาจทางใจ
wilt, *v.* (วิลทฺ) ร่วงโรย
win, *v.* (วิน) (อดีตและ *p.p.* **won**), ชนะ
wind, *n.* (วินดฺ) ลม; *v.* (ไวนฺดฺ) หมุน; ไขลาน; เลี้ยวไปเลี้ยวมา; ม้วน
get wind of, ได้ข่าวมา
in the wind, กำลังแอบเตรียมการอยู่
wind up, สรุปผล
winding-sheet, *n.* ผ้าห่มศพ
wind-instrument, *n.* เครื่องดนตรีเป่า
windless, *a.* (วินดฺ เล็ซ) ไม่มีลม
windmill, *n.* (วินดฺ มิล) โรงสีลม
window, *n.* (วินโด้) หน้าต่าง
window-curtain, *n.* (-เคอเท็น) ม่านหน้าต่าง
window-pane, *n.* (-เพน) กระจกหน้าต่าง
wind-pipe, *n.* (วินดฺ ไพพฺ) หลอดลม
wind-screen, *n.* (วินดฺ สกรีน) กระบังลม; กระจกหน้ารถยนต์
wind-tight, *a.* (วินดฺ ไททฺ) ลมเข้าไม่ได้
windward, *adv.* (วินดฺ เวอด) ไปตามทางลม
windy, *a.* (วินดี้) ลมแรง
wine, *n.* (ไวนฺ) เหล้าองุ่น
wing, *n.* (วิง) ปีก
wing conmander, (-คอมมาน เด้อ) นาวาอากาศโท
winged, *a.* (วิงดฺ) มีปีก
wink, *v. n.* (วิงคฺ) ขยิบตา
winner, *n.* (วินเน่อ) ผู้ชนะ; ตัวชนะ
winning-post, *n.* (วิน นิ่งโพสทฺ) หลัก

W

ชัย

winnow, *n.* (วินโน่) พัด; ฝัดข้าว

winter, *n.* (วินเท่อ) ฤดูหนาว; *v.* ค้างหน้าหนาว

winter-quarters, *n. pl.* ที่พักทหารหน้าหนาว

winter sports, กีฬาหน้าหนาว

wintery, *a.* (วิน เทอรี่) แห่งฤดูหนาว

wintry, *a.* (วินทรี่) หนาวจัด

wipe, *v.* (ไวพฺ) เช็ด; ล้างออก

wiper, *n.* (ไวเพ่อ) ผู้เช็ด

wire, *n.* (ไวเอ้อ) เส้นลวด; สาย; *v.* ส่งโทรเลข

live wire, สายลวดมีไฟฟ้าเดิน

wireless, *a.* (ไวเออ เล็ส) ไม่มีสาย; *n.* วิทยุ

wiring, *n.* (ไวริ่ง) การเดินสาย

wisdom, *n.* (วิซ เดิ้ม) ปัญญา; ความเฉลี่ยวฉลาด

wise, *a.* (ไวซ) ฉลาด; ปราชญ์; *n.* ชนิด; วิธี

wiseacre, *n.* (ไวซ เอเค่อ) คนโง่อวดรู้

wisely, *adv.* (ไวซ ลี่) ด้วยความฉลาด

wiseness, *n.* (ไวซฺ เน็ส) ความฉลาด

wish, *n.* (วิช) ความประสงค์; *v.* ประสงค์

wisher, *n.* (วิชเช่อ) ผู้ประสงค์

wishful-thinking, *n.* การคิดว่าสมความปรารถนาแล้ว

wishing-, (วิชชิ่ง) สารพัดนึก

wishing-ring, *n.* (-ริง) แหวนสารพัดนึก

wistaria, *n.* (วิสแทเรีย) ชื่อดอกไม้ชนิดหนึ่ง

wistful, *a.* (วิสทฺฟูล) คิดมาก

wit, *v.* (วิท) ทราบ; *n.* ปัญญา; ความเข้าใจ

at one's wit's end, จนปัญญาแล้ว; อัดอั้นตันใจ

witch, *n.* (วิทชฺ) แม่มด

witchcraft, *n.* (วิทชฺ คราฟทฺ) เวทมนต์ของแม่มด

witch-doctor, *n.* (วิทชฺ ดอคเท่อ) หมอผี

witchery, *n.* (วิท เชอรี่) อาคมของแม่มด

with, *pr.* (วิธ) ด้วย; พร้อมกับ; พร้อมทั้ง; กับ; โดย

withdraw, *v.* (วิธ ดรอ) ถอนตัว; ถอยไป; ถอยออกมา; ถอยคืน

withdrawal, *n.* (วิธ ดรอวัล) การถอนตัว; การถอยไป; การถอยห่างออกไป

wither, *v.* (วิด เธ่อ) เหี่ยวแห้ง; โรยรา

withhold, *v.* (วิธโฮลดฺ) ยับยั้ง; ยึดหน่วง

within, *adv. pr.* (วิธธิน) ภายใน; ข้างใน

within sight, เข้ามาจนมองเห็น

without, *adv. pr. c.* (วิธอาวทฺ) ภายนอก; ข้างนอก; โดยปราศจาก; ถ้าไม่ได้

withstand, *v.* (วิธ สแทนดฺ) ต่อสู้; ต้านทาน

withstander, *n.* (วิธ สแทนเด้อ) ผู้ต่อสู้

witless, *a.* (วิท เล็ซ) ไร้ปัญญา

witness, *n.* (วิท เน็ส) พยาน; *v.* มองเห็น; เป็นพยาน

to bear witness to, เป็นพยาน

withness our hand, ลงนามให้ไว้เป็นสำคัญ (สำนวนประกาศนียบัตร)

witness-box, *n.* คอกพยาน

witnesser, *n.* (วิท เน็สเซ่อ) พยาน

witted, *a.* (วิท เท็ด) ฉลาด

witticism, *n.* (วิท ทิซิสซึ่ม) คำพูดที่แหลมคม

wittily, *adv.* (วิท ทีลี่) อย่างแหลมคม

wittingly, *adv.* (วิท ทิ่งลี่) อย่างหลักแหลม

witty, *a.* (วิทที่) หลักแหลม

wizard, *n.* (วิซ เซอด) ผู้วิเศษ; วิทยาธาร

woe, *n.* (โว) ความทุกข์ร้อน

woke, (โวค) อดีตของ **'wake'**: ตื่นขึ้น

wolf, *n.* (วูลฟ) หมาป่า

wolf-cub, *n.* (วูลฟ-คับ) ลูกหมาป่า

wolfish, *a.* (วูล ฟิช) เยี่ยงหมาป่า

wolfram, *n.* (วูล ฟรัม) แร่วูลแฟรม

woman, *n.* (วูมัน) ผู้หญิง

womanhood, *n.* (วู มันฮูด) ความเป็นหญิง

womanish, *a.* (วู มันนิช) เยี่ยงผู้หญิง

womankind, *n.* (วูมันไคนฺด) สตรีเพศ

womanlike, *a.* (วูมันไลคฺ) เหมือนผู้หญิง

womanly, *a.* (วูมันลี่) เยี่ยงผู้หญิง

womb, *n.* (วูม) ครรภ์; มดลูก

wombat, *n.* (ว็อม แบท) สัตว์ชนิดหนึ่ง

women, (วี เม็น) พหูพจน์ของ **'woman'**: ผู้หญิง

won, (วัน) อดีตและ *p.p.* ของ **'win'**: ชนะ

wonder, *n.* (วันเด้อ) ความประหลาดใจ; สิ่งอันน่าประหลาดใจ; *v.* สงสัยนัก

wonderer, *b.* (วัน เดอเร่อ) ผู้สงสัยนัก

wonderful, *a.* (วันเดอฟูล) ประหลาด; น่าอัศจรรย์; ดีจริง

wonderland, *n.* (วัน เด้อแลนดฺ) เมืองในเทพนิยาย

wondrous, *a.* (วันดรัส) อันน่าประหลาดใจ

wont, *a.* (โวนทฺ) เคย

won't (โวนทฺ) ย่อมาจาก **'will not'**: จะไม่

woo, *v.* (วู) เกี้ยว; ขอร้อง

wood, *n.* (วูด) ป่าไม้; ไม้; ฟืน

woodbine, *n.* (วุดไบนฺ) ต้นไม้ชนิดหนึ่ง

wood-carver, *n.* (วูดคาฟเว่อ) ช่างแกะสลักไม้

wood-carving, *n.* (วูดคาฟวิ่ง) การแกะสลักไม้

woodchuck, *n.* (วูด ชัค) สัตว์ชนิดหนึ่ง

woodcock, *n.* (วูด ค็อค) นกชนิดหนึ่ง; คนทึ่ม

woodcut, *n.* (วูดคัท) รูปแกะไม้

wood-cutter, *n.* (วูด คัทเท่อ) คนหาฟืน

wooded, *a.* (วูดเด็ด) เป็นป่า

wooden, *a.* (วูดเดิ้น) ไม้; ทำด้วยไม้; หัวทื่อ

wood-engraver, *n.* (วูด เอ็นเกรฟเว่อ) ช่างแก่สลักไม้ (สำหรับพิมพ์)

woodland, *n.* (วูด แล็นดฺ) ที่เป็นป่า

woodman, *n.* (วูดแม็น) นายพราน; คนหาฟืน; คนอยู่ป่า; พราน

woodpecker, *n.* (วูด เพ็คเค่อ) *n.* นักหัวขวาน

wood-pulp, *n.* (วูด พัลพฺ) เยื่อไม้สำหรับ

W

ทำกระดาษ

woodsman, *n.* (วูดซฺ แม็น) ช่าวป่า

woodwork, *n.* (วูด เวอค) งานช่างไม้

woody, *a.* (วูด ดี้) เป็นป่า

wooer, *n.* (วู เอ้อ) ผู้เกี้ยว

wooing, *n.* (วูอิ้ง) การเกี้ยว

wool, *n.* (วูล) ขนแกะ; ขนสัตว์

woollen, *a.* (วูลเล็น) ทำด้วยขนสัตว์

woolly, *a.* (วูลลี่) เป็นขนปุกปุย

word, *n.* (เวอด) คำพูด; คำ; วาจา; ถ้อยคำ

in a word, พูดย่อๆ ก็คือว่า

by word of mouth, โดยคำบอกเล่า

word for word, คำต่อคำ

word of honour, คำสัตย์ปฏิญาณ

to come to words, ทะเลาะกัน

to bring word, นำข่าวมา

to leave word with a person, สั่งให้บอก

to send word, ส่งข่าวให้ทราบ

upon my word, ด้วยเกียรติยศ

keep one's word, รักษาคำพูด

to fail in one's word, ไม่รักษาคำพูด

worded, *a.* (เวอดเด็ด) เรียบเรียงวิธีพูด

wording, *n.* (เวอดดิ้ง) วิธีพูด

wordy, *a.* (เวอด ดี้) พูดมากไป

wore, (วอรฺ) อดีตของ **'wear'**: ใส่

work, *n.* (เวอค) งาน; ชิ้นงาน; *v.* ทำงาน

at work, กำลังทำ

out of work, ไม่มีงานทำ; ว่างงานอยู่

to set to work, ลงมือทำงาน

to have work on hand, มีงานเต็มมือ

work against time, ทำงานแข่งกับเวลา

workable, *a.* (วอคคาเบิล) ทำได้

work-day, *n.* (-เด) วันทำงาน

worker, *n.* (เวอคเค่อ) คนงาน

working-class, *n.* (เวอค คิ่ง คลาส) คนชั้นกรรมกร

working party, คณะกรรมการเตรียมงาน

workman, *n.* (เวอคแม็น) คนงาน

workmanship, *n.* (เวอค แม็นชิพ) ฝีมือ

workroom, *n.* (เวอครูม) ห้องทำงาน

workshop, *n.* (เวอค ช็อพ) โรงงาน

world, *n.* (เวอลดฺ) โลก; คนทั้งโลก; วงสมาคม

go into the world, ออกไปผจญชีวิต

come into the world, เกิด

go out of the world, ตายไป

New World, โลกใหม่

Old World, โลกเก่า

worldling, *n.* (เวอลดฺ ลิ่ง) คนชอบแต่ทางโลก

worldly, *a.* (เวอลดฺลี่) ทางโลก

world-wide, *a.* (เวอลดฺไวดฺ) ทั่วโลก

worm, *n.* (เวอม) ตัวหนอน; ไส้เดือน

worm-eaten, *a.* (-เวอม อีทเทิ่น) ปลวกกิน

wormy, *a.* (เวอมมี่) เต็มไปด้วยหนอน

worn, (วอน) *p.p.* ของ **'wear'**: ใส่

worn-out, *a.* (-เอ้าทฺ) เก่าคร่ำคร่า; เหนื่อยอ่อน; หมดแรง

worried, *a.* (วอ รีดฺ) กลุ้มใจ

worrier, *n.* (วอรีเอ้อ) ผู้รบกวน

worrisome, *a.* (วอรีซัม) น่ารำคาญใจ

worry, *v.* (วอรี่) รบกวน; แหย่; *n.* ความกลุ้มใจ; ความเดือดร้อน

worse, *a. adv.* (เวอส) เลวลง; ทรุดลง (อาการ)

worsen, *v.* (เวอซ เซิ่น) เลวลง

worsening, *a.* (เวอซ เซินนิ่ง) เลวลงทุกที

worship, *n.* (เวอ ชิพ) การนับถือ; พิธีกรรมสักการบูชา; *v.* นับถือ

worshipful, *a.* (เวอ ชิพฟูล) เป็นที่น่านับถือ

worshipper, *n.* (เวอชิพเพ่อ) ผู้นับถือ; ผู้บูชา

worst, *a. adv.* (เวอสทฺ) เลวที่สุด; *v.* เอาชนะ

worth, *n.* (เวอธ) ค่า; *a.* สมควร

not worth while, ไม่คุ้มค่าเหนื่อย

not worth reading, อ่านเสียเวลาเปล่าๆ

worthless, *a.* (เวอธ เล็ส) ไร้ค่า

worthy, *a.* (เวอด ธี่) มีค่า; สมควรแท้

would, (วูด) อดีตของ 'will'; อาจจะ; ต้องการจะ; จำเพาะต้อง

would-be, *a.* (วูดบี) ซึ่งกำลังจะเป็น

wound, *n.* (วูนดฺ) แผล; บาดแผล; บาดเจ็บ; *v.* บาด; ทำให้บาดเจ็บ

wound, (วาวนฺดฺ) อดีตของ 'wind': หมุน; ไขลาน

wove, (โวฟว) อดีตของ 'weave': ทอผ้า

woven, (โวเวิ่น) *p.p.* ของ 'weave':

wraith, *n.* (เรธ) ผีผู้ตายใหม่ๆ

wrangle, *v.* (แรงเกิ้ล) ต่อราคากัน

wrap, *v.* (แรพ) ห่อหุ้ม; ห่อ

wrapper, *n.* (แร็พเพ่อ) ผู้ห่อ; กระดาษห่อ

wrapping, *n.* (แร็พพิ่ง) ของห่อหุ้ม

wrapping paper, กระดาษห่อของ

wrath, *n.* (ราธ) ความโกรธ; ความขัดเคือง

wrathful, *a.* (ราธฟูล) เต็มไปด้วยความโกรธ

wreath, *n.* (รีธ) พวงหรีด; พวงมาลา

wreathe, *v.* (รีธ) ร้อยดอกไม้; สวมมาลา

wreck, *n.* (เร็ค) เรือแตก; *v.* รื้อทำลาย; อับปาง

wreckage, *n.* (เร็ค เค็ดจ) เศษเรือแตก; ของพังทลาย

wren, *n.* (เร็น) นกไซ

wrest, *v.* (เร็สทฺ) ดึงดูดด้วยกำลัง

wrestle, *v.* (เร็ส เซิล) ปล้ำมวย

wrestler, *n.* (เร็ส เลอ) นักมวยปล้ำ

wrestling, *n.* (เร็ส ลิ่ง) มวยปล้ำ

wretch, *n.* (เร็ทช) คนวายร้าย

wretched, *a.* (เร็ทเช็ด) ชั่วร้าย; ยากจนยิ่ง

wriggle, *v.* (ริกเกิ้ล) ดิ้นดุกดิก

wright, *n.* (ไรทฺ) ช่างไม้

wring, *v.* (ริง) บิด

wrinkle, *v.* (ริง เคิล) ขมวดหน้า; *n.* ริ้วหน้า

wrist, *n.* (ริสทฺ) ข้อมือ

W

writ, *n.* (ริท) สิ่งขีดเขียน

write, *v.* (ไร้ทฺ) อดีต **wrote;** *p.p.* **written:** เขียนหนังสือ

writer, *n.* (ไร เท่อ) ผู้เขียน; นักประพันธ์

writing, *n.* (ไรทิ่ง) ลายมือ; การเขียนหนังสือ; หนังสือ; ลายลักษณ์อักษร

writing-desk, *n.* (-เด็สคฺ) โต๊ะเขียนหนังสือ

written, (ริท เทิน) *p.p.* ของ **'write':** ที่เขียนไว้; เขียนแล้ว

wrong, *a.* (ร็อง) ผิด; *n.* ความผิด; ความอยุติธรรมต่อ; *v.* เป็นการอยุติธรรมต่อ

in the wrong, เป็นฝ่ายผิด

wrong-doer, *n.* (ร็องดูเอ้อ) ผู้กระทำผิด

wrongful, *a.* (ร็อง ฟูล) ไม่เป็นการยุติธรรม

wrote, (โรท) อดีตของ **'write':** เขียน

wrung, (รัง) อดีตของ **'wring':** บิด

wry, *a.* (ราย) บิดไป

wt., ย่อมาจาก **'wright':** (เวท) น้ำหนัก

X

xenophobia, *n.* (เซ็นโนโฟเบีย) ความกลัวชาวต่างประเทศ

xerography, *n.* (เซ เร็อก กราฟี่) การอัดสำเนาแบบเซร็อกซ์

X mas, *n.* (เอ็คซฺ แม็ส) คริสต์มาส

X rays, *n.* (เอ็คซฺ เรซ) แสงเอ็กซฺเรย์

xylophone, *n.* (ไซดโลโฟน) ระนาด (เครื่องดนตรี)

Y

yacht, *n.* (ย็อท) เรือย็อท; เรือสำหรับไปเที่ยว

yachting, *n.* (ย็อททิ่ง) การแล่นเรือย็อท

yak, *n.* (แยค, ยาค) จามรี

yale, *n.* กุญแจเยล

yam, *n.* (แยม) มันเสา; มันมือเสือ

yammer, *v.* (แยมเม่อ) ครางหงิง ๆ

yank, *v.* (แย็งคฺ) ดึง

yankee, *n.* (แยง คี่) คนอเมริกัน

yaourt, *n.* (ยา อูรฺท) นมเปรี้ยว

yap, *v.* (แย็พ) เห่าว็อก ๆ

yarborough, *n.* (ยาบอเร่อ) ไพ่มือซวย

(ไม่มีแต้มสูงเลย)
yard, *n.* (ยาด) หลา; พรวน; เพลาเรือ; ลานบ้าน
The Yard, กองตำรวจสันติบาล
yarn, *n.* (ยาน) กลุ่มด้าย; เรื่องโกหก
yarrow, *n.* (แยโร่) ต้นไม้ชนิดหนึ่ง
yataghan, *n.* (แยท ทาแกน) กริชแขกเติ๊ก
yawl, *n.* (ยอล) เรือสองเสาใย เล็ก ๆ
yawn, *v. n.* (ยอน) หาว
yaws, *n.* (ยอซ) คุดทะราด
ye, *prn.* (ยี) เจ้า
yea, *i.* (เย) จ๊ะ; ยังงั้นหรือ!
year, *n.* (เยีย) ปี
leap year, ปีอธิกมาศ
year-book, *n.* (เยียบุค) รายงานประจำปี; ประชานุเคราะห์
yearling, *n.* (เยียลิ่ง) สัตว์หรือเด็กมีอายุได้ขวบเดียว
yearly, *a.* (เยีย ลี่) มีทุกปี; ประจำปี
yearn, *v.* (เยอน) อยากได้
yeast, *n.* (ยีสทฺ) ส่าเหล้า
yell, *v. n.* (เย็ล) แผดเสียง; ร้องตะโกนจนดังจ้า
yellow, *a. n.* (เย็ล โล่) สีเหลือง; *n.* ไข่แดง
yelp, *v. n.* (เย็ลพฺ) เห่าบ๊อก ๆ
yeomon, *n.* (โย มัน) เจ้าของที่ดิน; ทหารวัง
yes, *adv.* (เย็ส) จ๊ะ; ขอรับ; เจ้าค่ะ
yes-man, *n.* (เย็ส แมน) คนคอยขอรับตาม
yesterday, *n. adv.* (เย็สเทอเด) วานนี้
yester-year, *n.* (เย็ส-เตอเยีย) ปีกลาย
yet, *adv.* (เย็ท) ยัง; *c.* ถึงกระนั้น
not yet, ยังไม่
not yet ready, ยังไม่พร้อม
yew, *n.* (ยู) ชื่อต้นไม้ชนิดหนึ่ง
yiddish, *n.* (ยิด ดิช) ภาษาของพวกยิว
yield, *v.* (ยีลดฺ) นำมา; ได้ผลประโยชน์ ยอมแพ้; ยอมตาม; มี
yield an income, ให้รายได้
yoga, *n.* โยคะ
yogi, *n.* โยคี
yoghourt, *n.* (โย เกอด) นมเปรี้ยว
yoke, *n.* (โยค) แอก; *v.* เอาใส่แอกฺ; ปราบไว้ใต้อำนาจ
yokel, *n.* (โยเคิล) คนบ้านนอก
yolk, *n.* (โยค) ไข่แดง
yon, yonder, *adv.* (ย็อนเด้อ) ทางโน้น; ในภพโน้น
yore, *adv.* (ยอ เออ) แต่ก่อนนี้
you, *prn.* (ยู) ท่าน
young, *a.* (ยัง) หนุ่ม; สาว; อ่อน; อ่อนวัย; ใหม่; หนุ่มน้อย; *n.* ลูก
younger, *a.* (ยังเก้อ) อ่อนกว่า; ผู้น้อง
youngish, *a.* (ยังกิช) ค่อนข้างเด็ก
youngster, *n.* (ยัง สเท่อ) เด็กน้อย; เด็กหนุ่ม
your, *prn.* (ยัว) ของท่าน
yours, *prn. a.* (ยัวซฺ) อันของท่าน
yoursefl, *prn.* (ยัวเซ็ลฟฺ) ตัวท่านเอง
yourselves, *prn.* (ยัว เซ็ลวซ) ตัวท่านทั้งหลายเอง

Y

youth, *n.* (ยูธ) วัยหนุ่มสาว; เด็กสาว
youth hostels, ที่พักของเยาวชน
youthful, *a.* (ยูธ ฟูล) หนุ่มแน่น
youthfulness, *n.* (ยูธ ฟูลเน็ส) ความหนุ่มแน่น; ความสาวพริ้ง
yowl, *v.* (เยาลฺ) หอน
yucca, *n.* (ยัคค่า) ต้นไม้ชนิดหนึ่ง
yule, *n.* (ยูล) การฉลองคริสตมาส
yule-tide, *n.* (-ไทดฺ) เทศกาลคริสตมาส

Z

zamba, *n.* การเต้นแซมบ้า
zeal, *n.* (ซีล) ความกระตือรือร้น; หมั่นเพียร
zealous, *a.* (เซ็ล ลัส) กระตือรือร้น; เพียรพยายามมาก
zealot, *n.* (เซ็ล ล็อท) ผู้เพียรพยายามมาก
zebra, *n.* (ซี บร้า) ม้าลาย
zebu, *n.* (ซี บิว) วัวแขก
zenith, *n.* (เซ็น นิธ; ซีนิธ) ยอดสูงสุด
zephyr, *n.* (เซ็ฟ เฟอ) ลมเฉื่อย
Zeppelin, *n.* (เซ็พเพ ลิ่น) เรือเหาะเซปเปลิน
zero, *n.* (เซียโร่) เลขศูนย์
zigzag, *v.* (ซิก แซก) คดเคี้ยวไปมา
zinc, *n.* (ซิงคฺ) สังกะสี
zinnia, *n.* (ซินเนีย) ดอกบานชื่น
zip fastener, *n.* สายซิพ (ติดเสื้อ)
zircon, *n.* (เซอ คอน) บุษราคัม
zither, *n.* (ซิธ เธ่อ) ขิมชนิดหนึ่ง
zodiac, *n.* (โซ ดีแอ็ด) จักรราศี
zodiacal, *a.* (โซไดอะคัล) แห่งจักราศี
zonal, *a.* (โซ นัล) แห่งเขตร้อนหนาว
zone, *n.* (โซน) เขตร้อนหนาว; ขอบเขต
frigid zone, โซนหนาวเหนือ
torrid zone, โซนร้อน
temperate zone, โซนปานกลาง
tropical zone, เขตร้อนจัด
zoo, *n.* (ซู) สวนสัตว์
zoolater, *n.* (โซ ออล ลัทเท่อ) ผู้นับถือสัตว์
zoolatrous, *a.* (โซ ออล ลัททรัส) ซึ่งนับถือสัตว์
zoolatry, *n.* (โซ ออล ลัททรี่) ลัทธินับถือสัตว์
zoological, *a.* (โซโอล็อค จิคัล) แห่งสัตว์; แห่งสัตวศาสตร์
zoological garden, *n.* (-การฺ เดิน) สวนสัตว์
zoologist, *n.* (โซอ็อล ล็อดจิสทฺ) นักสัตวศาสตร์
zoology, *n.* (โซล็อล ลอดจี้) สัตวศาสตร์
zoom, *v.* (ซูม) ราคาเฟ้อ
zoophagous, *a.* (โซ ออฟฟะกัซ) กินสัตว์เป็นอาหาร

zoophilist, *n.* (โซ ออฟ ฟีล ลิสทฺ) ผู้เลี้ยงสัตว์

zoophyte, *n.* (โซ โอไฟทฺ) พรรณไม้คล้ายสัตว์ (เช่นฟองน้ำ)

zoroastrianism, *n.* (โซ โรแอส เทรียน-นิซึม) ศาสนาของโซโรแอสเทอ

Zouave, *n.* (ซูอาฟว) ทหารแขกในแอล-จีเรีย

zounds, *i.* (ซาวนฺดฺว) เสียงแปลกใจและเคือง

Zulu, *n.* (ซูลู) แขกซูลู

BOOKS PUBLISHED BY CHALERMNIT

หนังสือเกี่ยวกับประเทศไทย และประเทศในเอเซียตะวันออกเฉียงใต้

1. ANNA AND THE KING OF SIAM
2. แอนนา แอนด์ เดอะคิง (ฉบับดั้งเดิมโดยแอนนา)
3. KING MONGKUT & THE BRITISH
4. POPULAR HISTORY OF THAILAND
5. TEN LIVES OF BUDDHA
6. THAI FOLKTALES
7. THAI RAMAYANA
8. UNDERSTANDING THAI BUDDHISM
9. HISTORY OF ANGLO-THAI RELATIONS
10. HISTORY OF LAOS
11. HISTORY OF THAI LITERATURE
12. HISTORY OF THAILAND AND CAMBODIA
13. พระมงกุฎเกล้าฯ และอังกฤษ
14. ทศชาติของพระพุทธเจ้า
15. เข้าใจพุทธศาสนาไทย
16. นิทานพื้นเมืองของไทย

ดิกชันนารี

17. ENGLISH-THAI & THAI-ENGLISH DICTIONARY (เล็ก)
18. ENGLISH-THAI DICTIONARY (เล็ก)
19. THAI-ENGLISH DICTIONARY (เล็ก)
20. ADVANCED ENGLISH-THAI DICTIONARY
21. MINI : ENGLISH-THAI & THAI-ENGLISH DICTIONARY
22. DICTIONARY OF ENGLISH-THAI IDIOMS 1 & 2
23. THAI-DEUTSCHES WÖRTERBUCH (เล็ก)
24. DEUTSCH-THAI WÖRTERBUCH (เล็ก)
25. DICTIONNAIRE FRANÇAIS-THAÏ (เล็ก)
26. DICTIONNAIRE THAÏ-FRANÇAIS (เล็ก)
27. M.L. Manich's ENGLISH-THAI DICTIONARY (ใหญ่)
28. M.L. Manich's THAI-ENGLISH DICTIONARY (ใหญ่)
29. M.L. Manich's THAI-DEUTSCHES WÖRTERBUCH (ใหญ่)
30. M.L. Manich's DEUTSCH-THAI WÖRTERBUCH (ใหญ่)
31. M.L. Manich's DICTIONNAIRE FRANÇAIS-THAÏ (ใหญ่)
32. M.L. Manich's DICTIONNAIRE THAÏ-FRANÇAIS (ใหญ่)
33. ENGLISH-ENGLISH DICTIONARY (ใหญ่)

เรียนภาษาต่างประเทศสำหรับคนไทย
34. เรียนพูดภาษาอังกฤษ กับ ม.ล. มานิจ ชั่วโมงที่ 1-74
35. เรียนพูดภาษาอังกฤษ กับ ม.ล. มานิจ ชั่วโมงที่ 1-26
36. เรียนพูดภาษาอังกฤษ กับ ม.ล. มานิจ ชั่วโมงที่ 27-59
37. เรียนพูดภาษาอังกฤษ กับ ม.ล. มานิจ ชั่วโมงที่ 60-74
38. เรียนพูดภาษาเยอรมันสำหรับคนไทย

เรียนภาษาไทยสำหรับชาวต่างชาติ
39. GUIDE TO THAI CONVERSATION
(FOR ENGLISH-SPEAKING VISITORS)
40. GUIDE DE CONVERSATION THAÏ
(FOR FRENCH-SPEAKING VISITORS)
41. THAI SPRACHFÜHRER von M.L. Manich Jumsai
(FOR GERMAN-SPEAKING VISITORS)
42. PARLAR FACILE IL THAILANDESE
(FOR ITALIAN-SPEAKING VISITORS)
43. GUIDE TO THAI CONVERSATION
(FOR JAPANESE-SPEAKING VISITORS)
44. GUIDE TO THAI CONVERSATION
(FOR CHINESE-SPEAKING VISITORS)

หนังสือของชำร่วย
45. GIFT-SET ดิกชันนารีไทย-อังกฤษ และอังกฤษ-ไทย
พร้อมกล่องสวยหรู (เล็ก)
46. GIFT-SET ดิกชันนารีไทย-ฝรั่งเศส และฝรั่งเศส-ไทย
พร้อมกล่องสวยหรู (เล็ก)

อื่นๆ
47. นิทานนานาชาติ (15 เล่ม/ชุด)